ഗ്രീൻ ബുക്സ്

തിരിച്ചറിവിന്റെ സ്നേഹവഴികൾ

(ബസുധാര - മൂന്നാം ഭാഗം)

തിലോത്തമ മജുംദാർ

1966–ൽ ജനനം. ചെറുപ്പകാലം ഉത്തരബംഗാളിലെ
കാൽചീനി ചായത്തോട്ടങ്ങളിൽ.
കോളേജ് വിദ്യാഭ്യാസം കൊൽക്കത്തയിൽ.
ആദ്യത്തെ നോവൽ 'ള്ള' 1993ൽ പ്രസിദ്ധീകരിക്കപ്പെട്ടു.
'രാജ്പാട്' എന്ന നോവൽ ആദ്യ കാക്കനാടൻ
സാഹിത്യ പുരസ്കാരത്തിന് അർഹമായി.
ശരത് സ്മൃതി പുരസ്കാർ, ശൈലജാനന്ദ്സ്മൃതി
പുരസ്കാർ എന്നിവയും നേടിയിട്ടുണ്ട്.
2003–ലെ ആനന്ദ പുരസ്കാർ നേടിയ
ബംഗാളി നോവലാണ് ബസുധാരാ.
ചാന്ദേർ ഗായെ ചാന്ദ്, പ്രഹാൻ, മാനുഷ് ഷാബാക്കേർ കൊഥ,
ജാർമകർ ചോക്ക്, ഷമുക് ഖോൾ, ജദിഓ സാമാന്യതൊർ
(കവിതാ സംഗ്രഹം) തുടങ്ങിയവയാണ് മറ്റ് പ്രധാന കൃതികൾ.

പ്രഭാ ആർ. ചാറ്റർജി: ശാസ്ത്രജ്ഞ, വിവർത്തക.
1951ൽ ജനനം. ഇന്ത്യൻ ഇൻസ്റ്റിറ്റ്യൂട്ട് ഓഫ് സയൻസിൽനിന്ന്
രസതന്ത്രത്തിൽ ഡോക്ടറേറ്റ് (1976). ഇന്ത്യയിലും വിദേശങ്ങളിലും
ഗവേഷണവും അദ്ധ്യാപനവും നടത്തിയിട്ടുണ്ട്.
Vasco da Gama's Voyage to India (E.G. Ravenstein),
La BeteHumaine (Emile Zola), The First Man, The Fall,
Myth of Sysyphus, Exile and Kingdom (Albert Camus),
dans le cafe de la jeunesse perdue, la place de l'etoile,
pour que tu ne te perdes pas dans le quartier (Patrick Modiano),
les sirenes de bagdad (Yasmina Khadra) എന്നീ കൃതികൾ
മലയാളത്തിലേക്ക് വിവർത്തനം ചെയ്തിട്ടുണ്ട്.

Blog: Science Delights (prchatterjiblog.blogspot.com)

നോവൽ

തിരിച്ചറിവിന്റെ സ്നേഹവഴികൾ

(ബസുധാര - മൂന്നാം ഭാഗം)

തിലോത്തമ മജുംദാർ

വിവർത്തനം

പ്രഭാ ആർ. ചാറ്റർജി

ഗ്രീൻ ബുക്സ്

green books private limited
gb building, civil lane road, ayyanthole,
thrissur- 680 003, kerala
ph: +91 487-2381066, 2381039
website: www.greenbooksindia.com
e-mail: info@greenbooksindia.com

(malayalam)
thiricharivinte snehavazhikal
(novel)
by
tilottama majumdar

translated by
prabha r. chatterjee

first published february 2017

cover design : rajesh chalode
cover photo : rawpixel/shutterstock

branches:
thrissur 0487-2422515
palakkad 0491-2546162
kannur 0497-2763038
Thiruvananthapuram 9846670899

isbn : 978-93-86440-04-4

₹ 255.00

GBPL/876/2017

മുഖക്കുറി

പുരുഷകേന്ദ്രീകൃതമായ വ്യവസ്ഥിതിയിൽ അകപ്പെട്ട
സ്ത്രീസമൂഹത്തിന്റെ ദുരന്താനുഭവങ്ങളും
സ്ത്രീദേവതയായ ദുർഗ്ഗയെ ആരാധിക്കുന്ന
ബംഗാളിന്റെ സാംസ്കാരിക സമഗ്രതയും
ഇടതുപക്ഷ വ്യതിയാനങ്ങളുടെ വീഴ്ചകളും
അനീതിക്കെതിരെയുള്ള മൂർച്ചയുള്ള ചോദ്യം ചെയ്യലുകളും
കൊണ്ട് ഇച്ഛാശക്തിയുള്ള വിചാരതലങ്ങൾ
ഉള്ളടക്കിയിരിക്കുന്ന സമഗ്രതലങ്ങളുള്ള നോവൽ.
മഥുരേർഗഢിലെ ഉള്ളവരുടെയും ഇല്ലാത്തവരുടെയും
വ്യവഹാരങ്ങളുടെ അനേകം ജീവിത പകർപ്പുകൾ.
ബംഗാളിന്റെ സാംസ്കാരിക ഹൃദയസ്പന്ദനങ്ങൾ
തനിമയോടെ പകർത്തിയിരിക്കുന്നു;
ഒരു നാടിന്റെ ജീവിതപോരാട്ടങ്ങൾ മുനയുള്ള
കണ്ണുകൾകൊണ്ട് ആവിഷ്ക്കരിച്ചിരിക്കുന്നു.
ബസുധാര എന്ന ബൃഹത്തായ നോവലിന്റെ മൂന്നാം ഭാഗം.

കൃഷ്ണദാസ്
മാനേജിങ് എഡിറ്റർ

വിവർത്തകയുടെ കുറിപ്പുകൾ

കൊൽക്കത്താ നഗരി. 1967 മുതൽ 1977 വരേയുള്ള പത്തു വർഷങ്ങൾ. ബംഗാളിലെ രാഷ്ട്രീയാന്തരീക്ഷം കലുഷിതമായിരുന്നു. പ്രതിസന്ധികളുടേയും കോളിളക്കങ്ങളുടേയും കാലഘട്ടം. രാഷ്ട്രീയ ബലരേഖയുടെ ഇടത്തോട്ടും വലത്തോട്ടുമുള്ള പ്രകമ്പന ങ്ങളാൽ ആദ്യത്തെ അഞ്ചു വർഷങ്ങളിൽ ആറു തവണ സർ ക്കാറുകൾ മാറി. ആയിരത്തിത്തൊള്ളായിരത്തി അറുപതുകളിൽ പുകഞ്ഞുതുടങ്ങിയ നക്സൽ പ്രസ്ഥാനമെന്ന ജ്വാലാമുഖി മൂർച്ഛി ച്ചതും ആ കാലഘട്ടത്തിലായിരുന്നു, അതിന്റെ ജാജ്ജ്വല്യമാനമായ വശ്യതയിൽ ആകൃഷ്ടരായി എത്രയെത്ര ഇളം ജീവിതങ്ങൾ അതിലേക്കു കുതിച്ചു ചാടി. അവർക്ക് കൈമുതലായുണ്ടായി രുന്നത് യുവത്വത്തിന്റെ അടങ്ങാത്ത ആവേശവും അക്ഷയമായ ശുഭപ്രതീക്ഷയും മാത്രം; വർഗരഹിത സമുദായം കെട്ടിപ്പടു ക്കാനാകുമെന്ന ഉറച്ച ശുഭപ്രതീക്ഷയിൽ വീടും വിദ്യാഭ്യാസവും വിട്ടെറിഞ്ഞ് ഇറങ്ങിത്തിരിച്ച യുവപ്രതിഭകൾ. ദയാദാക്ഷിണ്യ മില്ലാതേയാണ് അധികാരസ്ഥർ അവരെ അടിച്ചമർത്തിയത്. പിന്നത്തെ അഞ്ചു വർഷം ഇന്ത്യൻ നാഷണൽ കോൺഗ്രസ് തുടർച്ചയായി ഭരിച്ചെങ്കിലും അവ വേട്ടയാടലുകളുടെ നാളുകളാ യിരുന്നു. പൊലീസിന് നിയമത്തിന്റെ മറയേകാൻ അടിയന്തരാ വസ്ഥയും കൂട്ടു നിന്നു. ഇന്ന് നഗരവും നഗരവാസികളും എല്ലാം മറക്കാൻ ശ്രമിക്കയാണ്. ജനങ്ങൾ ഒരു മാറ്റത്തിനുവേണ്ടി ദാഹി ക്കുകയാണ്. പരിവർത്തനം അതാണല്ലോ ജീവിതം. വീണ്ടും തെരഞ്ഞെടുപ്പെത്തിയിരിക്കുന്നു. പലർക്കും മറ്റൊരു ആശങ്ക കൂടി യുണ്ട് ഇത്തവണ സി.പി.എം അധികാരത്തിൽ വന്നാൽ ദുർഗാ പൂജ എന്നെന്നേക്കുമായി നിന്നു പോകുമോ? പക്ഷേ യഥാർഥ ത്തിൽ എന്തെങ്കിലും പരിവർത്തനം ഉണ്ടാകുന്നുണ്ടോ? ഇന്നലെ നടന്നവ തന്നെയാണ് ഇന്നും; സംഭവപരമ്പരകളുടെ പുനരാവർ ത്തനം; രൂപത്തിലും നിറത്തിലും ഭേദങ്ങളുണ്ടാവുമെന്നു മാത്രം ഇന്നലെ അഗ്നിപർവ്വതമായിരുന്നെങ്കിൽ ഇന്ന് സുനാമി, നാളെ മറ്റൊന്ന്... ഇന്ന് ഇര നീയെങ്കിൽ നാളെ ഞാൻ, മറ്റന്നാൾ നമ്മുടെ സന്താനങ്ങൾ... എന്തായാലും അവയൊന്നും ലോകാ വസാനമല്ലാത്തേടത്തോളം കാലം ജീവിതമെന്ന പ്രതിഭാസം നിലയ്ക്കാത്ത ധാരയായി ഒഴുകിക്കൊണ്ടേയിരിക്കും.

മാഥുരേർഗന്ധും അതിനോടുരസി നില്ക്കുന്ന അഭയാർഥികോള നിയും ഫടിക്ക്കുളംചേരിയും അവിടേയും ജീവിതം നിർബാധം മുന്നോട്ടു പോകുകയാണ്. കാനനച്ചോലയായും മലവെള്ളച്ചാട്ട മായും നിലകിട്ടാ ആഴക്കയമായും രൂപാന്തരപ്പെടുന്ന ജീവിതം മനുഷ്യരുടെ വേഷങ്ങൾക്കും നിറഭേദം വരുത്തുന്നു. മനുഷ്യർ ഒരച്ചിലിട്ടു വാർത്തവരല്ലെന്ന നിലയ്ക്ക് വേഷപ്പകർച്ചകൾക്ക് വൈവിധ്യമുണ്ട്, വൈരുദ്ധ്യങ്ങളുമുണ്ട്. മകന്റെ നക്സലൈറ്റ് പ്രവണതകൾ വേണ്ടകാലത്ത് ശ്രദ്ധിച്ചില്ലെന്ന കുറ്റബോധവു മായി ജീവിക്കുന്ന അച്ഛൻ വികാസ് സ്വന്തം വീട്ടിനകത്തു പുക യുന്ന അനീതികൾക്കുനേരെ കണ്ണടക്കുന്നു. നഗരിയിലെ നാൽക്കവലകളിൽ നിന്നുകൊണ്ട് മാവോസൂക്തങ്ങൾ പുലമ്പുന്ന ജമാൽ കൗശികിന് കിറുക്കാണെന്ന് പൊതുജനാഭിപ്രായം; പക്ഷേ ആ കിറുക്കന് നീലോഫയുടെ തീവ്രദുഃഖം മനസ്സിലാ ക്കാനായി, സഹാനുഭൂതി പ്രകടിപ്പിക്കാനായി. യുക്തിഹീനമായ ആചാരസമ്പ്രദായങ്ങളെ തന്റേടത്തോടെ തള്ളിപ്പറഞ്ഞ് സ്വന്തം ഇഷ്ടാനിഷ്ടങ്ങൾക്കൊത്ത് ഇന്നോളം ജീവിച്ച നീലിമയ്ക്ക് മകന് വേലക്കാരിയോടു തോന്നുന്ന പ്രേമത്തിൽ യുക്തി കാണാനാവു ന്നില്ല. കിഴക്കൻ ബംഗാളിലെ ഖിൽപാട്ണി ഗ്രാമത്തിലെവിടേയോ കൈമോശം വന്ന കളിത്തോഴനെ മറ്റു പലരിലും സങ്കല്പിച്ചെ ടുക്കാൻ രാധിക ശ്രമിക്കുന്നു; ഒഴുക്കിനൊപ്പം നീങ്ങേണ്ടിവരുന്ന അവൾക്ക് പിടിവള്ളിയായി ആ കൗമാരപ്രണയം മാത്രമേ യുള്ളു. പ്രണയമില്ലാത്ത രതി വെറും കാമചേഷ്ടയാണെന്ന ബോധമാണ് ജിനിയുടെ ദുരന്തത്തിനു കാരണം; താൻ ജാര സന്തതിയാണെന്ന അപകർഷതാബോധം ദേവോപമിന്റേയും.

ചേരിവാസികളെ ബോധവത്ക്കരിക്കാൻ കൊണ്ടുപിടിച്ച ശ്രമം നടത്തുന്ന മാസ്റ്റർക്ക് കൂട്ട് ഒരന്ധബാലൻ. കുരുടനാണെങ്കിലെന്ത്? നന്മയും തിന്മയും അവനു മണത്തറിയാം. പ്രൊഫസ്സർ അനി സുജ്ജമാനെ വീട്ടുകാർ അകറ്റി നിർത്തിയത് അദ്ദേഹം മതാ ചാരങ്ങൾ അനുസരിക്കുന്നില്ല എന്നതുകൊണ്ടാണെങ്കിൽ, ഡോക്ടർ മല്ലീനാഥിനെ കുടുംബം ഉപേക്ഷിച്ചത് അദ്ദേഹം യുക്തികൾക്കതീതമായി കാളീപൂജയിൽ നിമഗ്നനായി എന്നതു കൊണ്ടാണ്. ദുർഗയെപ്പറ്റി പ്രബന്ധമെഴുതിയ മുസ്ലീം അദ്ധ്യാ പകനെ പണ്ഡിതശിരോമണികൾ വിമർശിക്കുമ്പോൾ അഭയാർഥി കോളണിയിലെ വീട്ടമ്മ ചോദിക്കുന്നു 'ഗുരുവിനെന്തു ജാതി?'

സ്നേഹത്തിൽക്കവിഞ്ഞൊരു മതം ഈ ലോകത്തിന് ഉണ്ടാ വേണ്ടതില്ലെന്ന ബോധ്യം എന്നാണ് മനുഷ്യർക്കുണ്ടാവുക?

പ്രഭാ ആർ. ചാറ്റർജി

തിരിച്ചറിവിന്റെ സ്നേഹവഴികൾ

ബസുധാര - മൂന്നാം ഭാഗം

ഒന്ന്

കുരുടന് മണം കിട്ടിയിരിക്കുന്നു. ചേരിയിൽ പുതിയ താമസക്കാരെത്തിയതിന്റെ മണമാണ്. ഫടിക്ക്ക്കുളത്തിൽ പുതിയ താമസക്കാരോ? വീട്ടുസാമാനങ്ങളില്ല. കാശും പണവുമൊന്നുമില്ല. ചേരിക്കാർക്കും ഇതിലൊന്നും പുതുമയുമില്ല. അരിയില്ല, തിരിയില്ല. ദുരിതമാണെന്നാലും കുടുംബം നടത്തിക്കൊണ്ടു പോകുന്നവരാണ് ചേരിക്കാർ. കുടുംബം നടത്തുക, ഹും! കുടുംബം നടത്തുക. വാളില്ല, പരിചയില്ല, പടത്തലവനാണ് എന്നു പറഞ്ഞ മാതിരി.

അതെന്തോ പോട്ടെ. ജീവിച്ചിരിക്കാനുള്ള മോഹം അതിതീവ്രമാണ്. എങ്ങനെയെങ്കിലും ജീവിക്കണം. ഈ അമൂല്യജീവൻ ഏതുവിധമെങ്കിലും നിലനിർത്തണം. ഈ നിലനിർത്തൽ പരിപാടി ഓരോരുത്തർക്ക് ഓരോ വിധമാണ്. അതിന്റെ ഗന്ധവും പ്രത്യേകം പ്രത്യേകമാണ്. ചേരിയിൽ മൊത്തം മുപ്പത്തിയഞ്ച് കുടുംബങ്ങളുണ്ട്. ഓരോ കുടുംബത്തിനും അതിന്റെ തനതായ ഗന്ധവുമുണ്ട്. നമ്മുടെ കുരുടന് അതൊക്കെ വെവ്വേറെ പിടിച്ചെടുക്കാനാകും. ഈ ചേരിയിൽ എന്തൊക്കെത്തരം ഗന്ധങ്ങളുണ്ടോ അതൊക്കെ അവനു സുപരിചിതം. കൂടാതെ നടന്നുപോകുമ്പോൾ വലിയ കരിങ്കല്ലിൽ കാലു തട്ടിയാൽ അവനു മനസ്സിലാവും മുന്നാദായുടെ വീടിനടുത്തെത്തിയെന്ന്. അല്ല, വീടല്ല, കുടിൽ. ഇവിടെയൊക്കെ കുടിലുകളാണ്. മുന്നാദായുടെ കുടിലിന്റെ മണം അവനു പരിചയമുള്ളതാണ്.

മുന്നാദാ അതിരാവിലെ മാഥുരേർഗഢിലേക്കുള്ള തിരിവിൽ ചാക്കു വിരിച്ച് പൂക്കളും കൂവളത്തിലകളും വിൽക്കും. ഉച്ചതിരിഞ്ഞാൽ ഡ്യൂട്ടി ജയശ്രീ തിയേറ്ററിലാണ്. ടിക്കറ്റ് ബ്ലാക്കിൽ വില്പന. അവിടെ വരുന്ന എല്ലാ സിനിമകളും മുന്നാദാ കാണും. ഓരോ സിനിമ നാലഞ്ചു തവണ കണ്ടെന്നിരിക്കും. രാജേഷ് ഖന്നയുടെ പടമാണെങ്കിൽ എട്ടും പത്തും തവണ. ആ സിനിമകളുടെ കഥയൊക്കെ കുരുടനെ പറഞ്ഞു കേൾപ്പിക്കും, കാരണം കുരുടന് ഒരു കാലത്തും സിനിമ കാണാനാവില്ലല്ലോ. മുന്നാദാ പറയുന്നതു കേട്ടുകേട്ട് കുരുടന് സകല നായകന്മാരുടേയും വില്ലന്മാരുടേയും പേരുകളറിയാം. നായികമാരെപ്പറ്റിയും മുന്നാദാ വർണിക്കാറുണ്ട്. പക്ഷേ അവന് നായകന്മാരോടും വില്ലന്മാരോടുമാണ് പ്രതിപത്തി.

മുന്നാദാ പറഞ്ഞു തന്നിട്ടുള്ള കഥകളൊക്കെ കുരുടന് മനഃപാഠമാണ്. കുരുടന് നല്ല ഓർമശക്തിയാണ്. മണം, കാലടി ശബ്ദം, കാറ്റിൽ ചൂടിന്റെ ഏറ്റക്കുറച്ചിൽ എല്ലാമെല്ലാം അവന് ഓർമ്മവെക്കാനാകും. തിങ്കളാഴ്ച കാറ്റിന് കുറച്ചധികം ഈർപ്പമുണ്ടായിരുന്നെന്നും ചൊവ്വാഴ്ച വരണ്ട കാറ്റായിരുന്നെന്നും അവനു പറയാനാകും.

നല്ല തെളിഞ്ഞ ബുദ്ധിയാണ് അവന്റേത്. നേരു പറഞ്ഞാൽ ഇക്കാര്യം അവന് സ്വയം അറിയില്ലായിരുന്നു. മാസ്റ്റർ കാക്കുവാണ് പറഞ്ഞുകൊടുത്തത്. മാസ്റ്റർ കാക്കു പറയുന്ന ഒരൊറ്റ അക്ഷരംപോലും കുരുടൻ അവിശ്വസിക്കില്ല. മാസ്റ്റർ കാക്കുവാണ് അവനെ ചിന്തിക്കാൻ പഠിപ്പിച്ചത്, സങ്കല്പിക്കാൻ പഠിപ്പിച്ചത്. മനസ്സിലാക്കിയെടുക്കാൻ പഠിപ്പിച്ചത്. എന്തിനധികം സംസാരിക്കാൻ പഠിപ്പിച്ചതുപോലും. ഇപ്പോൾ കുരുടൻ തന്റെ അച്ഛനമ്മമാരെപ്പോലെ വികൃതഭാഷയല്ല, ശുദ്ധഭാഷയാണ് സംസാരിക്കാറ്. മുന്നാദായുടെ കുടിലു കടന്നിട്ടാണ് മാസ്റ്റർ കാക്കുവിന്റെ കുടിൽ. ഈ ചേരിയിൽ മാസ്റ്റർ കാക്കുവിന്റെ വീട്ടീനു മുന്നിൽ മാത്രമാണ് പൂച്ചെടികളുള്ളത്. കുരുടന് എളുപ്പം സ്ഥലം മനസ്സിലാവും. കാലാവസ്ഥ മാറുന്നതിനോടൊപ്പം ഈ ചേരിയിലെ മണവും മാറിമാറി വരും. അങ്ങനെ ആ മണങ്ങളിലൂടെ കുരുടൻ സമയം പോകുന്ന പോക്ക് അനുഭവിച്ചറിയും. ദേ, ഒരു വസന്തം പോയി, ഇനിയും വരും. ദുർഗാപൂജ കഴിഞ്ഞു. ഇനിയും വരും. അവന് കലണ്ടറു നോക്കാനാവില്ലല്ലോ. ഡയറിയും നോക്കാനാവില്ല. മാസ്റ്റർ കാക്കുവിന്റെ ഈ ചെടികളൊക്കെ അവനെ സംബന്ധിച്ചേടത്തോളം വാർഷികസൂചികകളാണ്. മുന്നാദാ കുരുടന് സിനിമാക്കഥകൾ പറഞ്ഞുകൊടുക്കുമ്പോലെ മാസ്റ്റർ കാക്കുവും അവന് ഒരുപാടു കഥകൾ പറഞ്ഞുകൊടുക്കും. പക്ഷേ അതൊക്കെ വേറെ വിധത്തിലുള്ള കഥകളാണ്. ഈ പ്രപഞ്ചത്തിന്റെ കഥകൾ. ദേശവിദേശങ്ങളിലെ കഥകൾ - ചരിത്രങ്ങൾ.

മാസ്റ്റർ കാക്കു ഒരു സ്കൂൾമാസ്റ്ററെപ്പോലാണെന്നേയുള്ളൂ. ശരിക്കുള്ള മാഷല്ല. ചേരിനിവാസികൾ അയാളെ അങ്ങനെ വിളിക്കുന്നു എന്നേയുള്ളൂ. കുരുടനറിയാം മാസ്റ്റർ കാക്കുവിന്റെ ശരിയായ പേര് സത്യവ്രത് ദാസ് എന്നാണെന്ന്. ഇവിടേക്കു വരുന്നതിന് മുമ്പ് ബീർഭൂമിലായിരുന്നു. കുരുടൻ ചോദിക്കും.

ബീർഭൂമിൽ വീടും കുടുംബവുമൊക്കെ ഉണ്ടായിരുന്നോ?

ഉണ്ടായിരുന്നു.

പിന്നെന്താ അതൊക്കെ വിട്ടെറിഞ്ഞുപോന്നത്?

അതോ, അന്വേഷിച്ചു കണ്ടുപിടിക്കാൻ.

ആരെ, എന്തിനെ?

ആവോ. ഇപ്പഴതൊന്നും ഓർമ്മ വരുന്നില്ല. ഒക്കെ മറന്നുപോയി. കൂടപ്പിറപ്പിനെ അന്വേഷിച്ചു വന്നതാവാം. ചങ്ങാതിയെ അന്വേഷിച്ചു

വന്നതാവാം. അല്ലെങ്കിൽ പഠിക്കാൻ വന്നതാവാം. അല്ലെങ്കിൽ ജോലിയ ന്വേഷിച്ചു വന്നതാവാം. അതൊന്നും ഇപ്പോ ഓർമ വരുന്നില്ല.

എന്നാൽ ഞാൻ പറയട്ടെ. ഇവിടെ വന്നു താമസിച്ച് എനിക്കു കഥ പറഞ്ഞു തരണം എന്നു കരുതി വന്നതാവും.

സബാഷ്. നിനക്കു മാത്രമേ എന്നെ മനസ്സിലായിട്ടുള്ളൂ. മോനെ. നിനക്കു വേണ്ടിയാണ് ഞാൻ എന്റെ ഗ്രാമമുപേക്ഷിച്ച് ഇവിടേക്കു വന്നത്. ഒരന്ധബാലനുവേണ്ടി. എനിക്കു ബോധ്യമായിക്കഴിഞ്ഞിരുന്നു. എഴു താനും വായിക്കാനുമായി നഗരം വിട്ട് ഗ്രാമത്തിലേക്കു മാത്രമല്ല പോകേ ണ്ടത്, നഗരത്തിലെ ചേരികളിലേക്കും പോകണമെന്ന്. കാരണം ഇവിടെ യാണ് അന്ധബാലൻ പാർക്കുന്നത്, ഒരുപാടു അന്ധന്മാർ പാർക്കുന്നത്. അതുകൊണ്ടാണ് ഞാനും ഇവിടെ പാർക്കാൻ തുടങ്ങിയത്. പക്ഷേ, ഒന്നും ചെയ്യാനായില്ല. ഒരുപാടു കാര്യങ്ങൾ എനിക്കു പറയാനുണ്ടായി രുന്നു. പറയാനായില്ല. ഒക്കെ നിന്നോടു പറഞ്ഞേക്കാം, എന്താ?

നിങ്ങളുടെ കഥകളൊന്നും വേറെയാരും കേൾക്കാൻ നിന്നില്ലേ?

ഇല്ല, എവിടെ കേൾക്കാൻ. ഒരുവേള എനിക്കു വേണ്ടപോലെ പറ യാൻ കഴിയാതെ വന്നതുകൊണ്ടാവാം. എന്റെ കഴിവുകേട്.

എന്നോടു പറയൂ, എന്താ മറ്റുള്ളവരോട് പറയാനാഗ്രഹിച്ചത്?

ശരി. ദേ നോക്കു നിന്റെ വീട് പെട്ടെന്നൊരു ദിവസം വേറൊരുത്തൻ കൈയടക്കി നിന്നെ വഴിയാധാരമാക്കിയെന്നു വെക്ക്.

ഉം.

നിന്റെ ചോറ്റുപാത്രം വേറാരെങ്കിലും തട്ടിപ്പറിച്ചെന്നു വെക്ക്, എന്നിട്ടു നിന്നോടു പറയും. ഇന്നു മുതൽ നീ പിണ്ണാക്കു തിന്നാൽ മതി, അരിയും ചോറുമൊക്കെ ഞങ്ങക്കു വേണം.

ആങ്ഹാ! എന്തുകൊണ്ട്? എന്തുകൊണ്ടാണ് അവരങ്ങനെ ചെയ്യു ന്നത്?

അതുതന്നെയാണ് സംഗതി. എന്തുകൊണ്ട്? ദാ ഇനി കേക്ക്. നിന്നെ ക്കൊണ്ട് ഒരാൾ രാവും പകലും പണിയെടുപ്പിച്ചു. എന്നിട്ട് ഒരു രൂപ തന്നു.

ശരി, എന്നിട്ട്?

ആ ഒരു രൂപ കൊണ്ട് നിനക്ക് ഒന്നിനും തികയില്ല, വീട്ടിൽ അരി യില്ല, നിന്റെ അമ്മയ്ക്ക് സുഖമില്ല. പക്ഷേ നിനക്ക് ഡോക്ടറെ വിളിക്കാ നുള്ള ത്രാണിയില്ല.

ശരിയാണ്. എന്റെ അച്ഛന് സുഖമില്ല.

നീ വഴിയോരത്തുകൂടെ പോകുന്നു, നിന്റെ ഉടുപ്പൊക്കെ കീറിപ്പറി ഞ്ഞിരിക്കുന്നു, വിശപ്പു കാരണം വയറു കത്തിയെരിയുന്നു, ദുശ്ചിന്ത കൾകൊണ്ട് തലമുടി ജട പിടിച്ചിരിക്കുന്നു. നീ കടം മേടിക്കാൻ പോയ താണ്. നിനക്ക് എഴുതാനും വായിക്കാനും അറിയില്ല. കടം കിട്ടി, പക്ഷേ

അതിനിരട്ടിത്തുകയ്ക്കാണ് നീ വിരലൊപ്പു വെച്ചത്. ആജീവനാന്തം അടിമയായിരിക്കേണ്ട ഗതികേട്.

എന്റമ്മ ഇടയ്ക്കൊക്കെ ആലിച്ചാച്ചയുടെ കൈയിൽനിന്ന് കടം മേടിക്കും.

നിനക്ക് ഒന്നുമില്ലെന്നു വെക്ക്, തറയിൽ കിടന്നുറങ്ങണം, കീറിയ പുതപ്പു ചവച്ച്...

പിന്നല്ലാതെ, ഇടയ്ക്കൊക്കെ വല്ലാത്ത വിശപ്പു തോന്നുമ്പോ ഈ ലോകം മുഴുവനും തിന്നാനുള്ള ആർത്തി തോന്നും.

നിന്റെ അമ്മയ്ക്ക് അല്ലെങ്കിൽ അച്ഛന് വല്ലാത്ത കഷ്ടം. നിനക്കറിയാമോ നിരന്തരമായ വിശപ്പുകൊണ്ടും കഠിനമായ അധ്വാനംകൊണ്ടും അവർക്ക് അസുഖം വന്നെന്നു വരാം. ഇനി നീ കണക്കു കൂട്ട്. ഒരു രൂപയ്ക്കു പകരം നിനക്ക് അഞ്ചു രൂപ കൂലി കിട്ടിയിരുന്നെങ്കിലോ. നിന്റെ വീട്ടുകാരുടെ നില മെച്ചപ്പെട്ടിരുന്നേനെ, അമ്മ രക്ഷപ്പെട്ടിരുന്നേനെ. അച്ഛന് സുഖമായിരുന്നേനെ. നിനക്കും കുറച്ചൊക്കെ വിദ്യാഭ്യാസം നേടാമായിരുന്നു. വൃത്തിയുള്ള ഉടുപ്പ് ധരിച്ച് അങ്ങനെ റോഡിലൂടെ നടന്നു പോകാമായിരുന്നു. അപ്പോ നീ ചിന്തിച്ചിരുന്നേനെ. ആഹാ? ഈ ലോകം എത്ര മനോഹരം എന്ന്.

അതായത് ഇപ്പോ സുന്ദരമല്ല, അല്ലേ? പക്ഷേ എത്ര നല്ല നല്ല മണങ്ങളാണ് എനിക്ക് വലിച്ചെടുക്കാനാവുന്നത്?

ദാ ഇതാണ് പ്രശ്നം. നിനക്കതു മനസ്സിലാവുന്നില്ല. നിന്റെയീ ദുരവസ്ഥ, നിന്റെയീ ജീവിതം, എല്ലാം നഷ്ടപ്പെട്ട, അഥവാ നഷ്ടപ്പെടാൻ ഒന്നുമില്ലാത്ത ജീവിതം. ഇതിങ്ങനെ ആയിത്തീരേണ്ട ഒരാവശ്യവുമില്ല. അതു നീ മനസ്സിലാക്കുന്നില്ല. നിനക്ക് മനസ്സിലാവുന്നേയില്ല.

എന്തുകൊണ്ടില്ല? നന്നായി മനസ്സിലാവുന്നുണ്ട്. അമ്മ എത്ര വല്യ വീടുകളിലാണ് ജോലിക്കു പോണതെന്നറിയാമോ? അവരുടെ വീടുകളൊക്കെ അടിച്ചു തുടച്ചു വൃത്തിയാക്കും. അവിടത്തെ എച്ചിൽ പാത്രങ്ങളൊക്കെ കഴുകുമ്പോ ഉച്ഛിഷ്ടം നോക്കിയാ മനസ്സിലാവുമത്രെ അന്നവിടത്തെ പാചകം എന്തായിരുന്നെന്ന്. അതൊന്നും ഈ ജന്മം ഞങ്ങക്കു തിന്നാനാവില്ല. അതോണ്ടെന്താ. അമ്മ മീൻ പൊടി കൊണ്ട് കറി ഉണ്ടാക്കും. പടവലിന്റെ തോലരച്ചതു കൂട്ടി ചോറുണ്ണാൻ എന്തു സ്വാദാണെന്നോ. ഇടയ്ക്കൊക്കെ പച്ചക്കായുടെ തോലും അരച്ചുതരും. അതിന് ഒരു വാടയുണ്ട്. എന്നാലും നല്ല രുചിയാണ്.

നീ പറഞ്ഞല്ലോ, നിന്റെ അച്ഛന് സുഖമില്ലെന്ന്.

അതെ. അമ്മ സന്തോഷീമായുടെ പൂജ നടത്തുന്നു. ഇത്തവണ ഇതു പൂജയും* ചെയ്യും. അറിയാമോ സന്തോഷീമായെ പൂജിച്ചാൽ വേണ്ടിയതൊക്കെ കിട്ടും.

---

* ഇത് പൂജ - സുമംഗലികൾ കുടുംബത്തിന്റെ ഐശ്വര്യത്തിന് വേണ്ടി ആചരിക്കുന്ന വ്രതവും പൂജയും.

ഇതു പൂജ ചെയ്താലോ?

അപ്പഴും കിട്ടും.

മംഗൾചണ്ഡിയെ പൂജിച്ചാലോ? പുരിയിലേക്ക് ക്ഷേത്രാടനം നടത്തിയാലോ? താരകാസുരനെ കൊന്നാലോ? കാമർഹാട്ടിയിലെ പീർബാബയുടെ ദർഗയിൽ ചെന്ന് കല്ലു കെട്ടി പ്രാർഥിച്ചാലോ? ഭഗവതീ മഹാമായേ എന്ന് അലറിവിളിച്ച് കൊട്ടും കുരവയുമിട്ടാലോ?

അതുതന്നെ. വേണ്ടതൊക്കെ കിട്ടും.

പിന്നെന്താ ആളുകൾക്ക് ഒന്നും കിട്ടാത്തത്? പിച്ചക്കാരുടെ എണ്ണം കൂടുന്നതെന്തുകൊണ്ട്? പണികിട്ടാതെ മനുഷ്യർ തത്രപ്പെടുന്നതെന്തുകൊണ്ട്? നിങ്ങളൊക്കെ അരവയറോടെ ചത്തുപോകുന്നതെന്തുകൊണ്ട്? ചികിത്സിക്കാനുള്ള പൈസ ഇല്ലാത്തതെന്തുകൊണ്ട്? നിന്റെ കണ്ണ് ഓപ്പറേഷൻ ചെയ്താൽ ശരിയാവുന്നതേയുള്ളൂ. അതെന്താ ചെയ്യാനാവാത്തത്?

അതൊക്കെ മുജ്ജന്മപാപം. അമ്മ പറയും, മുത്തശ്ശിയും പറയും. പാപികളാണ് ഇങ്ങനെ ദരിദ്രന്മാരായി ജന്മമെടുക്കുന്നത്. ദരിദ്രനായി പിറന്ന് ഭഗവാനോടുള്ള കടം വീട്ടണം.

ഈ കടം എല്ലാവരും വീട്ടണ്ടേ? ജനിച്ചതുകൊണ്ടുള്ള കടം? നിന്റെ അച്ഛൻ കരയുമ്പോലെ വേറാരെങ്കിലും കരയുന്നത് നീ കേട്ടിട്ടുണ്ടോ.

ഉവ്വ്. ഷേരാട്ടുവിന്റെ അമ്മ അങ്ങനെ കരയും. ജനയുടെ അമ്മായിയും അങ്ങനെ കരയും. കുദ്ദൂസിന്റെ ഭാര്യ നയ്നയുടെ ചേച്ചിയും.

ഒരു രൂപയ്ക്കു പകരം അഞ്ചു രൂപ കിട്ടിയാൽ തീരുന്നതേയുള്ളൂ ഈ കരച്ചിലൊക്കെ.

പക്ഷേ ഒരു രൂപ തരേണ്ടപ്പോ എന്തിന് അഞ്ചു രൂപ തരണം?

മരമണ്ടൂസേ, നേരു പറഞ്ഞാൽ നിനക്കു ശരിക്കും കിട്ടേണ്ടത് അഞ്ചു രൂപയാണ്. അവരൊക്കെ ഒരു രൂപയേ തരുന്നുള്ളൂ. മനുഷ്യരുടെ വയറ്റത്തടിക്കുന്നു, മനുഷ്യരുടെ മനസ്സിലും അടി വീഴുന്നു, അതോടെ അവരൊക്കെ മറന്നുപോകുന്നു, അഞ്ചു രൂപ കിട്ടേണ്ടിയിരുന്ന വസ്തുത, എങ്ങനെ ജീവിക്കാമായിരുന്നു എന്ന വസ്തുത.

ഇപ്പോ കുരുടന് മനസ്സിലാവുന്നുണ്ട്. എല്ലാവരും വലിയ വീടുകളിൽ ജീവിക്കേണ്ടവരാണെന്ന്. എല്ലാവർക്കും കാറും ബംഗ്ലാവും ഉണ്ടാവേണ്ടിയിരുന്നെന്ന്. എല്ലാവർക്കും വയറു നിറയെ സ്വാദുള്ള ഭക്ഷണം കിട്ടേണ്ടതായിരുന്നു. പക്ഷേ അങ്ങനെയൊന്നുമല്ല സ്ഥിതിഗതികൾ. മാസ്റ്റർ കാക്കുവിനുപോലും അത്തരം ഭക്ഷണമില്ല. എന്നാലും പറയും ഈ കരയുന്നവരൊക്കെ ഒന്നിച്ചുനിന്നാൽ അഞ്ചുരൂപ കണക്കു പറഞ്ഞു മേടിക്കാനാകും. അങ്ങനെ എല്ലാം കുറെയൊക്കെ ശരിയാവും എന്നൊക്കെ.

പക്ഷേ ഇതെന്താ എല്ലാവരേയും പറഞ്ഞു ബോധ്യപ്പെടുത്താത്തത്?

പറയാഞ്ഞിട്ടാണോ പറഞ്ഞു. പക്ഷേ ആർക്കും കേട്ടു നില്ക്കാൻ സമയമില്ല. ദിവസം മുഴുവനും അധ്വാനിച്ച് ക്ഷീണിച്ച് വരുമ്പോ എങ്ങനെ ജീവിക്കാം, എങ്ങനെ ജീവിക്കണം ഇതൊന്നും കേൾക്കാനോ ആലോചിക്കാനോ ആരും ആഗ്രഹിക്കുന്നില്ല. അപ്പഴവർക്ക് കഞ്ചാവു വലിക്കണം, വേശ്യയുടെ വീട്ടിലേക്കോടണം. കൂട്ടം ചേർന്നിരുന്ന് സൊറ പറയണം. പിന്നെ ഉറങ്ങണം. ദിവസം മുഴുവനും മർദ്ദനമേല്ക്കുന്നു. അതിൽ നിന്നു വിട്ടുനിൽക്കാൻ കിട്ടുന്ന അല്പസ്വല്പ സമയം അതൊക്കെ മറക്കാനാഗ്രഹിക്കുന്നു, എന്തിനീ മർദ്ദനം സഹിക്കണം. ഇതു കിട്ടേണ്ടതായിരുന്നോ എന്നാലോചിക്കാൻപോലും തയ്യാറല്ല. ഇതു തങ്ങൾക്കു വിധിച്ചതാണ് എന്ന മനോഭാവം.

നിങ്ങളെന്തു വിചാരിക്കുന്നു, മാസ്റ്റർ കാക്കു?

ഞാനെന്താലോചിക്കാനാണ്. നെയ്ത്തുമില്ലിൽ പണിയെടുത്ത് പണിയെടുത്ത് ശ്വാസംമുട്ടു തുടങ്ങി. രോഗമാണ്, ശ്വാസകോശങ്ങളിൽ രോഗം. ഈ രോഗം ഈ ചേരിയിൽ പലർക്കുമുണ്ട്. നിനക്കും ഉണ്ടാവും. ഒരു കാര്യം എനിക്കറിയാം. ഞാൻ ഗാന്ധിജിയല്ല. നേതാജിയുമല്ല. ഇന്ദിരാഗാന്ധിയല്ല. ജ്യോതി ബസുവല്ല. ചാരു മജുംദാരല്ല, കനു സന്യാലുമല്ല. ചെയ്യണമെന്നു സ്വപ്നം കണ്ടതൊന്നും ചെയ്തുതീർക്കാൻ എനിക്കാവില്ല. അതുകൊണ്ട് ഞാൻ വെറുതെ നോക്കിയിരിക്കുന്നെന്നു മാത്രം. ചരിത്രം രൂപംകൊള്ളുന്നത് നോക്കിക്കാണുന്നു.

എന്നുവെച്ചാൽ?

എനിക്കു ചുറ്റും നടക്കുന്ന സംഭവങ്ങൾ നിശ്ശബ്ദനായി നോക്കിക്കാണുന്നു. വിശകലനം ചെയ്യുന്നു. എന്തുകൊണ്ട് ഇതുണ്ടായില്ല, എന്തുകൊണ്ട് അങ്ങനെ നടന്നു. ഇന്നിന്ന കാര്യങ്ങളുണ്ടായത് ഇന്നിന്ന കാരണങ്ങൾകൊണ്ട്. ഇതു മറ്റൊരു വിധത്തിൽ ആയിരുന്നെങ്കിൽ അതിന്റെ ഫലം ഇതാവുമായിരുന്നില്ല. ഞാൻ സ്വയം ഒരു ചരിത്രമാണെന്നു വേണമെങ്കിൽ പറയാം. നമുക്ക് ഒന്നിനേയും മാറ്റിമറിക്കാനാവില്ല. സംഭവിക്കുന്നതു നോക്കിക്കണ്ടു നില്ക്കുക. മനസ്സിലാക്കുക.

മാസ്റ്റർ കാക്കുവിന്റെ സംസാരം മുഴുവനങ്ങ് കുരുടന് മനസ്സിലാവാറില്ല. പക്ഷേ ചില കാര്യങ്ങൾ വല്ലാതെ കുത്തിത്തറയ്ക്കുന്നപോലിരിക്കും. മുന്നാദാ എന്തു പറഞ്ഞാലും കുരുടൻ കേട്ടുകൊണ്ടിരിക്കും, അവനെല്ലാം മനസ്സിലാവുകയും ചെയ്യും. മാസ്റ്റർ കാക്കു പറയുന്നതും കുരുടൻ കേട്ടുകൊണ്ടിരിക്കും, പക്ഷേ മുഴുവനങ്ങ് മനസ്സിലാവില്ല, കുറച്ചു മനസ്സിലാവും കുറെയധികം മനസ്സിലാവില്ല. പക്ഷേ എല്ലാം ഓർമ വെക്കും. മാസ്റ്റർ കാക്കു കുരുടനെ പഠിപ്പിച്ചിട്ടുണ്ട്, ചരിത്രം എന്നാൽ എന്താണെന്ന്. അവനറിയും, ഇന്നു നടക്കുന്നത് നാളെ ചരിത്രമാകുമെന്ന്. അതായത് ചെമ്പരത്തിപ്പൂ ഇന്നു വിടർന്ന് നാളെ വാടിക്കൊഴിഞ്ഞു വീഴും. അത് പക്ഷേ ചരിത്രമല്ല. അത് ഭൂതകാലമാണ്. ഇന്നുണ്ടായിരുന്നു, നാളെയില്ല. ഇന്നലെയുണ്ടായിരുന്നു. ഇന്നില്ല. പക്ഷേ ചരിത്രം അങ്ങനെയല്ല. ഇന്നില്ല, നാളെയുണ്ടാകും, ഉണ്ടായിക്കൊണ്ടേയിരിക്കും. പിന്നെ അതു നിലനില്ക്കും. മനുഷ്യരോടൊപ്പം നിലനിന്നുകൊണ്ടേയിരിക്കും. ഇനി

ചെമ്പരത്തിപ്പൂക്കൾ ഒന്നടങ്കം ഏതെങ്കിലും അക്രമത്തിനിരയായാൽ, അവയുടെയൊക്കെ നെഞ്ചു പിളർന്ന് കുടുകുടാ രക്തമൊഴുകിയെങ്കിൽ അതു ചരിത്രമാകും. ചരിത്രം എന്നുവെച്ചാൽ നിർമ്മാണമാകാം. സംഘർഷമാവാം. ധ്വംസനമാവാം, പ്രക്ഷോഭമാവാം. ഇതൊക്കെ ചരിത്രമാകാം. ചരിത്രമെന്നാൽ മനുഷ്യനാകാം. മഹാസംഭവവുമാകാം. പലപ്പോഴും ഒരു ചുറ്റുവട്ടത്തിൽ നടക്കുന്ന മഹാസംഭവങ്ങൾ ചരിത്രസംഭവങ്ങളായി ത്തീർന്ന്, കാലഗതി മാറ്റിമറിക്കുന്നു, മനുഷ്യചേതനകളിൽ ചരിത്രം വളർത്തപ്പെടുന്നു.

കുരുടനറിയില്ല, ജീവിച്ചിരിക്കുന്ന ഒരു സാധാരണ മനുഷ്യൻ, എല്ലാവരേയുംപോലെ ഉണ്ണുകയും ഉറങ്ങുകയും സംസാരിക്കയും ചെയ്യുന്ന മനുഷ്യൻ എങ്ങനെ ചരിത്രമാവും? കുരുടന് ഇക്കാര്യം പിടികിട്ടുന്നില്ല. മാസ്റ്റർ കാക്കു പറയുന്നത് *നമ്മുടെയൊക്കെ ജീവിതം ഇതൊരു ജീവിച്ചിരിക്കലാണോ, കുട്ടാ? മറ്റുള്ളവരെ മെച്ചമായി ജീവിക്കാൻ പ്രേരിപ്പിക്കാത്ത ജീവിതം ഒരു ജീവിതമാണോ? ഞാനെന്തൊക്കെയോ പറയുന്നു, എന്നിട്ടെന്താ? അതൊന്നും ആരുടെ കാതിലും വീഴുന്നില്ലല്ലോ. ആരും കേൾക്കുന്നില്ല. ഈ ചേരിയിലെ ഒറ്റൊരുത്തനെപ്പോലും എനിക്കു പറഞ്ഞു ബോധിപ്പിക്കാനായോ? എങ്ങനെ ജീവിക്കണമെന്നു പഠിപ്പിക്കാനായോ? ഇല്ലല്ലോ. അതുകൊണ്ട് ഞാനതൊക്കെ കുറിച്ചിടുന്നു. ചരിത്രം കുറിച്ചിടുന്നു. ഓരോ ദിവസവും നടക്കുന്നതൊക്കെ ഞാനെന്റെ ഡയറിയിൽ കുറിച്ചിടുന്നു. ഇതാണ് ചരിത്രം.* ഡയറിയെന്നാലെന്താണെന്ന് ഇപ്പോൾ കുരുടനറിയാം. ഈയിടെയായി അവനു തോന്നാറുണ്ട് മാസ്റ്റർ കാക്കുവിന് അറിയാവുന്നതൊക്കെ തനിക്കും അറിയാമെന്ന്. പക്ഷേ അവരിരുവരും മാത്രം അറിഞ്ഞിട്ട് ഒരു ഗുണവുമില്ല. വെള്ളം ഒരു പാത്രത്തിൽ നിന്ന് മറ്റൊരു പാത്രത്തിലേക്കു പകരുമ്പോലെയാണത്. അതുകൊണ്ട് വെള്ളത്തിന് എതിർപ്പൊന്നും ഇല്ല, പാത്രങ്ങൾക്കുമില്ല. കുരുടൻ തനിക്കറിയാത്തതൊക്കെ പതുക്കപ്പതുക്കെ മനസ്സിലാക്കിയെടുക്കും. നിറങ്ങൾ എങ്ങനെയിരിക്കുമെന്ന് അവനറിയില്ല. വെയിലെങ്ങനെയിരിക്കും, ആകാശം എങ്ങനെയിരിക്കും, അമ്പിളി, നക്ഷത്രങ്ങൾ, നിലാവ് ഇതൊന്നും അറിയില്ല, കാരണം അവയ്ക്കൊന്നും ശബ്ദമില്ല. പക്ഷേ അവയ്ക്ക് ഗന്ധമുണ്ടെങ്കിലോ ആ ഗന്ധം ഒന്നുമതി അവന് അതൊക്കെ മനസ്സിലാവാൻ. വേനൽക്കാലത്ത് റോഡിന് ചൂടു പിടിക്കുമ്പോൾ, മണ്ണു ചൂടാകുമ്പോൾ, വീടിന്റെ ചുമരിൽ വെയിലു വീഴുമ്പോൾ അവനു മനസ്സിലാവും. കാരണം അതിനൊക്കെ ഒരു പ്രത്യേക മണമുണ്ട്... ഒരു ദിവസം സന്ധ്യക്ക് ഫടിക്ക്കുളത്തിനടുത്ത് നിന്നപ്പോൾ അവനു പതുക്കെപ്പതുക്കെ മനസ്സിലായി ചന്ദ്രനുദിച്ച് തലയ്ക്കു മുകളിലെത്തിയിരിക്കുന്നു. നിലാവ് വീഴുന്നുണ്ട്, ഇടയ്ക്കൊക്കെ മഞ്ഞു പൊഴിയുന്നതിനെ അവൻ നിലാവെന്നു തെറ്റിദ്ധരിച്ചു പോകാറുണ്ട്. ജലപ്പരപ്പ് ഇളകിയാൽ അവനു തോന്നും വെള്ളത്തിൽ നക്ഷത്രങ്ങൾ വീഴുന്നെന്ന്, ഒരുപാട് ഓളങ്ങളുണ്ടായാൽ തോന്നും നക്ഷത്രങ്ങൾ ഒന്നടങ്കം വെള്ളത്തിൽ വീണെന്ന്.

എന്നുവെച്ച് അവൻ എല്ലാം ഗന്ധത്തിലൂടെയും ശബ്ദത്തിലൂടെയും അറിയുന്നു, എന്നല്ല. സ്പർശത്തിലൂടെയും അവനു മനസ്സിലാവും. കാറ്റിന്റെ സ്പർശത്തിൽനിന്ന് അവനറിയും രാത്രിയോ പകലോ എന്ന്. പക്ഷേ ഈ സ്പർശത്തിലൂടെ ചരിത്രം മനസ്സിലാക്കിയെടുക്കാനായിട്ടില്ല. മാസ്റ്റർ കാക്കുവിന്റെ വീട്ടിൽ അദ്ദേഹത്തിന്റെ ഡയറിയുടെ മണം അവൻ പിടിച്ചെടുക്കും. അത് ചരിത്രത്തിന്റെ മണമാണെന്നാണ് അവന്റെ വിശ്വാസം.

മാസ്റ്റർ കാക്കുവിനും കുരുടനും അത്യന്തം പ്രിയങ്കരമായ ഒരു കളിയുണ്ട്. രാത്രി മാസ്റ്റർ കാക്കു റാന്തൽ കൊളുത്തി വെച്ച് പുസ്തകം തുറന്നുവെച്ച് വായിക്കും. കുരുടൻ അതൊക്കെ കേട്ടുകൊണ്ടിരിക്കും. പലതരം കാര്യങ്ങൾ, കഥകൾ, വിവരണങ്ങൾ. ചില ദിവസങ്ങളിൽ കുരുടൻ ചോദിക്കും ഇന്നെന്താ കേൾപ്പിക്കുക? കാക്കു പറയും, നീ തുറക്ക്.

അവൻ ഡയറി കൈയിലെടുത്ത് ഒന്ന് രണ്ട് മൂന്ന് എന്നു പറഞ്ഞു കൊണ്ട് ഏതെങ്കിലുമൊരു താൾ തുറന്നുവെക്കും. മാസ്റ്റർ കാക്കു അതു വായിച്ചു തുടങ്ങും. ചില താളുകൾ അനേകം തവണ വായിച്ചിട്ടുണ്ട്. അതൊക്കെ കുരുടന് ഹൃദിസ്ഥമാണുതാനും. എന്നാലും വീണ്ടും വായിക്കും. ഇന്നലെ രാത്രി അവൻ തുറന്നുവെച്ച പേജ്:

കോൺഗ്രസ് സർക്കാരിന് സുവർണാവസരം കിട്ടിയിരിക്കുന്നു. കേന്ദ്രത്തിലും സംസ്ഥാനത്തും വിജയം. ഭരണഘടനാ ഭേദഗതി എന്നും പറഞ്ഞ് വളരെ കൗശലപൂർവ്വം ജുഡീഷ്യൽ റിവ്യൂവിന്റെ സാധ്യത തന്നെ പിച്ചിച്ചീന്തിയിരിക്കുന്നു. ഇതിനാണോ ഭരണഘടനാ പരിഷ്കാരം എന്നു പറയുന്നത്? ഇത് പരിഷ്കരണമല്ല. ഇത് കെട്ടിച്ചമയ്ക്കലാണ്. ഫണ്ടമെന്റൽ റൈറ്റ്സ് കുട്ടിക്കളിയായി മാറിയിരിക്കുന്നു. ചൂഷിതരും പീഡിതരുമായ ദരിദ്രജനതയുടെ ദേശം. ഇവിടെ മനുഷ്യർക്ക് പ്രാഥമികാവകാശങ്ങൾ പോലും ലഭ്യമല്ല. എന്നിട്ടും ബഹുമാന്യരായ ജനപ്രതിനിധികൾ മൗലികാവകാശങ്ങൾ വെട്ടിക്കുറയ്ക്കാൻ സന്നദ്ധരായി നില്ക്കുന്നു. ട്രൈബ്യൂണലുകളുടെ കാര്യത്തിൽ ജുഡീഷ്യറി കൺട്രോൾ നിർത്തലാക്കിയിരിക്കുന്നു. പുതിയ നിയമങ്ങളുണ്ടാക്കുന്ന കാര്യത്തിലും ജുഡീഷ്യറി കൺട്രോൾ ഏതാണ്ട് ഇല്ലാതാക്കിയെന്നു വേണം പറയാൻ. ഇത്തരത്തിൽ മുന്നോട്ടു പോവാനാവില്ല. ഇങ്ങനെ മുന്നോട്ടു പോകാൻ അനുവദിക്കരുത്. ഏകച്ഛത്രാധിപത്യത്തിന് സകല മനുഷ്യരുടേയും കഴുത്തു ഞെരിച്ചു കൊല്ലാനാവില്ല. അടിയന്തരാവസ്ഥയുടെ പേരിൽ കഴിഞ്ഞ വർഷം മുതൽ നടന്നു വരുന്ന പിള്ളേരുകളിക്കെതിരായി ഈ ദേശത്തെ പ്രബുദ്ധരായ മനുഷ്യർ എതിർപ്പു പ്രകടിപ്പിച്ചില്ലെങ്കിൽ ഹേ ഭാരതമേ നീ വീണ്ടും പാരതന്ത്ര്യയാവുന്നതാവും നല്ലത്.

വായിച്ചു വായിച്ച് മാസ്റ്റർ കാക്കു വല്ലാതെ ഉത്തേജിതനായി. കുരുടന് ഒന്നും മനസ്സിലായില്ല. ചരിത്രത്തിന്റെ മണമറിയാവുന്നതുകൊണ്ട് അവൻ തീരുമാനിച്ചു. എന്തോ ചരിത്രസംഭവമാണ് വായിക്കുന്നതെന്ന്, ആപല്ക്കരമാണ്, പരിവർത്തനം അത്യാവശ്യം. അല്ല, കാക്കു എന്തിനാണിങ്ങനെ കടിച്ചാൽ പൊട്ടാത്ത ഭാഷയിൽ ചരിത്രമെഴുതുന്നത്? അവനതു തീരെ

മനസ്സിലാവുന്നില്ല. തന്നെ പറഞ്ഞു പഠിപ്പിക്കുന്ന സരളഭാഷയിൽ എഴുതി യാലെന്താ? എന്നിട്ടും അവനിത്രയേ പറഞ്ഞുള്ളൂ. ഉം... ഇനി?

അപ്പോഴാണ് ചുറ്റുവട്ടത്ത് വഴക്കും വക്കാണവും തുടങ്ങിയത്. മാസ്റ്റർ കാക്കു ഡയറി അടച്ചുവെച്ചു. വാ, പോകാം. എന്താണെന്നു നോക്കീട്ടു വരാം. അവന്റെ കൈയും പിടിച്ച് ശബ്ദം കേട്ടിടത്തേക്കു ചെന്നു. പലരും ഓടിയെത്തിയിരുന്നു. ടേപിയുടെ അച്ഛൻ കള്ളു കുടിച്ചു വന്ന് ടേപിയുടെ അമ്മയെ അടിക്കുകയാണ്. ടേപിയുടെ അമ്മ കരഞ്ഞു ബഹളം വെച്ചു. ഇതു പതിവുള്ളതാണ്, മിക്കപ്പോഴും കരച്ചിലു കേൾക്കാം. കുരുടനറിയാം നന്നേ രാവിലെ ടേപ്പിയുടെ അച്ഛൻ പെട്ടിയുമായി വില്പനയ്ക്കിറങ്ങും. അതിനകത്ത് നിറയെ മോതിരക്കല്ലുകളാണ്. അതൊക്കെ കാണാൻ നല്ല ഭംഗിയുണ്ടത്രെ. ടേപി പറഞ്ഞതാണ്. ചെമപ്പ്, നീല, മഞ്ഞ. വെളിച്ചം വീണാൽ തിളങ്ങുമത്രെ. ടേപിയുടെ അച്ഛൻ അതൊക്കെ പഞ്ഞിയിൽ പൊതിഞ്ഞ് ശ്രദ്ധയോടെ പെട്ടിക്കകത്തു വെക്കും. മാസ്റ്റർ കാക്കു പറ ഞ്ഞതെന്താണെന്നോ? അതൊന്നും കല്ലുകളല്ല, വെറും കുപ്പിച്ചില്ലുകളാ ണെന്നാണ്. ടേപീടെ അച്ഛൻ ആൾക്കാരെ പറ്റിച്ച് കുപ്പിച്ചില്ലു കൊടുത്ത് കല്ലിന്റെ വില കീശയിലാക്കും. അങ്ങനെയാണ് കുരുടനു മനസ്സിലായത് ചില കല്ലുകൾക്ക് കുപ്പിച്ചില്ലിനേക്കാളും വിലയുണ്ടെന്ന്, വഴിപോക്കർ വിഡ്ഢികളാണെന്ന്, ടേപിയുടെ അച്ഛൻ നല്ലവനല്ലെന്ന്. ഈ ചേരിയിൽ വേറെയും പലരും കള്ളു കുടിക്കാറുണ്ട്, ഭാര്യമാരെ അടിക്കാറുമുണ്ട്. പക്ഷേ അവരൊന്നും അന്യരെ ചതിക്കാറില്ല. അവരൊക്കെ അധ്വാനിച്ച് ജീവിക്കുന്നവരാണ്. റിക്ഷ വലിക്കുന്നവർ, ചെരുപ്പുകുത്തികൾ, വഴിയോ രത്ത് കരിങ്കല്ലു പൊട്ടിക്കുന്നവർ, തടി ഡിപ്പോയിലും ഹോട്ടലുകളിലും പണിയെടുക്കുന്നവർ...

ടേപിയുടെ അമ്മയും മറ്റുള്ളവരും ദിവസേന ഇങ്ങനെ തല്ലുകൊള്ളാൻ നിന്നുകൊടുക്കുന്നതെന്തിനാണെന്ന് കുരുടൻ ഒരിക്കൽ മാസ്റ്റർ കാക്കുവിനോടു ചോദിച്ചു: അവരെന്താ ഒന്നും മറുത്തു പറയാത്തത്? തിരിച്ചടിച്ചൂടെ?

മാസ്റ്റർ പറഞ്ഞു, അവരതു പഠിച്ചിട്ടില്ല.

അതെന്താ? എന്താ പഠിക്കാത്തത്? അന്നൊരു ദിവസം പേഞ്ചോ എന്നെ തള്ളിയിട്ടു. പിറ്റേന്ന് അവനെ സൗകര്യത്തിനു കൈയിൽ കിട്ടിയ പ്പോൾ ഞാനവനെ നന്നായിട്ടൊന്നു നുള്ളി, ചോര വരുത്തീല്ലേ? എനി ക്കാരാ പഠിപ്പിച്ചു തന്നത്?

മാസ്റ്റർ കുറച്ചുനേരം മിണ്ടാതിരുന്നു, എന്നിട്ടു പറഞ്ഞു, പേഞ്ചോ നിന്റെ ആരുമല്ല. പക്ഷേ ഇവരൊക്കെ ഭർത്താക്കന്മാരാണ്.

ഭർത്താവായാലെന്താ?

ഭർത്താവെന്നു വെച്ചാൽ ഒരുവിധത്തിൽ ഉടമസ്ഥൻ. അവരൊക്കെ ഭാര്യമാരുടെ ഉടമസ്ഥന്മാരാണ്.

വില കൊടുത്തു വാങ്ങിയാലല്ലേ ഉടമസ്ഥനാകൂ?

അതെ. കല്യാണവും ഒരുതരത്തിൽ കച്ചവടം തന്നെ. അതുകൊണ്ടാണ് അവരൊക്കെ തന്നിഷ്ടം കാട്ടണത്. ഭാര്യമാരൊക്കെ സഹിക്കും. അടിച്ചാൽ വിചാരിക്കും. അടിച്ചോട്ടെ. എന്റെ ഭർത്താവല്ലേ? സ്നേഹം കിട്ടിയാൽ പറയും ഭർത്താവല്ലേ സ്നേഹിക്കാതിരിക്കുമോ? രണ്ടും അവർക്കു കിട്ടേണ്ടതാണെന്ന ഭാവം. രണ്ടും അവരുടെ അധികാരമാണ്. ഞാനിവിടെ ആദ്യം വന്ന സമയത്ത് ഇതിന് ഒരറുതി വരുത്താൻ നോക്കി. ടേപീടമ്മ ഒരു ദിവസം എന്നോടു പറഞ്ഞതെന്താണെന്നോ?

എന്താ പറഞ്ഞത്?

എന്റെ ഭർത്താവ് എന്നെ അടിച്ചാ നിങ്ങക്കെന്താ ഹേ? നിങ്ങളെന്റെ ഭർത്താവാകാൻ നോക്കണ്ട.

ഹീഹീഹീഹീഹീഹീഹീഹീ

കുരുടനന്ന് ഒരുപാടു ചിരിച്ചു.

പക്ഷേ ഇന്ന്, ഇത്രയും കാലം അടി സഹിച്ചുകൊണ്ടിരുന്ന ടേപിയുടെ അമ്മ തിരിച്ചടിച്ചിരിക്കുന്നു. ടേപീടച്ഛന്റെ ഇടത്തെ തോളിൽ മീൻകത്തി കൊണ്ട് നീളത്തിൽ വെട്ടിയിരിക്കുന്നു. മറ്റു ദിവസങ്ങളിൽ ടേപിയുടെ അമ്മയാണ് കരയാറ്. ഇന്ന് അച്ഛനാണ് കരയുന്നത്. ആ കരച്ചിലു കേട്ടാൽ അദ്ഭുതം തോന്നും. മുളപൊട്ടുമ്പോലെ. അവന് രസം തോന്നി. നന്നായി, അങ്ങനെത്തന്നെ വേണം. ബാക്കിയുള്ള സ്ത്രീകളൊക്കെ ടേപീടമ്മയ്ക്കു ചുറ്റും കൂടി നില്ക്കുന്നു. ഹും! എന്നാലും ഭർത്താവിനെ അടിക്ക്യേ? ടേപീടമ്മയുടെ മുഖത്തും പശ്ചാത്താപം. അവർ കരഞ്ഞുകൊണ്ടു പറഞ്ഞു എത്രയാണെന്നു വെച്ചാ സഹിക്ക്യാ. ദിവസവും ഇതുതന്നെ എന്റെ പൈസേം കൊണ്ട്, കള്ളും കുടിച്ചു വന്ന്, എന്നെ അടിക്ക്യാ. കിട്ടണതൊക്കെ പിടിച്ചുപറിച്ച് കൊണ്ടുപോവും. എന്നിട്ട് എന്നോടു കയർക്കും മൂധേവി, പൈസ താന്ന്. ഇല്ലെന്ന് എത്ര തവണ പറഞ്ഞാലും കേക്കില്ല. മുഷ്ടി ചുരുട്ടി വയറ്റത്തടിക്കും. തന്നേ തീരൂ തന്നേ തീരൂ എന്ന്. ഇന്നു പറഞ്ഞു നീ ഹോട്ടലീ പോയി കെടക്കാറില്ലേടി ആ പൈസ താന്ന്. ഏതവനാണോ പറഞ്ഞു പരത്തീത് ഞാൻ ഹോട്ടലീ കെടക്കാൻ പോയെന്ന്. സഹിച്ചില്ല, ഞാനും കൊടുത്തു രണ്ട്.

മാസ്റ്റർ ടോർച്ചടിച്ചു നോക്കി. മുറിവ് ഗുരുതരമാണോ എന്ന്. എന്നിട്ട് പാകുവിനേയും താപുവിനേയും വിളിച്ച് പറഞ്ഞു- കൂട്ടിക്കൊണ്ടു പോ. ശിവതോഷ് ഡോക്ടറെ കാണിക്ക്. തുന്നിത്തരും.

മല്ലീനാഥ് ഡോക്ടർ രോഗികളെ നോക്കുന്നതു നിർത്തിയിരിക്കുന്നു. ചേരിക്കാർക്ക് ഇനി ശിവതോഷ് ഡോക്ടറെ സമീപിക്കുകയേ വഴിയുള്ളൂ. പക്ഷേ അവർക്ക് അങ്ങേരെ കാണാൻ ചെല്ലുന്നതിഷ്ടമല്ല. ശിവതോഷിന് പണക്കാരൻ പട്ടിണിക്കാരൻ എന്ന ഭാവഭേദമില്ല. എല്ലാവരോടും പൈസ വാങ്ങും, ഒരേ ഫീസ്. മല്ലീനാഥ് വലിയവരുടേയും ചെറിയവരുടേയും ഡോക്ടറായിരുന്നു. ശിവതോഷ് വലിയവരുടെ മാത്രം ഡോക്ടറാണ്.

തിരിച്ചുവരുമ്പോൾ മാസ്റ്റർ ചോദിച്ചു. ഈ വഴക്ക് നിത്യേന പതിവാണ്. ഇന്നെന്താ ഇത്ര ആൾക്കൂട്ടവും ബഹളവും പറ?

ദേഹം മുറിഞ്ഞതുകൊണ്ടാണോ?

അല്ല. നിനക്ക് കാണാനാവില്ലല്ലോ. അത്രയ്ക്കൊന്നും മുറിഞ്ഞിട്ടില്ല.

പക്ഷേ, ഞാൻ ചോര മണത്തല്ലോ.

ഉവ്വ്. ചോര വന്നു. അത് സാരമില്ല. ഒന്ന് കെട്ടിവെച്ചാൽ നില്ക്കാനുള്ളതേ ഉണ്ടായിരുന്നുള്ളൂ. നിത്യേന കേൾക്കാറുള്ളത് പെണ്ണുങ്ങളുടെ കരച്ചിലാണ്. ഇന്ന് പുരുഷന്റെ കരച്ചിൽ. മാത്രമല്ല, എന്തും സഹിച്ചോളുമെന്നു കരുതിയിരുന്നവർ പെട്ടെന്നൊരു ദിവസം തിരിച്ചടിക്കാൻ തയ്യാറായാൽ, ക്ഷണനേരത്തേക്കെങ്കിലും അവർ സ്വന്തം അധികാരാവകാശങ്ങളെക്കുറിച്ച് ബോധവാന്മാരായാൽ, പ്രതിഷേധം മുഴക്കിയാൽ, നിത്യേനയുള്ള കരച്ചിലിനേക്കാൾ ആ പ്രതിഷേധശബ്ദം ഇരട്ടി തീക്ഷ്ണതയോടെ മറ്റുള്ളവരുടെ കാതുകളിൽ പതിക്കും. അവർക്കത് അസഹ്യമായിത്തോന്നും, കർണകഠോരമായി അനുഭവപ്പെടും, അതിലെ അമർഷം മനസ്സിലാവും.

കുരുടനറിയാം മാസ്റ്റർ കാക്കുവിന് ഒരുപാടു കാര്യങ്ങളറിയാം, കാക്കു ബുദ്ധിമാനാണ്. ഈ ചേരിയിൽ മാസ്റ്റർ കാക്കുവിനെപ്പോലെ ബുദ്ധിയുള്ളവർ വേറെയാരും ഇല്ല. അല്ല, ബുദ്ധിയുണ്ടായിട്ടെന്തു ഗുണം? ആർക്കും കാക്കുവിനെപോലെ വായിക്കാനറിയില്ലല്ലോ. അവനും കാക്കുവിനെപ്പോലെ ആയാൽ കൊള്ളാമെന്നുണ്ട്. അതേപോലെ ചരിത്രമായാൽ കൊള്ളാമെന്നുണ്ട്. ശരിക്കും. പക്ഷേ കുരുടനറിയാം താൻ നിസ്സഹായനാണ്. തൊട്ടും മണം പിടിച്ചും മാസ്റ്ററെപോലെ ആവാൻ കഴിയില്ല. ചരിത്രമാവില്ല. ചരിത്രം സൃഷ്ടിക്കണമെങ്കിൽ കണ്ണു രണ്ടും വേണം. ചുറ്റും കാണാനാവണം. ചരിത്രം സൃഷ്ടിക്കണമെങ്കിൽ ദൃഷ്ടി വേണം.

ഈ കുഴപ്പങ്ങളൊക്കെ കഴിഞ്ഞ് തിരിച്ചെത്തി ഡയറിയിൽ ബാക്കിവെച്ചത് മാസ്റ്റർ വായിച്ചു.

പാക്കിസ്ഥാന്റെ ശത്രുതയെന്നും പറഞ്ഞ് 1971-ൽ അടിയന്തരാവസ്ഥ പ്രഖ്യാപിച്ചു. കൊള്ളാം. ഇതിനെപ്പറ്റി ആർക്കും യാതൊരു സന്ദേഹവും ഉണ്ടായില്ല. കാരണം ദേശീയ സുരക്ഷയ്ക്ക് ഭീഷണി നേരിട്ടാൽ അടിയന്തരാവസ്ഥ നടപ്പാക്കണം. പക്ഷേ കഴിഞ്ഞ വർഷം എന്തു കാരണം കൊണ്ടാണ് രണ്ടാമതും അടിയന്തരാവസ്ഥ പ്രാബല്യത്തിൽ വന്നത്? അതിന്റെ ആവശ്യം ഉണ്ടായിരുന്നോ? ചിലർ പൊലീസിനേയും സായുധസേനയേയും സ്വന്തം കർത്തവ്യങ്ങളും സാധാരണ പ്രവൃത്തികളും നിർവ്വഹിക്കരുതെന്ന് പ്രേരിപ്പിക്കുന്നത്രെ. പൊലീസിന്റെ സ്വാഭാവിക ചുമതലകളെന്തൊക്കെയാണ്? സായുധസേനയുടെ സ്വാഭാവിക ചുമതലകളെന്തൊക്കെയാണ്? കിളുന്തു യുവാക്കളെ മൈതാനത്തിലോടാൻ വിട്ട് പിന്നിൽ നിന്നു വെടിവെച്ചു കൊല്ലുകയോ?

കുരുടന് സഹിക്കാനാവുന്നില്ല. അവനു കാണാനാകുന്നുണ്ട്, ഒരു പയ്യൻ ഓടിപ്പോകുന്നത്. എത്ര വയസ്സു കാണും? ആരാണത്? ഓടി

പ്പോകുന്നു. പിന്നെന്തോ ശബ്ദം. വെടിയുണ്ടയുടെ ശബ്ദം. ബും ബും ബും... ട്ട ട്ട ട്ട്... പയ്യൻ കമിഴ്ന്നു വീഴുന്നു. ഇത്തിരി മുമ്പുവരെ രക്ഷപ്പെടുമെന്ന പ്രതീക്ഷയുണ്ടായിരുന്നു, പക്ഷേ ഇപ്പഴിതാ മരിച്ചുവീണിരിക്കുന്നു. കുരുടനറിയാം. അവനീ കഥകളൊക്കെ അറിയാം. മാസ്റ്റർ കാക്കു അവനെ വായിച്ചു കേൾപ്പിച്ചിട്ടുണ്ട്. അനേകം കൊലപാതകങ്ങളുടെ കഥ. അനേകം മരണങ്ങളുടെ ചരിത്രം. കുരുടന്റമ്മ പണിയെടുക്കുന്ന വീട്ടിലെ ഒരു ചേട്ടൻ ഇങ്ങനെയാണത്രെ മരിച്ചത്. മാസ്റ്റർ തുടർന്നു വായിക്കുകയാണ്.

പൊലീസിനെ കർത്തവ്യ നിർവഹണത്തിൽ നിന്നു പിന്തിരിപ്പിക്കുക? ഹായ് ആഭ്യന്തരസംഘർഷം മൂലം ഭാരതത്തിന്റെ സുരക്ഷ അപകടത്തിലായെന്നോ? എന്റെ നെയ്ത്തുശാലയിലെ കേരാനി ബാബു പറഞ്ഞു. അതെ ശരിയല്ലേ? ഇന്ദിര ചെയ്യുന്നതു ശരിതന്നെ. ആരുടെ മോളാണെന്നു നോക്കണം. ട്രെയിനൊക്കെ ഇപ്പൊ കൃത്യസമയത്തെത്തിണില്ല്യേ. ഒരു മിനിട്ടുപോലും ലേറ്റില്ല. ഡ്രൈവർമാർക്കൊക്കെ സദാസമയവും പേടിയാണ്. അയ്യോ ലേറ്റായാൽ പിന്നെ ജോലി പോവും. ഇതാണ് നമ്മുടെ നാട്. ഇതാണ് നമ്മുടെ ജനങ്ങൾ. ഇവരാണോ പൊലീസിനോട് പറയുന്നത് അനുസരണക്കേടു കാട്ടാൻ?

ഒരു പേജു മുഴുവനും വായിച്ചുകഴിഞ്ഞു. ഒരു പേജിലധികം മാസ്റ്റർ വായിക്കാറില്ല. പറയും, നിന്റെ തലയിൽ കേറില്ല. ഇന്നലെ വായിച്ച പേജ് അതുതന്നെ അവന്റെ തലയിൽ കയറിയോ? ഇന്ദിരാഗാന്ധി ആരാണെന്ന് അവനറിയാം. ഈ ചേരിയിൽ ആർക്കാണ് ഇന്ദിരാഗാന്ധിയെ അറിയാത്തത്? ഇന്ദിരയുള്ളതുകൊണ്ടല്ലേ ഈ ദേശത്ത് മനുഷ്യർ ജീവിച്ചു പോണത്, ഇതായിരുന്നു എല്ലാവരുടേയും ധാരണ. പക്ഷേ കാക്കു പറയുന്നു, ഇപ്പോൾ ഇന്ദിരയുടെ കാലമല്ലത്രെ. സാധാരണ മനുഷ്യർക്ക് ബുദ്ധിയുദിച്ചിരിക്കുന്നു. ജനാധിപത്യ വ്യവസ്ഥയെ ദുരുപയോഗം ചെയ്യുന്നത് ക്ഷന്തവ്യമല്ല. ഇതൊന്നും കുരുടന് മനസ്സിലായിട്ടില്ല. അവനിത്രയേ അറിയൂ. ഇന്ദിരയുടെ കാലത്തും അവൻ അരപ്പട്ടിണിയായിരുന്നു, കുടിൽ ഇടിഞ്ഞു പൊളിഞ്ഞതായിരുന്നു. ഇപ്പോൾ ഇന്ദിരയല്ലത്രെ. എന്നിട്ടും അവന്റെ സ്ഥിതിക്ക് ഒരു മാറ്റവുമുണ്ടായിട്ടില്ല.

മാസ്റ്ററുടെ വീട് കഴിഞ്ഞ് പിന്നേയും കുറേ ദൂരം പോയി കുരുടൻ. പാതവക്കിൽ ഒരു ഗുൽമോഹർ മരമുണ്ട്. അതു കഴിഞ്ഞാൽ ബേലിദീയുടെ വീടായി. അവിടന്നാണ് പുതിയ മണം ഉയരുന്നത്. പുതിയ താമസക്കാരുടെ മണം, പുതിയ വീട്ടുസാമാനങ്ങളുടെ മണം. മുമ്പ് അവിടെ കമലമണിയായിരുന്നു താമസിച്ചിരുന്നത്. അവളേതോ സാറിനെ പിടിച്ച് എങ്ങോട്ടോ പോയത്രെ. ഈയിടെയായി ഒരുപാടു പെൺകുട്ടികൾ സാറന്മാരെ പിടിച്ച് സ്ഥലംവിടുന്നത് അവൻ കേൾക്കുന്നുണ്ട്. എന്താണീ സാറുപിടുത്തം? അവനറിയില്ല. പക്ഷേ ആരെങ്കിലും സാറു പിടുത്തം നടത്തിയതായി അറിഞ്ഞാൽ അമ്മയും മറ്റു പെണ്ണുങ്ങളും അതേപ്പറ്റി ഒരുപാടു

നേരം കുശുകുശുക്കും. സാറുപിടുത്തം? അതു നല്ലതോ ചീത്തയോ എന്ന് കുരുടനറിയില്ല. ഒരു ദിവസം മാസ്റ്ററോടു ചോദിച്ചു, മാസ്റ്റർ പറഞ്ഞു - നല്ലതോ ചീത്തയോ എന്ന് എനിക്കും അറിഞ്ഞുകൂടാ. സാറു പിടുത്ത മല്ലാതെ വേറെ പണികളൊന്നും ചെയ്യാനുള്ള അവസരം അവർക്കു ണ്ടായില്ല. ജീവിച്ചിരിക്കാനുള്ള ആഗ്രഹം വിശപ്പുപോലാണ്, മനസ്സി ലായോ മോനെ. അടക്കാനാവില്ല. സ്ഥലകാലബോധമുണ്ടാവില്ല. ചീഞ്ഞതോ അളിഞ്ഞതോ എന്ന നോട്ടമില്ല. വിശന്ന മനുഷ്യൻ കിട്ടിയ തെന്തും ഉടൻ വിഴുങ്ങും. ജീവിക്കാനുള്ള ത്വരയും ഇങ്ങനെത്തന്നെയാണ്. തെണ്ടേണ്ടി വന്നാലും ശരി. എന്തു പറയാനാണ്. മോനെ നീയും തെണ്ടി പ്പരിഷയായെന്നു വരാം, പക്ഷേ സ്നേഹത്തിനുവേണ്ടി മാത്രം തെണ്ടി യാവ്. മറ്റു തരത്തിലുള്ള തെണ്ടൽ മനുഷ്യനെ മനുഷ്യനല്ലാതാക്കും. മനുഷ്യനെ വെറും ദേഹമാക്കി മാറ്റും, ശരീരമെന്ന യന്ത്രം, ദേഹമെന്ന കീടം.

അന്നു മുതൽ കുരുടൻ തീർച്ചയാക്കി അവനൊരിക്കലും തെണ്ടിയാ വില്ല. വെറും ദേഹം, പ്രാണി, ശരീരയന്ത്രം ഇതൊന്നുമാവില്ല. ശരി, പിന്നെ ന്താവും? അവനറിയില്ല. മണം പിടിച്ച് ഭൂതകാലവും മണം പിടിച്ച് ഭവിഷ്യ കാലവും മനസ്സിലാക്കുക. ഇതാണ് കുരുടന്റെ കഴിവ്. ഇതാണ് അവന്റെ വർത്തമാനകാലം. എന്നാലും അവനറിയില്ല താനെന്തായിത്തീരുമെന്ന്. കണ്ണില്ലാതെ എന്തായിത്തീരാനാകും? അവനറിയില്ല. അതുകൊണ്ടാണ് ഘ്രാണശക്തിയുടെ ബലത്തിൽ നിത്യജീവിതം കഴിക്കുന്ന അവൻ ബേലീ ദിയുടെ കുടിലിനു നേരെ നടക്കുന്നത്.

കമലമണിയുടെ ആ കുടിലിന്റെ ഉടമസ്ഥ ബേലീദിയാണ്. ഇവിടെ യുള്ള മിക്ക വീടുകളും ബേലീദിയുടെയാണ്. ഇന്ന് ആ കുടിൽ ലക്ഷ്യ മാക്കിയാണ് അവന്റെ നടത്തം. എന്തോ പുതിയൊരു ഗന്ധം. ആരുടെ മണമാണ്? എന്തിന്റെ മണമാണ്? അവനതറിയണം. ബേലീദി വിളിക്കുന്നു ഹേയ് കുരുടാ എങ്ങോട്ടാ?

അവൻ നിന്നു. കോമളമായ നീണ്ട മുഖം. മുഖത്ത് വെളുത്ത രണ്ടു ഗോളങ്ങൾ അതിൽ മേലോട്ടു നീങ്ങിനില്ക്കുന്ന രണ്ടു കൃഷ്ണമണി കൾ. അവന്റെ കണ്ണുകൾ. ആ കണ്ണുകൾ ബേലീദിയുടെ നേരെ തിരി ക്കുന്നു. പുതിയ സാരിയുടെ മണം.

ബേലീദി പുതിയ സാരി ഉടുത്തിരിക്കുന്നല്ലോ.

അതെ പുതിയതാ. അച്ഛൻ കൊണ്ടുവന്നതാ. നന്നോ?

നന്ന്, നിങ്ങടെ ഒഴിഞ്ഞ വീട്ടിൽ ആരാ വന്നത്?

ബേലി കുരുടന്റെ അടുത്തേക്കു നീങ്ങിനിന്നു. ഒരു കൈകൊണ്ട് അവന്റെ ചുമലിൽ പിടിച്ച് അവന്റെ മുഖം വലിച്ചുയർത്തി നെഞ്ചോടു ചേർത്തുപിടിച്ചു.

ആരാ വന്നതെന്നറിയാമോ?

കുരുടന്റെ ഘ്രാണലോകം കീഴ്മേൽ മറിയുന്നു. ബേലീദിയുടെ നെഞ്ചിൽ നിന്ന് എരിവുള്ള എന്തോ ഗന്ധം സ്ഫുരിക്കുന്നു. അവനതു സഹിക്കുന്നില്ല. അവൻ കുതറി. വിടൂ, വിടൂ. ബേലീദി, വേദനിക്കുന്നു.

ബേലീദി വിടുന്ന മട്ടില്ല. പിടിത്തത്തിന്റെ മുറുക്കം കുറയുന്നില്ല. അവന്റെ കാതിൽ മുഖം ചേർത്ത് അവൾ മൊഴിഞ്ഞു. ചേരിയിൽ തറവാടികളെത്തിയിരിക്കുന്നു, ഭദ്രലോക്.

രണ്ട്

പരിസര ശുചിത്വം. മാസ്റ്റർ കാക്കുവിന് ഇത്രയെങ്കിലും ചെയ്യാനായി. ചേരിനിവാസികൾക്കിടയിൽ ശുചിത്വബോധം കൊണ്ടുവരാനായി. പക്ഷേ അതുകൊണ്ടായില്ലല്ലോ. സ്വച്ഛവും സഭ്യവുമായ ജീവയാപനത്തിന് അതു മാത്രം പോരല്ലോ. എന്നാലും ചേരിവാസികളും മനുഷ്യരു തന്നെയാണെന്നതിൽ യാതൊരു സംശയവും വേണ്ട. അവരുടെ ഹൃദയത്തിൽ പരിസരബോധത്തേക്കാൾ ഒരുപടി മേലെയാണ് മാനുഷികബോധം.

കുട്ടികൾ പണ്ടൊക്കെ തോന്നിയ ഇടത്ത് വെളിക്കിരിക്കുമായിരുന്നു. ആ പതിവ് ഇപ്പോൾ തീർത്തും നിന്നിരിക്കുന്നു. കുരുടന് ഓർമയുണ്ട് എത്രയോ ദിവസങ്ങളിൽ രാവിലെ വീട്ടിൽ നിന്നിറങ്ങി റോഡു വക്കത്തു ചെന്നിരുന്നത്. അവനു കാണാനാവില്ലെങ്കിലും ബേലീദിയോ ടേപ്പിയോ അടുത്തു വന്നിരുന്നെന്നും വരും. കളിയാക്കും നോക്കട്ടെ, നിന്റേത് എത്രത്തോളമായി?

നാലു മുളന്തൂണുകൾ. നാലു വശത്തും ചാക്കുകൊണ്ടു മൂടിയിരിക്കുന്നു. ടിൻ ഷീറ്റുകളോ മരപ്പലകകളോ കൊണ്ടുള്ള മേൽക്കൂരകൾ ഇതാണ് ഏറിയകൂറും. മതി, എങ്ങനെയെങ്കിലും കാര്യം നടത്തിയെടുക്കണം. എന്നാലും വഴിയോരത്തോ, വല്ലവന്റേയും വീടിനു മുന്നിലോ ഈ പരിപാടി ചെയ്യരുതെന്ന ബോധം ചേരിനിവാസികളിൽ ഉണ്ടായിരിക്കുന്നു. ഈയിടെയായി ചേരി ചേരിയായല്ല കാണപ്പെടുന്നത്, മറിച്ച് ഏതാനും പാവപ്പെട്ടവർ താമസിക്കുന്ന ഇടം എന്നേ തോന്നുന്നുള്ളൂ. പക്ഷേ ഫടിക്ക്കുളത്തിൽ നിന്ന് ഇടയ്ക്കിടെ അസഹനീയമായ ദുർഗന്ധം ഉയർന്നുവരും. ഈ ചുറ്റുവട്ടത്തുള്ള അത്രയും പേരുടെ വിഷതുല്യമായ ചപ്പും ചവറും അഴുക്കും അടിഞ്ഞുകൂടുന്നതവിടെയാണ്. വെള്ളം അളിഞ്ഞുപോകും. കാറ്റടിക്കുമ്പോൾ ഓളങ്ങൾ ഉണ്ടാവാനാവാത്തവിധം വെള്ളം കറുത്ത് കുറുകി കൊഴുത്തുപോയിരിക്കും. ഫടിക്ക്കുളത്തിലെ വെള്ളം മുഴുവനും ചെളി കെട്ടിക്കിടന്നാലും എല്ലാവരും ആ വെള്ളത്തിൽതന്നെയാണ് തുണികൾ കഴുകുക. കുടിക്കാനും വെക്കാനുമുള്ള വെള്ളം മാത്രം മുനിസിപ്പാലിറ്റി റോഡിലുള്ള കുഴൽക്കിണറിൽ നിന്നു പിടിച്ചുകൊണ്ടുവരും. ചേരിയിൽ രണ്ടോ മൂന്നോ പൈപ്പുകൾ കുഴൽക്കിണറിൽ നിന്നായാലും മതി, ഉണ്ടായിരുന്നെങ്കിൽ എത്ര

നന്നായിരുന്നു. അതിനുവേണ്ടി ഒരു നിവേദനം സമർപ്പിക്കാൻ മാസ്റ്റർ കാക്കു ചേരിനിവാസികളെ ഒന്നിച്ചുനിർത്തി. എന്നിട്ട് മാഥുരേർഗഢ് പൗര സമിതിയോടപേക്ഷിച്ചു, മുനിസിപ്പാലിറ്റിയിൽ സമ്മർദ്ദം ചെലുത്താൻ. ഇതിലൊന്നിലും ഒരിക്കലും മാസ്റ്റർ കാക്കു സ്വയം മുന്നിൽ വന്നു നില്ക്കില്ല. മാസ്റ്റർ കാക്കുവിനെപ്പറ്റി ചിലതൊക്കെ മാഥുരേർഗഢ് വാസികൾ കേട്ടിട്ടുണ്ടെന്നതു ശരി. അതായത് ചേരിയിൽ ഒരു താമസക്കാരനുണ്ട്, വിദ്യാഭ്യാസം നേടിയവനാണ്, അത്രതന്നെ. പക്ഷേ അയാളെപ്പറ്റി തലപുകയ്ക്കാൻവണ്ണം ഒന്നും നടന്നിട്ടില്ല. മാസ്റ്റർ കാക്കുവിന്റെ അദ്ഭുതവിദ്യകളെപ്പറ്റി, അതായത് ഡയറിയെഴുത്തിനെപ്പറ്റി, കാക്കു ശരിക്കുമൊരു മാസ്റ്ററല്ല ചുറ്റും നടക്കുന്ന സംഭവങ്ങളെ വിശകലനം ചെയ്തു മനസ്സിലാക്കി പതുക്കെപ്പതുക്കെ സ്വയം ചരിത്രമായി മാറുന്ന ഒരു വ്യക്തിയാണെന്നതിനെപ്പറ്റി കുരുടനല്ലാതെ മറ്റാർക്കും അറിയില്ല. മാസ്റ്ററും താനൊരു നേതാവാണെന്ന വിധത്തിലല്ല ചേരിനിവാസികളുമായി ഇടപെടാറ്. നേതൃത്വത്തിന്റെ ശബ്ദത്തിലല്ല അവരുമായി സംസാരിക്കാറ്. ഒരുപക്ഷേ അതിനയാൾക്കു കഴിഞ്ഞിട്ടാവാം. ഇടയ്ക്കൊക്കെ ചാണ്ടിയുടെ ഷാപ്പിൽ കയറിയെന്നു വരും. രണ്ടു ഗ്ലാസ് മോന്തിയെന്നും വരും. അങ്ങനെ മോന്തുന്നതുകൊണ്ടാണ് നിതായി, ഹേമന്ത്, മാധവ്, സ്വപൻ, അസീസുള്ള, മുന്നാ, കാമേശ് ഇവരൊക്കെ എന്തെങ്കിലും പ്രശ്നമുണ്ടായാൽ ഉടൻ മാസ്റ്റർ കാക്കുവിനെ സമീപിക്കുന്നത്, മാസ്റ്ററുടെ തീർപ്പ് മാനിക്കുന്നത്. മാസ്റ്റർ തൊണ്ട വിറപ്പിച്ച് ഇങ്ങനെ അലറി വിളിച്ചെന്നിരിക്കട്ടെ.

സുഹൃത്തുക്കളേ, എന്റെ പ്രിയപ്പെട്ട സഹോദരീസഹോദരന്മാരെ, നമ്മുടെ ഈ ശോചനീയാവസ്ഥ, കുടിവെള്ളത്തിനുപോലും പൈപ്പില്ലാത്ത അവസ്ഥ, അഴുക്കുവെള്ളത്തിൽ തുണിയലക്കേണ്ട ഗതികേടു കാരണം ദേഹത്ത് പുഴുവരിക്കുന്ന അവസ്ഥ. ഇതിനെല്ലാം കാരണം സർക്കാരാണ്. എന്നാലോ, തെരഞ്ഞെടുപ്പിനു മുമ്പ് അസംഖ്യം വാഗ്ദാനങ്ങൾ നൽകിയ സർക്കാർ ഇന്നുവരെ ഒന്നുപോലും പാലിച്ചിട്ടില്ല. നിഷ്ക്രിയരും നുണയന്മാരുമടങ്ങിയ സർക്കാരാണ് നമ്മുടെ ഈ ദാരിദ്ര്യത്തിനും ശോചനീയാവസ്ഥയ്ക്കും ഉത്തരവാദി എന്നൊക്കെ പറഞ്ഞിരുന്നെങ്കിൽ ആരും അതിനു കാത് കൊടുക്കുമായിരുന്നില്ല. ഇടയ്ക്കൊക്കെ അഞ്ചാറു പേരോടൊപ്പം കുന്തിച്ചിരുന്ന് എപ്പോഴെങ്കിലും രണ്ടു ഗ്ലാസ് അരിക്കള്ളു മോന്തും. തനിക്ക് എഴുതാനും വായിക്കാനും അറിയാമെന്നോ, ചരിത്രസംഭവങ്ങളെക്കുറിച്ച് വിവരമുണ്ടെന്നോ ഉള്ള ഹുങ്കില്ല. മാസ്റ്റർ സംസാരം തുടങ്ങുക ഇങ്ങനെയാണ്.

എന്നാപ്പിന്നെ നമ്മടെ ചേരിയിൽത്തന്നെ രണ്ടോ മൂന്നോ ടാപ്പു കൊണ്ടുവരാനായാലോ? അതല്ലേ നല്ലത്?

അനിവാര്യമായ ഉത്തരം. നമ്മുടെ ചേരിയിലോ? വെള്ളത്തിനുള്ള ടാപ്പോ? ഹും നടക്കില്ല. നമുക്കതിനൊന്നും ഭാഗ്യമില്ല.

മാസ്റ്റർ പറയും. എന്നാലും ശ്രമിച്ചൂടെ?

ഹേയ് ആരും ശ്രമിക്കില്യ.

ശരി, ഒരു കാര്യം ചെയ്യ്. നിങ്ങളൊക്കെ പോയി മല്ലീനാഥ് ഡോക്ടറോടു പറഞ്ഞുനോക്ക്. സ്വപൻ നിന്റെ അമ്മയല്ലേ ഡോക്ടറുടെ വീട്ടിൽ വെപ്പുപണി?

ഉം.

എന്നാപ്പിന്നെ അവരു ചെന്നുപറയട്ടെ. നിങ്ങളു നാലഞ്ചു പേരു കൂടെപ്പോ. പൗരസമിതിയിലും ചെന്നു പറയാം.

മാസ്റ്റർ ഇങ്ങനെയൊക്കെയാണ് ചെയ്യുക. ഇത്രയേ ചെയ്യൂ. നിത്യവും ഇതാണ് രീതി. ദാ ഇത്ര. അതിലപ്പുറം ഇല്ല. അങ്ങനെയിരിക്കേ എന്നെങ്കിലും ആരുടെയെങ്കിലും മുഖത്തുനിന്നു കേൾക്കാനാവും.

ഇന്ന് പോയിരുന്നു. ഡോക്ടറു പറഞ്ഞു ഞാനിനി ഇതിലൊന്നുമില്ലെന്ന്. വികാസ് ബാബുവിനെ ചെന്ന് കാണാൻ പറഞ്ഞു.

വികാസിനോട് പറയാൻ പോയോ, വികാസിനെ കാണാൻ പോയോ?

പോയി. ടാപ്പിടേണ്ടത് മുനിസിപ്പാലിറ്റിയുടെ ജോലിയാണ്. പോയി പാർട്ടിയെ പിടിക്ക്. എന്നു മറുപടിയും തന്നു.

ഏതു പാർട്ടി?

മാസ്റ്റർ ആശയക്കുഴപ്പത്തിലായി. ഇപ്പോൾ മാഥുരേർഗഢിൽ പാർട്ടിയുടെ പിന്തുണ നേടുക ഇത്തിരി കുഴഞ്ഞ കാര്യമാണ്. കാരണം ഈ പരിസരത്ത് പരമ്പരാഗതമായി കോൺഗ്രസ്സിനാണ് മേൽക്കോയ്മ. പക്ഷേ സംസ്ഥാനതലത്തിൽ ഇടതുപക്ഷം അധികാരമേറ്റതു കാരണം അവരും ഇവിടെ ശക്തിയാർജ്ജിക്കാൻ ശ്രമിക്കയാണ്. അപ്പോൾ പിന്നെ ആരെ പിടിക്കണം? പെട്ടെന്ന് അയാൾക്കൊരു ബോധോദയം. ഈ വേവലാതി വെറുതെയാണ്. ചേരിയിലെ ജനസംഖ്യ അങ്ങനെ അലക്ഷ്യപ്പെടുത്താവുന്നതല്ല. മുനിസിപ്പാലിറ്റി ഇലക്ഷനിൽ ഈ സംഖ്യക്ക് ഗുരുത്വമുണ്ട്. കോൺഗ്രസ്സിന് ശക്തി നിലനിർത്തണമെന്നുണ്ടാവും, സി.പി.എമ്മിന് ശക്തിയാർജ്ജിക്കണമെന്നും. ചേരിക്കാരുടെ വോട്ടു കിട്ടുന്ന കാര്യമാണ്. ഏതു കക്ഷിയോടു പറഞ്ഞാലും ശരി, സംഗതി നടത്തിത്തരാൻ ശ്രമിക്കും.

മാസ്റ്റർ ഒന്നു വലിച്ചാൽ ചേരിക്കാർ ഒരിത്തിരി മുന്നോട്ടു നീങ്ങും. മാസ്റ്റർ വീണ്ടും വലിക്കും. ചേരിനിവാസികൾ വഴങ്ങും. കാരണം പഠിപ്പും വിവരവുമുള്ള ആളാണ്. ഇവിടെ താമസിക്കേണ്ട ആളല്ല. എന്നിട്ടും ഇവിടെത്തന്നെ താമസിക്കുന്നതെന്തേ? ആരെങ്കിലും അതു ചോദിച്ചാൽ മാസ്റ്റർ പറയും. ആണ്, എവിടെയെങ്കിലും താമസിക്കണമല്ലോ.

രണ്ടുമൂന്നു പേർ ചേർന്ന് മാസ്റ്റർക്ക് ഇതിലും നല്ല വാസസ്ഥലം കണ്ടുപിടിക്കാൻ താത്പര്യം കാണിച്ചു. മാഥുരേർഗഢ് തന്നെ വേണമെന്നില്ലല്ലോ. അഭയാർത്ഥി കോളനിയിലായാലോ? മാസ്റ്റർ പറഞ്ഞു. വേണ്ട ഒരാവശ്യവുമില്ല. എനിക്കുവേണ്ടി നല്ല സ്ഥലം അന്വേഷിക്കണ്ട. നിങ്ങൾക്കുവേണ്ടി നോക്കൂ. നിങ്ങൾക്കൊക്കെ എപ്പോഴാണ് ബോധ്യം വരിക ഈ ചേരി നിങ്ങൾക്കും വാസയോഗ്യമല്ലെന്ന്?

ഇപ്പോൾ മാസ്റ്റർ ഇവിടത്തുകാരിൽ ഒരാളായിരിക്കുന്നു. മൂന്നു നാലു വർഷം മുമ്പുവരെ ഈ ചുറ്റുവട്ടത്ത് കൊല്ലും കൊലയും നടന്നിരുന്നു. പടപടാന്ന് വെടിയുണ്ടകൾ ഉതിർന്നിരുന്നു; ശവശരീരങ്ങൾ വീണുകിടന്നിരുന്നു. അന്നു പലരും വിചാരിച്ചു മാസ്റ്ററും ആ നക്സൽ കൂട്ടത്തിലൊരാളാണെന്ന്. പക്ഷേ മാസ്റ്റർ ഒരിക്കലും അത്തരം കാര്യങ്ങളിലില്ലായിരുന്നു. മാസ്റ്റർ അങ്ങനെയാവേണ്ടതായിരുന്നു എന്നൊരു തോന്നൽ എല്ലാവർക്കും ഉണ്ട്. പക്ഷേ മാസ്റ്ററാണെങ്കിലോ എല്ലാത്തിലും ഉണ്ട്, എന്നാലോ ഒന്നിലും ഇല്ലാതാനും.

ചരിത്രംപോലെ. ഉണ്ടെങ്കിലുണ്ട്, ഇല്ലെങ്കിൽ ഇല്ല.

ഫണീമേസ്ത്രിയുടെ വീട്ടിൽ പുതിയ താമസക്കാരെത്തിയെന്ന് മാസ്റ്റർ കേട്ടിരിക്കുന്നു. കുരുടൻ കുടുകുടാ പറഞ്ഞൊപ്പിച്ചു. നാലു പേരുണ്ട്, അറിയാമോ? അച്ഛൻ, അമ്മ. രണ്ടു കുട്ടികൾ. ചെറുത് മുലകുടി പ്രായം. വലുത് കേമനാണ്. സ്കൂളിൽ പോണുണ്ട്.

പിന്നെ അവൻ കുറച്ചുനേരം നിശ്ശബ്ദനായിരുന്നു. മാസ്റ്റർ ഷർട്ടിട്ട് തല ചീകുകയായിരുന്നു. കുറച്ചു മുമ്പാണ് വഴിവക്കിലെ പൈപ്പിനടിയിൽ നിന്ന് കുളി കഴിഞ്ഞെത്തിയത്.

കുളിയുടെ കാര്യത്തിൽ മാസ്റ്റർക്ക് ചേരി നിവാസികളെ അനുകരിക്കാനായില്ല. ഇവിടെ സ്ത്രീപുരുഷഭേദമില്ലാതെ ഫടിക്ക്കുളത്തിലാണ് എല്ലാവരുടേയും കുളി. മാസ്റ്റർക്ക് അതു വയ്യ. എന്തു വന്നാലും ശരി, അതു മാത്രം വയ്യ. അയാൾ മുനിസിപ്പൽ പൈപ്പിലേക്കു നടക്കും. പലപ്പോഴും കുളി തീരുന്നതിനു മുമ്പ് വെള്ളം നിന്നുപോകും. അപ്പോൾ നടത്തം മരണപ്പാലത്തിനപ്പുറമുള്ള കുറുക്കുവഴിയിലൂടെ കമർഹാട്ടിയിലേക്കാവും. ബി.ടി. റോഡിലൂടെ ഒരു കിലോമീറ്റർ നടന്നാൽ അവിടൊരു കുഴൽക്കിണറുണ്ട്. അവിടെ കുളി മുഴുവനാക്കി തിരിച്ചുവരും. കുരുടനും ഇടയ്ക്കിടെ മാസ്റ്ററോടൊപ്പം അവിടെവരെ പോകാറുണ്ട്. മാസ്റ്ററോടൊപ്പം നടന്നുനടന്ന് കുരുടന്റെ ഭാഷയിൽ മാറ്റം വന്നിരിക്കുന്നു, ചിന്തയിൽ മാറ്റം വന്നിരിക്കുന്നു. അവന് സ്കൂളിൽ പോയി പഠിച്ചാൽ കൊള്ളാമെന്നുമുണ്ട്.

കുരുടന്റെ മൗനം ശ്രദ്ധിച്ച് മാസ്റ്റർ പറഞ്ഞു. കൊള്ളാമല്ലോ. അവൻ സ്കൂളിൽ പോയി പഠിച്ചു വന്ന് നിന്നെ എല്ലാം പറഞ്ഞു കേൾപ്പിക്കും, അങ്ങനെ നിനക്കും പഠിക്കാം.

എന്നിട്ടും അവനൊന്നും മറുപടി പറഞ്ഞില്ല. മാസ്റ്റർ തിരക്കു കൂട്ടി. എന്തെടോ? പറയാനുള്ളതു വേഗം പറ. എനിക്ക് വൈകുന്നു. മുതലാളിക്ക് വലിയ ഓർഡർ കിട്ടിയിട്ടുണ്ട്. ഒരുപാടു പണിയുണ്ടാവും, വേഗം പോണം.

അവന്റെ പേര് പലാശ് എന്നാ. അവന്റെ അച്ഛൻ ചീത്തയാ മാസ്റ്റർ കാക്കു. മഹാ ചീത്ത.

അതു നിനക്കെങ്ങനെ മനസ്സിലായി?

മണം, ചെകുത്താന്റെ മണമാ.

മാസ്റ്റർക്കറിയാം. കുരുടന് മണം പിടിച്ച് പലതും മനസ്സിലാക്കാനാകുമെന്ന്. ഗന്ധം നുണ പറയില്ല. ഒരുവേള അയാൾ ചീത്ത മനുഷ്യനാണെന്നു വരാം. കുരുടനേയും കൂട്ടി മാസ്റ്റർ വീട്ടിനു വെളിയിൽ ഇറങ്ങി. വീടു പൂട്ടി. ഹും! വീട്! മുളയൊടിച്ച് ആർക്കും അകത്തു കടക്കാവുന്നതേയുള്ളൂ. കട്ടുകൊണ്ടു പോകാനെന്തുണ്ട്? എന്നാലും പൂട്ട് വേണം, പൂട്ടണം. സ്വന്തം സാമാനങ്ങൾ സൂക്ഷിച്ചുവെക്കണ്ടേ?

കുരുടൻ മാസ്റ്ററോടു ചോദിച്ചു രാത്രി, പലാശിനെ കൂട്ടിക്കൊണ്ടു വരട്ടെ? കഥ പറഞ്ഞു കേൾപ്പിക്കണം.

മാസ്റ്റർ ഒരു നിമിഷം നിന്നു. പിന്നെ പറഞ്ഞു ശരി, കഥയൊക്കെ പറഞ്ഞുതരാം. പക്ഷേ നമ്മുടെ ഡയറിക്കളി അതു വേറാരുടെ കൂടേയും ഇല്ല. അതിന് നീയും ഞാനും മാത്രം.

കുരുടന്റെ മുഖം സന്തോഷംകൊണ്ട് വികസിച്ചു. അവനറിയാം മാസ്റ്റർക്ക് എഴുത്തും വായനയും വലിയ ഇഷ്ടമാണെന്ന്. രാവിലെ മുതൽ അവന് ഉള്ളിൽ അല്പം ആശങ്കയുണ്ടായിരുന്നു. ഇവിടെയുള്ള മറ്റു കുട്ടികളൊക്കെ കുരുടനെപ്പോലെത്തന്നെയാണ്. സ്കൂളിൽ പോക്കില്ല. ചുമ്മാ ചുറ്റിക്കറങ്ങി നടക്കും. സ്കൂളിൽ ചേർത്തിയാലും പോകില്ല. പക്ഷേ പലാശ് വ്യത്യസ്തനാണ്. അവൻ മുടങ്ങാതെ സ്കൂളിൽ പോകുന്നവനാണ്. എഴുത്തും വായനയും അറിയാം. ഒന്നുരണ്ടു വർത്തമാനം പറഞ്ഞതേയുള്ളൂ. കുരുടനു മനസ്സിലായി പലാശിന്റെ മണം വേറൊരു തരത്തിലുള്ളതാണെന്ന്. മാന്യന്മാരുടെ മണം. അവൻ മാസ്റ്ററെപ്പോലായിരിക്കുമോ? പലാശുമായി കൂട്ടുകൂടി മാസ്റ്റർ തന്നെ മറന്നുപോകുമോ? ഇല്ല, ഇനി ആ ഭയം വേണ്ട. പലാശ് ദേ ഇന്നലെ വന്നതല്ലേയുള്ളൂ. പുതിയതായി വന്നവൻ. താനാണെങ്കിൽ പണ്ടു മുതലേ മാസ്റ്ററുടെ ചങ്ങാതിയാണ്. പണ്ടു പണ്ടേയുള്ള ചങ്ങാതി.

അവന്റെ മുഖത്തെ പ്രകാശം മാസ്റ്റർ ശ്രദ്ധിച്ചു. അയാളുടെ മുഖത്ത് മന്ദഹാസം പരന്നു. പാവം ദരിദ്രൻ. സംസ്കാരശൂന്യൻ, വിദ്യാവിഹീനൻ, നേത്രഹീനൻ. എന്നാലും ഈ കൊച്ചുപയ്യന്റെ ആനന്ദാനുഭൂതി എത്ര തീവ്രമാണ്. അവന്റെ ശിരസ്സിൽ മൃദുവായി തട്ടി, മാസ്റ്റർ ദ്രുതഗതിയിൽ മുന്നോട്ടു നീങ്ങി. കുരുടൻ ഒട്ടും സമയം പാഴാക്കാതെ പലാശിന്റെ വീട്ടിലേക്കും. പക്ഷേ വീടിനടുത്തെത്തിയിട്ടും അവന് അകത്തു കടക്കാനുള്ള ധൈര്യമില്ല. വലിയവരല്ലേ? തന്നെ അടിച്ചിറക്കിയാലോ? പലാശ് അവനെ കണ്ടു. പുറത്തേക്കുവന്ന് ചോദിച്ചു. നിങ്ങളൊക്കെ ഏട്യാ കുളിക്ക്യാ?

ബീഡിയുടെ മണം. കുരുടനും മനസ്സിലായി ചെകുത്താന്റെ മണമാണ്. പലാശിന്റെ അച്ഛൻ വാതിൽക്കൽ വന്നുനില്ക്കുന്നുണ്ടാകും. കുഞ്ഞിന്റെ കരച്ചിൽ കേൾക്കാനുണ്ട്. പലാശിന്റെ അനിയൻകുഞ്ഞ്. പലാശിന്റെ അമ്മയുടെ ശബ്ദമൊന്നും കേൾക്കാത്തതെന്തേ. അവൻ പറഞ്ഞു, “ദേ ഈ കുളത്തിലാ കുളിക്കാറ്.”

“ഈ ചെളിക്കുണ്ടിലോ?”

പലാശ് നിശ്ശബ്ദനായിപ്പോയി. കറുത്തു കൊഴുത്ത വെള്ളം. വല്ലാത്തൊരു നാറ്റവും. മാലിന്യം വെള്ളത്തിനു മീതെ പൊന്തിക്കിടക്കുന്നു. പലാശിന് വല്ലാത്ത അറപ്പു തോന്നി. ഈ വെള്ളത്തിൽ കുളിക്കാനോ? കുളിക്കടവ് ചേരിയിൽനിന്ന് അല്പം ദൂരെയായാണ്. അവിടെ വെള്ളത്തിൽ മലം പൊന്തിക്കിടക്കുന്നില്ല. ഏതാനും പേർ കുളിക്കുന്നുമുണ്ട്. തുണിയും അലക്കുന്നുണ്ട്. പക്ഷേ, ഇതേ വെള്ളം തന്നെയല്ലേ? പലാശ് ഒന്നും പറയുന്നില്ലെന്നു കണ്ട് കുരുടൻ പറഞ്ഞു, ഞാനിവിടെ കുളിക്കാറില്ല.

ഇവിടെയാണ് കുളിക്കുന്നതെന്നും പറഞ്ഞാൽ പലാശിന്റെ ചങ്ങാത്തം നഷ്ടപ്പെട്ടാലോ എന്നവന് ആശങ്ക.

അവന് പലാശിനെ ഇഷ്ടപ്പെട്ടുപോയിരിക്കുന്നു, കാരണം പലാശ് സ്കൂളിൽ പോകുന്നുണ്ട്.

പലാശ് ചോദിച്ചു. പിന്ന്യേടാ കുളിക്ക്യാ?

കുരുടൻ മാസ്റ്ററായി രൂപാന്തരപ്പെടുകയാണ്. പലാശിന്റെ ഭാഷ ശുദ്ധീകരിച്ചെടുക്കാനുള്ള അദമ്യമായ ഇച്ഛ. അവൻ പറഞ്ഞു.

അങ്ങനെയല്ല. എവിടെയാണ് കുളിക്കുക? എന്ന് വേണം ചോദിക്കാൻ. അതാ അവിടെ.

കുരുടൻ കൈ ചൂണ്ടിക്കാട്ടുകയാണ്. റോഡിലേക്ക്.

എന്നെക്കൂടെ കൊണ്ടുപോകാമോ?

ആവാമല്ലോ.

ആര് ആരെയാണ് കുളിപ്പിക്കാൻ കൊണ്ടുപോകുന്നത്? ആര് ആരെയാണ് കൂടെ വിളിക്കുന്നത്? ആര് ആരോടാണ് പറയുന്നത്: നടക്ക്, കുളിച്ചിട്ടു വരാം. കുളിച്ചു കഴിഞ്ഞാൽ ആരുണ്ട് പറയാൻ - കഴിഞ്ഞോ, കുളി കഴിഞ്ഞോ? ശരി. രണ്ടു വറ്റു തിന്നിട്ടു പോ, ഒരുപാടു വൈകി. ഇതൊന്നും പൂർവ്വനിശ്ചിതമല്ല. മനുഷ്യരു തമ്മിലാണ് ഇതൊക്കെ നടക്കുന്നതെന്നു മാത്രം. വലിയ പരിചയക്കാരല്ലെങ്കിലും ശരി ഇതൊക്കെ നടന്നെന്നു വരും. അന്ധതയും ബധിരതയും ഇതിനു തടസ്സമല്ല. ഇതൊക്കെയങ്ങ് നടന്നു പോകും. കുളി, ഊണ്, ഉച്ചമയക്കം...

കാഴ്ചയുള്ള പലാശിനെ കുളിക്കാൻ കൂട്ടിക്കൊണ്ടു പോകയാണ് കുരുടൻ. അങ്ങ് പാതവക്കത്തുള്ള പൈപ്പിന്റെ ചോട്ടിലേക്ക്. അവരിരുവരും പരസ്പരം പലതും പറയുന്നു. കുരുടൻ പലാശിനോട് മാസ്റ്ററുടെ കാര്യം പറഞ്ഞു. മാസ്റ്റർ എത്ര അദ്ഭുതജീവിയാണെന്ന് പറഞ്ഞു മനസ്സിലാക്കിക്കൊടുക്കുന്നു. പക്ഷേ മാസ്റ്റർ ഒരു ചരിത്രപുരുഷനാണെന്ന കാര്യം പറയുന്നില്ല, താനും ചരിത്രത്തിന്റെ ഭാഗമാകാൻ ആഗ്രഹിക്കുന്നുവെന്നും പറയുന്നില്ല. മാസ്റ്ററുടെ ശുചിത്വബോധത്തെപ്പറ്റി പറയുന്നു. കഥകളുടെ ഭണ്ഡാരത്തെക്കുറിച്ചു പറയുന്നു. മുനിസിപ്പാലിറ്റി പൈപ്പിട്ടു തന്നാൽ പിന്നെ ചേരിക്കാർക്ക് കുടിക്കാനും കുളിക്കാനും ഒരു ബുദ്ധിമുട്ടും ഉണ്ടാവില്ലെന്നു പറയുന്നു. പിന്നെ ആർക്കും ഫടിക്ക്കുളത്തിൽ പോകേണ്ടിവരില്ല. മാസ്റ്റർക്കും കമർഹാട്ടിവരെ നടക്കേണ്ടിവരില്ല.

പൈപ്പിൽനിന്ന് നേരിയ ജലധാര. രണ്ടുപേരും നന്നായി തേച്ചു കുളിച്ചു. പലാശിന് സ്കൂളിൽ പോകണം. കുരുടൻ കുറെ നേരം കൂടി അവിടെയൊക്കെ ചുറ്റിപ്പറ്റി നില്ക്കും, കറങ്ങിത്തിരിയും. പിന്നെ വീട്ടിലേക്കു പോകും. മുത്തശ്ശി ഇന്നെന്താണാവോ വെച്ചുണ്ടാക്കിയിരിക്കുന്നത്. അമ്മയ്ക്ക് ഉച്ചയ്ക്ക് വരാനാവില്ല. അമ്മ പണിയെടുക്കുന്ന വീട്ടിൽ കല്യാണമാണത്രെ. ഇന്നു മുഴുവനും അവിടെ നിന്നേ പറ്റൂ. ഉവ്വ്, കാറ്റിൽ കല്യാണത്തിന്റെ മണമുണ്ട്. പെട്ടെന്ന് കട്ടപിടിച്ച രക്തത്തിന്റെ മണവും അവൻ പിടിച്ചെടുത്തു. ഇടയ്ക്കിടെ അച്ഛനിങ്ങനെ ചുമച്ചു ചുമച്ച് ചോര തുപ്പും. അതാണോ മണം? അവൻ വീടിനെ ലക്ഷ്യമാക്കി ഓടി. ഡോക്ടർ പറഞ്ഞിരുന്നു– ഇത് ടി.ബിയല്ല, വയറ്റിൽ പുണ്ണുണ്ടായിരിക്കുന്നു. ഭേദമാവില്ല. അച്ഛനെന്തു മാത്രം യാതന സഹിക്കുന്നു. എന്നെങ്കിലും ഒരു ദിവസം മരിച്ചുപോയെന്നിരിക്കും. കുരുടന്റമ്മ സന്തോഷീമായുടെ പൂജ ചെയ്യുന്നുണ്ട്. ഭഗവാനു മാത്രമേ അവന്റെ അച്ഛനെ സുഖപ്പെടുത്താനാവുള്ളൂ. വേറെ ആർക്കും അതിനാവില്ല.

സന്ധ്യക്ക് കുരുടന്റമ്മ, കാളീതാര, മയ്ന, ബേലി, ബേലീടമ്മ അഞ്ജലി, ടേപീടമ്മ, എല്ലാവരും സംഘം ചേർന്ന് രാധികയെ കാണാനെത്തി. ഇന്നേ അതിനു പറ്റൂ. കാരണം നാളെ മുതൽ കല്യാണത്തിരക്കാവും. അവരു സ്ഥിരമായി പണിക്കു പോകുന്ന പല വീടുകളിലും കല്യാണമുണ്ട്. കുറെ നാളായി തിരക്കും ബഹളവുമൊക്കെ തുടങ്ങീട്ട്. നാളെ മുതൽ നിന്നു തിരിയാനുള്ള സമയം കൂടി കിട്ടില്ല. പിടിപ്പതു ജോലിയുണ്ടാവും. ഇനി സ്ഥിരം വീടുകളിൽ കല്യാണമില്ലെങ്കിലും നാലഞ്ചു ദിവസത്തേക്ക് അയലത്തെ കല്യാണവീടുകളിലേക്കു ചെല്ലും. തീർത്താൽ തീരാത്ത പണിയല്ലേ അവിടെ കിടക്കുന്നത്. മാഥുരേർഗഢിലും ഏതാനും കല്യാണാഘോഷങ്ങളുണ്ട്. ഒരാളുടെ മകൻ, മറ്റൊരാളുടെ ഏട്ടൻ, ഭർത്തൃസഹോദരൻ... അങ്ങനെയങ്ങനെ. മാഥുരേർഗഢ് മാത്രമല്ല, കൊൽക്കത്താ നഗരി മുഴുവനും വിവാഹച്ചമയത്തിലാണ്. ഫടിക്ക്കുളത്തിലെ ചേരിയിൽ ഇത്തവണ ആരുടേയും കല്യാണമില്ല. എന്നാലും റോഡിലൂടെ കല്യാണക്കാറുകളുടെ നിലയ്ക്കാത്ത പ്രവാഹം. പൂക്കൾകൊണ്ടലങ്കരിച്ച കാറിൽ കിരീടമണിഞ്ഞ വരൻ. ഇന്ന് ഏകൻ. നാളെ വധുവിനോടൊപ്പം തിരിച്ചു വരും. വഴിക്കു നില്ക്കുന്നവർ ഇടം കണ്ണിട്ടു നോക്കും. കാണട്ടെ. പുതിയ പെണ്ണ് എങ്ങിനിരിക്കുന്നെന്നു കാണട്ടെ. കുരുടന്റച്ഛന് ഒട്ടും ദേഹസുഖം പോര. എന്നിട്ടും മുതലാളിയുടെ പക്കൽ നിന്ന് റിക്ഷ ചോദിച്ചുവാങ്ങി റോഡിലേക്കിറങ്ങിയാലോ എന്നുണ്ട്. കല്യാണസീസണാണ്. കാറു വാടകയ്ക്കെടുക്കാൻ കഴിവില്ലാത്തവർ റിക്ഷ വാടകയ്ക്കെടുക്കും. കൈയിൽ വല്ലതും തടഞ്ഞെന്നു വരും. കുരുടന്റമ്മയ്ക്ക് തീരെ സമ്മതമില്ല. ആദ്യം ദീനം ഭേദമാകട്ടെ. ഹും, ഭേദമാകൽ! കുരുടന്റച്ഛൻ നെടുവീർപ്പിട്ടു. ദാ, കുറച്ചു ദിവസം മുമ്പു വരെ റിക്ഷ വലിക്കാൻ ഒരു ബുദ്ധിമുട്ടും ഉണ്ടായിരുന്നില്ല. പെട്ടെന്നാണ് ശരീരം വീണുപോയത്. കുരുടന്റമ്മ ഒരുത്തി കഷ്ടപ്പെട്ടിട്ടു വേണം നാലു വയറു പുലരാൻ. പാവം എന്തു ചെയ്യും. എത്ര

യെത്ര വീടുകളിലാണ് പണിക്കു പോണത്. അതിരാവിലെ വീട്ടിൽ നിന്നിറങ്ങും. അഞ്ചു വീടുകളിൽ പാത്രം തേക്കൽ, തുണിയലക്കൽ, അടിച്ചു തുടയ്ക്കൽ, എല്ലാം കഴിഞ്ഞ് സന്ധ്യമയങ്ങിയാൽ ക്ഷീണിച്ചു തളർന്നെത്തും. കുരുടന്റച്ഛനറിയാം ഇങ്ങനെ പോയാൽ ഭാര്യയും ഒരു ദിവസം കിടപ്പിലാകുമെന്ന്. അതോടെ എല്ലാം നശിക്കുമെന്ന്. അയാൾക്ക് അദ്ഭുതം തോന്നും, ഈശ്വരനെന്താ ഒറ്റക്കണ്ണനാണോ? മൂന്നു പെൺമക്കൾക്കു ശേഷം ഒരു ആൺതരി. അതു കണ്ണുപൊട്ടനും. അവനെങ്ങനെ അച്ഛനമ്മമാരെ സഹായിക്കാനാകും?

കുരുടന്റമ്മ പറയും കണ്ണില്ലെങ്കിലെന്താ ആൺകുട്ടിയല്ലേ? ഇതാണ് അമ്മയുടെ മനസ്സ്. ദിവസം മുഴുവനും അങ്ങുമിങ്ങും അലഞ്ഞുതിരിയലാണ് കുരുടന്റെ ജോലി. പിന്നെ മാസ്റ്റർ വന്നാൽ അയാളോടൊപ്പം ഇരിപ്പായി. മാസ്റ്റർക്ക് വെപ്പും തീനുമൊന്നും ഇല്ല. കുരുടന്റച്ഛന്റെ പൂർണവിശ്വാസം കുരുടനുവേണ്ടി മാസ്റ്റർ എന്തെങ്കിലും ഒരു നിവൃത്തി കണ്ടെത്തുമെന്നാണ്. കുരുടന്റച്ഛൻ സദാസമയവും ചുരുണ്ടുകൂടി കിടപ്പാണ്. വയറ്റിനകത്ത് വല്ലാത്ത എരിച്ചലും പുകച്ചിലും. അസഹ്യമായ വേദന. തലയ്ക്കകത്തോ ആലോചന തന്നെ ആലോചന. അവസാനമില്ലാത്ത ആലോചന. അതു ചെറുപ്പം മുതലുള്ള ശീലമാണ്. റിക്ഷാസ്റ്റാന്റിൽ യാത്രക്കാരുടെ തിരക്കില്ലെങ്കിൽ മറ്റുള്ളവർ കൂട്ടംകൂടി സൊറ പറഞ്ഞിരിക്കും. കുരുടന്റച്ഛൻ അഗാധമായ ചിന്തയിലാവും. ദേ, ഈ ദുർഗാപൂജ കഴിഞ്ഞപ്പോഴും കുരുടന്റച്ഛൻ ചിന്തയിലാണ്ട് പോയി. അയാളുടെ ധാരണ കമ്മ്യൂണിസ്റ്റ് പാർട്ടി അധികാരത്തിൽ വന്നാൽ കൊൽക്കത്തയിൽനിന്ന് പൂജയും കീജയുമൊക്കെ പറപറക്കും എന്നായിരുന്നു. അങ്ങനെയൊന്നും സംഭവിച്ചതേയില്ല. കണ്ണിൽപെടാൻ തക്കവണ്ണം യാതൊരുവിധ മാറ്റങ്ങളും ഉണ്ടായില്ല. ഇലക്ഷൻ ദിവസം എന്തായിരുന്നു സ്ഥിതി? ഒച്ചപ്പാടും ബഹളവും. പക്ഷേ വോട്ടിടാൻ അവരൊക്കെ ചെന്നപ്പോഴേക്കും വോട്ടു കഴിയുകയും ചെയ്തു. ഇത്തവണ കമ്യൂണിസ്റ്റ് പാർട്ടിക്ക് വോട്ടു ചെയ്യണമെന്നായിരുന്നു അയാൾ തീരുമാനിച്ചത്. ഭാര്യയോടും പറഞ്ഞിരുന്നു. പക്ഷേ വോട്ടു ചെയ്യാനായില്ല. ഈ ഇലക്ഷന് മൂന്നു മാസം മുമ്പ് വേറൊരു ഇലക്ഷൻ നടന്നു. അന്നും ഇതുതന്നെ സ്ഥിതി. എന്തൊരു വീറും വാശിയുമായിരുന്നു, വീരവാദങ്ങൾ മുഴക്കലും ഓട്ടവും പാച്ചിലും. ഒരുത്തൻ മറ്റൊരുത്തനെ തുരത്തുന്നു, ഇനിയൊരുത്തൻ വേറൊരാളെ കഴുത്തിനു കേറി പിടിക്കുന്നു. എന്നിട്ടെന്താ, വോട്ട് ഇടാൻ ചെന്നപ്പോഴേക്കും എല്ലാം കഴിഞ്ഞിരിക്കുന്നു. എന്തൊക്കെയായാലും കമ്യൂണിസ്റ്റ് പാർട്ടി ജയിച്ചു, പക്ഷേ പരിവർത്തനം? ഹേയ് ഒരു മാറ്റവും കാണാനില്ല. കുരുടന്റച്ഛന് വല്ലാത്ത ഇച്ഛാഭംഗം. കുരുടന്റച്ഛൻ കുരുടനല്ലല്ലോ. ഒരുപാടൊരുപാട് സംഗതികൾ കണ്ടതാണല്ലോ. ഒരുത്തനെ തുരത്തിക്കൊണ്ട് അഞ്ചുപേർ. ഇടവഴികളിൽനിന്ന് നിലവിളിയും കരച്ചിലും, ഗംഗാതീരത്ത്, ഓടയിൽ നിരനിരയായി എത്രയെത്ര ശവശരീരങ്ങൾ, പൊലീസിന്റെ വാൻ സദാസമയവും റോന്തു ചുറ്റുമായിരുന്നു. അന്വേഷണമാണ്, താഴെയുള്ള കോഴിക്കുഞ്ഞിനെ പിടികൂടാൻ ആകാശത്ത് കഴുകൻ റോന്തു ചുറ്റുംപോലെ.

വീടുവീടാന്തരം അമ്മമാരുടെ കരച്ചിൽ കേട്ടതാണ്. അച്ഛനും മകനും കെട്ടിപ്പിടിച്ച് കരയുന്നതു കണ്ടതാണ്. അതൊക്കെ കണ്ടുകണ്ട് അയാൾ ഒരുപാടു ചിന്തിച്ചിട്ടുണ്ട്. ഗുണ്ടായിസം നന്നല്ല, ഒട്ടും നല്ലതിനല്ല. ആരൊക്കെയോ എന്തൊക്കെയോ ചെയ്തു. ആരു ചെയ്താലും അതൊന്നും ശരിയല്ല. അവരുടെയൊക്കെ തലതിരിഞ്ഞുപോയിരിക്കുന്നു. ആരാണ് ഗുണ്ടകളെ അടിച്ചമർത്തുന്നത്, ആരാണ് ഗുണ്ടകളായി തല പൊക്കുന്നത്? ഒക്കെ കഴിഞ്ഞു. അയാൾക്കു വേണ്ടിയിരുന്നത് ഒരു മാറ്റമാണ്. പരിവർത്തനം. വേറൊന്നും വേണ്ട ഒരു മാറ്റം. ഇപ്പോൾ രാവിലെ വെള്ളരിപ്പൂക്കളെപ്പോലെ ജഡങ്ങൾ ഉതിർന്നു വീഴാറില്ല. വീണാലും ഒളിമറവായി, ആരുമറിയാതെയാവാം. അയാൾ ചിന്തിക്കയാണ് ഇന്ന് ഈ വിവാഹസീസണിൽ ഇനിയും എത്രയെത്രയോ വിവാഹങ്ങൾ നടക്കേണ്ടതായിരുന്നു. എന്തേ നടന്നില്ല? ഇനിയും എത്രയെത്രയോ വരന്മാർ അലങ്കരിച്ച കാറുകളിൽ പോകേണ്ടതായിരുന്നു. അവരൊക്കെ എവിടെ? ഈ വർഷം വിവാഹിതരാവേണ്ടിയിരുന്ന യുവാക്കളിൽ പലരും മരിച്ചുപോയില്ലേ? എന്നാലും ഉതിർമണികളെപ്പോലെ രക്ഷപ്പെട്ടവർ എന്താ കുറവാണോ?

നാളെ മുതൽ ചേരിയിലുള്ള സർവ്വരും കച്ചകെട്ടിയിറങ്ങും വിവാഹവീടുകളിൽ പണിക്കു പോകാൻ. അതിനുമുമ്പ് രാധികയെ പരിചയപ്പെടണം. അതിനാണ് ചേരിയിലെ പെണ്ണുങ്ങൾ എത്തിയിരിക്കുന്നത്. പെണ്ണുങ്ങളുടെ കൂട്ടംകണ്ട് കാർത്തിക് പുറത്തേക്ക് ഇറങ്ങിപ്പോയി. ഏറ്റവും മുന്നിലായി ബേലിയുടെ അമ്മ അഞ്ജലി. അവർക്കു പിന്നിലായി ബാക്കിയുള്ളവരെല്ലാം ഒളിഞ്ഞുനോക്കുകയാണ്. കുരുടന്റമ്മ സ്വരം താഴ്ത്തി കുശുകുശുത്തു. വല്യോരാന്നു കേട്ടു.

അഞ്ജലി പറഞ്ഞു. അതോണ്ട്? ഇവിടെ വന്ന സ്ഥിതിക്ക് നമ്മളെപ്പോലെ തന്നെ.

അവരൊക്കെ കുശുകുശുക്കുന്നു. രാധിക കുഞ്ഞിനെ കിടക്കയിൽ കിടത്തി ഉറക്കുകയാണ്. പലാശ് അമ്മയെ തൊട്ടിരിക്കുന്നു. ഇവിടെ ലൈറ്റില്ല. ആദ്യ ദിവസം തന്നെ അതവർക്കു മനസ്സിലായി. റാന്തലു കൊളുത്തിയിരിക്കുന്നു. മുറിക്കകത്ത് കട്ടിലും തുണിയിടാനുള്ള സ്റ്റാന്റും. ഇതൊക്കെ എങ്ങനെയോ അകത്തു കടത്തി. ഇഷ്ടികകൊണ്ട് ഉയർത്തിക്കെട്ടിയ തറ. നാലുചുറ്റും മുള മെടഞ്ഞുണ്ടാക്കിയ പട്ടികകൾ കൊണ്ടു മറച്ചിരിക്കുന്നു. മുളകൾക്കിടയിലുള്ള അസംഖ്യം വിടവുകളിലൂടെ ജലാശയത്തിൽ നിന്ന് അടിച്ചുയരുന്ന തണുത്ത കാറ്റ് അകത്തേക്കെത്തുന്നു. പക്ഷേ എന്തൊരു ദുർഗന്ധം. ഇത് ചുമരല്ല, ഖിൽപാട്ട്ണിയിലെ അവളുടെ വീടിന് മൺഭിത്തികളുണ്ടായിരുന്നു. ഇവിടെ വെറും മുളമ്പട്ടികകൾ. അതിൽ കൊച്ചു കൊച്ചു വിടവുകൾ. സുരക്ഷിതത്വമില്ല. ശരിക്കൊരു മറവില്ല. രാധിക വിചാരിക്കയാണ്, നാലു ചുമരുകളില്ല. നാലു ചുമരുകൾകൊണ്ടുള്ള മറ. അത് മനുഷ്യന് എന്തു നല്കും? സുരക്ഷിതത്വമോ അതോ മറ്റു വല്ലതും കൂടി? ഉവ്വ്. ഒരു സ്വപ്നത്തിനുവേണ്ട അന്ധകാരം

മുഴുവനും, സ്വന്തമായ ഒരു ലോകം, പുറംലോകത്തുനിന്ന് തന്നെ ഒളിച്ചും മറച്ചും വെക്കാനുള്ള ക്ഷമത എല്ലാം നാല് ചുമരുകൾക്കുള്ളിൽ. കാരണം ഉള്ളിൽ അടക്കിവെച്ചിരിക്കുന്ന വികാരവിക്ഷോഭം എപ്പോഴാണ് അണ പൊട്ടി പുറത്തേക്ക് ഒഴുകുന്നതെന്നറിയില്ല. അതുകണ്ട് മറ്റുള്ളവർ പരിഹസിച്ചെന്നു വരും. അത് നാണക്കേടാണ്, കൊടും വേദനയാണ്. സ്വന്തം വികാരങ്ങളെ, മാനാഭിമാനങ്ങളെ മറ്റുള്ളവരുടെ കൈകൾ പരസ്യമായി കശക്കിയെറിയുന്നതു കാണേണ്ടി വരിക! ഹോ! അതു കൊടുംയാതനയാണ്.

ആൾക്കാരു പറയും. പലതും പറയും, വെറുതെ പറഞ്ഞു നടക്കും. അവളുടെ ദുഃഖം അതാർക്കും മനസ്സിലാവില്ല അവളുടെ മോഹങ്ങൾ. അതെന്തൊക്കെയാണെന്ന് ആർക്കും അറിയണമെന്നില്ല. പൊതുജനം സദാസമയവും ഓരോ പ്രത്യേക വ്യക്തിക്കുമെതിരായി നില്ക്കുന്ന വ്യവസ്ഥാപനമാണ്. പാവം രാധിക! അവൾ സുരക്ഷിതത്വം നഷ്ടപ്പെട്ട പെൺകുട്ടിയാണ്. അവളുടെ കണ്ണുകൾ വെളിയിലെ അന്ധകാരത്തിലേക്ക് നീണ്ടുപോകുന്നു. അവിടെ ഇരുട്ടിൽ കൂടുതൽ ഇരുണ്ട മുഖങ്ങൾ പതുങ്ങി നില്ക്കുന്നു. അഞ്ജലി പറഞ്ഞു, ഞങ്ങളൊക്കെ എത്തി. നിന്നെ കണ്ട് മിണ്ടീറ്റ് പോവാംന്ന് വെച്ചു.

രാധിക ഇളകിയിരുന്നു. വരൂ, ഇരിക്കൂ.

അവളുടെ ഭാഷ അവർ ശ്രദ്ധിച്ചു. ബാംങ്ങാൾ ഭാഷയാണ്. അവൾക്ക് അവരെ അറിയില്ല. അവൾ കാണുന്നത് ഒരു കൂട്ടം സ്ത്രീകളെയാണ്. മെലിഞ്ഞു ക്ഷീണിച്ച മുഖങ്ങൾ, അഴുക്കു പിടിച്ച ഉടയാടകൾ. പാറിപ്പറന്ന തലമുടി. ഇവരെയൊക്കെ എവിടെയിരുത്തും? കിടക്കയിലല്ലാതെ ഇരിക്കാനിടമില്ല. പക്ഷേ അവരെ കിടക്കയിലിരുത്തുന്നത് രാധികയ്ക്ക് അശേഷം സമ്മതമല്ല. വേഗം മോനോടു പറഞ്ഞു. പലാശ് പായ വിരിക്ക്. പലാശ് വേഗം കൈ നീട്ടി പായയെടുത്തു. അവന് കട്ടിലിൽ നിന്ന് എണീക്കേണ്ട ആവശ്യമില്ല. കുടുസ്സു മുറി എല്ലാം കൈയകലത്ത്. ഇനി മുതൽ ഇതാണ് അവരുടെ വീടിന്റെ തറ. ഇതാണ് കിടക്ക. അവൻ പായ വിരിച്ചു. പെണ്ണുങ്ങൾ പായിലിരുന്നു. രാധികയ്ക്ക് എന്തു പറയണമെന്നറിയുന്നില്ല. അല്പാല്പമായി അവളുടെ ഉള്ളിൽ പരിഭവം നുര പൊന്തുകയാണ്. ഉച്ച തിരിഞ്ഞ് ശേഫാലീടമ്മ ഓടിക്കിതച്ചെത്തുമെന്നാണ് അവൾ കരുതിയിരുന്നത്. അതുണ്ടായില്ല. ശേഫാലീടമ്മ പറഞ്ഞിരുന്നു. കൊച്ചമ്മയുടെ വീട്ടിൽ കല്യാണത്തിരക്കാണ്, പണി കഴിഞ്ഞാലല്ലാതെ വരാനാവില്ല എന്നൊക്കെ. എന്നാലും രാധികയ്ക്ക് ഉള്ളിലൊരു പ്രതീക്ഷയുണ്ടായിരുന്നു. അങ്ങനെയൊക്കെ പറഞ്ഞാലും മാഷി വരും, ജോച്ചനെ എടുക്കാൻ, എടുത്തു കളിപ്പിക്കാൻ അവരുടെ മനസ്സു കേഴില്ലേ? അവരു വന്നില്ല. ഇപ്പോ ശേഫാലീടമ്മയ്ക്കു പകരം ഈ പെൺപടയാണെത്തിയിരിക്കുന്നത്. ഇനിയെന്തു ചെയ്യാൻ? എന്തു പറയാൻ? പക്ഷേ അവൾക്ക് ഒന്നും പറയേണ്ടി വന്നില്ല. ഒന്നിനു പിറകെ ഒന്നായി ചോദ്യവർഷം - നാടെവിടെ, വീടെവിടെ, എന്തു ജാതി...? അവൾ ഉത്തരം പറഞ്ഞുകൊണ്ടിരുന്നു. പൊടുന്നനെ ഒരുത്തി ചോദിച്ചു, കെട്ടിയോൻ കെഴവനാണല്ലോ.

നെന്നെപ്പോലെ സുന്ദരിപ്പെണ്ണിനെ വീട്ടുകാര് ഈ കിഴവനു കെട്ടിച്ചു കൊടുത്തതെന്തേ?

രാധികയുടെ തൊണ്ടയിലെന്തോ ഉരുണ്ടു കയറുന്നു. കണ്ണു നിറയുന്നു. അവൾ നിശ്ശബ്ദയായി ഇരിക്കയാണ്. ഇന്നലെ രാത്രി ചേരിയിൽ ഒരുപാട് ഉച്ചത്തിൽ വഴക്കും വക്കാണവും കേട്ടിരുന്നു. അവൾ വിചാരിച്ചത് ഇവിടത്തുകാർ ദയയും സ്നേഹവുമില്ലാത്തവരാണെന്നാണ്. വൃത്തികെട്ട സ്ഥലം. പക്ഷേ ഇത്രയും നേരത്തെ സംസാരത്തിനുശേഷം അത്രയ്ക്കങ്ങ് മോശമാണെന്നു തോന്നുന്നില്ല. വൃത്തിയും വെടുപ്പുമില്ല, അതുകൊണ്ട് കുറച്ചൊരു അറപ്പ് തോന്നുന്നുണ്ട്. അത്രതന്നെ.

കുരുടന്റമ്മ ഇത്തവണ അവളുടെ രക്ഷയ്ക്കെത്തി. ശേഫാലീടമ്മേ അറിയാം, ല്ലേ്യ. അവരോടൊപ്പം പത്ത് മുറി വീട്ടിലായിരുന്നില്ലെ മുമ്പ്?

രാധിക അന്തം വിട്ടു പോയി. ഈ സ്ത്രീക്ക് ശേഫാലീടമ്മയെ അറിയുമെന്നോ? അവളുടെ മനസ്സിൽ ആനന്ദം നിറഞ്ഞു തുളുമ്പി. അപരിചിതരുടെ നാട്ടിൽ പരിചയത്തിന്റെ ഒരു ചെറിയ തിരി. ശേഫാലീടമ്മ എത്രയോ ദൂരത്തേക്ക്, ദൂരദേശത്തേക്ക് അകന്നകന്നു പോയെന്നാണവൾ കരുതിയിരുന്നത്. അവൾക്ക് എത്തിപ്പിടിക്കാനാവാത്ത ദൂരത്തേക്ക്. പക്ഷേ ഈ സ്ത്രീക്ക് ശേഫാലീടമ്മയെ അറിയാം. അല്ല, ഈ ചേരി അത്ര മോശപ്പെട്ടതൊന്നുമല്ല. അപരിചിതവുമല്ല, അന്യദേശവുമല്ല. അവൾ ചോദിച്ചു.

നിങ്ങൾക്കെങ്ങന്യാ പരിചയം?

അറിയാണ്ടു പിന്നെ. സ്കൂളിലല്ലേ ജോലി. ആ കൊച്ചമ്മേടെ വീട്ടിലാ ഞാൻ പണിയണത്.

പതുക്കെ പതുക്കെ സൗഹൃദം വളർന്നു. രാധികയുടെ മനസ്സിലെ തടസ്സങ്ങൾ പതുക്കെ അപ്രത്യക്ഷമാകുന്നു. വെളിയിൽ കുരുടന്റെ സ്വരം. പലാശ് പലാശ്...

പലാശ് എല്ലാം നിശ്ശബ്ദം കേട്ടുകൊണ്ടിരിക്കയാണ്. കിഴവനു കെട്ടിച്ചു കൊടുത്തെന്നോ? തന്റെ അച്ഛൻ കിഴവനാണ്. അമ്മ കിഴവിയല്ല. യൗവനയുക്തയും കിഴവനുമായുള്ള അരോചകമായ മിശ്രണത്തിന്റെ പ്രത്യാഘാതങ്ങളെക്കുറിച്ച് അവനറിയില്ല. എന്നാലും ആലോചിക്കയാണ്. ആലോചന എങ്ങെങ്ങോ പറന്നു പോകുന്നു. അപ്പോഴാണ് കുരുടന്റെ വിളി വന്നത്. അവൻ അമ്മയുടെ മുഖത്തേക്കു നോക്കി.

പോട്ടെ അമ്മേ?

ഇപ്പഴോ ഈ രാത്രീലോ?

കുരുടൻ വിളിക്കുന്നു

ഈ ഇരുട്ടത്തോ. അതും തണുപ്പും. ഇപ്പോ പോണോ മോനെ?

കുരുടന്റമ്മ പറഞ്ഞു. പൊക്കോട്ടെ. ന്റെ മോന്റെ കൂടെ പൊക്കോട്ടെ. മാഷിനെ കാണാനാ. മാഷ്ടെ അടുത്ത് പോയാ നെന്റെ മോന് ഒരു കേടും വരില്ല്യ.

രാധിക ഒന്നും പറയുന്നില്ല. പലാശ് കിടക്കയിൽനിന്ന് ചാടിയിറങ്ങി ഓടിപോകുന്ന പോക്കിൽ പറഞ്ഞു, പോണൂ.

രാധിക മൗനം പൂണ്ടിരിക്കുന്നു. പെണ്ണുങ്ങൾ അതുമിതും സംസാരിക്കയാണ്. പലാശിനെ മാസ്റ്ററുടെ അടുത്തേക്ക് കൂട്ടിക്കൊണ്ടു പോകാൻ കുരുടൻ വന്നിരിക്കുന്നു. ആരാണാവോ ഈ മാസ്റ്റർ.

പലാശ് കുരുടനോടു പറയുകയാണ് ഇത്തിരി നേരത്തേക്കേ വരാനാവൂ. വേഗം തിരിച്ചുവന്ന് പഠിക്കാനിരിക്കണം. അല്ലെങ്കിൽ അമ്മ ദേഷ്യപ്പെടും.

ശരി.

കുരുടൻ പലാശിന്റെ കൈയും പിടിച്ച് മാസ്റ്ററുടെ വീട്ടിലെത്തി. കുരുടന്റെ മാസ്റ്ററെ പലാശ് നോക്കിക്കണ്ടു, മാസ്റ്റർ പലാശിനേയും. ഉരുണ്ട കവിളുകളുള്ള കിളുന്തു ബാലൻ. വലിയ വലിയ കണ്ണുകൾ. മാസ്റ്ററുടേത് കറുത്ത മുഖം, മുഖം നിറയെ താടിരോമങ്ങൾ. തോളു വരെയെത്തുന്ന നീണ്ട മുടി. കുഴിഞ്ഞ കണ്ണുകൾ.

വാ വാ. ഇന്ന് നിങ്ങൾക്ക് ഒരു രസികൻ കഥ പറഞ്ഞുതരാം.

ഇരുവരും കിടക്കയിലിരുന്നു. പലാശിന്റെ ശരീരം വിറയ്ക്കുന്നു, തണുപ്പുണ്ട്. ഇവിടെ തണുപ്പ് ഇത്തിരി കൂടുതലാണ്. അവൻ മൗനം പൂണ്ടിരുന്നു. മാസ്റ്റർ കഥ തുടങ്ങി.

റാണി ജോഛ്നാകുമാരിക്ക് ഏഴ് പുത്രന്മാരും ഏഴു പുത്രികളും. അവരൊക്കെ രൂപത്തിലും ഗുണത്തിലും അസാമാന്യരായിരുന്നു. പൂക്കളെപോലായിരുന്നെന്നോ, മിന്നൽപ്പിണരു പോലായിരുന്നെന്നോ ഒക്കെ പറയാം. അവരു പാടുമ്പോൾ കുയിലിന്റെ മധുരസ്വരം പോലും തോറ്റുകൊടുക്കും. നായാട്ടിനു പോയാലോ, അവരുടെ അമ്പുകൾക്ക് മാനിന്റെ നെഞ്ചു തുളച്ചു കയറാനുള്ള വേഗതയുണ്ടായിരുന്നു. സന്താനങ്ങളെച്ചൊല്ലി റാണിക്കുള്ള ഗർവിന് അതിരില്ലായിരുന്നു. ഒരിക്കൽ രാജാവിന് ഏഴു വർഷത്തേക്ക് വിദേശയാത്രയ്ക്കു പോകേണ്ടിവന്നു. ഏഴു വിദേശ രാജ്യങ്ങളുമായുള്ള ഉടമ്പടികളിൽ ഒപ്പുവെക്കാനായിരുന്നു ഈ പോക്ക്. രാജ്യഭരണം റാണിയുടെ ചുമതലയിലായി. റാണി ചുമതലയേറ്റെടുത്തെങ്കിലും നേരാംവണ്ണം ഭരണം നടത്തിയില്ല. രാജ്യത്ത് കള്ളന്മാരുടേയും തെമ്മാടികളുടേയും ശല്യം വർധിച്ചു. നാടാകെ അരാജകത്വം. പാവപ്പെട്ട കൃഷിക്കാർക്ക് യാതൊരുവിധ സഹായവും ലഭിക്കാതായി. മന്ത്രിമാരും മറ്റുദ്യോഗസ്ഥരും എല്ലാം കട്ടു മുടിക്കാൻ തുടങ്ങി. ഏഴു വർഷത്തിനുശേഷം രാജാവ് തിരിച്ചുവരുമെന്ന പ്രതീക്ഷയോടെ സാധാരണ മനുഷ്യർ പല്ലും കടിച്ച്, എല്ലാം സഹിച്ച് ക്ഷമയോടെ നാളുകൾ തള്ളിനീക്കി. ജനങ്ങളുടെ ജീവിതചക്രം ഞരങ്ങി ഞരങ്ങി മുന്നോട്ടുപോയി. റാണിയോ നിത്യേന അത്തറു ചേർത്ത വെള്ളത്തിൽ കുളിച്ചു, സ്വന്തം മക്കളോടൊപ്പം വിശേഷപ്പെട്ട വസ്ത്രങ്ങൾ ധരിച്ച് വിലയേറിയ വാഹനങ്ങളിൽ ചിരിച്ചും കളിച്ചും ഉല്ലാസയാത്രയും നായാട്ടും നടത്തി സമയം ചെലവഴിക്കാൻ തുടങ്ങി. അവർ ഇങ്ങനെ ഉദ്ഘോഷിച്ച് ഞാൻ റാണി ജോച്ഛനാ കുമാരിയാണ്.

എന്നെ കണ്ടാൽ എല്ലാവരും മുട്ടു കുത്തിക്കൊണ്ട് അഭിവാദനം ചെയ്യണം. ജനങ്ങൾ അങ്ങനെ ചെയ്യാൻ തുടങ്ങി. പക്ഷേ ഇത്തരമൊരു അയോഗ്യയെ കല്യാണം കഴിക്കേണ്ടിവന്ന രാജാവിന്റെ ഗതികേടോർത്ത് അവർക്ക് ദുഃഖവും തോന്നി. തങ്ങളുടെ ദുരവസ്ഥയ്ക്ക് വേഗമൊരു ശമനമുണ്ടാകാനായി രാജാവിനെ എത്രയും വേഗം തിരിച്ചെത്തിക്കണേ എന്നവർ ഈശ്വരനോടു പ്രാർത്ഥിച്ചു. ആ ദേശക്കാരെല്ലാം ചന്ദ്രിമാദേവിയുടെ ഭക്തരായിരുന്നു. എല്ലാ വർഷത്തേയുംപോലെ ആ വർഷവും ചന്ദ്രിമാദേവിയുടെ ഉത്സവം വന്നെത്തി. ക്ഷേത്രം അലങ്കരിക്കപ്പെട്ടു. ആബാലവൃദ്ധം ജനങ്ങൾ തങ്ങൾക്കുള്ളതിൽ വെച്ച് നല്ല വസ്ത്രങ്ങളണിഞ്ഞ് ക്ഷേത്രത്തിലെത്തി. അവരുടെ കൈകളിൽ ചന്ദ്രിമാദേവിക്കും അവരുടെ മക്കൾ നിശികാന്തിനും നിശിനന്ദിനിക്കും നിവേദിക്കാനായി പൂക്കളും പഴങ്ങളും ചന്ദനത്തിരിയും സാമ്പ്രാണിയും ഉണ്ടായിരുന്നു. ചന്ദ്രിമാദേവി സർവ്വദാ ശാന്തയും സർവ്വമംഗളദായിനിയും പ്രസന്നവദനയുമായിരുന്നു. പർവ്വതമുകളിൽ, ശിലാഖണ്ഡങ്ങളുടേയും മരങ്ങളുടേയും മറപറ്റി ദേവി പൂജ കണ്ടു. അവർ സന്തുഷ്ടയായി. അപ്പോഴവിടെ വിലയേറിയതും സുസജ്ജിതവുമായ വലിയൊരു വാഹനത്തിൽ ഏഴു പുത്രന്മാരുടേയും ഏഴു പുത്രിമാരുടേയും അകമ്പടിയോടെ റാണി ജോഷ്ഛനാകുമാരി വന്നെത്തി. ഭക്തരെല്ലാം കണ്ണുമടച്ച് മന്ത്രം ചൊല്ലുകയാണ് യശോദേഹി, ധനം ദേഹി, രൂപം ദേഹി...

പൊടുന്നനെ റാണിയെത്തി, ആജ്ഞാപിച്ചു നിറുത്ത്. അവരുടെ ഉച്ചത്തിലുള്ള ശബ്ദം കേട്ട് എല്ലാവരും സ്തബ്ധരായിപ്പോയി. റാണി പറഞ്ഞു ഇന്നു മുതൽ ചന്ദ്രിമാദേവിക്കുള്ള പൂജ നിർത്തലാക്കി. പകരം നിങ്ങളെല്ലാവരും എന്നെ പൂജിക്കണം, എന്റെ വിഗ്രഹം ഉണ്ടാക്കി സന്നിധിയിൽ വെക്കണം. എന്നെ ആരാധിക്കണം.

മുട്ടുകുത്തി തല കുനിച്ചിരുന്ന പ്രജകൾ ഭയം കൊണ്ടു വിറച്ചുപോയി, അതെങ്ങനെ നടക്കും?

നടക്കും. തീർച്ചയായും നടക്കണം.....

റാണിയുടെ രത്നഖചിതമായ കൈപ്പിടിയുള്ള ചാട്ടവാർ വായുവിലുയർന്നു. അവർ അലറി. അല്ലെങ്കിൽ ഞാൻ അടിയന്തരാവസ്ഥ പ്രഖ്യാപിക്കും.

അടിയന്തരാവസ്ഥയോ! അടിയന്തരാവസ്ഥ! അയ്യോ! അതു വലിയ ആഘാതമായിരിക്കും. ഇതിനു മുമ്പ് ഈ ദേശത്ത് രണ്ടുതവണ അടിയന്തരാവസ്ഥ നടപ്പിലാക്കിയിരുന്നു. ആ ഭീകര നാളുകളുടെ കഥ എല്ലാവർക്കും ഓർമയുണ്ട്. എന്തൊക്കെയോ കാരണങ്ങൾ പറഞ്ഞ് എത്രയെത്ര പേരെ പിടിച്ചുകൊണ്ടുപോയെന്നോ എത്രയെത്ര പേർക്ക് മരണശിക്ഷ കിട്ടിയെന്നോ ഒരു കൈയും കണക്കുമില്ല. നാലുപാടും ഭീതിയുടെ കാറ്റു വീശാൻ തുടങ്ങി. ചുറ്റിലും ചാരന്മാരുണ്ടെന്ന തോന്നൽ. ആർക്കും ആരേയും വിശ്വാസമില്ലാതായി. ആങ്ങളയ്ക്ക് പെങ്ങളെ, ഭർത്താവിന് ഭാര്യയെ വിശ്വാസമില്ലാതായി. കുഞ്ഞുങ്ങൾക്ക് കരയാൻപോലും

ഭയമായിരുന്നു. അതൊക്കെ മനസ്സിലോർത്ത് അകമേ ചന്ദ്രിമാ ദേവിയോടു ക്ഷമ യാചിച്ചുകൊണ്ട് ജനങ്ങൾ ദേവിയുടെ പ്രതിമ മാറ്റി ജോച്ഛനാകുമാരിയുടെ പ്രതിമ പ്രതിഷ്ഠിക്കാനുള്ള ഏർപ്പാടുകൾ ചെയ്തു, രാജാവ് തിരിച്ചെത്തിയാൽ ഇതിനൊരു പോംവഴിയുണ്ടാകും എന്ന പ്രതീക്ഷയോടെ.

ചന്ദ്രിമാദേവിക്ക് ജനങ്ങളുടെ മനോവേദന മനസ്സിലായി. അവർക്കും ദുഃഖം തോന്നി. തന്നെച്ചൊല്ലിയും പ്രജകളെച്ചൊല്ലിയും. തന്റെ ഉത്സവം മുഴുവനാക്കാനായില്ല. അവരുടെ താമരാക്ഷികളിൽ നിന്ന് അശ്രുവൊഴുകി. അവർ കരഞ്ഞുകൊണ്ട് മക്കളോട് എല്ലാം സവിസ്തരം പറഞ്ഞു. മക്കൾ കുപിതരായി. സൂര്യാസ്തമയത്തിന്റെ ചുവന്ന പ്രകാശത്തിൽ അവരുടെ മുഖം ബീഭത്സമായി. റാണിയുടെ നേരെ അവർ അശരീരിയെറിഞ്ഞു. വിഡ്ഢി, ദൈവത്തേക്കാൾ ഉന്നതയാണ് നീ എന്നാണോ വിചാരം?

റാണി ചൊടിച്ചുകൊണ്ടു പറഞ്ഞു. അതെ ഞാൻ ബലമുള്ളവളാണ്. എനിക്ക് ഏഴു പുത്രന്മാരും ഏഴു പുത്രികളുമുണ്ട്. അവരെല്ലാം ദേവസന്തതികളേക്കാളും രൂപലാവണ്യമുള്ളവരും ശക്തിയുള്ളവരുമാണ്. എനിക്ക് അതിവിശാലമായ രാജ്യമുണ്ട്. വിപുലമായ സേനയുണ്ട്. ഞാനുമായി തട്ടിച്ചുനോക്കിയാൽ ചന്ദ്രിമാദേവി വെറും പിച്ചക്കാരി. ഒരു പുത്രനും ഒരു പുത്രിയും എവിടെയാണ് താമസമെന്നുപോലും ആർക്കും പിടിയില്ല. ആരും ഇന്നുവരെ അവരെ കണ്ടിട്ടുമില്ല. എന്നാലും ജനങ്ങൾ അവരെ പൂജിക്കുന്നു. ഇതിനേക്കാളും വലിയ വിഡ്ഢിത്തം വേറെന്തുണ്ട്?

വീണ്ടും അശരീരി. മിന്നൽ പിണരുകൊണ്ടെഴുതിയ വാക്കുകൾ ആകാശത്തിൽ കാണായി. നീ വിഡ്ഢി മാത്രമല്ല, അഹങ്കാരിയും പിശാചുമാണ്. ഗർവുകൊണ്ട് നീ അന്ധയായിരിക്കുന്നു. നീ വെറും മനുഷ്യസ്ത്രീയാണ്. നീ സ്വയം ദൈവമാണെന്നു സങ്കല്പിക്കുന്നു. ദേ നോക്ക് നീയെത്ര സാധാരണക്കാരിയാണെന്ന്.

നിശീകാന്ത് അമ്പെയ്തു. ജോച്ഛനാകുമാരിയുടെ ഏഴു പുത്രന്മാരും മരിച്ചുവീണു. ജോച്ഛനാകുമാരി ഹായ്, അയ്യോ എന്നൊക്കെ പറഞ്ഞു കരഞ്ഞെങ്കിലും അഹങ്കാരം അടങ്ങിയില്ല. അവർ അട്ടഹസിച്ചു. ഇപ്പഴും ഏഴു പുത്രിമാരുണ്ടെനിക്ക്, ചന്ദ്രിമാ നിന്നെക്കാളും കേമത്തി ഞാൻ തന്നെയാണ്. ഇത്തവണ നിശിനന്ദിനി ഓരോന്നായി അമ്പെയ്യാൻ തുടങ്ങി. റാണിയുടെ മൂത്ത മകളും പിന്നെ രണ്ടാമത്തേയും മൂന്നാമത്തേയും നാലാമത്തേയും പെൺമക്കളും മരിച്ചുവീണു. അഞ്ചാമത്തെ പുത്രിയുടെ ഊഴമായപ്പോൾ ഏറ്റവും ഇളയ പുത്രി, ഭയം, മൃത്യുഭയം കാരണം ഓടിവന്ന് അമ്മയുടെ മാറിൽ അഭയം തേടി. അതിനിടെ ആറാമത്തെ പുത്രിയും മരിച്ചുവീണു. റാണി അലറിക്കരഞ്ഞു, ദേവീ ക്ഷമിക്കൂ. എനിക്കു തെറ്റുപറ്റി. ഞാൻ ചെയ്തതൊക്കെ അന്യായമാണ്. ഈ കൊച്ചുപൈതലിനെ പറിച്ചെടുക്കരുതേ. ഒന്നിനെയെങ്കിലും ജീവിക്കാനനുവദിക്കൂ. പക്ഷേ ഇതൊക്കെ കേൾക്കുന്നതിനു മുമ്പുതന്നെ നിശിനന്ദിനി അമ്പെയ്തു കഴിഞ്ഞിരുന്നു. അതിനെ തിരിച്ചുവിളിക്കാനുള്ള

മാർഗമില്ലായിരുന്നു. ആ അമ്പേറ്റ കൊച്ചു പൈതൽ രക്താഭിഷിക്തയായി അമ്മയുടെ മാറിൽ കിടന്നു മരിച്ചു.

ഒരൊറ്റ നിമിഷംകൊണ്ട് റാണി പിച്ചക്കാരിയായി. അവരുടെ രൂപ ലാവണ്യവും ശക്തിയും സമ്പത്തും ഗർവും എല്ലാം അർത്ഥഹീനമായി, പതിന്നാലു സന്താനങ്ങളുണ്ടായിരുന്നു അവർക്ക് ഇപ്പോൾ ഒന്നുപോലും ഇല്ല. ഈ ഗർവുകൊണ്ടാണ് താൻ ദൈവത്തേക്കാളും വലിയവളാണെന്ന് അവർ കരുതിയത്. അവർ പതുക്കെ പതുക്കെ മണ്ണിൽ വീണു. ആർക്കും അവരെ അവിടെനിന്ന് എഴുന്നേല്പിക്കാനായില്ല. ആർക്കും അവരോട് ഒന്നും പറയാനായില്ല. ശോകവും വേദനയുംകൊണ്ട് അവരാകെ മരവിച്ചു പോയി. അവരുടെ കണ്ണും മുഖവും ചാരനിറമായി. അവർ ശിലയായി രൂപാന്തരപ്പെട്ടു. അനങ്ങാപ്പാറയായി അവിടെ കിടന്നു. ഒരു ദിവസം അത്യു ഗ്രമായ കൊടുങ്കാറ്റും പേമാരിയും വന്നു. സർവവും തകർന്നു തരിപ്പണ മായി. കൊടുങ്കാറ്റ് പാറക്കല്ലിനെ തകർത്ത് അതിന്റെ കഷണങ്ങൾ പറത്തി ക്കൊണ്ടുപോയി പർവ്വതശിഖരങ്ങളിൽ പ്രതിഷ്ഠിച്ചു. അന്നു തൊട്ട്, സൂക്ഷിച്ചുനോക്കിയാൽ സർവ്വ പർവ്വതശിഖരങ്ങളിലും ഒരു സ്ത്രീ രൂപം കാണാനായി. ദുഃഖിത, വ്യഥിത, സന്താനഹാര, ഏകാകിനി. ക്ഷമയെ ന്തെന്നറിയാത്ത ശക്തിയുടെ, കരുണയെന്തെന്നറിയാത്ത അഹങ്കാര ത്തിന്റെ അനന്തരഫലം.

കുരുടൻ ചോദിച്ചു. ഭഗവാനും മനുഷ്യരെപ്പോലെ മനുഷ്യരെ കൊല്ലുമോ?

മാസ്റ്റർ പറഞ്ഞു. ഉവ്വ്, ദൈവവും ഹിംസ്രബുദ്ധിയാണ്. പ്രതികാര ദാഹി, പൂജാലോഭി. ക്ഷമയെന്തെന്നറിയില്ല. ദൈവം മനുഷ്യന്റെ പ്രതി ച്ഛായ മാത്രമാണ്. മനുഷ്യനും ദൈവവും തമ്മിൽ ഒരു വ്യത്യാസവുമില്ല.

കുരുടന് മനസ്സിലായില്ല. അപ്പോപ്പിന്നെ ഈശ്വരനെ പൂജിച്ചിട്ട് ലാഭ മുണ്ടോ ഇല്ലയോ?

പലാശ് ഇടർച്ചയോടെ ചോദിച്ചു. പക്ഷേ, മനസ്സു നൊന്തു പ്രാർത്ഥി ച്ചാൽ ദൈവം സന്തുഷ്ടനായി ചോദിച്ചതൊക്കെ തരും, തരില്ലേ?

മാസ്റ്റർ ഒന്നും പറഞ്ഞില്ല. അയാൾക്കറിയില്ല താൻ ദൈവത്തെ അംഗീ കരിക്കുന്നുണ്ടോ ഇല്ലയോയെന്ന്. ഒരുവേള അംഗീകരിക്കുന്നുണ്ടാവും. ഈ ഭൂമണ്ഡലത്തിൽ ഓരോ ദേശത്തും ഓരോരോ സമയത്ത് ഒന്നല്ലെ ങ്കിൽ മറ്റൊരു ദൈവം വാഴ്ച നടത്തുന്നു. ആ വസ്തുത എങ്ങനെ അംഗീ കരിക്കാതിരിക്കാനാവും!

മൂന്ന്

ഒരുപാടു നാളുകൾക്കുശേഷം ദേവാർച്ചന്റെ കിടപ്പറ ഉപയോഗിക്കുക യാണ് വികാസ്. ഈ കിടപ്പുമുറി വികാസ് സ്വന്തം ഇഷ്ടപ്രകാരം തെര ഞ്ഞെടുത്തതാണ്. കല്യാണശേഷം ദേവാശിഷിനും നവവധുവിനും

വേണ്ടി ഒരു മുറി പ്രത്യേകം നീക്കി വെക്കേണ്ടി വന്നപ്പോൾ, താനിത്രയും കാലം ഉപയോഗിച്ചിരുന്ന റൂം ഒഴിഞ്ഞു കൊടുക്കാൻ വികാസ് നിർബന്ധിതനായി. പണ്ട് വികാസും ലക്ഷ്മിയും പങ്കിട്ടിരുന്ന കിടപ്പുമുറി പിന്നീടെപ്പോഴോ ലക്ഷ്മിയുടേയും മകന്റേയും കിടപ്പറയായി. വികാസിന് ഭാര്യയോടൊപ്പം ഉറങ്ങുന്ന പഴക്കം എന്നേ വിട്ടുപോയിരിക്കുന്നു. സ്വേച്ഛാനുസാരം രാത്രി ചെലവിടാനായി വികാസ് ഇളയമോന്റെ മുറിയാണ് തെരഞ്ഞെടുത്തത്. വീട്ടിലുള്ളപ്പോഴെല്ലാം അധികസമയവും ഈ മുറിയിലാണ് വികാസ് ചെലവിടാറ്. മകന്റെ മേശ, അവന്റെ പുസ്തകങ്ങൾ, അവന്റെ ഡയറി. വികാസ് സ്വയം ഇതൊക്കെ തുടച്ചു വൃത്തിയാക്കി വെക്കും. ലക്ഷ്മി ഇതൊന്നും കൈകൊണ്ട് തൊടില്ല. ഹും, അവനില്ലല്ലോ, പിന്നെ അവന്റെ സാമാനങ്ങൾ ഇളക്കിനോക്കിയിട്ട് എന്തു കിട്ടാനാ? വികാസിന്റെ മനസ്സു പറയും കിട്ടും, എന്തെങ്കിലുമൊക്കെ കിട്ടും. ഒരിക്കൽ അവൻ ഇതൊക്കെ സ്പർശിച്ചിരുന്നതാണ്. ഒരിക്കൽ അവൻ ഇതിലൊക്കെ എഴുതിയതാണ്. ഓരോ താളിലും പലതരം ഭാവനകൾ ചിതറിത്തെറിപ്പിച്ചു. ഇതിന്റെയൊക്കെ ഇടയിൽ അവനുണ്ട്.

രണ്ടുപുത്രന്മാരുടേയും ചിന്താരീതി രണ്ടു വിധമാണ്. അതുകൊണ്ടാണ് മുറികളും രണ്ടുവിധം. ഇന്നെന്തോ വികാസിന് ഒരുന്മേഷം. മകന്റെ ഫോട്ടോയിലേക്കു തന്നെ നോക്കിയിരിപ്പാണ്. ദേവാർച്ചൻ ചിരിക്കയാണോ? കുടുംബത്തിലെ ഈ പുതിയ പരിവർത്തനങ്ങൾ കണ്ട്? ദേവാശിഷിന്റെ നവവധു വന്നെത്തിയത്, ഈ ആഘോഷങ്ങളും ബഹളവും. ഇതൊക്കെ ദേവാർച്ചനേയും സന്തോഷിപ്പിക്കുന്നെന്നപോലെ.

പെൺകുട്ടി, ജിനി. നല്ല കുട്ടി. ശരിക്കുള്ള പേര് ശിഞ്ജിനി. സദാസമയവും മുഖത്ത് പുഞ്ചിരി. ആരാണാവോ അവൾക്ക് ശിഞ്ജിനിയെന്നു പേരിട്ടത്. നല്ല പൊരുത്തമുള്ള പേര്. ആരെങ്കിലും പാടാൻ പറഞ്ഞാൽ ഒരു സങ്കോചവുമില്ലാതെ ഉടൻ തുടങ്ങും പാട്ട്. മൂന്നാലു തവണ ഹാർമോണിയത്തിന്റെ കട്ടകളിലൂടെ ഒരറ്റം മുതൽ മറ്റേയറ്റം വരെ വിരലോടിച്ച് പാട്ടു തുടങ്ങും പ്രിയോ, ജായി ജായി ബോലോ നാ... അല്ലെങ്കിൽ പരദേശീ മേഘ് ജാഓരോ ഫിരേ... ഹാർമോണിയം അവൾ കൂടെ കൊണ്ടുവന്നതാണ്. അതോടൊപ്പം നല്ല മുന്തിയതരം അനേകം സാമാനങ്ങൾ. ടെലിവിഷൻ, സ്റ്റീരിയോഫോണിക് റെക്കോർഡ് പ്ലേയർ... ഈ വീട്ടിലേക്ക് അവൾ തുള്ളിച്ചാടിയാണ് വന്നത്. ചിരിച്ചുകളിച്ചുകൊണ്ടാണ് വന്നത്. വികാസ് ചിന്തിക്കയാണ്: ഒരാളു പോയി മറ്റൊരാൾ വന്നു. ഒരുപാടു കാലമായി കട്ടകുത്തി നിന്നിരുന്ന ഇരുട്ട് നീങ്ങി പ്രകാശം പരന്നപോലെ, പോയ്പോയവരുടെ അഭാവം ഒരുതരത്തിലും നികത്താനാവില്ല. പക്ഷേ പുതുതായി വന്നവരെ ചേർത്ത് കുടുംബത്തെ വീണ്ടും പുതിയ രീതിയിൽ സമ്പൂർണമാക്കാം. വികാസിനെ സംബന്ധിച്ചേടത്തോളം ജിനിയാണ് ആ പൂർണത. കാണാൻ നല്ല ചന്തമുള്ള കുട്ടി, മെലിഞ്ഞ ദേഹം, നീണ്ട മൂക്ക്, കടലിന്റെ നീലിമയാർന്ന വലിയ കണ്ണുകൾ. വധുവിനെ വീട്ടിലേക്കു കൂട്ടിക്കൊണ്ടു വന്ന ദിവസം വിരുന്നിന് വികാസിന്റെ സഹപ്രവർത്തകർ എത്തിയിരുന്നു. പറഞ്ഞുവന്നപ്പോൾ ബിജൻ ദേബിന്

ജിനിയുടെ അച്ഛനെ അറിയാം. അയാൾ ജിനിയോട് വർത്തമാനം പറഞ്ഞു. ജിനി പറഞ്ഞു അച്ഛനില്ല. രണ്ടു കൊല്ലമായി മരിച്ചിട്ട്. അച്ഛനെ പരിചയമുണ്ടായിരുന്ന ഈ വ്യക്തിയിലൂടെ ജിനി അച്ഛനെ കാണാൻ ശ്രമിക്കയായിരുന്നോ. വികാസിന്റെ ഹൃദയത്തിൽ സ്നേഹം നിറഞ്ഞു തുളുമ്പി. തനിക്ക് പുത്രൻ നഷ്ടപ്പെട്ടിട്ട് അഞ്ചു കൊല്ലം തികഞ്ഞിട്ടില്ല. ഈ പെൺകുട്ടിക്ക് സ്വന്തം പിതാവു നഷ്ടപ്പെട്ടിട്ട് രണ്ടു വർഷം തികഞ്ഞിട്ടില്ല. വികാസ് സ്വന്തം ദുഃഖത്തോടൊപ്പം അവളുടെ ദുഃഖവും ഒന്നായിക്കണ്ടു. അപ്പഴാണ് ലക്ഷ്മി അയാളെ കൈമാടി വിളിച്ചത്.

എന്താ?

ഇവൾ എന്തൊക്കെയാണീ കാട്ടിക്കൂട്ടുന്നത്?

ഉം? എന്തു നടന്നെന്നാ?

നാലുപാടും വിരുന്നിനെത്തിയവർ. പുതിയ പെണ്ണ് ഇത്രയൊക്കെ സംസാരിക്കാമോ?

അതോണ്ടെന്താ? ഇന്നത്തെ കാലത്താണോ ഇതൊക്കെ നോക്കണത്, ലക്ഷ്മീ, കോളേജിലും യൂണിവേഴ്സിറ്റിയിലുമൊക്കെ പഠിച്ച കുട്ടിയല്ലേ?

ചുമ്മാ അതുമിതും പറയരുത്. ഞാനെന്താ കോളേജിൽ പോയിട്ടില്ലേ?

വികാസിന് ജിനിയുടെ പെരുമാറ്റത്തിലൊരു അപാകതയും കാണാനായില്ല. നാല് ആങ്ങളമാർക്ക് ഒരൊറ്റ പെങ്ങൾ - അതീവ ലാളനയോടെ വളർന്നു വന്നവളാണ്. കപടമില്ലാത്തവൾ. എട്ടും പൊട്ടും തിരിയില്ല. ദേ, ഇപ്പോ കോളേജിൽ നിന്ന് ബിരുദമെടുത്ത് ഇറങ്ങിയിട്ടേ ഉള്ളൂ. അത്തരം പെൺകുട്ടികൾക്ക് പുസ്തകജ്ഞാനം വേണ്ടുവോളമുണ്ടാവും. പക്ഷേ വാസ്തവം പറഞ്ഞാൽ കൊച്ചുകുട്ടികളെപ്പോലെയാണ്. അവരുടെയൊക്കെ വിചാരം തങ്ങൾക്കെല്ലാം എല്ലാം അറിയാമെന്നാണ്, ജീവിതമെന്താണെന്ന് കണ്ടുകഴിഞ്ഞെന്നാണ്. പക്ഷേ, പിന്നീടു പിന്നീടാണ് എല്ലാം മനസ്സിലാകുന്നത്. ജീവിതത്തിന് എത്രയെത്ര രൂപഭാവങ്ങൾ, നിറഭേദങ്ങൾ, ഇവയിൽ ചുണ്ണാമ്പും കരിയും കണ്ണീരും ഗർജനവും കലർന്നിരിക്കുന്നു, പിന്നെവിടെയോ ഒരല്പം സ്നിഗ്ധസുന്ദരമായ സൂര്യോദയവും.

വികാസ് മുറിയിലെ കർട്ടൻ നീക്കി, വായന തുടങ്ങി. ഒരുപാടു കാലത്തിനു ശേഷം ടഗോറിന്റെ രചന വായിക്കയാണ്. ചെറുകഥകൾ. വിസ്മയകരമായ ജീവിതങ്ങളെപ്പറ്റി, അതിലും വിസ്മയകരമായ സ്പന്ദനങ്ങളെപ്പറ്റി. നവരസങ്ങളുമുണ്ട്. എന്തൊരടക്കം, എന്തൊരു വ്യാപ്തി. ഇതിത്തിരി കൂടിപ്പോയി എന്ന് ഒരിക്കലും തോന്നില്ല. വികാസ് വായിക്കയാണ്.

ജോലി വേണം. ഗവണ്മെന്റ് ഓഫീസിൽ ജോലി കിട്ടാവുന്ന പ്രായപരിധി അതിക്രമിച്ചിരിക്കുന്നു. മറ്റേതെങ്കിലും ഓഫീസിൽ കടന്നുകൂടാനുള്ള കഴിവുമില്ല. ഒരുപാട് ആലോചിച്ചശേഷം പുസ്തകമെഴുത്ത് തുടങ്ങി.

മുളക്ഷണത്തിൽ തുള വീണാൽ പിന്നെ അതിൽ എണ്ണയോ വെള്ളമോ സൂക്ഷിച്ചുവെക്കാനാവില്ല. നിത്യസാധാരണ ജീവിതത്തിൽ

ആ മുളങ്കമ്പുകൊണ്ട് പിന്നെ ഒരുപയോഗവും ഉണ്ടാവില്ല. പക്ഷേ അതിലൂടെ ഫും എന്നൂതിയാൽ ഒരു ചെലവുമില്ലാതെ സ്വരമാധുരി ഉതിരും. എനിക്ക് നല്ല തീർച്ചയുണ്ടായിരുന്നു. സാധാരണ ജനജീവിതത്തിലെ ഒരൊറ്റ കാര്യത്തിലും മനസ്സുറയ്ക്കാത്ത മനുഷ്യന് ഒരു നല്ല പുസ്തകമെഴുതാനാവുമെന്ന്. ആ സാഹസമാണ് ഒരു പ്രഹസനം എഴുതാൻ പ്രേരിപ്പിച്ചത്, ആളുകൾ നല്ലതാണെന്നു പറഞ്ഞു, അങ്ങനെ അത് സദസ്സിൽ അവതരിപ്പിക്കപ്പെട്ടു.

പൊടുന്നനെയുണ്ടായ പ്രശസ്തി ചെന്നെത്തിച്ചത് മറ്റൊരു വലിയ വിപത്തിലേക്കാണ്. പ്രഹസനമെഴുത്ത് നിർത്താൻ വയ്യെന്നായി. ദിവസം മുഴുവനും ചിന്താവിഷ്ടനായി പ്രഹസനങ്ങളെഴുതാൻ തുടങ്ങി....

വീടിന്റെ മറ്റൊരു ഭാഗത്തെ മുറി. ദേവാശിഷ് വിളക്കണച്ചു. ഒന്നിനു പിറകെ ഒന്നായി മൂന്നു ദിവസങ്ങൾ വ്യർഥമായിരിക്കുന്നു. ആദ്യരാത്രിയിൽ അയാൾ ആകെ ഹതാശനായിപ്പോയി. ഇത്ര ചെറുത്. അയാളുടെ ശരീരം മുഴുവനും നിർവൃതി നിറഞ്ഞ രാത്രിക്കുവേണ്ടി ആർത്തിയോടെ കാത്തിരിക്കയായിരുന്നു. എത്രമാത്രം ആർത്തിയോടെ എന്നതിനെപ്പറ്റി അയാൾക്കു സ്വയം പൂർണമായ അനുമാനമില്ലായിരുന്നു. വാതിലടഞ്ഞതും എല്ലാ ഹുക്കുകളും വലിച്ചു പൊട്ടിച്ച് ജീനിയെ വിവസ്ത്രയാക്കാൻ ശ്രമിച്ചു. ഈ മൂന്നു ദിവസമായി ജിനി കല്ലുപോലെ മരവിച്ചുപോയിരിക്കയാണ്. വെറും മരക്കട്ട. ദേവാശിഷിന് ആദ്യം തോന്നിയത് ലജ്ജകൊണ്ടായിരിക്കുമെന്നാണ്, അഥവാ ഭയം. സ്ഥലകാലബോധം മറന്ന് ഉന്മാദാവസ്ഥയിൽ അയാൾ ബാത്റൂമിലേക്കു പോയി. ഇനി കൈ തന്നെ ശരണം. അയാൾക്ക് രോഷം ജ്വലിച്ചുയർന്നു. എന്നാലും ശാന്തത കൈവിടുന്നില്ല. മൂന്നു ദിവസമല്ലേ ആയുള്ളൂ. എല്ലാം പോകപ്പോകെ ശരിയാവും. ഓഫീസിലെ ശങ്കർദാ പറഞ്ഞിരുന്നു. ദേ വെറുതെ ധൃതി കൂട്ടരുത്.

ജനാലയിലെ കർട്ടൻ നീക്കി, പുറത്തേക്കു നോക്കിയിരിക്കയാണ് ജിനി. ദേവാശിഷുമായി നന്നായൊന്നു സംസാരിക്കാനായിട്ടില്ല. ദേവാശിഷിന് ഒന്നും പറയണമെന്നില്ല, കേൾക്കണമെന്നില്ല. പക്ഷേ ഇങ്ങനെയൊന്നുമല്ല ജിനി സങ്കല്പിച്ചിരുന്നത്. അവരിരുവരും പരസ്പരം ഒരുപാടൊരുപാട് കാര്യങ്ങൾ പറയും, കേൾക്കും. കുട്ടിക്കാലത്തെ കാര്യങ്ങൾ മുതിർന്നപ്പോഴത്തെ കഥകൾ. തന്റെ അച്ഛനെപ്പറ്റി പറയും. തനിക്ക് ഏറ്റവും പ്രിയപ്പെട്ട കവിതകൾ ദേവാശിഷിനെ വായിച്ചു കേൾപ്പിക്കും. ദേവാശിഷ് അവളുടെ മടിയിൽ തല വെച്ചു കിടക്കും. കവിത കേട്ടുകേട്ട് അവളോട് സ്നേഹം പ്രകടിപ്പിക്കും. ഒരു കവിതയെപ്പോലെ അവളിലേക്ക് സ്നേഹം പകരും. ഇങ്ങനെയൊന്നും നടന്നില്ല. ദേവാശിഷ് പകലു മുഴുവനും അകന്നകന്നു നില്ക്കും. ഈ മൂന്നു ദിവസവും അധികസമയവും ജിനി ഈ മുറിക്കകത്താണ് ചെലവഴിച്ചത്. കൂടെ വന്നിരുന്ന ബന്ധുക്കളെല്ലാം ഇന്ന് തിരിച്ചുപോയി. പകൽസമയത്ത് ദേവാശിഷ് ഈ മുറിയിലേക്കു കാലു വെച്ച ഓരോ തവണയും തത്ക്ഷണം ലക്ഷ്മിയുടെ

വിളിവന്നു. മറുനിമിഷം ദാ വന്നു എന്നു പറഞ്ഞ് മകൻ പോകയും ചെയ്തു. ജിനി ദിവസങ്ങളെണ്ണുകയാണ് ഇനിയും നാലു ദിവസങ്ങൾ കൂടി. അതിനുശേഷം അഗർത്തല യാത്ര. ആലോചിക്കുമ്പോൾതന്നെ മനസ്സിനൊരു പ്രസന്നത. അവിടെച്ചെന്ന് അവൾ ദേവാശിഷിന് എല്ലാം കാണിച്ചുകൊടുക്കും. ചെറുപ്പകാലത്തെ സ്കൂൾ. കൂട്ടുകാരൊത്ത് കളിച്ചിരുന്ന മൈതാനം, സമ്മാനം കിട്ടിയ പുസ്തകങ്ങൾ. അച്ഛന്റെ ഫോട്ടോ. ഒരുപാടു കാര്യങ്ങൾ പറയും. കല്യാണം കഴിഞ്ഞ് മൂന്നാംപക്കം കൂടെ വന്ന ബന്ധുക്കളൊക്കെ അഗർത്തലയിലേക്കു തിരിച്ചുപോയി. ഇനിയും നാലു ദിവസം കഴിഞ്ഞ് ദേവാശിഷും ജിനിയും അങ്ങോട്ടു പോകും, അവിടെ വെച്ച് ദാമ്പത്യബന്ധത്തിലെ കുരുക്കുകളൊക്കെ ജിനി അഴിച്ചെടുക്കും.

വലിയ ശബ്ദത്തോടെയാണ് ദേവാശിഷ് വാതിൽ വലിച്ചടച്ചത്. ജിനി നടുങ്ങിപ്പോയി. ദേവാശിഷിന്റെ കൈ ലൈറ്റണയ്ക്കാനായി സ്വിച്ചിലേക്കുയരുകയാണ്. ജിനിയുടെ നട്ടെല്ലിലൂടെ ഹിമജലം ഒഴുകിയിറങ്ങി. അവൾക്കറിയാം അടുത്ത നിമിഷം ദേവാശിഷ് അവളെ ബലപൂർവ്വം പിടിച്ചുകിടത്തും. ഹുക്കുകളൊക്കെ വലിച്ചുകീറും. അതോടെ ജിനി മരവിച്ചുപോകും. മൂന്നു ദിവസം തുടർച്ചയായി ഇതേ പരിപാടി. ജിനിക്ക് മനസ്സിലാവുന്നില്ല ഇതെന്താണിങ്ങനെ? ഒരക്ഷരം ഉരിയാടാതെ, കണ്ണുകളിലേക്കു നോക്കാതെ, സ്നേഹമില്ലാതെ? വിവാഹം കഴിഞ്ഞ അടുത്ത നിമിഷം മുതൽ സ്ത്രീയും പുരുഷനും പരസ്പരം ശാരീരികമായി അതിക്രമണം നടത്തണമെന്നാണോ? അവൾ വളരെ പതുക്കെ പറഞ്ഞു, ലൈറ്റണയ്ക്കണ്ട.

അതെന്താ? ദേവാശിഷ് തിരിഞ്ഞുനിന്നു. പുരികം ചുളിഞ്ഞിരിക്കുന്നു. മൂക്കു വിറയ്ക്കുന്നു. ഇളംപച്ച നിറമുള്ള ഷാളു പൊതിഞ്ഞിരിക്കുന്ന വടിവുള്ള ശരീരം. ദേവാശിഷ് കാഴ്ചയ്ക്ക് സുന്ദരനാണ്. അയാൾ ആജ്ഞാപിച്ചു ജനാലടയ്ക്ക്. ഈ തണുപ്പത്ത് എന്തിനാ എല്ലാം തുറന്നുവെച്ചിരിക്കണേത്?.... ജിനി ജനാലയടച്ചു. അവൾക്ക് ബോധ്യമാവുന്നുണ്ട് ഇന്നും തനിക്കു രക്ഷയില്ലെന്ന്. ഏകാകിനി, ഈ ലോകത്തിൽ താൻ ഒറ്റപ്പെട്ടിരിക്കുന്നു. ഈ പരിതഃസ്ഥിതിയിൽ അവൾ ഒച്ചയെടുത്ത് ബഹളം വെക്കണം. ആർത്തനാദം മുഴക്കണം. ജനാല തുറന്നു കിടക്കയാണെങ്കിൽ ആ വിലാപം പുറത്തേക്ക് ഒഴുകിച്ചെല്ലും. എവിടേക്ക്? ആരുടെ കാതുകളിലേക്ക്? സ്വജനങ്ങളിലേക്ക്, പ്രിയ ജനങ്ങളിലേക്ക്. അമ്മ, ഏട്ടന്മാർ, ഏടത്തിയമ്മമാർ, അമ്മായി... ചുണ്ടു കടിച്ചുകൊണ്ട് ജിനി ആലോചിക്കുകയാണ്. അമ്മ, ഏട്ടന്മാർ, ഏടത്തിയമ്മമാർ, അമ്മായി... ഇക്കൂട്ടത്തിൽ ദേവാശിഷ് ഇല്ല. സ്വജനങ്ങളുടെ കൂട്ടത്തിൽ ഭർത്താവില്ല? വിവാഹിതയായാൽ ഭർത്താവായിരിക്കും പ്രിയതമൻ. അതായിരുന്നു അവളുടെ സങ്കല്പം. ഈ പ്രിയതമം മൂന്നു രാത്രികൾ കഴിഞ്ഞിട്ടും അവൾക്ക് സ്പർശിക്കാൻപോലും കഴിഞ്ഞിട്ടില്ല. ഈ നാലു ചുമരുകൾക്കുള്ളിൽ താൻ ഏകാകിനിയാണെന്ന് അവൾക്കു തോന്നിപ്പോകുന്നു. അവൾ കട്ടിലിൽ നിന്ന് താഴേക്കിറങ്ങി. ദേവാശിഷ് അവളുടെ കൈകളിൽ കയറിപ്പിടിച്ചു.

എങ്ങോട്ടാ പോക്ക്?

നിങ്ങൾ കവിത വായിക്കാറില്ലേ? ജിനി പൊടുന്നനെ ചോദിച്ചുപോയി. ആകസ്മികമായ ചോദ്യം.

കവിതയോ? എന്താ ചോദിച്ചത്, കവിതയോ?

അതെ, വായിക്കാറില്ലേ?

ദേവാശിഷ് ചിരിച്ചു. ചിരിയിൽ വ്യംഗ്യം സ്ഫുരിക്കുന്നു. അല്ലെങ്കിൽ പുച്ഛം. അതോ വിരക്തിയോ? ജിനിക്ക് മനസ്സിലായിട്ടും മനസ്സിലാവുന്നില്ല.

ഇല്ല. നീ വായിക്കുമോ? ഓ! നീ വായിക്കാതെ പിന്നെ? സാഹിത്യം പഠിച്ചവളല്ലേ? പാട്ടു പാടും. കവിതയും വായിക്കും. ഇനി ഡാൻസുമുണ്ടോ ആവോ?

ദേവാശിഷിന്റെ കൈക്കുള്ളിൽക്കിടന്ന് ജിനിയുടെ കൈ ഞെരിഞ്ഞ മരുന്നു. ദേവാശിഷിന്റെ മറ്റേക്കൈ അവളുടെ ദേഹമാസകലം പരതി നടക്കുന്നു. ജിനിയിന്ന് പൊടിഞ്ഞുപോകും, അല്ലെങ്കിൽ അലിഞ്ഞുപോകും. ദേവാശിഷ് കാണാനെന്തു സുന്ദരൻ. പക്ഷേ അവൾ മരവിച്ചു പോകയാണ്. ഇനി ഡാൻസുമുണ്ടോ ആവോ. അതു കേട്ടതും അവൾ ഉറച്ചു കട്ടയായി. ഇല്ല. അവൾക്ക് ഡാൻസറിയില്ല. ഇനി ഡാൻസ് അറിയാമെന്നു വെച്ചാലും അതിലെന്താണു തെറ്റ്?

വിടൂ, കൈ വിടൂ.

എന്തിനു വിടണം?

കവിത കേൾക്കണോ?

കവിതയോ?, ശരി, ആവട്ടെ.

നിരാശനായി അയാൾ കിടക്കയിൽ വീണു.

ഹും, അനിയന് ആ കമ്പമൊക്കെ ഉണ്ടായിരുന്നു. കവിതാ, ടാഗോർ, രാമകൃഷ്ണ പരമഹംസർ, വിവേകാനന്ദ സ്വാമികൾ.. എന്നിട്ടൊടുവിൽ എത്തിയതോ കാറൽ മാർക്സ്, ചാരു മജൂംദാർ.. ഹോ എല്ലാം മുടിച്ചില്ലേ?

മുടിച്ചെന്നോ?.... ജിനി സ്തംഭിച്ചുപോയി. ചുമരിനോടടുത്ത് ഷെൽഫിൽ ഏതാനും കവിതാ പുസ്തകങ്ങളുണ്ട്. അവളുടെ സദാ സമയത്തെ കൂട്ടുകാർ... അങ്ങോട്ടേക്കു നീങ്ങാനാവുന്നില്ല.

ഹറാസ്മെന്റ്. അവൻ കാരണം കുറച്ചൊന്നുമായിരുന്നില്ല ഹറാസ്മെന്റ് അനുഭവിക്കേണ്ടിവന്നത്. എനിക്ക് എത്രയോ കാലം വെളിയിൽ കഴിയേണ്ടിന്നു. അച്ഛനു നേരിടേണ്ടിവന്ന അപമാനം അതിലേറെ. ഇതിന്റെയൊക്കെ വല്ല ആവശ്യവുമുണ്ടായിരുന്നോ?

അപമാനമോ എന്തിന്?

ഓ നിനക്കതു പറഞ്ഞാൽ മനസ്സിലാവില്ല. വേഗം വാ.

ജിനി ഷെൽഫിൽ കൈ വെച്ചു. ജീബനാനന്ദ് വലിച്ചെടുത്തു. കവിത കേൾപ്പിക്കാനുള്ള മനോനില നഷ്ടപ്പെട്ടിരിക്കുന്നു. ദേവാശിഷിന് കവിത കേൾക്കാൻ അശേഷം താത്പര്യമില്ലെന്ന കാര്യം അവൾക്ക് നന്നായി

ബോധ്യമായിരിക്കുന്നു. കുറച്ചു നേരത്തേക്കെങ്കിലും ഈ മുറിക്കകത്തു നിന്ന് പുറത്തേക്കു പോകാനായെങ്കിൽ. ഒന്നോ രണ്ടോ താളുകൾ വായിക്കാനായെങ്കിൽ.... ബാത്റൂമിലേക്കു പോയാലോ? പുസ്തകം കൈയിൽ എടുത്തു കൊണ്ടോ?... ദേവാശിഷിന്റെ അനാവശ്യ ചോദ്യങ്ങൾക്ക് ഉത്തരം പറയേണ്ടിവരും. അവൾ അന്യമനസ്കയായി പേജുകൾ മറിച്ചു.

രാത്രി ഇനിയും നീളും. നമുക്കിനിയും കാണാനാകില്ലേ. നാളെ സന്ധ്യമയങ്ങുമ്പോ നിന്നെ വീണ്ടും കാണാനാകുമോ? വരില്ലേ നീ വരില്ലേ?

അവൾ കവിതയിൽ മുഴുകുകയാണ്. മനസ്സിൽ ഒരു മുഖവും ഉയരുന്നില്ല. സമീപത്തുമില്ല. ആരാണ് ഒരു ദിവസം തന്നോടു പറയുക, വരുമല്ലോ, വരില്ലേ... ഇല്ലേ?

കഴിഞ്ഞോ, കവിത കിട്ടിയോ? വേഗമാവട്ടെ.

ജിനി കട്ടിലിനടുത്തേക്കു നീങ്ങി. കേൾപ്പിക്കും. കേൾപ്പിക്കണം. അവൾ സ്വയം വായിച്ചു കേൾപ്പിക്കും. ദേവാശിഷ് ഷാളു വലിച്ചെറിഞ്ഞ് കമ്പിളി പുതച്ചിരിക്കുന്നു. മുഖത്ത് ചിരി. ജിനിയുടെ കൈയിൽ ജീബനാനന്ദ്. അവളുടെ കാതിൽ ദേവാശിഷിന്റെ ശബ്ദം.

ഇന്ന് ശിവതോഷ്ദാ ഒരുഗ്രൻ സാധനം തന്നു, കേട്ടോ.

എന്ത് സാധനം?

ഓർമയുണ്ടോ ശിവതോഷ്ദായെ?

ഇല്ല. ഓർമ വരുന്നില്ല.

ഇല്ല? ഭാര്യയ്ക്ക് നെഞ്ചിനസുഖം വന്നാൽ എന്റെ അടുത്തേക്കു കൂട്ടിക്കൊണ്ടു വരൂ എന്നു പറഞ്ഞില്ലേ?

ഓ!

എന്ത് ഓ! ശിവതോഷ്ദാ ഡോക്ടറാണ്. മനസ്സിലായോ? നോക്ക് ഉഗ്രൻ സാധനം.

ജിനി കാണുകയാണ്. ദേവാശിഷിന്റെ കണ്ണും മുഖവും അതിയായി വികസിച്ചിരിക്കുന്നു. പക്ഷേ ഇതിന്റെ പേര് ആനന്ദം എന്നല്ല. ദേവാശിഷിന്റെ രണ്ടു വിരലുകൾക്കിടയിൽ മിന്നുന്ന വർണക്കടലാസുകൊണ്ടുള്ള ഒരു പാക്കറ്റ്.

വലിയ വിലയാണ് വിദേശി. പക്ഷേ സംഗതി ഉഗ്രനാണ്.

ജിനിയുടെ കണ്ണുകൾക്കു മുന്നിലുള്ള പാക്കറ്റിൽ നാല്ക്കാലി ഭംഗിയിൽ ഒരു സ്ത്രീ. ചുണ്ടുകൾ മലർക്കെ തുറന്നുവെച്ചിരിക്കുന്നു. മത്തങ്ങ വലിപ്പത്തിൽ തൂങ്ങിയാടുന്ന സ്തനങ്ങൾ. ജിനിയും ദേവാശിഷും. അവർ മുഖാമുഖം ഇരിക്കയാണ്. കൈകളിൽ ജീബനാനന്ദുമായി ജിനി, കൈയിൽ കോൺഡം പാക്കറ്റുമായി ദേവാശിഷ്.... അവർ ഭാര്യാഭർത്താക്കന്മാരാണ്. സ്ത്രീയും പുരുഷനും. അവരുടെ സംഗമം നടക്കും. വർഷങ്ങളായി യുഗയുഗങ്ങളായി നടന്നുവരുന്ന സ്ത്രീപുരുഷസംഗമം. അതിസരളമായി

പുതിയൊരു ജീവനെ അവർ സൃഷ്ടിച്ചെടുക്കും. അതിസരളമായി ശരീരത്തിലൂടെ ശരീരാതീതമായ മറ്റൊരു ഘട്ടത്തിലെത്തും. അതിന്റെ പേരാണ് പ്രണയം. അങ്ങനെയൊക്കെയായിരുന്നു ജിനിയുടെ ധാരണ. ഇന്ന് അതൊക്കെ മിഥ്യയാണെന്നു വന്നിരിക്കുന്നു. എല്ലാം പിഴച്ചിരിക്കുന്നു. ശാരീരികസുഖം? ഇതാ ഒരു ശരീരം അടുത്തുണ്ടല്ലോ. പിന്നെന്തിനാണ് ഈ അരോചകമായ ചിത്രം കണ്ട് ഉത്തേജിതനാകുന്നത്? എന്തിനാണ് പ്രണയത്തെ അഴുക്കുവെള്ളം നിറഞ്ഞ ഓവുചാലിലേക്ക് ഒഴുക്കിവിടുന്ന ഈ നിർലജ്ജമായ പ്രദർശനം? ജിനി രണ്ടു കൈകൊണ്ടും മുഖം പൊത്തി. വികൃതസ്വരത്തിൽ പറഞ്ഞു: ഛീ, മാറ്റൂ, അതു മാറ്റൂ. ദേവാശിഷ് ബലം പ്രയോഗിച്ച് ജിനിയെ കിടക്കയിലേക്കു പിടിച്ചു കിടത്തി. പരുഷസ്വരത്തിൽ ഗർജിച്ചു. നാണം തോന്നുന്നോ? ഉം... നാണം തോന്നുന്നോ? ഞാനും അങ്ങനെ ചെയ്യും. നിന്നേയും അങ്ങനെ...

അവളുടെ കൈകളിൽ നിന്ന് ജീബനനാന്ദ് തെറിച്ചുവീണു. തറയിലേക്ക് മൂക്കു കുത്തി വീണു. ജിനി ഉറച്ച് മരക്കട്ടയായിരിക്കുന്നു. അവൾക്ക് മുക്തിയില്ല. ദേവാശിഷ് ശരീരത്തിനു മുകളിൽ കയറിപ്പറ്റിയിരിക്കുന്നു. ജിനി കുതറുകയാണ്. ഊമയായ നിരാലംബയായ ജീവിയെപ്പോലെ അവൾ കുതറുകയാണ്. എന്തൊരു കൊടുംവേദന. ദൈവമേ... കണ്ണു നിറഞ്ഞ് അശ്രുവൊഴുകുന്നു. വിളക്കണച്ചിട്ടില്ല. അവളുടെ ചുണ്ടുകൾ ആരോ കടിച്ചുമുറിക്കുന്നു. ഒരു തവണ അവൾ കണ്ണുതുറന്നു. നോട്ടം ചുമരിൽ പതിച്ചു. സ്വർണനിറമുള്ള ഒരു കൊച്ചുപ്രാണിയെ പല്ലി കടിച്ചെടുത്ത് എങ്ങോ കൊണ്ടുപോകുന്നു. കഴുത്തൊടിഞ്ഞുവീഴാറായ പ്രാണി.

വികാസ് താളുകൾ മറയ്ക്കയാണ്. അനേകം തവണ വായിച്ചതാണ് ടാഗോറിന്റെ ചെറുകഥ. ലാബട്ടറി.

മനസ്സിന് വല്ലാത്ത ആർത്തിയാണ്. മജ്ജയും മാംസവും കൊണ്ടു പൊതിഞ്ഞ ശരീരത്തിനടിയിൽ ആർത്തിയുടെ അഗ്നി ഒളിപ്പിച്ചു വെച്ചിരിക്കയാണ് മനുഷ്യൻ. തക്കം പാർത്ത് കത്തി ജ്വലിക്കും. ഞാൻ പണ്ടേ പേരു കളഞ്ഞു കുളിച്ചവളാണ്. സത്യം പറയാൻ എനിക്ക് ഒരുതടസ്സവും ഇല്ല. ആജന്മ തപസ്വിനികളല്ല. വേഷം കെട്ടിക്കെട്ടി ഞങ്ങൾ സ്ത്രീകളുടെ പ്രാണൻ പോയി. ദ്രൗപതിയും കുന്തിയും അണിഞ്ഞൊരുങ്ങി സീതാ സാവിത്രി ചമഞ്ഞിരിക്കണം...

വാതിൽക്കർട്ടൻ ചെറുതായൊന്നിളകി. വികാസ് തലപൊക്കി. ലക്ഷ്മീ! ഇതെന്തു വേഷമാണ്. ഈ തണുപ്പത്തും ഷാളെടുത്തിട്ടില്ല. റോസ് നിറമുള്ള നേരിയ നൈറ്റ് ഗൗൺ. ലക്ഷ്മി ഇതിനു മുമ്പ് ഇതണിഞ്ഞു കണ്ടിട്ടില്ല. എത്രയോ കാലമായി സാരിയിൽ കണ്ടു പഴകിയ ഭാര്യ. വികാസ് വായും പൊളിച്ചിരുന്നുപോയി. ഈ സമയത്ത് ലക്ഷ്മി ഈ മുറിയിൽ? ഈ വേഷത്തിൽ? വികാസ് ഹതബുദ്ധിയായി. കമ്പിളി കുറെക്കൂടി ഇറുക്കിപ്പുതച്ചു കൊണ്ട് ചോദിച്ചു.

എന്തായിതൊക്കെ?

ലക്ഷ്മിയുടെ സ്വരവും ഭാവഹാവങ്ങളും അവർ നവവിവാഹിതരായിരുന്ന കാലഘട്ടത്തിലേത്. ഉരുമ്മിയിരുന്നുകൊണ്ട് ലക്ഷ്മി കൊഞ്ചി. കാണട്ടെ എന്താ വായിക്കുന്നത്?

കൈയിൽനിന്ന് പുസ്തകം തട്ടിപ്പറിച്ച് പണ്ടത്തെപ്പോലെ വായിക്കാൻ ശ്രമിച്ചു. പണ്ടത്തെപ്പോലെ? പക്ഷേ പറ്റുന്നില്ല. കണ്ണടയെടുത്തിട്ടില്ല. ഉം. ഒന്നും കാണാനാവുന്നില്ല. ലക്ഷ്മി പുസ്തകം മാറ്റിവെച്ചു. മുന്നോട്ടു കുനിഞ്ഞ് കൈമുട്ടിൽ ശരീരഭാരമർപ്പിച്ച് കൈതലങ്ങളിൽ മുഖമമർത്തി കൊഞ്ചി.

എങ്ങനെയുണ്ട് എന്നെ കാണാൻ?

വികാസ് സ്വന്തം കണ്ണടയെടുത്തു മാറ്റി. ഇതെന്താ? ഷാളും സ്വെറ്ററും ഒന്നുമില്ലാതെ? തണുപ്പടിക്കും.

ലക്ഷ്മി മൂളുകയാണ്. ഊഊഊഊഊഊഊഊ

ശബ്ദം ചുറ്റിക്കറങ്ങി ഏമ്പക്കമായി മാറി. വികാസിന്റെ ശരീരം തന്റെ നേരെ തിരിച്ചുകൊണ്ടു പറഞ്ഞു. ഇല്ലില്ല. എനിക്ക് തണുപ്പൊന്നും തോന്നുന്നില്ല. വീണ്ടും അനുനാസികമായ ഉച്ചാരണഭംഗി. നോക്കെന്നേ, എങ്ങനെയുണ്ട്?

വികാസ് ഞെളിപിരി കൊള്ളുകയാണ്. ഇതെന്താണിത്? ലക്ഷ്മി പൊടുന്നനെ നവവിവാഹിതയെപ്പോലെ പെരുമാറുന്നത്. അയാളുടെ മസ്തിഷ്കം ശൂന്യമായതുപോലെ. വായിച്ചുകൊണ്ടിരുന്ന കഥ എങ്ങോ പോയ്മറഞ്ഞു. ടാഗോറിന്റെ ചെറുകഥാ സമാഹാരം കിടക്കയുടെ ഒരോരത്തു കിടന്നു വിലപിക്കുന്നു. വികാസ് അന്തം വിട്ട് കമ്പിളിക്കടിയിൽ ഞെളിപിരി കൊള്ളുന്നു. അയാളുടെ മുന്നിൽ അപരിചിതയായ ഒരു സ്ത്രീ. ആ സ്ത്രീ പറയുകയാണ് ഞാനിന്ന് ഇവിടെയാണ് കിടക്കുക.

ചാടിയെഴുന്നേറ്റു വികാസ്. പുതപ്പും കമ്പിളിയുമൊക്കെ പറിച്ചെറിഞ്ഞിരിക്കുന്നു.

ഇവിടെയോ? ഈ മുറിയിൽ? അതായത് ഈ കിടക്കയിൽ?

എന്താ പാടില്ലേ?

വികാസിന് പറയണമെന്നുണ്ടായിരുന്നു ഛീ! ഛീ! ഇളയ മകന്റെ മുറിയിൽ... അവന്റെ മുന്നിൽ... പക്ഷേ പറയാനായില്ല. പറയാനാഞ്ഞത് അയാൾ വിഴുങ്ങിക്കളഞ്ഞു. ലക്ഷ്മിക്ക് സ്വയം അതു തോന്നിയില്ലെങ്കിൽ അതായത് ഈ മുറിയിൽ സദാസമയവും ഇളയവന്റെ സാന്നിധ്യം ഉണ്ടെന്ന വസ്തുത, അത് അവൾക്ക് തോന്നുന്നില്ലെങ്കിൽ താനായി പറഞ്ഞിട്ടെന്തു കാര്യം? അയാൾ മകന്റെ ഫോട്ടോയിലേക്കു നോക്കി. വലിയ നിഷ്കളങ്കമായ കണ്ണുകൾ. കണ്ടാൽ തോന്നും ദേ ഇപ്പോ കളി കഴിഞ്ഞ്, ഷർട്ടിന്റെ കുടുക്കിട്ടുകൊണ്ട് മുറിയിലേക്കു കടന്നുവരുമെന്ന്. എന്നിട്ടു പറയും, അച്ഛാ ഇത്തവണത്തെ സ്പോർട്സ് വാരികയിൽ ഉഗ്രൻ

ഫോട്ടോ. പട്ടൗഡിയുടെ. അല്ലെങ്കിൽ പറയും, അച്ഛാ! അച്ഛൻ മാക്ബെത് വായിച്ചിട്ടുണ്ടോ?

ഉവ്വ്. ഒരുപാടുകാലം മുമ്പ്. നീ വായിച്ചോ!

വായിച്ചു. അച്ഛനൊന്നും ഓർമയില്ലേ? പലേടത്തും പലതും മനസ്സിലായില്ല.

വികാസ് എല്ലാം ഓർക്കുകയാണ്. എത്രയോ കാലം മുമ്പ് വായിച്ചതാണ്. ദേവാർച്ചന്റെ ഫോട്ടോയിലേക്ക് നോക്കി. ദേവാശിഷ് ഒരിക്കലും ഇത്തരം ചോദ്യങ്ങൾ ചോദിച്ചിട്ടില്ല. അവൻ വികാസിന്റെ അടുത്തേക്കു വരികയേയില്ല. അവന്റെ എല്ലാ കാര്യങ്ങളും അമ്മ വഴിക്കാണ്. ഭക്ഷണത്തിനു രുചി പോരെന്നു കണ്ടാൽ അലറിവിളിക്കും. സ്വന്തം ഇഷ്ടത്തിനു വിപരീതമായി എന്തെങ്കിലും നടന്നാൽ ഒച്ച വെച്ച് ബഹളമുണ്ടാക്കും. അവന്റെ സകല കാര്യങ്ങളും അങ്ങനെയാണ്. പക്ഷേ ദേവാർച്ചൻ അങ്ങനെ ആയിരുന്നില്ല. ശാന്തൻ, മൂകൻ - ചിന്താശീലൻ എന്നു വേണമെങ്കിൽ പറയാം. താൻ വായിച്ചത്, കണ്ടത്, അതിനെക്കുറിച്ചൊക്കെയാവും അവൻ ചിന്തിക്കുക, സംസാരിക്കുക അന്ന് വികാസ് ഏതാനും വരികൾ ഓർമയിൽ നിന്ന് ചികഞ്ഞെടുത്തു.

Whence is that knocking?
How is't with me, when every noise appals me?
What hands are here? Ha: They pluck out mine eyes:
Will all the great Neptune's ocean wash this blood
Clean from my hands?, No: this my hand will rather
Making the green one red.

ദേവാർച്ചൻ ശ്രദ്ധയോടെ കേട്ടു. അവന്റെ കണ്ണുകൾ പ്രദീപ്തമായി, വികാസ് ചോദിച്ചു. ശരി എവിടെയാ, ഏതു ഭാഗമാ മനസ്സിലാവാഞ്ഞത്, പറ?

ഇനി പറഞ്ഞു മനസ്സിലാക്കിക്കൊടുക്കേണ്ട ആവശ്യം വരില്ല. ഇളയമോൻ എങ്ങോ പൊയ്ക്കളഞ്ഞു. സ്വന്തം നിലയ്ക്ക് അവൻ പലതും മനസ്സിലാക്കി, സ്വന്തം നിലയ്ക്ക് നല്ലതും ചീത്തയും എന്താണെന്നു മനസ്സിലാക്കി ഈ ഭൂമിയിൽ നിന്നു തന്നെ വിട പറഞ്ഞു. വികാസ് ദീർഘനിശ്വാസമുതിർത്തു. ഇളയവൻ മൂത്തവനെപ്പോലായിരുന്നെങ്കിൽ ഒരു പക്ഷേ ഇന്നും ജീവനോടെ ഇരിക്കുമായിരുന്നു. ഈ സംഗതി പലതവണ അയാളുടെ മനസ്സിലൂടെ കടന്നുപോയതാണ്. പക്ഷേ അങ്ങനെ ചിന്തിച്ചിട്ടു സമാധാനം കിട്ടുന്നില്ല. ഇളയവൻ അങ്ങനെത്തന്നെ ഇരിക്കണം അവന്റെ വഴിക്ക്. അതാണ് അവനു ചേർന്നത്. അതിൽനിന്ന് ഒരിത്തിരിപോലും വ്യത്യാസം വന്നാൽ അവൻ അവനല്ലാതായിത്തീരും. എങ്കിൽ സ്വപ്നാഗ്നിയിലേക്ക് അവൻ കുതിച്ചുചാടുമായിരുന്നില്ല. വികാസിന്റെ ഉത്ക്കടമായ ആഗ്രഹം ഈ ലോകത്തിലുള്ള സർവ്വരും ദേവാർച്ചനെ എന്നെന്നും ഓർമിക്കണമെന്നാണ്. പക്ഷേ അവന്റെ സ്വന്തം

അമ്മതന്നെ എത്രവേഗം അവനെ മറന്നുപോയിരിക്കുന്നു. റോസ് നിറമുള്ള മാക്സി അണിഞ്ഞ് കൊഞ്ചുന്നു.

അല്ല, അതു ശരിയല്ല. അങ്ങനെയങ്ങ് മറക്കാനാവില്ല. അമ്മയല്ലേ? എല്ലാം സഹിച്ചിരിക്കുകയാണ്. മറക്കാൻ ശ്രമിക്കുകയാവും. ദുഃഖം മറക്കാനുള്ള ശ്രമമാണല്ലോ ജീവിതം. വികാസിനറിയണം. എന്തേ ഇവിടെ ഉറങ്ങണമെന്നു തോന്നാൻ?

ലക്ഷ്മി വികാസിന്റെ ചുമലിൽ തല ചായ്ച്ചു. അവിടെ തനിച്ചു കിടക്കാൻ വയ്യ. വികാസ് ലക്ഷ്മിയുടെ ശിരസ്സു മാറ്റി. കമ്പിളി ചുരുട്ടി കൈയിലെടുത്ത് കട്ടിലിൽ നിന്നിറങ്ങി.

ഇതു ചെറിയ കട്ടിലാണ്. അസൗകര്യമാവും. വാ നിന്റെ മുറിയിലേക്കു പോകാം.

മുറിക്കകത്തെ ലൈറ്റണച്ച് രണ്ടുപേരും പുറത്തേക്കു കടന്നു. മൂത്ത മകന്റെ അടഞ്ഞുകിടന്ന വാതിലിനു മുന്നിൽ പൊടുന്നനെ ലക്ഷ്മി ഒരു നിമിഷം നിന്നു.

വികാസ് ചോദിച്ചു.

ഉം. എന്തുപറ്റി?

ഇല്ല. ഒന്നുമില്ല.

ലക്ഷ്മി തലകുനിച്ച് മുന്നോട്ടു നടന്നു. കിടപ്പറയിൽ കടന്നതും വീണ്ടും ഭർത്താവിനോടു ചോദിച്ചു. എങ്ങനെയുണ്ടെന്നു പറഞ്ഞില്ല?

നീണ്ട കട്ടിയുള്ള മെടഞ്ഞിട്ട മുടി കഴുത്തിലൂടെ വളച്ച് മാറിടത്തിനു നടുവിലൂടെ വലിച്ചിട്ടിരിക്കുന്നു. ഒരു കാലത്ത് ഈ കാഴ്ച വികാസിനെ മത്തുപിടിപ്പിക്കുമായിരുന്നു. പക്ഷേ ഇന്ന് വികാസിന്റെ കണ്ണുകളിൽ ഒരിത്തിരിപോലും ഉന്മാദമില്ല. ഭാര്യയെ നോക്കി നിരുത്സാഹകണ്ഠനായി അയാൾ പറഞ്ഞു.

ആങ്. ചെറുപ്പം തോന്നിക്കുന്നു.

ഞാനിപ്പോഴും ചെറുപ്പം തന്നെയാണ്. എല്ലാവരും പറയുന്നു.

വികാസ് കമ്പിളികൊണ്ട് ശരീരം മൂടി. അയാൾക്ക് വല്ലാതെ തണുക്കുന്നു. ലക്ഷ്മിക്കെന്താ തണുപ്പു തോന്നാത്തത്. ആർക്കറിയാം. കണ്ണാടിക്കു മുന്നിൽ നിന്നുകൊണ്ട് മുഖത്ത് ക്രീം പുരട്ടുകയാണ്. ദേഹത്ത് വെളിച്ചം വീഴുന്നു. നേരിയ മാക്സിക്കടിയിൽ നിഴലുപോലെ ശരീരം കാണാം. ഒരുകാലത്ത് ആ ശരീരം വികാസിനുള്ളതായിരുന്നു. ഇപ്പഴല്ല. എപ്പോൾ മുതലാണ് അത് തന്റേതല്ലാതായിത്തീർന്നത്? ഇപ്പഴതൊന്നും ഓർമ വരുന്നില്ല. ഒന്നിനു പിറകെ ഒന്നായി രണ്ടു സിസേറിയൻ പ്രസവങ്ങൾ. അതോടെ ലക്ഷ്മിക്ക് ആധിയായി. ഇനിയൊരിക്കൽ കൂടി ഗർഭിണിയായാൽ പിന്നെ താൻ രക്ഷപ്പെടില്ലെന്ന ആധി. സാധാരണവും സ്വാഭാവികവുമായ രീതിയിൽ ജീവിതം മുന്നോട്ടു കൊണ്ടുപോകുന്നതിന് യാതൊരു തടസ്സവുമില്ലെന്ന് ഡോക്ടർ പറഞ്ഞതാണ്. എന്നാലും

ലക്ഷ്മിക്ക് സമാധാനമായില്ല. തുണിയലക്കില്ല, നിലം തുടക്കില്ല, വെള്ളം നിറച്ച ബക്കറ്റ് എടുക്കില്ല. രണ്ടു കുഞ്ഞുങ്ങൾ കിടന്ന വയറാണ്. വിരലൊന്നു മുട്ടിയാൽ മതി, അതിൽ തുള വീഴുമെന്ന ഭാവം, തുള വീണ മൺകൂജയിൽ നിന്ന് വെള്ളമെന്നപോലെ രക്തം ധാരധാരയായി പുറത്തേക്കൊഴുകുമെന്ന ആധി. വികാസിന് ആദ്യമൊക്കെ വല്ലാത്ത കഷ്ടം തോന്നിയിരുന്നു. കുറെ പറഞ്ഞു നോക്കി. എപ്പോഴും കോൺഡം ഉപയോഗിച്ചോളാമെന്നു വാക്കു കൊടുത്തു. പക്ഷേ ലക്ഷ്മി സമ്മതിച്ചില്ല. കഴിഞ്ഞ വർഷം ലക്ഷ്മിയുടെ മാസമുറ നിന്നുപോയി. ഇതൊന്നും വികാസിനെ ഇപ്പോൾ ഒരുതരത്തിലും ബാധിക്കുന്നില്ല. ദേവാർച്ചന്റെ മരണം അയാളെ മരവിപ്പിച്ചിരിക്കുന്നു. നിരുത്സാഹിതനാക്കിയിരിക്കുന്നു. ഇത്രയും കാലത്തിനുശേഷം ലക്ഷ്മിയുടെ പെരുമാറ്റം സ്വാഭാവികമായിതോന്നുന്നില്ല. ക്രീം പുരട്ടിയ ശേഷം ലക്ഷ്മി ലൈറ്റണച്ചു. വികാസിനോടു ചേർന്നു കിടന്നു. വികാസ് അകന്നു മാറാൻ ശ്രമിക്കയാണ്. ഭാര്യയോടൊപ്പം കിടന്നുറങ്ങുന്ന വഴക്കം എന്നേ വിട്ടുപോയതാണ്. അയാൾക്ക് അസ്വാസ്ഥ്യം തോന്നുന്നു. ലക്ഷ്മിയും വികാസിന്റെ കമ്പിളിക്കടിയിലേക്ക് നുഴഞ്ഞുകയറിയിരിക്കുന്നു. കൈകൊണ്ടും കാലുകൊണ്ടും വികാസിനെ വരിഞ്ഞുമുറുക്കയാണ്. വികാസിന്റെ കൈയെടുത്ത് സ്വന്തം മാറിടത്തിൽ വെച്ചിരിക്കുന്നു. വികാസിന് ഓടിരക്ഷപ്പെടണമെന്നുണ്ട്. കഴിയുന്നില്ല.

എന്താ, ലക്ഷ്മീ എന്താ വേണ്ടത്? എന്തൊക്കെയാണീ ചെയ്യുന്നത്? അയാളുടെ സ്വരത്തിൽ ക്ലാന്തി, നിസ്സഹായത.

അതെന്താ നമുക്കും ആയ്ക്കൂടെ ഇതൊക്കെ? ഇനിയും ആയ്ക്കൂടെ?

വികാസ് രുദ്ധകണ്ഠനായി.

ഇത്രയുംകാലത്തിനുശേഷം.., ഇല്ല... എന്നെക്കൊണ്ടാവില്ല, ലക്ഷ്മീ. മകന്റെ കല്യാണം കഴിഞ്ഞു. ഇനിയിതൊക്കെ ശരിയാണോ... എനിക്കാവില്ല.

എന്തുകൊണ്ടാവില്ല? എന്തുകൊണ്ടായിക്കൂടാ. മോന്റെ കല്യാണം കഴിഞ്ഞെന്നുവെച്ച് നമുക്കിതൊന്നും പാടില്ലേ? നമുക്ക് ഇച്ഛയും മോഹങ്ങളുമൊന്നും ഉണ്ടായ്ക്കൂടെ?...

വർഷങ്ങളോളമായി തണുത്തുറഞ്ഞുകിടക്കുന്ന ശരീരത്തെ ഉത്തേജിപ്പിക്കാനുള്ള ശ്രമത്തിലാണ് ലക്ഷ്മിയുടെ കൈകൾ. മണൽ. അഗാധമായ മണൽ അതിനടിയിലെവിടെയോ ആണ്ടുകിടക്കുന്ന വസ്തുവിനെ ഖനനം ചെയ്തെടുക്കുക അത്രയെളുപ്പമുള്ള സംഗതിയല്ല. പക്ഷേ ലക്ഷ്മിക്ക് ഉന്മാദം പിടിപെട്ടിരിക്കുന്നു. അവരങ്ങ് അഗാധതയിലേക്ക് ഇറങ്ങിച്ചെല്ലുകയാണ്. വികാസിന് ഇളകാനാവുന്നില്ല. സ്വന്തം നിർവീര്യതയെക്കുറിച്ച് അമിതമായ ആത്മവിശ്വാസവുമായി അയാൾ നിശ്ചലനായി കിടക്കുകയാണ്. തടുക്കാനും ആവുന്നില്ല. മനസ്സിനകത്തെ അഗോചരമായ അന്ധകാരത്തിൽപെട്ട് ഉഴലുകയാണയാൾ. ലക്ഷ്മിയുടെ ഇച്ഛയ്ക്കു മുന്നിൽ അയാൾ ആത്മസമർപ്പണം നടത്തുകയല്ലേ? മറ്റൊരാളുടെ ഇച്ഛയ്ക്കു മുന്നിൽ ആത്മസമർപ്പണം എപ്പോഴാണു സംഭാവ്യമാകുന്നത്?

സ്വേച്ഛയ്ക്കു വിപരീതമാണെങ്കിലും മറ്റേയാളുടെ ഇച്ഛ സ്വീകാര്യമാവുന്ന സ്ഥിതിവിശേഷത്തിൽ. വികാസിന് ലക്ഷ്മിയുടെ ചുണ്ടുകളുടേയും പല്ലുകളുടേയും സമ്മർദ്ദം അനുഭവപ്പെടുന്നുണ്ട്. പണ്ടെന്നോ ചെയ്തിട്ടുള്ളതു പോലെ പണ്ടത്തെ പഴക്കംകൊണ്ടെന്നപോലെ അയാളുടെ കൈകൾ അവളുടെ ശിരസ്സു തടവി. അയാളുടെ ശരീരമാസകലം നേരിയ പ്രകമ്പനം. വികാസ് പലതവണ ശ്രമം നടത്തി. എല്ലാം വിഫലം ഉണങ്ങി വരണ്ടു കിടക്കുന്ന മരുഭൂമി. പാഴ്‌വേലയാണ്. ലക്ഷ്മി ചീറ്റുകയാണ്. പോകൂ. പോയി ഡ്രസ്സിംഗ് ടേബിളിൽ നിന്ന് ക്രീം എടുത്തു കൊണ്ടുവരൂ.

വികാസ് കമ്പിളി മാറ്റി എഴുന്നേറ്റുനിന്നു. കൊതുകുവലയിൽ ശരീരം കുടുങ്ങിപ്പോയി. വലിച്ചു മാറ്റാൻ ശ്രമിക്കുന്തോറും കൂടുതൽ ജടിലമാകുന്നു. അരയ്ക്കു മുകളിൽ ബനിയനുണ്ട്. താഴെ ഒന്നുമില്ല. നക്സൽ പ്രക്ഷോഭത്തിൽ കൊല്ലപ്പെട്ട യുവാവിന്റെ അച്ഛൻ. താഴേക്കിടയിലുള്ള ക്ലർക്കിൽനിന്ന് പടിപടിയായി ഉന്നതപദവിയിലെത്തിയ അച്ഛൻ. നഗ്നപാദനായി ഡ്രസ്സിംഗ് ടേബിളിലേക്കു നടക്കുകയാണ്. ക്രീമെടുക്കാൻ. മറ്റൊന്നിലും തട്ടാതെ മുട്ടാതെ, മറ്റു കുപ്പികളോ ഡപ്പികളോ തട്ടി മറിക്കാതെ അയാൾ അതു കൈവശമാക്കിയിരിക്കുന്നു. ഇനി തിരിച്ചുവരവായി. കട്ടിലിലെത്തി. മനസ്സിൽ ഭയമുണ്ട്, വല്ലാത്ത ഭയം. എത്രയോ കാലശേഷം ഉണ്ടായ ഉദ്ധാരണമാണ്, അത് പാഴായ്പ്പോകരുത്. ക്രീമിൽ വിരലുമുക്കുമ്പോൾ പെട്ടെന്ന് അയാൾക്ക് ഓർമ വന്നു. ഏതാണ്ട് രണ്ടു കൊല്ലം മുമ്പ് ലക്ഷ്മി അവളുടെ താഴത്തെ നിരയിലെ പല്ലുകളൊക്കെ എടുപ്പിച്ചു, പിന്നെ വെപ്പുപല്ലാക്കി. സാധാരണ ഉറങ്ങാൻ നേരത്ത് വെപ്പു പല്ലെടുത്ത് പുറത്തുവെക്കുമായിരുന്നു. പക്ഷേ ഇന്നവൾ അത് അഴിച്ചുവെച്ചിട്ടില്ല. അവളുടെ സ്വന്തം പല്ലുകളുടെ സമ്മർദ്ദവും ഇത്തരത്തിലായിരുന്നോ? അയാൾക്ക് ഓർമ്മിച്ചെടുക്കാനായില്ല.

നാല്

ഉറങ്ങിയെണീറ്റപ്പോൾ ജിനിക്ക് ഒരടി നടക്കാൻ വയ്യ. ഇന്നലെ രാത്രി തനിക്ക് പുതിയൊരു ജീവിതം ലഭിച്ചുവോ? ഇന്നലെയാണോ താൻ ശരിക്കുമൊരു വധുവായത്? പരിപൂർണ്ണ അർത്ഥത്തിൽ ആദ്യമായി ഒരു സ്ത്രീയായത്? നടക്കാൻ വയ്യായ്ക, ഓരോ ചുവടുവെപ്പിലും അസഹ്യമായ വേദന ഇതൊക്കെ അവളുടെ മുന്നിൽ ഒരുപാടു ചോദ്യങ്ങളുയർത്തി. ആദ്യത്തെ പത്തു ദിവസം രാവിലെയെഴുന്നേറ്റ് ശ്വശുരന്റെ കാലു തൊട്ടു വന്ദിക്കണം. ശ്വശ്രുവിന്റെ കാലു തൊട്ടു വന്ദിക്കണം എന്നൊക്കെയാണ് നിയമം. ഇന്നതു പറ്റുമെന്നു തോന്നുന്നില്ല. മാസമുറ എത്തിയിരിക്കുന്നു. കുനിയാനാവുന്നില്ല. അടിവയറ്റിൽ ഭയങ്കരമായ വേദന. ആരോടും പറയാനാവില്ല. ഇതൊക്കെ പതിവാണോ എന്തോ. ഇതൊക്കെ സ്വാഭാവികമാണോ? അവൾ ചായക്കപ്പ് ഭർത്താവിനു നേരെ നീട്ടി. ദേവാശിഷ് ഒന്നു രണ്ടു തവണ ചായ മൊത്തിയശേഷം അതുമായി ഊൺതളത്തിലേക്കു

നടന്നു. ലക്ഷ്മിയുടെ മുറിക്കു മുന്നിൽ അയാൾ സ്തംഭിച്ചു നിന്നുപോയി. അയാളുടെ ഉറക്കം മാറാത്ത മുഖത്ത് ചുളിവുകൾ. ലക്ഷ്മി ടീപോട്ടിൽ നിന്ന് കപ്പിലേക്കു ചായ പകരുകയാണ്. ദേവാശിഷ് ചോദിച്ചു.

അച്ഛനിന്നലെ ഈ മുറിയിലാണോ കിടന്നത്?

അതെ. എനിക്ക് തനിച്ചുകിടക്കാൻ വല്ലാത്തൊരു പേടി. നിനക്കിപ്പോ നിന്റെ ഭാര്യ കൂട്ടിന് വന്നില്ലേ?

ജിനിയുടെ ശിരസ്സ് കുനിഞ്ഞുപോയി. അവൾക്ക് മുഖം പൊക്കാനാവുന്നില്ല. ചായക്കപ്പ് ചുണ്ടിനോടടുപ്പിക്കാനാവുന്നില്ല. അവളാലോചിക്കയാണ്, ഇങ്ങനെയൊക്കെ പറയാമോ? പറയാമായിരിക്കും. ഇതായിരിക്കും പരിഷ്കാരികളുടെ ജീവിതരീതികൾ. എന്നാലും അവൾക്ക് കാതുകൾ ചുട്ടുപഴുക്കുന്നപോലെ. ഉള്ളിലിരുന്ന് ആരോ പറയുന്നു. *നിന്റെ ഭാര്യ. നിനക്ക് ഭാര്യ വന്നല്ലോ.* നിഷ്കളങ്കമായ രണ്ടു കണ്ണുകൾ ഉയർത്തി അവൾ ഭർത്താവിനോടു ചോദിച്ചു.

ഇത്രയും നാൾ അമ്മയുടെ കൂടെയാണോ കിടന്നിരുന്നത്?

ലക്ഷ്മിയാണ് ഉത്തരം പറഞ്ഞത്. പിന്നല്ലാതെ. കുട്ടന് ഞാനില്ലാതെ ഉറക്കം വരില്ല.

കുട്ടൻ അമ്മയെ പിന്നിൽനിന്ന് കെട്ടിപ്പിടിച്ചു. കവിളുകൾ തമ്മിലുരസുന്നു. ലക്ഷ്മി മുഖമുയർത്തി മകന്റെ കവിളിൽ ഉമ്മ വെച്ചു ഉംംംംമ്മ. പോ, പോയി കുളിച്ചിട്ടു വാ.

ജിനി നോക്കിക്കൊണ്ടിരുന്നു. അമ്മ അവൾക്ക് പലതും പഠിപ്പിച്ചുകൊടുത്തിരുന്നു. ആൺമക്കൾ വലുതായാൽ പിന്നെ അമ്മമാർ അവരെ കെട്ടിപ്പിടിക്കാറില്ല, പെൺകുട്ടികൾ വലുതായാൽ പിന്നെ അച്ഛന്റെ കഴുത്തിൽ തൂങ്ങിക്കിടക്കില്ല, മടിയിൽ കേറി ഇരിക്കില്ല. ആങ്ങള വലുതായാൽ പിന്നെ പെങ്ങളുടെ കൂടെ ഉറങ്ങില്ല. അച്ഛന്റെ മടിയിൽ താനവസാനമായി കയറിയിരുന്നതെപ്പോഴാണെന്ന് അവൾക്ക് ഓർമ്മപോലും ഇല്ല. അവളുടെ ഏട്ടന്മാർക്കാർക്കെങ്കിലും തലവേദന വന്നാൽ അമ്മ അടുത്തിരുന്ന് നെറ്റിയിൽ ബാം പുരട്ടി തടവിക്കൊടുക്കും. വല്യേട്ടൻ ഇടയ്ക്കൊക്കെ അവളോട് തല മസാജു ചെയ്യാൻ പറയും. അവൾ ഏട്ടന്റെ മുടി പിടി പിടിയായി പിടിച്ചുവലിക്കും. അത്രത്തോളം മാത്രം. അച്ഛൻ ഉണ്ടായിരുന്നേടത്തോളം കാലം അമ്മയുടെ കൂടെ ഒരേ മുറിയിൽ ഒരേ കട്ടിലിലായിരുന്നു ഉറങ്ങിയിരുന്നത്. വല്യേട്ടൻ, വല്യേട്ടത്തിയമ്മ, ചെറിയേട്ടൻ, ചെറിയേട്ടത്തിയമ്മ. എല്ലാവരും ഇതേവിധം. ഇതിനൊരു വ്യത്യാസം ഉണ്ടായേക്കാമെന്നോ ഇതും ഒരു സംസാരവിഷയമായേക്കാമെന്നോ ജിനി ചിന്തിച്ചിട്ടേയില്ല.

ചായ കുടിച്ചുകഴിഞ്ഞോ? ലക്ഷ്മി ജിനിയോടു ചോദിച്ചു. ഉവ്വ്. ദാ കഴിഞ്ഞു, അമ്മേ. ജിനി ഉത്തരം നൽകി. മനസ്സിൽ അല്പം വിഭ്രാന്തി. ഭർത്തൃഗൃഹത്തിൽ എങ്ങനെയാണ് പെരുമാറേണ്ടതെന്ന്, എന്തൊക്കെയാണ് ചെയ്യേണ്ടത് എന്ന് മുഴുവനായിട്ട് അവൾക്കറിയില്ല. അവരുടെ വീട്ടിൽ അമ്മയും ഏടത്തിയമ്മമാരും തമ്മിൽ യാതൊരു വിടവും അവൾ

കണ്ടിട്ടില്ല. കാരണം തെറ്റു കണ്ടാൽ അമ്മ സ്വന്തം മക്കളെയെന്നപോലെ അവരുടെ ഭാര്യമാരേയും ശകാരിക്കും, തിരുത്തും, സഹായിക്കും. വിവാഹം ത്രിപുരയിൽ വെച്ചു നടത്താനാവില്ല. കൊൽക്കത്തയിൽ വെച്ചു തന്നെ വേണമെന്ന് വരപക്ഷക്കാർ ശഠിച്ചപ്പോൾ വീട്ടുകാർ എന്തൊക്കെ ഒരുക്കങ്ങളാണ് ജിനിക്കുവേണ്ടി ചെയ്തത്. അതോടൊപ്പം ജിനിയുടെ അമ്മ അവളോട് ആവർത്തിച്ചാവർത്തിച്ചു പറഞ്ഞുകൊണ്ടിരുന്നു. കോളേജിലും യൂണിവേഴ്സിറ്റിയിലുമൊക്കെ വായിച്ചുപഠിച്ച പോലെയാവില്ല ജീവിതം. തുടക്കം മുതലേ ഭർത്താവിന്റെ വീട് സ്വന്തം വീടാണെന്നു കരുതണം. അവിടത്തെ അമ്മയും അച്ഛനും പറഞ്ഞതൊക്കെ കേൾക്കണം. ശാസിച്ചാലും ശരി, അതൊന്നും മനസ്സിൽ വെക്കരുത്, അമ്മയുമച്ഛനുമല്ലേയെന്നു കരുതണം. ആദ്യമൊക്കെ സഹിക്കാൻ വിഷമമുണ്ടാകും. സാരമില്ല. അങ്ങനെ കുറച്ചൊക്കെ സഹിച്ചാൽ എല്ലാം സഹജമായിത്തീരും. പെരുമാറ്റത്തിലും ഇരിപ്പിലും നടപ്പിലും തെറ്റുകുറ്റങ്ങളുണ്ടാകരുത്, മറ്റുള്ളവരെക്കൊണ്ട് പറയിപ്പിക്കാനിട വരുത്തരുത്...

ജിനി കൊൽക്കത്തയിൽ കോളേജിലും യൂണിവേഴ്സിറ്റിയിലും പഠിച്ചത് അകന്ന ഒരു അമ്മായിയുടെ വീട്ടിൽ താമസിച്ചുകൊണ്ടാണ്. അവർ വലിയ കട്ടായക്കാരിയായിരുന്നു, പ്രത്യേകിച്ച് ജിനിയുടെ കാര്യത്തിൽ. ശുദ്ധഗതിക്കാരിയും പഞ്ചപാവവുമായ ജിനി അതിവിശാലമായ കൊൽക്കത്താ മഹാനഗരിയിലെത്തിയിരിക്കുന്നു. അവളുടെ ഭാഗത്തുനിന്ന് ഒരു തെറ്റുണ്ടാവരുതല്ലോ. അമ്മായി സ്വയം ഏറ്റെടുത്തതാണ് ജിനിയുടെ ചുമതല. അക്കാരണത്താൽ അവരുടെ ജാഗരൂകതയ്ക്കും നിഷ്കർഷയ്ക്കും ഒരവസാനമുണ്ടായിരുന്നില്ല. ജിനി എന്തെല്ലാം വിധത്തിൽ തെറ്റു ചെയ്തേക്കാമെന്നതിനെപ്പറ്റി അമ്മായി പലവിധത്തിലും തരത്തിലും ആലോചിച്ചുനോക്കി. അത്തരമൊരു സാധ്യതയും സംഭാവ്യതയും ഇല്ലെന്ന് അവർക്ക് തീർച്ചയായി. എന്നാലും അവളറിയാതെപോലും അതിനുള്ള ഒരവസരവും ഉണ്ടാകരുതെന്ന് അവർക്ക് നിർബന്ധമായിരുന്നു. ജിനിക്കറിയാം, അനുസരിക്കണം, അച്ഛൻ പറയുന്നത്, അമ്മ പറയുന്നത്, ഏട്ടന്മാരു പറയുന്നത് ഒക്കെ അനുസരിക്കണം. സ്കൂളിൽ അവൾ ടീച്ചർമാർ പറയുന്നതനുസരിച്ചു, കോളേജിൽ പ്രൊഫസർമാർ പറയുന്നതനുസരിച്ചു, അമ്മായി പറഞ്ഞതും അനുസരിച്ചു. അധ്യാപികയായിരുന്ന അമ്മായിയുടെ ഏകാന്തജീവിതത്തിൽ ജിനി ഒരു പ്രശ്നവും ഉണ്ടാക്കിയില്ല. പക്ഷേ, അതും അവരെ അലോസരപ്പെടുത്തി. ശുദ്ധഗതിക്കാരിയായ ജിനിക്ക് എത്ര നാളത്തേക്ക് തന്റെ നിഷ്കളങ്കത നിലനിർത്തിക്കൊണ്ടു പോകാനാവും എന്നതായി അവരുടെ ചിന്ത. അതെന്തൊക്കെയായാലും ജിനി ചീത്തയായില്ല. അവളുടെ ശിഷ്ടതയും ശാലീനതയും നഷ്ടപ്പെട്ടില്ല. ആരോടും മര്യാദകെട്ടു പെരുമാറിയുമില്ല. അനുസരണശീലംകൊണ്ട് അവളുടെ ജീവിതത്തിൽ ഇന്നുവരേക്കും യാതൊരു ദുർഘടവും ഉണ്ടായിട്ടില്ല, അതുകൊണ്ടുതന്നെ അനുസരണശീലം അവളുടെ സഹജസ്വഭാവമായിത്തീർന്നു. പക്ഷേ ഇവിടെ, ഭർത്തൃഗൃഹത്തിൽ വന്നെത്തിയപ്പോൾ, ഇത്രയും കാലം പഠിച്ചുശീലിച്ചതിൽ നിന്നു തികച്ചും

വിഭിന്നമായ അവസ്ഥാവിശേഷം. സംഘർഷഭീതികൊണ്ട് അവൾ അസ്വസ്ഥയായി. ചായ കുടിച്ചുകഴിഞ്ഞോ? ഭർത്തൃമാതാവിന്റെ ചോദ്യമാണ്. അതിൽ ചോദ്യത്തിലുപരി എന്തോ ഉണ്ട്. അല്പമൊരു കുറ്റപ്പെടുത്തൽ? രാവിലെ നേരത്ത് ചായ കുടിക്കാൻ ഇത്രയും സമയം ചെലവഴിക്കരുതെന്ന സൂചനയാണോ? അവൾ സംഭ്രാന്തയായി.

ഉവ്വ്, കഴിഞ്ഞു, ദാ കഴിഞ്ഞു.

ഇന്നലെ എന്തു തണുപ്പായിരുന്നു, അല്ലേ? ലക്ഷ്മി പറഞ്ഞു.

ഉം. ജിനി അവശേഷിച്ചിരുന്ന ചായ കുടിച്ചുകൊണ്ടു പറഞ്ഞു.

ഞാൻ കമ്പിളിക്കടിയിൽ അങ്ങേരെ കെട്ടിപ്പിടിച്ച് ചുരുണ്ടുകൂടി കിടന്നു.

ഓ! ജിനി എങ്ങനെയോ പറഞ്ഞൊപ്പിച്ചു.

ഭർത്താവിന്റെ അച്ഛനുമമ്മയും ഒരു കമ്പിളിക്കു കീഴിൽ! അതു സങ്കല്പിക്കാനുള്ള ധൈര്യംപോലും അവൾക്കുണ്ടായില്ല. അവൾ കസേരയിൽ നിന്ന് എഴുന്നേറ്റുനിന്നു. ലക്ഷ്മി പറഞ്ഞു, ഒരു കാര്യം ചെയ്യ്. കുളിച്ചു വന്ന് പൂജാമുറി വൃത്തിയാക്ക്.

ജിനി മുഖം കുനിച്ചുനില്പാണ്. എന്താണ് പറയേണ്ടതെന്നറിയുന്നില്ല. എങ്ങനെയെങ്കിലും പറഞ്ഞൊപ്പിക്കാനുള്ള ശ്രമമാണ്.

എനിക്ക്... എനിക്ക്...

എന്താ സുഖമില്ലേ?

ലക്ഷ്മി വാചകം പൂർത്തിയാക്കി. അവരുടെ ശബ്ദം ഉയർന്നു. നവവധുവിനോടു കയർക്കുകയാണ്. മുമ്പേ പറയാമായിരുന്നില്ലേ? ഛീ. എന്റെ ടീപോട്ട് തൊട്ട് അശുദ്ധമാക്കി. ഇന്ന് വ്യാഴാഴ്ചയാണ്. ലക്ഷ്മീപൂജ ചെയ്യണം. നാളെ സന്തോഷിമാ പൂജയ്ക്ക് കുടംവെക്കണം. മറ്റന്നാൾ ശനീശ്വരന്റെ അമ്പലത്തിൽ പോണം. ഞായറാഴ്ച.. ആങ് ഞായറാഴ്ച. ഇതു പൂജ... നീ എല്ലാം തൊട്ടു അശുദ്ധമാക്കി. ഛീ! ഛീ! ഛീ! ഛീ! ഛീ!...

ജിനിയുടെ ശിരസ്സ് കുറേക്കൂടി കുനിഞ്ഞുപോയി. അവൾ നഖം നുള്ളിപ്പറിക്കുന്നു, കണ്ണുകളിൽ വെള്ളം പൊടിയുന്നു. അവൾക്കെങ്ങനെ അറിയാം രാവിലെ എഴുന്നേറ്റയുടൻ ഇക്കാര്യം പറയണമെന്ന്? ഇവിടത്തെ പതിവ് അവൾക്കെങ്ങനെ അറിയും?... അവളിങ്ങനെയല്ലല്ലോ ശീലിച്ചത്. ഓരോ ഛീയും ചാട്ടവാറടിപോലെ അവളുടെ മുതുകിൽ പതിഞ്ഞു. അവൾക്കു കരച്ചിൽ വന്നു. ഇത്ര ഉറക്കെ പറയാനെന്തിരിക്കുന്നു. ഹോ! എന്തൊരു നാണക്കേട്! അപ്പുറത്തെ മുറിയിൽ ഭർത്തൃപിതാവ് ഇരിപ്പുണ്ട്. തീർച്ചയായും കേട്ടുകാണും. ഇതൊക്കെ നേരിടാനുള്ള തയ്യാറെടുപ്പ് അവൾക്കുണ്ടായിരുന്നില്ല. അവളുടെ കണ്ണുകളിൽനിന്ന് കുടുകുടെ കണ്ണീരൊഴുകി, കവിളുകളിലൂടെ ഒലിച്ചിറങ്ങി. ലക്ഷ്മിക്ക് കാണാനാകുന്നുണ്ട്.

ഹും! കരയാനെന്തുണ്ടായി? കരയാൻ മാത്രം ഒന്നും പറഞ്ഞില്ലല്ലോ. അപ്പഴേ എനിക്കറിയാമായിരുന്നു. മൂന്ന് ആൺമക്കൾക്കു ശേഷമുള്ള ഓമന മകളല്ലേ ലാളിച്ചു വളർത്തിയതാവും ഞാനപ്പഴേ പറഞ്ഞതാണ്.

ജിനി ശിരസ്സ് കുനിച്ച് സ്വന്തം മുറിയിലേക്കു നടന്നു. ഇത്തരമൊരു ചുറ്റുപാട് എങ്ങനെ അഭിമുഖീകരിക്കണം എന്ന് അവൾക്ക് അറിയില്ല. അതാരും പഠിപ്പിച്ചു തന്നിട്ടില്ല. അതുകൊണ്ടാണ് കരച്ചിൽ. നിസ്സഹായ തയുടെ കരച്ചിൽ. അവൾക്കു കേൾക്കാം.

ഹൗ! എന്നാലും വല്ലാത്തൊരു പെണ്ണ്. രണ്ടു വാക്കു പറഞ്ഞില്ല, ദേ കരച്ചിലു തുടങ്ങി.

ലക്ഷ്മി ജിനിയുടെ മുറിയിലേക്കു വരുന്നുണ്ട്, പിന്നാലെ ദേവാശിഷും ജിനി ജനാല തുറന്നിട്ടു, കർട്ടൻ പകുത്തുവെച്ചു. കണ്ണും മുഖവും തുടച്ചു. അടുത്ത വീട്ടിൽനിന്ന് സിതാർ വാദനം കേൾക്കാം. വേറെന്തെങ്കിലും ചിന്തി ച്ചാൽ കൊള്ളാമെന്നുണ്ട്. സ്റ്റീരിയോവിൽ രബീന്ദ്രസംഗീതത്തിന്റെ റെക്കോർഡ് ഇട്ടാലോ? രാവിലെ നേരത്ത് മനസ്സു വല്ലാതിരിക്കുമ്പോൾ ഇത്തിരി രബീന്ദ്രസംഗീതം കേൾക്കാൻ വല്ലാത്തൊരു മോഹം. രബീന്ദ്ര സംഗീതം കേൾക്കാനായാൽ മനസ്സു ശാന്തമാവും, ഗ്ലാനിയും അകന്നു പോകും. പിന്നെ ശാന്തമായി, സ്വസ്ഥമായി എല്ലാം ചോദിച്ചു മനസ്സി ലാക്കാം, ഇവിടത്തെ രീതികളെന്തൊക്കെയാണ്, എന്തെല്ലാം ചെയ്യാം, എന്തെല്ലാം ചെയ്യരുത്. എന്തൊക്കെ തൊടരുത്. ലക്ഷ്മി മുറിക്കകത്തു കടന്നിരിക്കുന്നു.

ഇതുള്ള സമയത്ത് നിന്റെ വസ്ത്രങ്ങളൊക്കെ വേറെ കഴുകി വേറെ അയയിൽ ഉണങ്ങാനിടണം. അഞ്ചു ദിവസം കഴിഞ്ഞാൽ നീ ഉപയോഗി ച്ചിരുന്നതൊക്കെ അലക്കാനിടണം. തലയിണ ഉറ, വിരിപ്പ്, കൊതു വല എല്ലാം. ഓ! അതിനു നീ അഞ്ചു ദിവസം ഇവിടില്ലല്ലോ. അപ്പോ മൂന്നു ദിവസം കഴിഞ്ഞ് എല്ലാം അലക്കാനിട്ടോ. നീ സ്വയം അലക്കണ്ട. ആൾക്കാർ അതും പറഞ്ഞുണ്ടാക്കും. പുതിയ പെണ്ണിനെക്കൊണ്ട് പണി യെടുപ്പിക്കുന്നെന്ന്. കുരുടന്റമ്മയോടു പറഞ്ഞാൽ മതി. അന്ന് ഞങ്ങ ളുടെ തുണികളൊന്നും കഴുകാനിടില്ല. ജിനി എല്ലാം കേട്ടു. ഉത്തരമൊന്നും പറഞ്ഞില്ല. എന്തു പറയാനാണ്. അവളുടെ കഴുത്തൊടിഞ്ഞിരിക്കുന്നു. ലക്ഷ്മി പിറുപിറുത്തുകൊണ്ട് വെളിയിലേക്കു പോയി.

ഹോ! വല്ലാത്തൊരു സാധനം....

വികാസ് കണ്ടു. കേൾക്കുകയും ചെയ്തു. ഒരൊറ്റ അക്ഷരം പറ ഞ്ഞില്ല. അയാൾക്ക് വല്ലാത്ത ആലസ്യം തോന്നുന്നു. മകന്റെ കല്യാണം പ്രമാണിച്ച് ലീവെടുത്തതാണ്. ഇന്ന് തിരിച്ച് ജോലിയിൽ കേറേണ്ടതാ യിരുന്നു. എന്തോ അതിനു തോന്നുന്നില്ല. ആ വിചാരം ഉപേക്ഷിച്ചിരി ക്കുന്നു. ഒരുപാടു കാലത്തിനുശേഷം ഇന്നലെ ശരീരം ഉണർന്നു. അത് വികാസിനെ ക്ലാന്തനാക്കിയിരിക്കുന്നു. അയാളാലോചിക്കയാണ് പഴക്ക മില്ലെങ്കിൽ ചന്ദനവും പൊള്ളും എന്നു പറഞ്ഞപോലെ.

ലക്ഷ്മിയും ഇന്ന് സ്കൂളിൽ പോകേണ്ടതായിരുന്നു. ഇത്രയും ദിവസം അവരും പോയിട്ടില്ല. മാലതിയുടെ ചുമലിൽ സ്കൂളിന്റെ ഭാരം മുഴുവനും ഏല്പിച്ചിരിക്കയാണ്. വികാസ് ഓഫീസിൽ പോകുന്നില്ലെന്നു കണ്ട്

അവരും തീർച്ചയാക്കി, താനും പോകുന്നില്ല. ഒരുപാടു കാലത്തിനുശേഷം ഭർത്താവിനോടൊപ്പമാവട്ടെ തണുപ്പുകാലത്തെ ഉച്ചമയക്കം.

ദേവാശിഷ് ജിനിയോടു തട്ടിക്കേറി. അമ്മ എന്തു പറഞ്ഞിട്ടാണ് നിന്റെ വക ഇത്രയും കണ്ണീർപ്രവാഹം?

ജിനി ഒന്നും പറയുന്നില്ല. സ്തബ്ധയായി നില്ക്കുകയാണ്. അപ്പോൾ ഇതാണ് ഇവിടത്തെ നിയമം. ഇതാണ് അവളുടെ ഭർത്തൃഗൃഹം. മാസ മുറ അശുചിയെന്നാണ് ഇവിടെയുള്ളവരുടെ ധാരണ. അവളുടെ വീട്ടിൽ രണ്ട് ഏടത്തിയമ്മമാരും അവളും മൂന്നുപേരിൽ ആരെങ്കിലും ഒരാൾ എപ്പോഴും ഈ അവസ്ഥയിലാവും. പക്ഷേ അവിടെ അശുചിയൊന്നുമി ല്ലല്ലോ. ഇവിടെയിങ്ങനെ നടക്കുമ്പോൾ കസേരയും മേശയും മുട്ടി അശു ദ്ധമാകില്ലേ? താൻ നില്ക്കുന്ന ഈ നിലത്തുതന്നെയല്ലേ ഈശ്വരന്റെ പീഠം? അത് അശുദ്ധമാവില്ലേ? മറ്റു മുറികളിലെ കർട്ടൻ അവളുടെ ദേഹത്തു മുട്ടിയെന്നു വരില്ലേ? ദേവാശിഷ് അവളെ തൊട്ടാലോ? ആ ദേവാശീഷിനെയല്ലേ അമ്മ പുണരുന്നത്? അതിൽ അശുദ്ധിയൊന്നുമില്ലേ? പിന്നെ ആ കുരുടന്റമ്മ ദിവസവും ജോലിക്കു വരുന്നു, എന്നെങ്കിലും ഒരിക്കൽ പറഞ്ഞിട്ടുണ്ടോ കൊച്ചമ്മേ ഇന്നെനിക്ക്...

ജിനിക്ക് ദേഷ്യം വരുന്നുണ്ട്. അപമാനിതയായപോലെ. തന്നെ ശാന്ത യാക്കാൻ ശ്രമിച്ചുകൊണ്ട് അവൾ കണ്ണുകളടച്ചു... ഇതാദ്യമായാണ് താൻ പഠിച്ചെടുത്ത സത്യങ്ങളുമായി കണ്ടെത്തിയ സത്യങ്ങൾക്ക് ഒരു പൊരു ത്തവുമില്ലെന്നു വന്നിരിക്കുന്നത്. അവളുടെ മനസ്സു മന്ത്രിച്ചു. ഇല്ല. എനിക്ക് ഇവരെ അമ്മയായി കാണാൻ കഴിയില്ല. ഇവരെന്റെ അമ്മയല്ല. എന്നെ അതിന് നിർബന്ധിക്കരുതേ, അമ്മേ. ഇതാദ്യമായാണ് അമ്മയുടെ വാക്കു കളെ ജിനി തള്ളിക്കളയുന്നത്. അവൾക്ക് വീണ്ടും കരച്ചിൽ വന്നു. ദേവാ ശിഷ് അരികിലിരുന്ന് പത്രം വായിക്കുന്നു. ആറുമാസമായി ഇടതുമുന്നണി അധികാരമേറ്റിട്ട്. നാടിന്റെ നന്മയ്ക്കായി ഒന്നും ചെയ്യാൻ കഴിഞ്ഞിട്ടില്ല. ഈ വസ്തുത പേപ്പറിൽ വിസ്തരിച്ചെഴുതീട്ടുണ്ട്. ജിനിക്കും പത്രം വാ യിക്കുന്ന പതിവുണ്ട്. പക്ഷേ ഇന്നെന്തോ വായിക്കാൻ തോന്നുന്നില്ല. അപ്പോഴാണ് കുരുടന്റമ്മയുടെ വിളി. ബൗദീ, വരൂ. കൊച്ചമ്മ കുളിക്കാൻ പോയി. ഞാനിതാ മാവു കുഴയ്ക്കുന്നു. ലുച്ചി* പരത്തിത്തരാം. നിങ്ങളു വറുത്തു കോരൂ.

ഒരു പണി കിട്ടി, രക്ഷപ്പെടാനായി. ദാ വരുന്നു. അവൾ കട്ടിലിൽ നിന്നിറങ്ങി. ദേവാശിഷ് സാരിത്തലപ്പിൽ പിടിച്ചിരിക്കുന്നു. വിരലുകൊണ്ട് കവിളുതൊട്ടു കാണിക്കയാണ്. ജിനിക്കു വയ്യ. അവൾക്ക് താത്പര്യം തോന്നുന്നില്ല. ബലമായി സാരിത്തലപ്പു വലിച്ചെടുത്ത് അവൾ അടുക്കള യിലേക്കു പോയി.

ദേവാശിഷ് അവളുടെ പോക്കും നോക്കി ഇരിക്കയാണ്. താൻ അവ ഗണിക്കപ്പെട്ടതായി തോന്നുന്നു. കഴിവുകെട്ടവനാണെന്ന തോന്നൽ.

---

* മൈദമാവുകൊണ്ടുള്ള പൂരി

അർഹിക്കുന്ന ആദരവു കിട്ടാത്ത യജമാനന്റെ ഈർഷ്യ. ജിനി! തന്റെ ഭാര്യ! അവളെ കൈപ്പിടിയിലൊതുക്കാനാവുന്നില്ലല്ലോ. അതോ അവൾ പിടി തരാഞ്ഞിട്ടോ? ഓഫീസിൽ നവദാമ്പത്യത്തെപ്പറ്റി ശങ്കർദാ പറഞ്ഞതൊന്നും ശരിയായി ഒത്തുപോകുന്നില്ലല്ലോ. അയാൾ നട്ടംതിരിയുന്നു, നിസ്സഹായത തോന്നുന്നു. അതിൽനിന്ന് ഉരുവാകുന്നതോ ദേഷ്യം, ക്ഷോഭം, പിന്നെ നേരിയ സംശയവും. വേറെ ആരെയെങ്കിലും പ്രേമിച്ചിരുന്നോ? ഇപ്പഴും പ്രേമമാണെന്നു വരുമോ? ദുഷ്ടചിന്തകൾ ഉറഞ്ഞുകൂടുന്ന മനസ്സിന് യാതനയാണ് നേട്ടം. ദേവാശിഷും യാതനയനുഭവിക്കുകയാണ്.

ഒമ്പതരയ്ക്ക് സ്കൂളിൽനിന്ന് ശേഫാലീടമ്മ ഓടിപ്പാഞ്ഞു വന്നു. ലക്ഷ്മി കുളികഴിഞ്ഞ് പൂജയും പാരായണവും നടത്തി രണ്ടു ലുച്ചി കഴിക്കാനിരുന്നതേയുള്ളൂ. വികാസ് ടാഗോറിന്റെ ചെറുകഥാ സംഗ്രഹവുമായി സ്വന്തം മുറിയിലേക്ക് അതായത് ദേവാർച്ചന്റെ മുറിയിലേക്ക് പോയിരിക്കുന്നു. ദേവാശിഷ് ടി.വിയിൽ സ്പോർട്സ് കാണാനുള്ള ശ്രമത്തിലാണ്. ടി.വി സ്ത്രീധനത്തിന്റെ ഭാഗമായി വന്നതാണ്. ശേഫാലീടമ്മ നിന്നു കിതയ്ക്കുന്നു. വല്ലാത്ത വെപ്രാളം. വേഗം വരണം. ഇനിയൊന്നും മറച്ചുവെക്കാനാവില്ല. കുട്ടികളെയൊക്കെ രക്ഷിതാക്കൾ വന്ന് കൂട്ടിക്കൊണ്ടു പോകുന്നു. അവിടം വരെ ഒന്നു വരണം.

ശേഫാലീടമ്മയെ സമാധാനിപ്പിക്കാനുള്ള ശ്രമത്തിലാണ് ലക്ഷ്മി. എന്താ കാര്യം എന്നറിയാനുള്ള ശ്രമം. അതിനകം സ്കൂളിൽനിന്ന് ഛായാദീയുമെത്തി. പത്തുമണിക്കാണ് സ്കൂൾ തുടങ്ങുക. ടീച്ചർമാർ അര മണിക്കൂറു മുമ്പെ എത്തും. ശേഫാലീടമ്മയെ അടക്കി നിർത്തി സംഭവം വിവരിക്കാൻ ശ്രമിച്ചു ഛായാദീ- രണ്ടു ദിവസം മുമ്പാണ് നാറ്റമടിക്കാൻ തുടങ്ങിയത്. ഇടയ്ക്കിടക്ക് കാറ്റത്ത് വാസനയടിക്കും. പിന്നെ നിന്നു പോകും. എവിടെയോ പട്ടിയോ പൂച്ചയോ ചത്തുകിടപ്പുണ്ടാകും എന്നാണവർ കരുതിയത്. ഒരുപാടു തെരഞ്ഞുനോക്കിയിട്ടും പട്ടിയും പൂച്ചയും പോട്ടെ ചത്ത ഒരെലിയെപ്പോലും കണ്ടെടുക്കാനായില്ല. നാലു ചുറ്റിലും കുറേയേറെ ഫിനൈലൊഴിച്ചു. എന്നിട്ടും നാറ്റം നിലയ്ക്കുന്ന ലക്ഷണമില്ല. ഇന്ന് തീരെ അസഹ്യമായിരിക്കുന്നു. മാലതിയും, സ്വപ്നയും രണ്ടു തവണ ഛർദ്ദിച്ചു കഴിഞ്ഞു. രക്ഷകർത്താക്കൾ കുട്ടികളെ തിരിച്ചുകൊണ്ടു പോകാനെത്തിയിരിക്കുന്നു. യാതൊരുവിധത്തിലും സ്കൂളിൽ നിൽക്കാനാവില്ല. അത്രയ്ക്ക് രൂക്ഷമായ ദുർഗന്ധം. അടുത്തുള്ള വീടുകളിലും ഇതുതന്നെ അവസ്ഥ. അവരൊക്കെ കൈ ചൂണ്ടുന്നത് സ്കൂളിന്റെ നേർക്കാണ്.

ഛായയുടെ ഉത്തേജിതസ്വരം കേട്ട് എന്തുപറ്റി? എന്തുപറ്റി? എന്ന ചോദ്യവുമായി വികാസും ദേവാശിഷും അവിടേക്കെത്തി. ലക്ഷ്മി എങ്ങനെയൊക്കെയോ പ്ലേറ്റിലിരുന്ന ലുച്ചി അകത്താക്കി എഴുന്നേറ്റു. സ്കൂളിലേക്ക് പോയേ തീരൂ.

എന്താ മുമ്പേ അറിയിക്കാഞ്ഞത്?

ഞങ്ങൾക്കൊന്നും ഒന്നും മനസ്സിലായില്ല. ദൂരെ എവിടെന്നോ ആണ് നാറ്റമടിക്കുന്നതെന്നു വിചാരിച്ചു. നിന്നുപോകുമെന്നു കരുതി.

ലക്ഷ്മി വസ്ത്രം മാറാൻ പോയി. കൂടെ വരണോ എന്ന് വികാസും ദേവാശിഷും ചോദിച്ചു. ആവശ്യമില്ല, വേണ്ടിവന്നാൽ വിളിപ്പിക്കാമെന്ന് ലക്ഷ്മിയും.

വന്നവരുടെ കൂടെ ലക്ഷ്മി സ്കൂളിലേക്കു പോയി. സ്കൂൾ വരെ എത്തേണ്ട ആവശ്യമില്ലായിരുന്നു. അതിനുമുമ്പുതന്നെ നാറ്റമടിക്കാൻ തുടങ്ങി. പൂജ കഴിഞ്ഞ് ആഹാരം കഴിച്ചതേയുള്ളൂ. ചന്ദനത്തിരിയുടേയും സാമ്പ്രാണിയുടേയും സുഗന്ധത്തിനുശേഷം ഈ നാറ്റം! അവർക്ക് ഓക്കാനം വന്നു. എന്തോ അളിഞ്ഞു ചീയുന്ന തീക്ഷ്ണമായ നാറ്റം. സ്കൂളിനകത്തേക്കു കടക്കാതെ ലക്ഷ്മി ചുറ്റും നടന്നുനോക്കി. അയലത്തുള്ള വീടുകളിൽ നിന്ന് പലതരം മുഖങ്ങൾ പുറത്തേക്കു നീളുന്നു. ഈ ദുർഗന്ധത്തിന് ഉത്തരവാദി സ്കൂളാണെന്ന മട്ടിൽ. സ്കൂൾ ഇവിടെ നടത്തുന്നതിനെ ചുറ്റുവട്ടത്തുള്ള പലരും ന്യായീകരിച്ചിരുന്നെങ്കിലും എതിർപ്പു പ്രകടിപ്പിച്ചവരും ഉണ്ടായിരുന്നു. എതിർപ്പുണ്ടായിരുന്നവരാണ് ഇന്ന് മുൻപന്തിയിൽ.

എവിടെയൊക്കെത്തിരഞ്ഞിട്ടും ഒന്നും കാണാനായില്ല. ലക്ഷ്മി സ്കൂളിനകത്തേക്കു കടന്നു. ചില രക്ഷിതാക്കൾ അപ്പോഴും കുട്ടികളോടൊപ്പം അവിടെയുണ്ട്. ഹോ! വല്ലാത്ത നാറ്റം! സഹിക്കാനാവുന്നില്ല. ലക്ഷ്മി തലയ്ക്ക് കൈ വെച്ച് ഇരുന്നുപോയി. എന്താവും കാരണം? എന്താവാം? എവിടന്നാണ് ഈ നാറ്റമടിക്കുന്നത്? പൊടുന്നനെ മിന്നൽ പിണരുപോലെ ലക്ഷ്മിയുടെ മസ്തിഷ്കത്തിൽ ദീപന്റെ കാര്യം ജ്വലിച്ചു. ഹോ! ഇത്രനേരം അക്കാര്യം ഓർമ വന്നില്ല. ടീച്ചർമാരെ വിളിച്ച് ഉത്തേജിതയായി അവർ പറഞ്ഞു. നടക്കൂ, പോകാം, മുകളിലേക്കു പോകാം.

അത്യന്തം ശാന്തമായ മുഖഭാവത്തോടെയാണ് ദീപൻ വാതിലു തുറന്നത്. മത്സ്യം മുറിക്കുകയായിരുന്നിരിക്കണം, കൈയിൽ ചെതുമ്പലുകൾ പറ്റിപ്പിടിച്ചിരിക്കുന്നു. അയാളുടെ പിറകിൽനിന്ന് പ്രളയം പോലെ ദുർഗന്ധം ചുറ്റുപാടും പരക്കുന്നു. അളിഞ്ഞ ഗന്ധം. ടീച്ചർമാർ മൂക്കു പൊത്തിപ്പിടിച്ചു. അവരുടെ പിന്നിൽ രക്ഷിതാക്കളും ഉണ്ടായിരുന്നു. ലക്ഷ്മിയുടെ മനസ്സു ചോദിക്കയാണ്. ദീപനു കുഴപ്പമൊന്നുമില്ല. പിന്നെന്താണീ നാറ്റം?

മാഷിമയെവിടെ?

അമ്മ ഉറക്കമാണ് ദേഹത്തിനു നല്ല സുഖമില്ല.

ഇതെന്താണീ നാറ്റം?

നാറ്റമോ, എന്തു നാറ്റം?

എന്തൊരാശ്ചര്യം! ഇയാൾക്കു നാറ്റമടിക്കുന്നില്ലെന്നോ? ഇത്രയും രൂക്ഷമായ ദുർഗന്ധം, എന്നിട്ടും? ലക്ഷ്മിയുടെ സർവ്വേന്ദ്രിയങ്ങളും ജാഗരൂകമായി. എന്തോ നടന്നിട്ടുണ്ട്. വളരെ മോശമായ എന്തോ സംഗതി. അവർ ചോദിച്ചു. മാഷിമയെവിടെ? ഒന്നു കാണട്ടെ.

ദാ, അവിടെ ആ മുറിയിൽ.

വളരെ സ്വാഭാവികമായി ദീപൻ പറഞ്ഞു. മാഷിമയുടെ മുറി ലക്ഷ്മിക്കറിയാം. എത്രയോ തവണ ഇവിടെ വന്നിട്ടുള്ളതാണ്. അവർ നേരെ അങ്ങോട്ടേക്കു നടന്നു. കൂടെ മറ്റുള്ളവരും. രക്ഷകർത്താക്കൾക്ക് കൂടെ പോകാൻ ധൈര്യം പോര. എല്ലാവരുടെ മൂക്കിലും റുമാൽ. റുമാലില്ലാത്തവർ കൈകൊണ്ട് മൂക്കു പൊത്തിയിരിക്കുന്നു. മാഷിമയുടെ മുറിയുടെ വാതിൽ ചാരിയിരിക്കുന്നു. നാറ്റമടിക്കുന്നത് ആ മുറിയിൽ നിന്നാണെന്ന കാര്യത്തിൽ യാതൊരു സംശയവും ഇല്ല. ലക്ഷ്മി വാതിലു തള്ളിത്തുറന്നു. ജനാലകളെല്ലാം അടച്ചിട്ടിരിക്കുന്നു. കർട്ടനുകളും മൂടിയ മട്ടിൽ. മുറിക്കകത്ത് വെളിച്ചമില്ല. ഇരുളും നിഴലും മാത്രം. കട്ടിലിലേക്കു നോക്കിയതും അവർ അലറിവിളിച്ചുപോയി. അമ്മേ അയ്യോ! അമ്മേ... എന്റമ്മോ! അവരറിയാതെ സ്വിച്ച് ബോർഡിലേക്കു കൈയുയർന്നു. വാതിലിനടുത്തു തന്നെയാണ് സ്വിച്ച് ബോർഡ്. ഒന്നുരണ്ടു തവണ ച്ച് ച്ച് എന്ന ശബ്ദമുണ്ടാക്കി ട്യൂബ് ലൈറ്റ് തെളിഞ്ഞു. ലക്ഷ്മി കണ്ടു, മറ്റുള്ളവരും കണ്ടു. മാഷിമ കിടക്കയിൽ മലർന്നുകിടക്കുന്നു. ശരീരം കമ്പിളികൊണ്ട് പുതപ്പിച്ചിട്ടുണ്ട്. ദേഹം മുഴുവനും അളിഞ്ഞ് വീർത്തിരിക്കുന്നു. ഏറ്റവും അധികം വീർത്തുനില്ക്കുന്നത് മാറിടമാണ്. വീർത്തുനിൽക്കുന്ന വയറിനേക്കാളും പൊക്കത്തിൽ. വെളുത്തു ചുമന്നിരുന്ന മാഷിമയുടെ ദേഹത്തിന് ചാര നിറം. കണ്ണു രണ്ടും ഉറുമ്പു തിന്നുപോയിരിക്കുന്നു. അവയുടെ സ്ഥാനത്ത് കറുത്ത മാംസം കെട്ടിക്കിടക്കുന്ന രണ്ടു കുഴികൾ നാറ്റം കൊണ്ട് മുറിയിലെ അന്തരീക്ഷം വിങ്ങിപ്പൊട്ടുന്നു. മാഷിമയുടെ തലയ്ക്കരികിൽ ഭക്ഷണം നിറച്ച പ്ലേറ്റുകൾ. ചപ്പാത്തി, ചോറ്, ഉപ്പേരി, മീൻകറി, വെള്ളം നിറച്ച ഗ്ലാസ്. എലിയും കൂറകളും രുചിച്ച അവശിഷ്ടം. ഒരു പ്ലേറ്റിൽ ചൂടു മാറാത്ത ബ്രഡ് ടോസ്റ്റ്. ദേ ഇപ്പഴുണ്ടാക്കിയതാണ് രാവിലെ ദീപൻ അമ്മയ്ക്കു കഴിക്കാൻ കൊടുത്തത്. എല്ലാ ദിവസവും ഭക്ഷണം കൊണ്ടുവന്നു വെക്കുമായിരുന്നു. അമ്മയ്ക്ക് വിശന്നാലോ.

അഞ്ച്

പിന്നെ കുറേ ദിവസത്തേക്ക് സ്കൂൾ അവധിയായിരുന്നു. മാഷിമാ സംഭവം ഒന്നവസാനിപ്പിച്ചുകിട്ടാനുള്ള ഉദ്യമങ്ങൾ പലവിധത്തിലുള്ള കുഴപ്പങ്ങളും ഉണ്ടാക്കിവെച്ചു. മാത്രമല്ല വിഷലിപ്തമായ നാറ്റം എന്തു ചെയ്തിട്ടും വിട്ടുമാറിയതുമില്ല. മാഷിമയുടെ മരണം പൊലീസ് സ്റ്റേഷൻ വരെയെത്തി. സ്വാഭാവികമായ മരണം തന്നെയാണ്, പക്ഷേ തികച്ചും അസ്വാഭാവികമായ സംഭവപരമ്പരകളായിരുന്നല്ലോ.

ഇന്ന് സ്കൂൾ തുറക്കും. ഇന്നുച്ചയ്ക്കു തന്നെയാണ് ദേവാശിഷ് ജിനിയോടൊപ്പം തിരിച്ചുവരിക. ചായ കുടിച്ചുകൊണ്ടിരിക്കേ വികാസ് അക്കാര്യം തന്നെയാണ് പറഞ്ഞുകൊണ്ടിരുന്നത്. കുട്ടി വന്നിട്ട് ഏതാനും ദിവസങ്ങളേ ആയുള്ളൂ. എന്നിട്ടും അവളില്ലാതെ വന്നപ്പോൾ ഒരു ശൂന്യത.

അവരിന്നു വരണ്ടതാണ്.

ചായ മൊത്തിക്കൊണ്ട് ലക്ഷ്മി പറഞ്ഞു: ആങ് വന്നാക്കാണാം.

എന്നുവെച്ചാൽ? വികാസ് ഞടുങ്ങിപ്പോയി.

അതെങ്ങനെ എനിക്കറിയാം? ദാ ഇക്കണ്ടതൊക്കെ നടന്നില്ലേ. എന്തൊക്കെപ്പറഞ്ഞാലും പെണ്ണ് ശകുനപ്പിഴയാണ്.

വികാസ് ഞെട്ടിയുണരുകയാണ്. പുരികം ചുളിഞ്ഞിരിക്കുന്നു.

ശകുനപ്പിഴയോ?

പെണ്ണിന്റെ കാലു നന്നല്ല. വീട്ടിൽ കാലെടുത്തു കുത്തിയില്ല, കണ്ടില്ലേ എന്തൊക്കെ നടന്നു. ഹോ എന്റമ്മോ! രാത്രി ഉറക്കം വരുന്നില്ല.

ലക്ഷ്മി കണ്ണു തുറുപ്പിക്കുന്നു. ആ കണ്ണുകളിൽ എന്തോ ഉറഞ്ഞു കൂടുന്നുണ്ട്. പ്രക്ഷുബ്ധമായ കൊടുങ്കാറ്റ്. സൂക്ഷിച്ചു നോക്കിയാൽ ഉന്മാദ രോഗമാണെന്നു തോന്നിപ്പോകും. പക്ഷേ രോഷം മാത്രമല്ല, ഈർഷ്യ യുമുണ്ടോ? വെറുപ്പ്? അത് എല്ലായ്പോഴും ശ്രദ്ധയിൽ പെട്ടെന്നു വരില്ല. ക്രോധം നിറഞ്ഞ കണ്ണുകൾ വികാസിനെ തുളച്ചുകയറുകയാണ്.

ഹോ! വല്ലാത്ത സങ്കടമുണ്ടെന്നു തോന്നുന്നു? വന്നിട്ടിത്ര ദിവസമല്ലേ ആയുള്ളൂ.

എത്ര ദിവസമോ ആയ്ക്കോട്ടെ. നമ്മുടെ കുട്ടിയായിട്ടല്ലേ വന്നത്. അവളും ഈ വീട്ടിലെ ഒരംഗമാണ്.

നിങ്ങൾക്കറിയില്ല. പൂച്ചക്കണ്ണികൾ ഒരിക്കലും നല്ല ശകുനമല്ല.

നീ എന്തൊക്കെയാ ഈ പുലമ്പുന്നത്? യൂറോപ്പിലും അമേരിക്കയി ലുമൊക്കെ കറുത്ത കണ്ണുള്ള എത്ര പേരുണ്ടാവും? അവരുകാരണം ഈ ഭൂമി പാതാളത്തിലേക്കു താണുപോയോ?

അവർക്ക് അവരുടെ രീതി. നമുക്ക് നമ്മുടേത്. പൂച്ചക്കണ്ണികൾ ഏതു വിധം നോക്കിയാലും നന്നല്ല.

കല്യാണാലോചന വന്നപ്പോ നീ തന്നെയല്ലേ ചെന്നുകണ്ടത്. അപ്പെന്താ അതൊന്നും ഓർമ വന്നില്ലേ?

വികാസ് ബാക്കിയുള്ള അരക്കപ്പു ചായ ഒറ്റയടിക്കു കുടിച്ചുതീർത്തു. കസേരയിൽനിന്ന് എഴുന്നേറ്റു.

അവൾ നമ്മുടെ മോളെപ്പോലെയാണ്. അവളുടെ പേരും പറഞ്ഞ് ഈ കുടുംബത്തിലേക്ക് ദുഷിച്ച സംസ്കാരം വലിച്ചിടണ്ട.

ലക്ഷ്മി ചാടിയെണീറ്റു. അവരുടെ ശരീരഭാരമേറ്റ് മേശ ഇളകി വിറച്ചു. മേശപ്പുറത്തിരുന്ന കപ്പുകളും പ്ലേറ്റുകളും ഇളകി കട കട ശബ്ദമുണ്ടാക്കി.

എന്താ? എന്താ പറഞ്ഞത്? ഞാനാണോ ദുഷിച്ച സംസ്കാരം കൊണ്ടുവരുന്നത്? എന്റേത് ദുഷിച്ച സംസ്കാരമാണെന്നോ? എന്നെ പ്പോലെ ആധുനികയായ അമ്മായിയമ്മയെ എവിടെ കാണാൻ കിട്ടും? തനിക്കള്ളിയാണവൾ, ധിക്കാരി! ഹും! അവളെപ്പോലെ ബംഗാളി

എം.എ.ക്കാരികൾ ഈ കൊൽക്കത്താ പട്ടണത്തിലെ തെരുവുകളിൽ കുന്നുകുന്നായി കിടക്കുന്നുണ്ട്.

വികാസും ഉത്തേജിതനായി. അയാളുടെ സമന്വയം പ്രക്ഷോഭിക്കുന്നു. അയാൾ പറഞ്ഞു.

ഈ സംസാരമൊക്കെ എന്തിനാണ് ലക്ഷ്മി? ഞാനും കാണുന്നുണ്ട്. അവളുടെ കാര്യത്തിൽ നിന്റെ പെരുമാറ്റത്തിലെന്തോ പൊരുത്തക്കേടുണ്ട്. ഒരു പെൺകുട്ടി വീട്ടിൽ വന്നുകയറിയതേയുള്ളൂ. അതിനകം അവൾ നല്ല ശകുനമാണോ ശകുനപ്പിഴയാണോ, അവളു വന്നു കയറിയതു മുതൽ നല്ലതൊന്നും നടക്കുന്നില്ല, എല്ലാം ചീത്തയാണ് എന്നൊക്കെ തുടങ്ങിയാലെങ്ങനെ? ഇതിനൊക്കെ എന്താണർത്ഥം? നീ കല്യാണം കഴിഞ്ഞ് എന്റെ വീട്ടിൽ വന്ന സമയത്ത് ആരെങ്കിലും നിന്നെപ്പറ്റി ഇങ്ങനെ പറഞ്ഞിരുന്നെങ്കിലോ? നീ അവലക്ഷണമാണ്, ശകുനപ്പിഴയാണ് എന്നൊക്കെ? നിനക്കെന്തു തോന്നുമായിരുന്നു? അതുമല്ല, ലക്ഷ്മീ നീ ഒരു സ്കൂളിൽ ടീച്ചറാണ്...

എന്താ എന്താ പറഞ്ഞത്?

ലക്ഷ്മി ആളിക്കത്തി. വാതിലിലൂടെ, ജനാലയിലൂടെ വടക്കൻ കാറ്റു പോലെ കലഹം വീട്ടിലേക്കു കയറിവന്നു. ഇത്രയുംകാലം വികാസാണ് പല കാര്യങ്ങൾക്കും ഉത്തരവാദിയെന്ന് ലക്ഷ്മി സമർത്ഥിച്ചുപോന്നിരുന്നു. രണ്ടു സിസേറിയനിലൂടെ കുഞ്ഞുങ്ങളുണ്ടായതിന് ഉത്തരവാദി വികാസാണ്. മാഥുരേർഗഢ് വിട്ട് ബാലിഗഞ്ചിലോ സാൾട്ട് ലേക്കിലോ വീടു വെക്കാനായില്ല. അതിന് ഉത്തരവാദി വികാസ്. ദേവാർച്ചൻ ഇങ്ങനെ ആയിപ്പോയതിന് കാരണം വികാസ്. ആജീവനാന്തം ലക്ഷ്മി ശാരീരികമായി അതൃപ്തയായിരിക്കേണ്ടി വന്നതിനും ശാരീരികസുഖം ആസ്വദിക്കാനാവാഞ്ഞതിനും കാരണക്കാരൻ വികാസ്. ഇതൊക്കെ ലക്ഷ്മിയുടെ പുലമ്പലുകളിലൂടെ വികാസ് കേട്ടുകേട്ട് മനസ്സിലാക്കിയതാണ്. പിന്നെ ലക്ഷ്മി ഇല്ലായിരുന്നെങ്കിൽ താണതരം ക്ലർക്ക് പോസ്റ്റിൽ നിന്ന് ഉയരാനുള്ള ക്ഷമത പോലും അയാൾക്കുണ്ടാവില്ലായിരുന്നു. വീട്ടിനകത്ത് ശാന്തിയും സമാധാനവും നിലനിർത്താനായി മാത്രം ലക്ഷ്മി പറഞ്ഞതിനൊന്നും വികാസ് എതിരു പറഞ്ഞില്ല. പക്ഷേ ശാന്തിയും സമാധാനവും കിട്ടിയോ? ഈ കണക്കെടുപ്പ് ഇനി നടത്തിയിട്ടെന്തു കാര്യം? സംഘർഷം ഒഴിവാക്കാനായി അത്യന്തം വിനീതഭാവത്തോടെയാണ് വികാസ് സ്വന്തം ഇച്ഛകൾ ലക്ഷ്മിയുടെ മുമ്പാകെ സമർപ്പിച്ചിട്ടുള്ളത്. എന്നിട്ടും അവയെല്ലാമൊന്നും അംഗീകരിക്കപ്പെട്ടില്ല. എത്രത്തോളം ലക്ഷ്മിയുടെ ഇഷ്ടപ്പടി നടന്നുവോ അതിലധികം ലക്ഷ്മി അയാളിൽ ആരോപണങ്ങളുന്നയിച്ചു. വികാസ് ലക്ഷ്മിയെ എത്രത്തോളം സന്തോഷിപ്പിക്കാൻ ശ്രമിച്ചുവോ ലക്ഷ്മി അത്രത്തോളം അസന്തുഷ്ടയായി ഭവിച്ചു. കാരണം അന്യരുടെ വളർച്ച ഒരിത്തിരിപോലും ലക്ഷ്മിക്ക് സഹിക്കാനായില്ല. പ്രത്യേകിച്ച് അത് വികാസിനേക്കാൾ ഉയർന്ന നിലയിലേക്കാണെങ്കിൽ അതിഭീകരമായ കുറ്റപ്പെടുത്തലുകളിലേക്കാണ് നീങ്ങിയത്.

ഈ ഭൂമണ്ഡലത്തിൽ വികാസായിരിക്കണം ഏറ്റവും കഴിവുള്ളവൻ, ബഹുമാന്യൻ, ധനികൻ, വ്യക്തിത്വമുള്ളവൻ, അതായിരുന്നു ലക്ഷ്മിക്ക് വേണ്ടിയിരുന്നത്. പക്ഷേ അയാൾക്ക് ഒന്നുമാവാൻ കഴിഞ്ഞില്ല. നിഷ്ക്രിയനായ വികാസായിത്തന്നെ അയാൾ നിലകൊണ്ടു. ആരോപണങ്ങൾ കേട്ടുകേട്ട് വികാസിനു തോന്നിപ്പോയി - ശരിയാണ് താനാണ് എല്ലാത്തിനും ഉത്തരവാദി. ഇനിയഥവാ അങ്ങനെയല്ലെന്നു വന്നാലും ഭാര്യയുടെ കുറ്റാരോപണങ്ങൾ കേൾക്കണം, കേട്ടേ പറ്റൂ. ഈ വഴക്കുകൾ, ആരോപണങ്ങൾ ഇതിന്റെ പേരാണല്ലോ ദാമ്പത്യം. ഭാര്യയുടെ സ്വപ്നങ്ങൾക്കൊത്ത് ഉയരാനാവാത്തതിലുള്ള കഴിവുകേട്. അതാണ് അയാളെ എല്ലാത്തിനും ഉത്തരവാദിയാക്കുന്നത്. പക്ഷേ അതൊക്കെ അയാളുടെ സ്വന്തം വിഷയങ്ങളായിരുന്നു. സ്വന്തം ചുമതലകൾ. പക്ഷേ ഇപ്പോൾ ലക്ഷ്മി മറ്റൊരാളെ ഉത്തരവാദിയാക്കാൻ ശ്രമിക്കുമ്പോൾ, ഈ മഹാപ്രപഞ്ചത്തിൽ എവിടെയെങ്കിലും സംഭവിക്കുന്ന ഏതെങ്കിലുമൊരു സംഭവത്തിനായി സരളയും നിഷ്കളങ്കയുമായ നവവധുവിനെ കാര്യകാരണങ്ങളില്ലാതെ പഴിചാരുമ്പോൾ വികാസ് പ്രതികരിക്കും പക്ഷേ, ശാന്തവും ഉത്തേജനാരഹിതവുമായ പ്രതിഷേധം. ലക്ഷ്മി ജ്വലിച്ചുകൊണ്ടു നിൽക്കയാണ്. തീക്ഷ്ണവും അനർഗളവുമായ പിച്ചും പേയും അവരുടെ വായിൽനിന്ന് ബഹിർഗമിക്കുന്നു.

ഓഹോ ഇത്രയൊക്കെ വേദനിക്കുന്നോ? ഈ കുടുംബത്തിൽ ഞാനെന്താ അന്യയാണോ? രണ്ടു വാക്കു പറഞ്ഞില്ല, ഇത്ര വലിയ അപരാധം എന്റെ തലയിൽ കെട്ടിവെച്ചല്ലോ. കിഴവിയായിപ്പോയില്ലേ, വയസ്സായില്ലേ. ഇനിയിപ്പോ എന്നെ കണ്ടാൽ പിടിക്കില്ല.

മനുഷ്യൻ എപ്പോഴാണ് താഴേക്ക് ഇറങ്ങിയിറങ്ങി വന്ന് വഴുവഴുക്കുന്ന ചെളിക്കുണ്ടിലെത്തുന്നതെന്ന് ആർക്കും പറയാനാവില്ല. അവന് സ്വയം അറിയാനാവില്ല എപ്പോഴാണ് അശ്രദ്ധ പറ്റുന്നത്, എപ്പോഴാണ് വഴുതി വീഴുന്നതെന്ന്. സ്നേഹവും വിശ്വാസവും കഠിന പരീക്ഷയ്ക്ക് മുഖാമുഖം നിൽക്കുന്ന മുഹൂർത്തം. നന്മയെ സ്നേഹിക്കാൻ യാതൊരു ബുദ്ധിമുട്ടും ഇല്ല. പക്ഷേ, നന്മയുടെ ധാരണയുമായി പൊരുത്തപ്പെട്ടുപോകാനാവില്ലെങ്കിൽ അഥവാ അത്യന്തം വിരോധം അനുഭവപ്പെടുമെങ്കിൽ സ്നേഹത്തിന്റെ ആയുസ്സ് തീർന്നുപോകും. ഇത് അതികഠിനസമയമാണ്.

വികാസിന് ലക്ഷ്മിയോട് സ്നേഹമുണ്ടോ ഇല്ലയോ എന്ന കണക്കെടുപ്പ് ദീർഘകാലമായി നടന്നിട്ടില്ല. പക്ഷേ പുത്രവധുവിനെച്ചൊല്ലിയുള്ള ലക്ഷ്മിയുടെ ഈ ആത്മപതനം വികാസ് ഉദ്ദേശിച്ചതല്ല.

ലക്ഷ്മി കരയുകയാണ്. വികാസ് പുറത്തേക്കിറങ്ങിപ്പോയി. കുറെനാളായി താൻ നട്ട ചെടികളൊക്കെ ചെന്നുനോക്കിയിട്ട്. ഇന്ന് മാഥുരേർഗഢ് മുഴുവനും ഒന്നു ചുറ്റിക്കറങ്ങണം. മനസ്സിൽ വല്ലാത്ത കയ്പ്. സാധാരണ അയാൾ ലക്ഷ്മിയുടെ വാക്കുകൾക്ക് മറുപടി പറയാറില്ല, അതുകൊണ്ട് വഴക്കും ഉണ്ടാകാറില്ല. പക്ഷേ ഇന്ന് അങ്ങനെ ചെയ്യാനായില്ല. കുരുടന്റമ്മ പാത്രം തേച്ചുകൊണ്ടിരുന്നു. അവരെല്ലാം കേട്ടുകാണും.

വികാസിന് വല്ലാത്ത അസ്വസ്ഥത തോന്നി. പക്ഷേ ഇത്രയെങ്കിലും പറഞ്ഞില്ലായിരുന്നെങ്കിൽ തനിക്ക് ഇതിലധികം അസ്വസ്ഥത തോന്നിയിരുന്നേനെ. ഇളയവൻ ഉണ്ടായിരുന്നെങ്കിൽ, അവന്റെ മുന്നിലാണ് ഈ സംവാദം നടന്നിരുന്നതെങ്കിൽ അവൻ സഹിക്കുമായിരുന്നോ? പ്രതിഷേധിക്കുമായിരുന്നു, തീർച്ചയായും പ്രതിഷേധിക്കുമായിരുന്നു. വികാസ് മുന്നോട്ടേക്കു നടന്നു. മിഥിലേശ് ബാബുവിന്റെ സിതാർ വാദനം വഴിയിലേക്ക് ഒഴുകിയിറങ്ങുന്നു. റോഡിൽ ശിശിരത്തിന്റെ ഈർപ്പം. വികാസ് ഷാള് വലിച്ചു പുതച്ച് ഇരുവശങ്ങളിലേക്കും നോക്കി നടത്തം തുടർന്നു. മല്ലീനാഥിന്റെ വീട്ടുപടിക്കലെത്തിയപ്പോൾ മനസ്സിന് കൂടുതൽ അസ്വാസ്ഥ്യം തോന്നി. പോകപ്പോകെ ആ വീട്ടിൽ അന്ധകാരം കട്ടയായി ഉറഞ്ഞു കൂടുകയാണോ? ദുഃഖവും വിഷണ്ണതയും ചുമരുകളിലെ ചുണ്ണാമ്പും മണലും അടർത്തിമാറ്റിയിരിക്കുന്നു. ചുരുങ്ങിയ കാലംകൊണ്ട് കുടുംബം നിശ്ശേഷമായി. അസാമാന്യ വ്യക്തിത്വമുള്ള ഒരു വലിയ മനുഷ്യൻ ചുരുങ്ങിയ കാലംകൊണ്ട് ഇങ്ങനെയായിപ്പോയി. ഈ തകർച്ച പണ്ടേന്നോ തുടങ്ങിക്കാണണം. അടിയിലടിയിലായി വിള്ളലു വീണു കാണും. അതിസൂക്ഷ്മമായി. ഡോക്ടർക്കുതന്നെ അതു ബോധ്യമായിട്ടുണ്ടാവില്ല. അങ്ങനെ ആരുമറിയാതെ വിള്ളൽ പടർന്നു പടർന്നു അവസാനം ഒരു ദിവസം പെട്ടെന്ന് എല്ലാംകൂടി ഇടിഞ്ഞുപൊളിഞ്ഞുവീണു, സർവ്വനാശം തടുക്കാനാവില്ല. മല്ലീനാഥിന്റെ വീടു കഴിഞ്ഞ് കുറച്ചുകൂടി മുന്നോട്ടുപോയപ്പോൾ കൺമുന്നിൽ രണ്ടുപേർ. അവർ വളരെ പതുക്കെയാണ് നീങ്ങുന്നത്. ഒന്ന് അനിസുജ്ജമാൻ. മറ്റേത് തൃണാങ്കുർ. അനിസുജ്ജമാൻ തൃണാങ്കുരനെ നടക്കാൻ സഹായിക്കയാണ്. കുഞ്ഞിനെ നടക്കാൻ പഠിപ്പിക്കുമ്പോലെ. തൃണങ്കുർ കാലുകൾ വലിച്ചിഴച്ച് മുന്നോട്ടു നീങ്ങുന്നു. കൊച്ചു കൊച്ചു ചുവടുകൾ. തൃണാങ്കുർ ഒരുപാടു നാളായി കോളേജിൽ പോകാറില്ലായിരുന്നു. ഇപ്പോൾ സത്യൻ വണ്ടിയുമായി വരാറുണ്ട്, കോളേജിലേക്ക് കൊണ്ടുപോകും, തിരിച്ചു കൊണ്ടുവരികയും ചെയ്യും. അനിസുജ്ജമാനാണ് ഇത് ഏർപ്പാടാക്കിക്കൊടുത്തത്. സത്യനും ബിസിനസ്സായല്ലോ. അയാളുടെ പെങ്ങൾക്ക് തൃണാങ്കുർ ട്യൂഷനെടുക്കും. വികാസ് കണ്ടിട്ടുണ്ട്.

അനിസുജ്ജമാന്റെ ഫ്ളാറ്റിൽനിന്ന് സിതാർ വാദനം. നീലോഫ തന്റെ മുറിയിലിരുന്ന് സിതാർ വായിക്കുകയാണ്. നീലിമ സ്വന്തം ബാൽക്കണിയിൽ ചെടികളെ ശുശ്രൂഷിക്കുന്നു. നീലോഫയുടെ ബാൽക്കണിയുടെ അരമതിൽ കവിഞ്ഞ് ശൂന്യതയിലേക്കു കുതിച്ചുചാടുകയാണ് ഒരു ചെടി. അന്നെന്നോ എവിടെയോ നിന്ന് നീലോഫ കൊണ്ടുവന്ന ചെടി, ബോൺസായ് ചെയ്യണമെന്ന് വികാസിനോടു പറഞ്ഞ ചെടി. വികാസ് അന്നവളുടെ നേരെ കയർത്തു. നോക്കിനോക്കിയിരിക്കെ എത്രയെത്ര ദിവസങ്ങൾ കടന്നു പോയി. ദേ, ഈ തൃണാങ്കുർ, ഇയാളുടെ ജീവിതവും എത്ര വിചിത്രമായ വിധത്തിലാണ് രൂപംകൊണ്ടത്? അല്ല, രൂപം കൊണ്ടെന്നു പറയാനും വയ്യ. തൃണാങ്കുരന്റെ അച്ഛൻ സമരേശ് വിചിത്രസ്വഭാവക്കാരനായിരുന്നു. നല്ല അറിവുള്ളയാൾ, ജ്ഞാനി, പക്ഷേ

ജീവിതത്തിൽ നിന്ന് ഒളിച്ചോടിയവൻ. നീലിമയ്ക്ക് സഹിക്കേണ്ടിവന്ന ബുദ്ധിമുട്ടുകൾ വികാസ് കണ്ടിട്ടുള്ളതാണ്. ആ കാലത്ത് പാവം ഉദ്യോഗത്തിനു പോകേണ്ടിവന്നു. അതൊക്കെ ഇന്നേക്ക് എത്രയോ കാലം മുമ്പ്. വീട്ടിലെ സ്ത്രീകൾ ജോലിക്കു പോകുന്ന കാര്യം ആർക്കും ആലോചിക്കാൻ പോലും വയ്യാത്ത കാലം. നീലിമ പുറത്തിറങ്ങി ഉദ്യോഗം നോക്കി, മകനെ വളർത്തി വലുതാക്കി. കാര്യശേഷിയില്ലാത്ത ഭർത്താവിനെ പുലർത്തി, ഈ ചുറ്റുവട്ടത്തുള്ളവരാരും അവർ ഒച്ചവെച്ചു കലഹിക്കുന്നതു കേട്ടിട്ടില്ല. അവരുടെ പ്രവൃത്തികളിൽ എവിടേയും പിഴവുണ്ടായിരുന്നില്ല. ഒരുവേള ഉണ്ടായിരുന്നിരിക്കാം, മകനെ വളർത്തിയെടുത്തതിൽ എവിടെയോ ഒരു ചെറിയ പിഴവ്? അതു കാരണമാവാം തൃണാങ്കുരന്റെ വിവാഹബന്ധം അറ്റുപോയത്? ഭാര്യ അയാൾക്ക് സ്ലോ പോയ്സൺ നൽകുകയായിരുന്നെന്നും കേട്ടു. വിശ്വസിക്കാൻ പ്രയാസമുണ്ട്, പക്ഷേ തൃണാങ്കുരന് പണ്ടത്തെപ്പോലെ നടക്കാൻ വയ്യെന്ന കാര്യം നിഷേധിക്കാനാവില്ല. എന്തുകൊണ്ട് ഭാര്യക്ക് തൃണാങ്കുരനെ സ്നേഹിക്കാനായില്ല എന്നതിന് നീലിമയും കുറച്ചൊക്കെ കാരണക്കാരിയാണെന്നു വന്നേക്കാം. ദേവാർച്ചൻ നക്സലൈറ്റ് ആയിത്തീർന്നതിനും അവന്റെ മരണത്തിനും വികാസ് ഉത്തരവാദിയാണെന്നതുപോലെ. വികാസിന്റെ വിദ്യാസമ്പന്നയും അധ്യാപികയുമായ ഭാര്യ ഈ പ്രപഞ്ചത്തിൽ നടക്കുന്ന സംഭവങ്ങളുടെ ഉത്തരവാദിത്തം മറ്റൊരാളിൽ ചാർത്തുന്നു. ആ മറ്റൊരാൾക്ക് ഈ സംഭവങ്ങളുമായി നേരിട്ടോ പരോക്ഷമായോ യാതൊരു ബന്ധവുമില്ലെങ്കിലും. അതുകൊണ്ടാണ് വികാസ് ചെടികളുടെ ചുമതല ഏറ്റെടുക്കുന്നത്. സ്വന്തം പ്രവൃത്തിമണ്ഡലത്തിൽ വളരെ സാഫല്യത്തോടെ ചുവടുവെച്ച് ഒന്നിൽനിന്ന് മറ്റൊന്നിലേക്ക് ഉദ്യോഗക്കയറ്റം നേടിക്കൊണ്ടേയിരിക്കുന്നത്. ആദ്യം താണ നിലയിലുള്ള ക്ലർക്ക് ആയിരുന്നു, അപ്പോൾ ലക്ഷ്മിയുടെ ഹൃദയത്തിലും ഒരുപാടു സ്നേഹമുണ്ടായിരുന്നു. ആ സ്നേഹമാണ് വികാസിന് പ്രേരണ നൽകിയത്. ലോവർ ഡിവിഷനിൽ നിന്ന് അപ്പർ ഡിവിഷനിലേക്കെത്താൻ വികാസ് അവിടെ എത്തുകയും ചെയ്തു. ലക്ഷ്മിയുടെ സ്നേഹം വറ്റിക്കൊണ്ടുവന്നു. ആവശ്യങ്ങൾ വർധിക്കുകയും. ആവശ്യങ്ങൾ നിറവേറ്റാൻ വികാസ് ഉയരങ്ങളിലേക്ക് എത്താൻ പാട് പെട്ടു. ഓഫീസറായി. ലക്ഷ്മിയുടെ സഹോദരീഭർത്താവ് ഗസറ്റഡ് ഓഫീസറായിരുന്നു. ഒറിജിനൽ രേഖകളുടെ പകർപ്പ് അറ്റസ്റ്റ് ചെയ്യാനുള്ള അധികാരം അയാൾക്കുണ്ടായിരുന്നു. ലക്ഷ്മി കരഞ്ഞുപോയി. നിങ്ങളെപ്പോ ആ നിലയ്ക്കെത്തും? എപ്പോൾ?... ദൈവമേ എപ്പോൾ?... വികാസ് ആ പടവിലുമെത്തി. സർക്കാർ ജോലിയിൽ സാധാരണഗതിയിലുള്ള ഉദ്യോഗക്കയറ്റം സ്വാഭാവികമായും ഉണ്ടാകും. ചിലപ്പോൾ അസ്വാഭാവികമായും ഉണ്ടാകും. വികാസിന് അസ്വാഭാവികമായ കയറ്റങ്ങൾ കിട്ടിത്തുടങ്ങി. പകർപ്പുകളിൽ ഒപ്പുവെക്കാനുള്ള യോഗ്യതയും നേടി. ചുറ്റുവട്ടത്തെ ആൺകുട്ടികളും പെൺകുട്ടികളും വൃദ്ധകളും വൃദ്ധന്മാരും അയാളെത്തേടിയെത്താൻ തുടങ്ങി, കോപ്പികൾ അറ്റസ്റ്റു ചെയ്യാൻ. മാർക്ക് ലിസ്റ്റ്, ബാങ്ക് രേഖകൾ, ലൈബ്രറി അംഗത്വം, പല

വിധത്തിലുള്ള രേഖകളുടെ കോപ്പി. രാവിലെ വന്ന് ബെല്ലടിക്കും. റിം... റിം... ലക്ഷ്മി അലോസരം സ്ഫുരിക്കുന്ന മുഖത്തോടെ വാതിലു തുറക്കും. *അദ്ദേഹത്തിന് ഇപ്പോൾ സമയമില്ല. വെച്ചിട്ടുപോകൂ.* അല്ലെങ്കിൽ പറയും. *എല്ലായ്പോഴും വന്നാലെങ്ങനെ?* വന്നവരുടെ മുഖം ചുങ്ങിപ്പോകും. മുഖം കുനിച്ച് അവർ കാത്തുനിൽക്കും. ലക്ഷ്മി അല്പം ദയ കാണിക്കും. ആഹാ! ദയ കാണിക്കുന്നതിൽ എത്ര ആനന്ദം! ലക്ഷ്മി അതാസ്വദിക്കും. ലക്ഷ്മി ദയാവതിയാകും, തന്റെ ശക്തി ആസ്വദിക്കും. *എന്റെ ഭർത്താവ്.* അതു പറയുമ്പോൾ അവരുടെ കഴുത്തു നീളും. ഇത്തരം ദയാവായ്പിനോടൊപ്പം, ഗർവ്വിനോടൊപ്പം ആവശ്യങ്ങളും വർധിച്ചു. ലക്ഷ്മിക്കില്ലാത്ത തരം സാരി മറ്റാർക്കും ഉടുക്കാനാവില്ല. ഈ ഭൂലോകത്തിൽ എവിടെ ഏതുവിധ ഡിസൈനായാലും ശരി, അത്തരം ആഭരണങ്ങൾ ലക്ഷ്മിക്കുണ്ടായേ പറ്റൂ. വികാസ് ക്ഷീണിച്ചുപോകും, മേശയിൽ തലവെച്ചുകിടക്കും. അയാൾ വെറുമൊരു മത്സ്യമാണ്. വലിയ വലിയ മത്സ്യവ്യാപാരികൾ വികാസിനു നേരെ ചൂണ്ടയെറിയും. ചൂണ്ടയിലേക്കു നോക്കിക്കൊണ്ട് വികാസ് ഉമിനീരിറക്കും. ഇടയ്ക്കു തോന്നും ചൂണ്ടയിലെ ഇര വിഴുങ്ങിയാലോ എന്ന്. വിഴുങ്ങിയാലുടൻ സാൾട്ട് ലേക്കിലും ബാലിഗഞ്ചിലും ഫ്ളാറ്റ്, കാറ് പക്ഷേ. അയാൾക്കതിനായില്ല. ദേവാർച്ചൻ ജീവനോടെ അടുത്തുവന്നു നില്ക്കുംപോലെ തോന്നും. അതികോമളമായ ചോദ്യങ്ങൾ *അച്ഛാ, അതറിയാമോ, ആ ഭാഗം?* കഥാമൃതത്തിലെ നരേൻ മുന്നിൽ വന്നുനിൽക്കും. കൈക്കുമ്പിൾ നിറയെ പ്രാർത്ഥനയുമായി ദേവീസമക്ഷം നിൽക്കുകയാണ്. ദരിദ്രനും നിസ്സഹായനുമെങ്കിലും ശക്തിശാലിയായ മനുഷ്യൻ. പക്ഷേ വരം ചോദിക്കാൻ മറന്നുപോകുന്നു. വികാസിന് ഇടയ്ക്കിടെ വല്ലാത്ത ക്ലാന്തി തോന്നും. അർത്ഥഹീനമായ എത്രയെത്രയോ മോഹങ്ങളിൽ ഈ ജീവിതത്തെ തളച്ചിട്ടിരിക്കുന്നു. എത്രയെത്ര അപമാനങ്ങൾ, എത്രയെത്ര ആരോപണങ്ങൾ, എത്രയെത്ര ദുഃഖങ്ങൾ, എത്രയെത്ര മരണങ്ങൾ. എന്നിട്ടും മതിവരുന്നില്ല. മോഹിക്കാൻ വേണ്ടി മാത്രം, മോഹിച്ചു മോഹിച്ച് അവസാനം യാചകനായിത്തീരാനാണോ മനുഷ്യൻ ജീവിച്ചിരിക്കുന്നത്? എന്തൊക്കെ നേടാനായില്ല എന്നു കണക്കുകൂട്ടിക്കൊണ്ട് മരിച്ചുപോവുകയും ചെയ്യുന്നു. നേടിയതിനെ മാറ്റിവെക്കുന്നു, അവഹേളിക്കുന്നു. കിട്ടാത്തതിനെക്കുറിച്ചാണ് മനുഷ്യന് എന്നെന്നും അസീമമായ ആർത്തി, കിട്ടിയതിനോട് അങ്ങേയറ്റത്തെ അവഗണനന. കിട്ടാത്തതൊക്കെ കിട്ടിയാലും സമസ്യ അവസാനിക്കുന്നില്ല. എല്ലാം കിട്ടിയതുതന്നെ ഒന്നും കിട്ടാത്ത അവസ്ഥയായി കാണപ്പെടും.

വികാസ് നടക്കുകയാണ്. ചെടികൾ നോക്കുകയാണ്. തണുപ്പുകാലത്ത് ചെടികൾക്ക് വളർച്ച കുറയും. റോഡിന്റെ ഇരുവശത്തും നട്ട ചെടികളൊക്കെ ഒരുനാൾ വൻവൃക്ഷങ്ങളായിത്തീരും. ആ വളർച്ച കാണാനുള്ള സൗഭാഗ്യം തനിക്കുണ്ടാകുമോ എന്ന് വികാസിനറിയില്ല. ഓരോ ചെടി നടുമ്പോഴും അയാൾ ഇളയ മകനെ സ്മരിച്ചിരുന്നു. ദേവാർച്ചന് ചെടികൾ വളരെ ഇഷ്ടമായിരുന്നു. അവന്റെ അഭിപ്രായത്തിൽ

ചെടികളിൽനിന്ന് അനേകം ദൂരേക്കു അകന്നകന്നു പോയതുകൊണ്ടാണ് മനുഷ്യൻ സ്വാർത്ഥിയായതെന്നാണ്. ഇപ്പോൾ വികാസിനും ചെടികൾ ഇഷ്ടമാണ്, വളരെ വളരെ ഇഷ്ടമാണ്. മകന്റെ ഇഷ്ടങ്ങളിലേക്ക് ജീവൻ പകർന്നുകൊടുക്കുകയാണ്. ഒരു സാധാരണ മനുഷ്യൻ ക്രമേണ വൃക്ഷ സ്നേഹിയായിത്തീർന്നിരിക്കുന്നു. ക്രമേണ സസ്യകുടുംബത്തിലെ ഒരംഗ മായിത്തീരുകയാണ്. ചുറ്റും നോക്കുകയാണ്, വേലികൾ വീണുപോയി ട്ടില്ലല്ലോ, ചെടികളെ പശു തിന്നിട്ടുപോയിട്ടില്ലല്ലോ, ചെടികൾ ക്ഷീണിച്ചി ട്ടുണ്ടോ. നീലിമയുടെ വീടിന്റെ എതിർഭാഗത്ത് ദത്തരായരുടെ വീടിന്റെ മുന്നിലായി ചാമ്പക്കാച്ചെടി നട്ടിരുന്നു. അതിതാ നാലടി ഉയരം വെച്ചിരി ക്കുന്നു. എന്നാലും മുൾവേലി വേണം. ഇനിയും രണ്ടുമൂന്നടി വളരട്ടെ. അതിനുമുമ്പ് വേലി മാറ്റാൻ പാടില്ല. ഈ വർഷം മഴയ്ക്കു മുമ്പോ അതോ മഴക്കാലത്തോ ഈ മരം ഇനിയും മൂന്നടി വളരും. പുഷ്പിച്ചെന്നും വരും. വയലറ്റു നിറമുള്ള മൃദുലമായ ഇതളുകളുള്ള പൂക്കൾ മഴ നനഞ്ഞു കിടക്കും. വികാസ് ചെടിയെ തലോടി. വേലിക്കെട്ടിൽനിന്ന് ഒന്നുരണ്ടു മുളങ്കമ്പുകൾ ഊരിപ്പോയിരിക്കുന്നു. അയാൾ മറ്റു മുളകൾ നീക്കി വിടവു നികത്തി. ചെടി ചിരിച്ച മുഖത്തോടെ തന്നെ നോക്കുകയാണോ? കണ്ണു ചിമ്മിത്തുറക്കുകയാണോ. അയാളുടെ മനസ്സു ചോദിച്ചു. പൂ തരുമോ? ഈ മഴക്കാലത്ത് പൂ തരുമോ?

'നിങ്ങളെനിക്ക് എന്തു തന്നു?' വികാസ് ഞെട്ടിപ്പോയി. കൈ വഴുതി മുള്ളിൽ വീണു, വിരലിൽ കുത്തിക്കയറി. വികാസ് മിഴിച്ചു നിൽക്കയാണ്. 'നിങ്ങളെനിക്ക് എന്തു തന്നെന്നാണ്. നിങ്ങളെന്നെ സദാസമയവും ചുട്ടു നീറ്റി. ഈ ഭാരം കഴുത്തിൽക്കെട്ടി, എന്നെ നരകിപ്പിച്ചു. രക്തം തുപ്പി ഞാൻ ചാവും. നിങ്ങളോ?' ദത്തരായരുടെ ഭാര്യയാണ് ചോദിക്കുന്നത്. ഈ അതിരാവിലെ ഉറക്കം മുഴുവനങ്ങ് വിട്ടുപോയിട്ടില്ല, ശരീരാലസ്യം വിട്ടുമാറിയിട്ടില്ല. അപ്പോഴേക്കും ഇത്തരം അതിമാരകമായ ചോദ്യങ്ങൾ ഓരോ വീടുകളിലും ഉയരുന്നുവെന്നോ? എനിക്ക് നിങ്ങളെന്തു തന്നു? ലക്ഷ്മി വികാസിനോടു ചോദിച്ചു. അതുതന്നെ ദത്തരായരുടെ ഭാര്യ ദത്ത രായരോടും. ആജീവനാന്തം ചുട്ടുനീറ്റി. ലക്ഷ്മി പറഞ്ഞു. ദത്തരായരുടെ ഭാര്യയും അതുതന്നെ പറഞ്ഞു. വികാസിന് തോന്നിപ്പോയി ഈ പ്രപഞ്ച ത്തിലെ മധ്യവയസ്കരായ കുടുംബിനികൾക്കെല്ലാം ഒരേ ഭാഷ, ഒരേ ഉച്ചാരണം. ഒരേ ചോദ്യം. 'എനിക്കെന്തു തന്നു?' എന്നെ ആജീവനാന്തം ചുട്ടെരിച്ചു. മറുചോദ്യം ചോദിച്ചാലോ 'നീയെന്തിന് എരിയാൻ നിന്നു കൊടുത്തു? എരിയുകയല്ലാതെ നിനക്ക് വേറെ മാർഗമൊന്നും ഉണ്ടായി രുന്നില്ലേ?'

നീലിമയുടെ സ്വരം ഒഴുകിവരുന്നു. 'ഇത്തവണ പാം നടൂ.' വികാസ് മുകളിലേക്കു നോക്കി. തന്റെ ചോദ്യത്തിനുള്ള ഉത്തരം കിട്ടിയിരിക്കുന്നു. ഉത്തരം നീലിമയുടെ സാന്നിധ്യമാണ്. എരിയുകയല്ലാതെ വേറെയും വഴി കളുണ്ട്. അതാണ് സ്വന്തം നിലയ്ക്ക് ജീവിക്കാൻ ശ്രമിക്കുകയെന്നത്. അത്രയെങ്കിലും ചെയ്തുവെന്നതുകൊണ്ടാണ് ഇന്ന് നീലിമ ഇത്ര യൊക്കെയായിട്ടും, വികലാംഗനായ മകനെ നടക്കാൻ അയച്ച് ചെടികളെ

പരിചരിക്കാൻ നിൽക്കുന്നത്, വികാസിന് പരാമർശം നൽകുന്നത്– ഇത്തവണ പാഠം വെച്ചുപിടിപ്പിക്കൂ. വികാസിന്റെ മനസ്സു തെളിയുകയാണ്. ലക്ഷ്മിയുടെ പൊരുത്തമില്ലാത്ത പെരുമാറ്റം ഇപ്പോൾ മനസ്സിനെ നോവിക്കുന്നില്ല. നീലിമയോട് രണ്ടു വർത്തമാനം പറയാനൊരു മോഹം. എന്താ ബൗദീ, ചായ കിട്ടുമോ?

എന്താ കിട്ടാതെ? നിങ്ങൾ അനിയേയും മാൻതുവിനേയും വിളിക്കൂ. ഞാനിതാ വെള്ളം വെച്ചു.

വികാസ് മുന്നോട്ടു നടന്നു, അനിസുജ്ജമാന്റേയും തൃണാങ്കുരന്റേയും നേർക്ക്. രണ്ടുപേരും വളരെ പതുക്കെയാണ് നടക്കുന്നത്. സംസാരത്തിൽ നിമഗ്നരാണ്. തൃണാങ്കുർ കല്ലിൽതട്ടി വീഴാനാഞ്ഞു. അനിസുജ്ജമാൻ അയാളെ പിടിച്ചുനിറുത്തി. പക്ഷേ സംസാരം തുടർന്നുകൊണ്ടുപോയി. വികാസിന് കേൾക്കാം. ദുർഗയെപ്പറ്റിയുള്ള ഗവേഷണമാണ് ചർച്ചാവിഷയം. അനിസുജ്ജമാൻ പറയുകയാണ്: അതെ. കളിമണ്ണുകൊണ്ടുള്ള ദുർഗാ പ്രതിമകളിൽ വൈവിധ്യമുണ്ട്. വർണചിത്രങ്ങളിലും അതേവിധം വിഭിന്ന ദുർഗാസംജ്ഞകൾ കാണാം. എനിക്കു തോന്നുന്നത് സർഗപ്രതിഭയുള്ള കലാകാരന്മാർ ഓരോ തവണയും ദുർഗയുടെ നിലവിലിരുന്ന രൂപങ്ങൾ മാറ്റി പുതിയ രൂപങ്ങൾ കൊടുക്കാൻ ശ്രമിച്ചുവെന്നാണ്. ഒരു വേള കവികൾ അങ്ങനെ വർണിച്ചിരിക്കാം. ചിത്രകാരന്മാർ തൂലിക കൊണ്ട് വരച്ചിരിക്കാം. ആ ശില്പങ്ങളാൽ പ്രഭാവിതരായ ജനപദങ്ങളുണ്ടായിരുന്നിരിക്കാം. അങ്ങനെ കാലക്രമേണ ആ ജനപദങ്ങളിൽ ദുർഗ ആ രൂപത്തിൽ ആരാധിക്കപ്പെട്ടുവെന്നും വരാം. ഇതിന് ലിഖിത രേഖകളൊന്നും ഇല്ല. ഇതൊക്കെ അനുമാനമെന്നോ, വ്യാഖ്യാനമെന്നോ പറയാം. അത്രമാത്രം. സ്വപ്നാദേശത്തിന്റെ കഥ തന്നെ എടുത്തുനോക്കൂ. സ്വപ്നത്തിലൂടെ ആദേശം ലഭിച്ച് ദുർഗാ മൂർത്തിയിൽ മാറ്റങ്ങൾ വരുത്തിയവരില്ലേ? അവരും സ്വന്തം കരവിരുതിനും ഭാവനാവിലാസത്തിനുമാവില്ലേ രൂപം കൊടുത്തിരിക്കുക?

വികാസ് വിളിക്കാനോങ്ങിയതാണ്. അതേ നിമിഷത്തിൽ തൃണാങ്കുരന് ബാലൻസ് തെറ്റി. അനിസുജ്ജമാൻ സംസാരം നിർത്തി തൃണാങ്കുരനെ ചേർത്തുപിടിച്ചു. ആ പിടിത്തത്തിൽ എന്തൊരു അസാധാരണ സ്നേഹം! ഒരാൾ മറ്റൊരാൾക്ക് താങ്ങാണ്, ആരു പറയും അവർ സഹോദരന്മാരല്ലെന്ന്.

ആറ്

കട്ടിയുള്ള ലോഹം. പക്ഷി കൊക്കുകൊണ്ട് കൊത്തിനോക്കി. നേരം വൈകിപ്പോയിരുന്നു, പറന്നുപറന്ന് രണ്ടു ചിറകുകളും തളർന്നുപോയിരുന്നു. അതുകൊണ്ടാണ് ഈ ചരക്കുവണ്ടിക്കു മീതെ വന്നിരുന്നത്. ഫടിക്ക്കുളത്തിന്റെ അരികത്തുകൂടെ സാവധാനം പൊയ്ക്കൊണ്ടിരിക്കുകയായിരുന്നു

ഗുഡ്സ് ട്രെയിൻ. പക്ഷേ പക്ഷിക്ക് വിശ്വസിക്കാനാവുന്നില്ല ഇത് നീങ്ങുന്നുണ്ടെന്ന്. മനസ്സിലായപ്പോൾ ചിറകുകൾ വിടർത്തി ഇരിപ്പുറപ്പിച്ചു. എന്നിട്ട് കൊത്തി നോക്കി. കൊക്കിൽ പറ്റിപ്പിടിച്ചിരുന്ന ഭക്ഷണാംശങ്ങൾ ഉരച്ചുമാറ്റാനാവും. അതോ താൻ ഇരിപ്പുറപ്പിച്ചിരിക്കുന്ന ഈ ചലിക്കുന്ന വസ്തു എന്താണെന്ന് ചികഞ്ഞു നോക്കുകയാവാം. ചലനശേഷിയുള്ള അനേകം വസ്തുക്കളുടെ മേൽ ഇരുന്നു പരിചയമുണ്ട് പക്ഷിക്ക്. തരം കിട്ടിയാൽ പശു, എരുമ, ആട്, പന്നി. ഇതിന്റെയൊക്കെ ശരീരത്തിനു മേൽ ഇരിക്കും, അവയുടെ തൊലിപ്പുറമേനിന്ന് ചെള്ളും പേനും കൊത്തിയെടുക്കുകയും ചെയ്യും. പശുക്കൾ സാവകാശം കഴുത്തു നീട്ടിത്തരും. എരുമ ഹായ് എന്തു രസം എന്ന മട്ടിൽ ആകാശത്തേക്കു നോക്കി ചിന്താധീനമാകും. പന്നികൾ കാതു വിറപ്പിക്കും. ആടിനു മാത്രം യാതൊരു ഭാവഭേദവുമുണ്ടാവില്ല. പക്ഷിയുടെ കൊത്തേറ്റ് കുറച്ചൊന്നു വേദനിച്ചെന്നു വരാം. എന്നാലും അലസഭാവം തുടരും. അത്യന്തം നിർബോധമായ കണ്ണുകൾ. ഈ പൃഥ്വിയിൽ നടന്നുവരുന്ന സംഭവങ്ങളുടെ കാര്യകാരണങ്ങളറിയാൻ കക്ഷിക്ക് ഒരു താത്പര്യവുമില്ല, ആർക്കെതിരായും ഒരഭിപ്രായവുമില്ല. പക്ഷിയോ ആടിന്റെ ശരീരത്തിൽ കൊത്തിക്കൊണ്ടു പറയും മരമണ്ടൂസ്. എന്നിട്ട് ചിലച്ചുകൊണ്ട് പറന്നുപോകും. ഇപ്പഴിതാ ഈ ഗുഡ്സ് ട്രെയിനിൽ കൊത്തി നോക്കുകയാണ്. ഉടനീളം കട്ടിയുള്ള ലോഹം. കൊക്കിനു നല്ല രസം തോന്നുന്നുണ്ട്. ഫടിക്ക്കുളം കടന്നു പോകുന്നതിനു മുമ്പുതന്നെ പക്ഷി ട്രെയിൻ വിട്ട് പറന്നുപോയി. കുണ്ടിന്റെ ഓരത്തുള്ള ഏഴിലംപാലയിൽ ചെന്നിരുന്നു. അവിടെയാണ് അതിന്റെ വാസസ്ഥാനം.

ആ മരത്തിനു കീഴെ കുരുടൻ നിന്നിരുന്നു. അവനു മനസ്സിലായി സന്ധ്യ മയങ്ങുന്നെന്ന്, പക്ഷികൾ ചേക്കേറാൻ തുടങ്ങുന്നു. ഫടിക്ക്കുളത്തിലെ മത്സ്യങ്ങൾ വീണ്ടുമൊരിക്കൽ കൂടി ജലനിരപ്പിലെത്തി സീൽക്കാരത്തോടെ താഴേക്ക് ഊളിയിട്ടുപോയി. അന്നത്തേക്ക് അവസാനമായി ആകാശം കാണാനെത്തിയതാവും. ട്രെയിൻ കടന്നുപോകുന്ന ശബ്ദം കുരുടന്റെ കാതുകളിൽ പതിച്ചു. ഘട്ഘട്... കിച്കിച്.. ലോഹം. ഒരറ്റം മുതൽ മറ്റേയറ്റം വരെ കട്ടിയുള്ള ലോഹം. കുരുടൻ നെടുതായൊന്നു നിശ്വസിച്ചു. കഴിഞ്ഞു, ഇന്നത്തേക്ക് ഇനി പണിയൊന്നുമില്ല. വീട്ടിലേക്കു പോകാം. അല്ലെങ്കിലും ദിവസം മുഴുവനും കുരുടനെന്തു ജോലി? വെറുതെ ചുറ്റിത്തിരിയുകയല്ലാതെ. മറ്റുള്ളവരുടെ വീടുകളിൽ കാതോർത്തു നിൽക്കുക, ശബ്ദം കേട്ട്, മണം പിടിച്ച് ആരെന്തു ചെയ്യുന്നു, എങ്ങനിരിക്കുന്നു എന്നൊക്കെ മനസ്സിലാക്കുക ഇതല്ലേ ജോലി? കാഴ്ചയില്ലാത്തതുകൊണ്ട് അവന് മറ്റൊരു ജോലിയും ചെയ്യാനാവില്ല. കാഴ്ചയുടെ മറുകരയ്ക്കു നിന്നുകൊണ്ട് ഈ പ്രപഞ്ചത്തെ മുഴുവനും മണത്തെടുക്കാൻ അവനാഗ്രഹിക്കുന്നു. പക്ഷേ ഇടയ്ക്കൊക്കെ വല്ലാത്ത വൈക്ലബ്യം തോന്നും. പ്രത്യേകിച്ച്, ഇങ്ങനെ സന്ധ്യ മയങ്ങുമ്പോൾ. ഫടിക്ക്കുളത്തിൽനിന്നുള്ള തണുപ്പു മുഴുവനും ശരീരത്തെ പൊതിയുന്നതായി തോന്നും. എല്ലു കോച്ചുന്ന തണുപ്പ്. അവൻ ധൃതി

വെച്ച് വീട്ടിലേക്കു നടക്കും. വേഗം പുതപ്പെടുത്തു ശരീരം മൂടണം. ആ സമയത്ത് അവന് എല്ലാം അർത്ഥഹീനമായിത്തോന്നും കാഴ്ചയില്ലാത്ത ഈ ജീവിതവും. സന്ധ്യക്കു ശേഷം അനിവാര്യമായ അന്ധകാരമാണത്രെ. അവനു തോന്നും തന്റെ ജീവിതത്തിലും അന്ധകാരം തുള്ളിത്തുള്ളിയായി നിറയുകയാണെന്ന്.

മാസ്റ്റർ കാക്കു പറയും കുരുടനേക്കാളും പതിന്മടങ്ങ് കുരുടന്മാരാണ് ഈ നാട്ടിലെ ജനങ്ങളെന്ന്. രാത്രിയുടെ അന്ധകാരത്തേക്കാൾ കനത്ത ഇരുട്ട് അവരുടെ ജീവിതത്തിൽ വ്യാപിച്ചു കിടക്കുന്നെന്ന്. പക്ഷേ മൈക്ക് ശബ്ദിക്കാൻ തുടങ്ങുമ്പോൾ 'രൂപ് തേരാ മസ്താനാ' ഗാനം അന്തരീക്ഷത്തിൽ നിറയുമ്പോൾ, ആളുകൾ കൂട്ടം കൂട്ടമായി മാറ്റഡോറിൽ കയറി പിക്നിക് പോകുന്നതറിയുമ്പോൾ, കുരുടന് മാസ്റ്റർ കാക്കുവിന്റെ വാക്കുകളിൽ വിശ്വാസം തോന്നില്ല. കുറച്ചു ദിവസം മുമ്പുവരെ അവൻ മാസ്റ്റർ കാക്കു പറയുന്നതൊക്കെ വിശ്വസിച്ചിരുന്നു. ഇപ്പോഴും അങ്ങനെ വിശ്വസിക്കാൻ ആഗ്രഹമുണ്ട്. പക്ഷേ അവന്റെ ഉള്ളിലെവിടെയോ ഒരു വിടവ് വീണിരിക്കുന്നു. അതു ചാടിക്കടക്കാനാവുന്നില്ല. കുറച്ചു ദിവസം മുമ്പുവരെ എല്ലാം രസകരമായിത്തോന്നിയിരുന്നു, ആ അവസ്ഥ മാറിപ്പോയി. എല്ലാ വിശ്വാസങ്ങളിലും പുതിയൊരു വളവും തിരിവും. ഒരുപാടു പുതിയ ചോദ്യങ്ങൾ. ഒരുപാടു പുതിയ ഉണർവുകൾ തന്റെയുള്ളിൽ ഉണർന്നെണീക്കുന്നത് അവനറിയുന്നു. ശൈശവം മുതൽ അവന്റെ കളിച്ചങ്ങാതിയായിരുന്ന ഹീരു ഇന്നാളു മുതൽ പണിക്കു പോയിത്തുടങ്ങി. അവന്റെ അച്ഛനോടൊപ്പം ചെരിപ്പു നന്നാക്കാനിരിക്കുന്നു. അവൻ ചെരിപ്പിനുള്ള തോലു മുറിക്കും, തുന്നും, ചുള്ളാണിയടിച്ച് ചെരിപ്പു നന്നാക്കും. മാഖന്റെ അച്ഛൻ അവനെ ബൾബ് ഫാക്റ്ററിയിൽ ജോലിക്കു കൊണ്ടുപോയി നിർത്തിയിരിക്കുന്നു. വലിയ ബൾബല്ല. മാഖൻ പറഞ്ഞു കൊച്ചു കൊച്ചു ബൾബുകൾ ഉത്സവത്തിനും ആഘോഷങ്ങൾക്കും തൂക്കാറുള്ള വിളക്കുമാലകളിലെ ബൾബുകൾ. കുരുടന്റെ ചുറ്റിലുമുള്ള എല്ലാവരും പണിക്കു പോകുന്നു. കുരുടനു മാത്രം ഒന്നും ചെയ്യാനില്ല. അവന്റെ അതിപരിചിതമായ ലോകത്തിൽ അപരിചിതബോധം കടന്നുകൂടിയിരിക്കുന്നു. ഇത്രയും കാലം ടേപിയോടൊപ്പം ചോറും കറിയും വെച്ച് അമ്മയുമച്ഛനും കളിക്കുമായിരുന്നു, ഇപ്പോൾ ടേപി വിളിച്ചാൽ അവൻ പോകാറില്ല. അവന് ഭയം തോന്നുന്നു. ടേപിയുടെ നെഞ്ച് പതുക്കെപ്പതുക്കെ ഉരുണ്ടുകൂടുന്നതായി അവന് അനുഭവപ്പെടുന്നു. ടേപി അവന്റെ കൈയെടുത്ത് സ്വന്തം മാറിൽ അമർത്തിവെക്കും. പണ്ടൊക്കെ കുരുടൻ കരുതിയിരുന്നു ഇതും ഒരു കളിയാണെന്ന്. അവനും കളിക്കും. പെൺകുട്ടികളുടെ കളിയാണ്. അച്ഛനുമമ്മയും കളിക്കും, അരിയും കറിയും വെക്കും. ഓലക്കീറിൽ വിളമ്പി അമ്മയെ അനുകരിച്ചു ടേപ്പി പറയും ദേ ഇന്ന് അമരക്കറിയും ചോറും മാത്രം. ഭാര്യയും ഭർത്താവും എന്നാലെന്ത്, ഇരുട്ടിന്റെ മറവിൽ അവരെന്തു ചെയ്യും, ഇതൊന്നും അറിഞ്ഞില്ലെങ്കിലും അവനും കളിക്കുമായിരുന്നു, എന്തൊക്കെയോ കാട്ടിക്കൂട്ടുമായിരുന്നു. വെറും കളി. വെറും അനുകരണം. പക്ഷേ ഇപ്പോഴതിനാവുന്നില്ല. ടേപി കൈ പിടിച്ചു

വലിച്ചാൽ അവന്റെ ശരീരമാസകലം തളർന്നുപോകുമ്പോലെ. ശരീരത്തിൽ പുതിയൊരു ഉണർവ്വ്. അതവനെ ഭയപ്പെടുത്തുന്നു, തനിക്ക് അസുഖമാണോ? പക്ഷേ ആ അസുഖത്തെപ്പറ്റി ആരോടും പറയാനാവുന്നില്ല. താനെല്ലാം തുറന്നു പറയാറുള്ള മാസ്റ്റർ കാക്കുവിനോടുപോലും പറയാനാവുന്നില്ല. അവന് വല്ലാത്ത വൈഷമ്യമുണ്ട്. എന്താണിങ്ങനെ? താൻ സ്വയം അറിയാതെ, മനപ്പൂർവ്വമല്ലാതെ എന്തെങ്കിലും സംഭവിച്ചുപോയാൽ? സദാസമയവും മാസ്റ്റർ കാക്കുവിന്റെ കൂടെ ചെലവിടാനായെങ്കിൽ. കുരുടന് അതിലാണ് താത്പര്യം. അവിടെയാണ് സന്തോഷം, ആശ്രയം. മാസ്റ്ററോടൊപ്പമുള്ള സമയങ്ങളിൽ മറ്റുതരം അനുഭൂതികളൊന്നും ഉണ്ടാവില്ലെന്ന ധാരണ.

ഈയിടെയായി പലാശ് ദിവസവും കുരുടന്റെ കൂടെ മാസ്റ്ററുടെ വീട്ടിലെത്തും. സ്കൂളിലെ പുസ്തകങ്ങളുമായി തുള്ളിച്ചാടിയാണ് വരവ്. മാസ്റ്റർ അവനെക്കൊണ്ട് കണക്കു ചെയ്യിക്കും. ബംഗാളി, ഇംഗ്ലീഷ്, ഭൂമിശാസ്ത്രം എല്ലാം പഠിപ്പിക്കും. കുരുടനോടു പറയും ദേ ശ്രദ്ധിച്ചു കേൾക്ക്. അവൻ വായിക്കുന്നത് കേൾക്ക്. കുരുടൻ ശ്രദ്ധിച്ചു കേൾക്കും. പലാശ് അന്നൊരു ദിവസം വായിച്ചു. നമ്മുടെ കൊച്ചു നദി, വളഞ്ഞു പുളഞ്ഞാണൊഴുകുക. വൈശാഖമാസത്തിൽ മുട്ടുവരെയേ വെള്ളമുണ്ടാകൂ. ഇത്രയും വായിക്കുന്നതിനു മുമ്പ് അവൻ മറ്റൊരു കാര്യം ഉറക്കെ വായിച്ചിരുന്നു. *കൊച്ചുനദി രബീന്ദ്രനാഥ് ഠാക്കൂർ.* പലാശിന്റെ വായനയിൽ കുരുടന് ഒരു പ്രത്യേകത തോന്നും. ഒരു പുതിയ രീതി. ഒരീണമുണ്ട്. ഇങ്ങനെ ഈണത്തോടെയുള്ള വായന കുരുടൻ മാത്രമല്ല. ഇവിടെയാരും കേട്ടിട്ടില്ല. ഈ വായന, ഈ ഈണം കാതിൽ വീഴുമ്പോൾ ഈ ചേരിയിലെ മറ്റുള്ളവരും കൗതുകത്തോടെ കേട്ടു നിൽക്കും. കുറച്ചു നേരത്തേക്കെങ്കിലും ഇത് ചേരിയല്ലെന്ന് അവർക്കൊക്കെ തോന്നിപ്പോകുന്നുണ്ടാകും. മാന്യന്മാരുടെ വാസസ്ഥലമാണിത്. അവരുടെ മനസ്സിനകത്ത് ഒരു ക്ഷീണമായ പ്രത്യാശ, ദുഃഖസ്വരമായി മുഴങ്ങും. എന്റെ മോനും വായിക്കാനായെങ്കിൽ, പഠിക്കാനായെങ്കിൽ. പക്ഷേ, ഇല്ല. ഇവിടെയാരും വായിക്കില്ല. ഇവിടെയാരും പഠിക്കാൻ പോകുന്നില്ല. വേറൊന്നുണ്ട് ആറു മാസം മുതൽ ഓരോ കുഞ്ഞും നുള്ളിപ്പെറുക്കാൻ പഠിക്കും, അതു മാത്രം. നാലുകാലിൽ ഇഴഞ്ഞ് അരിച്ചുപെറുക്കും. ദേ ഒരു നുള്ള് ഭക്ഷണം പൊട്ടിപ്പൊളിഞ്ഞ കളിപ്പാട്ടം. കുരുടൻ മാത്രം ഇതു പഠിച്ചില്ല, നുള്ളിപ്പെറുക്കാൻ.

രബീന്ദ്രനാഥ് ഠാക്കൂർ. ഓഹോ ഠാക്കൂർ! കുരുടനറിയാം ഠാക്കൂർ എന്നാൽ ദൈവം എന്നാണ്. അപ്പോ അങ്ങേരും കവിതയെഴുതുമോ? മാസ്റ്റർ അവനെ ഒരുപാടു കവിതകൾ വായിച്ചു കേൾപ്പിച്ചിട്ടുണ്ട്. ആ കവിതകളൊക്കെ എഴുതിയത് ആരെന്നും പറഞ്ഞു കൊടുത്തിട്ടുണ്ട്. ഇന്നയാൾ സുകാന്ത്, ഇന്നയാൾ സുഭാഷ്. പക്ഷേ ഒരിക്കലും ഒരു ഠാക്കൂറിന്റെ പേരു പറഞ്ഞു കേട്ടിട്ടില്ല. ശിവൻ, ദുർഗാ, ലക്ഷ്മി, സരസ്വതി സന്തോഷിമാ ഇവരൊക്കെയല്ലേ ഠാക്കൂർമാർ? ഇവരൊന്നും കവിതയെഴുതിയതായി കുരുടൻ കേട്ടിട്ടില്ല. ഉവ്വുവ്വ് ഗണേശ് ഠാക്കൂർ ഒറ്റയൊരുത്തനാണ്

ഏതോ കാലത്ത് മഹാഭാരതമെഴുതിയത്. അതും സ്വന്തം നിലയ്ക്കല്ല, വ്യാസദേവൻ പറഞ്ഞു ഗണേശനെഴുതി. അത്രതന്നെ അങ്ങനെ വന്നാൽ ഗണേശനെ കേട്ടെഴുത്തുകാരൻ എന്നു വേണമെങ്കിൽ പറയാം.

പക്ഷേ, മഹാഭാരതം കവിതയല്ല. മാസ്റ്റർ പറയുന്നത് അത് മഹാകാവ്യമാണെന്നാണ് മഹാകാവ്യം എന്താണെന്ന് കുരുടനറിയില്ല, പക്ഷേ മഹാഭാരതത്തിലെ കഥകൾ കേൾക്കാൻ വലിയ ഇഷ്ടമാണ്. അവൻ നിശ്ചയിച്ചുകഴിഞ്ഞു. വീരനാവണമെങ്കിൽ അർജ്ജുനനെപ്പോലല്ല, അഭിമന്യുവിനെ പോലെ ആകണം. ഭഗവാനെ സ്വന്തം പക്ഷത്തു നിർത്തി ആർക്കാണ് യുദ്ധം ചെയ്യാനാവാത്തത്? അത് ഒരു വീരനു ചേർന്നതാണോ? മാസ്റ്റർ നക്സലൈറ്റ് യുവാക്കളുടെ കാര്യം പറഞ്ഞുകേൾപ്പിക്കുമ്പോൾ അവൻ സങ്കല്പിക്കും. മൈതാനത്ത്, വെളിമ്പറമ്പുകളിൽ, തെരുവുകളിൽ, ഇടവഴികളിൽ പ്രാണഭയവുമായി ഒരു തരുണൻ ഓടുന്നു. കൈയിൽ തോക്കുണ്ടാവാം, ഇല്ലെന്നും വരാം, പോക്കറ്റിൽ ബോംബുണ്ടാകാം, ഇല്ലെന്നും വരാം, ചെരുപ്പുപോലും ഇല്ലെന്നു വരാം, ഓട്ടത്തിനു തടസ്സമാവരുതെന്നു കരുതി അത് ഊരി വലിച്ചെറിഞ്ഞതാവാം, അയാളെ തുരത്തിക്കൊണ്ട് സായുധപൊലീസിലെ ആറേഴുപേർ. പൊലീസ് അല്ലെങ്കിൽ ഗുണ്ടകൾ. ആര് ആരാണെന്ന് എല്ലായ്പോഴും മനസ്സിലായെന്നു വരില്ല. കണ്ടുനിൽക്കാനേ പറ്റൂ. ഒരാളെ തുരത്തിക്കൊണ്ട് ഏഴുപേർ. അവന് അപ്പോൾ അഭിമന്യുവിന്റെ കഥ ഓർമ വരും. വല്ലാത്ത ആശ്ചര്യം തോന്നും. എപ്പോൾ ഏതു യുഗത്തിലാണെന്നറിയില്ല സപ്തരഥികൾ സംഘം ചേർന്ന് അഭിമന്യുവിനെ വധിച്ചത്? ഇന്നും അതേവിധം നടക്കുന്നെന്നോ? ഇക്കാര്യം കുരുടൻ മാസ്റ്ററോടു പറഞ്ഞു. മാസ്റ്റർ പ്രതിവചിച്ചു. ഇതാണ് സർവ്വകാലീനത, ഇതാണ് മഹാകാവ്യത്തിന്റെ മൂലശക്തി.

രബീന്ദ്രനാഥ് ഠാക്കൂർ, ദൈവം? എപ്പോഴാണ് ഈ ദൈവത്തിന്റെ പൂജ? കുരുടന് അതറിയാൻ ജിജ്ഞാസ.

ഠാക്കൂർ, ഠാക്കൂറെന്നു വെച്ചാൽ... ഇത്രയും പറഞ്ഞിട്ട് മാസ്റ്റർ ഉറക്കെയുറക്കെ പൊട്ടിച്ചിരിച്ചു. മാസ്റ്റർ ഇങ്ങനെ ചിരിക്കുന്നത് വളരെ വിരളമായേ കുരുടൻ കേട്ടിട്ടുള്ളൂ. അവനു മനസ്സിലായില്ല. ഇത്ര ചിരിക്കാൻ മാത്രം എന്തുണ്ടായെന്ന്. അവനു മാത്രമല്ല, പലാശിനും മനസ്സിലായില്ല. മാസ്റ്റർ പറഞ്ഞു. ഠാക്കൂർ എന്നു പറഞ്ഞാൽ ദൈവം എന്നു മാത്രമല്ല അർത്ഥം. അത് കുടുംബപേരുമാകാം.

അയ്യയ്യോ! ഞാൻ നിനക്ക് രബീന്ദ്രനാഥിനെപ്പറ്റി ഒന്നും പറഞ്ഞു തന്നിട്ടില്ല? പക്ഷേ, ചില കവിതകളൊക്കെ നിന്നെ കേൾപ്പിച്ചിട്ടുണ്ട്. നിനക്ക് ഓർമയുണ്ടോ എന്തോ, ചെരുപ്പിനടിയിൽ പറ്റിപ്പിടിച്ച ചെളിക്കട്ടയെപ്പറ്റിയുള്ള കവിത? അതു കേട്ടിട്ട് നിനക്ക് രാത്രി മുഴുവനും ഉറക്കം വന്നില്ല. ചുള്ളാണിയടിച്ച ചെരിപ്പിനുകീഴെ ഒട്ടിപ്പിടിച്ചിരിക്കുന്ന ബീഭത്സരൂപിയായ ചെളിക്കട്ട. പിറ്റേന്ന് അതിരാവിലെ എന്റടുത്തേക്ക് ഓടിവന്നു. അതാണ് രബി ഠാക്കൂറിന്റെ രചന. രബീന്ദ്രനാഥ് മനുഷ്യനാണ്. ദേവതയല്ല. ഠാക്കൂർ കുടുംബപ്പേരാണ്. ദാ നിന്റെ പേര് ദാസ് എന്നല്ലേ, കുരുടൻ ദാസ്? ഓഹോ

നിനക്ക് ഒരു നല്ല പേരു വേണമായിരുന്നു. കുരുടൻ എന്നത് ഒരു പേരാണോ?

കുരുടൻ പറഞ്ഞു ഥൂ... എനിക്കിതൊക്കെ മതി... നല്ല പേരുംകൊണ്ട് എന്തു ചെയ്യാൻ? ഞാനെന്താണോ അതന്നെ എന്റെ പേര്. ആട്ടെ. അതു പോട്ടെ. രബീന്ദ്രനാഥ് ഠാക്കൂറിനെപ്പറ്റി പറയൂ.

അതൊന്നും ഒരൊറ്റ ദിവസംകൊണ്ട് പറഞ്ഞു തീർക്കാനാവില്ല. പക്ഷേ ഒരു കാര്യം പറയാം. നീ രബീന്ദ്രനാഥിനെ പൂജിച്ചെന്നു വെക്ക്. അതായത് നിന്റെ അമ്മ സന്തോഷീമായെ പൂജിക്കുന്നതുപോലെ. സന്തോഷീമാ തരുന്നതിനേക്കാളും പതിന്മടങ്ങ് നിനക്കു രബീന്ദ്രനാഥിൽ നിന്നു ലഭിക്കും. ഇതൊന്നും ആർക്കും ബോധ്യമായിട്ടില്ല. ഫുൽബാഗാനിലെ ഒരു ചായക്കടക്കാരനു മാത്രമേ ഇതു മനസ്സിലായിട്ടുള്ളൂ. അതെങ്ങനെയെന്നറിയാമോ?

എങ്ങനെ?

ഒരിക്കൽ ഞാൻ ഫൂൽബഗാനിലേക്കു ചെന്നു. വല്ലാത്ത വിശപ്പ്. അടുത്തുള്ള പലഹാരക്കടയിൽ കറുത്തു തടിച്ച ഒരാൾ ചുടുചുടെ കച്ചൗഡി പൊരിക്കുന്നു. വലിയൊരു ചീനച്ചട്ടിയിൽ നിറച്ച് എണ്ണ കിടന്നു തിളയ്ക്കുന്നു. അതിൽ കച്ചൗഡികൾ. ചായക്കടക്കാരന്റെ വയറ്. നമ്മുടെ ഗണപതിയുടെ വയറുപോലെ വീർത്തു തൂങ്ങിക്കിടക്കുന്നു. ഞാൻ ബഞ്ചിലിരുന്നു. ചുറ്റും ഈച്ചകളുടെ പട. പക്ഷേ എനിക്ക് ആ കട ഇഷ്ടപ്പെട്ടു. എന്തുകൊണ്ടെന്നോ? ചുമരിൽ ഒരുപാടു ദൈവങ്ങളുടെ ചിത്രങ്ങൾ കാളി, സരസ്വതി, ലക്ഷ്മി, സന്തോഷി, ഗണേശ്, രാമനും സീതയും, രാധയും കൃഷ്ണനും, ശിവൻ, ശ്രീചൈതന്യ, ഹനുമാൻ. അതോടൊപ്പം രബീന്ദ്രനാഥും. രബീന്ദ്രനാഥ് എത്ര വലിയ ഠാക്കൂറാണെന്ന് അന്നാണ് ശരിക്കു മനസ്സിലായത്. ഞാനയാളോടു ചോദിച്ചു. ഈ പടമെന്താ ഇവിടെ വെച്ചിരിക്കുന്നത്? അയാൾ കച്ചൗഡി വറുത്തു കോരുന്ന ചട്ടുകം താഴെ വെച്ചു കവിത ചൊല്ലി.

ആജി മോർ മൊനേ ഹോയ് അമൃതേർ പാത്ര് ജെനോ അമാർ ഹൃദൊയ്... ജെനോ സേ മിടാതെ പാരെ ഏ വിശ്വേർ ക്ഷുധാ...

(എന്റെ ഹൃദയം അമൃതകലശമായിരുന്നുവെങ്കിൽ; ഈ വിശ്വത്തിന്റെ പൈദാഹം ശമിപ്പിക്കാൻ അതിനു കഴിഞ്ഞിരുന്നുവെങ്കിൽ)

ഒരൊറ്റ ശ്വാസത്തിൽ ഇത്രയും പറഞ്ഞ്. ഏതാനും കച്ചൗഡി എനിക്കു തന്നിട്ട് ചോദിച്ചു. എന്തെങ്കിലും മനസ്സിലായോ?

അന്നെനിക്ക് തോന്നി സ്നേഹം മനുഷ്യന്റെ ആന്തരേച്ഛയാണ്, പൂജയും അതുപോലാണ്. നിസ്സീമമായ ആരാധനയിൽ നിന്ന്, സ്നേഹത്തിൽ നിന്നാണ് പൂജ ഉടലെടുക്കുന്നത്. ഈ പൂജയിൽ കപടതയില്ല. ആചാരസമ്പ്രദായങ്ങളില്ല. രബീന്ദ്രനാഥ് ഒരുപാടു പുസ്തകങ്ങളെഴുതിയിട്ടുണ്ട്, നിനക്കറിയുമോ ഗാനങ്ങൾ, കഥകൾ, കവിതകൾ... അതൊക്കെ വായിച്ചു തീർക്കാൻ വർഷങ്ങളെടുക്കും. ചിലരൊക്കെ അദ്ദേഹത്തെ

ദൈവമായി കാണുന്നു, ഞാൻ വിചാരിച്ചത് ചായക്കടക്കാരൻ ആരെന്നറിയാതെയാണ് ആ പടം ചുമരിൽ തൂക്കിയിട്ടതെന്നാണ്. പക്ഷേ അയാളാ വരികൾ ചൊല്ലിയപ്പോൾ...

കുരുടൻ കുറേ നേരത്തേക്ക് ഒന്നും ഉരിയാടിയില്ല. പറഞ്ഞതു മുഴുവനും അവനു മനസ്സിലായില്ല. പക്ഷേ മാസ്റ്ററുടെ സ്വരത്തിൽ രബീന്ദ്രനാഥ് മൂർത്തരൂപം പ്രാപിച്ചപോലെ. ആ ചായക്കടക്കാരന്റെ പൂജ മാസ്റ്ററുടെ സ്വരത്തിലൂടെ ചന്ദനത്തിരിയും സാമ്പ്രാണിയും മണിയൊച്ചയും സമേതം കുരുടന്റെ ചെവിയിലെത്തിയതുപോലെ. രബിഠാക്കൂറിനെപ്പറ്റി ഒന്നുംതന്നെ അറിയാമായിരുന്നില്ലെങ്കിലും അദ്ദേഹത്തെക്കുറിച്ച് അനുഭവിച്ചറിയാനായി. കുരുടനാരാഞ്ഞു.

എവിടെപ്പോയാൽ കാണാനാകും രബീന്ദ്രനാഥ് ഠാക്കൂറിനെ?

മാസ്റ്റർ പറഞ്ഞു. ഹൗറാ സ്റ്റേഷനിൽ ചെന്ന് ട്രെയിൻ പിടിക്കണം. ബേഗംപൂർ, ബർധമാൻ, ഇതൊക്കെ കഴിഞ്ഞ് ഭോൽപൂർ സ്റ്റേഷനിലെത്തും. അവിടെയിറങ്ങി ശാന്തിനികേതൻ എന്ന സ്ഥലത്തേക്കു നടക്കണം. അവിടെ ചെന്നാൽ രബീന്ദ്രനാഥിനെക്കുറിച്ച് അറിയാൻ കഴിയും...

ഇപ്പോൾ കുരുടന് അക്കാര്യമൊക്കെ ഓർമ്മ വരുന്നു. ഈ സന്ധ്യാനേരത്ത് അവന്റെ വിഷാദം ക്രമേണ കൂടിക്കൂടി വരുകയാണ്. ജീവിതം ക്രമേണ അർത്ഥഹീനമായിത്തോന്നിപ്പോകുന്നു. അവനാലോചിക്കയാണ് മാസ്റ്റർ പറഞ്ഞത് ശാന്തിനികേതൻ വിസ്മയകരമായ സ്ഥലമാണെന്നാണ്. അവിടെ മണ്ണിന്റെ നിറം ചുമപ്പാണത്രെ. രബീന്ദ്രനാഥ് ആ മണ്ണിന് കൂടുതൽ നിറം പകർന്നത്രെ. അവിടത്തെ സകല ചുമരുകളിലും അതിമനോഹരമായ ചിത്രങ്ങളുണ്ടത്രെ. അതൊക്കെ രബീന്ദ്രനാഥ് വരച്ചതാണത്രെ. അവിടത്തെ പാല മരങ്ങളും മാവുകളും എല്ലാം രബീന്ദ്രനാഥ് വെച്ചുപിടിപ്പിച്ചതാണത്രെ. അവിടത്തെ യാചകരെല്ലാം പാട്ടു പാടിയാണത്രെ ഭിക്ഷ യാചിക്കാറ്. രബീന്ദ്രനാഥിന്റെ ഗാനങ്ങളല്ലാതെ അവർക്ക് മറ്റൊന്നും അറിയില്ല. ആ ഗാനങ്ങൾ ഭിക്ഷാടനത്തിലെ അപമാനം കഴുകിക്കളയുന്നു. അവിടത്തുകാരുടെ ജീവിതം വിസ്മയാവഹമാണ്. എല്ലാം രബീന്ദ്രമയം. നിനക്ക് എന്തെങ്കിലും മനഃക്ലേശമുണ്ടായാൽ നീയൊരു രബീന്ദ്രസംഗീതം പാട്, മനഃശാന്തിയുണ്ടാകും. കുരുടന് വല്ലാത്ത മോഹം ട്രെയിനിൽ കയറി അത്യാശ്ചര്യകരമായ ആ സ്ഥലത്ത് എത്താനായെങ്കിൽ. ആലോചിച്ചാലോചിച്ച് വീടെത്തിയിരിക്കുന്നു. മുത്തശ്ശി പറഞ്ഞു. നിന്റമ്മ ഇനിയും വന്നിട്ടില്ല. നിന്റച്ഛന് തീരെ വയ്യ. ഡോക്ടറെ കാണിച്ചാലോ?

കുരുടന്റച്ഛന്റെ ക്ഷീണിച്ച സ്വരം വേണ്ട. ഇനി ഡോക്ടറൊന്നും വേണ്ട. എന്നെ കാലൻ കൊണ്ടുപോകാറായി. ഡോക്ടർക്കു കൊടുക്കണെ പൈസ കൊണ്ട് എന്റെ പതിനാറടിയന്തരം കഴിച്ചോ.

മുത്തശ്ശി കരച്ചിലു തുടങ്ങി. നിനക്ക് പ്രാണനോട് ഇത്തിരി പോലും സ്നേഹമില്ലേ ഞാനിരിക്കെ കാലനെന്തിന് നിന്നെ കൊണ്ടുപോകണം. ഞാനത്രയ്ക്ക് പാപമൊന്നും ചെയ്തിട്ടില്ല.

കുരുടൻ നിശ്ശബ്ദനായി എല്ലാം കേട്ടു നിൽക്കയാണ്. അവനറിയാം അച്ഛൻ മരിക്കാറായെന്ന്. ഒരു ഡോക്ടർക്കും ഇനി അച്ഛനെ രക്ഷിക്കാനാവില്ല. അച്ഛനെ രക്ഷിക്കാനായി അമ്മ സന്തോഷീമായെ പൂജിക്കുന്നു, കുരുടൻ വിചാരിച്ചതാണ് രബി ഠാക്കൂറിനെ പൂജിക്കാൻ പറഞ്ഞാലോ എന്ന്. മാസ്റ്റർ പറഞ്ഞിരുന്നല്ലോ രബി ഠാക്കൂറിനെ പൂജിച്ചാൽ സന്തോഷീമാ തരുന്നതിനേക്കാൾ അനേകമിരട്ടി കിട്ടുമെന്ന്. പിന്നീടവന് തോന്നി ഈ ഭാവനകളൊക്കെ വെറുതെയാണ്. നേരു പറഞ്ഞാൽ കാലൻ വന്നു വലിക്കാൻ തുടങ്ങിയാൽ പിന്നെ ഒരു ഠാക്കൂറിനും ഒന്നും ചെയ്യാനാവില്ല. കാലനാണ് ഏറ്റവും വലിയ ഠാക്കൂർ, അതു മാത്രമല്ല, മാസ്റ്ററുടെ വാക്കുകളിൽ വേറൊരു ധ്വനി സ്പന്ദിച്ചിരുന്നു. അതു ശരിക്കങ്ങ് പിടികിട്ടുന്നില്ല കുരുടന്. അവനറിയാം പൂജകളിലൂടെ സമസ്യാപരിഹാരം കാണുന്ന, കാണിക്കാമെന്നു വിശ്വസിക്കുന്ന വ്യക്തിയല്ല മാസ്റ്ററെന്ന്. അപ്പോപ്പിന്നെ രബീന്ദ്രനാഥ് ഠാക്കൂറിനെ പൂജിച്ചിട്ട് ഒരുപാടു കിട്ടുമെന്ന് പറഞ്ഞതിന് എന്താണർഥമെന്ന് കുരുടനറിയില്ല. അതു മാസ്റ്റർക്കേ അറിയൂ. കുരുടനും എന്നെങ്കിലും അതു മനസ്സിലാക്കിയെടുക്കും.

അച്ഛന്റെ അസുഖം, മുത്തശ്ശിയുടെ വിലാപം ഇതൊക്കെ നിത്യേനയുള്ള സംഭവമാണ്. അതുകൊണ്ട് തപ്പിത്തടഞ്ഞ് ഷാളെടുത്ത് ദേഹത്ത് പുതച്ച് അവൻ വെളിയിലേക്കിറങ്ങി. ഇന്നെന്തോ വല്ലാത്തൊരു ഈർപ്പം കലർന്ന ചീഞ്ഞ മണം. അളിഞ്ഞ മണമാണ്. അവൻ ശ്രദ്ധിച്ചിട്ടുള്ളതാണ്. ഇത്തരം ചീഞ്ഞ മണങ്ങളെത്തുടർന്ന് എന്തെങ്കിലും ചീത്ത വാർത്തകൾ പുറത്തുവരും. മാസ്റ്റർ പറഞ്ഞു, ഇതിന്റെ പേരാണത്രെ യാദൃച്ഛികത. അതായത് ഒരു സംഭവത്തിനോടൊപ്പം യാതൊരു യുക്തിയുക്തമായ കാരണങ്ങളുമില്ലാതെ മറ്റൊരു സംഭവം ആവർത്തിച്ചാവർത്തിച്ചു നടക്കുകയാണെങ്കിൽ, ഒന്ന് മറ്റൊന്നിനെ ആശ്രയിച്ചിരിക്കുന്നു എന്നും രണ്ടു സംഭവങ്ങൾക്കുമിടയിൽ അഗോചരമായ എന്തോ ബന്ധമുണ്ടെന്നുമുള്ള ധാരണ പരക്കും. പക്ഷേ, ഈ ധാരണ മിഥ്യയാണ്. യാദൃച്ഛികം ഒരു സംഭവം മാത്രം അതിൽ കൂടുതലായൊന്നുമില്ല. ഉദാഹരണത്തിന് കാക്ക കരയുന്നതു കേട്ട് കുരുടന്റെ മുത്തശ്ശി പറയും. എല്ലാം തൊലഞ്ഞു പോകും. ശനി പിടിക്കും എന്നൊക്കെ. കേട്ടുകേട്ട് കുരുടനും വിശ്വസിക്കാൻ തുടങ്ങി. കാക്ക കരഞ്ഞാൽ അനർഥമുണ്ടാകും,. പക്ഷേ മാസ്റ്റർ പറഞ്ഞു. എല്ലാം പോയാപ്പിന്നെ എന്തുണ്ടു ബാക്കി? തൊലഞ്ഞുപോകാൻ മാത്രം നിങ്ങൾക്കെന്തുണ്ട്? അതിനെന്തിന് ശനി കാക്കയെ പറഞ്ഞയയ്ക്കണം? ഈ പട്ടണത്തിൽ ആയിരമായിരം കാക്കകൾ സദാ സമയവും കാകാ വിളിച്ചുകൊണ്ടേയിരിക്കുന്നു. അതുകൊണ്ടെന്താ നന്നാവുന്നവര് നന്നാവുന്നില്ലേ? അവർക്ക് തടസ്സമൊന്നും കാണുന്നില്ലല്ലോ.

ശനിയെക്കുറിച്ച് ചിന്തിച്ചുകൊണ്ടിരിക്കേ ശനി ശനിയെന്നു കേൾക്കുകയും ചെയ്തു. കപിലാദീയുടെ അമ്മ അലറി വിളിക്കുന്നു. അന്യമനസ്കനായി കുരുടൻ കപിലാദീയുടെ വീട്ടിനടുത്തെത്തിയിരിക്കുന്നു. എന്തോ വലിയൊരു വഴക്കാണ്. ടേപിയുടെ ശബ്ദം, കുരുടാ ദേ നോക്ക്.

ടേപി കുരുടന്റെ കൈ പിടിച്ചു വലിക്കുന്നു. കുരുടൻ മുറുക്കം പിടിച്ചു. കനത്ത സ്വരത്തിൽ ചോദിച്ചു, എന്താ കാര്യം?

അവന്റെ തൊണ്ടയിൽ നിന്ന് വരുന്ന ശബ്ദത്തിന് മാറ്റം വരികയാണ്. അവൻ പുരുഷനാവുകയാണ്. ഹി ഹി എന്ന് ചിരിച്ചുകൊണ്ട് ടേപി കുരുടന്റെ ശരീരത്തിലേക്കു കുഴഞ്ഞുവീണു. കുരുടൻ അവളെ പറിച്ചെറിയാനുള്ള ശ്രമത്തിലാണ്. പറയാനുള്ളതു പറ.

ടേപിക്കു വീണ്ടും ചിരി. കുരുടന്റെ ദേഹം തരിക്കുന്നു. ഈയിടെയായി അവന് ടേപിയെ സഹിക്കാനാവുന്നില്ല. ടേപിയെയെന്നല്ല മറ്റു പലതും സഹിക്കാനാവുന്നില്ല. നീരസത്തോടെ ചോദിച്ചു, ചിരി മാത്രമേയുള്ളോ, അതോ വല്ലതും പറയാനുണ്ടോ?

കപിലാദീയുടെ വീട്ടിൽ ആൾക്കൂട്ടം പെരുകുന്നു. പലരുടേയും ശബ്ദം കേൾക്കാനുണ്ട്. കൂട്ടത്തിൽ തന്റെ അമ്മയുടെ സ്വരവും കുരുടൻ കേട്ടു. എല്ലാവരും ഒന്നിച്ച് എന്തൊക്കെയോ പറയാനുള്ള ശ്രമത്തിലാണ്. മനോദാ പറഞ്ഞു, ഞാനപ്പഴേ പറഞ്ഞതാണ് നഗേൻ മിത്തിരന്റെ വീട്ടിൽ മോളെ പണിക്കയയ്ക്കരുതെന്ന്. എന്റെ വാക്കു കേട്ടില്ലല്ലോ. ചില്ലിക്കാശിനു വേണ്ടി മോളെ വിറ്റില്ലേ?

രാമു പറഞ്ഞു ഞങ്ങക്കെന്താ പ്രെസ്റ്റീജ് ഇല്ലേ? ചേരിയിലെ പെണ്ണായാൽ എന്തും ചെയ്യാമെന്നോ? പാവപ്പെട്ടവരാണെന്നു വെച്ച് മനുഷ്യരല്ലെന്നുണ്ടോ. ദേഹം വിയർത്ത് അധ്വാനിക്കും, പക്ഷേ ദേഹം വിൽക്കാൻ നിക്കണവരല്ല ഞങ്ങൾ. നാഗേൻ മിത്തിരന്റെ വീട് ചെന്നു വളയാം. ഘെരാവോ ചെയ്യാം. പൈസ കിട്ടാതെ വിടില്ല.

ടേപിയെ വിട്ട് കുരുടൻ മുന്നോട്ടു നീങ്ങി. എല്ലാം കേട്ടു. ടേപിയുടെ മുഖം തന്റെ കഴുത്തിനു പിന്നിലുണ്ട്. കുരുടനതറിഞ്ഞു. അവളുടെ ഉരുണ്ട മാറിടം തന്റെ മുതുകിൽ പതിഞ്ഞിരിക്കുന്നു. അവൾ അടക്കം പറഞ്ഞു കപിലാദീക്ക് വയറ്റിലുണ്ട്. അറിയോ, കുരുടാ? നാലു മാസമായി. വക്കീൽ നാഗേൻ മിത്തിരന്റെ വീട്ടിൽ പണിക്കു നിന്നതാണ്. വല്ലാത്ത കാർക്കോടകൻ. കപിലാദീയെ ചവച്ചു ചണ്ടിയാക്കി.

ആൾക്കൂട്ടത്തിൽനിന്ന് പുറത്തേക്ക് കടന്നു, കുരുടൻ. അസഹ്യത തോന്നുന്നു. ഇനി കപിലാദീക്ക് എന്തു സംഭവിക്കുമെന്ന് ആർക്കറിയാം. കുരുടന് നേരിയ ഓർമയുണ്ട്. പണ്ടെപ്പോഴോ പേഞ്ചോവിന്റെ അച്ഛന്റെ പെങ്ങൾക്കും വയറ്റിലുണ്ടായി. കമാർഹാട്ടിയിൽ എവിടേക്കോ പേഞ്ചോവിന്റെ അമ്മ അവളേയും കൂട്ടിക്കൊണ്ടു പോയി. ഖലാസ് ചെയ്യാനാണത്രെ. വയറ്റിലുള്ളത് ഖലാസ് ആയില്ല, പക്ഷേ അച്ഛൻപെങ്ങൾ ഒറ്റയടിക്ക് ഖലാസായി. അവരും നഗേൻ മിത്തിരന്റെ വീട്ടിലാണോ പണിക്കു പോയിരുന്നത്? കുരുടനറിയില്ല, കപിലാദീയും വയറു ഖലാസാക്കാൻ പോകുമോ? അവരും മരിച്ചു പോകുമോ? പെട്ടെന്ന് അവന്റെ മനസ്സിലൊരു ചോദ്യമുയർന്നു. എന്താണ് ഖലാസാവുകയെന്നു വെച്ചാൽ? എന്താണെന്നറിയില്ല അവനു വല്ലാതെ തണുക്കുന്നു. ഭയം. അകാരണമായ അസ്വാഭാവികമായ ഭയം. വല്ലാത്തൊരു സംഭ്രാന്തി. ഖലാസ് – ആ പദത്തിന്റെ

അർഥം എന്തായാലും അത് വളരെ ചീത്തക്കാര്യമാണ്. മനുഷ്യന്റെ ജീവൻപോലും പൊയ്പ്പോകുന്നതരം മോശമായ കാര്യം. അവൻ പലാശിന്റെ വീട്ടിലേക്കു നടന്നു. ഇത്രയും ദിവസമായിട്ടും പലാശിന്റെ അമ്മയുടെ സ്വരം കുരുടൻ ഇന്നുവരെ ശരിക്കു കേട്ടിട്ടില്ല. പലാശിന്റെ അമ്മ വളരെ കുറച്ചേ സംസാരിക്കൂ. അതും വളരെ താഴ്ന്ന ശബ്ദത്തിൽ കുശുകുശുക്കുന്നതുപോലെയേ തോന്നൂ. ഈ ചേരിയിലുള്ളവരെല്ലാം ഒച്ചവെച്ചാണ് സംസാരിക്കുക. ഒച്ച വെച്ച് വഴക്കിടും, ഒച്ചവെച്ച് ചങ്ങാത്തം കൂടും. പക്ഷേ പലാശിന്റെ അമ്മ അങ്ങനെയല്ല. കുരുടന് തോന്നും പലാശിന്റെ അമ്മ അകന്നു നില്ക്കുന്നവളാണെന്ന്, അല്പം ദൂരത്താണെന്ന്. പക്ഷേ ആ ദൂരം എപ്പോഴും അവനെ മാടിവിളിക്കുന്നു, അടുത്തേക്കു ചെല്ലാൻ. പലാശിന്റെ അമ്മയുടെ നിശ്ശബ്ദത കുരുടനെ വല്ലാതെ ആകർഷിച്ചിരിക്കുന്നു. അതുകൊണ്ട് ഈ വീട്ടിലേക്കു വരുമ്പോഴൊക്കെ അവന് ഉള്ളിൽ പ്രതീക്ഷ തോന്നും, പലാശിന്റെ അമ്മ തന്നെ അടുത്തു വിളിച്ചിരുത്തിയെങ്കിലെന്ന്. രണ്ടു വർത്തമാനം പറഞ്ഞിരുന്നെങ്കിലെന്ന്. പക്ഷേ രാധിക അങ്ങനെയൊന്നും ചെയ്തില്ല. കുരുടനറിയാം, പലാശിന്റെ അച്ഛൻ വരാതായിട്ട് ഒരുപാടു നാളായി. അഭയാർത്ഥികോളനിയിൽ നിന്ന് അവരെ ഈ ചേരിയിൽ കൊണ്ടാക്കിയിട്ടുപോയ മനുഷ്യനാണ്. പിന്നെ തിരിഞ്ഞു നോക്കീട്ടില്ല. കുരുടൻ വെളിയിൽനിന്നുകൊണ്ട് പലാശിനെ വിളിച്ചു. കൈയിൽ പുസ്തകവുമായി പലാശ് വെളിയിലേക്കു വന്നു. കുരുടൻ ചോദിച്ചു. ഇന്നു പോണ്ടേ?

വേണം. ദാ പുസ്തകം എടുത്തിട്ടുണ്ട്.

പുസ്തകം എന്റെ കൈയിത്തരാമോ, ഒരു തവണ?

പലാശ് സ്ലേറ്റും പെൻസിലും സ്വന്തം കൈയിൽ വെച്ച് പുസ്തകങ്ങൾ കുരുടനു കൊടുത്തു. ശ്വാസത്തിലൂടെ കുരുടൻ പുസ്തകങ്ങൾ മണത്തെടുത്തു. പതുക്കെപ്പതുക്കെ അവന്റെ സകലമാന മനോവിഷമങ്ങളും മാറി. ഇന്ന് സന്ധ്യക്ക് അവന് ജീവിച്ചിരിക്കണമെന്നേ ഇല്ലായിരുന്നു, ആ കാര്യം അവനിപ്പോൾ അപ്പാടെ മറന്നുപോയിരിക്കുന്നു. അവന്റെ അച്ഛനെ കാലൻ പിടിച്ചുകൊണ്ടുപോവുമോ ഇല്ലയോ, കപിലാദീ മരിച്ചുപോകുമോ ഇല്ലയോ, നാഗേൻ മിത്തിരന്റെ കൈയിൽനിന്ന് പൈസ ഈടാക്കാനാവുമോ ഇല്ലയോ ഇതൊന്നും ഇപ്പോഴവനെ അലട്ടുന്നില്ല. പുസ്തകത്തിന്റെ മണം നുകർന്നുകൊണ്ട് അവൻ പറഞ്ഞു നിന്റെ പുസ്തകത്തിന് ഒരു പ്രത്യേക മണമാണ്.

നല്ല മണമാണോ?

അതെ, നല്ല മണം. പക്ഷേ, മാസ്റ്റർ കാക്കുവിന്റെ ഡയറിയുടെ മണവും കേമമാണ്. അതിനകത്ത് ചരിത്രം ഒളിഞ്ഞുകിടപ്പുണ്ടല്ലോ. അതുകൊണ്ടാണ്.

പറഞ്ഞുതീർന്നതും കുരുടൻ നാവു കടിച്ചു. അതിരഹസ്യമായ ഒരു സംഗതി പലാശിനോടു പറഞ്ഞുപോയല്ലോ. അത് മാസ്റ്റർക്കും അവനും മാത്രം അവകാശപ്പെട്ട ഏകാന്തവും സ്വകാര്യവുമായ സ്വത്താണ്.

അയ്യയ്യോ രഹസ്യം പരസ്യമാക്കിയില്ലല്ലോ. പലാശിന് എന്തെങ്കിലും പറയാനാവുന്നതിനുമുമ്പ് കുരുടൻ വിഷയം മാറ്റാൻ ശ്രമിച്ചു.

ആകാശത്തിൽ നക്ഷത്രങ്ങളുണ്ടോ?

ഉവ്വ്.

ചന്ദ്രനോ?

ഇല്ല, ഇന്ന് ചന്ദ്രനില്ല.

ചന്ദ്രനില്ലെന്ന വസ്തുത കുരുടനറിയാമോ? അവന് നിലാവിന്റെ മണം പിടിച്ചെടുക്കാനറിയാം. നിലാവിനെ സ്പർശിച്ചറിയാം. പക്ഷേ ഇപ്പോൾ പലാശിന്റെ ശ്രദ്ധ തിരിച്ചുവിടേണ്ടത് അത്യാവശ്യമാണ്. അതുകൊണ്ട് അവൻ തുരുതുരാ ചോദ്യങ്ങൾ ചോദിച്ചുതുടങ്ങി.

എത്ര നക്ഷത്രങ്ങളുണ്ട്? എണ്ണ് കേക്കട്ടെ.

ഒന്ന്, രണ്ട്, മൂന്ന്, നാല്... പലാശ് എണ്ണാൻ തുടങ്ങി. കുരുടൻ ചിരിയോടു ചിരി.

നീയെന്തൊരു മണ്ടനാണ്, ആർക്കെങ്കിലും നക്ഷത്രങ്ങളെ എണ്ണിത്തീർക്കാനാവോ?

അധികം നക്ഷത്രങ്ങളില്ല, അതോണ്ടാ എണ്ണീത്.

പനിനീർപ്പൂവിന്റെ മണം. മാസ്റ്ററുടെ വീടെത്തിയിരിക്കുന്നു. ഈ റോസാക്കമ്പ് മാസ്റ്റർ കഴിഞ്ഞ വർഷം നട്ടതാണ്. ഈ വർഷം ഇതാ പൂ വിരിഞ്ഞിരിക്കുന്നു.

കുരുടൻ പറഞ്ഞു. അകത്തേക്കു കേറ്.

അതെങ്ങനെ? വാതിലടച്ചിട്ടിരിക്കയാ.

കുരുടൻ വാതിലിന്റെ ഓടാമ്പലിൽ തൊട്ടുനോക്കി. പൂട്ടില്ല. മാസ്റ്റർ തീർച്ചയായും കപിലാദീയുടെ വാർത്തയറിഞ്ഞ് അങ്ങോട്ടു പോയിക്കാണും. അവൻ പലാശിനോടു പറഞ്ഞു. വാ നമുക്ക് കയറിയിരിക്കാം.

മാസ്റ്റർ കാക്കു വരട്ടെ.

മറ്റു ദിവസങ്ങളിൽ പലാശ് തോരാതെ സ്കൂൾ വിശേഷങ്ങൾ പറയും, അല്ലെങ്കിൽ അഭയാർത്ഥി കോളനിയിലെ വിശേഷങ്ങൾ. ഇന്ന് അവന് മിണ്ടാട്ടമില്ല.

എന്താ ഒന്നും മിണ്ടാത്തത്? കുരുടൻ ആരാഞ്ഞു.

അതേയ്, ഇന്നു ഞങ്ങടെ വീട്ടിൽ ഒരു മണി അരിയില്ല.

അതെന്താ?

അച്ഛൻ വന്നിട്ടില്ല, പൈസയും കൊടുത്തയച്ചിട്ടില്ല. അമ്മയുടെ കൈയിലുണ്ടായിരുന്നതൊക്കെ കഴിഞ്ഞു. ഇനിയെന്തു ചെയ്യും? മുമ്പും ഇങ്ങനെ ഉണ്ടാവുമായിരുന്നു. വീട്ടിലൊന്നുമില്ലെങ്കിൽ അവിടെ മുത്തശ്ശി എന്തെങ്കിലും കഴിക്കാൻ തരും. എത്ര നല്ല മുത്തശ്ശിയാണെന്നോ! ഇപ്പോ ഇവിടെ മുത്തശ്ശിയില്ല. നെന്റെ അമ്മ സാറന്മാരുടെ വീട്ടിൽ പണിക്കു

പോണില്ലേ, അമ്മ പറഞ്ഞു അങ്ങനെയെന്തെങ്കിലും പണി കിട്ടിയാൽ നന്നായിരുന്നെന്ന്.

കുരുടൻ ഒന്നും ഉരിയാടിയില്ല. അവനാലോചിക്കയാണ് പലാശിന്റെ വീട്ടുകാർ മാന്യന്മാരാണ്, അല്പം മേലേക്കിടയിലുള്ളവർ. പലാശ് സ്കൂളിൽ പോകുന്നുണ്ട്, അവന്റെ അമ്മ സംസാരിക്കുമ്പോൾ ശബ്ദ മുയർത്താറില്ല. അപ്പോപ്പിന്നെ സാറന്മാരുടെ വീട്ടിലെന്തിനു പണിക്കു പോണം? മാസ്റ്റർ പറയാറുണ്ട്, വലിയവർക്ക് ചെറിയവരാവാൻ ഒരു സെക്കണ്ട് മതി. പലാശിന്റെ വീട്ടുകാർ ചെറിയവരായി തരംതാഴുക യാണോ. അതാലോചിക്കുമ്പോൾതന്നെ കുരുടന്റെ മനോവിഷമം കൂടുന്നു. അവൻ പറഞ്ഞു: ശരി, അമ്മയോടു പറഞ്ഞുനോക്കട്ടെ.

കുറച്ചു നേരത്തിനകം മാസ്റ്റർ കാക്കു എത്തി. കപിലയുടെ കാര്യ ത്തിൽ എന്തു ചെയ്യണമെന്ന് അയാൾക്ക് ഒരു രൂപവുമില്ല. നഗേൻ മിത്തിർ മഹാ സൂത്രശാലിയാണ്. പോരെങ്കിൽ വക്കീലും. അതുകൊണ്ട് പെണ്ണു കേസ് ഒതുക്കിത്തീർക്കാൻ ശ്രമിക്കും. അതുമല്ലാതെ വേറൊരു കണക്ക് എത്ര കൂട്ടിയിട്ടും ശരിപ്പെട്ടുവരുന്നില്ല. കപില അത്രയ്ക്ക് കൊച്ചുകുട്ടി യൊന്നുമല്ല. ചേരിയിലെ പെൺകുട്ടികൾക്ക് ഒമ്പതു പത്തു വയസ്സാവു മ്പോഴേക്കും സർവ്വ നാശത്തിലേക്കുള്ള വഴി ഏതെന്ന് നല്ലപോലെ മന സ്സിലാക്കാനുള്ള ബുദ്ധിയുറച്ചിരിക്കും. കപിലയ്ക്ക് വയസ്സ് ഇരുപതി ലധികമുണ്ട്. നാഗേൻ മിത്തർ ഇത്തരത്തിൽ പെരുമാറിയെന്ന് കപില മുമ്പേ പറയാഞ്ഞതെന്തേ? ഒരുവേള അവളെ കിനാവു കാട്ടി മയക്കിയ താവുമോ? ഈ വിഷയത്തിൽ ദർബാർ വിളിച്ചുകൂട്ടാനോ അതിൽ പങ്കെടു ക്കാനോ താനാളല്ല. താൻ പങ്കെടുത്താലുണ്ടാകുന്നത്ര പൊല്ലാപ്പ് പങ്കെടു ത്തില്ലെങ്കിൽ ഉണ്ടാവില്ല. താനിങ്ങനെ ഒഴിഞ്ഞുമാറി ചുരുണ്ടുകൂടി നിൽക്കുന്നത് ചേരിയെ സംബന്ധിച്ചേടത്തോളം നല്ലതല്ല. എന്നാലും അവ ശേഷിച്ചിരിക്കുന്ന ഒരിത്തിരി ശക്തി, തന്നിലേക്കു ചുരുണ്ടുകൂടാനേ തികയൂ.

ഇന്ന് പഠിത്തത്തിന് സാധാരണത്തെപോലെ ഉശിരുപോര. പലാശ് പതിന്നാലിന്റെ പെരുക്കപ്പട്ടിക മാസ്റ്ററെ ചൊല്ലിക്കേൾപ്പിച്ചു. മാസ്റ്റർ പറഞ്ഞു.

മതി ഇന്ന് ഇത്ര മതി. ഇന്നിനി കഥ പറച്ചിലും ഇല്ല. പലാശ് നീ വീട്ടീപ്പൊയ്ക്കോ. നാളെ വരണം.

കുരുടൻ ചോദിച്ചു. ഞാനവനെ വീട്ടിലാക്കീട്ടു വരട്ടെ?

മാസ്റ്റർ സമ്മതിച്ചു. പോക്കറ്റിൽ നിന്ന് ഒരു രൂപ എടുത്തു കൊടു ത്തിട്ടു പറഞ്ഞു തിരിച്ചുവരുമ്പോ രേണൂന്റെ കടയിൽനിന്ന് രണ്ടു കെട്ടു ബീഡിയും ഒരു തീപ്പെട്ടിയും. വാങ്ങിക്കൊണ്ടു വാ.

പലാശിനെ വെളിയിൽ നിറുത്തി കുരുടൻ ഒരിക്കൽകൂടി അക ത്തേക്കു വന്നു. മാസ്റ്റർ കണ്ണടച്ചു ഒരേയിരുപ്പാണ്.

കുരുടൻ വിളിച്ചു.

മാസ്റ്റർ കാക്കു?

എന്താണെടോ?

പലാശിന്റെ വീട്ടിൽ ഇന്ന് അരിയില്ല. അവരെന്തു കഴിക്കും?

നിന്റെ വീട്ടിൽ അരിയില്ലെങ്കി നിങ്ങളെന്തു ചെയ്യും?

പട്ടിണി കിടക്കും.

അവരും പട്ടിണി കിടക്കും. നാളെയോ മറ്റന്നാളോ അതിനു പരിഹാരമുണ്ടാക്കാൻ അവർ വെളിയിലേക്കിറങ്ങിവരും.

പക്ഷേ അവരൊക്കെ വലിയവരല്ലേ?

അവർക്കും ഒരു ദിവസം തെരുവിലേക്കിറങ്ങേണ്ടിവരും, മോനെ.

നിങ്ങളിന്നത്തേക്ക് എന്തെങ്കിലും കൊടുക്ക്, കാക്കൂ.

മാസ്റ്റർ ചുമരിലെ ആണിയിൽ തൂക്കിയിട്ടിരുന്ന ഷർട്ടിന്റെ പോക്കറ്റിൽ നിന്ന് മൂന്നു രൂപയെടുത്തു കുരുടനു കൊടുത്തു.

നീ ചോദിച്ചു, ഞാൻ തന്നു. പക്ഷേ പലാശിന്റെ അമ്മ ഇതു വാങ്ങില്ല. മാത്രമല്ല, ഇത് ഒരു പരിഹാരമല്ല, മോനെ, നിനക്കറിഞ്ഞൂടെ?

കുരുടൻ ഒന്നും മിണ്ടാതെ പുറത്തേക്കിറങ്ങി. അവനറിയാം. ഇതൊരു പരിഹാരമല്ലെന്ന് അവനറിയാം. ഒരു ദിവസത്തെ സഹായം എങ്ങനെ ശാശ്വത പരിഹാരമാകും?

സന്ധ്യക്ക് വീട്ടിലെത്തിയതും മാസ്റ്റർ റാന്തൽ കൊളുത്തിയിരുന്നു. തിരി താഴ്ത്തിയാണ് വെച്ചിരുന്നത്. കുരുടന് എന്തു രാത്രി, എന്തു പകൽ? റാന്തൽ കൊളുത്തിയാലും ഇല്ലെങ്കിലും അവന് ഒരു ചുക്കുമില്ല. പക്ഷേ പലാശും വിളക്കു തിരി നീട്ടിയില്ല. കുറെ ദിവസമായി വിളക്കിന്റെ കുപ്പി തുടച്ചിട്ട്. മാസ്റ്റർ തിരി നീട്ടി. പ്രകാശം അല്പം കൂടി, പക്ഷേ മുറിക്കകത്തെ അന്ധകാരത്തിന് യാതൊരു മാറ്റവുമില്ല. മാസ്റ്റർക്കു തോന്നി ഈ ചേരിയിൽ തന്റെ വരവ് ഈ റാന്തലുപോലെയാണ്. വെളിച്ചമുണ്ട്. എന്നു വെച്ച് അന്ധകാരത്തിനു പരിഹാരമാകുന്നില്ല. അയാൾ മുഷ്ടി ചുരുട്ടി. ഏതെങ്കിലും വിധത്തിൽ ഈ ലോകത്ത് പരിവർത്തനം കൊണ്ടുവരാൻ കഴിഞ്ഞിരുന്നെങ്കിൽ. കഴിഞ്ഞില്ല. ആർക്കും കഴിഞ്ഞില്ല. പരിവർത്തനത്തിനു ശ്രമിച്ചവരെല്ലാം ധ്വംസിക്കപ്പെട്ടു. പരിവർത്തനം വേണമെന്ന ഭൂമിയുടെ സ്വപ്നം മാത്രം അവശേഷിക്കുന്നു, ഭൂമിയുടെ മാറിൽ പുളിച്ചു നാറിയ സാമൂഹികവ്യവസ്ഥിതികൾ രാജവാഴ്ച നടത്തുന്നു. മനുഷ്യന്റെ വ്യവസ്ഥിതികൾ. സ്വയം മനുഷ്യൻ തന്നെയാണ് ഇവയൊക്കെ സൃഷ്ടിക്കുന്നത്. വ്യവസ്ഥാപിത പ്രതിഷ്ഠകളെ തകർക്കാനും നിലനിറുത്താനും ശ്രമിക്കുന്ന അന്തഛിദ്രം സദാസമയവും അവന്റെയുള്ളിൽ നടന്നുകൊണ്ടേയിരിക്കുന്നു. ഒരു പകുതി വ്യവസ്ഥകൾക്ക് അനുകൂലമായി, ഉള്ളതിനെയെല്ലാം അതേപടി നിലനിറുത്താൻ ശ്രമിക്കുന്നു. മറ്റേ പകുതി പ്രതിഷ്ഠിത വ്യവസ്ഥകളെ ഉന്മൂലനം ചെയ്യാൻ ഇച്ഛിക്കുന്നു. ചിലപ്പോൾ വിധ്വംസനം സഫലമാകുന്നു. ചിലപ്പോഴില്ല. സഫലമായെങ്കിൽ ആ

സാഫല്യത്തിനു മുകളിൽ പുതിയൊരു വ്യവസ്ഥിതി പ്രതിഷ്ഠിക്കപ്പെടും. കാലക്രമേണ അതും വിധ്വംസനത്തിനുള്ള ലക്ഷ്യമായിത്തീരും.

തീപ്പെട്ടിയും ബീഡിയുമായി കുരുടനെത്തി. മാസ്റ്റർ പറഞ്ഞു. ഇന്നിനി എന്തു ചെയ്യാനൊക്കും? മനസ്സു ശരിയല്ല.

കുരുടൻ ചോദിച്ചു. കപിലാദീക്ക് എന്തുപറ്റി കാക്കു?

ഓ! നീയും കേട്ടോ കപിലയുടെ കാര്യം? പിന്നെ നീ കേൾക്കാതിരിക്കുമോ. ഈശ്വരൻ നിനക്ക് കണ്ണു തരാഞ്ഞത് ഒരു വിധത്തിൽ നോക്കിയാൽ നല്ലതായിപ്പോയി. ഈ പൃഥ്വിയിലെ വികൃതസംഭവങ്ങൾ നീ കേൾക്കുന്നതല്ലേയുള്ളൂ, കാണേണ്ട ഗതികേടില്ലല്ലോ.

അതുകൊണ്ട് ഒന്നും കുറഞ്ഞു പോയിട്ടില്ല.

എന്താ, എന്താ പറഞ്ഞത്? മാസ്റ്റർ അദ്ഭുതം കൂറി.

എനിക്കു കാണാനാവില്ല, പക്ഷേ ഈ ലോകം എങ്ങനെ ആയിരിക്കണമെന്ന് നിങ്ങളെനിക്ക് പറഞ്ഞുതന്നിട്ടുണ്ടല്ലോ, ബോധ്യപ്പെടുത്തിത്തന്നിട്ടുണ്ടല്ലോ. കണ്ണില്ലെങ്കിലും എങ്ങനെയൊക്കെ മനസ്സിലാക്കാമോ ആ വിധം ഞാനെല്ലാം മനസ്സിലാക്കുന്നു. ഒരു വേള ആ ബോധ്യം അല്പം വ്യത്യസ്തമായിരിക്കാം. പക്ഷേ എനിക്ക് അങ്ങനെ ബോധ്യമായാൽ മതി. കാരണം എങ്ങനെയാവേണ്ടിയിരുന്നോ അങ്ങനെയല്ല എന്നു മനസ്സിലാക്കുമ്പോൾ എനിക്കും നിങ്ങളെപ്പോലൊക്കെ മനഃക്ലേശം അനുഭവപ്പെടുന്നുണ്ട്.

മാസ്റ്റർ കുരുടന്റെ തലയിൽ തടവിക്കൊണ്ടു പറഞ്ഞു. നിന്റെ കാര്യം അദ്ഭുതം തന്നെ. ചിലപ്പഴൊക്കെ നീ സംസാരിക്കുമ്പോൾ എനിക്ക് വലിയ ചിന്താക്കുഴപ്പം തോന്നും. എന്റെ മുന്നിലിരിക്കുന്നത് ഭഗവാനോ, തത്ത്വചിന്തകനോ ആണെന്നു തോന്നിപ്പോകും.

കുരുടൻ പറഞ്ഞു, ഇന്ന് നിങ്ങൾ കുറേ പ്രാവശ്യമായി ഭഗവാനേയും ഈശ്വരനേയും സ്മരിക്കുന്നുണ്ടല്ലോ. പക്ഷേ നിങ്ങളല്ലേ എന്നോടു പറഞ്ഞത് ഭഗവാനില്ലെന്ന്? എല്ലാത്തിനേയും സൃഷ്ടിക്കുന്നത് പ്രകൃതിയാണെന്ന്, അപ്പോപ്പിന്നെ?

മാസ്റ്റർ ചിരിച്ചു. ഇതിനെന്താ അർത്ഥം എന്നറിയാമോ? ഇതിനർഥം ഞാൻ തോറ്റു എന്നാണ്. ഇക്കാര്യം എനിക്കു മനസ്സിലായിത്തുടങ്ങി എന്ന്.

ആരാണ് തോല്പിച്ചത്?

ഭഗവാനാണ് തോല്പിച്ചതെന്നു പറയാം. പക്ഷേ നേരു പറഞ്ഞാൽ സ്വയം തോറ്റു. മനുഷ്യന്റെ ശക്തിഹീനതയ്ക്കുള്ള മറ്റൊരു പേരാണ് ഈശ്വരൻ. നമ്മുടെ ശക്തിക്കൊത്ത് നമുക്കു ചെയ്യാൻ കഴിയും, നമുക്കു ചെയ്യാൻ കഴിയാത്തതിന്, അങ്ങനെത്തന്നെ സംഭവിക്കണമെന്ന് അതിയായി ആഗ്രഹിക്കുമ്പോൾ രണ്ടു കൈയും കൂപ്പി ഭഗവാന്റെ മുന്നിൽ നിൽക്കും. അവസാനം എന്താ സംഭവിക്കുകയെന്നറിയാമോ? എന്നാൽ കഴിയുന്നത് ഞാൻ ചെയ്യും, പക്ഷേ അതൊക്കെ മറന്ന് പറയും എല്ലാം

ഭഗവാന്റെ അനുഗ്രഹം. അതായത് ശക്തിഹീനത നമ്മുടെ ആത്മ വിശ്വാസത്തെ പാടെ നശിപ്പിക്കും.

കുറച്ചു നേരത്തേക്ക് കുരുടൻ ഒന്നും മിണ്ടാതിരുന്നു. മാസ്റ്ററിതാ വീണ്ടും വേറൊരു ഭാഷ സംസാരിക്കുന്നു. എന്താണ് പറയാനാഗ്രഹി ക്കുന്നതെന്ന് കുരുടന് ശരിക്കങ്ങ് മനസ്സിലാവുന്നില്ല. പ്രധാന പ്രശ്നം ഭഗവാനിൽ വിശ്വസിക്കണോ വേണ്ടയോ എന്നാണ്. മാസ്റ്റർ ഏതു ഗ്രൂപ്പി ലാണെന്ന് ആർക്കറിയാം. ഭഗവാൻ എങ്ങനത്തവനായാലും ശരി, സാറ ന്മാരെപ്പോലെ മനുഷ്യരെ നിർത്തി പണിയെടുപ്പിക്കുന്ന കൂട്ടത്തിലാണ്. ഇത് കുരുടന് വിശ്വാസമായിരിക്കുന്നു. കാരണം അമ്മ ഇടയ്ക്കിടെ പൂജ യ്ക്കുവേണ്ടി ഉപവാസമിരിക്കും, അല്പം സന്ദേശോ, രണ്ടു വാഴപ്പഴമോ, കൽക്കണ്ടോ കൊണ്ടുവരും. കുരുടനു താക്കീതു നൽകും. ദാ തൊട്ടു തിന്ന് എച്ചിലാക്കരുത്, ഭഗവാന് നേദിക്കാനുള്ളതാണ്.

അതോർമ വന്നപ്പോൾ കുരുടന് ചിരി അടക്കാനായില്ല. എല്ലാം നൈവേദ്യമാണ് വാഴപ്പഴം, സന്ദേശ്, പഞ്ചാരക്കട്ട, ഈന്തപ്പഴം, കിച്ചടി, പായസം എല്ലാം. അല്ലല്ല. ആടും കോഴിയുമൊക്കെയുണ്ട്. എല്ലാം ഭഗ വാനുള്ള നൈവേദ്യമാണ്. ഭഗവാന്റെ വയറെത്ര വലുതായിരിക്കണം. തന്റെ അമ്മയെപ്പോലെ എത്രയെത്ര അമ്മമാർ ഇങ്ങനെ ദിവസവും പൂജ ചെയ്യുന്നുണ്ടാകും, ഭഗവാൻ ആ നൈവേദ്യങ്ങളൊക്കെ രുചിച്ചുനോക്കു ന്നുണ്ടാകും. വയറുവീർത്തു പൊട്ടില്ലേ? കുരുടൻ മനസ്സിൽ തോന്നിയത് മാസ്റ്ററെ പറഞ്ഞു കേൾപ്പിച്ചു.

മാസ്റ്റർ പറഞ്ഞു. ആഹാ! ഉഗ്രൻ ചോദ്യമാണല്ലോ. ഭഗവാന്റെ വയർ എത്ര വലുതാണെന്ന് മനുഷ്യനറിയേണ്ട ആവശ്യമില്ല. നിന്നെപ്പോലെ ഈ ചോദ്യം മറ്റു പലരുടേയും മനസ്സിൽ ഉയർന്നിരുന്നു. അവരൊക്കെ ഉത്തരം തേടിത്തേടി ഭ്രാന്തിന്റെ വക്കോളമെത്തി. എന്നിട്ടവസാനം ഈ നിഗമനത്തിലെത്തി, അതായത് സസ്യജാലങ്ങളും മണ്ണും നദികളും മനു ഷ്യനും സകല ജീവജാലങ്ങളും എല്ലാം ഭഗവാന്റെ വയറ്റിൽ നിന്നാണ് ബഹിർഗമിച്ചത്, തിരിച്ചു വയറ്റിലേക്കു തന്നെ പോകുമെന്ന്.

കുരുടൻ പൊടുന്നനെ ചിരിക്കാൻ തുടങ്ങി, നിലയ്ക്കാത്ത മഴ പോലുള്ള ചിരി. ചിരിച്ചു ചിരിച്ച് അവൻ കിടക്കയിൽ വീണു. വയറ്റിൽ നിന്നു പുറത്തുവരുന്ന കാര്യം പോട്ടെ. പക്ഷേ ഒരു വയറ്റിനുള്ളിൽ ചെടി കളും മരങ്ങളും ജീവജാലങ്ങളും, മനുഷ്യരുമൊക്കെ കടന്നുകൂടി ആകെ കുഴപ്പമുണ്ടാക്കുന്നത് ആലോചിച്ച് അവന് ചിരിയടക്കാനാവുന്നില്ല.

സംസാരിച്ചിരുന്ന് രാത്രി ഏറെയായി. കുരുടന്റമ്മ അവനെ വിളിക്കാ നെത്തി.

വാ വന്ന് ഊണു കഴിച്ചിട്ടു പോ. എനിക്ക് ദേഹത്തിനു നല്ല സുഖ മില്ല, ഒന്നു കിടക്കണം.

മാസ്റ്റർ പറഞ്ഞു, ഇന്നവൻ ഇവിടെ കിടക്കട്ടെ. ഞാൻ പോയി രണ്ടാൾക്കും വേണ്ടി ചപ്പാത്തിയും കറിയും വാങ്ങിക്കൊണ്ടു വരാം.

കുരുടന്റമ്മ തിരിച്ചുപോയി. ചപ്പാത്തിയും കറിയും കഴിച്ച് കുരുടൻ ഏമ്പക്കമിട്ടു. മാസ്റ്റർ ചോദിച്ചു, ഉറങ്ങാറായോ?

കുരുടൻ പറഞ്ഞു: ഇല്ല, ഡയറിക്കളിക്കാം? ഒരുപാടു നാളായി കളിച്ചിട്ട്.

മാസ്റ്റർ ഡയറി എടുത്തുകൊണ്ടുവന്നു. അവനോടു പറഞ്ഞു. തുറക്ക്. കുരുടൻ രണ്ടു കണ്ണും ആകാശത്തേക്കുയർത്തി ടപ്പെന്നു പുസ്തകം തുറന്നു. മാസ്റ്റർ ആ താള് വായിക്കാൻ തുടങ്ങി.

ഹേ പശ്ചിമബംഗാൾ! മൂന്നു വർഷക്കാലം നീയെങ്ങനെ പിടിച്ചുനിന്നു?

ആയാരാം ഗയാരാം സർക്കാറുണ്ടായിരുന്നല്ലോ.

പിന്നെ?

വിലക്കയറ്റം.

പിന്നെ?

അസ്ഥിരത, സർവനാശം, കൊടുംചൂട്.

മനസ്സിലാകുന്ന വിധത്തിൽ പറയൂ.

കാതോർത്താൽ എന്തൊക്കെയോ പിളരുന്ന ശബ്ദങ്ങൾ മാത്രം, ഹൃദയം പിളരുന്നു, കുടുംബങ്ങൾ പിളരുന്നു, കക്ഷികൾ പിളരുന്നു. പത്തു നേതാക്കൾ, പത്തു തലകൾ, പത്ത് അഭിപ്രായങ്ങൾ. പല പല ഋഷിമുനിമാരുടെ നാനാവിധ അഭിപ്രായങ്ങൾ നൂറുനൂറു തത്ത്വശാസ്ത്രങ്ങൾക്ക് രൂപം നൽകിയേക്കാം, പക്ഷേ അതുകൊണ്ടായോ? നാടെങ്ങനെ മുന്നോട്ടു പോകും? സംഘടനകളെങ്ങനെ നിലനിൽക്കും? സകലർക്കും ആദ്യം വേണ്ടത് കസേരയാണ്, അതിനുശേഷം നാടിന്റെ നന്മയ്ക്കുവേണ്ടി ആലോചിക്കാമെന്നുള്ള വാഗ്ദാനം. വെറും വാഗ്ദാനം മാത്രം. അസ്ഥിരത, സർവത്ര അസ്ഥിരത. ജീവിതത്തിൽ സ്ഥായിയായിട്ടൊന്നുമില്ല. ഇന്ന് ഈ ബംഗാളിൽ ജീവിതവും മരണവും ഒരുപോലെ നിരർഥകമാണ്.

എന്താ ഇങ്ങനെയൊക്കെ പറയുന്നത്.

ഹീരേൻ ബസു എന്ന യുവാവിന്റെ കഥ പറയട്ടെ. ഓഡിറ്റോറിയത്തിൽ അതിശ്രേഷ്ഠമായ സംഗീതക്കച്ചേരി ആസ്വദിക്കാനെത്തിയതാണ്. പൊടുന്നനെ ഹാളിനകത്തേക്ക് സുരക്ഷാപൊലീസ് കടന്നുവന്നു. തൊട്ടുമുന്നിൽ നിന്ന് സീറോ പോയിന്റ്. ഹീരേനെ വെടിവെച്ചു കൊന്നു. അവനെതിരായുള്ള ആരോപണം? ഹീരേൻ സുരക്ഷാപൊലീസിന്റെ കൈയിൽനിന്ന് ആയുധം തട്ടിപ്പറിച്ചെന്ന്. സത്യമോ മിഥ്യയോ ആരു പറയാനാണ്? ആരു നിശ്ചയിക്കും? ഹാളിനകത്തു നിറച്ച് ജനങ്ങൾ അവരുടെ കൺമുന്നിൽ വെച്ചാണ് ഹീരേനെ വെടിവെച്ചത്, ശവം കാലിൽ പിടിച്ച് വലിച്ചിഴച്ചു കൊണ്ടുപോയത്. ആ നിമിഷം ആരും പ്രതിഷേധിച്ചില്ല. ആരും ഗർജിച്ചില്ല. പക്ഷേ കൺവെൻഷൻ ഇൻ ഡിഫൻസ് ഓഫ് ഡമോക്രാറ്റിക് റൈറ്റ്സ് ആന്റ് സെക്യൂരിറ്റിയുടെ വക ഒരു പ്രസ്താവന ഉണ്ടായി. ആരോ വിമതർ അറിയിച്ചതാണ്. ഹീരേനെ ജനസമക്ഷം

പോയിന്റ് ബ്ലാങ്ക് വെടിവെച്ചു കൊന്നതാണെന്ന്. (We came across unanimous evidence of quite large number of persons that Hiren was shot dead at point blank range in full public view. *) സംഭവം നടന്നശേഷം ആവശ്യങ്ങളുയർന്നു. പക്ഷേ സെക്യൂരിറ്റി ഫോഴ്സിന്റെ മുഖ്യാധികാരി എതിർപ്രസ്താവന ഇറക്കി ആ പ്രസ്താവന പച്ചക്കള്ളമാണ്. അതു വിശ്വസിക്കേണ്ട ഒരു കാരണവും ഇല്ല.*

ഇതാണ് വർത്തമാനകാലത്തെ നമ്മുടെ ജീവിതം. ജീവിതയാപനം.

മാസ്റ്റർ കാക്കു?

പറ.

ഇതെപ്പഴാ എഴുതിയത്?

എഴുപതിൽ. ആ കൊല്ലം അവസാനിക്കാറായപ്പോൾ.

ഇപ്പോ എഴുപത്തെട്ടല്ലേ നടക്കുന്നത്?

അതേ.

ശരിക്കും ഇങ്ങനെയൊരു സംഭവം നടന്നു. അല്ലേ?

നിനക്കു മനസ്സിലായോ?

എന്താ മനസ്സിലാവാതെ?

ഭാഷ അല്പം വ്യത്യാസമുണ്ടല്ലോ. അതുകൊണ്ടു ചോദിച്ചതാ. നിങ്ങളിതൊക്കെ വായിച്ചു കേൾപ്പിക്കുമ്പോൾ എനിക്ക് ആ സംഭവങ്ങളൊക്കെ കാണാനാകും. എല്ലാവരുടേയും മുന്നിൽ വെച്ച് വെടിവെച്ചു കൊന്നു. എന്നിട്ട്, കാലിൽ പിടിച്ച് വലിച്ചിഴച്ചു കൊണ്ടുപോയി. ഹോ! പാവം ചെറുക്കൻ. പാട്ടു കേൾക്കാൻ വന്നതായിരുന്നു. മരിച്ചുപോയി. എനിക്ക് കഷ്ടം തോന്നുന്നു. വല്ലാത്ത വിഷമം.

എത്ര പേർക്കുവേണ്ടി നീ വിഷമിക്കും? എത്ര പേർക്കു വേണ്ടി നീ കരയും? ഇതു കഴിഞ്ഞ് രണ്ടേരണ്ടു ദിവസം കഴിഞ്ഞില്ല, പൊലീസ് മൂന്നു നക്സലുകളെ തലയ്ക്കു വെടിവെച്ചു വീഴ്ത്തി, അതിൽ ഒരാളുടെ വയസ് പതിനെട്ട്.

ഹോ!

ഒരു പൊലീസധികാരി പ്രസ്താവനയിറക്കി, പത്തു ദിവസത്തെ ഇടവേളയിൽ പൊലീസിന്റെ വെടിയേറ്റ് ഇരുപത്തിയൊന്നു പേർ മരിച്ചെന്ന്. ഏഴുപേർക്ക് പരിക്കു പറ്റിയെന്നും. നേരു പറഞ്ഞാൽ ഇതിന്റെ മൂന്നിരട്ടിയാണെന്നു കരുതുന്നതാവും ശരി.

അവരു മനുഷ്യരല്ലേ മാസ്റ്റർ കാക്കു? അവരെന്താ രാക്ഷസന്മാരാണോ?

മനുഷ്യരു തന്നെയാണ് കുട്ടി രാക്ഷസന്മാരാവുന്നത്. നിനക്ക് സ്പാർട്ടക്കസിന്റെ കഥ പറഞ്ഞുതന്നിട്ടില്ലേ? യേശുവിന്റെ കഥ കേൾപ്പിച്ചിട്ടില്ലേ? ആദിമകാലം മുതൽ മനുഷ്യചരിത്രം രണ്ടു വിപരീതവും സമാന്തരവുമായ തലങ്ങളിലാണ് നടന്നുവരുന്നത്. ഒന്നിൽ യുദ്ധവും മൃത്യുവും. മറ്റേതിൽ ശാന്തിയും നന്മയും. ഈ രണ്ടാമത്തെ ചരിത്രം വളരെ

ചെറിയതാണ്, ഇടുങ്ങിയത്. പക്ഷേ വളരെ ശ്രേഷ്ഠം. എന്നാൽ കേട്ടോ ഇനിയുമുണ്ട്. *ആ 21 പേരുടെ മരണശേഷം വീണ്ടും വന്നു മരണവാർത്തകൾ. പതിനേഴു ദിവസങ്ങൾക്കുശേഷം ബേലേഘാട്ടായിൽ നാലു നക്സലൈറ്റ് യുവാക്കളെ കിടക്കയിൽനിന്ന് എഴുന്നേല്പിച്ച് വഴിവിളക്കിനു കീഴെ നിർത്തി വെടിവെച്ചു കൊന്നു. പിന്നൊരു ദിവസം ബാരാസാതിലെ തുറസ്സായ റോഡിൽ വെടിയേറ്റു തുള വീണ പതിനൊന്നു നക്സലുകളുടെ മൃതശരീരങ്ങൾ,*

ഇതൊക്കെ നിങ്ങളെഴുതി വെച്ചതാണ്, അല്ലേ?

അതെ. ഒരുപാടു ശ്രമിച്ചു. വിവരങ്ങളൊക്കെ അതേപടി ശേഖരിക്കാൻ ചിലതൊക്കെ എഴുതി, ചിലതൊക്കെ പത്രത്തിൽ നിന്നു വെട്ടിയെടുത്ത് ഒട്ടിച്ചു വെച്ചു. ഒരുപാടു വസ്തുതകൾ ഇതിൽ ഉൾക്കൊള്ളിക്കാനായി.ഇതാണ് മൃത്യുവിന്റെ ഇതിഹാസം, നിഷ്ഠുരതയുടെ ഇതിഹാസം.

നിഷ്ഠുരത, മനുഷ്യഹത്യ, പീഡനം, അക്രമം ഇതൊന്നും തനിക്കു പറഞ്ഞിട്ടുള്ളതല്ലെന്ന ഉണ്മ മനുഷ്യന് ഒരുകാലത്തും ബോധ്യമാവില്ല. അധികാരം പിടിച്ചുപറ്റാനുള്ള യുദ്ധം, വൈരം, നാവിട്ടടിക്കുന്ന ദുരാഗ്രഹം ഇവയൊക്കെ മനുഷ്യന്റെ സമ്പൂർണതയ്ക്ക് നേരെ വിപരീതമാണ്, വികസനത്തിനുള്ള പ്രതിബന്ധങ്ങളാണ്. മനുഷ്യത്വത്തിനു ചേർന്നതല്ല. പക്ഷേ, ഇതൊക്കെ സംഭവിക്കുമെന്ന് ആരൊക്കെയോ എപ്പഴൊക്കെയോ വിഭാവനം ചെയ്തു. ആ കുറച്ചുപേർ ആ ചിന്തകളെ ആജീവനാന്തം നെഞ്ചിലേറ്റി നടക്കും, ഇടയ്ക്കെങ്ങാനും മറ്റുള്ളവരിലേക്ക് പകർന്നു കൊടുത്തെന്നു വരും. മാസ്റ്ററെപ്പോലെ, കുരുടനെപ്പോലെ.

കുരുടൻ അന്നു രാത്രി ഉറങ്ങിയില്ല. മാസ്റ്ററും ഉറങ്ങിയില്ല. അവനവന്റെ ചിന്തകളുമായി അവരിരുവരും ഉണർന്നുകിടക്കയാണ്. ഫടിക്ക്കുളത്തിലെ ചേരിപ്രദേശത്ത് രണ്ടേ രണ്ടു മനുഷ്യജീവികൾ മാത്രം ഉറങ്ങിയില്ല. ബാക്കിയെല്ലാവരും ഉറക്കത്തിലാണ്. ചേരി മുഴുവനും ഉറങ്ങിക്കിടക്കയാണ്. മീനുകൾ പോലും ഫടിക്ക്കുളത്തിലെ ജലനിരപ്പിനു താഴെ അവരുടേതായ വാസസ്ഥലത്തിൽ നിദ്രാധീനരായി. ഒരിക്കലും ഉറങ്ങുകയില്ലെന്ന പ്രതിജ്ഞയെടുത്ത പി.ഡബ്ല്യൂ.ഡി. റോഡ് മാത്രം ഉണർന്നിരിക്കയാണ്. റെയിൽ ലൈനിന് ഇടയ്ക്കൊക്കെ കണ്ണു ചിമ്മാനാകും. ഒരു ട്രെയിൻ കടന്നുപോയാൽ മറ്റൊന്നു വരുന്നതുവരെയുള്ള ഇടവേളയിൽ അതിനു വിശ്രമിക്കാം. ഒന്നു പോയാൽ ഉടനടി മറ്റൊന്നു ചുക്ക്... ചുക്ക് എന്നു പറഞ്ഞ് നെഞ്ചത്തു കേറില്ല. പാവം റോഡിന് ആ സൗഭാഗ്യം ഇല്ല. അതിനെ ആരും ഉറങ്ങാൻ അനുവദിക്കുകയില്ല. അതുകൊണ്ട് ഉറങ്ങണമെന്നുള്ള ഇച്ഛ തന്നെ അത് പൂർണമായും ഉപേക്ഷിച്ചിരിക്കുന്നു. ഒരൊറ്റ പ്രതീക്ഷയേയുള്ളൂ. പണിമുടക്ക്. പണിമുടക്കുണ്ടായാൽ പൊലീസ് വാഹനങ്ങളല്ലാതെ വേറൊന്നിന്റേയും ഭാരം ചുമക്കേണ്ട ആവശ്യമില്ല. പക്ഷേ ബാരാനഗറിലെ സകല റോഡുകൾക്കും മറ്റൊരു കാര്യം കൂടി അറിയാം. പൊലീസ് വാഹനങ്ങളുടെ ഭാരം ദുർവ്വഹമാണെന്ന്.

ഉറങ്ങാനുള്ള ഇച്ഛ ത്യാഗം ചെയ്ത് പി.ഡബ്ല്യൂ.ഡി. റോഡ് മഹത്വം നേടിയിരിക്കുന്നു. അധികാരാവകാശങ്ങൾ കൈമോശം വരുന്നതിനു മുമ്പ്

അവ കൈവശം വെക്കാനുള്ള ഇച്ഛ തന്നെ സ്വമേധയാ കൈവെടിയുന്നതിൽ ഒരുതരം വിജയഘോഷണമുണ്ട്. ഈ റോഡിനെപ്പോലെ ഈ മഹാനഗരവും ഒരിക്കലും ഉറങ്ങുന്നില്ല. കള്ളന്മാരും കാവൽക്കാരും ഉണർന്നിരിക്കുന്നു. കൊലയാളി ഉണർന്നിരിക്കുന്നു. കൊലക്കിരയാകുന്നവനും സംഭ്രമത്തോടെ ഉണർന്നിരിക്കുന്നു. മറ്റു ചിലരുണ്ട് ഉറക്കവും ഉണർവ്വും തമ്മിലുള്ള ഈ കളിയാട്ടം കാണാൻ ശ്രമിക്കുന്നവർ. അവർ നിശ്ശബ്ദം ഏകാകികളായി അലഞ്ഞുനടക്കും, കുറച്ചുനേരം. മറ്റാരുമറിയാതെ. അനിസുജ്ജമാനെപ്പോലെ.

ഏഴ്

ഹരിചരൺ വീണ്ടും അതിരാവിലെ ഉണർന്നെണീറ്റിരിക്കുന്നു. തുളസി ഇന്ന് സന്തോഷീമാ പൂജ വീണ്ടും തുടങ്ങും. കഴിഞ്ഞ വർഷം പൂജ തുടങ്ങിയപ്പോൾ അഭീഷ്ടസിദ്ധി വരെ പൂജ ചെയ്യാമെന്നാണ് തുളസി കരുതിയത്. പക്ഷേ കുരുടന്റമ്മ പറഞ്ഞു അല്ല, അതല്ല രീതി. പതിനാറു വെള്ളിയാഴ്ചകൾ പൂജ നടത്തിയശേഷം കാത്തിരിക്കണം. ദേവി അഭീഷ്ടം സാധിച്ചു തരുന്നോ ഇല്ലയോ എന്നുള്ള കാത്തിരുപ്പ്.

ശരി, പക്ഷേ എത്ര ദിവസം കാത്തിരിക്കണം? അതിന്റെ കണക്ക് കുരുടന്റമ്മയ്ക്കറിയില്ല. ദേവി സന്തുഷ്ടയാവാതിരിക്കുന്നേടത്തോളം കാലം, കുറെക്കൂടി അകമഴിഞ്ഞ് പൂജിക്കേണ്ടതായിരുന്നു എന്നു സ്വയം തോന്നും വരെ. എന്തായാലും തുളസിയും കുറെ കാത്തിരുന്നു. ഇന്ന് വീണ്ടും പൂജ തുടങ്ങും. കഴിഞ്ഞ കൊല്ലം എല്ലാ വെള്ളിയാഴ്ചകളിലും സന്തോഷീമാ വ്രതം നോറ്റ് കടലയും ശർക്കരയും നിവേദിച്ചുള്ള പൂജ ഹരിചരണിന്റേയും മക്കളുടേയും ജീവിതത്തിലെ ഒരു ഭാഗമായി തീർന്നിരുന്നു. മറ്റു ദിനചര്യകൾപോലെ വെപ്പ്, ഊണ്, കുട്ടികളുടെ സ്കൂളിൽ പോക്ക്, അതൊക്കെപോലെ ഇതും ഒരു ജീവിതചര്യ. പക്ഷേ വെറും ചടങ്ങു നിർവ്വഹിക്കലല്ല, സ്നേഹം, വിവാഹം, ശിശുജനനം, ശിശുപാലനം, ഊണ്, ഉറക്കം ഇതൊന്നുംപോലല്ല പൂജ. മനുഷ്യജീവിതത്തിന് അലങ്കാരം ചാർത്തുന്നതിൽ മതപരമായ ചടങ്ങുകൾക്ക് സ്വതന്ത്രവും വർണശബളവുമായ പങ്കുണ്ട്. പൂജ ചെയ്തില്ലെങ്കിലെന്താ? ഒന്നുമില്ല. മസ്ജിദിൽ പോയില്ലെങ്കിൽ, നിസ്കാരം ചെയ്തില്ലെങ്കിൽ, പള്ളിയിൽ പോയി ഈശ്വരസ്തുതി നടത്തിയില്ലെങ്കിൽ എന്തുണ്ടാവും? ഒന്നുമുണ്ടാവില്ല. പിന്നെ ധർമചിന്ത തന്നെ അധർമചിന്തയാണെന്നു കരുതുന്നവരും ഉണ്ട്. അവരുടെ ധർമം നാസ്തികതയാണ്. അവർക്ക് അവരുടെ ധർമം. എന്നാലും ധർമചർച്ചകൾ, ആരാധന, പൂജാപാരായണം ഇവയൊക്കെ ജീവിതത്തിന് നിറം പകരുന്നു. അത് മറ്റുള്ളവർക്ക് ക്ഷതമേല്പിക്കാത്തിടത്തോളം കാലം. സന്തോഷീമാ വ്രതാനുഷ്ഠാനത്തിന്റെ ഗഡു കഴിഞ്ഞുള്ള ആദ്യത്തെ ചില വെള്ളിയാഴ്ചകളിൽ ഹരിചരണിനും കുടുംബത്തിനും വല്ലാത്തൊരു ശൂന്യത അനുഭവപ്പെട്ടു.

ഇന്ന് ഈ തണുപ്പുകാലത്തെ പുലർവേളയിൽ ഉണർന്നെണീറ്റ ഹരിചരൺ വളരെ പ്രസന്നനാണ്, തന്റെ വീട്ടിലേക്ക് ദേവി വീണ്ടും വരുകയാണ്. ദേഹത്ത് ഒരു പുതപ്പു വലിച്ചിട്ട് ചൂലും കോരികയുമായി അയാൾ റോഡിലേക്കിറങ്ങി. ആകാശത്തിന് അല്പം വിളറിച്ചയുണ്ട്, പക്ഷേ പ്രഭാതം വളരെ പതുക്കെയേ പൊട്ടിവിടരൂ. അതുകൊണ്ടെന്താ, ഹരിചരണിനറിയാം എവിടെ എത്ര കുപ്പ കെട്ടിക്കിടക്കുന്നുണ്ടാവുമെന്ന്. ഏതേതു വീടുകളിൽനിന്ന് എത്രയെത്ര മാലിന്യം എത്തിക്കാണുമെന്ന്. എല്ലാ കുടുംബങ്ങളും ഏതാണ്ട് ഒരേ നിലയിൽ ജീവിക്കുന്നവരാണ്. എല്ലാവർക്കും വരുമാനമുണ്ട്, വെക്കും, കഴിക്കും, കളയും. മറ്റുള്ളവരെപ്പറ്റിയോ കലകളെപ്പറ്റിയോ ചർച്ച നടത്തും. എന്നാലും എല്ലാ വീടുകളിലും ഒരേയളവിലല്ല മാലിന്യം വിസർജ്ജിക്കപ്പെടുന്നത്. ഏതു വീടിന്റെ മുന്നിൽ എത്ര മാലിന്യം കുന്നുകൂടി കിടക്കും, അതിലെന്തൊക്കെയാണ് ഉണ്ടാവുക ഇതൊക്കെ, സൂര്യോദയവും സൂര്യാസ്തമയവും പോലെ കിറുകൃത്യമായി ഹരിചരണിന് പറയാനാകും. ഇന്ന് പാതയിലൂടെ നടന്നുപോകവേ അയാൾക്ക് കഴിഞ്ഞ വർഷത്തെ ഇത്തരമൊരു പുലർകാലവേള ഓർമ വന്നു. അന്നും തുളസി സന്തോഷീമായുടെ പൂജ തുടങ്ങുന്ന ദിവസമായിരുന്നു. ഹരിചരൺ സാത്കന്യാ ബംഗ്ലാവിന്റെ ഓരത്തുള്ള ഇടവഴിയിലൂടെയാണ് ആ ചുറ്റുവട്ടത്തേക്കു കടന്നത്. അന്ന് ആ ബംഗ്ലാവിന്റെ ടെറസ്സിൽ സാത്കന്യയിലെ മൂന്നാമത്തെ മകൾ ഉദാസീനയായി ആകാശത്തേക്കു നോട്ടമിട്ടു നില്ക്കുന്നുണ്ടായിരുന്നു. ഇന്നും അയാൾ നടന്നു നീങ്ങിയത് സാത്കന്യാ ബംഗ്ലാവിനു തൊട്ടുള്ള തെരുവിലൂടെയാണ്.

പ്രഭാതം പൂർണമായും പൊട്ടി വിടരുന്നതിനു തൊട്ടുമുമ്പുള്ള ഇരുട്ട് പലതരം വിഭ്രാന്തികൾക്ക് രൂപംനല്കാറുണ്ട്. പ്രതീക്ഷാനിർഭരമായ പുതിയൊരു ദിവസം വന്നെത്തുകയാണ്. അതിനുമുമ്പ് തലേന്നത്തെ മാലിന്യങ്ങൾ മുഴുവനും തെരുവിലേക്കെറിയാനുള്ള ബദ്ധപ്പാടാണ് മനുഷ്യന്. ഇരുളും നിഴലും നിറഞ്ഞ ഇത്തരമൊരു വിഭ്രമമുഹൂർത്തത്തിൽ ഹരിചരൺ കുപ്പത്തൊട്ടിക്കു മുന്നിൽ വന്നുനിന്നു. അയാളുടെ ചിരകാലമായുള്ള ദൃഢവിശ്വാസമാണ്, തനിക്ക് ഈ ജോലി ദൈവം കനിഞ്ഞു നൽകിയതാണെന്ന്. എന്നത്തേയുംപോലെ ഇന്നും അതേ വിചാരത്തോടെ ചൂലും കോരികയും കൈയിൽ പിടിച്ച് അയാൾ ചുറ്റുമുള്ള ഇരുട്ടിലേക്കു നോട്ടമയച്ചു. ഒരു ഞരക്കം. പൂച്ചക്കുഞ്ഞ്? ഹരിചരണിന് ആദ്യം തോന്നിയത് ഏതോ തള്ളപ്പൂച്ചയുടെ വികൃതിയാണെന്നാണ്. പിറന്നു വീണ കുഞ്ഞിനെ മാലിന്യക്കൂമ്പാരത്തിൽ നിക്ഷേപിക്കാനായി ഈ സമയത്ത് ഒരു സ്ത്രീയും ഉണർന്നിരിക്കാനിടയില്ല. ഒരു മാതൃത്വവും ഉണർന്നിരിക്കാനിടയില്ല. പൂച്ചക്കുഞ്ഞിനേക്കാളും ക്ഷീണമായി അവ്യക്ത ശബ്ദങ്ങൾ പുറപ്പെടുവിച്ചുകൊണ്ട് ഒരു ജീവൻ ഒരു വേള. അതാണോ ജീവന്റെ ശബ്ദം? നിലാവുദിക്കുന്ന ശബ്ദം? എവിടെയോ പൂവിതളുകൾ വിരിയുന്ന ശബ്ദം?.. വിശ്വസിക്കാനാവുന്നില്ല. ഈ കുപ്പക്കൂനയിൽ നിന്നാണോ അതുയരുന്നത്? പൂച്ചക്കുട്ടി തന്നെ. കോരിക കൊണ്ട് പൂച്ചക്കുട്ടിയെ കോരിയെടുക്കാനായി അടുത്തുചെന്നപ്പോൾ അയാളാകെ സ്തംഭിച്ചു നിന്നു

പോയി. ഈശ്വരനെ വിളിച്ചുപോയി. പിന്നീടാണ് അയാളിലെ മനുഷ്യൻ ഉണർന്നത്. കോരിക വലിച്ചെറിഞ്ഞ്, അയാൾ കുപ്പക്കൂനയിലേക്ക് കുനിഞ്ഞു, പുതപ്പ് മണ്ണിലിഴഞ്ഞു. എവിടെയെങ്കിലും ഏതെങ്കിലുമൊക്കെ മരങ്ങളിൽ താമസിയാതെ കിളികൾ ഉറക്കമുണരും, ഉറക്കം വിട്ടുമാറാത്ത കളകളാരവത്തോടെ പുതിയ പ്രഭാതത്തെ സ്വാഗതം ചെയ്യും. ഹരിചരൺ വിറയ്ക്കുന്ന രണ്ടു കൈകൾ മുന്നോട്ടു നീട്ടി. കുപ്പക്കൂനയിൽ ഒരു കൊച്ചു മനുഷ്യക്കുഞ്ഞ്. പിറന്നയുടൻ ഉപേക്ഷിക്കപ്പെട്ട മനുഷ്യക്കുഞ്ഞ്. ഹോ! അമ്മയ്ക്ക് അതിനെക്കൊല്ലാൻ കഴിഞ്ഞില്ല, പക്ഷേ മരണതുല്യമായ കുപ്പക്കൂനയിലേക്ക് എങ്ങനെ വലിച്ചെറിയാൻ കഴിഞ്ഞു? ശിശു ആലിലപോലെ വിറയ്ക്കുകയാണ്, പ്രാണൻ വെടിയുന്നതിനു മുമ്പുള്ള അവസാന ക്ഷണങ്ങളിൽ ഈ പ്രകമ്പനം അതിനു ചൂടു പകരുമായിരിക്കാം. ഹരിചരൺ വിറയ്ക്കുന്ന കുഞ്ഞുശരീരത്തെ നെഞ്ചോടമർത്തിപ്പിടിച്ചു, പുതപ്പുകൊണ്ട് മൂടി ദൈവമേ ഈ കുപ്പക്കൂനയിൽ എനിക്ക് നീ എന്താണീ നല്കിയിരിക്കുന്നത്. അയാൾ അതിദ്രുതം ഓടുകയാണ്. കോരിക അവിടെത്തന്നെയിട്ട്, ഉന്തുവണ്ടിയും ചൂലും എല്ലാം അവിടെ അതേപടിയിട്ട്. ഹരിചരണിന്റെ ചിന്തയിൽ ഇപ്പോൾ മറ്റൊന്നുമില്ല. കാലുകൾ നീട്ടിനീട്ടിവെച്ച് തുളസിയുടെ ഊഷ്മളവും ദിവ്യവുമായ നെഞ്ച് ലക്ഷ്യം വെച്ച് പായുകയാണയാൾ. അവിടെ ഈ കുഞ്ഞിന് ശാന്തിയും അഭയവും ലഭിക്കും. അവരുടെ അഞ്ചു കുട്ടികൾക്ക് ലഭിച്ച അതേ കരുണാശ്രയം. അവിടെ ഈ കുഞ്ഞിനെ സമർപ്പിക്കണം. അയാൾക്കുറപ്പുണ്ട്. ഈ തണുത്തു വിറങ്ങലിച്ചു നീലിച്ച കുഞ്ഞ് തുളസിയുടെ മാറിൽ കിടന്ന് യാതൊരുവശാലും പ്രാണൻ വെടിയില്ല. അയാൾ ഓടുകയാണ്. രക്ഷിക്കാനുള്ള ത്വരയിൽ അയാൾ ഓടുകയാണ്, ആ ത്വരയാണ് മനുഷ്യനെ രക്ഷിക്കുന്നത്.

ഒരു നിലയ്ക്കു നോക്കിയാൽ ആയുസ്സാണ് മനുഷ്യന്റെ അത്യാശ്ചര്യകരമായ ഭാവി. അതാണ് അപ്രതീക്ഷിതമായ വഴിത്തിരിവുകളിലേക്കു നയിക്കുന്നത്. ഈ ഭൂമിയിൽ പിറന്നുവീഴുന്ന പ്രഥമ നിമിഷം മുതൽ അസാമാന്യമായ ഏതോ പ്രഭാപൂരത്തിൽ എത്തിച്ചേരുന്നതു വരെ ആയുസ്സാണ് പ്രതീക്ഷ. തത്കാലം ഹരിചരണിന് തുളസിയാണ് ആ പ്രഭാപൂരം. അവിടെച്ചെന്ന് ഇത്രയും നേരം സ്വന്തം നെഞ്ചിനോടു ചേർത്തുപിടിച്ച കുരുന്നിനെ പ്രത്യാശയോടെ തുളസിയുടെ വിശാലമായ മാറിലേക്ക് സമർപ്പിക്കണം. കഴിഞ്ഞു, സമർപ്പിച്ചുകഴിഞ്ഞു. തുളസി കരയുകയാണ്. വായിൽനിന്ന് ആദ്യം വീണത് ശാപവചനങ്ങളാണ്. അവളമ്മയാണോ? കുഞ്ഞു പിറക്കുന്ന നിമിഷംവരെ കാത്തിരുന്ന് പിന്നെ അതിനെ കുപ്പക്കൂനയിലേക്ക് വലിച്ചെറിയുന്നവൾ അമ്മയാണോ? അവളുടെ പാലുനിറഞ്ഞ മുലകൾ പുഴുത്തരിക്കട്ടെ. വൃഥാവിലായ മുലപ്പാലു വീണ് അവളുടെ വസ്ത്രങ്ങൾ നനഞ്ഞു കുതിരില്ലേ? തുളസി കരയുകയാണ്. നീലിച്ച കുരുന്നു ശരീരത്തെ വിശാലമായ മാറോടമർത്തി ഉമ്മവെക്കുകയാണ്. ഹരിചരണിനോടു പറഞ്ഞു, ചാണകവരട്ടിയിട്ട് അടുപ്പു കത്തിച്ച് ചീനച്ചട്ടി കയറ്റിവെക്കൂ. ഇളയവന്റെ കുഞ്ഞിപ്പുതപ്പ് ഒന്നു ചൂടാക്കിയെടുക്കൂ. വേഗം വേണം.

ഹരിചരൺ ദിഗ്ഭ്രാന്തനാണ്. അയാളുടെ കൈയും കാലും വിറയ്ക്കുന്നു. ആകെയൊരു വിഭ്രാന്തി. എന്നാലും എല്ലാത്തിനും ഉപരിയായി ഒരിത്തിരി ഉണർവുണ്ട്. ചൂടുവേണം, കുഞ്ഞിനു ചൂടു വേണം. തണുപ്പിൽ ഉണങ്ങിവരണ്ടുകിടക്കുന്ന ചാണകവരടികൾ കത്തിക്കാനുള്ള ധൃതി, അയാളും ഉത്കണ്ഠാകുലനാണ്. എത്രയും വേഗം കുരുന്നിനു ചൂട് പകരണം. പുതപ്പു ചൂടാക്കി കൈയിലെടുത്ത് ഹരിചരൺ ചോദിച്ചു. "രക്ഷപ്പെടില്ലേ? സന്തോഷീമായുടെ അനുഗ്രഹം. അമ്മ കൊടുത്തയച്ചതാ. എന്തു കുഞ്ഞാണെന്നറിയാമോ?

ഇല്ല.

ഞാൻ നോക്കി. മോളാണ്. നമ്മുടെ മോളാണ്. നമ്മുടെ മോള്. സന്തോഷീമായോട് മോളു വേണമെന്നാ പ്രാർഥിച്ചത്. നോക്കിക്കോളൂ. ഇവളു ജീവിക്കും. കുറച്ചു ചൂടുപിടിച്ചുകഴിഞ്ഞാൽ പിന്നെ കൊണ്ടുചെന്നു ഡോക്ടറെ കാണിക്കാം.

മുഷിഞ്ഞ കിടക്കയിൽ തുളസിയും ഹരിചരണും തൊട്ടുതൊട്ടിരുന്നു. ചൂടുള്ള പുതപ്പുകൊണ്ടു മൂടിയ കുരുന്നു ജീവനെ അവരിരുവരും കണ്ണിമയ്ക്കാതെ നോക്കുകയാണ്. നീലനിറം അല്പമൊന്നു വിളറിയോ? ഉദ്വിഗ്നരായ രണ്ടു ജീവികളെച്ചുറ്റി ഉറങ്ങിക്കിടക്കുന്ന വേറെയും അഞ്ചു സന്താനങ്ങൾ. പതുക്കെപ്പതുക്കെ സൂര്യൻ തല പൊക്കുകയാണ്. ഇന്ന് ഇതാദ്യമായി തന്റെ സമ്പൂർണ ഊഷ്മളതയുമായി സൂര്യഭഗവാൻ ആദ്യം എത്തിയിരിക്കുന്നത് അരുൺസെന്നിന്റെ ടെറസ്സിലേക്കല്ല, ഹരിചരണിന്റെ വീട്ടിലേക്കാണ്. കുരുന്നിന്റെ ശരീരത്തിൽ പതുക്കെപ്പതുക്കെ ചുവപ്പു നിറം പരന്നു. അവളുടെ ഇപ്പോഴത്തെ അമ്മ അവളെ മധുരസ്വരത്തിൽ വിളിക്കുകയാണ്. ഹരിചരൺ ചാടിയെഴുന്നേറ്റു. അയാളും കരയുകയാണ്.

അപ്പോ രക്ഷപ്പെടും, അല്ലേ ഡമറൂന്റമ്മേ? മോക്ക് എന്തു പേരു വിളിക്കണം - സീത എന്നായാലോ? എങ്ങനെയുണ്ട്. ജനകനും സീതയെ ഇങ്ങനെയല്ലേ കിട്ടിയത്?

തുളസി ആകെ വിളറിപ്പോയി, ചീറ്റി വേണ്ട, സീത വേണ്ടേ വേണ്ട. ആ വിചാരം മാറ്റിവെക്ക്. സീതാന്നു പേരുള്ളവരാരും സുഖിച്ചു ജീവിച്ചിട്ടില്ല.

എന്നാപ്പിന്നെ? പിന്നെന്തു പേരാ ഡമറൂന്റമ്മേ ജാനകീന്നായാലോ?

വേണ്ട, വേണ്ട. ജാനകിയും വേണ്ട. അവളുടെ പേര് സന്തോഷി. സന്തോഷീമാ തന്നതല്ലേ. അതുതന്നെയാവട്ടെ പേരും. പോരെ?

തുളസി കുഞ്ഞിനെ മാറോടു ചേർത്തു. കുഞ്ഞിന്റെ തണുത്ത് നീലിച്ച നെറ്റിയിൽ ചുണ്ടുകളമർത്തി. ഈ ദൃശ്യം നോക്കിക്കണ്ട് അനുസരണയോടെ തലയാട്ടുകയാണ് ഹരിചരൺ. ശരിയാണല്ലോ തുളസി പറഞ്ഞത്. മോളുടെ പേര് സന്തോഷീ എന്നുതന്നെയാവണം, അതാണ് അതിന്റെ ശരി. തുളസിക്ക് ഒരിക്കലും തെറ്റുപറ്റില്ല. അയാൾ ചോദിച്ചു.

മക്കളെ ഉണർത്തട്ടെ, ഡമറൂന്റമ്മേ?

എല്ലാവരേയും ഉണർത്തണ്ട. വലിയ പുകിലാവും. ഡമറൂനെ മാത്രം ഉണർത്തിയാൽ മതി. അവന് വിവരമുണ്ട്. അവനെ ഞാൻ പറഞ്ഞു മനസ്സിലാക്കാം. പിന്നെ കുഞ്ഞിനെയും കൊണ്ട് ഡോക്ടറെ ചെന്നു കാണണം. നിങ്ങളൊന്നു ചെന്നുനോക്കൂ. കൃഷ്ണൻ അവിടെങ്ങാനും ഉണ്ടോന്ന്. അവനോട് റിക്ഷ കൊണ്ടുവരാൻ പറയൂ.

ഹരിചരൺ യന്ത്രത്തെപ്പോലെ തുളസി പറഞ്ഞതൊക്കെ അനുസരിച്ചു. കൃഷ്ണന്റെ വീട്ടിലേക്കു ചെന്ന് അവനെ ഉണർത്തി റിക്ഷയുമായി വരാൻ പറഞ്ഞു. റിക്ഷക്കാരൻ കൃഷ്ണനിലൂടെ, ശിവതോഷ് ഡോക്ടറിലൂടെ, പലചരക്കുകടക്കാരൻ ഹരനിലൂടെ മാഥുരേർഗഢിലുള്ള എല്ലാവരും അറിഞ്ഞു. സാത്കന്യാ ബംഗ്ലാവിന്റെ അടുത്തുള്ള കുപ്പക്കൂനയിൽ നിന്ന് ഹരിചരണിന് ഒരു കുഞ്ഞിനെ കിട്ടിയിരിക്കുന്നു. ഡോക്ടർ കുഞ്ഞിനെ ആശുപത്രിയിലേക്ക് കൊണ്ടുപോകാൻ പറഞ്ഞു. പക്ഷേ അതിനു മുമ്പ് പൊലീസ് സ്റ്റേഷനിൽ ചെല്ലണമെന്നും നിർദ്ദേശിച്ചു. കാരണം? തെരുവുപട്ടികളേയും പൂച്ചകളേയുംകൊണ്ട് വീട് നിറച്ചാലും ആരും ഒന്നും ചോദിക്കില്ല, പറയില്ല. പക്ഷേ തെരുവിൽ നിന്നു കിട്ടിയ മനുഷ്യക്കുഞ്ഞിനെ സ്വന്തം വീട്ടിലേക്കു കൊണ്ടുപോകാൻ നിനക്ക് അവകാശമില്ല, അധികാരമില്ല. നിനക്ക് അതിനോട് എത്രകണ്ട് സ്നേഹമുണ്ടെങ്കിലും ശരി.

തുളസി പറഞ്ഞു പക്ഷേ, ഇപ്പോ പൊലീസ് സ്റ്റേഷനിലേക്ക് കൊണ്ടുപോണംന്ന് പറഞ്ഞാലെങ്ങനെ? അതിന്റെ ജീവൻ പോകും.

ശിവതോഷ് പറഞ്ഞു ആങ് പോവുമായിരിക്കും. പക്ഷേ നിങ്ങളു സ്റ്റേഷനിൽ പോയേ പറ്റൂ.

ഹരിചരണിന് എന്തു ചെയ്യണമെന്ന് എത്തും പിടിയും കിട്ടുന്നില്ല. ഡോക്ടറുടെ വീടിനു മുന്നിലാണെങ്കിൽ വലിയൊരാൾക്കൂട്ടം തന്നേയുണ്ട്. എല്ലാവർക്കും കുഞ്ഞിനെ കാണണം. ആരുടെ കുഞ്ഞാണെന്ന് തീർച്ചപ്പെടുത്തിയിട്ട് മറ്റു കാര്യങ്ങൾ. ഹരിചരൺ ചുറ്റും നോക്കി. അതാ നിൽക്കുന്നു, കോളേജിൽ പഠിപ്പിക്കുന്ന വെള്ളപ്പാണ്ടുള്ള മുസ്ലീം സാറ്. ആ മുഖത്ത് മറ്റുള്ളവരെപ്പോലെ ഔത്സുക്യമോ ജിജ്ഞാസയോ ഇല്ല. ഉള്ളത് അസാധാരണമായ സഹതാപമാണ്. മനുഷ്യന് ആശ്രയമായി മനുഷ്യനുണ്ടെന്ന ബോധമുളവാക്കുന്ന ഭാവം.

ആ വിശ്വാസത്തിൽ ഹരിചരൺ തിരക്കിനിടയിലൂടെ അനിസുജ്ജമാനെ സമീപിച്ചു.

ഞാനെന്തു ചെയ്യണം, സാറേ?

അനിസുജ്ജമാൻ ഹരിചരണിന്റെ കൈയിൽ സ്പർശിച്ചു. ഒന്നു ക്ഷമിക്ക്. ഞാനൊന്നു നോക്കട്ടെ. ചിലരെ വിളിക്കട്ടെ.

ആൾക്കൂട്ടം അനിസുജ്ജമാന്റെ നേരെ തിരിഞ്ഞു. ഈ നിമിഷം അനിസുജ്ജമാനാണ് ഈ കുരുന്നു ജീവന്റെ ഭാഗ്യവിധാതാവ്.

ഹരിചരൺ ഡോക്ടറുടെ വീട്ടിലേക്കു തിരിച്ചുപോയി. ശിവതോഷ് തന്നാലാവും വിധം കുഞ്ഞിനെ പരിശോധിച്ചു. ഇതിലധികം ചെയ്യാൻ

അയാളെക്കൊണ്ടാവില്ല. കാത്തിരിക്കുകയേ നിവൃത്തിയുള്ളൂ. മെഡിക്കലിനു പഠിക്കുന്ന സമയത്ത് പ്രസവിച്ചയുടൻ കുഞ്ഞിനെ വിട്ടെറിഞ്ഞു പോകുന്ന അനേകം സംഭവങ്ങൾ അയാൾ കണ്ടിട്ടുണ്ട്. അയാളെ സംബന്ധിച്ചേടത്തോളം ആവേശമല്ല, പൊലീസിന്റെ അനുമതിയാണ് മുഖ്യം. ഹരിചരൺ ജനാലയിലൂടെ നോക്കി. അനിസുജ്ജമാൻ ധൃതിവെച്ച് എങ്ങോ പോവുകയാണ്. അയാൾ നെടുതായൊന്നു നിശ്വസിച്ചു. ശരിക്കും സന്തോഷീമാ തന്നെയാണോ ഇങ്ങനെ കുഞ്ഞിനെ തന്നത്? ഹരിചരണിന് അല്പം ഭയം തോന്നുന്നുണ്ട്. കുഞ്ഞിനെ കുപ്പക്കൂനയിൽ നിന്നെടുത്ത് നെഞ്ചോടടുപ്പിക്കുമ്പോൾ പൊലീസ് സ്റ്റേഷനെക്കുറിച്ച് ഓർത്തതേയില്ല. ആശുപത്രിയെക്കുറിച്ച് ആലോചിച്ചില്ല. കോടതിയിലും കച്ചേരിയിലുമൊക്കെ പോകേണ്ടിവരുമെന്നും അറിയില്ലായിരുന്നു. ഒരു ജീവൻ രക്ഷിക്കാനുള്ള ബദ്ധപ്പാടിൽ തുളസിയുടെ മാറിലെ ചൂടു മാത്രമായിരുന്നു ലക്ഷ്യം. എന്തുദ്ദേശത്തിലാണ് ദൈവം ഇത്തരത്തിൽ കുഞ്ഞിനെ നല്കിയത്? ഹരിചരണിന് മനസ്സിലാവുന്നില്ല. കുപ്പത്തൊട്ടിയിൽ നിന്ന് എടുത്തുകൊണ്ടുവന്ന കുഞ്ഞിന്റെ ജീവൻ രക്ഷിക്കുന്നതിനേക്കാളും എത്രയോ എളുപ്പമായിരുന്നു തുളസിയുടെ വയറ്റിൽനിന്നു പിറന്നുവീണ അഞ്ചു സന്താനങ്ങളെ രക്ഷിക്കുന്നത്. അതെത്ര സഹജവും സ്വാഭാവികവുമായിരുന്നു. ഭീതിയും നിസഹായതയും നിറഞ്ഞ അയാളുടെ രണ്ടു കണ്ണുകൾ തുളസിയെ നോക്കി. നിദ്രാധീനയായ കുഞ്ഞു ശരീരത്തിന്റെ ഊഷ്മളത അനുഭവിച്ചുകൊണ്ട് തുളസിയുടെ കണ്ണുകൾ അയാൾക്ക് ഉത്തരം നല്കി. പേടിക്കേണ്ട. ഈശ്വരനെ വിചാരിക്ക്. ദൈവം തന്നു, ദൈവം തന്നെ രക്ഷിക്കും. നമ്മൾ ഒരന്യായവും ചെയ്തിട്ടില്ലല്ലോ. ഒരു പാപവും ചെയ്തിട്ടില്ലല്ലോ.

പാപം, പാപം, പാപം ആൾക്കാരുടെ ഇടയിൽ മുഖരിതമാകുന്ന വാക്ക്. ഒരു വീട്ടിൽ നിന്ന് മറ്റൊരു വീട്ടിലേക്ക് സംശയം പടർന്നു പടർന്നു പോകയാണ്. പാപം പാപം പാപം. ആരുടെ പാപം? ആരാണ് ഇത്തരമൊരു കാര്യം ചെയ്തത്? ആരുടെയൊക്കെ വീടുകളിൽ യുവതിയും അവിവാഹിതയുമായ പെൺകുട്ടിയില്ലയോ അവരൊക്കെ ആശ്വാസത്തിന്റെ നെടുവീർപ്പിടുന്നു. ഹോ! നമ്മുടെ വീട്ടിലേത്തതല്ല അക്കാര്യം എല്ലാവർക്കും അറിയാം. ഏതൊക്കെ വീടുകളിൽ അത്തരം പെൺകുട്ടികളുണ്ടോ അവരൊക്കെ നിത്യവും സ്കൂളിലും കോളേജിലും പോയി വരുന്നവരാണ്. അച്ഛനമ്മമാരുടെ കൺവെട്ടത്തുള്ളവരാണ്. എന്നാലും ആ വീടുകളിലേക്കും സംശയം തുളച്ചുകയറുന്നുണ്ട്. ആ വീടുകളിലെ അമ്മമാരും അമ്മായിമാരും ഇളയമ്മമാരും ശുഷ്കിച്ച മുഖത്തോടെ ഇരിപ്പാണ്. അവരുടെ മകളല്ല. നല്ലകാലം. അവരുടെ മകളല്ല. അഥവാ ആണെന്നു വന്നാലോ? അതിരാവിലെത്തന്നെ ഈ പാപത്തിൽനിന്ന് മുക്തിനേടാനുള്ള വെപ്രാളത്തിലാണ് അവരൊക്കെ. എത്രയും വേഗം മകളുടെ കല്യാണം നടത്തണമെന്ന് പിതാക്കളോട് ധൃതിവെക്കുന്നു. കൂട്ടത്തിൽ അന്വേഷണവുമുണ്ട്. ആരാണ്? ആരുടെ പാപമാണ്?... ആര്? ആര്? ആര്... ഏതു പെൺകുട്ടിയാണ് കഴിഞ്ഞ കുറച്ചു മാസങ്ങളായി കണ്ണിൽ

പെടാതിരുന്നിട്ടുള്ളത്? ഏതു പെൺകുട്ടിയുടെ അമ്മയുടെ കൺതടങ്ങളിലാണ് കറുത്ത പാടുകൾ? സാത്കന്യയിലേ? സാത്കന്യയിലേ അമ്മ? സാത്കന്യയിലെ പെൺമക്കൾ? ആ വീട്ടിൽ ഒരുപാടു പെൺകുട്ടികളുണ്ടല്ലോ. പൊതുജനത്തിൽ ചിലരു പെട്ടെന്നങ്ങ് യുക്തിവാദികളായി ത്തീരും.

ആഹാ! ഈ ചുറ്റുവട്ടത്തെ ആരെങ്കിലുമായിരിക്കും എന്ന് എന്താണിത്ര ഉറപ്പ്? വേറെയാരെങ്കിലും ഇവിടെ കൊണ്ടുവന്നിട്ടതാവാനും വഴിയുണ്ട്. സ്വന്തം കുഞ്ഞിനെ ആരെങ്കിലും സ്വന്തം മുറ്റത്തുതന്നെ ഉപേക്ഷിക്കുമോ? അയ്യോ! കൺമുന്നിൽ വെച്ച് പട്ടി കടിച്ചുകൊണ്ടു പോയാലോ? കഴുകൻ കൊത്തിക്കൊണ്ടു പോയാലോ? സഹിക്കുമോ?

ഒന്നു പോകുന്നുണ്ടോ? പിന്നല്ലേ! അത്ര സ്നേഹമുണ്ടായിരുന്നെങ്കിൽ വലിച്ചെറിയുമോ? കുഞ്ഞിനെ കുപ്പത്തൊട്ടിയിലേക്ക് വലിച്ചെറിഞ്ഞാൽ പട്ടിക്കുള്ള തീറ്റതന്നെ. എന്തിനാണാവോ പത്തുമാസം വെച്ചോണ്ടിരുന്നത്. വലിച്ചെറിയാനായിരുന്നു ഉദ്ദേശ്യമെങ്കിൽ അതങ്ങ് നേരത്തെ ആയിക്കൂടായിരുന്നോ.

ചർച്ചകൾ, പരാമർശങ്ങൾ, വിമർശനങ്ങൾ...

അനിസുജ്ജമാൻ വികാസിനെ വിളിക്കാനെത്തി. വിവരം പറഞ്ഞു. ലക്ഷ്മി വികാസിനെ അകത്തേക്കു വിളിച്ച് ഒളിമറവായി പറഞ്ഞു. ഛീ! ഛീ! ഇത്തരം നാറിയ കാര്യത്തിലൊന്നും ഇടപെടണ്ട.

ജിനി ചോദിച്ചു. എന്തിനാ അമ്മേ നാറിയതെന്നു പറയുന്നത്? കുഞ്ഞിനെ രക്ഷിക്കണ്ടേ?

ലക്ഷ്മി അനിഷ്ടത്തോടെ അവളുടെ നേരെ മുഖംതിരിച്ചു.

ഇനി നീയാണോ എന്നെ പഠിപ്പിക്കാൻ വരുന്നത്?

ജിനി മുഖം കുനിച്ചു. വികാസ് മുഷിഞ്ഞ ഷാളു മാറ്റി പുതിയതൊന്നു പുതച്ച് അനിസുജ്ജമാനോടൊപ്പം പുറത്തേക്കിറങ്ങി. അവരോടൊപ്പം രണേനും സമരേന്ദ്രനും മിഥിലേശ് ബാബുവും ഭാര്യയും നീലിമയും ഇറങ്ങിവന്നു. സമൂഹത്തിലെ പ്രൗഢരും മാന്യന്മാരുമായ വ്യക്തികൾ. കൂട്ടത്തിൽ കാജൽ, സുമൻ, മൃണ്മയ്, അമിതാഭ് അവരുടെയൊക്കെ കണ്ണുകളിൽ പീള. കവിളുകൾ കുഴിഞ്ഞിരിക്കുന്നു. ലഹരി പൂണ്ട ഉറക്കം വിട്ട് എഴുന്നേറ്റ് വന്നതാണ്. ഒരു കുഞ്ഞിനെച്ചൊല്ലി ഇപ്പോൾ അന്തരീക്ഷം മുഴുവനും മാറ്റൊലി കൊള്ളുകയാണ്. കണ്ടു, കിട്ടി, കണ്ടു കിട്ടി... അനാഥ ശിശു അനാഥ ശിശു... കുപ്പക്കൂനയിൽ അനാഥശിശു. എവിടെ? എവിടെ? എവിടെ? ആർക്കു കിട്ടി? ആർക്കു കിട്ടി? ആർക്കു കിട്ടി? ഹരിചരണിനു കിട്ടി. കുപ്പ വാരാൻ ചെന്നപ്പോൾ ആരോ ഉപേക്ഷിച്ചിട്ടു പോയ അനാഥ ശിശുവിനെ തൂപ്പുകാരൻ ഹരിചരൺ കണ്ടെടുത്തു, നെഞ്ചോടു ചേർത്തു. ആരുടെ കുഞ്ഞ്? ആരുടെ കുഞ്ഞ്? ആരുടെ കുഞ്ഞ്? ഉത്തരം: അറിയില്ല.... അറിയില്ല.... അറിയില്ല.... സാത്കന്യാ? സാത് കന്യാ? എല്ലാവരും ഒളിഞ്ഞുനോക്കുകയാണ് സാത്കന്യാ ബംഗ്ലാവിനു നേരെ... കാരണം

അവിടെയുള്ളവരെ ചുറ്റുവട്ടത്തുള്ളവർക്ക് നല്ല പരിചയമില്ല. സാത്കന്യ യിലെ അന്തേവാസികൾ അല്പം വ്യത്യസ്തരാണ്. രഹസ്യക്കാരാണ്, മറ്റുള്ളവരുമായി കൂട്ടുകൂടാറില്ല, ആരേയും അടുപ്പിക്കാറില്ല. പിന്നെ അവ രുടെ വീട്ടിലല്ലേ ഒരുപാട് പെൺകുട്ടികളുള്ളത്?

ശ്യാമളും കമലും എത്തിയിരിക്കുന്നു. അമ്മയെ ധിക്കരിച്ച് ദേവാ ശിഷും എത്തി. പണിക്കാരി മനോദാ, കുരുടന്റമ്മ, മഖ്ബൂൽ, സുധീർ പാൽ, ഗോപാൽ കുണ്ടു, കോൺഗ്രസ് നേതാവ് അനിൽ സാമന്തും അയാ ളുടെ വലംകൈ വാസുദേവ പൊദ്ദാറും എത്തി. സി.പി.എം. നേതാവ് ശ്യാമാകാന്തും സഹോദരൻ തപനും. കാളിതാരാ, പലചരക്കുകടക്കാ രൻ പഞ്ചാ, ഹരൻ, വക്കീൽ നാഗേൻ മിത്തിർ, ചാണകം പെറുക്കുന്ന ഫൂൽരേണു, അനുപം, ദേവോപം, പരേശ് ബാബു, ഹിരൺ, പിന്നെ രാജേ ശ്വരി ഹോട്ടലിലെ മാനേജർ വിനയ് ധാരയടക്കം എല്ലാവരും വന്നെത്തി. മാഥുരേർഗഢ് ഒന്നടങ്കം ഉണർന്നെണീറ്റു വന്നിരിക്കുന്നു. മാഥുരേർഗഢ് ഒന്നടങ്കം ചിന്തയിലാണ്ടിരിക്കയാണ്. ശിശു ആരുടേതാണ് എന്ന കാര്യ ത്തിൽ ഏകാഭിപ്രായമില്ല. കുപ്പത്തൊട്ടിയിലെ കുഞ്ഞ് ഒരു പൊട്ടു ജീവ നുമായി തുളസിയുടെ മാറിൽ കിടന്ന് ഉറങ്ങുകയാണ്. താൻ രക്ഷ പ്പെടുമോ ഇല്ലയോ എന്ന് അതിനറിയില്ല. പക്ഷേ മറ്റുള്ളവരെല്ലാം ഏക മനസ്സോടെ ഐകമത്യത്തോടെ നിശ്ചയിച്ചിരിക്കുന്നു. രക്ഷിച്ചേ തീരൂ വെന്ന്. കുഞ്ഞിനെ രക്ഷിച്ചേ തീരൂ. ഹരിചരണിന് വേണമെങ്കിൽ കുഞ്ഞിനെ ഏറ്റെടുക്കാം. അതല്ലെങ്കിൽ പൊലീസ് സ്റ്റേഷനിലോ ആശു പത്രിയിലോ കൊണ്ടുചെല്ലാം അവിടന്ന് അവർ കുഞ്ഞിനെ അനാഥാല യത്തിലേക്കു മാറ്റും. ഹരിചരണിന്റെ പിതൃമനസ്സ് ആൾക്കൂട്ടത്തിൽ തനിയേ നിൽക്കയാണ്. അയാൾ സ്വരമുയർത്തി കേണു.

ഈ കുഞ്ഞിനെ ഞാൻ ഏറ്റെടുക്കും. കുഞ്ഞ് എന്റേതാണ്. ഞങ്ങ ളുടേതാണ്. എന്റെ ഭാര്യക്ക് ഇവൾ സ്വന്തം മകളാണ്. ഈശ്വരന്റെ ദാന മാണെന്നു കരുതി നെഞ്ചിലെടുത്തു വെച്ചിരിക്കുന്നു. നിങ്ങൾ അവളെ പറിച്ചെടുക്കരുത്, സാറന്മാരേ...

ഒറ്റയടിക്ക് എല്ലാവരുടേയും പുരികം ചുളിഞ്ഞു, ഒന്നിച്ചു ശബ്ദ മുയർന്നു.

ആഹാ! പെണ്ണാണോ? പെൺകുഞ്ഞാണോ? പെൺകുഞ്ഞ്? ഓ! പെൺകുഞ്ഞ്!

സംശയം അവിവാഹിതയായ അമ്മയെ വിട്ട് വിവാഹിതരായ, യുവ തികളായ അമ്മമാരുടെ നേരെ തിരിയുന്നു. അവരുടെ ഭർത്താവ്, അമ്മാ യിയമ്മ, അമ്മായിയപ്പൻ ഇവരുടെയൊക്കെ നേർക്ക്, എവിടെ ഇവ രൊക്കെ? ഇവരെയൊക്കെ ഒന്നു കാണട്ടെ. പെൺകുഞ്ഞ്! പെണ്ണ്!... പെൺകുഞ്ഞായതുകൊണ്ട് വലിച്ചെറിഞ്ഞതാവാനും മതിയല്ലോ... അപ്പോൾ കപിലയ്ക്ക് വയറ്റിലുണ്ടാക്കിയ നാഗേൻ മിത്തിർ പറഞ്ഞു. പേടിക്കേണ്ട ഹരിചരൺ. കോടതിയിൽ നിന്നുള്ള ഉത്തരവൊക്കെ ഞാൻ നോക്കിക്കൊള്ളാം.

എട്ട്

കല്യാണത്തിനുശേഷമുള്ള പതിവുചോദ്യങ്ങളാണ്. അതാണ് വഴക്കം. ഭർത്തൃഗൃഹത്തിൽ താമസമാക്കിയ മകളെക്കുറിച്ച് അമ്മയുടെ മനസ്സു വിഷമിക്കും, മനസ്സ് ആശങ്കകൾകൊണ്ടു നിറയും. അവളുടെ ജീവിതം സന്തോഷപൂർണമായിരിക്കണേയെന്ന് ഈശ്വരനോട് ആവർത്തിച്ചാവർത്തിച്ചു പ്രാർത്ഥിക്കും. ജിനിയുടെ അമ്മയും അങ്ങനെ പതിവുചോദ്യം ചോദിച്ചു.

സുഖമാണോ മോളെ?

അതേയമ്മെ.

ശരിക്കും? സത്യം തന്നെയല്ലെ മോളെ?

സത്യം അമ്മേ, എനിക്കു സുഖമാണ്.

ജിനിയുടെ ഏട്ടന്മാർ ചോദിച്ചു.

നീയെന്തേ ഇത്ര മെലിഞ്ഞു പോയത്?

ഞാനെപ്പോഴും മെലിഞ്ഞിട്ടാണല്ലോ ഏട്ടാ.

കണ്ണുകളുടെ താഴെ കറുത്തപാട്?

അത് ഏട്ടന്റെ കണ്ണിന്റെ കുഴപ്പമാ. ഏട്ടൻ എത്ര കാലമായി കണ്ണടയുടെ ചില്ലു മാറ്റിയിട്ട്?

നീ പണ്ടത്തെപ്പോലെ ചിരിക്കുന്നില്ലല്ലോ?

ആഹാ! നിങ്ങളാരും ചിരിക്കുന്നില്ല എന്നു പറ, ചെറിയേട്ടാ. നിങ്ങളൊക്കെ സദാസമയവും മുഖം വീർപ്പിച്ചിരുന്നാലെങ്ങനെ.

ജിനി നിനക്ക് അവിടെ അസൗകര്യങ്ങളൊന്നുമില്ലല്ലോ?

ഇല്ല വല്യേട്ടാ. എനിക്ക് യാതൊരുവിധ അസൗകര്യങ്ങളുമില്ല.

വലിയേട്ടത്തിയമ്മ ചോദിച്ചു, നിന്നെ ഇഷ്ടമാണോ?

ജിനി ആകെ ചുമന്നുപോയി. അവളുടെ കണ്ണുകൾക്കു താഴെയുള്ള കറുത്ത പാട് കൂടുതൽ ഇരുണ്ടുപോയി.

എനിക്കറിയില്ല.

ചെറിയേട്ടത്തിയമ്മ ചോദിച്ചു, നിന്റെ അമ്മായിയമ്മ എങ്ങനെ?

നല്ല സ്ത്രീയാണ്.

നിന്റെ വിരുന്നു ദിവസം എത്ര കേമമായിട്ടാ അണിഞ്ഞൊരുങ്ങിയിരുന്നത്. വളരെ മോഡേൺ ആണ് അല്ലേ?

അതെ. വളരെ.

നിന്റെ ഭർത്താവിന്റെ അനിയനെപ്പറ്റി പറയാറുണ്ടോ? കരയാറുണ്ടോ?

ഇല്ല. അവരു പറയാറില്ല. പക്ഷേ അച്ഛൻ പറയാറുണ്ട്.

എന്തൊക്കെപ്പറഞ്ഞാലും നിന്റെ അമ്മായിയമ്മയെ കണ്ടാൽ ആരും പറയില്ല കേട്ടോ ഇത്ര വലിയ ട്രാജഡി അനുഭവിക്കേണ്ടിവന്നെന്ന്.

ഒരുകണക്കിന് അതല്ലെ നല്ലത്, ബൗദി? ദുഃഖം പ്രദർശന വസ്തുവാണോ? അതു മൂടിവെക്കാനുള്ളതല്ലേ? മറച്ചുപിടിച്ചല്ലേ നടക്കേണ്ടത്?

എന്നാലും ഇത്ര വലിയൊരു മകൻ, ദുഃഖത്തിന്റെ നിഴൽ വീഴാതിരിക്കുമോ?

മുഖം നോക്കി എന്തു മനസ്സിലാവാനാണ്, ബൗദീ?

ഒന്നും മനസ്സിലാക്കാനാവില്ല?

ഇല്ല. ഒരാളു മനസ്സിലുറപ്പിച്ചെന്നു വെക്കൂ. മനസ്സിലുള്ളതിന്റെ നേരെ വിപരീതഭാവം മുഖത്തു പ്രകടിപ്പിക്കുമെന്ന്. അപ്പോപ്പിന്നെ?

നമ്മുടെ ജിനിയും അതാണോ പരിപാടി?

എന്ത്?

മനസ്സിലുള്ളത് മറച്ചുവെച്ചുകൊണ്ടാണോ നടപ്പ്? ഒന്നുമില്ലെന്നു നടിക്കുകയാണോ?

അല്ലേയല്ല. നിങ്ങൾക്കറിഞ്ഞൂടെ എന്റെ സ്വഭാവം? നിങ്ങൾക്കറിഞ്ഞൂടെ എന്നെ?

അറിയാം അതോണ്ടാ പറയുന്നത്. എനിക്കെന്തോ എവിടെയൊക്കെയോ കുറവു തോന്നുന്നു.

എന്തു കുറവ്?

നിനക്കൊരു ജീവനില്ലാത്തപോലെ, പ്രസരിപ്പില്ല.

അതെന്തേ?

പുതുമണവാട്ടി, ഭർത്താവിനെ വിട്ടുമാറാതെ നില്ക്കേണ്ടതല്ലേ? അതല്ലാതെ ഇങ്ങനെ അകന്നകന്ന് തനിയെ തനിയെ?

ബൗദീ, നിങ്ങളെന്താ ചെറിയേട്ടന്റെ പിന്നിൽ നിന്നു മാറില്ലായിരുന്നെന്നാണോ? ഞാൻ കണ്ടിട്ടില്ലല്ലോ.

പിന്നെ ഇവിടെയല്ല, എന്റെ വീട്ടിലേക്കു പോകുമ്പോൾ. നിന്റെ ചെറിയേട്ടനേയും കൂട്ടി ഞാൻ അവിടൊക്കെ ചുറ്റിനടക്കും. എന്റെ സ്കൂൾ, കളിസ്ഥലം ചങ്ങാതികളുടെ വീട് എല്ലായിടത്തും ചെല്ലും, എല്ലാം കാണിച്ചുകൊടുക്കും.

ഞാനും പോകും, ഉച്ചതിരിഞ്ഞ്.

ജിനി സ്വയം തന്നോടുതന്നെ ചോദിക്കയാണ് സുഖമാണോ ജിനി?

അതെ.

സത്യം?

അതെ, സത്യം.

പിന്നെന്താ നിന്റെ കണ്ണു നിറയുന്നത്?

ഒരു ഞായറാഴ്ച മധ്യാഹ്നം. ഇരിപ്പുമുറിയിൽ ടി.വി. ഓൺ ചെയ്തിട്ടിരിക്കയാണ്. ഏതോ ഹിന്ദി സീരിയലാണ്.

വികാസ് സ്വന്തം മുറിയിലേക്ക് അതായത് ദേവാർച്ചന്റെ മുറിയിലേക്ക് പോയിരിക്കുന്നു. അവിടെയിരുന്നു പുസ്തകം വായനയാണ്. ദേവാശിഷ് ടി.വി. കണ്ടുകൊണ്ടിരിക്കുന്നു. ജിനി ടി.വിയുടെ നേരെ നോക്കുന്നുണ്ട്, പക്ഷേ ഒന്നും കാണുന്നില്ല. ലക്ഷ്മി മകന്റെ അടുത്തു വന്നിരുന്നു. സാരി അല്പം ഉയർത്തി, പാദങ്ങളും കണങ്കാലും കഴിഞ്ഞ് സാരി കാൽമുട്ടു വരെ ഉയർന്നു, പിന്നെ വെളുത്തു തടിച്ച തുടകൾ വരെ. കൈയിൽ കുക്കുംബർ ലോഷൻ.

ഹും! ടിവിയുടെ ശബ്ദം തീരെ നന്നല്ല.

അവരുടെ കൈയിൽ കുക്കുംബർ ലോഷൻ. പിഞ്ചു വെള്ളരിക്ക പിഴിഞ്ഞെടുത്തുണ്ടാക്കിയ ലോഷൻ. ടിവിയിലെ പരസ്യത്തിൽ പറഞ്ഞതാണ്. ലക്ഷ്മി അത് കാലുകളിൽ തേച്ചുപിടിപ്പിക്കയാണ്. വിന്റർ കെയർ. ജിനിക്ക് അങ്ങോട്ടു നോക്കാൻ വയ്യ. അവളുടെ കണ്ണുകൾ മരവിച്ചു പോകുന്നു. ലക്ഷ്മിയുടെ സാരിത്തലപ്പ് വഴുതിവീണിരിക്കുന്നു. അവരത് ലക്ഷ്യമാക്കുന്നില്ല. അവരു പറയുന്നത് ടി.വി.യെകുറിച്ചാണ്.

ടിവിയുടെ ശബ്ദം നന്നല്ല. മഹാമോശം. നിനക്കെന്തു തോന്നുന്നു? വെള്ളരിക്കാക്കുഴമ്പ് തേച്ചുപിടിപ്പിക്കയാണ്. തണുപ്പിനെതിരായുള്ള പോരാട്ടം? തണുപ്പിനെതിരായോ? അതോ ജരാനരകൾക്കെതിരായോ? ടപ് ടപ്പെന്ന ശബ്ദം. കാലുകളുഴിഞ്ഞ് മൃദുവായി അടിച്ച് തിരുമ്പുകയാണ്. കാൽമുട്ടുകൾ, തുടകൾ.. മാറിടത്തിന്റെ വിടവുവരെ. ഒരു ഒളിവും മറവുമില്ല. ജിനിക്ക് വല്ലാത്ത വിമ്മിട്ടം തോന്നുന്നു. കണ്ണുകൾ നനയുന്നു. എഴുന്നേറ്റുപോയാലോ? പോകാനാവുന്നില്ല. മറ്റുള്ളവരെന്തെങ്കിലും വിചാരിച്ചാലോ? ഇത് ഇഷ്ടപ്പെടാഞ്ഞിട്ടാണ് പോകുന്നതെന്നു കരുതിയാലോ? ഇഷ്ടപ്പെടുന്നില്ല. പക്ഷേ അതു പ്രകടിപ്പിക്കാനാവുന്നില്ല, ലജ്ജ, ഭയം. പൊരുത്തപ്പെടണം. എല്ലാമായും പൊരുത്തപ്പെട്ടു പോകണം. അമ്മയും മകനുമാണ്. ഇതിലെന്താണ് തെറ്റ്? ഇവിടെയെന്തിനു ഒളിമറവ്? അമ്മയേയും മകനേയും പറ്റി ആരും ഒന്നും പറയില്ല. ആ ബന്ധത്തിനു മുന്നിൽ ദുകു അക്ഷരങ്ങൾ ഒരിക്കലും കൂട്ടിച്ചേർക്കില്ല. ഈ വിഷയത്തിൽ എല്ലാവരും മൗനം പാലിക്കയേയുള്ളൂ. മാതാവും പുത്രനും അതു വിശുദ്ധമല്ലേ? വിശുദ്ധം, വിശുദ്ധം, വിശുദ്ധം. അമ്മയും മകനും അതു സ്വർഗമല്ലേ? സ്വർഗം, സ്വർഗം, സ്വർഗം. പക്ഷേ അമ്മയും മകളുമോ? ഇതേപോലെ സ്വർഗമല്ലേ? വിശുദ്ധമല്ലേ? പക്ഷേ ഇങ്ങനെ നിർദോഷമായി എല്ലാം തുറന്നു കാട്ടി വെള്ളരിക്കുഴമ്പു തേച്ചുപിടിപ്പിക്കുമോ?

ദേവാശിഷ് അമ്മയോടു ചോദിച്ചു. എന്താ ടിവിക്കെന്താ കുഴപ്പം?

മഹാമോശം, ശബ്ദം നന്നല്ല. അല്ല. നിങ്ങളൊക്കെ പോകുന്നുണ്ടോ?

ഉവ്വ്.

ഒരാവശ്യവുമില്ലായിരുന്നു. കല്യാണത്തിനുതന്നെ ഇത്രയൊക്കെ ചെലവായി. ഇനിയിപ്പൊ ഉല്ലാസയാത്രയും. ദാ എന്റെ മുതുകത്തു തേച്ചു താ.

ലക്ഷ്മി ലോഷന്റെ കുപ്പി മകനു നേരെ നീട്ടി. തുടകളിൽ നിന്ന് സാരി യഥാസ്ഥാനത്തേക്ക്, പാദം വരെ നേരാംവണ്ണം പിടിച്ചിട്ടിരിക്കുന്നു. മകൻ അമ്മയുടെ മുതുകത്ത് വെള്ളരിക്കുഴമ്പു പുരട്ടുകയാണ്. അമ്മ പറയുകയാണ്.

ഓരോ പരിഷ്കാരം തുടങ്ങിവെച്ചിരിക്കുന്നു. ഹണിമൂണാണത്രെ. ഞങ്ങടെ കാലത്ത് ഇതൊന്നും ഉണ്ടായിരുന്നില്ല.

ദേവാശിഷ് ലോഷൻ കുപ്പി താഴെ വെച്ചു.

ഇതെന്താ ഹണിമൂണാണെന്നാ വിചാരം? പത്തുപേര് ഒന്നിച്ചു പോയാലെങ്ങനെ ഹണിമൂണാകും?

ജിനിയുടെ ചെവികൾ ചുട്ടുപഴുക്കുന്നു. ശ് ഇതെന്തൊരു ചർച്ചയാണ്.

ലക്ഷ്മിക്കറിയണം. പത്തുപേരെന്നു പറഞ്ഞാൽ ആരൊക്കെ?

ഞാൻ ജിനി, അനുപം, അവന്റെ ഭാര്യ പൂപ്പു, ദേവോപം അവന്റെ ചങ്ങാതി അരൂപ്, പിന്നെ കാക്കുവും കാക്കിമായും.

ആഹാ! കാക്കുകാക്കിമാ എന്നുവെച്ചാൽ പരേശ് ബോസ്, ശബരി ബോസ്?

അതെ.

ഹൗ! അവരുടെ കൂടെ? ആ വഷളരുടെ കൂടെ പോകേണ്ട വല്ല കാര്യവുമുണ്ടോ?

ജിനിക്ക് ടിവിയുടെ ഉള്ളിൽ കടന്നുകൂടാൻ കഴിഞ്ഞെങ്കിൽ എന്നു തോന്നുന്നുണ്ട്. ആ സ്ക്രീനിൽ ഒരു വാതിലുണ്ടായിരുന്നെങ്കിൽ, അതിലൂടെ അകത്തു കടക്കാൻ കഴിഞ്ഞിരുന്നെങ്കിൽ.

ദേവാശിഷ് ചോദിച്ചു. അനുപംദേവോപമിൽ എന്തു വഷളത്തമാണ് നിങ്ങളു കണ്ടത്?

ഥൂ! നല്ലതും കണ്ടിട്ടില്ലല്ലോ. അച്ഛനും അമ്മയും അത്തരക്കാർ. അവരുടെ മക്കളല്ലേ? നിങ്ങളൊക്കെ പോകുന്നെങ്കിപ്പോ. എന്തിന് അവരെ കൂടെ കൂട്ടണം?

അമ്മേ ടൂറു പോകുന്ന പ്ലാൻ അനുപമിന്റേതാണ്. പത്തിരുപതു കൊല്ലമായി സകുടുംബം എങ്ങും പോയിട്ടില്ലത്രെ. ആ വിടവ് നികത്തണമെന്ന് അനുപമിനൊരു മോഹം. വേണമെങ്കിൽ നിങ്ങൾക്കും വരാം.

അയ്യയ്യോ! വേണ്ട മോനെ വേണ്ട. നിങ്ങളു പോണൂ, പൊയ്ക്കോ. അല്ലെങ്കിലും നിങ്ങൾ അച്ഛനും മകനും എന്റെ വാക്കു കേക്കണ പരിപാടി എന്നേ ഉപേക്ഷിച്ചതല്ലേ? ഈ കുടുംബത്തിൽ എനിക്കെന്തു വില? ചോര നീരാക്കി നിങ്ങൾക്കുവേണ്ടി ഉഴയ്ക്കാൻ ഞാൻ, മറ്റുള്ളവർക്കൊക്കെ ഉച്ചനേരത്ത് സുഖനിദ്ര. ഇപ്പഴിതാണ് ഈ കുടുംബത്തിലെ സ്ഥിതി.

ജിനിക്ക് കരച്ചിലു വരുന്നു. അതെന്താ താനീ വീട്ടിൽ ഒരു പണിയും എടുക്കുന്നില്ലെന്നാണോ? ശരിയാണ് അമ്മായിയമ്മ തന്നെ പേരെടുത്തു

പറഞ്ഞില്ല. എന്നാലും ജിനി പരിഭ്രാന്തയായി. അവരുടെ പരുഷവാക്കുകൾ അവളുടെ ദേഹത്ത് തുളച്ചുകയറുന്നു. അവൾ പതുക്കെപ്പതുക്കെ എഴുന്നേറ്റു നിന്നു. അടിവെച്ചടിവെച്ച് സ്വന്തം മുറിയിലേക്കു നടന്നു. ലക്ഷ്മി പറയുന്നത് അവൾക്ക് കേൾക്കാനാകുന്നുണ്ട്.

നിങ്ങക്ക് വേണ്ടതെന്താണെന്നു വെച്ചാ ചെയ്തോ അതും പറഞ്ഞ് എനിക്ക് തരം താഴാനാവില്ല. ആ പെണ്ണിന്റെ കൂടെ എനിക്ക് ഒരിടത്തും പോകാനാവില്ല.

ദേവാശിഷ് പറഞ്ഞു. പോണ്ട. ഞാൻ നിർബന്ധിച്ചില്ലല്ലോ.

വേണ്ട. നിർബന്ധിക്കണ്ട. എന്തിനു നിർബന്ധിക്കണം? നിനക്കിനി എന്നെ വേണ്ടല്ലോ. എന്നെക്കൊണ്ട് ഒരു പ്രയോജനവുമില്ലല്ലോ. നിനക്കും വേണ്ട, നിന്റെ അച്ഛനും വേണ്ട.

നിങ്ങളെന്തു ഭ്രാന്താണീ പറയുന്നത്? നിങ്ങൾക്കെന്തോ കോംപ്ലെക്സ് ആണ്, അമ്മേ.

എന്തെടാ പറഞ്ഞത്? കോംപ്ലെക്സോ? ആ പെണ്ണു വന്ന് രണ്ടു ദിവസമായില്ല. അതിനകം നിന്റെ തല പിടിച്ചു തിരിച്ചല്ലോ. ഇത്രയും കാലം അമ്മയില്ലാതെ നിനക്ക് ഉറക്കം വരില്ല. ഇപ്പോ ഭാര്യ വന്നപ്പോ അമ്മയുടെ മുഖം തന്നെ കാണണ്ട...

ജിനി രണ്ടു കൈകൾ കൊണ്ടും ചെവി പൊത്തി. ഇല്ല. താനിതൊന്നും ശ്രദ്ധിക്കില്ല. കാതിൽ വീഴാനനുവദിക്കില്ല. റെക്കോർഡ് പ്ലേയറിൽ പങ്കജ് മല്ലിക്ക് എടുത്തുവെച്ചു. ദിൻ ഗുലി മോർ സോനാർ ഖാഞ്ചായ് രെയിലോനാ... നഷ്ടപ്പെട്ടുപോയ സുവർണദിനങ്ങൾ... അവളുടെ കണ്ണുകൾ നിറയുന്നു... എന്തിനാണ് അമ്മായിയമ്മ ഇങ്ങനെയൊക്കെ പറയുന്നത്? എന്തിനാണ് ഇങ്ങനെയൊക്കെ ചെയ്യുന്നത്? ഈ കുടുംബത്തിൽ ഇതിനു മുൻപ് യാതൊരുവിധ അസ്വാരസ്യങ്ങളും ഉണ്ടായിരുന്നില്ലെന്നാണോ? താനാണോ അപസ്വരമായി ഈ കുടുംബത്തിലേക്ക് കടന്നുവന്നത്? ഇവിടെ എന്തൊക്കെ അശുഭകാര്യങ്ങളുണ്ടായാലും ലക്ഷ്മി അതിന്റെ കുറ്റം ജിനിയുടെ മേൽ ചാർത്തും. ഇന്നാളൊരു ദിവസം ഈ ചുറ്റുവട്ടം വൃത്തിയാക്കുന്ന തൂപ്പുകാരന് കുപ്പത്തൊട്ടിയിൽ നിന്ന് ഒരു കുഞ്ഞിനെ കിട്ടി. ലക്ഷ്മി തുടങ്ങി.

ഇക്കാലത്ത് പെമ്പിള്ളേര് കോളേജിലും യൂണിവേഴ്സിറ്റിയിലുമൊക്കെ പഠിക്കാൻ പോണു. ആമ്പിള്ളേരുടെ ദേഹത്ത് ഒട്ടിക്കൊണ്ടല്ലേ ആഹാ! ഇരിപ്പും നടപ്പുമൊക്കെ. ഹും. പിന്നിതൊക്കെ ഉണ്ടാവാതിരിക്ക്യോ, കാലം വഷളായിക്കൊണ്ടു വരുന്നു.

ജിനിക്ക് വിഷമം തോന്നി. അവൾ പറഞ്ഞു അങ്ങനെ പറയല്ലേ അമ്മേ. ഇതിനു മുമ്പ് പെണ്ണുങ്ങൾ അന്യപുരുഷന്റെ മുഖത്ത് നോക്കാതെ ജീവിച്ചിരുന്ന കാലത്തും ഇങ്ങനെയൊക്കെ ഉണ്ടായിട്ടില്ലേ? അവിഹിത സന്താനങ്ങളുണ്ടായിട്ടില്ലേ? ഇതൊക്കെ എത്രയോ കാലമായി നടക്കുന്നു. മഹാഭാരതകാലത്തും നടന്നില്ലേ? സീതയെ പഴിചാരിയില്ലേ? ശകുന്തളയുടെ കാര്യം? ഏറ്റവും വലിയ ഉദാഹരണം കർണനല്ലേ?

ലക്ഷ്മി സർപ്പത്തെപ്പോലെ ചീറ്റി എന്നാലും നീയെന്നെ ഇങ്ങനെ അപമാനിച്ചല്ലോ. എന്താ നിന്റെ ഭാവം? ഞാൻ എം.എക്കാരി അല്ലെന്നു വെച്ച് എനിക്കൊന്നും അറിയില്ലെന്നാണോ?

ജിനി അമ്പരന്നുപോയി. ഞാൻ അപമാനിച്ചില്ലല്ലോ.

അപമാനിച്ചില്ലെന്നോ ഞാൻ വിഡ്ഢിയാണെന്നു പറഞ്ഞില്ലേ?

എപ്പോ പറഞ്ഞു?

ഈ പറഞ്ഞതിനൊക്കെ അതല്ലേ അർത്ഥം?

ലക്ഷ്മി കരയാൻ തുടങ്ങി. ജിനി വിമൂഢയായി ഇരുന്നു പോയി. ലക്ഷ്മി ഏങ്ങലടിച്ച് സ്വന്തം മുറിയിലേക്ക് ചെന്ന് വാതിലടച്ചു കിടന്നു. സന്ധ്യ മയങ്ങിത്തുടങ്ങിയിരുന്നു. ജിനി വിഡ്ഢിയെപ്പോലെ കുറച്ചുനേരം അവിടെത്തന്നെ ഇരുന്നു. എന്തു പറഞ്ഞതിന് എന്തർത്ഥം കല്പിക്കണം എന്നവൾക്കു മനസ്സിലായില്ല. താനങ്ങു തരംതാണുപോയതായി, തുച്ഛയായതായി അവൾക്കു തോന്നി. കഷ്ടം! എന്തിനാണ് വെറുതെ തർക്കിക്കാൻ പോയത്. എന്തെങ്കിലും ലാഭമുണ്ടായോ? താൻ കലഹക്കാരിയായിത്തീരുകയാണോ? തന്നെ അമ്മായിയമ്മയ്ക്ക് ഇഷ്ടമല്ലെന്നുള്ളതിന്റെ അനേകം ലക്ഷണങ്ങൾ അവൾക്കു കിട്ടിയിരിക്കുന്നു, ഇഷ്ടമല്ലെന്നു മാത്രമല്ല, തന്നെ സഹിക്കാനും അവർക്കാവുന്നില്ല. അവൾ നിശ്ചയിച്ചുറപ്പിച്ചു ഇല്ല ഇനിയിങ്ങനെ തർക്കത്തിനു നില്ക്കില്ല. ഒന്നും പറയില്ല.

അന്ന് സന്ധ്യക്കുശേഷം വികാസാണ് ആദ്യം തിരിച്ചെത്തിയത്. പിന്നെ ദേവാശിഷ്. രാത്രി പത്തുമണിവരെ ലക്ഷ്മി കിടക്കയിൽ നിന്ന് എണീറ്റില്ല. വീടു മുഴുവനും പിരിമുറുക്കവും ഗ്ലാനിയും. ദേവാശിഷ് കടുപ്പിച്ചു പറഞ്ഞു, 'പോ പോയി അമ്മയോടു മാപ്പു പറയ്."

എന്തിനു മാപ്പ്?

അമ്മയോട് നീയെന്താ പറഞ്ഞത്?

ഒന്നും പറഞ്ഞില്ല.

പിന്നെ അമ്മ നുണ പറയുകയാണോ?

ഞാനമ്മയെ വിഷമിപ്പിക്കാനായി ഒന്നും പറഞ്ഞില്ല.

പക്ഷേ അമ്മയ്ക്ക് വിഷമം തോന്നി. നീ പോയി ക്ഷമ ചോദിക്ക് ജിനി.

അതായത് ഞാൻ നുണ പറയുന്നെന്നാണ് നിങ്ങളുടെ ധാരണ അല്ലേ?

നീ മാപ്പു ചോദിക്കില്ല, അല്ലേ? എന്റെ അമ്മ വളരെ നല്ല സ്ത്രീയാണ്. അമ്മയെ വിഷമിപ്പിക്കുന്നതൊന്നും എനിക്ക് സഹിക്കാനാവില്ല. പോ പോയി മാപ്പു ചോദിക്ക്. പോകാനല്ലേ പറഞ്ഞത്.

ഞാനൊന്നും പറഞ്ഞില്ലല്ലോ. സാധാരണ സംസാരം... ശരി. ആയ്ക്കോട്ടെ മാപ്പു പറഞ്ഞേക്കാം, വരൂ.

ജിനി ലക്ഷ്മിയുടെ മുറിയിലേക്കു പോയി. എന്നോടു ക്ഷമിക്കൂ. നിങ്ങൾക്ക് വിഷമമുണ്ടാകുമെന്ന് ഞാൻ കരുതിയില്ല.

പറയേണ്ടിരുന്നത് ഇതായിരുന്നു. നിങ്ങൾക്ക് എന്താണ് വിഷമമുണ്ടാക്കുക എന്നെനിക്ക് അറിയില്ല.

എന്നിട്ടേ ലക്ഷ്മി എഴുന്നേറ്റുള്ളൂ. കരഞ്ഞുവീർത്ത മുഖവുമായാണ് അത്താഴത്തിനിരുന്നത്. പക്ഷേ ഭക്ഷണം മുഴുവനും ശരിക്കു കഴിച്ചു. അന്നു രാത്രി ദേവാശിഷിന് ഒരുതരത്തിലും ജിനിയെ സമ്മതിപ്പിക്കാനായില്ല. ചിത്തക്ഷോഭംകൊണ്ട് അയാളാകെ വെറിപിടിച്ചുപോയിരുന്നു. ഉന്മത്തനായി ജിനിയുടെ നൈറ്റ്ഡ്രസ് വലിച്ചുകീറി. പക്ഷേ ജിനിക്ക് സാധിച്ചില്ല. അതിയായ അപമാനബോധത്താൽ അവൾ വെറും കല്ലായി മാറിയിരുന്നു. പതുക്കെപ്പതുക്കെ മനസ്സിൽ ഭീതി നിറഞ്ഞു. പതുക്കെപ്പതുക്കെ അവൾ തണുത്തുറച്ചുപോയി. രാത്രി മുഴുവനും അവൾ ഉറങ്ങിയില്ല. അയാളും. ദേവാശിഷും ജിനിയും. അധികാരബോധവും ആത്മാഭിമാനവും തമ്മിലുള്ള യുദ്ധം നേരം വെളുക്കുംവരെ നീണ്ടുനിന്നു. രാവിലെ കൺതടത്തിൽ കനത്ത കറുപ്പുമായി ദേവാശിഷും ജിനിയും ഡൈനിംഗ് ടേബിളിലെത്തി ചായ കുടിക്കാൻ. പക്ഷേ ലക്ഷ്മിയുടെ മുഖത്തിലൊരിടത്തും ഒരു ചൊട്ടു മൗഢ്യംപോലും ഇല്ലായിരുന്നു. വികാസ് ചായ കുടിക്കാനെത്തിയപ്പോൾ ജിനി ശ്രദ്ധിച്ചു. അയാളുടെ നെറ്റിയിൽ സിന്ദൂരപ്പൊടി.

അവരൊക്കെ പുരിയിലേക്കു പോവുകയാണ്. ഓഫീസു വകയായ ഹോളിഡേ ഹോം അനുപം ബുക്കു ചെയ്തു. വളരെ ചെറുപ്പത്തിലൊരിക്കൽ സകുടുംബം ജിനി പുരിയിൽ പോയിട്ടുണ്ട്. അന്ന് സമുദ്രതീരത്ത് കളിച്ചുകൊണ്ടിരിക്കേ അവൾക്കൊരു മുത്തുച്ചിപ്പി കിട്ടി. വയലറ്റു നിറമുള്ള ഭംഗിയുള്ള ചിപ്പി. ആ ചിപ്പി തുറക്കാൻ അവൾ ആവതും ശ്രമിച്ചു. കഴിഞ്ഞില്ല. ഏകാഗ്രചിത്തയായി അതിൽത്തന്നെ മുഴുകിയിരിക്കെ പൊടുന്നനെ ഒരാൾ വന്ന് അതവളുടെ കൈയിൽ നിന്ന് തട്ടിപ്പറിച്ച് എങ്ങോ ഓടിപ്പോയി. അന്ന് ജിനിക്ക് വല്ലാത്ത അപമാനബോധം തോന്നി. ആ അപമാനം മുഴുവനും നെഞ്ചിനകത്ത് അമർത്തിവെച്ചു. ഒരിക്കലും ആരോടും അതേപ്പറ്റി പറഞ്ഞില്ല. അവകാശപ്പെട്ടതു കിട്ടിയില്ലെങ്കിൽ, അവകാശപ്പെട്ടത് മറ്റാരെങ്കിലും തട്ടിയെടുത്താൽ മനുഷ്യനിൽ ഈ അപമാനബോധം സജീവമാകും. അതിനടിയിൽ സ്വന്തം ദുർബലതയെക്കുറിച്ചുള്ള ആത്മാനുകമ്പ. അതിന്റേയും അടിയിലായി ആത്മനിന്ദ. ഈ നിന്ദയ്ക്കെതിരായി മുഖാമുഖമായി ശത്രുവിനെപ്പോലെ നിൽക്കുന്ന ആത്മാഭിമാനം. ഇവ രണ്ടും തമ്മിൽ യുദ്ധം തുടങ്ങും. ഈ യുദ്ധത്തിന്റെ പേരാണ് ആത്മ പ്രക്ഷോഭം. ഈ പ്രക്ഷോഭം തീയാണ്. ആ തീക്ക് കത്തിപ്പടരാനാവും. എല്ലാത്തിനേയും പായലു പിടിച്ചുകിടക്കുന്ന പഴകിയ ബോധങ്ങളെപ്പോലും കത്തിച്ചാമ്പലാക്കാനാവും. എന്നാലും അതിതപ്തമായ സമസ്ത പ്രക്ഷോഭങ്ങൾക്കും അതിശീതളമായ മറ്റൊരു രൂപം കൂടിയുണ്ട്. അതിന്റെ പേരാണ് ആത്മപീഡനം.

നോക്കിനോക്കിയിരിക്കെ ഞായറാഴ്ച കഴിഞ്ഞു. പുതിയൊരു തിങ്കളാഴ്ച വന്നെത്തി. എല്ലാവരും വീട്ടിലുള്ളതുകൊണ്ട് ഞായറാഴ്ചകൾക്ക് അല്പം വ്യത്യാസമുണ്ട്. പക്ഷേ തിങ്കളാഴ്ച മുതൽ എല്ലാം പതിവുപടി,

യാതൊരു വ്യതിചലനവുമില്ലാതെ നടക്കും. വൈകീട്ട് നാലു നാലര വരെ ജിനി വീട്ടിൽ തനിച്ചായിരിക്കും. രാവിലെ വികാസ്, ലക്ഷ്മി, ദേവാശിഷ് എല്ലാവരും പുറത്തേക്കിറങ്ങും. ജിനിക്ക് പോകാൻ ഒരിടവുമില്ല. അമ്മായിയുടെ വീട്ടിലേക്കു പോയാലും ഗുണമില്ല. കാരണം, അവർ കോളേജിൽ പോയിക്കാണും. കുരുടന്റമ്മയുണ്ടാവും വീട്ടിൽ. അതുമിതും പണിതുകൊണ്ടിരിക്കും. ജിനിയും കുരുടന്റമ്മയോട് ഒന്നുരണ്ടു വർത്തമാനം പറയും. കുരുടന്റമ്മ നല്ല സ്ത്രീയാണ്, ജിനിക്കവരെ ഇഷ്ടമായി. പക്ഷേ കുറച്ചുനേരം സംസാരിച്ചു കഴിഞ്ഞാൽ പിന്നെ പറയാനൊന്നും ഉണ്ടാവില്ല. അപ്പോഴവൾ കവിത വായിക്കും. അല്ലെങ്കിൽ ഡിക്കെൻസ്. അതവൾക്ക് ഏറ്റവും പ്രിയപ്പെട്ട എഴുത്തുകാരനാണ്. ഓരോ പുസ്തകവും അനേകാവർത്തി വായിച്ചിട്ടുണ്ട്. ഇടയ്ക്കൊക്കെ പാട്ടു കേൾക്കും. പാടുകയും ചെയ്യും. അങ്ങനെ സമയം ചെലവഴിക്കും. നാലരയോടെ ലക്ഷ്മി വരും. ഇന്നും എത്തി. വന്നു കുറച്ചു കഴിഞ്ഞതും അവളെ വിളിച്ചു. ജിനി ചെന്നു, കണ്ടു, അടിപ്പാവാടയും ബ്രായുമായി നില്ക്കയാണ് അമ്മായിയമ്മ. അയ്യോ! അബദ്ധമായോ. തെറ്റായ സമയത്ത് ചെന്നു ചാടിയോ താൻ? അവൾ തിരക്കിട്ട് പിന്മാറി, ലക്ഷ്മി അവളെ വിളിച്ചു. എന്താ പോണത്? നില്ക്ക്.

ജിനി നിന്നു. ലക്ഷ്മി പറഞ്ഞു ബ്രായുടെ സ്ട്രാപ് അഴിക്കാനാവുന്നില്ല. ഒന്നഴിച്ചു താ.

ജിനി ഹുക്കിൽ കൈവെച്ചു. ലക്ഷ്മി പറഞ്ഞു. കണ്ടോ എന്റെ മാറിടം ഒട്ടും ഉലഞ്ഞിട്ടില്ല. നിനക്ക് ഈ വയസ്സിലേ ഈ അവസ്ഥ. ഈ ബ്രായുടെ വില അറിയാമോ? വില കൂടിയതല്ലാത്തത് ഞാൻ തൊടില്ല.

ജിനി നിശ്ശബ്ദയായി കേട്ടുനിന്നു. ഇതിനെന്ത് ഉത്തരമാണ് പറയേണ്ടതെന്ന് അവൾക്കറിയില്ല. ഈ വീട്ടിൽ അഗോചരമായ വിധത്തിൽ ഭൗതികശരീരം കിടന്നു കളിക്കുന്നു. അവൾക്ക് അരോചകമായിത്തോന്നി. ഇത്തിരി വെളിച്ചത്തിനുവേണ്ടി, ഇത്തിരി വായുവിനുവേണ്ടി അവളുടെ പ്രാണൻ ഞെളിപിരി കൊള്ളുന്നു. ഹുക്ക് അഴിച്ചു കൊടുത്തിട്ട് തടിതപ്പാനുള്ള ശ്രമത്തിലാണവൾ. ലക്ഷ്മി പറഞ്ഞു. ഇരിക്ക്. നിന്നോടു ചിലതു പറയാനുണ്ട്. ദേ! പുരുഷന്മാരെ മുഴുവനായും അങ്ങ് വിശ്വസിച്ചു കളയരുത്. പിന്നൊരു കാര്യം ഭർത്താവിനെ വശപ്പെടുത്തി നിറുത്തണമെങ്കിൽ ശരീരം വേണ്ടപോലെ നോക്കിക്കോണം.

ജിനി കണ്ണിമയ്ക്കാതെ അമ്മായിയമ്മയെ നോക്കിയിരുന്നുപോയി. അവർ ബ്ലൗസിടുകയാണ്. തലയിലൂടെ മറ്റൊരു അടിപ്പാവാട വലിച്ചിട്ട് മുമ്പിട്ടിരുന്നതിനെ അഴിച്ചുമാറ്റി. സ്റ്റാന്റിൽ നിന്ന് സാരിയെടുത്തു. ചുരുക്കിടുകയാണ്.

കേൾക്കണോ ഇന്ന് സ്കൂളിൽ പോകുമ്പോ ഒരുത്തനുണ്ട്. എന്റെ പുറകെ മൂളിപ്പാട്ടും പാടി വരുന്നു. ഹും! എന്നെക്കണ്ടാൽ തോന്നില്ല. എനിക്കെത്ര വയസ്സായെന്ന്. എന്റെ മുന്നും പിന്നും നോക്ക് എന്തു വടിവ്!

ജിനി ചിരിക്കാൻ ശ്രമിച്ചു. സമ്മതിച്ചു കൊടുക്കുന്ന ചിരി, അതോ മര്യാദയുടേയോ? രണ്ടും ഇത്തരുണത്തിൽ അവളെ സംബന്ധിച്ചേട ത്തോളം അത്യന്തം കഠിനമാണ്. അവളെ സംബന്ധിച്ചേടത്തോളം ഇതു മുഴുവനും അസ്വാസ്ഥ്യജനകമാണ്. തലകുനിച്ചു നിൽക്കയാണവൾ. ലക്ഷ്മി പറഞ്ഞു, പക്ഷേ നിന്നെക്കണ്ടാൽ ഉള്ളതിനേക്കാളും പ്രായം തോന്നും.

ജിനിക്ക് വല്ലാത്ത വിഷമം തോന്നുന്നുണ്ട്. ഇവരെന്തിനാണ് ഇങ്ങനെ തരംതാഴുന്നത്? പുരുഷനെ പൂർണമായും വിശ്വസിക്കരുതെന്നു പറഞ്ഞു. അതായത് ഭർത്താവിനെ വിശ്വാസമില്ല? അതായത് മകനെ അവിശ്വസി ക്കണമെന്നല്ലേ തന്നെ പഠിപ്പിക്കുന്നത്? വികാസും ദേവാശിഷും തങ്ങള റിയാതെ ലക്ഷ്മിയിലൂടെ അവഹേളിതരാവുകയല്ലേ അപമാനിക്കപ്പെടു കയല്ലേ? ആരെയെങ്കിലും അവിശ്വസിച്ചാൽ എന്തെങ്കിലും നേടിയെടു ക്കാനാവുമോ? വിശ്വസിച്ചാൽ നേടിയെടുക്കാവുന്നതിലുമേറെ? അതെ. വിശ്വസിച്ചാൽ വഞ്ചിക്കപ്പെട്ടെന്നിരിക്കും. പക്ഷേ ജീവിതത്തിൽ എന്തെ ങ്കിലും നേടിയെടുക്കാനാവുന്നതു തന്നെ വിശ്വാസത്തിലൂടെയല്ലേ? അവി ശ്വാസത്തിന്റെ പ്രതിഫലം എന്നെന്നും ശൂന്യമായിരിക്കും, തനി പൂജ്യം.

ശരീരം ശരീരം ശരീരം. ഇതെന്തൊരു വിസ്മയകരമായ ബോധമാണ്. ഭർത്താവിനെ വശപ്പെടുത്തണമെങ്കിൽ ശരീരം വേണം. തുട വരെ വസ്ത്രം വലിച്ചു കയറ്റി വെള്ളരിക്കുഴമ്പു തേച്ചു പിടിപ്പിക്കണം. ബുദ്ധിയല്ല, പ്രതിഭയല്ല, അഭിരുചികളല്ല, കലാവാസനയല്ല കലാബോധ മല്ല, യാതൊരുവിധ സർഗശക്തികളുമല്ല വേണ്ടത്. പഠിപ്പും ബുദ്ധിയു മുള്ള അധ്യാപിക. ഒരു സ്ത്രീ, പുത്രീതുല്യയായ യുവതിക്കു നൽകുന്ന ഉപദേശം ഭർത്താവിനെ കൈവശം വെക്കണമെങ്കിൽ ശരീരം വേണം. അതു നല്ല നിലയിലായിരിക്കണം. ശിഷ്യക്ക് വേശ്യാവൃത്തിക്കുള്ള ഉപ ദേശം നൽകുകയാണോ? അതോ ദേഹംകൊണ്ട് ഉപജീവനം നയിക്കു ന്നവരുടെ മൂലമന്ത്രം ചൊല്ലുകയാണോ? ജിനി കണ്ണാടിയിൽ തന്നെ ത്തന്നെ നോക്കി വെളുത്തു ചടച്ച എണ്ണമയം പൂണ്ട ശരീരം. ഈ ശരീ രത്തിന് പുതുതായൊരു വിലയിരുത്തൽ നടത്തപ്പെട്ടിരിക്കുന്നു.

അവളാലോചിക്കയാണ് ഞാനാരാണ്? ഞാനെന്താണ്? ഞാൻ വെറു മൊരു ശരീരം മാത്രമാണോ?

ഒമ്പത്

മയ്‌ന കുശുകുശുക്കുകയാണ്. രണ്ടു കണ്ണുകളും ഉരുട്ടിയുരുട്ടി, നീലിമ യുടെ കാതിൽ സ്വകാര്യം പറയുകയാണ്. ദേ ഞങ്ങളെപ്പോലല്ല കേട്ടോ. ഒരിടത്തും ഒരിക്കലും പണിക്കു പോയിട്ടില്ല, തറവാട്ടുകാരാ. ഭർത്താവ് ചേരാല് വിട്ടിട്ടു പോയതാ. പിന്നെ തിരിഞ്ഞുനോക്കീട്ടില്ല്യ.

നീലിമ രാധികയുടെ നേരെ നോക്കി.

കുഞ്ഞിനെ മാറോടു ചേർത്ത് തലയും കുനിച്ചുനില്പാണ് രാധിക. സാറന്മാരുടെ വീട്ടിൽ പണിക്കു പോവുക. ഹൗ! എന്നെങ്കിലും അങ്ങനെ കരുതിയിരുന്നതാണോ? സാറന്മാരുടെ വീട്! ആരേയും സാർ എന്നു വിളിക്കാൻ തന്നെ അവൾ പഠിച്ചിട്ടില്ല. സാറന്മാരെന്തായിരിക്കുമെന്ന് സങ്കല്പിച്ചിട്ടുമില്ല. അവൾക്കറിയാം താൻ ദരിദ്രയാണെന്ന്. പൈസയില്ല. ഒന്നുമില്ലാത്തവൾ എന്നാലും തറവാടിത്തമുള്ളവൾ എന്ന മുദ്ര മനസ്സിൽ നിന്ന് മായ്ച്ചുകളയാനാവുന്നില്ല. അവൾക്ക് ഉള്ളതുകൊണ്ടു കഴിയാനറിയണം. ഒന്നും ആവശ്യപ്പെടരുത്. അതാണ് തറവാടിത്തം. ഇന്ന് ചേരിയിലെ പെണ്ണുങ്ങൾ ചെയ്യുന്ന പടി, അവരു ജീവിക്കുന്ന പടി അവളും ജീവിക്കാൻ തീരുമാനിച്ചിരിക്കുന്നു. അവളും പണിക്കു പോകും, പക്ഷേ എന്തൊക്കെയായാലും അവൾ മയ്നയല്ല, കാളീതാരയല്ല, കുരുടന്റമ്മയല്ല. അവൾ തറവാടിത്തമുള്ളവളാണ്. അതുകൊണ്ട് അവൾക്ക് അടക്കവും ഒതുക്കവും വേണം. ആർത്തി പാടില്ല. പൈസയില്ലെങ്കിലും ആവശ്യപ്പെടരുത്, എന്തെങ്കിലും നല്ലത്, ഭംഗിയുള്ളതു കണ്ടാൽ കണ്ണും കൈയും നീളരുത്. കിട്ടുന്നതുകൊണ്ട് സംതൃപ്തയാവണം. ഇനി ഒന്നും കിട്ടിയില്ലെങ്കിലും ക്ഷോഭമരുത്. ഇതു വിധിയാണെന്നു കരുതി സമാധാനിച്ചുകൊള്ളണം. ചെറുപ്പത്തിൽ എപ്പോഴെങ്കിലും എന്തെങ്കിലും ആവശ്യപ്പെട്ടാൽ കാക്കി പറയുമായിരുന്നു അരിമണിയൊന്നു കൊറിക്കാനില്ല, തരിവളയിട്ടു കിലുക്കാൻ മോഹം!

ശേഫാലീടമ്മയും അങ്ങനെയേതാണ്ട് പറയും. ശരിയാണ് സ്വപ്നം കാണാനും പ്രതീക്ഷിക്കാനുമുള്ള അല്പസ്വല്പം അവകാശവും രാധിക കളഞ്ഞുകുളിച്ചിരിക്കുന്നു. സ്വന്തം വിലയും നിലയും അവളെ സംബന്ധിച്ചേടത്തോളം ഇത്രമാത്രം, താൻ ദരിദ്രയാണ്. പക്ഷേ തറവാടിയെന്ന മേലങ്കി എങ്ങനെ വലിച്ചെറിയും? ശേഫാലീടമ്മ ഹെഡ്മിസ്ട്രസ്സിന്റെ വീട്ടിൽ വേലക്കാരിയെപ്പോലെ പണിയെടുത്തു ക്ഷീണിച്ചു വരുമ്പോൾ, അവൾക്കും കഷ്ടം തോന്നുമായിരുന്നു. അവർ പറയും, നാട്ടിലാവുമ്പോഴും അധ്വാനിച്ചിരുന്നു, പക്ഷേ അന്നൊന്നും ഒന്നും തോന്നിയിട്ടില്ല. ഇപ്പഴാണെങ്കിൽ പണിയെടുത്ത് തീർന്ന ജന്മം, മുട്ടുമടക്കി സലാം പറഞ്ഞ് പറഞ്ഞ് കാൽമുട്ടുകൾക്കും വയ്യാതായി. ഇടയ്ക്കിടെ അവർക്ക് കൊച്ചമ്മയോട് വല്ലാത്ത ദേഷ്യം തോന്നും, അല്പം വളരെ അല്പം പ്രകടിപ്പിച്ചെന്നും വരും. രാധിക സദാ ശേഫാലീടമ്മയുടെ സഹനശീലതയെക്കുറിച്ച് ഓർക്കും. അതാണ് അവളുടെ സഹനശീലതയുടേയും ആധാരം. ഇപ്പോൾ കുരുടന്റമ്മ, മയ്ന, കാളീതാര ടേപിയുടെ അമ്മ, ഇവരെയൊക്കെ കാണുമ്പോൾ അവളുടെയുള്ളിലും പുതിയൊരു ബോധം ഉരുത്തിരിയുന്നു. സാറന്മാരുടെ ലോകം! ഈ വലിയ വലിയ വീടുകളിലെ ആൾക്കാരാണ് സാറന്മാർ. ചുമരിൽ നിറച്ചു പുസ്തകങ്ങൾ, ഫ്രിഡ്ജ്, റെക്കോർഡ് പ്ലെയർ, അതോടൊപ്പം ഒരു ചെറിയ ടി.വിയും. നീലിമ ഈയിടെ വാങ്ങിച്ചതാണ്. ഇതൊക്കെ ഉള്ളവരാണ് സാറന്മാർ. അപ്പോൾ ചേരിയിലെ ചാളയിൽ താമസിക്കുന്നവരോ? അവരെന്താണ്? നിരക്ഷര കുക്ഷികൾ, പൊട്ടിപ്പൊളിഞ്ഞ ചാളകളിൽ പാർക്കുന്നവർ, ഭൂതവും

ഭാവിയുമില്ലാത്തവർ, അന്യവീടുകളിൽ പാത്രം തേച്ചു വയറു പോറ്റുന്ന മനുഷ്യർ ആരാണ്? രാധിക ആരാണ്? രാധികയ്ക്ക് അറിയില്ല. അവൾ തന്നെത്തന്നെ ദൃഢപ്പെടുത്തി. പട്ടിണി കിടന്ന് മരിക്കുന്നതിൽ നിന്ന് പിച്ചയെടുത്തു വയറു നിറയ്ക്കുന്നതിൽ നിന്ന് അവളേയും കുട്ടികളേയും ഇത്രയും കാലം രക്ഷിച്ചത് ശേഫാലീടമ്മയുടെ കരുണാകടാക്ഷമായിരുന്നു. അതു സാധ്യവുമായിരുന്നു, കാരണം അടുത്തടുത്ത് ഒരേ കുടുംബമെന്ന മട്ടിലാണ് അവരു ജീവിച്ചുപോന്നത്. പക്ഷേ ഇനിയങ്ങോട്ട് എങ്ങനെ? ഈ ഫടിക്ക്കുളത്തിലെ ചേരിയിൽനിന്ന് അഭയാർത്ഥി കോളനിയിലേക്ക് ചെന്ന് ശേഫാലീടമ്മയോടു തനിക്കു പറയാനാവുമോ, അരി തീർന്നു. പലാശിനെന്തു കൊടുക്കും? ഇപ്പോൾ മറികടക്കാനാവാത്ത അകൽച്ചയുണ്ട്. രാധികയ്ക്ക് ബോധ്യമായിരിക്കുന്നു.

നീലിമയ്ക്ക് അല്പം വൈഷമ്യം തോന്നി. അവർക്കു വേണ്ടിയിരുന്നത് അടുക്കളപ്പണിക്ക് ഒരാളെയാണ്. നോക്കിക്കണ്ടേടത്തോളം രാധിക ചേരിയിലെ മറ്റുള്ളവരെപ്പോലല്ല. എന്നാലും ചേരിക്കാരിയാണല്ലോ. മയ്നയ്ക്ക് അത് എത്ര വലിയ പുതുമയാണെങ്കിലും നീലിമയ്ക്ക് അങ്ങനെയല്ല. നീലിമയ്ക്കറിയാം ഇതൊക്കെ സംഭാവ്യമാണെന്ന്. അവരും സ്വയം ഒരിക്കലും വിചാരിച്ചതല്ലല്ലോ ഉദ്യോഗത്തിനു പോകേണ്ടി വരുമെന്ന്. സ്വന്തം വരുമാനംകൊണ്ട് കുടുംബം പുലർത്തേണ്ടിവരുമെന്ന്. അതുകൊണ്ട് രാധിക ഇതാദ്യമായാണ് പണിക്കിറങ്ങിയിരിക്കുന്നതെന്ന കാര്യം അവരെ ഒരല്പം പോലും അലട്ടിയില്ല. നേരെ മറിച്ച് കുഞ്ഞിന്റെ കാര്യമാണ് അവരെ അലട്ടിയത്. മുലകുടി മാറാത്ത കുഞ്ഞിനേയുംകൊണ്ട് രാധിക എങ്ങനെ അടുക്കളപ്പണി ചെയ്യും? നിന്നെക്കൊണ്ടാവില്ല എന്നു പറയാനും നീലിമയ്ക്ക് വിഷമം തോന്നുന്നുണ്ട്. പെണ്ണിനു പണി കിട്ടിയാൽ വളരെ ഉപകാരമായിരിക്കും. അവരു ചോദിച്ചു.

“നിന്റെ പേരെന്താ?”

“രാധിക.”

“ഭർത്താവിനെന്താ ജോലി?”

“തടി ഡിപ്പോയിലാണ്.”

അവളുടെ ഭാഷയുടെ പ്രത്യേക ശൈലി ശ്രദ്ധിച്ചിട്ടാവണം നീലിമ ചോദിച്ചു.

നീ ബാംങ്ങാളാണോ?

അതെ.

വീടെവിടെയായിരുന്നു?

ഢാക്കാ

ഢാക്കയിലോ, ഏതു ഗ്രാമം?

ഖിൽപാട്ണി

താനറിയാതെ നീലിമയുടെ സ്വരം ഉയർന്നു. ആശ്ചര്യവും ആനന്ദവും കലർന്ന സ്വരം.

എന്താ, എന്താ പറഞ്ഞത്? ഖിൽപാട്ണിയോ? രൂപസി നദിക്കരയിൽ? അവിടെ വലിയൊരാൽ മരം? അടുത്ത് ശിവൻകോവിൽ?

രാധികയുടെ കുനിഞ്ഞ മുഖം ഉയർന്നു. സ്വരവും ഉയർന്നു. വിസ്മയവും പരമാനന്ദവും നിറഞ്ഞ സ്വരം.

അയ്യോ! നിങ്ങക്കറിയാമോ എന്റെ ഗ്രാമം?

നീലിമയുടെ മുഖത്തു നിറച്ചു ചിരി. അവർ തലയാട്ടി.

ഇല്ല, എനിക്കറിയില്ല. പക്ഷേ എന്റെ അച്ഛൻ ഒരുപാടൊരുപാടു പറഞ്ഞു കേട്ടിട്ടുണ്ട്.

കാലുകൾ വലിച്ചിഴച്ചുകൊണ്ട് തൃണാങ്കുർ മുറിക്കുള്ളിലേക്കു വന്നു. നീലിമ സന്തോഷം നിറഞ്ഞ സ്വരത്തിൽ മകനോടു പറഞ്ഞു.

മാൻതു നീയിതു കേട്ടോ. ദേ ഈ പെണ്ണ് ഖിൽപാട്ണിയിൽ നിന്നാണത്രെ.

ഖിൽപാട്ണി?

തൃണാങ്കുരന് ഓർമ വരുന്നില്ല.

ഏയ് ഢാക്കയിലെ ഞങ്ങളുടെ വീട്! നിന്നോടൊരിക്കൽ പറഞ്ഞിട്ടുണ്ടല്ലോ. എന്റച്ഛൻ എപ്പോഴും പറയുമായിരുന്നു.

ആങ്. ശരിയാണല്ലോ രൂപസി നദിയല്ലേ? മുത്തച്ഛൻ ഒരിക്കൽ മുങ്ങിപ്പോയി. കരയ്ക്കു നിന്ന ആരോ ഉടുമുണ്ടഴിച്ച് എറിഞ്ഞുകൊടുത്തു?

നീലിമയുടെ ഉത്സാഹം വർധിച്ചു. അവർ ചോദിച്ചു.

ഗോസ്വാമിയുടെ വീട്, അറിയുമോ? ഇപ്പഴവിടെ ആരുമുണ്ടാവില്ല. ഒരുപാടു കാലമായില്ലേ? ഞങ്ങളും ഒരിക്കലും പോയിട്ടില്ല. നിനക്കറിയില്ലെങ്കിലും നിന്റെ അച്ഛന് അറിയാമായിരിക്കും.

ഹ! എന്താ അറിയാതെ? ഗോസ്വാമി തറവാട്! വീടിപ്പോഴില്ല. ഇളംതിണ്ണയിലെ ഇഷ്ടികകളുണ്ട്. അതുകൊണ്ട് ആളുകളിപ്പോഴും പറയും ഗോസ്വാമിത്തറവാടെന്ന്. റഫികുൾ ചാച്ച അവിടെ പറമ്പിൽ ഉഴുന്നു വിതച്ചു. വീട് പൊളിച്ചില്ല. പറയുമായിരുന്നു നിക്കട്ടെ, അവിടെത്തന്നെ നിക്കട്ടെ. മണ്ണിന്റെ ഇഷ്ടിക, മണ്ണോടു ചേരട്ടെ. ഞാനായിട്ടു പൊളിച്ചു മാറ്റില്ല.

രാധിക ഗ്രാമത്തെപ്പറ്റി മോഹാതുരയായിത്തീരുകയാണ്. ഈ വീട്ടിൽ, ഈ വീട്ടുകാരുടെ അടുത്ത് താനിതാദ്യമായി വന്നതാണെന്ന കാര്യം മറന്നുപോയിരിക്കുന്നു. ഇത്രയൊക്കെ സംസാരിക്കാൻ ഒരുങ്ങിയല്ല അവളു വന്നത്. പക്ഷേ, അവളങ്ങു പറഞ്ഞുപോകയാണ്.

റഫികുൾ ചാച്ച പറയുമായിരുന്നു തറവാട്ടുവീട് പൊളിക്കരുത്, അത് അശുഭമാണ്. താനേ പൊളിഞ്ഞുവീണോട്ടെ. നാലഞ്ചു ഇഷ്ടികകളു മാത്രമാണെങ്കിലും അതങ്ങനെ കിടക്കട്ടെ. അവിടെയെപ്പോഴോ താമസിച്ചിരുന്ന വീട്ടുകാരുടെ സുഖദുഃഖങ്ങളുടേയും കഷ്ടനഷ്ടങ്ങളുടേയും സഫലമായതും അല്ലാത്തതുമായ കിനാക്കളുടേയും ചരിത്രം ഒക്കെ ആ

ഇഷ്ടികകളിൽ ഒളിഞ്ഞുകിടപ്പുണ്ടാകും. ഇടിഞ്ഞുപൊളിഞ്ഞ വീടുകളുടെ ഈ ഇഷ്ടികകൾ മനുഷ്യന്റെ അസ്ഥിപഞ്ജരംപോലാണ്. ഒന്നാലോചിച്ച് നോക്ക് വിതയ്ക്കാനായി ഉഴുതുമറിക്കുമ്പോ പെട്ടെന്ന് ഒരു അസ്ഥിപഞ്ജരം കണ്ടെത്തിയാലോ? ജീവനില്ല, വെറും എല്ലിൻകൂട് എന്നു പറഞ്ഞ് നീയതിനെ അലക്ഷ്യപ്പെടുത്തുമോ - ഇല്ലല്ലോ എന്നോ ഒരിക്കൽ ഇതൊരു മനുഷ്യനായിരുന്നു, ശരീരവും ആത്മാവുമുണ്ടായിരുന്നു എന്നൊക്കെ കരുതി ആദരവു കാട്ടില്ലേ?

തൃണാങ്കുർ രാധികയെത്തന്നെ കണ്ണിമയ്ക്കാതെ നോക്കിയിരിക്കയാണ്. അവളുടെ ബാങ്ങാൾ ഭാഷ അയാൾക്ക് തരിമ്പും മനസ്സിലാക്കാനായില്ല. എന്തൊരു വിചിത്രമായ ഭാഷ. പാവം പെൺകുട്ടി. പട്ടിണിയാണെന്നു തോന്നുന്നു, കടുത്ത ദാരിദ്ര്യം. നെഞ്ചോടു ചേർത്തുവെച്ച കുഞ്ഞുമായി വേല തിരക്കി ഇറങ്ങിയതാണ്. പക്ഷേ, എന്തൊക്കെയാണീ പറഞ്ഞുകൂട്ടുന്നത്.

നീലിമ വ്യക്തിപരമായ ചോദ്യങ്ങളിലേക്കിറങ്ങി. അച്ഛനുണ്ടോ, ഭർത്താവെന്താ ഇങ്ങനെ...? എല്ലാം ചോദിച്ചറിഞ്ഞു കഴിഞ്ഞു, ഇനി ഏറ്റവും പ്രധാനപ്പെട്ട ചോദ്യം നീ പണിയെടുക്കുമ്പോ കുഞ്ഞിനെ എങ്ങനെ നോക്കും?

രാധിക എന്തെങ്കിലും പറയുന്നതിനു മുമ്പായി മയ്ന ചാടിവീണു. അവളുടെ മനസ്സിലൊരു തോന്നൽ രാധികയുടെ ജോലി ഏർപ്പാടാക്കിക്കൊടുക്കേണ്ടത് തന്റെ ഉത്തരവാദിത്വമാണെന്ന്. ഭാഗ്യക്കേടുകൊണ്ട് ചേരിയിലേക്ക് വരേണ്ടിവന്ന, ചേരിയുമായി ഒട്ടും പൊരുത്തമില്ലാത്ത ഈ പെണ്ണിനോട് അവൾക്ക് സ്നേഹം തോന്നിത്തുടങ്ങിയിരിക്കുന്നു. അവൾ പറഞ്ഞു അതൊരു വലിയ കാര്യമാണോ കൊച്ചമ്മേ. ഞങ്ങളൊക്കെ കുഞ്ഞുകുട്ടി പരാധീനവുമായിട്ടല്ലേ പണിക്കു വരണത്. ചേരി ഇങ്ങനെ വലിയവരു താമസിക്കണ സ്ഥലം പോലല്ല. ആരും ആരേയും മുഖമുയർത്തി നോക്കാനിഷ്ടപ്പെടാത്തവരല്ല. ഇവിടെ ഞങ്ങളുടെ പിള്ളേരേം ഞങ്ങളെല്ലാംകൂടി നോക്കും. എന്റെ കാനു ജനിച്ചപ്പോ അതിന് നാലു മാസത്തിലധികം പാലു കൊടുത്തില്ല. കൊടുക്കാനായില്ല. പണിക്കു പോണ്ടെ? അതങ്ങനെ ഒഴുകും, ബ്ലൗസ് നനഞ്ഞുകുതിരും. നെഞ്ചു വലിക്കും. ഇതൊന്നും ആർക്കും മനസ്സിലാവില്ല. സ്വന്തം വയറിനുപോലും അറിയില്ല. അപ്പോ ആരാ എന്റെ കാനൂനെ നോക്കിയത്? അയലത്തുള്ളവർ, കുരുടന്റെ മുത്തശ്ശി. ഇനിയും അവരൊക്കെത്തന്നെ നോക്കും. പിന്നെ ഈ ജോച്ചൻ ഹായ്! എന്തു സുന്ദരക്കുട്ടപ്പനാണ് ഇവനെ നോക്കാനാളില്ലാതെ വരില്ല ഫടിക്ക്കുളത്തിലെ ചേരിയിൽ

നീലിമ മൃദുവായി അവളോടു കയർത്തു. ഇല്ലെങ്കിൽ മയ്ന നിർത്തില്ല.

ചിലയ്ക്കൽ ഒന്നു നിർത്തിയാട്ടെ. എനിക്കെന്താ, അവൾക്ക് ബുദ്ധിമുട്ടുണ്ടാവരുത്. അതുകൊണ്ടു പറഞ്ഞതാ. നിങ്ങളൊക്കെകൂടി എല്ലാം ശരിയാക്കാമെങ്കിൽ നല്ലത്. എങ്കിൽ പെണ്ണേ, ഈ വീട്ടിൽ എന്തൊക്കെ പണി ചെയ്യണമെന്നു പറഞ്ഞുതരാം.

തൃണാങ്കുർ എഴുന്നേറ്റു പോകാൻ തുടങ്ങി. വീട്ടുപണിയുടെ കാര്യത്തിൽ അയാൾക്കു താത്പര്യമില്ല. പണിയെടുക്കാൻ വരുന്ന പെൺകുട്ടിയുടെ നാവിൽനിന്ന് വീണ സ്വരരാഗത്തിന്റെ അനുരണനം അയാളുടെ മനസ്സിൽ തങ്ങിനിന്നു. വിഷണ്ണവും ദുർബലവുമായ സൗന്ദര്യപ്രതീകം. കരുണം... ഏതോ അതിപുരാതനമായ അരക്ഷിതാവസ്ഥയിൽ കിടക്കുന്ന രാജകീയ ഉദ്യാനത്തിലെ കമനീയമായ മാർബിൾ പക്ഷി, ചിറകൊടിഞ്ഞ മാർബിൾ പക്ഷി.

നീലിമ പറഞ്ഞു - മയ്ന ഇപ്പോ ചെയ്യുന്ന പണിയൊക്കെത്തന്നെ ഇനിയും ചെയ്യും. നീ എന്റെ വീടും കുടുംബവും നോക്കണം. ആഹാരം തയ്യാറാക്കണം, വീടു വൃത്തിയാക്കി വെക്കണം, എന്നെക്കൊണ്ട് ഇനി ഇതിനൊന്നും വയ്യ. നിന്നെ കണ്ടിട്ട് വിശ്വാസം തോന്നുന്നു, നീയെല്ലാം ശരിക്കു ചെയ്യുമെന്ന്, എനിക്ക് വിശ്രമിക്കാമെന്ന്. പോരാത്തതിന് ഞങ്ങടെ ഖിൽപാട്ണി ഗ്രാമത്തിലെ കുട്ടിയാണ് നീ. ആലോചിക്കുമ്പോൾതന്നെ ഒരു സന്തോഷം. നമ്മുടെ മയ്ന പണിയൊക്കെ എടുക്കും. എന്നാലോ ഒന്നുമൊട്ട് ചെയ്യുകയുമില്ല. ദാ നോക്ക് തറ തുടച്ചെന്നു പറയും. ഉണങ്ങിയാൽ പൊടിയുടെ പാട് വട്ടത്തിൽ കിടക്കുന്നതു കാണാം. പാത്രം തേച്ചു പോയിട്ടുണ്ടാവും. എന്നാലും കാണും പാത്രത്തിൽ ചോറിന്റെ വറ്റ് പറ്റിപ്പിടിച്ചു കിടക്കുന്നത്. എന്താ മാനൂ ശരിയല്ലേ?

മാനൂ എന്ന മയ്ന നിർവികാരയായി ഉത്തരം നല്കി. അതെ. ആങ് എടയ്ക്കൊക്കെ അങ്ങനെ ഉണ്ടാവും. അഞ്ചു വീടുകളിലാണ് പണി. ധൃതിയുണ്ടാവില്ലേ?

നീലിമ രാധികയോടു പറഞ്ഞു. അതോണ്ട് നിനക്ക് മാനുവിന്റെ പണി രണ്ടാംവട്ടം ചെയ്യേണ്ടിവരും. മനസ്സിലായോ?

രാധികയുടെ മുഖം വീണ്ടും കുനിഞ്ഞു. നെഞ്ചിനകത്ത് എന്തോ ഉരുണ്ടുകൂടുന്നു. മയ്ന വഴിനീളെ അവളെ പറഞ്ഞു പഠിപ്പിച്ചിരുന്നു. നൂറ്റമ്പതു ചോദിക്കണം. ഇല്ലെങ്കി ചെലവിനു തെകയില്ലെന്നു പറയണം. പക്ഷേ രാധികയ്ക്ക് ചോദിക്കാൻ വയ്യ. അവൾക്കറിയില്ല. എത്രയാണ് കിട്ടേണ്ടതെന്ന്. ഈ പണിക്ക് എന്താണു വിലയെന്ന്. മാത്രമല്ല, ഇപ്പോൾ മനസ്സിനകത്ത് ഈ വീട്ടുകാരുമായി ഒരാത്മബന്ധം തോന്നുന്നു. അവളുടെ ഗ്രാമത്തിലെ ഗോസ്വാമിത്തറവാട്. ആ തറവാട്ടിലെ അംഗങ്ങളാണിവർ. ഹോ എന്തൊരതിശയം! രാധിക ഇവിടെയെങ്ങുമില്ല, നിന്ന നില്പിൽ അവൾ ഖിൽപാട്ണി ഗ്രാമത്തിലെത്തിയിരിക്കുന്നു, വയറ്റുപിഴപ്പിനായി വേല തേടി ഈ വീട്ടിലെത്തിയതാണെന്ന കാര്യം അപ്പാടെ വിസ്മരിച്ചുപോയിരിക്കുന്നു. സ്വന്തക്കാരുടെ വീട്ടിലെത്തിയിരിക്കയാണ്. പൈസയുടെ കാര്യം അവളെങ്ങനെ പറയും?

നീലിമ പറഞ്ഞു, എൺപത് തരാം, പോരേ?

രാധിക തലയാട്ടി. മയ്നക്ക് മിണ്ടാതിരിക്കാനായില്ല. നീലിമയെ അവൾ കുറച്ചുകാലമായിട്ടൊന്നുമല്ലല്ലോ കാണാൻ തുടങ്ങിയത്. അവൾക്കറിയാം അവരുടെ മനസ്സു നല്ലതാണെന്ന്. എല്ലാം തുറന്നു

പറഞ്ഞാൽ കൂട്ടിത്തരാതിരിക്കില്ല. അവൾ പറഞ്ഞു ഇതുകൊണ്ടെന്താവും കൊച്ചമ്മേ?

നീലിമ പറഞ്ഞു അവളു പറയട്ടെ. നീയെന്തിനാ പറയുന്നത്?

അവളു പറഞ്ഞാലേ പറ്റൂ? ഇതിനു മുമ്പ് എവിടേങ്കിലും പണിക്കു നിന്നിട്ടുണ്ടെങ്കിലല്ലേ അറിയൂ. വായ തുറന്ന് പൈസയുടെ കാര്യം പറയണ കൂട്ടത്തിലല്ല, അവള്. നിങ്ങളും നല്ലവരാണ്, ഇവളും നല്ലവൾ. അതോണ്ടു പറയണതാ. മുപ്പതുറുപ്പിക വീട്ടുവാടക, മൂത്ത കുട്ടി സ്കൂളി പോണു.

ആഹാ! അങ്ങനെയാണോ?

പിന്നല്ലാതെ. മിടുക്കനാ എത്ര നന്നായി എഴുതും വായിക്കും. കേക്കാനെന്തു രസം. അവനു ചെലവില്ലേ?

പിന്നെ ഒക്കത്തിരിക്കണെ ഇവൻ. മൂന്നാളുടെ ചെലവിന് ബാക്കീള്ള അമ്പതു മത്യോ?

നീലിമ ഒന്നാലോചിച്ചു. ശരി നൂറ്. പണി ചെയ്യട്ടെ. എന്നിട്ട് നോക്കാം.

രാധിക കൃതജ്ഞതയോടെ മയ്നയെ നോക്കി. ആദ്യത്തെ തവണ ഇവരെല്ലാം കൂടി തന്റെ വീട്ടിൽ വന്നപ്പോൾ രാധികയ്ക്ക് അവരെ തീരെ ഇഷ്ടപ്പെട്ടില്ല. വൃത്തികെട്ട്, അഴുക്കുപിടിച്ച ജീർണദേഹങ്ങൾ. നാവെടുത്താൽ തരിക്കുന്ന അസഭ്യങ്ങളോ രസമൂറുന്ന തമാശകളോ പരസ്പരം തൊടുത്തുവിടും. അലറിവിളിക്കാതെ സംസാരിക്കാനറിയില്ല. സന്തോഷം വന്നാൽ അലറി വിളിച്ചു കരയും, സന്താപം വന്നാലും തഥൈവ. സ്നേഹം തോന്നിയാലും അലറി വിളിക്കും, കലഹിക്കുകയാണെങ്കിലും അലറി വിളിക്കും. രാധിക ഇവരിൽ നിന്നെല്ലാം തന്നെ സ്വയം മാറ്റി നിർത്താൻ ശ്രമിച്ചു. എന്നാലോ ഇവരാണ് ഇപ്പോൾ രാധികയുടെ സ്വന്തം ആൾക്കാർ, ഇവരാണ് രാധികയുടെ താങ്ങ്. ഇവരിലൊരാൾ അവൾക്കു വേണ്ടി വാദിക്കുന്നു. അതിൽ ഒരു സ്വാർത്ഥവുമില്ല. നേരെമറിച്ച് രാധിക കാരണം മയ്നയുടെ പണി പോയെന്നും വരാം. നീലിമ പറഞ്ഞെന്നു വരാം. ശരി, എന്നാപ്പിന്നെ രാധിക തന്നെ എല്ലാം ചെയ്യട്ടെ. രണ്ടാൾക്കുള്ള പണിയില്ല ഇവിടെ. അവരൊരു നല്ല സ്ത്രീയാണെന്നു വേണം പറയാൻ, കാരണം അവരങ്ങനെ പറഞ്ഞില്ല. മയ്ന കഴിഞ്ഞ മുപ്പതു കൊല്ലമായി നീലിമയുടെ വീട്ടിലെ വേലക്കാരിയാണ്. മല്ലീനാഥ് ഡോക്ടറുടെ വീട്ടിലെ കാളിതാരയും നീലിമയുടെ വീട്ടിലെ മയ്നയും. ഇരുവരും അതാതു വീടുകളിലെ അംഗങ്ങളെ പോലെയാണ്.

മയ്നയോടൊപ്പം തന്നെ രാധികയും നീലിമയുടെ വീട്ടിൽ നിന്നിറങ്ങി. ഒരു തവണ ശേഫാലീടമ്മയെ കാണാൻ പോയാലോ? അവൾ മയ്നയെ വിളിച്ചു, മയ്നാദീ.

എന്തേ?

എന്റെ കൂടെ വരാമോ?

എവിടേക്ക്?

അഭയാർത്ഥി കോളനി.

ഓ! മുമ്പ് താമസിച്ചിരുന്ന സ്ഥലം ശേഫാലീടമ്മയുടെ വീട്ടിലേക്ക്?

അതെ. പോണമെന്നുണ്ട്. പക്ഷേ, തനിച്ചുപോകാനൊരു പേടി. കൂടെ വരാമോ?

വരാം, പക്ഷേ.....

എന്തേ?

ഞാനൊരു വെറും പണിക്കാരിയല്ലേ. എന്നെ കണ്ട് ദേഷ്യപ്പെട്ടാലോ?

എന്തായീ പറയണത്. എന്തിനു ദേഷ്യപ്പെടണം? മാഷിയും പണിക്കു പോണില്ലേ?

ഉവ്വ്. പക്ഷേ അത് സ്കൂളിലെ പണിയല്ലേ? നമ്മളെപ്പോലല്ലല്ലോ.

നമുക്കു പോകാം. മാഷീ നല്ല സ്ത്രീയാണ്.

മയ്ന സംസാരം നീട്ടിയില്ല. പലതും സംസാരിച്ചുകൊണ്ട് അവൾ രാധികയുടെ കൂടെ നടന്നു. എന്താണെന്നറിയില്ല, രാധികയ്ക്ക് അകാരണമായി മനസ്സിനകത്തൊരു കിടുകിടുപ്പ്... പത്തുമുറിയുടെ മുറ്റത്തേക്കു കടന്നപ്പോൾ സന്ധ്യയായിക്കഴിഞ്ഞിരുന്നു. ഓരോ വീട്ടിലും സാമ്പ്രാണി കത്തിച്ചിരിക്കുന്നു. മധുരവും മംഗളകരവുമായ കുടുംബജീവിതത്തിന്റെ സുഗന്ധം അവിടമാകെ പരന്നിരിക്കുന്നു. രാധിക മകനെ മാറത്തമർത്തിപ്പിടിച്ചു. പരമേശ് ഉണ്ടോ ആവോ? പരമേശിനെ കാണാനായെന്നു വരുമോ? നെഞ്ചിനകത്തൊരു ചെണ്ടകൊട്ട്. ആലോചിച്ചാലോചിച്ച് ബോധം കെട്ടുപോകുമെന്ന സ്ഥിതി. കുഞ്ഞിനെ അള്ളിപ്പിടിച്ച് നെഞ്ചിനകത്തു നിന്നുള്ള ശബ്ദത്തിൽനിന്ന് ഓടി രക്ഷപ്പെടാൻ കഴിഞ്ഞെങ്കിൽ എന്ന് അവളാഗ്രഹിച്ചു. അവളുടെ മനസ്സ് വൈഷ്ണവപദാവലി മന്ത്രിക്കയാണ്.

ഹോ! ശരീരത്തിലാകമാനം പരവേശം. ഒന്നും ചെയ്യാനാവുന്നില്ല, പറയാനാവുന്നില്ല, സഹിക്കാനാവുന്നില്ല. സമൂഹത്തിന്റെ ചട്ടവട്ടങ്ങൾ രചിച്ച കൂട്; ആ കൂട്ടിൽ തടവിലാക്കപ്പെട്ട കിളിയാണവൾ.

ഹാവൂ സമാധാനം! പരമേശില്ല. ശേഫാലീടമ്മയല്ലാതെ അവിടെ ആരുമില്ല. രാധികയെ കണ്ടതും തുള്ളിച്ചാടിവന്ന് ജോച്ചനെ ഒക്കത്തു വെച്ച് ലാളിക്കാൻ തുടങ്ങി. എന്റെ ജോച്ചൻ വന്നു, എന്റെ വീട്ടിലു വെളിച്ചം വന്നു.

ജോച്ചൻ ഉറക്കമുണർന്നിരിക്കുന്നു. ശേഫാലീടമ്മയെ നോക്കി. അതിമനോഹരമായി അവൻ ചിരിച്ചു. ശേഫാലീടമ്മ കിടക്കയിൽ തട്ടി പറഞ്ഞു, “ഇരിക്ക്. ഇങ്ങോട്ടിരിക്ക്.”

മയ്ന അകത്തേക്കു കടന്നിട്ടില്ല. വാതില്ക്കൽ നിഴൽ. ശേഫാലീടമ്മ സംശയത്തോടെ നോക്കി. ആരാ കൂടെ?

മയ്നാദി.

അകത്തേക്കു വരാൻ പറ.

രാധിക മയ്നയെ അകത്തേക്കു വിളിച്ചു. മയ്ന വന്നു. സേഫ്റ്റി പിൻ കുത്തി വാറുറപ്പിച്ചിരിക്കുന്ന തേഞ്ഞുരഞ്ഞ ഹവായി ചപ്പൽ പുറത്ത് അഴിച്ചുവെച്ച് അല്പം പരുങ്ങലോടെയാണ് മയ്ന അകത്തേക്കു കടന്നത്. ഒറ്റ മുറി വാടക വീട്, എന്നാലെന്താ മാന്യന്മാരുടെ വീടാണ്. മാന്യന്മാരുടെ വീടുകളിൽ പണിക്കു പോകുന്ന പഴക്കമേയുള്ളൂ മയ്നയ്ക്ക്. ഒരിക്കലും അതിഥിയായി ചെന്നിട്ടില്ല. രാധിക ശ്രദ്ധിച്ചു. ശേഫാലീടമ്മ മയ്നയെ കട്ടിലിലേക്കു ക്ഷണിച്ചില്ല. പകരം താഴെ പലക നീക്കിയിട്ടു കൊടുത്തു. ആദ്യത്തെ ദിവസം ചേരിയിലെ പെണ്ണുങ്ങൾ തന്നെ കാണാനെത്തിയപ്പോൾ തനിക്കു തോന്നിയ അതേ വികാരമാണ് ഇന്ന് ശേഫാലീടമ്മയ്ക്ക്. പക്ഷേ ഇപ്പോൾ രാധികയും അവരിലൊരാളായിക്കഴിഞ്ഞിരിക്കുന്നു, ചേരിനിവാസിനി. മയ്നയുമായും കുരുടന്റമ്മയുമായും രാധികയ്ക്ക് ഒരു വ്യത്യാസവുമില്ല. ഒരുവേള കുറച്ചു ദിവസങ്ങൾ കൂടി കഴിഞ്ഞാൽ ചെളിപറ്റിയ കാലുകളും വാറു മുറിഞ്ഞ് സേഫ്റ്റി പിൻ കുത്തിയ ചെരുപ്പുകളുമായി രാധികയും അവരെപ്പോലാകും, നീലിമയുടെ വീട്ടിൽ നിന്ന് വെപ്പുപണി കഴിഞ്ഞ് പുറത്തിറങ്ങുന്ന രാധികയെ, മുഷിഞ്ഞ വസ്ത്രങ്ങളും ചപ്രത്തലമുടിയുമായുള്ള രാധികയെ കാണുമ്പോൾ ശേഫാലീടമ്മ കിടക്കയിലിരിക്കാൻ ക്ഷണിക്കില്ല. രാധികയ്ക്ക് കുറേശ്ശക്കുറേശ്ശയായി എല്ലാം തെളിവായി കാണാനാകുന്നുണ്ട്. താൻ പണ്ടത്തെ ആ രാധികയല്ല. ആ രാധികയെ ശേഫാലീടമ്മ നെഞ്ചിനോടു ചേർത്തുവെച്ചിരുന്നു. രാധിക പൊടുന്നനെ കട്ടിലിൽ നിന്നിറങ്ങി നിലത്ത് മയ്നയുടെ സമീപത്തിരുന്നു. അടുത്ത പ്രഭാതത്തിനുവേണ്ടി, പുതിയൊരു നാളേക്കു വേണ്ടി അവൾ തയ്യാറെടുക്കുകയാണ്.

ചേരിയിൽ തിരിച്ചെത്തി ഒന്നിനു പത്തായി മയ്ന സകലരേയും വിശേഷം പറഞ്ഞു കേൾപ്പിച്ചു. എന്ത് നല്ല ജോലിയാണ് രാധികയ്ക്ക് ഏർപ്പാടാക്കിക്കൊടുത്തത്. എല്ലാവർക്കും സന്തോഷം. അഞ്ജലി പറഞ്ഞു നീ കുഞ്ഞിനെ ഓർത്തു വെഷമിക്കണ്ട. ഞാൻ നോക്കിക്കോളാം. ഇവിടെ ആർക്കും ആരേയും പൈസ കൊടുത്തു സഹായിക്കാനാവില്ല. പക്ഷേ ഇങ്ങനെയൊക്കെ സഹായിക്കാനാവും.

രാധികയുടെ കുഞ്ഞ് വളരുകയാണ്. എങ്ങനെ വളരണോ അങ്ങനെ ഉരുണ്ടു പിരണ്ടു കളിച്ച് വളരുന്നു. ജോച്ഛൻ! പേരുപോലെ തന്നെ നിലാവ്. ഭൂമിയിൽ നിലാവു പൂത്തപോലെ. നിലാവിനെ സൃഷ്ടിച്ചതു തന്നെ ധരാതലം മുഴുവനും പരന്നൊഴുകി വിളയാടാനല്ലേ? വൃക്ഷത്തലപ്പുകളെ ചുംബിക്കാനല്ലേ? ജലനിരപ്പിൽ വീണ് ഈ പൃഥ്വിയെ മായാജാലത്തിൽ ആറാടിക്കാനല്ലേ? നിലാവ് മതിഭ്രമം സൃഷ്ടിക്കുന്നു, മായക്കാഴ്ചകൾ സൃഷ്ടിക്കുന്നു, മനുഷ്യൻ നിലാവിനെ മനസ്സിനകത്തു സൂക്ഷിച്ചുവെക്കുന്നു, സ്വപ്നത്തിലെടുത്ത് താലോലിക്കുന്നു. രാധിക അത്തരം മനുഷ്യരിൽ നിന്നൊക്കെ വ്യത്യസ്തയാണ്. കാരണം ജോച്ഛൻ രാധികയുടെ മായികസ്വപ്നമല്ല. പലാശ് രാധികയുടെ വാസന്തലഹരിയുമല്ല. ജോച്ഛനും പലാശും രാധികയുടെ ജീവിതത്തിലെ രണ്ടു യാഥാർത്ഥ്യങ്ങളാണ്, കഠിന സത്യങ്ങളാണ്. അവരുടെ പേരും പറഞ്ഞ് ഏതെങ്കിലും

ഷംഷേറിനോ പരമേശിനോ വേണ്ടി അവൾ മാലാഖയായി മാറുന്നില്ല. രാധിക നീലിമയുടെ കുടുംബജീവിതത്തിൽ അലിഞ്ഞു ചേർന്നിരിക്കുന്നു. അന്ന് ആദ്യമായി ചെന്ന ദിവസം നീലിമ ഒരുപാടു സംസാരിച്ചു. അതിനു ശേഷം അത്രയ്ക്കൊന്നും സംസാരിക്കാറില്ല. പെരുമാറ്റത്തിൽ അതി സമർത്ഥമായി അകൽച്ച പാലിക്കുന്നു. കൊച്ചമ്മയും വേലക്കാരിയും തമ്മി ലുള്ള അകൽച്ച. രാധികയ്ക്ക് ഇത് അനുഭവപ്പെടുന്നുണ്ട്, പക്ഷേ ഒരി ക്കലും അതിനെ മറികടക്കാൻ ശ്രമിക്കുന്നില്ല. അന്നത്തെ ആ സന്ധ്യ ക്കുശേഷം അവൾ ശേഫാലീടമ്മയുടെ വീട്ടിലും പോയിട്ടില്ല. പരമേശിനു വേണ്ടി ദാഹിച്ചിട്ടില്ല. ശേഫാലീടമ്മയും ഒരിക്കലും അവളെ തേടി വന്നില്ല. ഒരിക്കൽ അവൾ സ്കൂളിലേക്കു ചെന്നു, വെറുതെ ഒന്നു കാണാനായി. ശേഫാലീടമ്മ മുഖം കൊടുത്തില്ല. ഇപ്പോ സംസാരിക്കാനുള്ള സമയ മാണോ? അകലങ്ങൾ വർധിക്കുകയാണ്. അകൽച്ചകൾ സൃഷ്ടിക്ക പ്പെടുന്നു. രാധിക എല്ലാമായും പൊരുത്തപ്പെടുകയാണ്. ഇത്രയും കാലം തന്റെ ജീവിതത്തിൽ എന്തൊക്കെ നടന്നോ അതൊക്കെയുമായി അവൾ പൊരുത്തപ്പെട്ടു. എങ്ങനെയൊക്കെയോ ജീവിച്ചുപോന്നു. ഇനിയും അങ്ങനെത്തന്നെ മുന്നോട്ടുപോകും. എന്തൊക്കെ സംഭവിച്ചാലും ശരി, രാധിക അതെല്ലാമായി പൊരുത്തപ്പെട്ടുപോകും. അങ്ങനെ ജീവിച്ചു പോകും. ഇങ്ങനെയാണോ ജീവിക്കേണ്ടിയിരുന്നത്? അതവൾക്കറിയില്ല. രണ്ടുപേർ തമ്മിലുള്ള ബന്ധങ്ങൾക്കിടയ്ക്കുള്ള അകൽച്ച പൊടുന്നനെ യാണ് ഉരുത്തിരിയുക. കിംവദന്തിയെപ്പോലെ അത് പൊടുന്നനെ തല യുയർത്തും. എങ്ങനെ ഉണ്ടായി, എങ്ങനെ നിലനില്ക്കുന്നു എന്നൊന്നും ആരും ശ്രദ്ധിക്കില്ല. ആർക്കും മനസ്സിലാവില്ല. രാധികയ്ക്കും ഒന്നും മന സ്സിലാവുന്നില്ല. അതുകൊണ്ട് ഒഴുകിയൊഴുകിപ്പോകുന്ന ജലപ്രവാഹം പോലെ ഈ കല്ലിലും ആ കല്ലിലും തട്ടിയും തടഞ്ഞും അവളുടെ ജീവിതധാരയും മുന്നോട്ടൊഴുകുകയാണ്, അജ്ഞാതവും അനിശ്ചിത വുമായ സമ്പർക്കങ്ങളിലേക്ക്. ആപത്തുകാലത്ത് ഈ കുടുംബം ജോലി തന്ന് തന്നെ സഹായിച്ചു. അവൾക്ക് അവരോടു കൂറുണ്ട്. വെപ്പുപണി ഒരു ഭാരമായി അവൾക്കു തോന്നുന്നേയില്ല. ഇവിടെ സാധനങ്ങൾക്ക് അഭാവമില്ല. അതുകൊണ്ട് അവൾ മനസ്സിരുത്തി രുചികരമായ ആഹാരം പാകംചെയ്യും. നീലിമ സന്തുഷ്ടയാണ്, തൃണാങ്കുരനും. നീലിമയുടെ നിർദ്ദേശപ്രകാരം വൈകുന്നേരത്തെ പാചകം കഴിഞ്ഞ് വീട്ടിലേക്കു പോകുമ്പോൾ വേണ്ടത് എടുത്തുകൊണ്ടുപോകാം. രാത്രിക്ക് പലാശിനും അവൾക്കും അതു മതിയാവും. ആദ്യത്തെ മാസം ശമ്പളം കിട്ടിയപ്പോൾ രാധികയുടെ കണ്ണിൽ ജലം പൊടിഞ്ഞു. എന്തൊക്കെ ചെയ്യണം? എന്തൊക്കെ വാങ്ങണം? അവൾ ദിഗ്ഭ്രാന്തിയായിപ്പോയി. അന്നെന്നോ ഒരു മാസത്തെ വാടകയും അത്യാവശ്യം സാധനങ്ങളും വാങ്ങി ക്കൊടുത്ത് പോയ കാർത്തിക് നാലഞ്ചു മാസമായിട്ടും തിരിഞ്ഞു നോക്കി യിട്ടില്ല. മനുഷ്യന് ഇത്രയും നിഷ്ഠുരനാവാൻ കഴിയുമോ? കാർത്തിക് എന്താണ് വിചാരിച്ചത്, രാധിക എങ്ങനെയെങ്കിലും ചെലവു നടത്തു മെന്നോ? എന്തെങ്കിലും അസുഖം വന്നു കിടപ്പാണോ എന്തോ?

കെടന്നോട്ടെ, രാധികയ്ക്ക് ഒരു ചുക്കുമില്ല. ഇനിയഥവാ അയാൾ വന്നില്ലെങ്കിലും ഒരു കുഴപ്പവുമില്ല. കാർത്തികിനെച്ചൊല്ലി ഒരു ചൊട്ടു സ്നേഹംപോലും അവളുടെ മനസ്സിലില്ല. അവൾക്കിതേ അറിയൂ. തനിക്ക് രണ്ടു കുട്ടികളുണ്ട്. അവർക്കുവേണ്ടി ജീവിച്ചിരുന്നേ പറ്റൂ. അവൾക്കറിയാം, ഹൃദയത്തിന്റെ അഗാധതയിലെവിടെയോ ഒരു മുഖം ഒളിഞ്ഞു കിടപ്പുണ്ട്, അതിനെക്കുറിച്ച് സ്വപ്നം കാണാതിരിക്കാൻ അവൾക്കാവില്ല. പക്ഷേ ഭാവിയെക്കുറിച്ച് ചിന്തിക്കേണ്ടതുണ്ട്. എന്തെങ്കിലുമൊക്കെ കരുതിവെക്കേണ്ടതുണ്ട്. ആലോചിച്ചുറപ്പിക്കേണ്ടതുണ്ട്. ഇപ്പോൾ അവൾക്കിത്രയേ അറിയൂ. ജനിച്ചാൽ ജീവിക്കണം. ജീവിച്ചിരുന്നേ പറ്റൂ. ഈ മുളങ്കുടിലിനകത്ത് ഫടിക്ക്കുളത്തിൽ നിന്ന് സദാ നേരവും വീശിയടിക്കുന്ന തണുപ്പും ദുർഗന്ധവുമേറ്റ് ആ നാറിയ അഴുക്കുവെള്ളത്തിൽ നിത്യേന കുളിച്ച് പൊടിയും മാലിന്യവും നിറഞ്ഞ ചുറ്റുപാടിൽ മുലകുടി മാറാത്ത കുഞ്ഞിനെ ആരെയെങ്കിലുമേല്പിച്ച് പണിക്കുപോയേ പറ്റൂ. ഇത്തരത്തിൽ ജീവൻ നിലനിറുത്തുന്നതിൽ അല്പംപോലും ആത്മഗൗരവമില്ല. അതേ സമയം യാതൊരു കാപട്യവുമില്ല. ജീവൻ നിലനിറുത്താനുള്ള ഈ ബദ്ധപ്പാടിന്റെ ഒരു കോണിലും കാർത്തികില്ല. ഷംഷേർ മാത്രമേയുള്ളൂ. പരമേശ് എന്നുപേരുള്ള ഒരാൾ ഒരല്പകാലത്തേക്ക് ഷംഷേറായി രൂപംമാറി, അയാളും പതുക്കെപ്പതുക്കെ എങ്ങോ പോയ്മറഞ്ഞു. പക്ഷേ എന്തു ചെയ്തിട്ടും ഷംഷേർ മാഞ്ഞുപോകാൻ തയ്യാറല്ല. അയാൾ സദാ രാധികയോടൊപ്പമുണ്ട്. എല്ലായിടത്തേക്കും രാധികയോടൊപ്പം അകമ്പടിയായി പോകും. ഷംഷേർ തൊട്ടുമുന്നിൽ നിൽക്കെ രാധിക ഒരു കലാകാരിയെപ്പോലെ വീട് തുടച്ചുവൃത്തിയാക്കും; തൃണാങ്കുരന്റെ പുസ്തകങ്ങൾ പൊടിതട്ടി ഭംഗിയായി അടുക്കിവെക്കും.

തൃണാങ്കുർ ആഴ്ചയിൽ മൂന്നു ദിവസം കോളേജിൽ പോകാറില്ല. ആ ദിവസങ്ങളിൽ രാധിക തൃണാങ്കുറിനെ അദ്ഭുതത്തോടെ നോക്കിയിരുന്നുപോകും. പാവത്തിന് ശരിക്കു നടക്കാനാവില്ല. ഭാര്യ വിഷം കൊടുത്തു കൊല്ലാൻ ശ്രമിച്ചത്രെ. മനുഷ്യനിത്രയും നിഷ്ഠുരരാകുമോ? എങ്ങനെ ഇതൊക്കെ ചെയ്യാനാകുന്നു? അവൾക്ക് കാർത്തികിനെ ഇഷ്ടമേയല്ല, എന്നുവെച്ച് കാർത്തികിനു വിഷം കൊടുക്കാൻ അവൾക്കാകുമോ?

ഉച്ചനേരത്ത് വീട്ടിൽ വല്ലാത്ത ശൂന്യതയും അലസതയുമാണ്. നീലിമ ഉറങ്ങും. അവർക്ക് ഈയിടെയായി രാത്രി ശരിക്കുറങ്ങാനാകുന്നില്ല. അതുകൊണ്ടാണ് ഈ ഉച്ചമയക്കം. പക്ഷേ തൃണാങ്കുർ ഉച്ചയ്ക്ക് ഉറങ്ങില്ല. ഉച്ചയ്ക്കുറങ്ങിയാൽ ദേഹത്ത് മേദസ്സു കൂടും. ഈ അവസ്ഥയിൽ ശരീരത്തിന് വണ്ണം കൂടിയാൽ പിന്നെ ഏന്തിവലിഞ്ഞു നടക്കുക പോലും അസാധ്യമാവുമെന്ന് തൃണാങ്കുരന് നല്ല ബോധ്യമുണ്ട്. അതുകൊണ്ട് അയാൾ എന്തെങ്കിലുമൊക്കെ വായിച്ച് ഉച്ചനേരം ചെലവഴിക്കും. കവിതയോ നാടകമോ ഒക്കെ ഉറക്കെയുറക്കെ വായിക്കും. രാധികയ്ക്കു കേൾക്കാം. ഇംഗ്ലീഷ് ഭാഷ അവൾക്ക് തീരെ മനസ്സിലാവില്ല. എന്നാലും

അവളും കേട്ടിരിക്കും. തൃണാങ്കുരന്റെ ശബ്ദം നല്ലതാണ്. ആ സ്വരത്തിലലിഞ്ഞു ചേർന്നിട്ടുള്ള ദുഃഖരസമോ നൊമ്പരമോ എന്തായാലും രാധികയേയും സ്പർശിക്കും. അവൾ ഈ വീട്ടിലേക്ക് രാവിലെ പതിനൊന്നു മണിയോടെ എത്തും. സന്ധ്യക്ക് ആറു മണിവരെ ഇവിടെത്തന്നെ. ഈ വീടിനേയും കുടുംബത്തേയും പളപളാ തേച്ചുമിനുക്കാൻ രാധികയ്ക്ക് കഴിഞ്ഞിരിക്കുന്നെന്ന് നീലിമ സമ്മതിച്ചു കൊടുത്തിരിക്കുന്നു. വീട്ടിനകത്ത് എന്തൊക്കെ ചെയ്യണമെന്ന് താനാഗ്രഹിച്ചുവോ, പ്രായാധിക്യം കാരണം എന്തൊക്കെ സാധ്യമല്ലാതായോ അതൊക്കെ രാധിക അതിഭംഗിയായി ചെയ്യുന്നുണ്ട്.

രാധിക തൃണാങ്കുരന്റെ മുറിയിലെ പൊടി തുടയ്ക്കുകയാണ്. ഇന്നെന്തോ തൃണാങ്കുർ ഇംഗ്ലീഷ് ഉപേക്ഷിച്ച് ബംഗാളി കവിത വായിക്കുന്നു. ഒരു ഗ്രാമത്തെകുറിച്ചുള്ള കവിത.

രാധിക സ്തംഭിച്ചു നിന്നുപോയി. ഒരൊറ്റ ക്ഷണംകൊണ്ട് അവളെത്തിയിരിക്കുന്നു. ഖിൽപാട്ണി ഗ്രാമത്തിൽ. അയ്യയ്യോ! ഇതെന്തൊരാശ്ചര്യം! എന്തൊരാശ്ചര്യം!

പൂക്കൾ വിടരുന്ന പൊയ്കയും തീരവും വഴികളും തരുക്കളും... പാർത്തുനിന്നതും നാം കരംകോർത്തു കാവിനരികേ നടന്നതും...

ഇക്കാര്യം തന്നെയാണ് എത്രയോ തവണ അവളും പറയാനാഗ്രഹിച്ചത്, പക്ഷേ പറയാനായില്ല. ഇതിങ്ങനെതന്നെ സങ്കല്പിക്കാൻ ശ്രമിച്ചതാണ്, പക്ഷേ ആയില്ല. *ഞങ്ങളിരുവരുടേയും ഗ്രാമം, മരങ്ങളിലെ കിളികൂജനം, ഹൃദയത്തെ ആനന്ദനൃത്തമാടിക്കും.* തൃണാങ്കുർ വായിക്കയാണ്.

ആട്ടിൻകുട്ടികൾ, അതെ അവർക്ക് ആടുകളുണ്ടായിരുന്നു. പശുവും ഉണ്ടായിരുന്നു. കുസൃതിയായിരുന്ന ഒരാട്ടിൻകുട്ടി, വേലി നുഴഞ്ഞ് അതെപ്പോഴും രാധികയുടെ മുറ്റത്തേക്ക് ഓടിയെത്തും. രാധിക അതിനെ തുരത്തിയോടിക്കാനെന്ന മട്ടിൽ സൂത്രത്തിൽ അടുത്ത് ചെന്ന് കഴുത്തിൽ കെട്ടിപ്പിടിക്കും. കാരണം അത് ഷംഷേറിന്റെ തൊഴുത്തിലെ ആട്ടിൻകുട്ടിയായിരുന്നു. ആ പഴയ സ്വപ്നം അവളിലുണർന്നിരിക്കുന്നു, താനറിയാതെ അവൾ തൃണാങ്കുരന്റെ സമീപം ചെന്ന് നില്പുറപ്പിച്ചിരിക്കുന്നു. കൈയിൽ പൊടി നിറഞ്ഞ തുണിക്കഷണം. തലമുടിയിൽ മാറാല. സാരിയിൽനിന്ന് അധ്വാനത്തിന്റെ വിയർപ്പുഗന്ധം. അവളവിടെ നില്ക്കയാണ്. സ്വപ്നത്തിലെന്നപോലെ അവളെന്തോ പറഞ്ഞു.

തൃണാങ്കുർ ഞെട്ടി മുഖമുയർത്തി. ബാങ്ങാൾ ഭാഷ! ആദ്യം അയാൾക്ക് മനസ്സിലായില്ല, രാധിക എന്താണ് പറയുന്നതെന്ന്. മനസ്സിലായിട്ടും വിസ്മയം മറപിടിക്കുന്നു. അയാൾ വിരലുമടക്കി പുസ്തകത്തിൽ അടയാളം വെച്ച് പുസ്തകമടച്ചു. പുരികം ചുളിച്ച് രാധികയെ നോക്കി.

എന്താ എന്താ പറഞ്ഞത്? ഇനിയൊരു തവണ വായിക്കണോ?

ഉം..

രാധികയുടെ മുഖം കുനിഞ്ഞിരിക്കുന്നു. അവൾക്കിപ്പോൾ സങ്കോചം തോന്നുന്നുണ്ട്. ആവേശംകൊണ്ട് തലയ്ക്കു വെളിവില്ലാതെ പറഞ്ഞു പോയി, ഇനി എങ്ങനെയാണ് ഇതിൽനിന്ന് ഒന്നു രക്ഷപ്പെടുക? തൃണാങ്കുർ കുറച്ചുനേരം അവളെത്തന്നെ നോക്കിയിരുന്നു. എന്നിട്ടു പറഞ്ഞു എന്തിനാ നില്ക്കുന്നത്, ഇരിക്ക്, കസേരയിൽ.

രാധിക നിലത്തിരുന്നു. തൃണാങ്കുരന് വല്ലാത്ത വിഷമം തോന്നി. പക്ഷേ സാമാന്യ മര്യാദ, ചട്ടവട്ടങ്ങൾ അതയാൾക്ക് ലംഘിക്കാനായില്ല. അതുകാരണം അയാൾക്ക് പറയാനായില്ല. താഴത്തല്ല. ദാ ഇവിടെയിരിക്ക്.

കവിത വായിച്ചുകഴിഞ്ഞു. രാധിക ഇപ്പഴും സ്തബ്ധയായിരിക്കയാണ്. ശുഷ്കിച്ചു വരണ്ട അവസാനമില്ലാത്ത ജീവിതപാതയ്ക്ക് ഊറ്റിയെടുക്കാനാവാഞ്ഞ അവശേഷിച്ച അശ്രുകണങ്ങൾ വലിയ തുള്ളികളായി അവളുടെ കവിളുകളിലൂടെ ഒഴുകി. തൃണാങ്കുർ നോക്കിനോക്കിയിരുന്നുപോയി. ഇവൾ വേലക്കാരിയല്ല, ചെറ്റക്കുടിലിൽ താമസിക്കുന്നവളല്ല, ഇവൾ വേറെ ഏതോ ഒരുവളാണ്. അവളുടെ നെഞ്ചിന്റെ അഗാധതയിലെവിടേയോ സ്വച്ഛവും അഗാധവുമായ ഒരു ജലാശയം അലയടിയുന്നുണ്ട്. അയാൾ മൃദുവായി ചോദിച്ചു. എന്തിനാ കരയുന്നത്?

ഞങ്ങടെ ഗ്രാമത്തിൽ രൂപസി നദിയുണ്ടായിരുന്നു. എത്ര നല്ല വെള്ളയിരുന്നു. തേനൂറുന്ന ബാങ്ങാൾഭാഷ.

പിന്നെന്തൊക്കെ ഉണ്ടായിരുന്നു ഗ്രാമത്തിൽ? രഞ്ചൻ എന്ന പേരുള്ള ആരെങ്കിലും?

രാധികയ്ക്ക് തൃണാങ്കുർ പറഞ്ഞതു മനസ്സിലായില്ല. മുഖം കുനിച്ചു. സാരിത്തലപ്പുകൊണ്ട് മുഖം തുടച്ചു. തൃണാങ്കുർ ചോദിച്ചുപോയി.

നിനക്കെന്താ, ഞങ്ങളെപ്പോലെ സംസാരിക്കാനാവില്ലേ?

ആവില്ല.

എന്തേ?

ആവും.

എന്നാ അങ്ങനെ സംസാരിക്കൂ.

രാധിക ചിരിച്ചുപോയി. രണ്ടു കൈകൊണ്ടും മുഖം പൊത്താനാഞ്ഞപ്പോൾ പൊടി നിറഞ്ഞ തുണിക്കഷണമാണ് മുഖംമറച്ചത്. ക്ഷണനേരംകൊണ്ട് അകൽച്ചകൾ അപ്രത്യക്ഷമാകുന്നു. വ്യക്തികൾ തമ്മിലുള്ള അകൽച്ച. ബന്ധങ്ങളും സ്ഥിതിഭേദങ്ങളും തമ്മിലുള്ള അകൽച്ച അവസാനിക്കുന്നു. ആർക്കും അതിന്റെ സൂചനകൾ ലഭിച്ചെന്നു വരില്ല. ആ സൂചനകൾ പൊടിയുടേയും കണ്ണീരിന്റേയും പാടുകളായി കവിളത്തു വീണുകിടക്കുമെന്നു മാത്രം. എന്തൊരു സരളത! ഇതുവരെ ആരും അവളിൽനിന്ന് അത് ആ സരളത തട്ടിത്തെറിപ്പിച്ചിട്ടില്ല. തൃണാങ്കുർ അതിലേക്കാണ് ഉറ്റുനോക്കുന്നത്. അയാളുടെ മനസ്സിനൊരു ലാഘവം.

മാറാലത്തുണി മുഖത്ത്! സ്വന്തം വിഡ്ഢിത്തം കണ്ട് രാധിക പൊട്ടിച്ചിരിച്ചുപോയി. എത്രകാലമായി അവളിങ്ങനെ ചിരിച്ചിട്ട്? അതെ, എത്ര കാലത്തിനുശേഷമാണ് ഈ ചിരി? ചിരിച്ചുകൊണ്ട് അവൾ പറഞ്ഞു.

ഇന്നല്ല, നാളെ തൊട്ട്.

ശരി.

അല്ലല്ല. നാളേയല്ല.

പിന്നെപ്പോ?

കുറെ നാളു കഴിയട്ടെ.

എത്ര നാള്?

രാധികയുടെ മുഖം വീണ്ടും മങ്ങി. ഇത് ശരിയല്ലെന്നുള്ള തോന്നൽ ഇത് സഹജമല്ല, സ്വാഭാവികമല്ല. മാത്രമല്ല, താനെന്തിന് തന്റെ ഭാഷ ഉപേക്ഷിക്കണം? തന്റെ ഭാഷ ഉപേക്ഷിച്ചാൽ താൻ ഈ നാട്ടുകാരിയായി മാറുമോ? അതും ഉറപ്പില്ലാത്ത കാര്യമാണ്. തൃണാങ്കുർതന്നെ സമാധാനമുണ്ടാക്കി.

വേണ്ട. നീ നിന്റെ ഭാഷ പറഞ്ഞാ മതി, മാറ്റണ്ട.

രാധിക ചിരിച്ചുകൊണ്ട് തലയാട്ടി.

തൃണാങ്കുരനും ചിരിച്ചു. നിനക്ക് കവിതയെന്തെങ്കിലും അറിയാമോ? സ്കൂളിൽ പഠിച്ചത്?

രാധിക തന്റെ സ്കൂൾ പഠിത്തത്തിന്റെ കാര്യം പറഞ്ഞു, അച്ഛന്റെ കാര്യം പറഞ്ഞു. പദാവലി വായിച്ചു കേൾപ്പിക്കുന്ന കാര്യം പറഞ്ഞു. അതൊക്കെ ആരാണെഴുതിയതെന്ന് അവൾക്കറിയില്ല. ഓർമയിൽ നിന്നെടുത്ത് അവൾ ചൊല്ലും. ഭർത്താവുപേക്ഷിച്ചിട്ടു പോയ പെൺകുട്ടി. മുലകുടി മാറാത്ത കുഞ്ഞിനെ ആരെയോ ഏല്പിച്ച് പണിക്കുവന്ന പെൺകുട്ടി, അധ്വാനിച്ചു വയറുപോറ്റേണ്ടി വന്ന പെൺകുട്ടി. അലസവും ശാന്തവുമായ മധ്യാഹ്നങ്ങളിൽ ആ പെൺകുട്ടി അഭ്യസ്തവിദ്യനായ ഒരധ്യാപകനെ വൈഷ്ണവ പദാവലി ചൊല്ലി കേൾപ്പിക്കയാണ്. അധ്യാപകൻ അതും കേട്ടു കേട്ടിരിക്കുന്നു. അവർക്കിടയിലെ അകൽച്ച ക്രമേണ ചുരുങ്ങിച്ചുരുങ്ങി വരുകയാണ്. ഒന്നിനുപിറകെ ഒന്നായി ഒട്ടേറെ മധ്യാഹ്നങ്ങൾ. രണ്ടു വ്യത്യസ്ത ശ്രേണികളിലുള്ള സ്ത്രീയും പുരുഷനും. ഈ മധ്യാഹ്നവേളകൾക്കായി അവർ ദിവസം മുഴുവനും കാത്തിരിക്കുന്നു. അവർക്കിടയിൽ ഇപ്പോൾ ദുഃഖങ്ങളില്ല, വിഷമങ്ങളില്ല, അപമാനബോധമില്ല, തങ്ങൾ സ്വന്തം ജീവിതപങ്കാളികളാൽ വഞ്ചിക്കപ്പെട്ടവരാണെന്ന ബോധവുമില്ല. രാധികയെന്ന പെൺകുട്ടിക്ക് ഷംഷേർ എന്ന പുരുഷന്റെയല്ലാതെ മറ്റൊരു പുരുഷന്റെ ആശ്ലേഷത്തിൽ അമരാനായിരിക്കുന്നു. അവളുടെ കഷ്ടങ്ങളും, താപങ്ങളും വലിച്ചെടുക്കപ്പെടുന്നു. അസ്വസ്ഥതകളെ തകർത്തെറിയുന്നു. ഭാര്യയാൽ ഉപേക്ഷിക്കപ്പെട്ട തൃണാങ്കുർ എന്ന പേരുള്ള അഭ്യസ്തവിദ്യനായ അധ്യാപകൻ തന്റെയുള്ളിലെ പ്രണയവും ശ്രദ്ധയും കോരിച്ചൊരിഞ്ഞ് ആ പാവപ്പെട്ട ക്ഷീണശരീരിണിയെ വാരി

പ്പുണരും. മധ്യാഹ്നങ്ങളിൽ അവരുടെ സംയോഗങ്ങൾ രചിക്കപ്പെടുന്നു. ശർമിയില്ല, കാർത്തികില്ല. ദാരിദ്ര്യമില്ല, വിവാഹമോചനമില്ല, പരമേശില്ല, രഞ്ചനില്ല. അസാധാരണങ്ങളായ സജീവ മധ്യാഹ്നങ്ങൾ. അപ്പോഴെല്ലാം നീലിമ ഉറക്കത്തിലാവും. ഷംഷേർ എവിടെയോ ഉണർന്നിരിക്കയാവും, ജോച്ചൻ പൊടിയിൽ ഉറങ്ങിക്കിടക്കയാവും. കുരുടൻ വിഷണ്ണനായി അലഞ്ഞുതിരിയുകയാവും. പലാശ് പാഠങ്ങൾ വായിച്ചുപഠിക്കുകയാവും. അപ്പോഴൊക്കെ രാധിക വൈഷ്ണവ പദാവലി ചൊല്ലിക്കേൾപ്പിക്കയാവും. പ്രണയപരവശരായ രാധികയുടെയും കണ്ണന്റേയും കഥ.

ഇങ്ങനെ സംഭവിക്കുമെന്ന് വിചാരിച്ചതല്ല, പക്ഷേ ഇതനിവാര്യമായിരുന്നു. ശ്രീകൃഷ്ണന്റെ പ്രണയചേഷ്ടകളെ തടുക്കാനാവാതെ വലയുന്ന ശ്രീരാധ. തൃണാങ്കുർ രാധികയെ ഗാഢമായി പുണരും. പുണരുമ്പോൾ അയാളോർക്കും. ആദ്യത്തെ ദിവസം ഈ പെൺകുട്ടിയെ കണ്ടപ്പോൾ അയാൾക്ക് വല്ലാത്ത ആശ്ചര്യം തോന്നിയിരുന്നു. കാരണം പട്ടിണി കിടന്നു മരിക്കാറായ ആ പെണ്ണിന്റെ മുഖത്ത് അലൗകികമായ എന്തോ ഒരു പ്രകാശം. അവളുടെ മനസ്സിലെ ഓർമക്കാഴ്ചകൾ അയാളെ അദ്ഭുതപ്പെടുത്തി. കാരണം ഗ്രാമത്തോടുള്ള സ്നേഹംകൊണ്ട് മനസ്സിൽ പതിഞ്ഞുപോയ ഓർമകളായിരുന്നില്ല അവ. ആ ഓർമകളിൽ അത്യപൂർവമായ മറ്റെന്തോ അയാൾ കണ്ടെത്തി. അവളുടേത് വെറും ഓർമ്മകളായിരുന്നില്ല. അവയൊക്കെ അവളുടെ ആത്മാവിന്റെ അംശമായിരുന്നു. വാക്കുകളിലടങ്ങിയ ആത്മാർത്ഥത അവൾ അനുഭവിച്ചറിഞ്ഞ അനുഭൂതികളായിരുന്നു. അന്നേ അയാൾക്കു ബോധ്യമായി അവൾ സാധാരണ സ്ത്രീയല്ലെന്ന്. സാധാരണക്കാരിയല്ലെന്ന്. അതാണ് തൃണാങ്കുരനെ അവളിലേക്കടുപ്പിച്ചത്. രാധികയുടെ സാരിയിൽ അധ്വാനത്തിന്റെ വിയർപ്പുമണമുണ്ടായിരുന്നു. അതേറ്റുവാങ്ങവേ അയാളുടെ മനസ്സിൽ യേറ്റ്സിന്റെ ലാസ്റ്റ് കൺഫെഷൻ തേട്ടിത്തേട്ടി വരും.

രാധിക രണ്ടു കൈകൊണ്ടും തൃണാങ്കുരന്റെ മുതുകിൽ തലോടും. പാവം എത്ര നല്ല മനുഷ്യൻ. അയാളുടെ ഭാര്യക്ക് എങ്ങനെ ഇങ്ങനെ ചെയ്യാൻ മനസ്സു വന്നു. തൃണാങ്കുരന്റെ ശരീരത്തിനടിയിൽ ഞെരിഞ്ഞമർന്നുകൊണ്ട് അവളാലോചിക്കും.

തൃണാങ്കുരന്റെ കൈകൾ അവളുടെ മടിക്കുത്തിൽ; അതിനുതാഴെ അതിസുന്ദരമായ നാഭി. പുത്രജന്മം നല്കി മഹത്വം നേടിയ പരുപരുത്ത ഉദരം. അയാളതിൽ ചുണ്ടുകളമർത്തും. ശർമി എന്തൊക്കെ മുൻകരുതലുകളാണെടുത്തത്. അടിവയറ്റിൽ യാതൊരു പാടുകളും ഉണ്ടാകരുതെന്നും പറഞ്ഞ്, മേദസ്സു കെട്ടിക്കിടക്കാനിടയാവരുതെന്നു പറഞ്ഞ്. രാധികയുടെ ചർമത്തിന്റെ ഗന്ധം തൃണാങ്കുരന് മണപ്പിച്ചെടുക്കാനാവുന്നുണ്ട്. ശർമിയുടെ ഉദരത്തിന് പെർഫ്യൂമിന്റെ ലഹരി പിടിപ്പിക്കുന്ന മണമായിരുന്നു. രാധിക തൃണാങ്കുരന്റെ നെഞ്ചിൽ മുഖമമർത്തി കിടക്കയാണ്. കണ്ണന്റെ പ്രണയചേഷ്ടകളിൽ ആലസ്യം പൂണ്ട ശ്രീരാധ. അടുത്ത

മുറിയിൽ നിന്ന് നീലിമയുടെ നേരിയ കൂർക്കംവലി കേൾക്കാം. ഇല്ല തണുപ്പില്ല, തണുപ്പ് ഒട്ടുമില്ല. വസന്തം ധൃതിപ്പെട്ട് ഓടിയെത്തുകയാണ്. തൃണാങ്കുരന്റെ മുറിയുടെ ജനാലയ്ക്കൽ വന്ന് ശക്തിയായി മുട്ടിവിളിക്കയാണ്. തൃണാങ്കുരനിലെ പുരുഷൻ ഉണരുകയാണ്. ബലിഷ്ഠകരങ്ങൾ പർവ്വത ശിഖരങ്ങളെ മഥിച്ചു. അയാളുടെ നേത്രങ്ങൾ താനെ അടഞ്ഞുപോയി.

I gave what other women gave
That stepped out of their clothes
But when this soul, its body off,
Naked to naked goes,
He it has found shall find therein
What none other knows......

നീലിമ ഉറക്കമുണർന്നിരിക്കുന്നു, ഉറക്കച്ചടവു വിട്ടുമാറി തളത്തിലെത്തിയ അവർ കണ്ട കാഴ്ച! വീട്ടിലെ വേലക്കാരിയോടൊപ്പം തൃണാങ്കുർ...

അന്നു രാത്രി നീലിമ മകനെ നേരിട്ടു.

മാൻതു.

എന്തേ അമ്മേ?

ഒരു വേലക്കാരിപ്പെണ്ണുമായി വേണമായിരുന്നോ ഇത്? ഛീ, ഛീ, എനിക്ക് ആലോചിക്കാൻ പോലും വയ്യ.

അമ്മേ അവളും മനുഷ്യസ്ത്രീയല്ലേ? പിന്നൊരു കാര്യം എല്ലാവർക്കും ഒരിടത്തല്ലെങ്കിൽ മറ്റൊരിടത്ത് പണിക്കുപോയല്ലേ പറ്റൂ?

എന്നുവെച്ച് അതിനൊക്കെ തരാതരം നോക്കണ്ടേ, ബുദ്ധിയും വകതിരിവും വേണ്ടേ?

പഠിപ്പും വിവരവുമൊക്കെ ഉണ്ടായിരുന്നല്ലോ ശർമിക്ക്. അതിനു പിന്നിലെ കുബുദ്ധിയും വിവരമില്ലായ്മയും എത്രയോ തവണ നിങ്ങളും കണ്ടതല്ലേ.

ഉവ്വ്. ശരിയാണ്. എന്നുവെച്ച് എല്ലാവരും ഒരേ തരക്കാരാകണമെന്നില്ലല്ലോ. നല്ല പെൺകുട്ടികളും ഉണ്ട്. നിന്റെ ജീവിതത്തിലേക്ക് ഒരു ചീത്ത പെൺകുട്ടി കടന്നുവന്നെന്നു വെച്ച് നീ ചേരിയിൽ നിന്ന് പൊന്ന് കണ്ടെടുക്കാനുള്ള ശ്രമത്തിലാണോ?

അമ്മേ, ചേരിവാസി എന്നതല്ല ഒരാളുടെ ശരിയായ പരിചയം. നിങ്ങളിൽ നിന്ന് ഞാനിതു പ്രതീക്ഷിച്ചില്ല. നിങ്ങൾ അവളുടെ പെരുമാറ്റം ശ്രദ്ധിച്ചിട്ടുണ്ടോ? അവളെ ശ്രദ്ധിച്ചിട്ടുണ്ടോ? അവൾക്ക് പഠിപ്പുണ്ട്, വിവരമുണ്ട്. അവളുടേതായ രീതിയിലുള്ള പഠിപ്പ്. അവളുടെ മനസ്സിന് തെളിച്ചമുണ്ട്. എനിക്കതു മനസ്സിലാക്കാനായിട്ടുണ്ട്. പാവം വിധിയും ചുറ്റുപാടും അവളെ ഈ നിലയിലേക്ക് വലിച്ചിഴച്ചു കൊണ്ടുവന്നു. അതിന് അവൾ ഉത്തരവാദിയല്ല. നിങ്ങളിതൊന്നും കാണുന്നില്ല. ഇതേപ്പറ്റി ആലോചിക്കുന്നില്ല.

എനിക്കെല്ലാം കാണാനാകുന്നുണ്ട് മാൻതു. നിന്റെ അച്ഛനേയും ഞാൻ കുറെ കണ്ടതാണ്. അങ്ങേരും നിന്നെപ്പോലെ വേലക്കാരിപ്പെണ്ണിനോട് മോഹം തോന്നിയവനാണ്. ആ അച്ഛന്റെ മകനല്ലേ നീയും? നിന്റെ അച്ഛന്റെ നിഴലു വീഴാതെ നിന്നെ വളർത്തിയെടുത്തു വലുതാക്കി. പക്ഷേ, ഇന്നു മനസ്സിലായി ഒരു ലാഭവുമുണ്ടായില്ലെന്ന്. എല്ലാം വെറുതെ. നിന്റെ ചോരയിൽ അയാളുണ്ട്.

അമ്മേ ഒന്നു മിണ്ടാതിരിക്കൂ. നിങ്ങൾ എന്നെ അപമാനിക്കുകയാണ്. സ്വയം നിങ്ങളെത്തന്നെ അപമാനിക്കയാണ്.

ആങ്. ഇപ്പോ നീ അതും അതിനപ്പുറവും പറയും. നിന്റെ ജീവിതത്തിൽ സ്ത്രീകൾ കടന്നുവന്നപ്പോഴൊക്കെ നിനക്ക് ഞാൻ വേണ്ടാതായിട്ടുണ്ട്.

ഞാനതല്ല പറഞ്ഞത്. ഞാൻ നിങ്ങളെ പറഞ്ഞു ബോധ്യപ്പെടുത്താൻ ശ്രമിക്കയായിരുന്നു. വീട്ടുവേല ചെയ്ത് വയറു പോറ്റുന്നതു കൊണ്ടു മാത്രം ഒരാൾ നികൃഷ്ടയാവുന്നില്ല. ഒരു വീട്ടുവേലക്കാരിയിൽനിന്ന് ഒട്ടേറെ കാര്യങ്ങൾ നമുക്ക് പഠിക്കാനായെന്നു വരും.

നാളെത്തന്നെ ഞാൻ അവളെ പറഞ്ഞയയ്ക്കും. ആപത്തുകാലത്ത് പണിക്കു നിർത്തി. നമ്മുടെ ഗ്രാമത്തിലെ കുട്ടിയല്ലേയെന്നു കരുതി. ശമ്പളവും കൂട്ടിക്കൊടുത്തു. അത്രയെങ്കിലും നന്ദി കാട്ടേണ്ടേ? ദേ, ഒറ്റയ്ക്ക് ആണൊരുത്തൻ ഭാര്യയില്ല. ചെന്നു കഴുത്തിൽ തൂങ്ങി. വിശ്വസിക്കാൻ കൊള്ളാത്ത വർഗ്ഗം.

വേണ്ട. അമ്മ ഇനിയൊന്നും പറയണ്ട. അവളോട് പോകാൻ പറയരുത്. നിങ്ങൾക്ക് പാപം കിട്ടും. ഒരു ഗതിയുമില്ലാത്ത പെണ്ണാണ്. ശുദ്ധ പാവം. ഈ വീടിനെ അവൾ തലയിലേറ്റി നടന്നില്ലേ? നടക്കുന്നില്ലേ? ശരിയാണ്. എനിക്ക് അവളുമായി ബന്ധമുണ്ട്. നിങ്ങളിന്നേ ഇതറിയുന്നുള്ളൂ. പക്ഷേ ഇതെത്രയോ മാസങ്ങളായി ഉള്ളതാണ്. ഇതിനിടയ്ക്ക് എന്നെങ്കിലും ഒരിക്കൽ അവളെന്തെങ്കിലും ആവശ്യപ്പെട്ടിട്ടുണ്ടോ? നിങ്ങൾ കൊടുക്കുന്നതിലും കൂടുതലായി എന്തെങ്കിലും? മറ്റെന്തെങ്കിലും ആനുകൂല്യം? എനിക്ക് അവളെ ഇഷ്ടമാണ്. അവളെപ്പറ്റി ഒരു സംശയവും ഇല്ല. ഞാനാര്, അവളാര് എന്ന കണക്കെടുപ്പ് ഞങ്ങളുടെ ബന്ധത്തിനിടയിൽ കടന്നുവരുന്നില്ല. വി ലവ്ഡ് ഈച് അദർ ആന്റ് വേർ ഇഗ്നോറെന്റ്.

ആഹാ കവിത ചൊല്ലുന്നോ? ഇതുകൊണ്ടൊക്കെത്തന്നെയാണ് ശർമി നിന്നെ വിട്ടുപോയത്. പുസ്തകം വായിച്ച് വായിച്ച് നിന്റെ തല തിരിഞ്ഞു പോയി. വേലക്കാരിപ്പെണ്ണുമായി പ്രേമത്തിലാണത്രെ. ഇത് പെർവേർഷൻ അല്ലാതെ വേറെന്താണ്?

എന്നാൽ ദാ കേട്ടോളൂ. അമ്മേ. ഇനിയും കവിത

How could passion run so deep

Had I never thought

That the crime of being born
Blackens all our lot?
But where the crime s committed.
The crime can be forgot.

അമ്മേ, കഴിഞ്ഞ വർഷം വിധവകൾക്കായുള്ള മൂന്നു ദിവസത്തെ അംബുവാചി വ്രതത്തിന്റെയന്ന് ചെറിയമ്മ വന്നിരുന്നു, നിങ്ങളെ കണ്ട് പഴവും മറ്റും തരാൻ. എല്ലാ കൊല്ലവും ആരെങ്കിലുമൊക്കെ വരും, ചെറിയമ്മയോ വല്യമ്മയോ അമ്മായിമാരോ ആരെങ്കിലുമൊക്കെ. നിങ്ങളീ വ്രതം ആചരിക്കില്ലെന്ന് എല്ലാവർക്കും അറിയാം. എന്നാലും വരും. നിങ്ങൾ പഴങ്ങളൊക്കെ വാങ്ങിവെക്കും, നിങ്ങൾ ആ മൂന്നു ദിവസവും മാംസാഹാരം കഴിക്കും, നിങ്ങൾ സ്വന്തം വൈധവ്യം അംഗീകരിക്കാനാഗ്രഹിക്കുന്നില്ല, പക്ഷേ മറ്റുള്ളവർ നിർബന്ധപൂർവ്വം നിങ്ങളെ ഓർമിപ്പിക്കുന്നു. നിങ്ങൾക്കു ദേഷ്യം വരും. കാരണം ഓരോ വ്യക്തിക്കും സ്വന്തം രീതിയനുസരിച്ച് ജീവിക്കാനുള്ള അവകാശം ഉണ്ടെന്ന് നിങ്ങൾ വിശ്വസിക്കുന്നു. വ്യക്തിസ്വാതന്ത്ര്യത്തിലുള്ള അവരുടെ ഈ കൈകടത്തൽ നിങ്ങൾ അനുവദിച്ചുകൊടുക്കില്ല. കാരണം നിങ്ങൾ പുരോഗമന ചിന്താഗതിക്കാരിയാണ്. ദുരവസ്ഥയിൽപെട്ട സ്ത്രീകളെ സഹായിക്കാനുള്ള ചില പ്രസ്ഥാനങ്ങളിലും നിങ്ങൾ പങ്കെടുക്കാറുണ്ട്. അമ്മേ! എനിക്ക് വയസ്സ് നാല്പതായി. ഞാനൊരു കോളേജിൽ പഠിപ്പിക്കുന്നു. ഇപ്പോഴും നിങ്ങളെനിക്കു പറഞ്ഞുതരണോ, എന്നെ ഉപദേശിക്കണോ ഏതാണ് നല്ലത്, ഏതു ചീത്തയെന്ന്. എന്റെയുള്ളിൽ രൂപപ്പെട്ട രുചിഭേദങ്ങൾ നിങ്ങളുടേതായി പൊരുത്തപ്പെട്ടെന്നു വരില്ല, എന്നാലും അവയൊക്കെ എന്റേതാണ്, ഞാനെന്റെ വഴിക്കേ നടക്കൂ. നിങ്ങളിതാ പല പ്രാവശ്യമായി പറയുന്നു, അവളെ പറഞ്ഞയയ്ക്കുമെന്ന്. അങ്ങനെ ചെയ്താൽ ഞാനീ ചുറ്റുവട്ടത്തുതന്നെ വീടു വാടകയ്ക്കെടുക്കും. താമസിക്കും, അവളേയും കൂടെ പാർപ്പിക്കും.

ഛീ! ആ കുടിയൻ ഹിരണും എന്റെ മകനും തമ്മിൽ ഒരു വ്യത്യാസവുമില്ല. വിട്ടുകള. നിനക്ക് വേറെ വീടെടുക്കേണ്ട കാര്യമൊന്നുമില്ല. ഉള്ള പൊല്ലാപ്പു മതി. ഇനിയത് പെരുപ്പിക്കാതിരുന്നാ മതി. എന്റെ കണ്ണടഞ്ഞോട്ടെ. പിന്നെ തോന്നീതു ചെയ്തോ.

രാധിക കുടിലിലെ ഇരുട്ടിൽ. റാന്തൽ വെളിച്ചം ജോച്ചന്റെ മുഖത്ത് വീഴുന്നു. കുഞ്ഞ് മെലിഞ്ഞു മെലിഞ്ഞു വരുന്നു. മുലയൂട്ടണം. രാധിക ഹുക്കഴിച്ചു. മൃദുവായ ചുണ്ടുകൾ മുലഞെട്ടു പിടിച്ചെടുക്കാനുള്ള പരവേശത്തിലാണ്. ജോച്ചൻ ഞെളിപിരികൊള്ളുന്നു. പൊടുന്നനെ പലാശ് അമ്മയുടെ നേരെ കുനിഞ്ഞു നോക്കി. അമ്മയുടെ നെഞ്ചിൽ നീലിച്ച പാട്. അവൻ ചോദിച്ചു.

എന്താമ്മേ ഈ പാട്?

രാധിക സാരിത്തലപ്പുകൊണ്ട് മാറിടം മൂടി. ഒന്നുമില്ല. നിനക്കിന്ന് മാസ്റ്ററുടെ വീട്ടിൽ പോകണ്ടേ?

തൃണാങ്കുരന്റെ ദന്തക്ഷതങ്ങൾ രാധികയുടെ മാറിടത്തിലാകമാനം.

പത്ത്

എന്റെ പോരാട്ടം അവസാനിച്ചിരിക്കുന്നു. ഞാൻ, ദേവോപം ബസു എന്റെയുള്ളിൽ വെറുപ്പ് കുമിഞ്ഞു കൂടി. മൂർത്തരൂപം പ്രാപിക്കാനായി കാത്തിരിക്കയായിരുന്നു, അത് സാധിച്ചിരിക്കുന്നു. ആ അവജ്ഞാകൂമ്പാരത്തെ നോക്കി എനിക്ക് ശാന്തിയോടെ മരിക്കാം. ജനിച്ചുവെന്നതു മാത്രമല്ല എന്റെ ശാപം. എന്റെ ജീവിതത്തിൽ മറ്റനേകം ദുരന്തങ്ങൾ ഉണ്ടായിട്ടുണ്ട്. അവയൊക്കെ എന്നെ ജീവിക്കാനല്ല സഹായിച്ചത്, മറിച്ച് മരിക്കാനാണ് പ്രേരിപ്പിച്ചത്. ഇപ്പോൾ ഒരൊറ്റ ദുഃഖമേയുള്ളൂ. അളവറ്റ അവജ്ഞക്കിടയിലും സ്വർഗത്തിൽ നിന്ന് ഒരു പ്രകാശരശ്മി എന്നെ പുണർന്നിരിക്കുന്നു. ആ ഒറ്റ കാരണംകൊണ്ട് ഇന്നോളം സംഭവിച്ച ദുരന്തങ്ങളെല്ലാം മറികടന്ന് എനിക്ക് ജീവിക്കാനാകുമായിരുന്നു. പക്ഷേ ആരെച്ചൊല്ലി ഞാൻ ജീവിക്കാൻ മോഹിക്കുന്നുവോ അതേ വ്യക്തിയെച്ചൊല്ലി ജീവിച്ചിരിക്കുന്നത് ഉചിതമല്ല. സത്യത്തിൽ ഈശ്വരൻ എന്നൊരാൾ എവിടെയെങ്കിലും ഉണ്ടെന്നിരിക്കട്ടെ, മൃതശരീരം ഉപേക്ഷിച്ച് പറന്നു പോകുന്ന അമൃതവും അവിനാശവുമായ എന്റെ ആത്മാവിനോട് ചോദിച്ചെന്നിരിക്കട്ടെ.

ആട്ടെ എന്താ എനിക്കുവേണ്ടി നീ കൊണ്ടുവന്നത്? അവജ്ഞയോ? ഹും! ഭൂമിയിൽ നിന്ന് എനിക്കുവേണ്ടി അവജ്ഞയും കെട്ടിപ്പൊതിഞ്ഞാണോ നീ വന്നത്? സ്വന്തം മനസ്സിനകത്ത് ഇത്രയുംകാലം അമർത്തിവെച്ചിരുന്ന അവജ്ഞ?

ഞാൻ പറയും അല്ല, അവജ്ഞയല്ല. അതൊക്കെ ഞാൻ എന്റെ ശരീരത്തോടൊപ്പം ഭൂമിയിൽ തന്നെ ഉപേക്ഷിച്ചു പോന്നു. ദേ നോക്കൂ, നിനക്കുവേണ്ടി ഞാനെന്താണ് കൊണ്ടുവന്നിരിക്കുന്നതെന്നു നോക്കൂ.

എന്നിട്ട് ഞാൻ കൈകളുയർത്തി ഈശ്വരന്റെ കണ്ണുകളിലേക്ക് കൈക്കുടന്ന തുറന്നു കാണിക്കും. ഒരു ചൊട്ടു പ്രകാശം. സ്വർഗത്തിൽനിന്നുള്ള ഒരിത്തിരി പ്രകാശം.

എനിക്ക് മരിക്കണം, ജീവിച്ചിരിക്കാൻ എനിക്ക് ഒട്ടും മോഹമില്ല. ഇക്കാര്യം എനിക്ക് വളരെ വ്യക്തമായി അറിയാവുന്ന സംഗതിയായിരുന്നു. എനിക്ക് ദൈവവിശ്വാസമില്ല. എന്നാൽ ഇന്ന് ഞാൻ ദൈവത്തെപ്പറ്റി എഴുതിപ്പോയി. എന്തോ എനിക്കു വിശ്വാസമുള്ളതുപോലെ. മരണശേഷം ആ പരമശാന്തിമാന്റെ സമീപത്തെത്താമെന്ന വിശ്വാസം.

ഒരുപാടുതവണ ആലോചിച്ചു. ഏട്ടൻ ജീവിച്ചിരിക്കാൻ പ്രയാസപ്പെടുന്നപോലെ എനിക്കും ജീവിച്ചിരുന്നുകൂടെ എന്ന്. നല്ലവനായി

ജീവിക്കാൻ ശ്രമിച്ചുകൊണ്ടു ജീവിക്കുക, അല്ലെങ്കിൽ നല്ലവനായി ജീവിക്കാൻ ശ്രമിച്ചുകൊണ്ട് മരിക്കുക. ഏതാണ് ശരി?

ഇല്ല, എനിക്കാവില്ല, ഏട്ടനെപ്പോലെയാവാൻ എനിക്കാവില്ല. ഏട്ടൻ ജീവിതത്തേയാണ് കാണുന്നത്, ഞാനാണെങ്കിൽ മരണത്തേയും. ഏട്ടന്റെ എല്ലാ സങ്കല്പങ്ങളും ജീവിതത്തിലാണ് ചെന്നവസാനിക്കുക. എനിക്കാണെങ്കിൽ എല്ലാത്തിന്റേയും അവസാനം മരണത്തേയല്ലാതെ മറ്റൊന്നിനേയും കാണാനാവില്ല. അങ്ങനെ മരണത്തെ കണ്ടുകണ്ട് മരണത്തോട് എനിക്ക് വല്ലാത്ത ആകർഷണം തോന്നിത്തുടങ്ങിയിരിക്കുന്നു. ഇടയ്ക്കിടെ തോന്നും എനിക്കെന്താ റിയാക്റ്റീവ് ഡിപ്രഷൻ പിടിപെട്ടോ? ഇങ്ങനേയും പറയാം. ഉന്മാദം പിടിപെട്ടെന്ന്. മാനിക് ഡിപ്രസ്സീവ് സൈക്കോസിസ്. ഞാനെന്തുതന്നെ ആയ്ക്കോട്ടെ, സിസിഫസ് ആയിത്തീരാൻ എനിക്ക് അശേഷം ആഗ്രഹമില്ല. കുത്തനെയുള്ള കുന്നിലൂടെ ഭാരിച്ച കല്ല് ഉയർത്തിക്കൊണ്ടു പോവുക. എന്നിട്ട് താഴേക്ക് ഉരുട്ടിയിടുക. വീണ്ടും അതാവർത്തിക്കുക, ആ യാതനയ്ക്ക് ഞാൻ തയ്യാറല്ല. എത്ര തന്നെ ശ്രമിച്ചാലും അവസാനം വട്ടപ്പൂജ്യം. എനിക്ക് അമരനാവണമെന്നില്ല. എനിക്ക് യാതൊന്നിനോടും മോഹമില്ല. ഒന്നേയൊന്നൊഴികെ. ആ രണ്ടു കണ്ണുകൾ! ജീവിതത്തിന്റെ അവസാനഘട്ടത്തിലെത്തി നിൽക്കവേ, വിരക്തിയുടെ അവസാനഘട്ടത്തിലെത്തി നില്ക്കവേ ആ ദാഹം മാത്രം ബാക്കിനില്ക്കുന്നു. ആ രണ്ടു കണ്ണുകൾ! ഒന്നു സ്പർശിക്കാനായെങ്കിൽ! നില്ല്, നില്ല്. എന്റേതല്ലാത്തതിനെക്കുറിച്ച് ആലോചിച്ചിട്ടെന്തു കാര്യം? ഈ ഭൂലോകത്തിലെ ഒന്നും എന്റേതല്ല. ഒന്നും എന്റേതല്ല. എന്നാലും ഒരിക്കൽ മാത്രമെങ്കിലും ബിയാട്രീസിൽ മോഹിതനായി.

ഇന്നലെ ഞാൻ ചെന്ന് സ്ഥലം നോക്കിവെച്ചു. മരണപ്പാലം തന്നെയാണ് ഏറ്റവും പറ്റിയ സ്ഥലം. എന്റെ പൂജ്യമാതാശ്രീ എന്നെ എന്നും അങ്ങോട്ടേക്കയയ്ക്കും അവിടെ അടുത്തുള്ള പശുത്തൊഴുത്തിൽ നിന്ന് മായം ചേർക്കാത്ത പാലു വാങ്ങിക്കൊണ്ടുവരാൻ. അനശ്വരയുവതിയായ എന്റെ അമ്മ യൗവനത്തെ പിടിച്ചുനിറുത്താനായി അതു കുടിക്കും. ആ പാലുപോലെ നിഷ്കളങ്കയും സരളയുമായ എന്റെ ഏട്ടത്തിയമ്മയും അതു കുടിക്കും. ഏടത്തിയമ്മയെ ഞാൻ ബൗദി എന്നു വിളിക്കാറില്ല. പൂപ്പു എന്നേ വിളിക്കാറുള്ളൂ. എന്നേക്കാളും പത്തു വയസ്സ് ഇളയതാണ്. ഇടയ്ക്ക് തോന്നും പൂപ്പു എന്നല്ല ഡോൾ എന്നായിരുന്നെങ്കിൽ കൂടുതൽ നന്നായിരുന്നേനെ എന്ന്. എന്റെ നിഷ്കളങ്കനായ ഏട്ടൻ പാവക്കുഞ്ഞിനെപ്പോലെ സുന്ദരിയും നിഷ്കളങ്കയുമായ ഒരു കൊച്ചു പെൺകുട്ടിയെ കല്യാണം കഴിച്ചുകൊണ്ടുവന്ന് ഇപ്പോൾ പശ്ചാത്തപിക്കുകയാണ്. കാരണം പെണ്ണിന് ഒട്ടും ബുദ്ധിയില്ല. എനിക്ക് ഏറ്റവുമധികം അന്ധാളിപ്പും തമാശയും തോന്നുന്നത് അസാധാരണ വ്യക്തിത്വമുള്ള അമ്മയും പൂപ്പുവുമായുള്ള അപൂർവ ചങ്ങാത്തം കണ്ടിട്ടാണ്. ഞങ്ങളാരും ഇക്കാര്യം തുറന്നു സംസാരിച്ചിരുന്നില്ലെങ്കിലും എല്ലാവരുടേയും ഉള്ളിലൊരു ആശങ്കയുണ്ടായിരുന്നു, അതായത് പൂപ്പുവിനെ അംഗീകരിക്കുന്നതിനിടയിൽ ശബരീദേവി പ്രാണൻ തന്നെ വെടിഞ്ഞേക്കുമെന്ന്. പക്ഷേ ഞങ്ങളുടെ

ഓരോരുത്തരുടേയും ആശങ്കകളെ അസ്ഥാനത്താക്കിക്കൊണ്ട് പൂപ്പു പൂച്ച ക്കുട്ടിയെപ്പോലെ ശബരിയെ ചുറ്റിച്ചുറ്റി നിന്നു. ശബരി അവൾക്ക് പാലും പാൽക്കട്ടിയും കൊടുത്തു തീറ്റിപ്പോറ്റുന്നു. ഉരുണ്ടുതടിച്ച പെൺകുട്ടി, അമ്മായിയമ്മയുടെ മേൽനോട്ടത്തിൽ ചുരുങ്ങിയ മാസങ്ങൾകൊണ്ട് കൂടുതൽ വണ്ണംവെച്ചു. അമ്മയ്ക്ക് പൂപ്പുവിനെച്ചൊല്ലി യാതൊരുവിധ പരാതികളും ഇല്ലായിരുന്നു. പരേശ് ബോസിനും പരാതിയില്ല. എനിക്കുമില്ല. നേരു പറഞ്ഞാൽ അവൾ ഞങ്ങളുടെ വീട്ടിൽ പ്രകാശം പരത്തുന്ന പെൺകുട്ടിയായിത്തീർന്നിരിക്കുന്നു. അവളെക്കൊണ്ട് ആർക്കും ഒരു കഷ്ടവുമില്ല, ബുദ്ധിമുട്ടുമില്ല. ഒന്നോ രണ്ടോ ദിവസത്തി നായി അമ്മയുടെ വീട്ടിലേക്കു പോയാൽ ഇവിടെ വല്ലാത്ത ശൂന്യത അനു ഭവപ്പെടാൻ തുടങ്ങിയിരിക്കുന്നു. അമ്മയ്ക്ക് ഇരിക്കപ്പൊറുതി ഇല്ലാതാവും. പരേശ് ബോസ് ഒരായിരം തവണ അവളുടെ കാര്യം പറയും. ഏട്ടൻ മാത്രം ഒന്നും പറയില്ല. വാ തുറക്കില്ല. എനിക്കറിയാം പൂപ്പുവിനെക്കൊണ്ട് ആർക്കെങ്കിലും അസ്വസ്ഥത തോന്നുന്നുണ്ടെങ്കിൽ അത് ഏട്ടനാണ്. അതേ, പ്രേമിച്ചു വിവാഹം കഴിച്ചയാൾക്കുതന്നെ. സന്മനസ്സോടെ ജീവി ക്കാനുള്ള ശ്രമമാണ് ജീവിതം. അതാണ് ഏട്ടൻ പറയാറുള്ളത്. ഒരു വേള അധികകാലം ഇനിയങ്ങനെ പറഞ്ഞെന്നു വരില്ല. നിഷ്കളങ്കതയിൽ ഏട്ടൻ മയങ്ങിപ്പോയി. പക്ഷേ അപ്പോൾ മനസ്സിലായില്ല പൂപ്പു എന്ന നിഷ്കളങ്ക വെറും പാവക്കുട്ടിയാണെന്ന്. ദൂരെ നിന്നു നോക്കുമ്പോൾ നിഷ്കളങ്കത വളരെ ആകർഷകമായിത്തോന്നും. പക്ഷേ അടുത്തുവ ന്നാൽ കാണാം അതിൽ ചൈതന്യമില്ലെന്ന്. നീലാകാശം വളരെ മനോ ഹരമാണ്. പക്ഷേ അതിൽ സൂര്യാസ്തമയത്തിന്റെ ചുവന്ന പൊട്ടുകൾ വീണുകഴിഞ്ഞാൽ അല്ലെ കൂടുതൽ മനോഹരമാവുക. പിന്നെ നോട്ടം തിരിക്കാനാവില്ല. അസാധാരണമായ മുഖശ്രീയെ അറിവിന്റെ ഒന്നുരണ്ടു പാടുകൾ കൂടുതൽ ചേതോഹരമാക്കും. പൂപ്പുവിന് എന്നെങ്കിലും പക്വത വരുമോ? അറിവുണ്ടാകുമോ? എന്നെങ്കിലും മാനസികമായി ഏട്ടന്റെ അടുത്ത് എത്താനാവുമോ?

പൂപ്പുവിന്റെ അച്ഛൻ അവൾക്ക് ഒരു ടെലിവിഷൻ സമ്മാനിച്ചിട്ടുണ്ട്. ടി.വിയില്ലാതെ അവൾക്കു ജീവിക്കാനാവില്ലത്രെ. ശബരി ബോസിനും ഇതിൽ സംതൃപ്തി. രണ്ടുപേരും സദാ സമയവും ടി.വി. കാണലാണ്. ഒരാൾ ടോയ്‌ലറ്റിലേക്കു പോകാനെണീറ്റാൽ മറ്റേയാളോടു പറയും ദേ ഇടയ്ക്കെന്താ ഉണ്ടായതെന്ന് പറഞ്ഞുതരണേ.

പൂപ്പുവിന്റെ ദേഹത്ത് നിറയെ ആഭരണങ്ങളാണ്. ഏട്ടന് ആഭരണ ങ്ങൾ ഇഷ്ടമേയല്ല. എന്നാലും അവളഴിച്ചുവെക്കില്ല. സ്വന്തം ആഭരണ ങ്ങളിൽ ചിലതൊക്കെ ശബരി ബോസിനേയും അണിയിച്ചിരിക്കുന്നു. ശബരി ബോസ് വികാരാധീനയായി പറയും. കണ്ടോ നിങ്ങളുടെ അച്ഛൻ ഒരുകാലത്തും ഒന്നും വാങ്ങിത്തന്നില്ല. നിങ്ങളും വാങ്ങിത്തന്നില്ല.

എന്റെ നാക്കിന്റെ തുമ്പത്തു വന്നതാണ് അതെന്താ അരുൺസെൻ തന്നില്ലേ? ഈ വീട്, പൈസ, ഉപജീവനത്തിനുള്ളതെല്ലാം... മൈ ഡിയർ

മദർ ഒരാൾ നിങ്ങളുടെ കാൽക്കീഴിൽ ഇത്രയൊക്കെ നിവേദിച്ചു. നിങ്ങളുടെ ദയകൊണ്ട് ഞങ്ങൾ പട്ടിണി കൂടാതെ ജീവിച്ചു. എന്നിട്ടും നിങ്ങൾക്കിതെന്തിന്റെ ദുഃഖമാണ്?

പറഞ്ഞില്ല. പൂപ്പു കാരണം. പൂപ്പു കുട്ടിയാണ്. സരളയാണ്. എനിക്കു തോന്നും അവളെന്റെ കൊച്ചനിയത്തിയാണെന്ന്. പക്ഷേ ഏട്ടത്തിയമ്മ കൊച്ചനിയത്തിയായാൽ പറ്റുമോ? ഏട്ടനു പറ്റില്ല. രാത്രി വളരെ വൈകുന്നവരെ ഉറക്കമിളച്ചിരിക്കുന്ന എനിക്ക് അവരുടെ സംസാരം കേൾക്കാം. എനിക്കു മനസ്സിലാകുന്നുണ്ട്, ഏട്ടന് ശൂന്യത അനുഭവപ്പെടുന്നെന്ന് എല്ലാം പൊള്ളയായ പോലെ.

ഏട്ടന്റെ കല്യാണത്തിനുശേഷം അച്ഛനുമമ്മയും മുകളിലത്തെ നിലയിലുള്ള അവരുടെ കിടപ്പുമുറി ഏട്ടനു കൊടുത്ത് താഴത്തെ നിലതങ്ങൾക്കായി സൗകര്യപ്പെടുത്തിയെടുത്തു. ഒരു വഴിക്ക് അതു നന്നായി. പരേശ് ബോസ് ശബരീ ബോസ് ദമ്പതികളുടെ സെക്സ് ശബ്ദായമാനമാണ്. എന്റെ ദുഃഖിതനായ ഏട്ടൻ പല രാത്രികളിലും ആകാശത്തിലെ ചന്ദ്രനെ നോക്കാനായി ഭാര്യയെ വിളിക്കും. പൂപ്പു പറയും ഹോ! നിങ്ങളു നോക്കിക്കോ എനിക്ക് ഉറക്കം വരുന്നു.

ഏട്ടൻ തനിയെ ബാൽക്കണിയിൽ പോയി നിൽക്കും. സിഗരറ്റു കത്തിക്കും. അത്തരമൊരവസ്ഥയിൽ ഞാൻ കൂടെ ചെന്നുനില്ക്കുന്നതും ശരിയല്ല. ഒരിക്കൽ കേട്ടു ഏട്ടൻ കവിത ചൊല്ലുന്നു.

O lift me from the grass!
I die, I faint,I fail!
Let thy love in kisses rain
On my lips and eyelids pale

പൂപ്പു പറയുകയാണ് എന്തൊക്കെയാ ഈ പറയുന്നത്. എനിക്കൊന്നും മനസ്സിലാവുന്നില്ല.

ഏട്ടൻ എന്തു ചെയ്യുകയായിരുന്നെന്ന് എനിക്കറിഞ്ഞുകൂടാ. എന്തെങ്കിലും റൊമാന്റിക് കാര്യമാവും. പറഞ്ഞതിതാണ്.

My cheek is cold and white, alas!
My heart beats loud and fast;
O! Press it close to thine again
While it will break at last

പൂപ്പു ഒച്ചയെടുക്കുന്നു. ഹും! കടകടാന്ന് ഇംഗ്ലീഷ് പറഞ്ഞാലെങ്ങനെ? എനിക്കു മനസ്സിലായിട്ടു വേണ്ടെ?

ഏട്ടൻ പറഞ്ഞു മനസ്സിലാക്കിത്തരാമല്ലോ. ദേ, കേൾക്ക് ഇതിന്റെ അർഥം കേൾക്ക്.

ശബ്ദങ്ങൾ ഈ മുറിയിലേക്ക് കടന്നുവരുന്നു. ഏട്ടനും ഭാര്യയും! പതിനേഴാം നൂറ്റാണ്ടിലെ മധുവിധു രാത്രിയാണോ...? ഞാനതിനു സാക്ഷിയും.

പൂപ്പു പറഞ്ഞു വേണ്ട. എനിക്കു കേൾക്കണ്ട. എനിക്ക് പാട്ടു കേൾക്കണം. അല്ലെങ്കിൽ നിങ്ങളൊരു പാട്ടു പാട്.

ഏട്ടൻ മറുപടി നല്കി. ഇത്രേം രാത്രിയായിട്ട് പാടാനോ? അതു പറ്റില്ലെന്നറിഞ്ഞൂടെ നിനക്ക്. പൂപ്പൂ, ദേ ഇതു കേൾക്ക്. ഞാൻ നിനക്ക് എല്ലാം വിവരിച്ചു പറഞ്ഞുതരാം. ദാ നോക്ക്, ചീക് എന്താണെന്നു നിനക്കറിയാം. കോൾഡ് എന്താണെന്നറിയാം. വൈറ്റ് എന്താണെന്നറിയാം.

എനിക്കു തോന്നിയതിതാണ്. ഏട്ടാ നന്മ നിറഞ്ഞവനായി ജീവിക്കാൻ നിങ്ങൾക്കു പ്രയാസം തോന്നുന്നെങ്കിൽ അതു വിട്ടേക്കൂ. മോശക്കാരനായേക്കൂ.

പൂപ്പുവിന്റെ സ്വരത്തിൽ നിരാശ – ഇന്നാകാമോ? ഇന്നു ചെയ്യുമോ? എവിടെ നോക്കട്ടെ, ഇത്രേയുള്ളോ? എനിക്ക് ഉറക്കം വരുന്നു. ഞാൻ ഉറങ്ങാൻ പോണു.

ഏട്ടൻ നിസ്സഹായനായി കിടക്കയിൽനിന്ന് എഴുന്നേറ്റ് ബാൽക്കണിയിലേക്കു വന്നുനിന്നു. കുറച്ചുകഴിഞ്ഞ് പൂപ്പുവും വന്നു. ചിണുങ്ങുകയാണ്. വരൂന്നേ. എനിക്കുറക്കം വരുന്നില്ല, ചെയ്യണ്ടേ?

ഇല്ല. ഇന്നിനി പറ്റില്ല. നീ പോയി കിടന്നേ പൂപ്പൂ.

ഊഹും പറ്റില്ല. വേണം. ദിവസവും ചെയ്യണം. എനിക്കറിയാം.

ആഹാ! നിനക്കറിയാമോ? നിന്നോടാരാ പറഞ്ഞത്?

അമ്മ പറഞ്ഞു. ദിവസവും വേണം ഇല്ലെങ്കിൽ സ്നേഹമുണ്ടാവില്ലെന്ന്.

പൂപ്പു പ്ലീസ്! പോയി കിടന്നോ. നിന്റെ അമ്മ ചോദിച്ചാപ്പറ. ഞാനൊരു നപുംസകമാണെന്ന്.

ഏട്ടൻ, പാവം ഏട്ടൻ. ഏട്ടന്റെ ഗതിയെന്താവും? എനിക്കറിയാം ഏട്ടന് വേണ്ടിയിരുന്നത് മനോസംഗിനിയെയാണ്. ശൈശവം മുതൽ ഈ അഴുക്കു നിറഞ്ഞ ചുറ്റുപാടിൽ കഴിയേണ്ടി വന്നതുകൊണ്ടാണ് നിഷ്കളങ്കത തേടിപ്പോയത്. പക്ഷേ പൂപ്പുവിനെ കണ്ടുമുട്ടിയില്ലായിരുന്നെങ്കിൽ ഒരു സത്യം എന്നെന്നും അജ്ഞാതമായിരുന്നേനെ. അതായത് നിഷ്കളങ്കതയുടെ അടിത്തറ ബുദ്ധിശൂന്യതയായിരിക്കാനുള്ള സാധ്യത ഏറെയാണെന്ന്. സരളത ഒരു വശത്ത്, വിവരമില്ലായ്മ മറുവശത്ത്. പൂപ്പുവിന് ഏട്ടന്റെ മനസ്സിനൊത്ത സഖിയാവാൻ കഴിഞ്ഞില്ല. മനസ്സിനിണങ്ങിയ സഖിയാവാൻ കഴിയാത്തവൾ പ്രാണസഖിയാകുന്നതെങ്ങനെ? പ്രാണസഖിയല്ലാത്തവൾക്ക് എങ്ങനെ ശരീരത്തെ ഉത്തേജിപ്പിക്കാൻ കഴിയും? പ്രത്യേകിച്ച് ഏട്ടന്റെ കാര്യത്തിൽ ഇത് അസാധ്യമാണ്. ഏട്ടൻ എന്നെപ്പോലല്ലല്ലോ. ശരീരത്തിനുവേണ്ടി ഞാൻ ചന്ദാബൗദിയെ പുണരുന്നു. പക്ഷേ ഏട്ടനെക്കൊണ്ടാവില്ല. എനിക്ക് ഏട്ടനെക്കുറിച്ച് ആലോചിച്ച് വല്ലാത്ത ദുഃഖം തോന്നുന്നുണ്ട്. കഷ്ടം! ഏട്ടന് ഈ ഭാരം ആജീവനാന്തം ചുമക്കേണ്ടി വരും. പൂപ്പുവിന്റെ നിഷ്കളങ്കതയുടെ ഭാരം. ഏട്ടന്

വലിച്ചുകൊണ്ടുപോകേണ്ട ആദ്യത്തെ പാറക്കല്ലാണിത്. ഇനിയും പലതും പൊക്കേണ്ടിവരും. പക്ഷേ അതു കാണാൻ ഞാനുണ്ടാവില്ല.

ആങ്ങ്! മറ്റൊരു കാര്യം എന്റെ ഡയറി എന്തു ചെയ്യണം? നശിപ്പിച്ചു കളയണോ അതോ ഏട്ടനെ ഏല്പിക്കണോ? അതിനിയും തീർച്ചയാക്കിയിട്ടില്ല. ഒരു ചിറ്റ് എഴുതിവെക്കണം. എന്റെ മരണത്തിന് ആരും കാരണക്കാരല്ല. എന്തിനെഴുതണം? അതെ എന്തിനെഴുതണം? എന്റെ മരണത്തിനു കാരണം പരേശ് ബോസല്ലേ? ശബരി ബോസല്ലേ? അരുൺസെന്നല്ലേ? ആഗ്രയിലെ ആ മധ്യാഹ്നമല്ലേ? എന്റെ മരണത്തിനു പകരമായി അവരും മരിക്കേണ്ടതല്ലേ?

ഇല്ല. വിചാരണയും വിസ്താരവുമൊന്നും നടത്തണമെന്ന് എനിക്കില്ല. ആര് ആരെയാണ് വിസ്തരിക്കുക? ഈ ദേശത്തിൽ സകലതും വിചാരശൂന്യതയുടെ ചട്ടക്കൂട്ടിലൊതുങ്ങിനില്ക്കുന്നു.

അന്നൊരിക്കൽ രസകരമായ ഒരു സംഭവം നടന്നു. മരണപ്പാലത്തിലൂടെ ഇങ്ങോട്ടു വരികയായിരുന്നു. പാളങ്ങളെത്തന്നെ നിരീക്ഷിച്ചുകൊണ്ട് ക്ലബ്ബിനടുത്ത് കൂനി ഫുൽരേണു നില്ക്കുന്നു. തൂങ്ങിക്കിടക്കുന്ന ഭാരിച്ച മുലകൾ; പിടിച്ചു വലിക്കാൻ തോന്നി. എന്റെ മനസ്സിലിരുപ്പ് അവൾക്ക് മനസ്സിലായെന്ന് തോന്നുന്നു. അവൾ ചോദിച്ചു. എന്താ റെയിൽപാളത്തിൽ കിടക്കാനൊരു പൂതി? വീട്ടിൽ കിടക്കയും കട്ടിലുമൊന്നും ഇല്ലേ?

എന്തിനാ കിടക്കയുടെ കാര്യം പറഞ്ഞത്? എന്താണവളുടെ മനസ്സിലിരിപ്പ്? ഞാനതുമിതും പറഞ്ഞു, നോട്ടം മാറിലേക്കുതന്നെ. അവളുടെ ശരീരത്തിൽ നിന്ന് ചാണകത്തിന്റെ മണം. മുതുകത്തൊരു മുഴ. ഇതൊരു മനുഷ്യജീവിയാണോ? പരിപൂർണസ്ത്രീയാണോ? ഥൂ! എനിക്കല്ലേ പരിപൂർണതയുടെ അറിവ്. മാറിൽ രണ്ടു മുഴകളും കാലുകൾക്കിടയിലെ വിടവും ഉണ്ടെങ്കിൽ അതുമതി എനിക്ക്. മൂത്രമൊഴിക്കാൻ ഒരു ഭിത്തിയോ വിടവോ മതിയെന്നപോലെ. അല്ലെങ്കിൽപിന്നെ ഞാൻ ചന്ദാബൗദിയോടൊപ്പം ശയിക്കുന്നതെങ്ങനെ? പക്ഷേ ആശ്ചര്യകരമായ വസ്തുത എന്താണെന്നു വെച്ചാൽ ബിയാട്രിസിനെ കണ്ടശേഷം പിന്നെ ചന്ദാബൗദിയോടൊത്തു ശയിക്കാൻ എനിക്കായില്ല.

ഓ! പറഞ്ഞുകൊണ്ടു വന്നത് അന്ന് മരണപ്പാലത്തിൽ നിന്ന് തിരിച്ചു വരുമ്പോൾ ഫുൽരേണുവിനെ കണ്ട കാര്യം. കട്ടിലിന്റേയും കിടക്കയുടേയും കാര്യമൊക്കെ പറഞ്ഞു കഴിഞ്ഞ് എന്നോടു ചോദിച്ചു.

എന്താ നിന്റെ ഭാവം?

എന്തേ?

എന്താ പാളത്തിലേക്കു നോക്കണത്. മരിക്കാനുള്ള ഉദ്ദേശ്യമാണോ?

പറഞ്ഞതു ശരിയാണ്. അവിടെക്കിടന്നു മരിച്ചാലോ എന്നാലോചിച്ചതാണ്.

ഹും! റെയിൽപാളം നിന്നെ പിടിച്ചുവലിക്കയാണ്. എനിക്ക് നന്നായിട്ടറിയാം നീ ഈ പാളത്തിൽ കിടന്നു മരിക്കും.

ആഹാ, അങ്ങനെയാണോ? അതെങ്ങനെ നിങ്ങക്കറിയാം?

ഒക്കെ അറിയാം. മരിക്കണതിനു മുമ്പ് എല്ലാരും വന്നു സ്ഥലം നോക്കി ഉറപ്പിച്ചിട്ടു പോകും. ഇവിടെ എത്രയെത്ര പ്രേതങ്ങളാണെന്നോ? എത്ര യെത്ര ആത്മാക്കളാണെന്നോ? ഒരാത്മാവ് മറ്റൊരു മനുഷ്യനെ പിടിച്ചു വലിക്കും, എന്താ അവിടെ ചെന്നു നോക്കിയത്? മരിച്ചുപോയാൽ ശവം എവിടെ വീഴുമെന്നറിയാനാണോ?

ആഹാ! ശരിക്കു പിടികിട്ടിയല്ലോ. അതുതന്നെയാ ഞാൻ നോക്കി യത്. നിങ്ങക്കെങ്ങനെ മനസ്സിലായി?

ഇതല്ലാതെ വേറെന്തുണ്ട് നോക്കിക്കാണാൻ? ഈ റെയിൽപാളങ്ങളി ലാണ് എന്റെ ഇത്രയും കാലത്തെ ജീവിതം. എത്രയെത്ര മരണങ്ങൾ കണ്ടു. ആൾക്കാർക്കു ചാവാൻ മോഹം. ചാവും. എന്നാലും ശരീരം എവിടെ വീഴുമെന്നറിയണം. വല്ലാത്തൊരു മോഹംതന്നെ. ഈ ഭൂമിയിൽ മനുഷ്യന് എന്തിനോടാണ് ഏറ്റവും അധികം മോഹമെന്നറിയാമോ?

പൈസ?

അല്ല. ശരീരത്തിനോട്. സ്വന്തം ശരീരത്തിനോട്. എന്നെത്തന്നെ നോക്ക്. ഭഗവാൻ നേരെ നിവർന്നു നിൽക്കാനുള്ള ശക്തി തന്നില്ല. എന്നാലും ജീവിക്കുന്നു. ചാണകം വാരിവിറ്റ് ജീവിക്കുന്നു. കുളിക്കുന്നു, ഉണ്ണുന്നു. തലയിൽ എണ്ണതേക്കുന്നു. ഈ ശരീരംകൊണ്ട് ഏറെ കഷ്ട പ്പെടുന്നു, എന്നാലും ഈ ശരീരത്തിനു വേണ്ടി അധ്വാനിക്കുന്നു. എല്ലാം ചെയ്യുന്നില്ലേ? മരിക്കുക എന്നുവെച്ചാലെന്താ? ശരീരത്തെ നശിപ്പിക്കുക, അല്ലേ? അപ്പോപ്പിന്നെ ജീവിച്ചിരിക്കുക എന്നുവെച്ചാലെന്താ? ശരീരം നില നിറുത്തുക. ശരീരമല്ലേ അങ്ങോട്ടുമിങ്ങോട്ടും നടക്കുന്നതും ഓടുന്നതും? അതല്ലേ ആനന്ദം? ഒരു ദിവസം മരിക്കും. അന്ന് ആയിരം തവണ വിളിച്ചു കരഞ്ഞാലും ഈ ശരീരം ഇളകില്ല. നിന്റെ ശരീരം നിന്റേതല്ലാതാവും. അപ്പോപ്പിന്നെ അതിനുവേണ്ടി ഇത്ര ബദ്ധപ്പാടെന്തിനാ മോനേ?

വിസ്മയം തോന്നി. ഇതൊക്കെ ഫൂൽരേണു ജീവിതത്തിൽ നിന്നു പഠിച്ചെടുത്തതാണ്. മറ്റൊരു പഠിപ്പുമില്ല. ഒന്നും അറിയില്ല. എന്നാലും എന്തുമാത്രം അറിവാണ്. അനിസുജ്ജമാൻദാ പറയുന്നതു ശരിയാണ്. തത്ത്വജ്ഞാനം ഓരോ മനുഷ്യരുടെ ചിന്തയിലും വ്യാപിച്ചുകിടപ്പുണ്ട്. അതിനെ കണ്ടെത്തണം. തത്ത്വചിന്തകർ തനതായി ഒരു ജ്ഞാനവും പുതുതായി സൃഷ്ടിച്ചെടുക്കുന്നില്ല. മനുഷ്യജീവിതത്തിൽ നിന്ന് ഉരുത്തി രിയുന്ന പര്യവേക്ഷണമാണ്. ഗുരുതരമായ കണ്ടെത്തലുകളാണ് ശരിക്കു നോക്കിയാൽ തത്ത്വജ്ഞാനം.

പോട്ടെ. അതുകള. ഇനി ഇതുകൊണ്ടൊക്കെ എനിക്കെന്തു പ്രയോ ജനം? ചന്ദ്രനെപ്പോലെ എന്റെയും പതിനാറു കലകളും പൂർത്തിയായി. ഇനി അസ്തമയം. ആഹാ ചന്ദ്രന് അസ്തമയം എന്നൊന്നുണ്ടോ? പിന്ന ല്ലാതെ സൂര്യാസ്തമയം ആവാമെങ്കിൽ ചന്ദ്രാസ്തമയം എന്തുകൊണ്ടായി ക്കൂടാ? ചന്ദ്രാസ്തമയം! എന്തൊരു അടിപൊളി പ്രയോഗം! ഉള്ളതു പറ ഞ്ഞാൽ കണ്ണിൽനിന്നു മറയുക, അത്രയേയുള്ളൂ.

പുരിയിലേക്കു പോയി. ഒരിക്കലും പോകുമായിരുന്നില്ല. ഏട്ടന്റെ ആഗ്രഹം. അതുകൊണ്ടാണ് കൂടെ പോയത്. ഒരു ഫാമിലി ടൂർ നടത്തണമെന്നത് ഏട്ടന്റെ വലിയ ആഗ്രഹമായിരുന്നു. അന്നെന്നോ ആഗ്രയിലേക്കു പോയ പോലെ. ആ യാത്ര. ഞങ്ങളുടെ ശിശുസഹജമായ സാരള്യത്തെ തകർത്തു തരിപ്പണമാക്കിയ ആഗ്രായാത്ര. ഏട്ടൻ അന്നേ നിശ്ചയിച്ചുറപ്പിച്ചതാവണം എന്നെങ്കിലും ഒരു ഫാമിലി ടൂർ നടത്തണമെന്ന്. ഥൂ! നടക്കില്ല, നടക്കില്ല. എന്നെക്കൊണ്ട് ഇതിനൊന്നും വയ്യ. പാവം ഏട്ടൻ! കഷ്ടം തോന്നുന്നു. ഇതൊക്കെ എന്നാണ് ഏട്ടനു ബോധ്യമാവുക? ഏട്ടന്റെ കണ്ണുകളിൽ ഇപ്പോഴും എത്രയെത്ര സ്വപ്നങ്ങളാണ്.

ഏട്ടനുവേണ്ടിയാണ് പോയത്. അല്ലാതെ എനിക്കു പോകാൻ തീരെ മനസ്സുണ്ടായിട്ടല്ല. പക്ഷേ, ഇപ്പോൾ തോന്നുന്നു, പോയതെത്ര ഭാഗ്യമായി.

ഞങ്ങൾ അഞ്ചുപേർ, പിന്നെ അരൂപ്, ദേബാശിഷ്, ദേബാശിഷിന്റെ ഭാര്യ ജിനി എന്ന ശിഞ്ജിനി. ഇത്രയും പേരാണ് പോയത്.

പുറപ്പെടുമ്പോൾ എന്റെ മനസ്സിലുണർന്നത് ഏകദേശം ഇരുപതു വർഷങ്ങൾക്കു മുമ്പ് ആഗ്രയിലേക്കു പോയ കഥയാണ്. ഏട്ടനും അതോർമ വന്നിരിക്കണം. എന്റേയും ഏട്ടന്റേയും ബാല്യകാല സ്മൃതികൾ ഒരേതരത്തിലുള്ളവയാണ്. എന്നാലും ഏട്ടൻ തന്റേതായ വിധത്തിലും ഞാനെന്റേതായ മട്ടിലും വളർന്നു വലുതായി. ഒരു വേള രണ്ടു പേരുടേയും മൂലസ്രോതസ്സ് വ്യത്യസ്തമായതുകൊണ്ടാവാം. ഇനി ആ വ്യത്യാസമില്ലെങ്കിലും ഞങ്ങൾ രണ്ടുതരക്കാരായിത്തീരുമായിരുന്നു. ഒരേ ചുറ്റുപാടിൽ വളർന്നു വലുതായാലും ഓരോ വ്യക്തിയും മറ്റൊരാളിൽ നിന്നു വ്യത്യസ്തനാണ്. അതാണ് സ്വാഭാവികം. പ്രകൃതിനിയമം. എന്നാലും ഞങ്ങൾ രണ്ടു വ്യത്യസ്ത വ്യക്തികളാണെങ്കിലും പരസ്പരം കണ്ണുകളിലേക്ക് ആഴ്ന്നു നോക്കുമ്പോൾ ഒരാൾക്ക് മറ്റൊരാളുടെ യാതന സ്പർശിച്ചറിയാനാവും. ഞങ്ങളുടെ ചെറുപ്പകാലത്ത് അച്ഛൻ കുടിച്ചുവന്ന് അമ്മയെ അധിക്ഷേപിക്കും. അമ്മ പലതും എറിഞ്ഞുടക്കും. ഞാനും ഏട്ടനും വീടിന്റെ ഏതെങ്കിലും മൂലയ്ക്ക് പതുങ്ങിനില്ക്കയാവും. ഞാൻ ഏട്ടനോട് അടക്കം പറയും.

അച്ഛൻ അമ്മയെ അടിക്കുമോ?

ഏട്ടൻ പറയും. ഇല്ല അടിക്കില്ല.

അടിച്ചാലോ?

നമുക്ക് ചെന്ന് അരുൺ ജേഠുവിനോട് പറഞ്ഞുകൊടുക്കാം, എന്താ പോരേ?

അരുൺസെൻ ഞങ്ങളുടെ സ്വന്തം വലിയച്ഛനാണെന്നായിരുന്നു ഞങ്ങൾ രണ്ടുപേരുടേയും ധാരണ. അയാളെ അങ്ങു ദൂരെ കണ്ടാൽ മതി, ഞങ്ങൾ ചെന്ന് രണ്ടുകൈയിലും തൂങ്ങും. എന്നിട്ട് ഉച്ചത്തിൽ വിളിച്ചു കൂവും. ജ്യേഠൂ. ജ്യേ... ഠൂ...

ജ്യേ...ഏഏഏഏഏഏഏഏഏഏഏഏ.. ഠൂഊഊഊഊഊഊഊഊ.

മാഥുരേർഗഢിൽ പ്രഭാതകിരണങ്ങൾ ആദ്യം നിപതിക്കുന്ന മട്ടുപ്പാവുള്ള ആ വലിയ വീട് അരുൺസെന്നിന്റെ വീട്. അത് ഞങ്ങളുടേയും കൂടിയാണെന്ന് ഞങ്ങൾ വിശ്വസിച്ചു. ഞങ്ങളുടെ വീട് പണിതീരുന്നതു വരെ ഞങ്ങൾ താമസിച്ചിരുന്ന രാജേശ്വരി ഹോട്ടൽ. അതും ഞങ്ങളുടേതു തന്നെയാണെന്നാണ് ഞങ്ങൾ കരുതിയത്. കൂട്ടുകാരോടു പറയും ദേ! അറിയാമോ ഇത് ഞങ്ങളുടെ ഹോട്ടലാണ്. അരുൺസെന്നിന്റെ മാളിക ചൂണ്ടിക്കാട്ടി ഞങ്ങൾ പറയുമായിരുന്നു. അറിയാമോ ഇത് ഞങ്ങടെ വല്യച്ഛന്റേതാണ്. ഞങ്ങളുടെ വലിയച്ഛൻ വലിയ ആളാണ്.

അരുൺസെൻ ഇടയ്ക്കൊക്കെ ഞങ്ങളെ ലാളിക്കും. എന്നെ എടുത്ത് ഒക്കത്തുവെക്കും. ഏട്ടന്റെ കവിളിൽ തട്ടും. ഏട്ടൻ കാണാനൊരു സുന്ദരക്കുട്ടപ്പനായിരുന്നു. ആരും ഓമനിച്ചു പോകും. ഇതൊക്കെക്കാണുമ്പോൾ അമ്മയുടെ മുഖം മസൃണമാകും. ഞങ്ങളെ താലോലിച്ച് അരുൺസെൻ അമ്മയെ ധന്യയാക്കുമ്പോലെ.

ഒരുപാട് ഒരുപാടുകാലം കഴിഞ്ഞാണ് മനസ്സിലായത് ഞങ്ങൾക്ക് ഹോട്ടലും കീട്ടലുമൊന്നുമില്ല, മാളികയും കീളികയുമൊന്നും ഞങ്ങളുടേതല്ല. ഞങ്ങൾ വെറും തെരുവുപട്ടികളാണ്. പിച്ചക്കാരെക്കാളും നികൃഷ്ടരാണ് ഞങ്ങളെന്ന്. ഒരു വേശ്യയുടെ സന്താനങ്ങളാണ് ഞങ്ങളെന്ന്. അതെ. ശബരി ബോസ് ഒരു വേശ്യയാണ്. ഞാൻ കണ്ടിടത്തോളം വെച്ചു നോക്കിയാൽ ആ സ്ത്രീയെ മറ്റൊന്നും വിളിക്കാനാവില്ല.

ആഗ്രയിൽ വെച്ചാണ് ഏട്ടനും ഞാനും പൊടുന്നനെ എല്ലാം അറിഞ്ഞത്, അരുൺസെൻ ഞങ്ങളുടെ ആരുമല്ലെന്ന്. അയാൾ അച്ഛന്റെ മുതലാളിയാണ്, ഞങ്ങളുടെ രക്ഷകൻ. അമ്മയുടെ കാമുകൻ. ഇതെല്ലാം ഞങ്ങൾ ഇരുവരും ഒരുമിച്ചാണ് അറിഞ്ഞത്. പണ്ടെന്നോ സ്ത്രീ ശരീരം ഒന്നിച്ചു നോക്കിക്കണ്ടതുപോലെ. ആ ചുറ്റുവട്ടത്ത് ഒരു ഭ്രാന്തിപ്പെണ്ണുണ്ടായിരുന്നു രേഖാദി. അരുൺസെന്നിന്റെ വീട്ടിൽ അല്ലറച്ചില്ലറ വേലകൾ ചെയ്യുമായിരുന്നു. ഏതു നേരവും ഹിഹീഹീഹീഹീഹീ എന്ന് ഇളിച്ചുകൊണ്ടേയിരിക്കും. ഇറുകിപ്പിടിച്ച ഉടുപ്പാണിടുക. പിന്നിലെ ബട്ടണിടില്ല. മുതുക് വെളിമ്പറമ്പുപോലെ തുറന്നു കിടക്കും. ഒരിക്കൽ ആ വീടിന്റെ മുറ്റത്ത് ഞാനും ഏട്ടനും ഗോട്ടി കളിക്കുകയായിരുന്നു. അവളെത്തി, ഞങ്ങളേയും വിളിച്ച് ഒരിരുട്ടു മുറിയിലേക്കു ചെന്നു. ഒളിച്ചു കളിക്കാം? അവളന്വേഷിച്ചു. ഞങ്ങൾക്ക് താത്പര്യം ഇല്ലായിരുന്നു. ശരി കഥ കേക്കണോ? ഞങ്ങളിരുവരും അവളെ ചുറ്റിയിരുന്നു. ഏട്ടന് പന്ത്രണ്ട് വയസ്സ്, എനിക്ക് പത്തു കഴിഞ്ഞു. അവൾ കഥ പറയാൻ തുടങ്ങി. വഷളൻ കഥകൾ ആണുങ്ങളേയും പെണ്ണുങ്ങളേയും പറ്റി, കുട്ടികളുണ്ടാവുന്നതിനെപ്പറ്റി... ഞങ്ങൾക്ക് ഒട്ടും രുചിച്ചില്ല. തെറ്റു ചെയ്യുകയാണെന്ന തോന്നൽ പക്ഷേ എണീക്കാനും കഴിയുന്നില്ല. ഏട്ടന്റെ നെറ്റിയിൽ വിയർപ്പുതുള്ളികൾ. പൊടുന്നനെ രേഖാദി ചോദിച്ചു, പെണ്ണുങ്ങളെങ്ങനെയെന്നു കാണണോ? ഞാനെന്തെങ്കിലും പറയുന്നതിനു മുമ്പായി ഏട്ടൻ പറഞ്ഞു. വേണം, കാണണം. അവൾ ഉടുപ്പു പൊക്കി. മാറത്ത്

വിചിത്രമായ രണ്ടു മുഴകൾ. വൃത്തികെട്ട രണ്ടു മാംസപിണ്ഡങ്ങൾ. അവൾ ഏട്ടനോടു പറഞ്ഞു. തൊട്ടുനോക്ക്. ഇതാ ഇവിടെ.

ഏട്ടൻ പൊടുന്നനെ എണീറ്റു നിന്നു. എന്നോടു പറഞ്ഞു. അനിയാ ഓടിക്കോ. ഞങ്ങൾ രണ്ടുപേരും തിരിഞ്ഞു നോക്കാതെ ശരംവിട്ടപോലെ ഒരൊറ്റ പാച്ചിൽ. പോക്കറ്റിൽനിന്ന് ഗോട്ടികളൊക്കെ ഉരുണ്ടു താഴെ വീണു, അതു പെറുക്കിയെടുക്കാൻ നിന്നില്ല. രേഖാദി പിന്നിൽ നിന്നു വിളിച്ചുകൊണ്ടിരുന്നു. പോകല്ലേ. എന്നിട്ട് ഹീഹീഹീഹീഹീ... എന്ന് ഇളിച്ചുകൊണ്ടേയിരുന്നു. ആ ചിരി ഞങ്ങളെ തുരത്തിയോടിച്ചു, ഭൂതമോ പിശാചോ പിടിക്കാനെത്തിയപോലെ ഞങ്ങൾ നിലംതൊടാതെ ഓടി. ഓടിയോടി ലൈബ്രറിയുടെ മുന്നിലുള്ള പുൽത്തകിടിയിൽ കുഴഞ്ഞുവീണു. ഒരുപാടുനേരം കിതച്ചുകൊണ്ടിരുന്നു. കുറെക്കഴിഞ്ഞ് ഏട്ടൻ പെട്ടെന്നു ചിരിക്കാൻ തുടങ്ങി, കൂടെ ഞാനും. ഹോ തനി വഷളത്തം. ഞാനും പറഞ്ഞു. മഹാമോശം. ചിരിച്ചു ചിരിച്ചു ഞങ്ങൾ അവിടെ വീണുരുണ്ടു.

ജീവിതത്തിലെ അന്ധകാരം ഞങ്ങളൊന്നിച്ചാണ് തിരിച്ചറിഞ്ഞത്. ഞങ്ങൾ ഒന്നിച്ചാണ് ഒരുപാടു കവിതകൾ വായിച്ചത്. അന്ന് ഏട്ടൻ പൂപ്പുവിനെ കേൾപ്പിച്ച കവിത അത് ഞങ്ങൾ പലതവണ ഒന്നിച്ചിരുന്ന് ചൊല്ലിയിട്ടുണ്ട്.

ഫാമിലി ടൂർ പോകണമെന്നത് ഏട്ടന്റെ വലിയ ആഗ്രഹമായിരുന്നു. നടക്കുന്ന കാര്യമാണോ? ഞങ്ങൾക്ക് ഫാമിലിയേ ഇല്ലല്ലോ. ഏട്ടൻ കല്യാണം കഴിച്ച് സ്വന്തം ഇഷ്ടത്തിനനുസരിച്ച് ഒരു കുടുംബം ഉണ്ടാക്കിയെടുക്കും. അവിടെ കുട്ടികളുടെ ചിരിയും കളിയും ഉണ്ടാവും, എന്റെ ഫോട്ടോ അവർ കാണും എന്നൊക്കെയാണ് ഞാൻ സങ്കല്പിച്ചത്. പക്ഷേ ഏട്ടന് ആദർശ കുടുംബം കെട്ടിപ്പടുക്കാനാവില്ലെന്ന കാര്യത്തിൽ ഇപ്പോഴെനിക്ക് സംശയമില്ല. പൂപ്പു അതിസാധാരണയായ പെൺകുട്ടിയാണ്. ആഴമില്ലാത്ത മനസ്സ്, മറ്റുള്ളവരെ ആശ്രയിച്ചു നില്ക്കുന്നവൾ ലാളനയോടെ വളർന്ന സുഖലോലുപയായ പെൺകുട്ടി. അവൾക്ക് ഏട്ടനെ ഒരു കാലത്തും മനസ്സിലാക്കാനാവില്ല.

എത്രയോ വർഷങ്ങൾക്കു മുമ്പു ഞങ്ങൾ പോയ ആ ഉല്ലാസയാത്ര. അതിന്നും ഞങ്ങളെ പിന്തുടരുന്നു. ഞങ്ങൾ നാലുപേരും അരുൺസെന്നുമായിരുന്നു അന്ന് യാത്രപോയത്. അരുൺ ജ്യേഠുവും കൂടെ വരുന്നു, ഹായ്! ഞങ്ങൾക്കെന്തു സന്തോഷമായിരുന്നു. യാത്രയിലുടനീളം അമ്മയും ജ്യേഠുവും സദാ സമയവും അടുത്തടുത്തിരുന്നു. ഞങ്ങളിരുവരും അച്ഛന്റെ ഇരുവശത്തുമായിട്ടും. ജ്യേഠുവും അച്ഛനും സൂത്രത്തിൽ മദ്യവും സംഘടിപ്പിച്ചിരുന്നു. ദ്രാക്ഷാരിഷ്ടത്തിന്റെ രണ്ടു കുപ്പികൾ. അതിനകത്തുള്ളത് മദ്യമായിരുന്നു. കിടക്കാൻ നേരത്ത് ഞാനും ഏട്ടനും ഒരു ബർത്തിൽ ഞാനേട്ടനെ തോണ്ടി ഏട്ടാ, മദ്യത്തിന്റെ മണംകൊണ്ട് ഉറക്കം വരുന്നില്ല. ഏട്ടൻ എന്റെ വാ പൊത്തിപ്പിടിച്ചു. ശ്... കണ്ണടച്ചു കിടന്നോ. ട്രെയിനിന്റെ കുലുക്കത്തിൽ ഉറങ്ങിപ്പോയി. എപ്പോഴാണെന്നറിയില്ല ഉറക്കം തെളിഞ്ഞു. വല്ലാത്ത ദാഹം. താഴേക്കു നോക്കി. താഴത്തെ

ബെർത്തിൽ അമ്മയുടെ മടിയിൽ തലവെച്ച് ജ്യേഠു. അമ്മ ജ്യേഠുവിന്റെ തലനാരിഴകളിലൂടെ വിരലോടിക്കുന്നു. അച്ഛൻ മുകളിലത്തെ ബർത്തിലാണ്. ഉറക്കമാണ്. എനിക്കു ഭയം തോന്നി. വേണ്ടാത്തതെന്തോ കണ്ടതുപോലെ. വല്ലാത്ത ദാഹം. പക്ഷേ വെള്ളം ചോദിക്കാനുള്ള ധൈര്യമില്ല. ഒരുവേള ഞാൻ കണ്ടതും ഏട്ടൻ കണ്ടിട്ടില്ലാത്തതുമായി ഈയൊരൊറ്റ ദൃശ്യമേ ഉണ്ടായിരിക്കൂ. ഒരുവേള ഇത്തരം മറ്റു ദൃശ്യങ്ങളും ഉണ്ടായിരുന്നിരിക്കാം. ഏട്ടൻ കണ്ടതും ഞാൻ കാണാത്തതും.

ആഗ്രയിലെത്തി. താജ്മഹൽ കാണാൻ പോവുകയാണ് ഞങ്ങൾ. അരുൺ ജ്യേഠുവിന് തലവേദന, കൂടെ വരില്ല. എനിക്ക് പരിഭവമായി ഞാൻ പറഞ്ഞു ജ്യേഠുവിന് എപ്പോഴും തലവേദനയാണ്. ജ്യേഠു ആരാഞ്ഞു അതെന്താ മുമ്പെപ്പോഴാ തലവേദനയാണെന്നു പറഞ്ഞത്? ഞാനൊന്നും മിണ്ടിയില്ല. എന്റെ കണ്ണുകൾ അമ്മയുടെ നേർക്കു നീങ്ങി. അമ്മയും എന്നെ തുറിച്ചുനോക്കുകയാണ്. അച്ഛൻ പറഞ്ഞു അരുൺ ദായ്ക്ക് തലവേദന. എങ്ങനെ ഒറ്റയ്ക്കാക്കീട്ടു പോകും? ശബരി നീ ഇവിടെ നിന്നോ. പറയേണ്ട താമസം. അമ്മ ഉടൻ സമ്മതിച്ചു. താജ്മഹൽ കാണാനല്ല, അരുൺ ജ്യേഠുവിന്റെ തല തിരുമ്മിപ്പിടിക്കാനാണ് അമ്മ വന്നതെന്നപോലെ. ഞങ്ങൾ രണ്ടുപേരും അച്ഛന്റെ കൈയുംപിടിച്ച് ഒരുപാടു സ്ഥലങ്ങളിൽ ചുറ്റിക്കറങ്ങി. അതു മുഴുവനൊന്നും ഓർമയില്ല. താജ്മഹലിന്റെ കാര്യം കുറച്ചൊക്കെ ഓർമയുണ്ട്. പകൽ വെളിച്ചത്തിൽ വെട്ടിത്തിളങ്ങുന്ന വെളുത്ത കെട്ടിടം. എനിക്ക് ഇഷ്ടമായതേയില്ല. കൊൽക്കത്തയിൽ വിക്ടോറിയ മെമ്മോറിയൽ കണ്ടിട്ടുണ്ട്. താജ്മഹൽ ഏതാണ്ടൊക്കെ വിക്റ്റോറിയ മെമ്മോറിയൽപോലെത്തന്നെ. എത്തിയിട്ട് അധികനേരമായില്ല, അച്ഛൻ തിരിച്ചുപോകാൻ ധൃതികൂട്ടി. ഞങ്ങളെപ്പോലെ അച്ഛനും താജ്മഹൽ അത്ര പിടിച്ചില്ലെന്നു തോന്നുന്നു. എന്നെപ്പോലും ഏട്ടനും താജ്മഹലിൽ വലിയ താത്പര്യം തോന്നിയില്ലെന്ന് എനിക്കു മനസ്സിലായി.

ഞങ്ങൾ ഹോട്ടലിൽ തിരിച്ചെത്തി. കണ്ടു, അറിഞ്ഞു. എന്തു കണ്ടു? എന്തറിഞ്ഞു? ഞങ്ങളുടെ ജീവിതത്തെപ്പറ്റി. ഞങ്ങളെ സംബന്ധിച്ചുള്ള വാസ്തവത്തെപ്പറ്റി. ഞങ്ങളുടെ ജീവിതത്തിലെ എല്ലാ യാഥാർത്ഥ്യങ്ങളും വെളിച്ചത്തായി. അതെല്ലാം എപ്പോഴും ഞങ്ങളുടെ നാലു ചുറ്റിലും ഉണ്ടായിരുന്നു. ഞങ്ങൾക്കു മനസ്സിലായില്ലെന്നു മാത്രം. അന്ന് ഞങ്ങൾക്ക് ഏതാണ്ട് മുഴുവനായി എല്ലാം മനസ്സിലായി.

പുരിയിലേക്കുള്ള പോക്ക്. അതും ഒരു ആശ്ചര്യകരമായ വിഷയമാണ്. ആശ്ചര്യകരമായ നേട്ടം. എന്റെ അവജ്ഞ അതിന്റെ പരിപൂർണതയിലെത്തിയ സ്ഥലം. എന്റെ ചന്ദ്രോദയവും ചന്ദ്രാസ്തമയവും.

പരേശ് ബോസ് അതായത് എന്റെ പിതാവ് ഒരുപാടു മദ്യം സംഘടിപ്പിച്ചിരുന്നു. അയാളെ അതിനു സഹായിച്ചത് എന്റെ സുഹൃത്ത് പൊലീസുകാരൻ റൊമാന്റിക് ഹീറോ അരൂപ്. പുരി പുണ്യസ്ഥലമാണ്. തീർഥാടനകേന്ദ്രം. അവിടെ മദ്യം കിട്ടിയില്ലെന്നു വന്നാലോ? ബാഗിനകത്ത് മദ്യ

ക്കുപ്പികൾ അടുക്കിവെക്കുന്നതിൽ അരൂപിന് യാതൊരു മടിയും ഉണ്ടായിരുന്നില്ല. ഓ! ഇവിടെ ഒരു കാര്യം പറയേണ്ടതുണ്ട്. പൊലീസുകാരന് റൊമാന്റിക് ആവാനാകുമോ ഇല്ലയോ എന്നത് പക്ഷേ നേരവും സ്ഥലവും ആളും തരവും ഒന്നും നോക്കാതെ റൊമാൻസ് ചെയ്യുന്നതാണ് റൊമാന്റികതയുടെ മാനദണ്ഡമെങ്കിൽ ഒന്നാംസ്ഥാനത്ത് അരൂപ് തന്നെ.

അതിരാവിലെ പുരിയിലെത്തി. അല്പസമയത്തിനകംതന്നെ ആവശ്യത്തിലധികം അകത്താക്കി അരൂപും പരേശ് ബോസും ഔട്ട്. കുടി ഒരേ മുറിയിലായിരുന്നെങ്കിലും കിടപ്പ് സ്വന്തം മുറികളിൽ. അതു പറയണമല്ലോ.

സമുദ്രത്തിൽ കുളിക്കാനുള്ള പുറപ്പാടാണ്. തീരത്ത് ഞാനും ഏട്ടനും പൂപ്പുവും. ഏട്ടൻ പറഞ്ഞു മറ്റവരൊക്കെ എന്താ ചെയ്യുന്നത്? പോ, പോയി എല്ലാവരേയും വിളിച്ചോണ്ടു വാ.

പൂപ്പുവിന്റെ കൈപിടിച്ച് ഏട്ടൻ വെള്ളത്തിലേക്കിറങ്ങി. കാണാനെന്തു രസമായിരുന്നു. പൂപ്പുവിന് വലിയ സന്തോഷം. ഏട്ടൻ വേണ്ടതെല്ലാം ചെയ്യുന്നുണ്ട്. പക്ഷേ മുഖത്ത് മ്ലാനത. പാട്ടു പാടുന്നുണ്ട്, സ്വരം രാഗനിബദ്ധവുമാണ്, പക്ഷേ പാട്ടിൽ ജീവനില്ല. എല്ലാവരും കൂടി ഒന്നിച്ച് കളിച്ചു ചിരിച്ച് ബഹളമുണ്ടാക്കിയാൽ ഏട്ടന് കുറച്ചെങ്കിലും സന്തോഷമാകുമെന്നു കരുതി ഞാൻ ഗസ്റ്റ്ഹൗസിലേക്ക് നടന്നു. ആദ്യം ദേവാശിഷിന്റെ മുറിയിലേക്കു പോയി. അവനും ഒരുപാടു കുടിച്ചിട്ടുണ്ട്. ഉറങ്ങാനാണ് താത്പര്യം. ജിനി മുഖം വീർപ്പിച്ച് അവിടിരിക്കുന്നു. എന്നെ കണ്ടതും പറഞ്ഞു. ദേ നോക്കൂ. എത്ര പറഞ്ഞിട്ടും കൂട്ടാക്കുന്നില്ല. പുരിയിൽ വന്നിട്ട് സമുദ്രസ്നാനം ചെയ്തില്ലെങ്കിലെങ്ങനെ?

ദേവാശിഷ് തലയിണയിൽ നിന്നു മുഖമുയർത്തി പറഞ്ഞു, ഹോ! ഇവളെക്കൊണ്ടു തോറ്റു. ദേവോപം നീ ഇവളെ കൂട്ടിക്കൊണ്ടു പോ. ശല്യം കഴുത്തറക്കുന്നു. ദേ പോയാട്ടെ. ദേവോപമിന്റെ കൂടെ പൊയ്ക്കോ.

ഞാൻ ജിനിയോടു പറഞ്ഞു. കടപ്പുറത്തേക്കു ചെല്ലൂ. ഏട്ടനും പൂപ്പുവും അവിടെയുണ്ട്. പൊയ്ക്കൊള്ളൂ. ഞാൻ അച്ഛനേയും അമ്മയേയും ചെന്നു വിളിക്കട്ടെ.

അടുത്ത മുറിയിൽ അച്ഛൻ നിശ്ചേഷ്ടനായി കിടക്കുന്നു. അമ്മയില്ല. അമ്മ അരൂപിന്റെ മുറിയിൽ - അതായത് എനിക്കും അരൂപിനുമായുള്ള മുറിയിൽ. അരൂപും ദേവാശിഷിനെപ്പോലെത്തന്നെ. ഞാൻ വരുന്നില്ല. എനിക്കുറങ്ങണം. നിങ്ങളു പൊയ്ക്കോ. പോയ്ക്കോന്നേ.

അമ്മ അരൂപിനെ പിടിച്ചുവലിക്കയാണ്. അല്ല വലിക്കയല്ല കെട്ടിപ്പിടിക്കയാണോ? അമ്മയുടെ മുഖം അരൂപിന്റെ മുഖത്തിനടുത്ത്. ശരീരങ്ങൾ തമ്മിലുരസുന്നു. അമ്മയുടെ ഒരു കാൽ താഴെ നിലത്ത് മറ്റേത് കട്ടിലിൽ. അരൂപിനെ മാന്തുകയാണ്. ഇല്ല പറ്റില്ല. നീയും വാ. വാന്നേ.

അമ്മയുടെ സ്വരം കുഴയുന്നു. അമ്മയും കുറെ അകത്താക്കിയിട്ടുണ്ട്. ഞാൻ വന്നത് അറിഞ്ഞിട്ടില്ല. ഞാനും വിളിച്ചില്ല. രംഗം അത്ര നന്നല്ല.

പക്ഷേ ശബരി ബോസ് അരൂപ് ജോടികളുടെ രാസലീലയാണെന്നും തോന്നിയില്ല. ഞാൻ വീണ്ടും കടപ്പുറത്തേക്കു നടന്നു. ഏട്ടനേയും പൂപ്പുവിനേയും എങ്ങും കാണാനില്ല. ജിനി തനിയെ മണൽപ്പുറത്തിരിക്കുന്നു. എന്നെക്കണ്ടതും കുട്ടികളെപ്പോലെ ചിരിച്ചു. എന്നോടു ചോദിച്ചു ഇറങ്ങുന്നില്ലേ? വരൂ പോകാം. ഇത്രടം വന്ന് ഇറങ്ങാതിരിക്കാനാവുന്നില്ല.

ഞങ്ങൾ വെള്ളത്തിലേക്കിറങ്ങി. ഒന്നൊന്നായി വലിയ വലിയ തിരകൾ. ജിനിയുടെ മുഖം ഭയവും സന്തോഷവും കൊണ്ട് വികസിച്ചു. അവൾ തുള്ളിച്ചാടാൻ തുടങ്ങി. ഉറക്കെയുറക്കെ ആർത്തുവിളിച്ചു. വെള്ളത്തിലിറങ്ങാനായി സൽവാർ കമീസ് ധരിച്ചാണ് വന്നിരുന്നത്. അത് നനഞ്ഞ് അവളുടെ ദേഹത്തോട് ഒട്ടിക്കിടന്നു. തലമുടി അഴിഞ്ഞു വീണുകിടക്കുന്ന മുഖത്തേക്ക് തിരകൾ ആഞ്ഞടിക്കുന്നു. യുവതിയിൽ നിന്ന് ബാലികയായി, ബാലികയിൽ നിന്ന് ശിശുവായി അവൾ രൂപാന്തരപ്പെട്ടിരിക്കുന്നു. ഞാൻ അടുത്ത് നില്ക്കുന്നുണ്ട്. അവളെ തൊടുന്നില്ല. പക്ഷേ അവളെ ശ്രദ്ധിക്കയാണ്, ഏകാകിനിയായി ജലത്തിൽ കിടന്നു കളിക്കുകയാണ്. എന്തൊരാനന്ദമാണ് ആ മുഖത്ത്. അവളുടെ കണ്ണുകൾ സമുദ്രജലത്തിൽ അലിഞ്ഞുചേരുന്നതു പോലെ. കാരണം അവൾക്ക് നീലിച്ച പൂച്ചക്കണ്ണുകളാണ്. ഇത്തരത്തിലൊരു പെൺകുട്ടിയെ ഞാനിന്നുവരെ കണ്ടിട്ടില്ല. മറ്റാരേയും കണ്ട് ഇത്രയും സന്തോഷം തോന്നിയിട്ടില്ല. പൊടുന്നനെ, നിമിഷനേരത്തേക്ക് എനിക്കു തോന്നിപ്പോയി, ഇവളെന്തുകൊണ്ട് എന്റേതായില്ല? അടുത്ത ക്ഷണം വലിയൊരു തിരയടിച്ചുയർന്ന് ഞങ്ങളുടെ മേൽ വീണു. സമനില തെറ്റിയെങ്കിലും ഞങ്ങളെങ്ങനെയോ പിടിച്ചുനിന്നു.

അതെ. നിരാകരിക്കില്ല. ആ നിമിഷത്തിനുശേഷം എന്റെ കണ്ണുകൾ സദാ സമയവും ജിനിയെ തിരഞ്ഞുകൊണ്ടിരുന്നു. എന്തൊരു വ്യാകുലത! എന്തൊരു ദാഹം! ഒരു നിമിഷംപോലും കൺമുന്നിൽനിന്ന് അവൾ മറയാതിരുന്നെങ്കിൽ. അവളെന്റേതല്ലെന്ന കാര്യം ഒരു നിമിഷംപോലും മനസ്സിൽ തങ്ങിനിന്നില്ല. അവളുടെ മനസ്സിലെ ഒരു കോണിലും എനിക്ക് ഇടമില്ല. ആർക്കുവേണ്ടിയും എനിക്കിങ്ങനെ അനുഭവപ്പെട്ടിട്ടില്ല.

അമ്മയും അച്ഛനും അരൂപും ദേവാശിഷും ഒരുപാടു നേരം ഉറങ്ങി. സന്ധ്യയായപ്പോൾ എല്ലാവരും ഒന്നിച്ചുകൂടി സമുദ്രതീരത്തേക്കു ചെന്നു. അരൂപുണ്ടെങ്കിൽ അവനാണ് സഭയിലെ രാജാവ്. നിർത്താതെ സംസാരിച്ചുകൊണ്ടിരിക്കും, കവിത ചൊല്ലും, പാട്ടു പാടും. ഇതിനൊക്കെ ഒരു പ്രത്യേക സ്റ്റൈലുണ്ട്. ഇഷ്ടപ്പെടാതിരിക്കാനാവില്ല. പക്ഷേ എനിക്ക് അവനെ സഹിക്കാനായില്ല. ശരിയാണ്, എന്റെ ചങ്ങാതിയാണ്. ഇപ്പോൾ ഏട്ടന്റേയും. പിന്നേയും വേറെന്തൊക്കെയോ ആണ്... മറ്റാർക്കൊക്കെയോ.

ഞാൻ കൂട്ടത്തിൽ നിന്നെഴുന്നേറ്റ് അന്ധകാരത്തിലേക്ക് നടന്നു. എന്റെ തലയ്ക്കുള്ളിൽ അകാരണമായ ക്രോധം, അകാരണമായ സംശയം എല്ലാം നുരഞ്ഞു പൊന്തി പുറത്തേക്കു ചിന്തിത്തെറിച്ചു മണലിൽ കുഴഞ്ഞുചേരാൻ തുടങ്ങി. അവ അട്ടഹസിക്കുന്നു... നനഞ്ഞ മണലിൽ കൂടിച്ചേർന്ന് അവയൊക്കെ മനുഷ്യരുടെ പാദപതനങ്ങൾക്കിടയിൽ

ഞെരിഞ്ഞമരും. സമുദ്രജലത്തിൽ അലിഞ്ഞുചേരും. സമുദ്രത്തിന്റെ അടിത്തട്ടിൽ അമർന്നുപോകും. ഞാൻ ആകാശത്തിലേക്കു നോക്കി. തിളങ്ങുന്ന ആകാശം. വസന്തത്തിന്റെ വരവായിരിക്കുന്നു. കഴിഞ്ഞ വസന്തത്തിലാണ് അമലേന്ദു മരിച്ചുപോയത്. അതിനു നാലു വർഷങ്ങൾക്കു മുമ്പൊരു വസന്തകാലത്ത് നീലാദ്രിയും ദേവാർച്ചനും. കുറച്ചു ദിവസം കഴിഞ്ഞാൽ ഞാനും മരിച്ചുപോകും. ഇതെന്തു വിചിത്രമാണെന്നു നോക്കണം. ഈ മാഥുരേർഗഢിൽ രണ്ട് ആൺമക്കളുള്ള എല്ലാ വീടുകളിൽ നിന്നും ഒരുത്തൻ പോകണമെന്നാണോ വിധി? നീലാദ്രിയില്ല, പ്രണവേശ്ദാ ഉണ്ട്. ദേവാർച്ചനില്ല, ദേവാശിഷ് ഉണ്ട്. അമലേന്ദുവില്ല, കമലേന്ദു ഉണ്ട്. ഞാനുണ്ടാവില്ല, അനുപം ഉണ്ടായിരിക്കും. ആകാശത്തിൽ അസംഖ്യം നക്ഷത്രങ്ങൾ ഞാനവയുടെ നേരെ നോക്കി. കുട്ടിക്കാലത്ത് പഠിച്ചതാണ് മനുഷ്യർ മരിച്ചു കഴിഞ്ഞാൽ നക്ഷത്രമായിത്തീരുമെന്ന്. ദേവാർച്ചൻ നീലാദ്രി, കമലേന്ദു, സത്യജിത് ഇവരൊക്കെ ആകാശത്തുണ്ടോ? നക്ഷത്രങ്ങളായി ജ്വലിച്ചു നിൽക്കയാണോ? ഞാനും നക്ഷത്രമായിത്തീരുമോ? പൊടുന്നനെ ആ രണ്ടു കണ്ണുകൾ എനിക്കു കാണായി. അവളെന്റേതല്ല, ഒരു കാലത്തും എന്റേതാവുകയുമില്ല. അവൾ എങ്ങനെയുള്ളവളാണെന്ന് എനിക്കറിഞ്ഞുകൂടാ. എന്നാലും അവളെ പ്രതി മനസ്സു ത്രസിക്കുന്നു. ജീബനാനന്ദ ദാസിന്റെ ആ അപൂർവ്വ കവിത മനസ്സിലേക്ക് ഓടിയെത്തി. ഭൂമിയിലും, വിശാലമായ ആകാശത്തും, അഗാധമായ സമുദ്രജലത്തിലും കണ്ടെത്താനാകാത്ത അമൂല്യവസ്തു. ഒരു സ്ത്രീ തന്റെ മനസ്സിന്റെ ഉള്ളറകളിൽ ഒരു പുരുഷനു വേണ്ടി കാത്തു സൂക്ഷിക്കുന്ന വിസ്മയാവഹമായ വികാരവായ്പ്....

പതിനൊന്ന്

പറ, പറയാൻ അവൻ നിന്നെ എന്താ ചെയ്തത്? നിന്റെ ദേഹത്ത് തൊട്ടോ?

ജിനി വാ തുറക്കുന്നില്ല. എത്ര ദിവസമായി അവളീ ചോദ്യം കേൾക്കാൻ തുടങ്ങീട്ട്? അവൾക്കോർമയില്ല. അനാദികാലം മുതൽ? കഴിഞ്ഞ ജന്മം മുതൽ? ഈ ജന്മത്തിന്റെ പ്രഥമ ലഗ്നം മുതൽ ഇന്നു വരെ? കേട്ടുകേട്ട് പഴകിയ ചോദ്യം, ശ്വാസോച്ഛ്വാസം പോലെ ഇതിനേയും പ്രത്യേകം ഓർമവെക്കേണ്ടതില്ല. ആദ്യാമാദ്യം അവൾ മറുപടി പറഞ്ഞു.

അവൾ പറഞ്ഞു ഇല്ല.

നിന്റെ ദേഹത്ത് തൊട്ടോ.

അവൾ പറഞ്ഞു. ഇല്ല.

ഓഫീസിലേക്കു പോകുന്നതിനു മുമ്പ് ദേവാശിഷ് ചോദിക്കും. പറ, സത്യം പറ. അവൻ നിന്നെ എന്തെങ്കിലും ചെയ്തോ?

ഇല്ല.

ഓഫീസിൽ നിന്ന് തിരിച്ചെത്തിയ ശേഷം ദേവാശിഷ് ചോദിക്കും, അവൻ നിന്റെ ദേഹത്തു തൊട്ടോ. ഒക്കെ ചെകുത്താന്റെ സന്തതികൾ. പിഴച്ചുപെറ്റ വർഗം.

എന്റെ ദൈവമേ!

ജിനി അധീരയാവുകയാണ്. ഭാഷയ്ക്ക് എന്തിനിത്ര നിഷ്ഠുരത? ഇത്ര നിർദ്ദയത? ഈ സമയത്ത് ഭാഷയല്ലേ സഹായത്തിനെത്തേണ്ടത്? ക്ഷണ നേരത്തെ ശുശ്രൂഷയ്ക്ക്?

ജനിച്ച മുതൽ കാണുന്നതല്ലേ? അച്ഛനാര്, വലിയച്ഛനാര് എന്നുതന്നെ തിട്ടമില്ല. ഒക്കെ ഒരേ കൈകൊണ്ടളക്കാം.

ജിനി രണ്ടു ചെവികളിലും വിരലുകൾ തിരുകി. സ്തംഭിച്ചിരുന്നു പോയി. ദേവാശിഷ് ലക്ഷ്മിയെ തേടിച്ചെന്നു. ആരോപണം.

അമ്മേ അവൾ കൂട്ടാക്കുന്നില്ല.

എന്തു കൂട്ടാക്കുന്നില്ലെന്നാണ്?

എന്തു ചോദിച്ചാലും മറുപടിയില്ല.

ലക്ഷ്മി ഓടിയെത്തി. ഹും! ഇതെന്താ? മോൻ എത്ര നേരമായി നിന്നോട് ഓരോന്നു ചോദിക്കുന്നു, നീയെന്താ മറുപടി പറയാത്തത്. നീയെന്താ പേശാമടന്തയോ?

ജിനിയുടെ മുറിവേറ്റ നയനങ്ങൾ അവരെത്തന്നെ ഉറ്റുനോക്കുകയാണ്. അവൾക്കു മനസ്സിലായി, ക്രമേണ മനസ്സിലായിത്തുടങ്ങി. അവർ പറയുന്നതൊക്കെ എല്ലാമങ്ങ് സമ്മതിച്ചുകൊടുത്താലല്ലാതെ തനിക്ക് മുക്തിയില്ല.

ലക്ഷ്മി പറഞ്ഞു, നിങ്ങളവിടെ ഇരുട്ടത്ത് നിൽക്കയായിരുന്നെന്ന് മോൻ പറഞ്ഞല്ലോ.

ജിനി മൗനം പാലിച്ചു. അതെ അതു സത്യമാണ്. അവർ ഇരുട്ടത്താണ് നിന്നിരുന്നത്. പക്ഷേ അതുകൊണ്ടെന്താ?

ഇരുട്ടത്തു നിന്നാൽ മതി. അതിനിടയിൽകൂടി അവിഹിതം നുഴഞ്ഞു കയറുമെന്നോ?

ലക്ഷ്മി തുടരുകയാണ്. ഛീ! ഛീ! എന്തൊക്കെ വൃത്തികേടുകളാ നീയീ കാട്ടിക്കൂട്ടിയത്. എന്റെ മോൻ പാവം! എന്തു നല്ല പയ്യൻ. അവനെ നിനക്ക് ബോധിച്ചില്ല. നിന്റെ കണ്ണു പോയത് ആ തെമ്മാടിക്കുഴിയിലേക്ക്.

ജിനി വീടാസകലം നോക്കിക്കാണുകയാണ്. ഈ മുറി ആരുടേതാണ്?

നിന്റേത് ജിനി, നിന്റേതും കൂടിയാണ്.

അല്ല, ഈ മുറി എന്റേതല്ല.

ഈ കട്ടിൽ, റെക്കോർഡ് പ്ലെയർ, ദാ ഇക്കാണുന്ന പുസ്തകങ്ങൾ?

അല്ല, എന്റേതല്ല, ഇതൊന്നും എന്റേതല്ല.

ദേ അയയിൽ തൂങ്ങിക്കിടക്കുന്ന സാരി, ഉണങ്ങാനിട്ടിരിക്കുന്ന മാക്സി, രണ്ടായി മടക്കിയിട്ടിരിക്കുന്ന ഇവിടെ അണിയാൻ പറ്റില്ലെങ്കിലും, പുറത്തെവിടെയെങ്കിലും പോകുമ്പോൾ ധരിച്ചാൽ കുഴപ്പമില്ലാത്ത സൽവാർ കമ്മീസ്, ഇതൊക്കെ ആരുടേതാണ്?

നിന്റേത്, ജിനി, നിന്റേത്.

അല്ല, ഇതൊന്നും എന്റേതല്ല. ഇവർക്ക് എന്നെ വിശ്വാസമില്ല. എന്തുകൊണ്ട് വിശ്വസിക്കുന്നില്ല? എന്നെ വിശ്വസിക്കാത്ത വീട് എന്റേതാവുന്നതെങ്ങനെ?

ജിനിയുടെ അമ്മ അഗർത്തലയിൽനിന്നു വിളിച്ചു.

ജിനി?

പറയൂ, അമ്മേ!

സുഖം തന്നെയല്ലേ മോളേ?

അതെ, സുഖം തന്നെ.

മറ്റുള്ളവരൊക്കെ?

അവർക്കും സുഖം തന്നെ.

പുരിയിൽ നിന്ന് എന്താ കൊണ്ടുവന്നത്?

ഒരുപാടു കൊണ്ടുവന്നു, അമ്മേ, ഒക്കെ പിന്നെപ്പറയാം.

നിനക്ക് കത്തെഴുതീട്ടുണ്ട്. നിന്നെയോർത്ത് വിഷമമുണ്ടു മോളെ.

ലക്ഷ്മി പറഞ്ഞു കണ്ടോ കണ്ടോ ഇപ്പോൾ വർത്തമാനം തീരുന്നില്ല. പിറന്ന വീടിനോടുള്ള സ്നേഹം! നമ്മളൊക്കെ അന്യന്മാർ. ഹൗ എന്തൊരു മൂധേവി! എന്റെ മോനെ കഷ്ടത്തിലാക്കി.

ദേവാശിഷ് അമ്മയുടെ മടിയിൽ മുഖമുരസി പരാതിപ്പെട്ടു അമ്മേ! അവളൊന്നിനും കൂട്ടാക്കുന്നില്ല. എല്ലാ രാത്രികളിലും വാ പൂട്ടി ഒരേയിരിപ്പാണ്, എനിക്കും മടുത്തു.

ലക്ഷ്മി പല്ലു കടിക്കും. അവർക്കും പൊറുതി മുട്ടിയിരിക്കുന്നു. കോപം മൂത്തുവരുന്നു. വെറുപ്പു തോന്നുന്നു. വിക്ഷോഭംകൊണ്ട് തല വെട്ടിപ്പിളരുന്നപോലെ തോന്നുന്നു. മകന്റെ ശിരസ്സ് നെഞ്ചോടു ചേർത്ത് പറയും. ഹോ പാവം കുട്ടി, എന്റെ മോൻ എത്ര കഷ്ടപ്പെടുന്നു. ഞാൻ നോക്കട്ടെ പറയിപ്പിക്കാമോന്ന്.

ഉച്ചനേരം ലക്ഷ്മി സ്കൂളിൽ നിന്നു തിരിച്ചെത്തിയിരിക്കുന്നു. ജിനി കുളിച്ചിട്ടില്ല. ഒന്നും കഴിച്ചിട്ടില്ല. ലക്ഷ്മി അവളെ വലിച്ചിഴച്ച് ബാത്റൂമിലേക്കു തള്ളി. മാറ്റാൻ ഉണങ്ങിയ വസ്ത്രങ്ങളെടുത്തിട്ടില്ല. തലയ്ക്കു മുകളിലുള്ള ഷവർ തുറന്നിട്ടു, ലക്ഷ്മി. ജിനി മരക്കട്ടപോലെ നില്ക്കയാണ്. അവളുടെ ഉള്ളിൽ ഒരേയൊരു ചിന്ത ഇവരെന്താണ് എന്നെ വിശ്വസിക്കാത്തത്? നനഞ്ഞ വേഷത്തിൽ ജിനി. ലക്ഷ്മി അവളെ പിടിച്ചു തള്ളുകയാണ്. മുന്നോട്ടു തള്ളുകയാണ് പൂജാമുറിയിലേക്ക്. അവൾ നിലത്തിരുന്നുപോയി. തണുത്തുറഞ്ഞ നിഷ്ക്രിയരും നിർവികാരരുമായ ദേവീ

ദേവന്മാരുടെ വിഗ്രഹ സമുച്ചയം മുന്നിൽ. ജിനിക്ക് തലയുയർത്തി നോക്കാനാവുന്നില്ല. അവളുടെ തലമുടിയിൽ നിന്ന്, കവിളുകളിൽനിന്ന്, ദേഹത്തിൽനിന്ന്, സാരിയിൽ നിന്ന് വെള്ളം ഒഴുകി വീഴുന്നു, ലക്ഷ്മി നെറ്റിയിലടിച്ച് വിലപിക്കുന്നു.

എന്റെ ദൈവമേ! ഈശ്വരാ! ഈ ഭ്രാന്തിപ്പെണ്ണിനെയാണോ എന്റെ മോൻ തലയിൽ കെട്ടിവെച്ചത്? ഹോ! ഇവൾ ഭ്രാന്തിയല്ല, അസത്ത്, മൂധേവി! തല തെറിച്ചവൾ.

അവർ ജിനിയുടെ മേൽ ചാടിവീഴുന്നു. അവരുടേയും മുടിക്കെട്ട് അഴിഞ്ഞു വീണിരിക്കുന്നു. അവരുടെ സാരിയും ഉലഞ്ഞുപോയിരിക്കുന്നു. ജിനിയുടെ കഴുത്തിനു പിന്നിൽ പിടിച്ച് തല നിലത്തു മുട്ടിക്കയാണ്.

കുമ്പിട്, തലതൊട്ട് കുമ്പിട്. ഇതെന്റെ പൂജാമുറിയാണ്. ഞാൻ സത്യമുള്ളവളാണെങ്കിൽ ഇന്ന് നിന്നെക്കൊണ്ട് സത്യം പറയിക്കും, നിന്റെ തെമ്മാടിത്തരം ഇന്നു ഞാൻ അവസാനിപ്പിക്കും. പറ സത്യം പറ. പറയാൻ.

ഓരോ വാക്കിനുമൊപ്പം അവർ ജിനിയെ നിർബന്ധിച്ച് കുമ്പിടീക്കുന്നു. കുമ്പിടീക്കയോ അതോ തല തറയിലടിക്കയോ? ജിനിക്ക് നോവുന്നുണ്ട്. ജിനി കരയുന്നു. അയ്യോ! അമ്മേ.

ലക്ഷ്മി! ലക്ഷ്മി! ലക്ഷ്മീ!... അവരെങ്ങനെ നല്ല സ്ത്രീയാണോ? അവർ കുട്ടിക്കാലത്ത് പൂക്കളുടെ ഇതളുകൾ നുള്ളിപ്പറിക്കുമായിരുന്നോ? കിളികളെ കല്ലെറിഞ്ഞ് വീഴ്ത്തുമായിരുന്നോ? ഓ! അക്കാര്യം അറിയില്ല. ലക്ഷ്മി എന്ന പെൺകുട്ടി എത്തരക്കാരിയായിരുന്നു? നല്ല കുട്ടിയായിരുന്നു, അതെ, നല്ല കുട്ടി. ലക്ഷ്മി എന്ന ഭാര്യ എത്തരക്കാരിയായിരുന്നു? കേമത്തിയായിരുന്നു. ലക്ഷ്മി എന്ന അമ്മയോ? എന്തു നല്ല അമ്മയായിരുന്നു. അപ്പോൾ പിന്നെ ലക്ഷ്മി എന്ന അമ്മായിയമ്മയും നല്ലവളാവണമല്ലോ. അല്ല... അല്ലേ... യല്ല. അതായത് അമ്മായിയമ്മയായപ്പോൾ ലക്ഷ്മി നല്ലവളല്ലാതായിത്തീർന്നു? മനുഷ്യസ്ത്രീയല്ലാതായിത്തീർന്നു? ലക്ഷ്മി എന്ന അമ്മായിയമ്മ സ്വയം അപരിചിതയായിത്തീർന്നിരിക്കുന്നു. സ്വയം അന്യയായിക്കഴിഞ്ഞിരിക്കുന്നു.

പൂജാമുറിയുടെ വാതിൽക്കൽ ആരുടേയോ നിഴൽ, ലക്ഷ്മി മുഖം തിരിച്ചു നോക്കി കുരുടന്റമ്മ. അവർ വായും പൊളിച്ചു നില്ക്കയാണ്. കണ്ണുകൾ രണ്ടും തള്ളിപ്പോയിരിക്കുന്നു. ലക്ഷ്മി ജിനിയെ അതേപടി വിട്ട് എഴുന്നേൽക്കാനുള്ള ശ്രമത്തിലാണ്.

കണ്ടില്ലേ കുരുടന്റമ്മേ - എന്റെ തലേലെഴുത്ത്. ഒരു മകനോ മരിച്ചുപോയി. മറ്റവന്റെ തലവിധി. കണ്ടില്ലേ തലയ്ക്കു വെളിവില്ലാത്ത ഭാര്യ. എന്നെ കൊന്നു തിന്നിട്ടെ അടങ്ങൂ.

അവർ വീണ്ടും കുതിച്ചുചാടുകയാണ് ജിനിയുടെ നേരെ. കൈയെത്താവുന്നിടത്ത് എന്തുണ്ട്? വാതിലിന്റെ ഓടാമ്പൽ അഴിച്ച് കൈയിലെടുത്തിരിക്കുന്നു, ജിനിയെ കുത്തുകയാണ്.

എണീക്ക് പോ. മുറിയിലേക്കു പോ.

കുരുടന്റമ്മ ഇടയ്ക്കു ചാടി വീണു. വേണ്ട, അടിക്കണ്ട, കൊച്ചമ്മേ. ഞാൻ കൂട്ടിക്കൊണ്ടു പോകാം.

അവർ ജിനിക്ക് മറ പിടിക്കയാണ്. ജിനിയെ ചേർത്തുപിടിച്ചുകൊണ്ട് കുരുടന്റമ്മ പറഞ്ഞു. എണീക്കൂ, മോളെ. മുറിയിലേക്കു പോകാം.

ജിനിയുടെ മുഖത്ത് വിഷാദം. സങ്കടം നിറഞ്ഞു തുളുമ്പി. കുരുടന്റ മ്മയെ കെട്ടിപ്പിടിച്ച് അവൾ കരഞ്ഞു. അവളുടെ നെറ്റിയിൽ മുഴച്ചിട്ടുണ്ട്. ക്ഷീണിച്ച ശരീരത്തിൽ ഒട്ടിപ്പിടിച്ച നനഞ്ഞ സാരി, ഉണങ്ങുന്നതേയുള്ളൂ, ദേഹമാകെ വിറയ്ക്കുന്നു. കുരുടന്റമ്മ അവളെ പിടിച്ചുകൊണ്ടു പോകയാണ്. ജിനി? ജിനിയോ? ഇതു ജിനിയാണോ? വീട്ടുകാരുടെ ഓമന മകൾ. സ്കൂളിനെക്കുറിച്ചുള്ള ഓർമ്മകളുള്ളവൾ, പരീക്ഷയിൽ ഉന്നത വിജയങ്ങൾ നേടിയെടുത്തവൾ, കൂട്ടുകാരികളുമായി കലപില സംസാരിക്കുന്നവൾ, യൂണിവേഴ്സിറ്റി ഡിഗ്രിയുള്ളവൾ? ആഹാ! ഇവൾക്ക് വിദ്യാഭ്യാസമുണ്ടെന്നോ? അയ്യോ, ഫിലോസഫിയോ? അതായത് തത്ത്വശാസ്ത്രം പഠിച്ചവളാണെന്നോ? ആര്, ഈ ജിനിയോ?

കുരുടന്റമ്മ കുശുകുശുത്തു. അവരടിച്ചോ മോളെ, നിങ്ങളെ അടിച്ചോ?

ഹോ! അടിയും തൊഴിയും. തലയ്ക്കടിക്കലും, വടിയെടുത്തടിക്കലും. ഇതൊക്കെ ഇത്രയുംകാലം ചേരിയിലെ അവർ കണ്ടിട്ടുള്ളൂ. വലിയവരുടെ, മാന്യന്മാരുടെ, തറവാടികളുടെ വീടുകളിൽ ഇതൊക്കെ നടക്കുമോ? കാളിതാര കണ്ണുരുട്ടിക്കൊണ്ട് സദാസമയവും പറയും. പിന്നില്ലാതെ, ഒരു പാടുണ്ട്. അവരുടെ വഷളത്തവും വൃത്തികേടും നമ്മുടേതിനേക്കാൾ ഇരട്ടിയാണ്. നമ്മുടേതൊക്കെ എല്ലാം തുറന്നു പറഞ്ഞാൽ കഴിഞ്ഞു, പറഞ്ഞാൽ തീരാവുന്നതേയുള്ളൂ. സത്യമാണ്. അതേ അതാണ് സത്യം. ഇപ്പോഴിതാ സ്വന്തം കണ്ണുകൊണ്ടു കാണുന്നു.

ജിനി പറഞ്ഞു. ഇല്ല, അടിച്ചില്ല. നോക്കൂ, നിങ്ങളിതൊന്നും വെളിയിലാരോടും പറയരുത്.

ഇല്ല. പറയില്ല. മോളെ. അവരു പറയുന്നതുപോലെ ചെയ്താലെന്താ?

അതു സാധ്യമല്ല. ഒരുതരത്തിലും സാധ്യമല്ല.

ലക്ഷ്മി മാഥുരേർഗഢ് മുഴുവനും ചവിട്ടി മെതിച്ചു നടന്നു, ബന്ധുവീടുകളിൽ ചെന്ന് സങ്കടം പറഞ്ഞു, തലയ്ക്കു സ്ഥിരമില്ലാത്തവളെയാണ് മകന് ഭാര്യയായി കിട്ടിയത്.

അയ്യയ്യോ ഇതെന്തുകഥ?

കേട്ടവരെല്ലാം അതിശയിച്ചുപോയി. ചിലർ വിശ്വസിച്ചു. ചിലർ വിശ്വസിച്ചില്ല. വിശ്വസിക്കാത്തവർ പറഞ്ഞു, ദേ ഇന്നാളു കണ്ടതല്ലേ, വിരുന്നിന്റന്ന്. എത്ര നന്നായാണ് സംസാരിച്ചത്. അന്നൊന്നും തോന്നിയില്ലല്ലോ തലയ്ക്കു വെളിവില്ലെന്ന്.

വിശ്വസിച്ചവർ പറഞ്ഞു അതങ്ങനെയാണ്. ഭ്രാന്ത് പൊടുന്നനേയാണ് വെളിപ്പെടുക.

ലക്ഷ്മി എല്ലാവരോടും സങ്കടം പറയും. അയൽക്കാർ വളരെ വേണ്ട പ്പെട്ടവരാണെന്ന മട്ടിൽ. അവരുടെ കണ്ണിലും ജലം പൊടിയും. പാവം എന്തു പറയാനാണ്, മകന്റെ ഭാര്യയുടെ സ്വഭാവം നന്നല്ലെന്നു വന്നാൽ...

ഹയ്യോ, അവൾ ഭ്രാന്തിയാണോ? ഭ്രാന്തി മാത്രമല്ല, സ്വഭാവദൂഷ്യ മുള്ളവളും. പൊതുജനം കേൾക്കും. കേൾക്കാതെ പിന്നെ? ഭ്രാന്തിയെ പ്പറ്റി, സ്വഭാവദൂഷ്യമുള്ളവളെപ്പറ്റി കേൾക്കാനും പറയാനും ആർക്കാണ് താത്പര്യമില്ലാത്തത്?

തപാലിൽ ഒരു കത്ത്. ശിഞ്ജിനിയുടെ പേർക്കാണ്. കവറു പൊട്ടി ച്ചിരിക്കുന്നു. ആരാണ് പൊട്ടിച്ചത്? ആര്? എന്തിനാണ് പൊട്ടിച്ചത്? മറ്റു ള്ളവർക്കുള്ള കത്ത് പൊട്ടിക്കണമെന്നാണോ? അവൾ കത്തു വായി ക്കാതെ മാറ്റിവെച്ചു. ക്ഷണനേരത്തേക്കു മാത്രം. പിന്നെ സഹിച്ചില്ല.

ജിനിയുടെ തൊണ്ണൂറു കഴിഞ്ഞ മുത്തശ്ശന്റെ കത്താണ്. ബീർഭൂമിലെ ഏതോ കോണിൽ നിന്ന് ജരാനര ബാധിച്ച മുത്തശ്ശനും മുത്തശ്ശിയും ജിനിയെ മാടി വിളിക്കയാണ്. ഒരു തവണയെങ്കിലും വന്നിട്ടു പോ. ഭർത്താ വിനേയും കൂട്ടി ഒരു തവണയെങ്കിലും വന്നുകൂടേ? ജിനിയുടെ മനസ്സി ലോടിയെത്തുന്നു മുത്തശ്ശന്റെ വീട്, കുളം കുളത്തിൽ ഒഴുകുന്ന താറാ വുകൾ. ക്വാക് ക്വാക് ക്വാക് താറാവുകൂട്ടത്തെ മേയ്ക്കുകയാണവൾ - പേരയ്ക്ക കണ്ട് മുത്തശ്ശനോടു പറയുന്നു തരൂ, പറിച്ചു തരൂ.

മുത്തശ്ശിയുടെ സ്വരം മുഴുവനും തിന്നുമോ?

ഇല്ല. എനിക്ക് അച്ചാറു വേണം. എനിക്ക് അച്ചാറു തരൂ...

രാസ്വാ, കോട്ടാ ബീർഭൂം 731124

'ഏറ്റവും പ്രിയപ്പെട്ട കുഞ്ഞുമോൾ ജിനിക്ക്,

മുത്തശ്ശിയുടേയും എന്റേയും സ്നേഹം നിറഞ്ഞ ആശീർവാദം. ഒരു പാടു നാളായി നിന്റെ കത്തും വിവരവുമൊന്നും ഇല്ല. നീ ഭർത്താവി നേയും കൂട്ടി ഇങ്ങോട്ടു വരുമെന്നു കരുതി. നിന്റെ കല്യാണത്തിനോ വരാനായില്ല. ദേഹത്തിനു സുഖമില്ല. നിന്റെ ഭർത്താവിനെ കാണാനുള്ള ഭാഗ്യമുണ്ടായില്ല, ഇത് ഞങ്ങൾക്ക് എത്രത്തോളം ഹൃദയഭേദകമാണെന്ന് എഴുതി അറിയിക്കാനാവില്ല. എനിക്കിത് സഹിക്കാനായാലും നിന്റെ മുത്ത ശ്ശിക്ക് ഇതെത്ര വലിയ ആഘാതമായെന്നത്, നിനക്കൊരിക്കലും ഊഹി ക്കാനാവില്ല. കണ്ണുകൊണ്ട് കണ്ടാലേ അറിയൂ. ഒന്നരമാസം മുമ്പ് പെട്ടെ ന്നൊന്നു വീണു, അതോടെ വലതുഭാഗം തളർന്നുപോയി. ഇപ്പോ കിടപ്പു തന്നെ. നീ വരാത്തതുകൊണ്ടുള്ള ദുഃഖം അതിലേറെ. രാവും പകലും കരച്ചിലു തന്നെ. അതേയുള്ളൂ അവൾക്കു ശരണം...

ജിനി പൊട്ടിക്കരയുകയാണ്. മുത്തശ്ശാ... മുത്തശ്ശാ... എന്റെ മുത്തശ്ശീ... നിങ്ങളുടെ രോഗവിവരം എന്നെ ആരും അറിയിക്കാഞ്ഞതെന്തേ? എന്തേ എന്നോടു പറയാതിരുന്നത്? മുത്തശ്ശാ എന്നെ നിങ്ങളുടെ അടുത്തേക്ക് കൂട്ടിക്കൊണ്ടു പോകൂ. എനിക്കും കരച്ചിലല്ലാതെ വേറെ ശരണമില്ല.

മുത്തശ്ശാ, എന്നെ ഇവിടെ ആർക്കും വിശ്വാസമില്ല. മുത്തശ്ശനാണെ സത്യം ഞാനൊരു തെറ്റും ചെയ്തിട്ടില്ല.

'നിന്റെ മുത്തശ്ശിയെ ഒരുവിധത്തിലും സമാശ്വസിപ്പിക്കാനാകുന്നില്ല. പത്തു പതിനഞ്ച് മാസംമുമ്പ് അഗർത്തലയിൽ നീ കണ്ട മുത്തശ്ശനല്ല ഞാനിന്ന്. ഇപ്പോൾ നടക്കാൻ വല്ലാത്ത വിഷമം. അന്ന് അത്രയും ദൂരം യാത്ര ചെയ്യാൻ എങ്ങനെ ധൈര്യം വന്നുവെന്ന് ഇന്ന് ആശ്ചര്യം തോന്നുന്നു. ഇപ്പോൾ എന്നെക്കണ്ടാൽ നിനക്ക് തിരിച്ചറിയാനാവില്ല. തൊണ്ണൂറാം വയസ്സിൽ ദേഹം ജീർണിക്കും. ശരിതന്നെ. പക്ഷേ മനോ വിഷമവും എന്നെ വല്ലാതെ വലയ്ക്കുന്നു. നിന്റെ മുത്തശ്ശിയെ നോക്കാനും പരിചരിക്കാനും ഞാനേ ഉള്ളൂ. കഴിയുന്നേടത്തോളം ചെയ്യു ന്നുണ്ട്. പക്ഷേ ദിവസം പ്രതി ശരീരവും മനസ്സും തടസ്സം പറയുന്നു. ഞങ്ങളുടെ ഒരേയൊരു പേരമകളാണ് നീ. ഞങ്ങൾക്ക് ഏറ്റവും പ്രിയ പ്പെട്ടവൾ. നിനക്ക് ഇതുവരെയായിട്ടും ഭർത്താവിനേയും കൂട്ടി ഇവിടം വരെ ഒരിക്കലെങ്കിലും വരാൻ തോന്നിയില്ലല്ലോ, ജിനി. തോട്ടത്തിലെ പച്ച ക്കറികളും പഴങ്ങളും എല്ലാം ചീഞ്ഞളിഞ്ഞു പോകുന്നു. പുതിയ മരുമ കന് വേണ്ടി, പഴങ്ങളും, പച്ചക്കറികളും, കുളത്തിലെ മത്സ്യവും ഒക്കെ കരുതിവെച്ചതാണ്. ആ ആശ നിറവേറിയില്ല. മനസ്സിനെ പറഞ്ഞു ബോധ്യ പ്പെടുത്താനാവില്ല. ഞങ്ങളെ വേണ്ടാത്തവരെക്കുറിച്ച് എന്തിനു ദുഃഖി ക്കണം? പക്ഷേ നിന്റെ മുത്തശ്ശി പറഞ്ഞു പറഞ്ഞു കരയും. ആർ ക്കൊക്കെ വേണ്ടി എന്തൊക്കെ ചെയ്തു? ആർക്ക് എന്താണ് ഇഷ്ടപ്പെട്ട പലഹാരം, നീ ചെറുപ്പത്തിൽ എങ്ങനെ ആയിരുന്നു.... അതൊക്കെ കേൾക്കുമ്പോൾ മനസ്സിളകും, എന്റെയും നില തെറ്റും.

ജിനിയുടെ തലയിണ നനഞ്ഞുപോയി. സാരിത്തലപ്പ് നനഞ്ഞു പോയി. മുത്തശ്ശാ. എനിക്ക് ചിറകുകളുണ്ടായിരുന്നെങ്കിൽ, ഈ നിമിഷം ഞാനവിടേക്ക് പറന്നെത്തുമായിരുന്നു. മുത്തശ്ശാ! സമനില തെറ്റി ഞാനും അഗാധതയിലേക്ക് വീണുകൊണ്ടിരിക്കയാണ്. എനിക്കിതൊന്നും ആരോടും പറയാനാവില്ല. എനിക്കിവിടെ കഷ്ടമാണെന്ന് ജീവൻ പോയാലും പറയാനാവില്ല. അമ്മ പറയും, ജിനി നിനക്ക് എത്രയൊക്കെ പറഞ്ഞുതന്നു, ബുദ്ധിയുപദേശിച്ചു. ഭർത്താവിന്റെ വീട്ടിൽ നിനക്ക് പൊരുത്തപ്പെട്ടുപോകാനായില്ലല്ലോ. മുത്തശ്ശാ, അമ്മയെങ്കിലും എന്നെ വിശ്വസിക്കുമോ? അമ്മയ്ക്ക് മനസ്സിലാവുമോ ഞാനൊരു ദോഷവും ചെയ്തിട്ടില്ലെന്ന്?

'ഓർമകളുടെ സ്മാരകത്തറയിൽ അശ്രുമാലാഞ്ജലി. കണ്ണീർ ത്തുള്ളികൾ. ഇതളുകളായി വീഴുമ്പോൾ നെഞ്ചിലെ എല്ലുകൾ ഓരോ ന്നായി ഉരുകിപ്പോകുന്നു. നിന്നെയോർത്തു രണ്ടു കണ്ണുകളിലൂടെ ഒഴു കുന്ന വെള്ളത്തിലൂടെ മരണപഥത്തിലേക്കു കാലെടുത്തുവെച്ച നിന്റെ മുത്തശ്ശിയുടെ നെഞ്ചുരുകിപ്പോകുന്നു. ജസീമുദ്ദീന്റെ വരികളാണ്.

ഒരിക്കലെങ്കിലും വരാനാവില്ലേ, ജിനി? നിന്റെ മുത്തശ്ശിയുടെ കര ച്ചിൽ നിർത്താൻ ഒരിക്കലെങ്കിലും ശ്രമിച്ചുകൂടെ? ഒരു തവണ വന്നിട്ടു

പോകൂ മോളേ. ഈ സ്നേഹക്കൂട്ടിലേക്ക് ഒരു തവണ തിരിച്ചു വരൂ. ഒരേയൊരു തവണ മരണക്കിടക്കയിൽ കിടക്കുന്ന മുത്തശ്ശിയുടെ കവിളോടു കവിൾ ചേർത്തു പറയൂ മുത്തശ്ശീ, ഇതാ ഞാനെത്തിയെന്ന്. എന്റെ കാര്യം എന്തെഴുതാനാണ്? ഞങ്ങൾ ആണുങ്ങളാണ്. സ്ത്രീകളേക്കാളും ധൈര്യവും സഹനശേഷിയും അനേക മടങ്ങ്. എന്നാലും ഈ തൊണ്ണൂറാം വയസ്സിൽ ധൈര്യം കിട്ടുന്നില്ല. വിങ്ങിപ്പൊട്ടുന്നു. പലപ്പോഴും അടക്കാനാവാത്ത കരച്ചിൽ ഒരു തവണ വന്നിട്ടു പോ മോളെ. മരിക്കുന്നതിനു മുമ്പ് ഒന്നു കാണാനായെങ്കിൽ...

അനുഗ്രഹാശിസ്സുകളോടെ മുത്തശ്ശൻ

പി.എസ്. നിന്റെ മേൽവിലാസം ശരിയാണോ എന്നറിയിക്ക്. പിൻകോഡ് അറിയിക്ക്. കണ്ണിനു തെളിച്ചം പോരാ. തെറ്റുണ്ടെങ്കിൽ തിരുത്തിക്കോ.

ദേവാശിഷ് എത്തിയിരിക്കുന്നു. കണ്ണുകളിൽ സംശയം.

നോക്കട്ടെ, ആരുടെ കത്താണ്?

വേണ്ട. നോക്കണ്ട. ജിനി കത്ത് വലിച്ചെടുക്കാൻ ശ്രമിച്ചു.

എനിക്കു കാണണം.

ഇല്ല, തരൂ, എന്റെ കത്ത് തിരിച്ചു തരൂ. നിങ്ങളെന്തിന് എന്റെ കത്തു പൊട്ടിക്കണം? വായിക്കണം?

നിന്റെ സ്വഭാവം നന്നായിരുന്നെങ്കിൽ പൊട്ടിക്കില്ലായിരുന്നു.

അതിന് ഞാനെന്തു ചെയ്തെന്നാണ്? നിങ്ങളെന്തൊക്കെയാ പറയുന്നത്?

ജിനി കരയുകയാണ്. മുത്തശ്ശാ! കരയാനല്ലാതെ എനിക്ക് വേറൊന്നും ചെയ്യാനില്ല.

ജാട വിട്. പുരിയിൽ നിന്നു വന്നപ്പോ മുതൽ നീയെന്നെ തൊടാനനുവദിച്ചിട്ടുണ്ടോ?

നിങ്ങളുടെ പെരുമാറ്റവും അങ്ങനെയായിരുന്നല്ലോ. എന്തൊക്കെയാണ് പറഞ്ഞത്? അതൊക്കെ കേട്ടാൽ പിന്നെ എങ്ങനെ അതിനു തോന്നും? അതു മതിയോ നിങ്ങൾക്ക് അതുകിട്ടിയാൽ എല്ലാം വിശ്വാസമാകുമോ?

സ്വന്തം സ്വരം? ജിനിക്ക് വിശ്വസിക്കാനാകുന്നില്ല. ഇത് തന്റെ ഭാഷയാണോ? താനും മാറിപ്പോയോ? താനല്ലാതായിത്തീർന്നോ?

ജിനിയുടെ ശരീരം ശോഷിച്ചിരിക്കുന്നു. അവളുടെ സ്വതേ ക്ഷീണിച്ച ശരീരം കൂടുതൽ ദുർബലമായിരിക്കുന്നു. മേദസ്സില്ലാത്ത ശരീരത്തിന്റെ ലാവണ്യം പാടേ നഷ്ടമായിരിക്കുന്നു. ദേവാശിഷ് അവളുടെ മേൽ ചാടിവീണു. ഉത്തേജിതനായ പുരുഷന്റെ ആക്രമണം. ജിനി പൊള്ളയായ മൺപ്രതിമപോലെ അബോധാവസ്ഥയുടെ അഗാധതയിലേക്ക് ചുരുങ്ങിപോയിരിക്കുന്നു. ദേവാശിഷ് ശരീരത്തെ തൃപ്തിപ്പെടുത്തുകയാണ്. ജിനി

കണ്ണുകളടച്ച് ചിന്തിക്കയാണ്. എന്താണവൾ ചിന്തിക്കുന്നത്? എന്താണ വൾക്ക് ആലോചിക്കാനുള്ളത്? മുത്തശ്ശന്റെ കത്തിനെക്കുറിച്ച്, അതിൽ ഇല്ലാത്ത അക്ഷരത്തെറ്റുകളെക്കുറിച്ച്. എത്ര ഭംഗിയായി എഴുതിയിരി ക്കുന്നു. ജസീമുദ്ദീന്റെ കവിതകൾ ഇന്നും മുത്തശ്ശന്റെ ഓർമ്മയിലുണ്ടോ? എനിക്കതോർമയില്ല. വരികളൊക്കെ ശരിയാണോ മുത്തശ്ശാ? എന്തോ, എനിക്കു തോന്നുന്നു ഛന്ദസ്സ് ശരിയായിട്ടില്ലെന്ന്. ഛന്ദസ്സ് ഒത്തിട്ടില്ല. എവി ടേയും ഛന്ദസ്സ് ഒത്തുവരുന്നില്ല. ദേവാശിഷിന്റെ കരുത്തുറ്റ ശരീരം, ശരീര ദാഹം തീർക്കുകയാണ്. ഇന്ന് കോൺഡം ഉപയോഗിച്ചിട്ടില്ല. ജിനിക്കും ഓർമ്മ വന്നില്ല. അവൾ നിസ്തേജയായി കിടപ്പാണ്. കണ്ണുകളുടെ കോണിലൂടെ കണ്ണീർ ഒലിച്ചിറങ്ങി, ചെവിക്കുഴിയിലേക്കൊഴുകുന്നു.

തൊട്ടടുത്ത് ശൂന്യമായ മുറിയിൽ ദേവാർച്ചന്റെ പടം ഉണർന്നിരി ക്കുന്നു. പുസ്തകങ്ങൾ ഉണർന്നിരിക്കുന്നു. ചിന്തകൾ ഉണർന്നിരിക്കുന്നു. ഇല്ല. ചിന്തകൾ ഉണർന്നിരിക്കുന്നില്ല. അവ ക്രമേണ അന്തരീക്ഷത്തിൽ ലയിച്ചുചേർന്ന് അപ്രത്യക്ഷമായിരിക്കുന്നു. അതിനടുത്തത് പൂജാമുറി. ദേവീദേവന്മാർ സുഷുപ്തിയിലാണ്. പക്ഷേ ലക്ഷ്മിയുടെ മുറിയിൽ ലക്ഷ്മിയും വികാസും ഉണർന്നിരിക്കയാണ്. ലക്ഷ്മിയുടെ വലതുകാൽ വികാസിന്റെ മേൽ കയറ്റിവെച്ചിരിക്കുന്നു. മുട്ടിന്മേലാണ് ഭാരം. വികാ സിലെ പുരുഷൻ ഉണരുകയാണ്. ലക്ഷ്മി കൃത്രിമപ്പല്ലുകൊണ്ട് വികാ സിന്റെ കാതിൽ കടിക്കുന്നു. വികാസിന്റെ രണ്ടു കാതുകളും ഉണരുക യാണ്. ലക്ഷ്മി പറഞ്ഞു.

പെണ്ണിന്റെ സ്വഭാവം നന്നല്ല.

ഛേ! അവളെത്ര നല്ല കുട്ടിയാണ്.

അപ്പോ ഞാൻ പറയുന്നതാണ് തെറ്റ്. ലക്ഷ്മി പരിഭവിച്ചു. പുറം തിരിഞ്ഞു കിടന്നു. വികാസ് ലക്ഷ്മിയെ പ്രീണിപ്പിച്ചു.

ശരി, സ്വഭാവം നന്നല്ല. അവൾ എന്തു ചെയ്തെന്നാണ്?

സ്വഭാവം നന്നല്ലെന്നു മാത്രമല്ല, തലയ്ക്കും വെളിവില്ല. ഭ്രാന്താണ്. പെണ്ണിന് തലയ്ക്കു വെളിവില്ലെന്ന കാര്യം മറച്ചുവെച്ചോണ്ടാ കല്യാണം നടത്തിയത്. ഞാനന്നേ പറഞ്ഞതാണ്. പുതിയ പെണ്ണാണ്. വീണ്ടുവി ചാരമുണ്ടോ? നാണവും മാനവുമില്ല. ഇങ്ങനെയൊക്കെ സംസാരിക്കാ മോന്ന്.

സ്വഭാവം നന്നല്ല എന്നു പറഞ്ഞത്?

ഛീ! ഛീ! പുരിയിലെന്തൊക്കെയാ ഒപ്പിച്ചുവെച്ചതെന്നറിയാമോ? നിങ്ങ ളോടു പറഞ്ഞിട്ടില്ല. മോന്റെ നെഞ്ചുരുകിപ്പോയി. അവൻ സ്വന്തം കണ്ണു കൊണ്ടു കണ്ടതല്ലേ, കാതുകൊണ്ടു കേട്ടതല്ലേ.

ദേവാശിഷ് സിഗരറ്റു കത്തിക്കയാണ്. ചിരിക്കയാണ്. ഒരൊറ്റ വലിക്ക് ജിനിയെ പിടിച്ച് എണീപ്പിച്ചിരുത്തി. ചെകിട്ടത്തടിച്ചു.

ശീലാവതി ചമയുന്നോ? ഇന്ന് സ്വയം തെളിയിച്ചു നീയാരാണെന്ന്. അല്ലെങ്കി എന്നെ തൊടാൻ സമ്മതിക്കില്ല. നിനക്കെന്താണുള്ളത്. നെഞ്ചത്ത് രണ്ട് അടക്കാമണികളോ? താൻ സതീസാവിത്രിയാണെന്ന് ആരാണ് സമർഥിക്കുക? അങ്ങനെ അല്ലാത്തവർ. ഞാൻ കണ്ടതല്ലേ? സ്വന്തം കാതുകൊണ്ട് കേട്ടതല്ലേ?

ജിനി നിശ്ചലയായി കിടക്കുകയാണ്. ക്രമേണ അവൾ രാത്രിയേക്കാളും നിസ്തബ്ധയായി.

പന്ത്രണ്ട്

രാത്രിയായപ്പോൾ വീണ്ടും തുടങ്ങി മദ്യപാനം. എല്ലാവരും കഴിച്ചു. ജിനിയും പൂപ്പുവുമടക്കം എല്ലാവരും. ഞാൻ മാത്രം കഴിച്ചില്ല. ഞാൻ കഴിക്കാറില്ല എന്നല്ല. പക്ഷേ അന്നെന്തോ കഴിക്കാൻ തോന്നിയതേയില്ല. ജിനി ആദ്യമൊന്നും കഴിക്കാൻ കൂട്ടാക്കിയില്ല. ദേവാശിഷ് അവളെ നിർബന്ധിച്ചു കഴിപ്പിച്ചതാണ്. ശബരി ബോസ് പരേശ്ബോസ് ദമ്പതികളുടെ മുന്നിൽ ചാരായ ഗ്ലാസ് തൊടാനൊരു ലജ്ജ കാണും. എന്നാലോ എന്റെ ബഹുമാന്യയായ മാതാശ്രീ ഗ്ലാസെടുത്ത് അവളുടെ കൈയിൽ പിടിപ്പിച്ചു. എന്നിട്ടു പറഞ്ഞു കഴിക്കെന്നേ. ഇവിടെയിപ്പോ നമ്മളൊക്കെ സുഹൃത്തുക്കൾ മാഥുർഗഢിലല്ലേ കാക്കു കാക്കിമാ എന്നൊക്കെ നോക്കേണ്ടൂ?

മദ്യം അകത്തു ചെന്നപ്പോൾ ശബരി പാടാൻ തുടങ്ങി ആമായ് നാഹേഗോ ഭാലോബാഷോ ശുധു, ഭാലോബാഷോ മോർ ഗാൻ.

എന്നെയല്ല, എന്റെ സംഗീതത്തെ പ്രണയിക്കൂ. ശബരിക്കു ശേഷം പരേശ് ബോസ് കുറുക്കനെപ്പോലെ ഓരിയിടാൻ തുടങ്ങി. അതിനുശേഷം, പൂപ്പു, അരൂപ്, ഏട്ടൻ, എന്തിന് ജിനി പോലും. ഓരോരുത്തരുടേയും എത്രാമത്തെ റൗണ്ടാണെന്ന് ആർക്കറിയാം. ഖലാസിടോലയിലെ ചാരായ ഷോപ്പ് ഇതാ കൺമുന്നിൽ എന്നാണ് എനിക്കു തോന്നിയത്. മദ്യപിച്ച് തലയ്ക്കുപിടിച്ച ആറുപേർ ഒന്നിച്ചു പാടാൻ തുടങ്ങിയാൽ എങ്ങനെയിരിക്കും? ചെവി പൊട്ടിപ്പോകില്ലേ. സമുദ്രതീരത്തേക്ക് നടക്കാനൊരുങ്ങിയതാണ്. പൊടുന്നനെയാണ് കണ്ണിൽപെട്ടത്. ജിനി വേച്ചുവേച്ച് ബാത്റൂമിലേക്കു പോകുന്നു. ആടുന്നുണ്ട്. കാലുറയ്ക്കുന്നില്ല. വാതിലുവരെ എത്തിയതേയുള്ളൂ. ആകെ ഛർദ്ദിച്ചു. പിന്നെ നിർത്താത്ത ഛർദ്ദി. ഞാനോടിച്ചെന്നു. കാരണം മറ്റാരും അവളുടെ സഹായത്തിന് ഓടിയെത്തിയില്ല. അവൾക്ക് ശ്വാസംമുട്ടുന്നുണ്ട്. ഞാനാകെ ദിഗ്ഭ്രാന്തനായി. ചെന്നു ദേവാശിഷിനോടു പറഞ്ഞു. പോ ചെന്നു ജിനിയെ പിടിക്ക്, അവൾക്കു വയ്യ.

ദേവാശിഷിന് നേരെ നിൽക്കാനാവുന്നില്ല. എന്നോടു പറഞ്ഞു നീ പോയി പിടിക്ക്. എന്നെക്കൊണ്ടാവില്ല. ദേ നോക്ക്. ഇപ്പോ മുതൽ എന്റെ ഭാര്യ നിന്റെയും ഭാര്യ. മനസ്സിലായോ? ഞാൻ കൈ നിവർത്ത് അവന്റെ

തലയ്ക്ക് ആഞ്ഞടിച്ചു. എന്നിട്ട് ജിനിയുടെ അടുത്തേക്കോടി. രണ്ടു കൈയും തറയിൽ കുത്തി കുനിഞ്ഞിരിക്കയാണവൾ. ഛർദ്ദിലു വീണ് ദേഹമാകെ നനഞ്ഞിരിക്കുന്നു. അവളുടെ മുതുകിൽ തലോടി. കൈയും മുഖവും കഴുകിക്കൊടുത്തു. രണ്ടു തോളിലും പിടിച്ച് എണീപ്പിച്ച് അവരുടെ മുറിയിലേക്കു കൊണ്ടുപോയി. നിരാലംബയായി അവളെന്റെ ശരീരത്തിൽ കുഴഞ്ഞുവീണു. എനിക്ക് അതിവിസ്മയകരമായ ഒരനുഭൂതി. മജ്ജയും മാംസവുമുള്ള സ്ത്രീ പുരുഷനെ സ്പർശിക്കുമ്പോഴുള്ള അനുഭവമല്ല. ചന്ദാബൗദി സ്പർശിക്കുമ്പോഴുണ്ടാകുന്ന വികാരമല്ല. ഈ അനുഭൂതി അതിൽനിന്നൊക്കെ വ്യത്യസ്തമാണ്. അതിസുന്ദരമായ ഒരനുഭൂതി. ഇതിനുമുമ്പ് എനിക്കങ്ങനെ അനുഭവപ്പെട്ടിട്ടേയില്ല. ഞാനെല്ലാം മറന്നുപോയി. ഞാനാര്, ഏതു ചെളിക്കുണ്ടിലാണ് എന്റെ ജനനം, ഞാനിവിടെ എന്തിനു വന്നു, ആരുടെ കൂടെ വന്നു. ഇവളാരാണ്, ആരുടെയെങ്കിലും ഭാര്യയാണോ, പ്രേമികയാണോ. എല്ലാമെല്ലാം മറന്നുപോയി. ഞാനവളെ കിടക്കയിൽ ഇരുത്തി.

അവൾക്കു നേരെ ഇരിക്കാനാവുന്നില്ല. എങ്ങനെയോ അവൾ പറഞ്ഞൊപ്പിച്ചു. ഇഷ്ടമുണ്ടായിട്ടല്ല. നിർബന്ധിച്ചതുകൊണ്ടാണ്. കഴിച്ചില്ലെങ്കിൽ ദേവാശിഷിന് അരിശം മൂക്കും. പറഞ്ഞാലും അനുസരിക്കില്ല അല്ലേന്നു കയർക്കും, എന്നെ പിടിച്ചു ഞെരിക്കും. പിന്നെ വീട്ടിൽ ചെന്ന് അമ്മയോടും വേറെവിധത്തിൽ പറയും... എനിക്കതിഷ്ടമല്ല... അതുകൊണ്ടാണ് കഴിച്ചത്.

അവളുടെ വാക്കുകൾ എന്റെ നെഞ്ചിലെവിടെയോ ഉടക്കി... ഇത്രയും നേരം തോന്നിയ ദേഷ്യമൊക്കെ പറപറന്നു. അവൾ മദ്യം കഴിച്ചതിൽ എനിക്ക് വല്ലാത്ത വിഷമമുണ്ടായിരുന്നു. പക്ഷേ, ഇപ്പോഴിതാ അതു മാപ്പാക്കിയിരിക്കുന്നു. ഇത്ര എളുപ്പത്തിൽ ഇതുവരേയും ആർക്കും മാപ്പു കൊടുത്തിട്ടുള്ളവനല്ല, ഞാൻ. എനിക്ക് നീരസം തോന്നിയാലും ഇല്ലെങ്കിലും, ഞാൻ മാപ്പ് കൊടുത്താലും ഇല്ലെങ്കിലും അവൾക്കൊരു ചുക്കുമില്ല. ദേവാശിഷിനെ പ്രീതിപ്പെടുത്താനായിട്ടാണ് അവൾ മദ്യം സേവിച്ചത്. എന്റെ നീരസം അവളെ ഒരുതരത്തിലും ബാധിക്കില്ല. പക്ഷേ, എനിക്കങ്ങനെയല്ലല്ലോ. എന്നെ അതു ബാധിക്കുമല്ലോ. മരണംവരെ അവൾ എന്റെ മനസ്സിലുണ്ടായിരിക്കുകതന്നെ ചെയ്യും. അവൾ മാത്രമല്ല, ഏട്ടനും. ഏട്ടനോട് എനിക്കു സ്നേഹമുണ്ടെന്ന കാര്യം സുനിശ്ചിതം. ഇത്രയുംകാലം ഏട്ടനെ മാത്രമേ ഞാൻ സ്നേഹിച്ചിട്ടുള്ളൂ. മരിക്കുന്നതിനു മുമ്പ് സ്നേഹിക്കാനായി ഇതാ രണ്ടാമതൊരാൾ കൂടി, ജിനി. ഇതിനെ സ്നേഹം എന്നു വിളിക്കാമെങ്കിൽ.

പതുക്കെപ്പതുക്കെ ഞാനവളുടെ സാരിയഴിച്ചു. ഒരു കൊച്ചു ബാലികയുടേതുപോലുള്ള ശരീരം. കുഞ്ഞിനെപ്പോലെ അവൾ പറഞ്ഞു നാണമാകുന്നു.

ഞാൻ പറഞ്ഞു. നാണിക്കാനെന്തുണ്ട്. നിന്റെ സാരിയൊക്കെ നനഞ്ഞുപോയില്ലേ, മാറ്റണ്ടേ? ഉണങ്ങിയതുടുപ്പിക്കാം.

അവളെ സാരിയുടുപ്പിക്കാൻ തുടങ്ങി. വിഷമം പിടിച്ച പണിയാണ്. അവൾക്ക് നേരെ നില്ക്കാനാവുന്നില്ല. എനിക്കും സാരി ഉടുപ്പിക്കാനറിയില്ല. ഒരുപാടു തവണ അഴിച്ചിട്ടുണ്ട്. അതുകൊണ്ട് പൊതുവായ ഒരു ധാരണയുണ്ട്. എങ്ങനെയോ സാരിയുടുപ്പിച്ച് അവളെ കിടത്തി. ഇതെന്തൊരാശ്ചര്യമാണെന്നു നോക്കണം. ഈ സ്ത്രീ ശരീരം എന്നെ ഉത്തേജിപ്പിക്കുന്നതേയില്ല. ഒരു കുഞ്ഞിനെ പുതപ്പിച്ചു കിടത്തുന്നതുപോലെയേ എനിക്കു തോന്നിയുള്ളൂ. നേരെ മറിച്ച് ചന്ദ്രാബൗദിയുടെ സാരിത്തലപ്പ് മാറിൽനിന്നു വഴുതിയാൽ മതി, എന്റെ തലയ്ക്കു ചൂടെടുക്കും. എനിക്ക് എന്നോടുതന്നെ വെറുപ്പു തോന്നി. ഞാൻ ചെയ്തുകൂട്ടിയ പാപങ്ങൾക്കെല്ലാം ഞാൻ പശ്ചാത്തപിക്കുന്നു. ഇതിനുവേണ്ടി, ഈ മുഹൂർത്തത്തിനുവേണ്ടി, ഈ പെൺകുട്ടിയെ ഒന്നു തൊടാനായിട്ടെങ്കിലും എന്റെ രണ്ടു കൈകളുടേയും പരിശുദ്ധി കാത്തുസൂക്ഷിക്കേണ്ടതായിരുന്നു.

അവൾ പറഞ്ഞു തലവെട്ടിപ്പിളരുന്നു, എന്തൊരു വേദന.

ഞാൻ താഴേക്കു പോയി. കെയർടേക്കർ ഞങ്ങൾക്കുള്ള ആഹാരം തയ്യാറാക്കുകയാണ്. ഞാൻ ചെറുനാരങ്ങ ആവശ്യപ്പെട്ടു. കൂടുതലൊന്നും ചോദിക്കാതെതന്നെ അയാളതെടുത്ത് മുറിച്ചു തന്നു. എന്നിട്ടു പറഞ്ഞു വേണമെങ്കിൽ പുളിയും കലക്കിത്തരാം.

സമുദ്രത്തിന്റെ ഇരമ്പം കേൾക്കാം. എവിടെയോ ചിത കരിയുന്ന മണം. ഇത്രയുമില്ലായിരുന്നെങ്കിൽ ഞങ്ങൾ പുരിയിലാണെന്നേ തോന്നുമായിരുന്നില്ല. നാരങ്ങവെള്ളമുണ്ടാക്കി അവളെ കുടിപ്പിച്ചു. അവളുടെ ശിരസ്സിൽ മൃദുവായി അമർത്തിക്കൊടുത്തു. അവൾ ഒരു തവണ ചോദിച്ചു. ദേവാശിഷ് എവിടെ?

പുറത്തുണ്ട്, വിളിക്കണോ?

വേണ്ട. സാരമില്ല. നിങ്ങൾ പോകില്ലല്ലോ?

ഇല്ല, പോകില്ല.

നിങ്ങൾ എത്ര നല്ല മനുഷ്യനാണ്.

എന്റെ കണ്ണു നിറഞ്ഞുപോയി. ഇതു കേൾക്കാനായിട്ടു മാത്രമാണ്. ഞാനിത്രയും കാലം ജീവിച്ചിരുന്നതെന്നു തോന്നിപ്പോയി.

അവൾ ഉറങ്ങിപ്പോയി. അത്താഴം കഴിക്കാനും എണീറ്റില്ല. രാത്രി നേരാംവണ്ണം ആരും ഒന്നും കഴിച്ചില്ല. എല്ലാം വേസ്റ്റായി. ആരും ഒന്നും നേരാംവണ്ണം ചെയ്യാനുള്ള പരുവത്തിലല്ലായിരുന്നു. എല്ലാവരും കിട്ടിയ സ്ഥലത്ത് കിടന്നുറങ്ങി. എനിക്ക് ഉറക്കം വന്നില്ല. ഞാൻ ഗസ്റ്റ് ഹൗസിന്റെ ബാൽക്കണിയിൽ ചെന്നുനിന്നു. അവിടെ നിന്നാൽ സമുദ്രനിരപ്പ് നന്നായി കാണാം. ആകാശവും. എന്തോ എനിക്കെല്ലാം വളരെ മനോഹരമായിത്തോന്നി. ഞാനവിടെ ഇരുന്നു. ആ അന്ധകാരം, ഗാംഭീര്യം, സുദീർഘവും നിസ്സീമവുമായ സമയം. ഒരു ദിവസം ഞാനവിടേക്ക് നടന്നു ചെല്ലും. ശരിക്കും പോകും. ഇരുട്ടിന്റെ ശിശു, ഇരുട്ടിലേക്കു തന്നെ തിരിച്ചു പോകും.

എത്രനേരം അങ്ങനെ ഇരുന്നുപോയെന്ന് ആർക്കറിയാം. മണിയെത്രയായെന്ന് ആർക്കറിയാം. ജിനി ബാൽക്കണിയിലേക്ക് വന്നിരിക്കുന്നു. ഞാനിരിക്കുന്നത് അവൾ ശ്രദ്ധിച്ചിട്ടില്ല. ഞാൻ ചോദിച്ചു ഇപ്പോ കുറച്ചു സുഖം തോന്നുന്നുണ്ടോ? അവൾ ഞെട്ടിപ്പോയി. നിങ്ങളോ? ഉറങ്ങിയില്ലേ?

ഉറക്കം വരുന്നില്ല.

എന്നോടു ക്ഷമിക്കണം.

എന്തിന്?

നിങ്ങളെ ഒരുപാടു ബുദ്ധിമുട്ടിച്ചു. കഷ്ടംതന്നെ. ബാത്റൂം പോലും നിങ്ങളല്ലേ കഴുകിയത്..

ഞാൻ ചിരിച്ചു. അതെ ശരിയാണ്. ഞാനാണ് ബാത്റൂം കഴുകിയത്.

എന്തൊരന്യായമാണ് ഞാൻ ചെയ്തത്. ഇതിനുമുമ്പ് ഒരിക്കലും കഴിച്ചിട്ടില്ല. നിയന്ത്രിക്കാനാവില്ലെന്നറിഞ്ഞാൽ കഴിക്കില്ലായിരുന്നു.

നടന്നതു നടന്നു. പോട്ടെ. മറന്നുകളയൂ. ഇത്തരം അറിവുകളൊക്കെ ഏറിയും കുറഞ്ഞുമിരിക്കും. ജീവിതത്തിൽ എന്തൊക്കെ സംഭവിക്കുന്നു. അല്ലാ എല്ലാത്തിനും ആദ്യത്തെ തവണ എന്നൊന്നില്ലേ?

അവൾ ചിരിച്ചു. എത്ര മനോഹരമായ ചിരി. എന്നിട്ടു പറഞ്ഞു ഇതാണാദ്യം. ഇതുതന്നെ അവസാനവും.

അവൾ വീണ്ടും ബാലികയായി. എന്തു ഭംഗിയാണല്ലേ?

എന്ത്?

ദേ ഈ സമുദ്രം. ആകാശം. തിര ചിന്നിച്ചിതറുമ്പോഴുള്ള വെളുത്ത നുരയും പതയും. മദ്യം അകത്താക്കിയിരുന്നില്ലെങ്കിൽ സന്ധ്യമുതൽ കൊണ്ട് ഇതൊക്കെ കണ്ടുകണ്ട് ഇവിടിരിക്കാമായിരുന്നു, ആസ്വദിക്കാമായിരുന്നു.

ഞങ്ങളിരുവരും അല്പനേരത്തേക്ക് മൗനം പാലിച്ചു. അവളപ്പോഴും നിൽക്കുകയാണ്. ഞാനിരിക്കുകയും. അവളുടെ ഈ സാമീപ്യം എന്നെ വളരെ സന്തുഷ്ടനാക്കി. എന്തുകൊണ്ടാണങ്ങനെ എന്നെനിക്കറിയില്ല. ജിനിയിൽ ഞാനെന്താണ് കാണുന്നത്? അറിഞ്ഞുകൂടാ. ഇത്രമാത്രം അറിയാം ജിനി എന്നിൽ ഉണർത്തിയ അനുഭൂതി പുതിയതാണ്. അതിന്നുവരെ ഞാനറിഞ്ഞിട്ടില്ല. അവളുടെ മുഖത്ത് നിഴലും വെളിച്ചവും. ശിഥിലമായ ചിത്രംപോലെ. അവളുടെ ചുണ്ടുകൾ അനങ്ങുന്നുണ്ട്. എന്തോ ആത്മഗതം നടത്തുംപോലെ. ഞാൻ കണ്ണിമയ്ക്കാതെ നോക്കിയിരുന്നു. അവളെ തൊടാൻ തോന്നിയില്ല. തോന്നിയതേയില്ല. അവളുടെ സാന്നിധ്യത്തിൽ എന്തോ ഒരു നിഗൂഢാർഥം കണ്ടെത്താൻ ശ്രമിക്കയായിരുന്നു ഞാൻ. അവൾ പെട്ടെന്ന് എന്റെ നേരെ തിരിഞ്ഞ് ചോദിച്ചു.

നിങ്ങൾ കവിത വായിക്കാറുണ്ടോ?

ഉവ്വ്. വായിക്കാറുണ്ട്.

അവൾ അല്പനേരം എന്റെ നേരെ നോക്കി നിന്നു. എന്നിട്ടു ചോദിച്ചു. ആരുടെ കവിതകളാണ് ഏറെ ഇഷ്ടം, ആധുനിക കവികളിൽ?

ഞാൻ പറഞ്ഞു ജീബനാനന്ദ ദാസ്.

അവളൊന്നു മന്ദഹസിച്ചുവോ? എന്തോ എനിക്കറിയില്ല.

ആധുനികകവിതകൾ, അതായത് ഈയടുത്തകാലത്തെഴുതിയവ, വായിക്കാറുണ്ടോ?

ഉവ്വ്. ഇടയ്ക്കിടെ വാരികകളിൽ നോക്കാറുണ്ട്.

ഞാനും വായിക്കാറുണ്ടായിരുന്നു. എല്ലാം. എല്ലാ വാരികകളും മാസികകളും. പുതുതായി പ്രസിദ്ധീകരിച്ച കവിതാപുസ്തകങ്ങൾ എല്ലാം. ഇപ്പോളൊന്നും വായിക്കാറില്ല. വാരികകൾ എവിടുന്നു കിട്ടാനാണ്? പഴയ പുസ്തകങ്ങൾ ഇടയ്ക്കൊക്കെ വീണ്ടും വായിക്കും.

ഞാൻ മൗനം പാലിച്ചു. എനിക്കെന്തു പറയാനാകും? വിവാഹം കഴിഞ്ഞാൽ പിന്നെ പെൺകുട്ടികൾക്ക് അവരുടേതായ ഇഷ്ടങ്ങളൊക്കെ ത്യജിക്കേണ്ടിവരും. നമ്മുടെ സമൂഹവ്യവസ്ഥിതി അത്തരത്തിലുള്ളതാണ്. പെൺകുട്ടികളും, ഇത് അനിവാര്യമാണെന്ന മട്ടിലാണ് പെരുമാററ്. ജിനി പറഞ്ഞവിധം വെച്ചുനോക്കിയാൽ ഇത്തരം ചില ആത്മഗതങ്ങളല്ലാതെ പെൺകുട്ടികളുടെ ജീവിതത്തിൽ മറ്റു ബന്ധനങ്ങളൊന്നുമില്ലെന്നു തോന്നും. ഞങ്ങളുടെ കൂടെ പഠിച്ചിരുന്നു ഒരു സുനന്ദാ സന്യാൽ. ഞങ്ങൾ അവളെ അരുണിമ സന്യാൽ എന്നാണ് വിളിച്ചിരുന്നത്. അപൂർവ്വ സുന്ദരി. അതിനേക്കാളും വലിയ കാര്യം അതിമധുരമായി പാടും എന്നതായിരുന്നു, മനോഹരമായി ചിത്രവും വരയ്ക്കുമായിരുന്നു. ഫസ്റ്റ് ഇയർ അവസാനിക്കുന്നതിനു മുമ്പ് കല്യാണം കഴിഞ്ഞു. ഫൈനലിന് ആറുമാസമുള്ളപ്പോൾ വീണ്ടും വന്നു ക്ലാസിലേക്ക്. അപ്പഴവൾ സുനന്ദാ ബാനർജി. അപ്പോഴേക്കും പാട്ടു നിന്നിരുന്നു, ചിത്രം വരയും നിന്നുപോയിരുന്നു. ചോദിച്ചപ്പോൾ പറഞ്ഞു 'ഹും! അതിനൊക്കെ സമയമെവിടെ? - അതൊക്കെ കല്യാണത്തിനു മുമ്പ് പെൺകുട്ടികൾക്കു പറഞ്ഞിട്ടുള്ളതാണ്. പഠിത്തംതന്നെ വേണ്ടെന്നു വെച്ചതാണ്. പിന്നെ ഭർത്താവിനു നിർബന്ധം, അതോണ്ട്....' അവൾ ദുഃഖിതയാണെന്നു തോന്നിയില്ല. പാട്ടും ചിത്രംവരയും വേണ്ടെന്നു വെക്കേണ്ടി വന്നതുകൊണ്ട് അവൾക്ക് ഒരു സങ്കടം ഉണ്ടെന്നു തോന്നിയില്ല. പക്ഷേ ജിനിയുടെ വാക്കുകളിൽ ദുഃഖം ഉറഞ്ഞുകൂടിയിരുന്നു. നഷ്ടബോധത്തിന്റെ വിഷാദം. അവൾക്ക് ഇതൊക്കെ മറികടക്കാനാവുമോ? അവളും സുനന്ദയെപ്പോലെ ദാമ്പത്യസുഖത്തിൽ തൃപ്തി കണ്ടെത്തുമോ? ഈ വിഷണ്ണത അവളെ വിട്ടുപിരിയുമോ ഇല്ലയോ?

അവൾ തുടർന്നു. ഇപ്പോൾ അവളെന്റെ നേരെ നോക്കുന്നില്ല.

"ഇന്നെന്തോ ഒരു കവിതയുടെ വരികൾ മനസ്സിൽ നിന്നു മാറുന്നില്ല. പക്ഷേ എവിടെ എപ്പോ വായിച്ചതാണെന്ന് ഒരോർമ്മയും കിട്ടുന്നില്ല."

ഞാൻ ചോദിച്ചു. ഏതു വരികളാണ്?

അവൾ ചൊല്ലി.

ഞാൻ പറഞ്ഞു ജോയ് ഗോസ്വാമി. ക്രിസ്മസിന്റേയും ശീതകാലത്തേയും ഗീതകങ്ങൾ.

അവളൊന്നു പകച്ചുപോയി. എന്നിട്ടു പറഞ്ഞു. അതേയതെ. അതു തന്നെ. നിങ്ങൾക്കറിയാമോ? വായിച്ചിട്ടുണ്ടോ? ഏതു കവിതയാണെന്നു പറയൂ.

ഏതു കവിതയാണെന്നു പറയാനാവില്ല, പുസ്തകം വായിച്ചിട്ടുണ്ട്.

അവൾ പറഞ്ഞു: "അതെയതെ കൊച്ചു പുസ്തകമാണ്, ഞാനത് അമ്മായിയുടെ വീട്ടിലെവിടെയോ വെച്ചിട്ടു പോന്നു." വീണ്ടും മൗനം. ശക്തിയായി ശ്വാസം വലിച്ചെടുക്കുകയാണെന്നു തോന്നുന്നു. എന്നിട്ട് പറഞ്ഞു. എനിക്കും ജീബനാനന്ദിനെ വലിയ ഇഷ്ടമാണ്.

ഞാനൊന്നും മിണ്ടിയില്ല.

അവളാണ് ചൊല്ലാൻ തുടങ്ങിയത്. ജീബനാനന്ദിന്റെ കവിത ആ അനന്തവിസ്മയത്തെക്കുറിച്ചുള്ള കവിത, ഭൂമിയിലും ആകാശത്തും നക്ഷത്രലോകത്തും ആഴിയുടെ അടിത്തട്ടിലും കണ്ടെത്താനാകാത്ത വിസ്മയത്തിന്റെ കഥ. ഏതോ ഒരു സ്ത്രീയുടെ ഹൃദയാന്തരാളത്തിൽ ഏതോ ഒരു പുരുഷനുവേണ്ടി സദാ ജ്വലിച്ചുക്കൊണ്ടിരിക്കുന്ന കെടാവിളക്ക്.

ഉദ്വേഗം അടക്കാനാവാതെ ഞാനെഴുന്നേറ്റു നിന്നുപോയി. എന്തൊരാശ്വാസം! ഇന്ന് സന്ധ്യക്കല്ലേ ഞാനീ കവിതയുടെ കാര്യം ഓർത്തത്? ഈ കവിത ഞങ്ങളിരുവർക്കും അറിയാമെന്നത് ഒരു മഹാദ്ഭുതമൊന്നുമല്ല. പക്ഷേ ഒരേ ദിവസം ഏതാണ്ട് ഒരേ കാഴ്ച കണ്ട് ഇരുവരുടേയും മനസ്സിൽ ഒരേ കവിത ഉണർന്നേക്കാമെന്ന് ഞാനെന്നെങ്കിലും ആലോചിച്ചിട്ടുണ്ടോ? ഞാനും പതുക്കെ അടുത്ത വരികൾ മൊഴിഞ്ഞു. അവളെന്റെ നേരെ തിരിഞ്ഞുനിന്നു. അവളുടെ കണ്ണുകൾ എന്റേതുമായി കൂട്ടിമുട്ടി. വാക്കുകളില്ല. അടുത്ത മുറിയിൽ വിളക്കു തെളിഞ്ഞു. അവളൊന്നു നടുങ്ങിയോ എന്തോ. ദേവാശിഷ്. അയാൾ ചോദിച്ചു.

ഓ, നിങ്ങളാണോ. നിന്റെ തലവേദന മാറിയോ ജിനി?

ജിനി ഉത്തരം പറഞ്ഞില്ല. ഞങ്ങൾ മൂന്നു പേരും കുറച്ചു സമയം കൂടി അവിടെ നിന്നു. ദേവാശിഷ് കോട്ടുവായിടാൻ തുടങ്ങി. അയാളുടെ ശരീരത്തിൽ നിന്ന് മദ്യത്തിന്റെ പുളിച്ച നാറ്റം. എനിക്ക് സഹിച്ചില്ല. ഞാനെന്റെ മുറിയിൽ വന്ന് കിടന്നു. എനിക്കും അരൂപിനും കൂടി ഒരു കട്ടിൽ. അരൂപില്ല. ഞാൻ കണ്ണടച്ചു കിടന്നു. കണ്ണിമകളിൽ ജിനിയുടെ കണ്ണുകൾ ഒഴുകി നടക്കുന്നു. നെഞ്ചിലെവിടെയോ വല്ലാത്തൊരു നൊമ്പരം. എന്തിനാണ് ഞാൻ പുരിയിലേക്കു വന്നത്? എന്തിനു വന്നു? പ്രണയം എന്താണെന്ന് അറിയാതിരുന്നേടത്തോളം കാലം ഒരു ബുദ്ധിമുട്ടുമില്ലായിരുന്നു. ഇത്രയുംകാലം പ്രണയമെന്ന അനുഭൂതിയെ പരമാവധി നിരാകരിച്ചു. പകരം ലൈംഗികതയെ പരമാവധി അംഗീകരിച്ചു. ഇന്നാണ് മനസ്സിലായത് അവകാശങ്ങളില്ല, അധികാരങ്ങളില്ല,

ലൈംഗികതയില്ല, ഉപാധികളില്ല, എന്നിട്ടും മനസ്സിനകത്തെവിടെയോ ഒരു നൊമ്പരം ഒരോർമ്മ, ഒരുണർവ്. ഇതാണോ പ്രണയം. ഇതിന്റെ പേരാണോ പ്രണയം - സുന്ദരവും അപങ്കിലവുമായ മാംസനിബദ്ധമല്ലാത്ത പ്രണയം?

പതിമ്മൂന്ന്

രാവിലെ നേരം. വികാസ് ജിനിക്ക് അഭിമുഖമായി ഇരിപ്പുറപ്പിച്ചിരിക്കുന്നു.

നിനക്കിവിടെ എന്തെങ്കിലും അസൗകര്യമുണ്ടോ?

ജിനി ഇല്ലെന്നു തലയാട്ടി.

വികാസ് പറഞ്ഞു: നോക്ക് നിന്നോട് ഒരുപാട് ഇഷ്ടം തോന്നിയിട്ടാണ്. ഞങ്ങൾ നിന്നെ ഈ വീട്ടിലെ മരുമകളായി കൊണ്ടുവന്നത്. നീ പഠിപ്പുള്ളവളാണ്. നല്ല തറവാട്ടിൽ പിറന്നകുട്ടിയാണ്. നിന്റെ പെരുമാറ്റത്തിൽ തെറ്റു വരാൻ പാടില്ലാത്തതാണ്.

ജിനിയുടെ ശിരസ് കുനിഞ്ഞുപോകയാണ്. ഭർത്താവിന്റേയും അമ്മായിയമ്മയുടേയും വാക്കുകൾ കേട്ട് ഉണ്ടായതിനേക്കാളിരട്ടി ദുഃഖം ഭർത്തൃപിതാവിന്റെ വാക്കുകൾ കേട്ടപ്പോൾ അവൾക്കുണ്ടായി. വികാസ് പറഞ്ഞു: നോക്കൂ കുട്ടി, നിന്റെ അമ്മായിയമ്മയ്ക്ക് നിന്നോട് വലിയ സ്നേഹമാണ്. സ്വന്തം മകളെപ്പോലെ....

ജിനിയുടെ ചിന്താമണ്ഡലത്തിലേക്ക് പെട്ടെന്ന് പലതും ഓടിയെത്തി. മാറിടത്തെപ്പറ്റി അമ്മായിയമ്മ പറഞ്ഞത്, ജിനി അഹങ്കാരിയാണെന്നു പറഞ്ഞത്, ഈയിടെ വീട്ടിലാരെങ്കിലും വന്നാലുള്ള പരാതി പറച്ചിൽ ഹോ! മോന്റെ കല്യാണം ഇങ്ങനെയായല്ലോ. പെണ്ണിന്റെ തലയ്ക്കു വെളിവില്ല, എന്നല്ലെ പറഞ്ഞത്. പൂജാമുറിയിലെ നിലത്ത് ജിനിയുടെ തലയിട്ടടിച്ചത്. എല്ലാമെല്ലാം. ചെറുതും വലുതുമായ പരുഷവാക്കുകൾ, ജിനി അവലക്ഷണമാണെന്നു പറഞ്ഞത്. സ്വന്തം അമ്മ ജിനിയോട് ഇങ്ങനെയൊക്കെ പറയുമോ? അവർക്കതിനു കഴിയുമോ? അമ്മയുടെ ശകാരത്തിനും ശാസനയ്ക്കുമിടയിൽ അവരുടെ സ്നേഹവും ശുഭേച്ഛയും കണ്ടെത്താൻ ഏതു സന്താനത്തിനും തെറ്റുപറ്റാറില്ല. ജിനിയുടെ മുഖത്ത് മ്ലാനത നിറഞ്ഞ മന്ദഹാസം... അവൾ ഒന്നും പറഞ്ഞില്ല.

വികാസ് തുടർന്നു: ഇത്രയൊക്കെ സ്നേഹം, ഇത്ര നല്ല കുടുംബം, എന്നിട്ടും നിനക്ക് അസൗകര്യമുണ്ടെങ്കിൽ ഒരു കാര്യം ചെയ്യാം. നിന്റെ അമ്മയെ അറിയിച്ചേക്കാം, എന്താ? എന്താണ് വേണ്ടതെന്ന് അവരാലോചിച്ചു തീരുമാനമെടുക്കട്ടെ?

ജിനി ഞെട്ടിപ്പോയി. അമ്മയോട്? അമ്മയോട് ഇതൊക്കെ പറയുമെന്നോ? ഇതൊക്കെ? അസാധ്യം. ഇല്ലില്ല. അമ്മയുടെ തലയിൽ ഈ അപമാനഭാരം കെട്ടിവെക്കാൻ താൻ സമ്മതിക്കില്ല. അവൾ പതുക്കെ പതുക്കെ വികാസിന്റെ കാൽക്കീഴിൽ ഇരുന്നു. പതിയെ പറഞ്ഞു അരുത്.

അമ്മയെ ഒന്നും അറിയിക്കരുത്. നിങ്ങളു പറയുന്നതെന്തും ഞാൻ ചെയ്യാം. അമ്മയോടു മാത്രം ഒന്നും പറയരുത്.

അവളുടെ കണ്ണുകളിൽ ഈർപ്പമില്ല. ക്ഷീണിച്ച ശരീരത്തിൽ എല്ലുകൾ പൊന്തിനില്ക്കുന്നു. എല്ലാം സഹിക്കാൻ, അടികൾക്കും തൊഴികൾക്കും അവൾ മനസാ തയ്യാറെടുത്തിരിക്കുന്നു. അവളെങ്ങനെയാണ് സ്വയം തെളിയിക്കുക? ഇവരാരും അവളെ വിശ്വസിക്കുന്നില്ല. അവൾക്കെങ്ങനെ അവരെ വിശ്വസിപ്പിക്കാനാകും? സത്യം സത്യമാണ്. മിഥ്യകൾ ഉണ്ടാക്കിയെടുക്കാം, സത്യത്തെ ഉണ്ടാക്കിയെടുക്കാനാവില്ലല്ലോ.

അവളുടെ മുഖത്തേക്കു നോക്കുമ്പോൾ വികാസിന് വല്ലാത്ത മനഃക്ലേശം തോന്നുന്നുണ്ട്. എങ്ങനെയിരുന്ന കുട്ടിയാണ്. കുറച്ചു നാളുകൾകൊണ്ട് അവളെത്രമാത്രം വാടിക്കരിഞ്ഞുപോയിരിക്കുന്നു, അവൾ മോശമായി പെരുമാറിയെന്നോ? അയാൾക്ക് വിശ്വാസം വരുന്നില്ല. എന്നാലും ദേവാശിഷും ലക്ഷ്മിയും പറയുന്നത് തട്ടിക്കളയാനും ആവുന്നില്ല. മനുഷ്യരെല്ലാം തെറ്റു ചെയ്തെന്നു വരും, തിരുത്തുകയും ചെയ്യും. ഇവൾക്ക് തിരുത്താനുള്ള അവസരം കൊടുക്കണം. എന്നാലും മകന്റെ ഭാര്യയെക്കുറിച്ച് മോശമായി പറഞ്ഞു കേൾക്കുമ്പോൾ വിഷമം തോന്നാതിരിക്കുമോ? ആകസ്മികമായി മുറിക്കകത്തേക്ക് കാറ്റടിച്ചു കയറി. കാറ്റ് മുറിക്കകത്തു മുഴുവനും ചുറ്റിയടിക്കയാണ് മുമ്പൊന്നുമില്ലാത്ത വിധം. ചുമരിൽ തൂക്കിയിരുന്ന ദേവാർച്ചന്റെ ഫോട്ടോ നിലത്തു വീണുടയുന്ന ശബ്ദം. ലക്ഷ്മിയും ദേവാശിഷും ഓടിയെത്തി. മറ്റൊരിടത്തും ഒന്നും ഉണ്ടായിട്ടില്ല. ദേവാർച്ചന്റെ ഫോട്ടോ മാത്രം വീണുടഞ്ഞു. വേറൊന്നിനും സ്ഥാനഭ്രംശമില്ല. ലക്ഷ്മി തുടങ്ങി ഇത്രേംകാലം ഇല്ലാത്തതാണ്. ഇന്നെന്താ ഇങ്ങനെ? അവലക്ഷണംതന്നെ. വികാസിന് മറ്റൊന്നാണ് തോന്നിയത്. ദേവാർച്ചൻ എന്തെങ്കിലും പറയാൻ ശ്രമിക്കയായിരുന്നോ? എന്തെങ്കിലും സൂചന? ദേവാർച്ചൻ ഈ മുറി വിട്ട് പോകയാണോ? അയാളുടെ മനസ്സിൽ ഭയം നിറഞ്ഞു. വേണ്ട നേരത്ത് ചെറിയ മകനെക്കുറിച്ച് ചിന്തിക്കാനുള്ള അവസരം കിട്ടിയില്ല. ദേവാർച്ചൻ അതൊക്കെ ഓർമിപ്പിക്കയാണോ?

രണ്ടുതവണ ബെല്ലടിച്ചു. ദേവാശിഷാണ് ചെന്നു വാതിലു തുറന്നത്. അനിസുജ്ജമാൻ. ദേവാശിഷ് അയാളെ അകത്തേക്ക് ആനയിച്ചു. ശബ്ദം കേട്ട് വികാസും വന്നു. ഇരിക്കാൻ പറഞ്ഞു. വാതിലു വലിച്ചു തുറക്കുന്ന സമയത്ത് ദേവാശിഷ് കണ്ടു, തൻപുരയുമായി അനുപം നടന്നുപോകുന്നു. പണ്ടാണെങ്കിൽ ദേവാശിഷ് അനുപമിനെ വിളിക്കുമായിരുന്നു. രണ്ടുപേരും ഒന്നിച്ചുനിന്ന്, സിഗരറ്റു പുകയ്ക്കുമായിരുന്നു, കൊച്ചു വർത്തമാനം പറയുമായിരുന്നു. ഇന്നെന്തോ അതിനൊന്നും തോന്നിയില്ല. അവരെയാരെങ്കിലും കണ്ടാലുടൻ പുരിയിലെ രാത്രിയാണ് അയാളുടെ മനസ്സിലോടിയെത്തുന്നത്. ദേവോപമും ജിനിയും തമ്മിൽ എന്തെങ്കിലും നടന്നോ എന്ന കാര്യം ഇന്നും ദേവാശിഷിന് വ്യക്തമായിട്ടറിയില്ല. പക്ഷേ മനസ്സിൽ നിറയെ അസൂയയാണ്. കടുത്ത അസൂയ. ദേവോപം ജിനിയെ അടുത്ത

മുറിയിലേക്കു കൂട്ടിക്കൊണ്ടുപോയി പരിചരിക്കാൻ ശ്രമിക്കുമ്പോൾ ദേവാശിഷ് ഒരു തവണ ആ മുറിയിലേക്കു കടന്നുചെന്നിരുന്നു. അയാൾ കേട്ടതാണ് ജിനി പറയുന്നത്. എനിക്കു നാണമാകുന്നു. ദേവാശിഷ് സ്തംഭിച്ചു പോയി. അവരെന്താണ് ചെയ്യുന്നത്? അയാൾക്ക് പെട്ടെന്ന് ഓർമവന്നത് തന്റെ കൈകളിലെ ജിനിയുടെ തണുത്തുറത്ത ശരീരമാണ്. അയാൾ ഒളിഞ്ഞു നോക്കാൻ ശ്രമിച്ചു. കാണുകയും ചെയ്തു. ദേവോപം അതീവ ശ്രദ്ധയോടെ ജിനിയെ സാരിയുടുപ്പിക്കുകയാണ്. ദേവോപമിന്റെ പെരുമാറ്റത്തിൽ അരുതാത്തതായി ഒന്നുമുണ്ടായിരുന്നില്ല എന്ന കാര്യം ദേവാശിഷിനും നിഷേധിക്കാനാവുന്നില്ല. കുടിച്ചു മത്തനായ തനിക്ക് അങ്ങനെ ചെയ്യാനാവുമായിരുന്നില്ല എന്നും അയാൾക്കറിയാം. ഒരു സ്ത്രീയെ നിഷ്കളങ്കമായ രീതിയിൽ സാരിയുടുപ്പിക്കാൻ ദേവാശിഷിനു കഴിയില്ല. പക്ഷേ ദേവോപമിന് അങ്ങനെ ചെയ്യാൻ കഴിഞ്ഞു? അതെങ്ങനെ കഴിഞ്ഞു? അതുകൊണ്ടാണ് അസൂയ, കഠിനമായ അസൂയ. ജിനിയെ കിടത്തുന്നതും പിന്നീട് നടന്നതും എല്ലാമെല്ലാം ദേവാശിഷ് ഒളിച്ചുനിന്നു കണ്ടു. അയാൾക്കറിയാം ഒന്നും നടന്നിട്ടില്ല. എന്നിട്ടും ജിനിയെ വീണ്ടും വീണ്ടും പ്രേരിപ്പിക്കയാണ്. കാരണം താനെവിടെയോ തോറ്റു പോയെന്ന തോന്നൽ. ജിനി ദേവോപമിന് കൊടുത്ത സ്വാതന്ത്ര്യം ക്ഷണനേരത്തേക്കെങ്കിലും ദേവാശിഷിനു നല്കിയിട്ടുണ്ടോ? ആ സ്വരം! ആ സമർപ്പണം! അതിലെവിടേയും പങ്കിലമായിട്ടുള്ളതൊന്നും ഇല്ല, എന്നിട്ടും ദേവാശിഷിന് എല്ലാം വികൃതമായിട്ടേ കാണാനാവുന്നുള്ളൂ. ദേവാശിഷ് ജിനിയോട് ആവർത്തിച്ചാവർത്തിച്ചു ചോദിച്ചു. അവൻ നിന്നെ എന്തെങ്കിലും ചെയ്തോ? ഇല്ല. ജിനിയുടെ തുടരെത്തുടരെയുള്ള പ്രത്യുത്തരം ഓരോ തവണയും ആ ഇല്ല ദേവാശിഷിന്റെ വിശ്വാസം ഉറപ്പിച്ചതേയുള്ളൂ. അവർ കളങ്കിതരാണ്. അതു തീർച്ചയാണ്. അയാൾക്ക് ആണയിട്ടു പറയാനാവും അങ്ങനെ നടന്നെന്ന്. ജിനി ഒരിക്കലെങ്കിലും പരാതിപ്പെട്ടിരുന്നെങ്കിൽ ഹോ! നിങ്ങളുടെ ചങ്ങാതി, ആളു മഹാവഷളനാണ്. എങ്കിൽ ഹാ! എങ്കിൽ! ദേവാശിഷിന് കുറച്ചെങ്കിലും ആശ്വാസം കിട്ടുമായിരുന്നു. ദേവോപമിനെ താഴ്ത്തിക്കെട്ടി, സ്വയം മഹാനാവാനുള്ള അവസരം ലഭിക്കുമായിരുന്നു. അതുമല്ലെങ്കിൽ താൻ ജിനിയെ എത്രത്തോളം വിലകെട്ടതായി കണക്കാക്കിയോ, അവളുടെ ശാരീരികപോരായ്മകളെ ചൂണ്ടിക്കാട്ടി എത്രത്തോളം അവഹേളനയും അപമാനവും നല്കിയോ അത്തരമൊരു ഭാവം ദേവോപമിൽ ലവലേശം ഉണ്ടായിരുന്നില്ല എന്ന യാഥാർഥ്യം താൻ നീചനാണെന്ന ബോധം ദേവാശിഷിൽ ഉണ്ടാക്കിയിരിക്കണം. അതുകൊണ്ടാവണം ഈ അസൂയ, അതുകൊണ്ടാണീ ഈർഷ്യ, ഈ ക്രോധം. കാരണം ജിനി ഒരു നാളും സ്വമേധയാ പരിപൂർണമായി ദേവാശിഷിന് തന്നെ സമർപ്പിച്ചിട്ടില്ല. അതുകൊണ്ടാണ് അയാൾ വിശ്വസിക്കാൻ ആഗ്രഹിക്കുന്നത് ജിനിക്ക് തലയ്ക്ക് സ്ഥിരതയില്ലെന്ന്, അവൾ മരക്കട്ടയാണെന്ന്. അയാൾ എന്നെന്നും അതൃപ്തനായിരുന്നു. വിവാഹത്തിന്റെ ആദ്യ ദിവസം മുതൽ അതൃപ്തൻ. പുരുഷവീര്യം മുഴുവനായും പുറത്തേക്കൊഴുക്കാനുള്ള അവസരങ്ങൾ കിട്ടിയെങ്കിലും ഒരിക്കൽപോലും

അയാൾക്ക് പൂർണതൃപ്തി നല്കാൻ ജിനിക്കായില്ല. ദേവാശിഷിന് ജിനിയെ വേണമെന്നുണ്ട്, വേണ്ടാ എന്നുമുണ്ട്. കിട്ടിയെന്നു തോന്നും, കിട്ടിയില്ലെന്നും തോന്നും. ദേവാശിഷിന് ജിനിയോട് പ്രണയമില്ല. പക്ഷേ അവളുടെ മേലുള്ള അധികാരം ഒരു തലനാരിഴയ്ക്കു വിട്ടുകൊടുക്കാൻ അയാൾ തയ്യാറല്ല. അതുകൊണ്ട് സ്വന്തം അധികാരാവകാശങ്ങൾ സ്ഥാപിച്ചു കിട്ടാൻ അയാൾ സംഘടിത ശ്രമം നടത്തുകയാണ്, മറ്റുള്ള വരുടെ പിന്തുണ നേടിയെടുക്കാൻ ശ്രമിക്കയാണ്, ജിനിയെ അവജ്ഞാ പാത്രമാക്കാൻ ബദ്ധപ്പെടുകയാണ്. അവളെക്കുറിച്ച് സംശയം സൃഷ്ടി ക്കുകയാണ്. അത്തരമൊരച്ഛന്റെ മകനാണ് ദേവോപം. അയാളുടെ പിറ വിയെ ആ ചുറ്റുവട്ടം സംശയദൃഷ്ടിയോടെയാണ് വീക്ഷിക്കുന്നത്. എല്ലാ വരുടെ ദൃഷ്ടിയിലും ദേവോപം നിന്ദാർഹനാണ്. അവജ്ഞാപാത്രമാണ്. ഇത് സ്വാഭാവികമാണുതാനും. ദേവാശിഷിനെ സംബന്ധിച്ചും ഇതുതന്നെ യല്ലേ സ്വാഭാവികം?

വികാസ് ജിനിയോടു പറഞ്ഞു ചായയുണ്ടാക്കാൻ. ലക്ഷ്മി ചിതറി ക്കിടന്ന ചില്ലുകൾ പെറുക്കിതൂക്കുകയാണ്. മരിച്ചുപോയ മകന്റെ ഫോട്ടോ സാരിത്തലപ്പുകൊണ്ട് തുടച്ചു വൃത്തിയാക്കി. അവരുടെ മുഖത്ത് അല്പം മ്ലാനത പരന്നോ? ഇളയവന് പാലു കുറുക്കി ഉണ്ടാക്കിയ സന്ദേശ് എന്തി ഷ്ടമായിരുന്നു. നാളികേരയുണ്ടയും. അവന്റെ ആവശ്യങ്ങൾ വളരെ പരി മിതമായിരുന്നു. വളരെ കുറച്ചുമാത്രം നേടിയെടുത്ത് അവൻ പോയി. ലക്ഷ്മി ജനാലയിലൂടെ വെളിയിലേക്കു നോക്കി. അടുത്ത വീട്ടിലെ മതി ലിൽ വെയിലു വീഴുന്നു. മിഥിലേശ് ബന്ദോപാധ്യായ് എന്ന സംഗീതകാ രന്റെ സിതാറു വാദനം എന്നത്തേയും പോലെ ഒഴുകിയെത്തുന്നു. മഴ വീണ് മതിലിൽ പച്ചപ്പായലു പടർന്നു പിടിച്ചിരുന്നു, അതിപ്പോൾ ഉണങ്ങി കറുത്തു പോയിരിക്കുന്നു. വെയിലു വീഴുമ്പോൾ കറുത്ത പാട് കൂടുതൽ വ്യക്തമായി കാണാം. ദേവാർച്ചൻ സിതാറിന്റെ സംഗീതധാരയിൽ നിന്ന് രാഗം പിടിച്ചെടുക്കാൻ ശ്രമിക്കുമായിരുന്നു. ലക്ഷ്മിക്ക് അതൊക്കെ ശുദ്ധ അസംബന്ധമായേ തോന്നിയിട്ടുള്ളൂ. എല്ലാവരോടും നിശ്ശബ്ദത പാലി ക്കാൻ പറഞ്ഞിട്ട് ദേവാർച്ചൻ കാതോർക്കും. രാഗം കണ്ടുപിടിക്കാനുള്ള ശ്രമത്തിൽ മുഴുകും. ഇതിലെന്താണിത്ര ആനന്ദമെന്ന് ലക്ഷ്മിക്ക് മന സ്സിലാക്കാനായില്ല. അവരിൽനിന്ന് ഒരു ദീർഘശ്വാസം പുറത്തുവന്നു. ഇളയമകനെ തനിക്ക് ഒരിക്കലും മനസ്സിലാക്കാനായില്ല. ചെറുപ്പത്തിൽ പോലും അവനങ്ങു അകലത്താണെന്നു തോന്നിയിരുന്നു. വലുതാവു ന്തോറും അകലം കൂടിക്കൂടി, ക്രമേണ മറികടക്കാനാവാത്തത്ര ദൂരേക്ക് അവൻ പോയി.

ജിനി ചായയും ബിസ്കറ്റും കൊണ്ടുവന്നു. അനിസുജ്ജമാൻ ദുർഗ യെപ്പറ്റിയുള്ള പ്രബന്ധത്തെക്കുറിച്ചു സംസാരിക്കുകയായിരുന്നു. ജിനി യുടെ നേരെ നോക്കിയതും അയാളൊന്നു പകച്ചുപോയി.

ശിഞ്ജിനി! എന്താ നിനക്കു സുഖമില്ലെന്നുണ്ടോ?

ജിനി മുഖം താഴ്ത്തി ഉത്തരം പറഞ്ഞു. ഇല്ലില്ല. സുഖം തന്നെ.

ലക്ഷ്മി അടുത്ത മുറിയിൽ നിന്നുകൊണ്ട് ചോദ്യം കേട്ടു. കട്ടിലിനു മീതെ പടം വെച്ച് ധൃതിയിൽ വെളിയിലേക്കു വന്നു. എന്നിട്ടു പറഞ്ഞു. പിന്നെ ക്ഷീണം കാണാതിരിക്കുമോ? പുരിയിലൊക്കെ ചുറ്റിയടിച്ചു വന്ന തല്ലേയുള്ളൂ?

ജിനി അകത്തേക്കു പോയി. അനിസുജ്ജമാന് ആ പെൺകുട്ടിയെക്കുറിച്ച് വിഷമം തോന്നി. അവളോടു വളരെ കുറച്ചേ സംസാരിച്ചിട്ടുള്ളൂ. നല്ല കുട്ടി, ബുദ്ധിമതിയാണ്. ഭൂരിഭാഗം കുട്ടികളെപ്പോലെ പുറന്തോടിൽ മാത്രം തങ്ങി നില്ക്കുന്ന പഠിപ്പല്ല. ഇന്നെന്താ അവളുടെ മുഖത്ത് ഇത്രയ്ക്കു വിഷാദം? ചിലർക്കൊന്നും വിഷാദഭാവം ഒട്ടും ചേരില്ല. കോളേജിലും കണ്ടിട്ടുള്ളതാണ്. ഏതെങ്കിലും ശിഷ്യനോ ശിഷ്യയോ പെട്ടെന്ന് വിഷണ്ണഭാവവുമായി മുന്നിൽ വന്നു നിന്നാൽ മതി അനിസുജ്ജമാന്റെ നെഞ്ചു വിങ്ങും. ഈ പ്രായത്തിലെ കുട്ടികൾക്ക് രണ്ടു ഭാവങ്ങളെ പൊരുത്തപ്പെടൂ പരിഭവവും സന്തോഷവും. അളവറ്റ സന്തോഷം. ഈ പെൺകുട്ടി, ശിഞ്ജിനിയെന്ന ജിനി അയാളുടെ ശിഷ്യയല്ല. എന്നാലും ശിഷ്യയെപ്പോലെത്തന്നെയല്ലേ? അവളുടെ വിഷണ്ണത, വാടിക്കരിഞ്ഞ പ്രസാദമില്ലാത്ത മുഖം, അനിസുജ്ജമാനെ വല്ലാതെ അലട്ടാൻ തുടങ്ങി. പിന്നെ അധികനേരം അവിടെയിരുന്ന് സംസാരിക്കാൻ അയാൾക്കായില്ല. എത്രത്തോളം ചർച്ച ചെയ്യണമെന്ന് ആലോചിച്ചിരുന്നുവോ അത്രത്തോളം ചെയ്യാനായില്ല. അയാളെഴുന്നേറ്റു.

മറ്റു സമയങ്ങളിൽ ലക്ഷ്മിയും വികാസിനോടൊപ്പമിരുന്ന് ചർച്ചയിൽ പങ്കെടുക്കുമായിരുന്നു. ഇന്നെന്തോ ദേവാർച്ചന്റെ ഫോട്ടോ വീണുടഞ്ഞതു കാരണം അവരുടെ മനസ്സിൽ അമർഷം പതഞ്ഞുയരുകയായിരുന്നു. എന്നാലും എന്തെങ്കിലും പറയാതെ സമാധാനമാവില്ല. അതും മനസ്സിൽ നിനച്ചുകൊണ്ടു അവർ വീണ്ടും സ്വീകരണമുറിയിലേക്കു വന്നു. അനിസുജ്ജമാൻ പോയിരിക്കുന്നു. ലക്ഷ്മിയുടെ കണ്ണുകൾ ചായക്കപ്പിലേക്കു നീങ്ങി. അങ്കലാപ്പോടെ അവരുടെ സ്വരം ഉയർന്നു.

കണ്ടോ, കണ്ടോ ഈ പെണ്ണു ചെയ്തു വെച്ചിരിക്കുന്നതു നോക്കൂ. എത്ര തവണ പറഞ്ഞിട്ടുള്ളതാണ് കണ്ട അണ്ടനും അടകോടനും ഈ കപ്പിൽ ചായ കൊടുക്കരുതെന്ന്.

ജിനി ഓടിപ്പാഞ്ഞുവന്നു. ജിനിയെ തള്ളിമാറ്റി അവർ അട്ടഹസിക്കാൻ തുടങ്ങി നിനക്കെന്താ ഒരു കാര്യം ഒരിക്കൽ പറഞ്ഞാൽ മനസ്സിലാവില്ലേ? പറഞ്ഞത് അനുസരിച്ചൂടെ? നിന്റെ വീട്ടിൽ ഇതൊന്നും പഠിപ്പിച്ചിട്ടില്ലേ? ജിനി ആലിലപോലെ വിറയ്ക്കുകയാണ്. എന്താ, എന്താ പറ്റിയത്?

എന്തു പറ്റിയെന്നോ, നിനക്കറിഞ്ഞുകൂടാ അല്ലേ? എന്റെ വീട്ടിൽ കുറച്ച് ആചാരസമ്പ്രദായങ്ങളൊക്കെയുണ്ട്. അതൊന്നും പാലിക്കാനാവില്ലേ, നിനക്ക്? വീട്ടുകാരുപയോഗിക്കുന്ന കപ്പിലാണോ ആ മുസ്ലീമിന് ചായ കൊടുക്കുക? ഈ കപ്പിൽ ചായ കുടിച്ചിട്ടല്ലേ ഞാൻ പൂജയ്ക്കിരിക്കാറ്?

മുസ്ലീമാണെങ്കിലെന്താ അമ്മേ? അയാളെപ്പോലുള്ള മനുഷ്യരു

വേറെയുണ്ടോ? എത്ര വലിയ പണ്ഡിതൻ! എത്രയോ വിശാലമായി ചിന്തിക്കയും വായിക്കയും പഠിക്കയും ചെയ്യുന്ന വ്യക്തിയല്ലേ?

എന്ത് എന്താ പറഞ്ഞത്? നീയെന്നെ പഠിപ്പിക്കാൻ വരുന്നോ? മുഖത്തു നോക്കി തർക്കുത്തരം പറയുന്നോ?

അമ്മയുടെ ശബ്ദം കേട്ട് ദേവാശിഷ് എത്തിയിരിക്കുന്നു. ജിനിയുടെ മുടിക്കു പിടിച്ച് വലിക്കാൻ തുടങ്ങി. ആങ്ഹാ അമ്മയോടു കയർക്കാൻ നീയാര്? മിണ്ടരുത്. വൃത്തികെട്ടവൾ, അസത്ത്.

അടുത്ത മുറിയിലിരുന്ന് വികാസ് നെടുനിശ്വാസമുതിർത്തു. അത്രമാത്രം, അതിലപ്പുറമൊന്നുമില്ല. അയാളിൽ നിന്ന് ഒരു പ്രതികരണവും ഉണ്ടായില്ല.

ഹിംസ മനുഷ്യന്റെ ആദിമവൃത്തികളിലൊന്നാണ്. സഭ്യതയുടേയും സംസ്കാരത്തിന്റേയും നിബന്ധനകൾക്കിടയിൽ മറ്റു പ്രാകൃത പ്രവണതകളെപ്പോലെ ഹിംസയേയും മനുഷ്യൻ ഒളിപ്പിച്ചു വെച്ചിരിക്കയാണ്. ഒരുപാടു കാലമായി ദീർഘനിദ്രയിലാണത്. പക്ഷേ ഒരു ദിവസം പൊടുന്നനെ ഒരിക്കൽ നിദ്രാഭംഗം വന്നെങ്കിൽ അത് രാക്ഷസീയഭാവം പൂണ്ടെന്നു വരും. അന്ന് സഭ്യത അന്ധകാരത്തിലാഴും. സംസ്കാരം വിസ്മരിക്കപ്പെടും. പാപത്തിലേക്കുള്ള വാതിൽ ആദ്യത്തെ തവണ തള്ളിത്തുറക്കാനേ ഏറെ ബുദ്ധിമുട്ടേണ്ടതുള്ളൂ. ക്രമേണ ഹിംസയും പാപത്തെപ്പോലെ പഴക്കവഴക്കമായിത്തീരും.

പതിന്നാല്

ചോരയുടെ മണം. രക്തത്തിന്റെ, മരണത്തിന്റെ മണം കുരുടന് പിടിച്ചെടുക്കാനാകുന്നുണ്ട്. എന്തോ അത്യാഹിതം സംഭവിക്കാനിരിക്കുന്നു. അതോ സംഭവിച്ചു കഴിഞ്ഞോ? അവന് വല്ലാത്ത വിമ്മിട്ടം തോന്നി. തപ്പിത്തടഞ്ഞ് അവൻ വീട്ടിനു വെളിയിലിറങ്ങി. രണ്ടു ദിവസമായി മാസ്റ്റർ കാക്കുവിന് പനിയാണ്. നെഞ്ചിൻകൂടിനു വേദന. കുറച്ചു നാളായി പണിക്കും പോകാറില്ല. കുരുടന്റെ ചുവടുകൾ മാസ്റ്റർ കാക്കുവിന്റെ വീട്ടിലേക്കു നീങ്ങി. നേരം ഇനിയും പുലർന്നിട്ടില്ല. പക്ഷികൾ കലപില തുടങ്ങിയതേയുള്ളൂ. കുഞ്ഞുകിളികൾ സരിഗമ പാടി കണ്ഠശുദ്ധി വരുത്തുമ്പോലെ.

കപില വെളിക്കിരിക്കാൻ ഇറങ്ങിയതാണ്. കൊച്ചു വെളുപ്പാൻകാലത്ത് കുരുടനെക്കണ്ടിട്ട് ചോദിച്ചു.

നീയെവിടേക്കാ?

ഓ, കപിലാദീയോ? നിങ്ങളെവിടേക്കു പോയതാ?

ഫടിക്ക്കുളത്തിലേക്ക്.

ഓ!

നീയെവിടേക്കാ?

എന്തോ വല്ലാത്തൊരു മണം വരുന്നില്ലേ, കപിലാദീ?

എന്തു മണം? ഫടിക്ക്കുളത്തിലില്ലാത്ത നാറ്റമുണ്ടോ? അവിടന്നായിരിക്കും.

അല്ല. അതല്ല, ചോരയുടെ മണം വരുന്നില്ലേ?

ചോരയുടെ മണമോ? ഓ! എന്റെ കുരുടൻ കുട്ടി! ശരിക്കും നിനക്ക് ചോരയുടെ മണം പിടിച്ചെടുക്കാനാകുമോ? നീയെന്താ കുട്ടി ഭഗവാനാണോ? സത്യം പറ. നിനക്കെങ്ങനെ ഇത്തരം മണമൊക്കെ പിടിച്ചെടുക്കാനാകുന്നു?

കപില തകർന്നുപോയി. അവളുടെ വിസ്മയവും വിലാപവും പുലർകാലത്തിലെ അന്തരീക്ഷത്തിൽ വ്യാപിച്ചു. കുരുടൻ ഒന്നും മിണ്ടുന്നില്ല. കപില അവന്റെ കാൽക്കീഴിൽ ഇരിപ്പുറപ്പിച്ച് അരക്കെട്ടിൽ പിടിച്ചിരിക്കുന്നു. അവന്റെ ഉദരത്തിൽ കപിലയുടെ കണ്ണീർ ഇറ്റുവീഴുന്നു. കപില പറഞ്ഞു കരയുകയാണ്. "പാപമാണ്, കുരുടാ. ഞാൻ ചെയ്തത് പാപമാണ്. വലിയ പാപം. നിനക്ക് ചോര മണക്കാതിരിക്കില്ല. അതെന്റെ പാപത്തിന്റെ മണമാ."

"എണീക്ക് കപിലാദീ. എന്തിനാ കരയുന്നത്? എനിക്ക് മാസ്റ്റർ കാക്കുവിന്റെ അടുത്തേക്കു പോണം."

"അല്ല. നീ കേക്കണം. അയാളിങ്ങനെ ചെയ്യുമെന്ന് തീരെ കരുതിയതല്ല, കുരുടാ... എന്താ ചെയ്തതെന്നറിയാമോ? പൈസ തന്നു. അമ്മയുടെ മുഖത്തേക്ക് ഒരു കെട്ടു നോട്ട് വലിച്ചെറിഞ്ഞിട്ടു പറഞ്ഞു. പോ. പോയി മകളുടെ വയറു ഖലാസാക്കീട്ടു വാ. ദേ ഒരുപാടു പൈസയുണ്ട്. നല്ല ഡോക്ടറെത്തന്നെ കാണിക്ക്. നിങ്ങളുടെ ആർത്തിക്ക് അവസാനമില്ല. ഒരുത്തന്റെ കൂടെ കേറിക്കിടന്ന് മറ്റൊരുത്തന് പേരുദോഷം വരുത്തിവെക്കുന്ന വർഗം. എന്റെ കൈയിൽ പൈസ കണ്ടു, തുപ്പലൊലിപ്പിച്ച് പിന്നാലെ കൂടി, ഒരു കാരണവും കെട്ടിച്ചമച്ചു."

"ഇങ്ങനെയൊക്കെ പറഞ്ഞോ?"

"പിന്നല്ലാതെ. അമ്മേ കണ്ണിലെ വെള്ളമൊഴുക്കി ഇങ്ങു പോന്നു."

"നിങ്ങളു പൈസ വാങ്ങിച്ചില്ല, അങ്ങനെയല്ലേ കപിലാദീ?"

"വാങ്ങിച്ചു. വാങ്ങിക്കാതെ എങ്ങനെ? ഇന്നലെ ഞാൻ വയറു കഴുകി വന്നു. മോനേ, എന്തൊരു വേദന.. എന്റെ പാപത്തിനുള്ള കൂലി ദൈവം തന്നു. പക്ഷേ നാഗേൻ മിത്തിരനോടൊപ്പമല്ലാതെ ഞാനാരുടെ കൂടെയും കിടന്നിട്ടില്ല. അയാളാണ് ആദ്യം... അയാളു പറയുമായിരുന്നു കപിലാ, നിന്നെ ഞാൻ കല്യാണം കഴിക്കും. നിന്നെ എന്റെ റാണിയാക്കും. എനിക്കിത്തിരി വയസ്സായിപ്പോയി. അതോണ്ടെന്താ നിനക്ക് ഒരു കുറവും വരുത്തില്ല എന്നൊക്കെ. സുഖമായി ജീവിക്കാനുള്ള മോഹം. തീരാത്ത മോഹം. ആ മോഹം കാരണം ഞാനയാളു പറഞ്ഞതൊക്കെയങ്ങു വിശ്വസിച്ചുപോയി. വിശ്വസിച്ചു വിശ്വസിച്ച് ആ വിശ്വാസം തന്നെ ഒരുതരം

സ്നേഹമായി. വയസ്സിത്തിരി കൂടിയെന്നു വെച്ചാലെന്താ? എത്രയോ പെണ്ണുങ്ങൾ കിഴവന്മാരെ കല്യാണം കഴിക്കുന്നില്ലേ? അയാളെന്നെ വിളിക്കുമ്പോ, പുണരുമ്പോ പുന്നാരിക്കുമ്പോ ഞാനങ്ങ് അലിഞ്ഞുപോയി. അങ്ങനെ അയാളുടെ നനുത്തുമിനുത്ത കിടക്ക വരെ ഞാനെത്തി. എത്രയോ എത്രയെത്രയോ കഥകൾ കേട്ടതാണ്. വലിയ വീട്ടിലെ ആണുങ്ങൾ പാവപ്പെട്ട പെൺകുട്ടികളെ ചതിക്കുന്നതിനെപ്പറ്റി. എന്നിട്ടും ഞാനൊന്നും മനസ്സിലാക്കിയില്ല. നാഗേൻ മിത്തിർ എന്നെ ചതിക്കുമെന്ന്, എന്റെ ജീവിതം തുലയ്ക്കുമെന്ന് നിനച്ചതേയില്ല. ഞാനെന്തൊരു വിഡ്ഢി. പാപിയാണ് ഞാൻ. ഞാൻ പുഴുത്തു മരിക്കും."

കുരുടന്റെ കൈകൾ പരതി. കപിലാദീയുടെ കണ്ണുകളിലെത്തി. തുടച്ചുകൊടുക്കണമെന്നുണ്ട്. കപിലാദീ പറഞ്ഞതു മുഴുവനങ്ങ് കുരുടനു മനസ്സിലായിട്ടില്ല. വസന്തം ഇങ്ങെത്തുന്നതേയുള്ളൂ, ശിശിരത്തിന്റെ ലാഞ്ഛന മുഴുവനായും മാറാത്ത പുലർവേളയിൽ ഒരു ദുഃഖരാഗം അവന്റെ നാഡീവ്യൂഹത്തെ സ്പർശിച്ചിരിക്കുന്നു. കപിലയുടെ കണ്ണീർ വീണ് മണ്ണു നനഞ്ഞു.

"കരയല്ലേ കപിലാദീ, ചോര മണക്കുന്നത് എന്തുകൊണ്ടാണെന്ന് എനിക്കറിയില്ല. ഞാൻ പോട്ടെ."

"ഞാൻ ചീത്തയാണോ കുരുടാ, മഹാ ചീത്ത?"

കപില എഴുന്നേറ്റുനിന്നു. കുരുടന്റെ ചുണ്ടുകളിൽ നനുത്ത പുഞ്ചിരി. കപിലാദീ ചീത്തയാണെന്ന് അവനെന്തിനു വിചാരിക്കണം? ആരാണ് നല്ലത് ആരു ചീത്ത എന്നവനെങ്ങനെ അറിയാം? അവനെന്തറിയാം? കപിലാദീയുടെ ശരിയായ ദുഃഖം എന്താണ്? നാഗേൻ മിത്തിർ പൈസ വെച്ചു നീട്ടിയതോ ദുർമോഹികളെന്നു വിളിച്ചതോ അതോ വയറു കലക്കേണ്ടി വന്നതോ? ഇതൊന്നുമല്ലെങ്കിൽ ഒരുവേള കപിലാദീ നാഗേൻ മിത്തിരനെ ശരിക്കുമങ്ങ് സ്നേഹിച്ചുപോയിരിക്കുമോ? മുന്നാദാ പറയാറുണ്ട് പ്രേമത്തിൽപെട്ട ആൺപിള്ളേർക്ക് തലയ്ക്ക് പിരാന്തുപിടിക്കും, പെൺപിള്ളേർക്ക് ഒരിക്കലും അത്രത്തോളം പിരാന്തു മൂക്കില്ല. മുന്നാദാ ആരെയോ പ്രേമിച്ചു, അവസാനം നിരാശപ്പെടേണ്ടിവന്നപ്പോൾ കുരുടനോടു പറഞ്ഞു, പൂരാ ഉമർ തുഝേ യാദ് ആയേഗി ക്യോംകി ഉസ്നേ തുമേ ദിയാ ഭീ കുഛ് തോ സിർഫ് ജഖം. അതെ, ആജീവനാന്തം ഉണങ്ങാത്ത മുറിവു മാത്രമാണ് ലാഭം.

കഴിഞ്ഞ കുറെ ദിവസങ്ങളായി അടക്കിവെച്ചിരുന്ന ദുഃഖവും അപമാനവും ഇന്ന് കുരുടന്റെ മുന്നിൽ വെച്ച് പുറത്തേക്കൊഴുകാൻ കഴിഞ്ഞതോടെ കപിലയ്ക്ക് വല്ലാത്തൊരാശ്വാസം അനുഭവപ്പെട്ടു. കുരുടൻ ചുവടുറപ്പിച്ച് മുന്നോട്ടു പോകയാണ്. കണ്ണു കാണില്ല എങ്കിലും നോക്കു ഒരൊറ്റ ചുവടുപോലും പിഴയ്ക്കുന്നില്ല. അവൾ ആകാശത്തേക്കു നോക്കി. ഇരുട്ട് നേർത്തു നേർത്ത് വരുന്നു. നക്ഷത്രങ്ങൾ ഒന്നൊന്നായി മറയുന്നു. ഈ നക്ഷത്രങ്ങളൊക്കെ പകൽ നേരങ്ങളിൽ എവിടേക്കു പോകുന്നു, അവൾക്കറിയില്ല. ഫടിക്ക്കുളത്തിലേക്ക് നോട്ടമയയ്ക്കേ

അവളാലോചിക്കയാണ് എത്രയും വേഗം വേറൊരു പണി കണ്ടുപിടിക്കണം. ഇനിയും മറ്റൊരു ബാബുവിന്റെ വീട്ടിൽ അയാളുടെ പ്രലോഭനത്തിൽപെട്ട് സുഖജീവിതം സ്വപ്നം കണ്ടെന്നു വരുമോ? തെറ്റ് ആവർത്തിച്ചെന്നു വരുമോ? സ്വപ്നം കാണുന്നത് തടുക്കാനാവുമോ, കപിലയ്ക്കറിയില്ല.

കുരുടൻ മാസ്റ്റർ കാക്കുവിന്റെ വാതില്ക്കലെത്തി. മുട്ടി. മാസ്റ്റർ വാതിലു തുറന്നു. ഇതെന്താ മോനെ ഇത്ര നേരത്തെ? ഉറങ്ങിയില്ലേ? മുഖമെന്താ വല്ലാതിരിക്കുന്നത്?

കുരുടൻ ഒന്നും മിണ്ടിയില്ല. മാസ്റ്റർ അവന്റെ തോളിൽ പിടിച്ചു. വാ എന്റെ കൂടെ കിടക്ക്. കുറച്ചുനേരം ഉറങ്ങ്.

കുരുടന് മനസ്സിലായി പനി വിട്ടിട്ടില്ല. മാസ്റ്ററുടെ ശരീരത്തിന് ഇപ്പോഴും നല്ല ചൂടുണ്ട്. അവൻ കുറച്ചുനേരം മിണ്ടാതെ കിടന്നു. എന്നിട്ടു പറഞ്ഞു വല്ലാത്തൊരു മണമടിക്കുന്നു.

എന്തു മണം?

ചീത്ത മണം, ചോരയുടെ മണം.

മാസ്റ്റർക്കറിയാം കുരുടന് വല്ലാത്ത ഘ്രാണശക്തിയാണെന്ന്. അവന് സമയം മണത്തറിയാം, പുസ്തകങ്ങൾ മണത്തറിയാനാകും ഋതുക്കളുടെ മണം മനസ്സിലാവും... അതിലൊന്നും മാസ്റ്റർക്ക് ഇതുവരെ അതിശയം തോന്നിയിട്ടില്ല. കാരണം ഏതെങ്കിലും ഒരിന്ദ്രിയം നിഷ്ക്രിയമായാൽ മറ്റിന്ദ്രിയങ്ങൾ കൂടുതൽ ജാഗരൂകരാവും. പക്ഷേ ഇപ്പോൾ കുരുടനു ലഭിക്കുന്നത് ഭവിഷ്യകാലത്തിന്റെ ഗന്ധമാണ്. മാസ്റ്ററുടെ മനസ്സിനകത്ത് വല്ലാത്തൊരു വിറയൽ. അയാളൊരിക്കലും പ്രകൃത്യാതീതമായ ഒന്നിനേയും വിശ്വസിച്ചിട്ടില്ല. പക്ഷേ കുരുടന്റെ അനുഭൂതികൾ ക്രമേണ വ്യാഖ്യാനത്തിന് അതീതമായിത്തീരുകയാണ്. ഏഴെട്ടു ദിവസം മുമ്പ് അന്ന് മാസ്റ്റർക്ക് യാതൊരസുഖവും ഇല്ലായിരുന്നു. അന്ന് കുരുടൻ മാസ്റ്ററോടു പറഞ്ഞു, മാസ്റ്റർ കാക്കു നിങ്ങളുടെ ശരീരത്തിന് പനിയുടെ മണമുണ്ട്. ഇന്നിതാ മാസ്റ്റർക്ക് പനി പിടിച്ചിരിക്കുന്നു. ഇന്ന് കുരുടൻ പറയുന്നു, ചോരയുടെ മണം പിടിക്കാനാകുന്നുണ്ടെന്ന്. മാസ്റ്റർക്കു മനസ്സിലാകുന്നുണ്ട്, ഇത് തീക്ഷ്ണമായ ഗന്ധമാകണം. കാരണം കുരുടന്റെ മുഖത്ത് വല്ലാത്ത മനഃപ്രയാസമുണ്ട്. ആലോചിച്ചാലോചിച്ച് മാസ്റ്ററുടെ കണ്ണുകളടഞ്ഞുപോയി. കുരുടനും മാസ്റ്ററുടെ നെഞ്ചിനരികിൽ മുഖം വെച്ച് ഉറങ്ങിപ്പോയിരിക്കുന്നു. അവൻ മുമ്പും ശ്രദ്ധിച്ചിട്ടുള്ളതാണ്. മാസ്റ്റർ സമീപത്തുണ്ടെങ്കിൽ അവന് യാതൊരുവിധ അങ്കലാപ്പും തോന്നില്ല.

ചുറ്റും വലിയ ബഹളം കേട്ടാണ് മാസ്റ്റർ രാവിലെ ഉറക്കമുണർന്നത്. ഇന്നയാൾ പണിക്കു പോകുന്നില്ല. അതുകൊണ്ടാണ് ഒരുപാടുനേരം കിടന്നുറങ്ങിയത്. പനി ശരീരത്തെ വല്ലാതെ തളർത്തിയിരിക്കുന്നു. ആരൊക്കെയോ എവിടേക്കൊക്കെയോ ഓടിപ്പോകുന്ന ശബ്ദം. പലരും കുശുകുശുക്കുന്നു. ശ്ശോ! ശ്ശോ! എന്നൊക്കെ കേൾക്കുന്നു. സർവ്വനാശം വരുത്തിവെക്കുന്ന ചുഴലിക്കാറ്റ് ചേരിയിൽ ആഞ്ഞടിച്ചപോലെ. കുരുടന്

ചോരയുടെ മണം പിടിക്കാനായ കാര്യം ഓർമവന്നതും മാസ്റ്റർ വാതിലു തുറന്ന് പുറത്തേക്കിറങ്ങി. എന്തൊരു കോലാഹലം! എന്തൊരോട്ടപ്പാച്ചിൽ! ബഹളത്തിനിടയിൽ അയാളുടെ കാതിൽ വീണു മരണപ്പാലം, മരണപ്പാലം. ഹാബുവും നേപയും ഓടിപ്പോകുന്നതിനിടയിൽ പറഞ്ഞു കേട്ടോ മാഷേ, മാഥുരേർഗഢിലെ ഒരു പയ്യൻ തീവണ്ടിക്കു തലവെച്ചു. തുണ്ടം തുണ്ടമായിക്കിടക്കുന്നു.

മാസ്റ്റർ നടുങ്ങിപ്പോയി. ആര്? ആരാണ്? ഈ ചേരിയിലെ ആർക്കും പേരറിയില്ല. മറ്റൊരാശ്ചര്യം എന്താണെന്നു വെച്ചാൽ ആ പയ്യന്റെ അല്പം ദൂരെയായി കൂനി ഫൂൽരേണുവും മരിച്ചുകിടക്കുന്നുണ്ടത്രെ. പക്ഷേ അവൾ തുണ്ടം തുണ്ടമായിട്ടില്ല. വണ്ടിയിടിച്ച് വീണതാണെന്നു തോന്നുന്നു, തലയോടു പൊട്ടി ചിന്നിച്ചിതറിയിരിക്കുന്നു.

മറ്റുള്ളവരോടൊപ്പം മാസ്റ്ററും എത്തി, മരണപ്പാലത്തിൽ. സംഭവസ്ഥലത്തിനു ചുറ്റും ആൾക്കൂട്ടം. ആരോ ഒരാൾ ബോധരഹിതനായി കിടക്കുന്നു. അയാൾക്കു ചുറ്റിലും ആളുകളുണ്ട്. അവരു പറഞ്ഞു മരിച്ച പയ്യന്റെ ഏട്ടനാണ്.

എപ്പഴാ നടന്നത്?

ദാ ഒരര മണിക്കൂറായിക്കാണും.

ഇതിനകം എല്ലാവരും അറിഞ്ഞിരിക്കുന്നു. മാസ്റ്റർ നോക്കിക്കാണുകയാണ്. പയ്യന്റെ നെഞ്ചിലൂടെയാണ് വണ്ടി കടന്നുപോയിരിക്കുന്നത്. ശരീരത്തിന്റെ മേൽപകുതി പാളങ്ങൾക്കിടയിൽ കുടുങ്ങിക്കിടക്കുന്നു. താഴത്തെ പകുതി പാളത്തിന്റേയും മരപ്പലകയുടേയും വിടവിൽ തൂങ്ങിക്കിടക്കുന്നു. മരിച്ചേ തീരൂവെന്ന് കച്ചകെട്ടിയിറങ്ങിയ മട്ട്. നിഷ്കളങ്കമായ മുഖം. ചുറ്റിലും നിഷ്കളങ്കമായ പ്രപഞ്ചം. കൈകളിൽ ഇപ്പോഴുമുണ്ട് വെട്ടിത്തിളങ്ങുന്ന സ്റ്റീൽ തൂക്കുപാത്രം. അതിൽനിന്ന് ഒഴുകിപ്പോയ പാല് ചോരയോടൊപ്പം മണ്ണിലേക്ക് ഊർന്നിറങ്ങിയിരിക്കുന്നു.

പാല്! അതിനി തിരിച്ചറിയാനാവില്ല. ചോരയുടെ ബീഭത്സമായ മണം അന്തരീക്ഷത്തിൽ. അതേ രക്തം ശരീരത്തിലൂടെ ഒഴുകുമ്പോൾ യാതൊരുവിധ ദുർഗന്ധവും ഉണ്ടാകാറില്ല. മാസ്റ്റർക്ക് സഹിക്കാനായില്ല.

കുനിഞ്ഞ ശിരസ്സോടെയാണ് മാസ്റ്റർ വീട്ടിനകത്തേക്ക് കയറിയത്. കുരുടന്റെ ഉറക്കം തെളിഞ്ഞിട്ടില്ല. മാസ്റ്റർ അവനെ ഉണർത്തി.

ചോര മണത്തെന്ന കാര്യം നീ ആരോടും പറയല്ലേ കേട്ടോ.

അതെന്താ മാസ്റ്റർ കാക്കു?

റെയിൽപാളത്തിൽ ഒരു പയ്യൻ മരിച്ചുകിടക്കുന്നു, കണ്ടിട്ട് ആത്മഹത്യയാണെന്നു തോന്നി.

എവിടെ മരണപ്പാലത്തിലോ?

അതെ, പക്ഷേ നിനക്കെങ്ങനെ മനസ്സിലായി?

മണം ആ ഭാഗത്തുനിന്നാണ് വന്നിരുന്നത്.

മാസ്റ്റർ കുറേ നേരത്തേക്ക് ഒന്നും മിണ്ടിയില്ല. എന്നിട്ടു പറഞ്ഞു ഒരാളല്ല, രണ്ടുപേർ മരിച്ചു.

മറ്റേത്?

കൂനി ഫൂൽരേണു ചാണകം പെറുക്കി നടന്നിരുന്നവൾ

ഈ ചേരിയിലുള്ളവളല്ലല്ലോ.

അല്ല. സ്റ്റേഷനടുത്തുള്ള കുടിലിലായിരുന്നു താമസം. ചാണകം വാരി വരടിയുണ്ടാക്കി റെയിൽപാളത്തിൽ ഉണക്കാനിടും. അവളെങ്ങനെ യാണാവോ മരിച്ചത്.

രണ്ടുപേരും ഒരുപാടുനേരം ഒന്നും ഉരിയാടിയില്ല. ഒടുവിൽ കുരുടൻ പറഞ്ഞു. മണത്തിന്റെ കാര്യം ഞാൻ ഒരാളോടു പറഞ്ഞു.

ആരോട്?

കപിലാദീയോട്

മാസ്റ്റർ ആലോചിക്കയാണ്. കപില ആരോടെങ്കിലും പറയുമോ? എന്താവും പറയുക? കുരുടന് മുൻകൂട്ടി അറിയാമായിരുന്നെന്നോ? അങ്ങനെയാണെങ്കിൽ അവന് ദിവ്യശക്തിയുണ്ടെന്ന് എല്ലാവരും കൂടി വരുത്തിത്തീർക്കുമോ? തീക്ഷ്ണമായ പ്രവണതകൾ ഉണ്ടെങ്കിൽ ചിലപ്പോൾ ഇത്തരം അനുഭൂതികൾ ഉണ്ടായെന്നുവരും. ഏതെങ്കിലുമൊരു സങ്കല്പം തത്സമയം തന്നെ യാഥാർത്ഥ്യമായെന്നു വരും. മരിച്ചതാരാ ണെന്ന് മാസ്റ്റർക്ക് അറിയില്ല. ക്ലാന്തനായി കിടക്കവെ രണ്ടു സംഭവങ്ങളും തമ്മിൽ കൂട്ടിയിണക്കാനുള്ള ശ്രമം നടത്തി. ഫൂൽരേണുവിനെപ്പറ്റി പൊതു ജനത്തിന് വലിയ കൗതുകമൊന്നുമില്ല. പക്ഷേ വലിയ വീട്ടിലെ പയ്യനെ പ്പറ്റി ഔത്സുക്യമുണ്ട്. ഫൂൽരേണു എന്തിനാണ്, എങ്ങനെയാണ് മരി ച്ചത്? പയ്യനെ രക്ഷിക്കാൻ ശ്രമിച്ചതാണോ? ശരീരം മുഴുവനും തളരുന്നു.

കുരുടനേയും കൂട്ടി കമർഹാട്ടിയിലേക്ക് നടക്കുകയാണ് മാസ്റ്റർ. കമർ ഹാട്ടിയുടെ അരികിലൂടെ വലതുവശത്ത് ഒരു ചെറിയ പാത. ദക്ഷിണേ ശ്വറിലേക്കു പോകാനുള്ളതാണ്. ഇന്ന് മാസ്റ്റർ ഒരുപാടുനേരം ഗംഗാ തീരത്ത് ചിന്താധീനനായിരിക്കും. കുരുടനുമുണ്ടാകും കൂടെ. മാസ്റ്റർ വെള്ളത്തിലേക്കു നോക്കിയിരിക്കും. കുരുടൻ വെള്ളമൊഴുകുന്ന ശബ്ദം കാതിലേറ്റു വാങ്ങും. ഇന്നവർ പരസ്പരം യാതൊന്നും സംസാ രിക്കില്ല.

പതിനഞ്ച്

ദേവാശിഷിന് വിശ്വസിക്കാനാവുന്നില്ല. ഇത്രത്തോളമെത്തിയിരുന്നോ, ഇത്രത്തോളം?

ദേവോപം എന്തിനാവാം ആത്മഹത്യ ചെയ്തത്? അതാലോചിക്കാൻ ദേവാശിഷിന് ഒരു താത്പര്യവുമില്ല. ദേവോപമും ശിഞ്ജിനിയും തമ്മിൽ

അത്ര ഗാഢമായ സമ്പർക്കം ഉണ്ടാവാനെന്തു സാധ്യതയാണുള്ളത്? അതുമല്ല, പരസ്പരബന്ധം അത്രയ്ക്കു ഗാഢമാണെങ്കിൽ ആരെങ്കിലും ആത്മഹത്യ ചെയ്യുമോ? ഇതൊന്നും ആലോചിക്കാൻ ദേവാശിഷ് കൂട്ടാക്കിയതേയില്ല.

ലക്ഷ്മി പരാതി തുടങ്ങി. ഛീ! ഛീ! ഛീ! ഒരേ ചുറ്റുവട്ടത്ത്, ചങ്ങാതികളാണത്രെ. ഇനിയെങ്ങനെ നാലാളുടെ മുഖത്തു നോക്കും? വല്ലാത്തൊരു നാണക്കേട്.

അവരും ഒന്നും വിശദമായി അറിയാനാഗ്രഹിച്ചില്ല. പുരിയിൽനിന്നു തിരിച്ചുവന്നശേഷം ജിനി ഒരിക്കൽപോലും വീട്ടിനു വെളിയിൽ ഇറങ്ങിയിട്ടില്ല. അപ്പോൾപിന്നെ ദേവോപമുമായി സമ്പർക്കം ഉണ്ടാവുന്നതെങ്ങനെ? അവരതേപ്പറ്റി ചിന്തിച്ചതേയില്ല. മറിച്ച് അവരുടെ ബുദ്ധിയിൽ അതിനീചമായ സംശയങ്ങൾ മുളപൊട്ടി, അവരതിനെ താലോലിച്ചു വളർത്തി വലുതാക്കി. അവർ പറഞ്ഞു, പറഞ്ഞുണ്ടാക്കി, സമർഥിച്ചു, സ്ഥിരീകരിച്ചു. പ്രണയം അദമ്യമാണ്, അവിഹിതമാണെങ്കിൽ പിന്നെ ഒട്ടും തടുക്കാനാവില്ല, അതിൽ കാപട്യം കലർന്നിരിക്കും, അത് അശ്ലീലവുമായിരിക്കും. ആർക്കറിയാം സത്യാവസ്ഥ? ഫോണിലൂടെ അവർ തമ്മിൽ ബന്ധപ്പെട്ടിരിക്കില്ലെന്ന് ആർക്കു പറയാനാവും? പകൽനേരങ്ങളിൽ വീട്ടിൽ ജിനിയല്ലാതെ മറ്റാരും ഉണ്ടാവാറില്ല, അപ്പോൾ ആ പയ്യനു വന്നു കൂടെന്നുണ്ടോ? ശരിയാണ് കുരുടന്റമ്മ വീട്ടിലുണ്ടാവാറുണ്ട്. പക്ഷേ അവരുടെ വായടയ്ക്കാനാണോ പ്രയാസം? നിമിഷങ്ങൾ മതിയല്ലോ. എന്തൊക്കെ ആവശ്യങ്ങൾ ഉള്ളവളാണ്, കുരുടന്റമ്മ.

വികാസും സമ്മതിച്ചു കൊടുത്തു. ഇല്ല. ഇനിയെന്തിന് സംശയം? ഇനിയിപ്പോ ഒരു ചൊട്ടു സംശയംപോലും ബാക്കിയില്ല.

അയൽക്കാരും ചുറ്റുവട്ടത്തുള്ളവരും മുമ്പും ഇതൊക്കെ ലക്ഷ്മിയുടെ വായിൽനിന്നു കേട്ടതാണ്. അന്നൊന്നും കാര്യമായെടുത്തില്ല. പക്ഷേ ഇന്ന് വിസ്മയവും അനുകമ്പയും കലർന്ന നോട്ടങ്ങൾ ജിനിയുടെ ജനാലയിലേക്കു നീളുന്നു. അവളെ ഒന്നു കാണാനായെങ്കിൽ! കരയുന്നുണ്ടാവുമോ? അവളും ആത്മഹത്യ ചെയ്യാനാലോചിക്കയാണോ? എന്തോ! ഹോ! അസാധാരണവും അവിഹിതവുമായ പ്രണയം, കാമുകന്റെ ആത്മഹത്യ ഇതൊക്കെ അവളെ എങ്ങനെ ബാധിച്ചിരിക്കും? എന്തായിരിക്കും അവളുടെ സ്ഥിതി?

ദേവോപമിന്റെ ആത്മഹത്യയെപ്പറ്റി ദേവാശിഷ് അന്വേഷിക്കാൻ പോയില്ല. കുനിഞ്ഞ ശിരസ്സുമായാണ് റോഡിലൂടെ നടത്തം. കണക്കുകൂട്ടലുകൾ ശരിയാവുന്നുമില്ല. അതായത് അവരു തമ്മിൽ ഇതിൽ കൂടുതലെന്തെങ്കിലും? ഇതിലും കൂടുതൽ? ശിഞ്ജിനിയിൽ പൂർണമായി അധികാരം സ്ഥാപിച്ചെടുക്കാനായോ ദേവോപമിന്? ജിനിയുടെ ഓരോ 'ഇല്ല' എന്ന ഉത്തരവും ദേവാശിഷിന് ചാട്ടവാറടിയായാണ് അനുഭവപ്പെടുന്നത്. രാത്രിയുടെ കുളിർമ അയാളെ ഉന്മാദിയാക്കുകയാണ്. പ്രേമം! അവിഹിതവും അശ്ലീലവുമായ പ്രേമം! ദേവോപമിന്റെ ആത്മഹത്യക്ക് ഇത്രയും

സഹജവും സരളവുമായ കാരണം കണ്ടെത്തിയിരിക്കേ ഇനിയെന്തിന് വിവേചനബുദ്ധിയോടെ, യുക്തിയുക്തമായി വിചാരണ നടത്തണം? ദേവോപം ജിനിയെച്ചൊല്ലിയാണ് ആത്മഹത്യ ചെയ്തതെങ്കിൽ അതു ചെയ്യാനുള്ള പ്രേരകം എന്തായിരുന്നു? എപ്പോഴാണ് അയാൾക്ക് മനസ്സിലായത് ജിനി തനിക്ക് അപ്രാപ്യയാണെന്ന്? ജീവനൊടുക്കുകയല്ലാതെ വേറെ വഴിയില്ലെന്ന്? ഇത്രയും കുറഞ്ഞ സമയംകൊണ്ട് അവർ തമ്മിലുള്ള സമ്പർക്കം ഒരു ജീവന്മരണപ്രശ്നമായിത്തീർന്നെന്നോ? അത് സാധ്യമാണോ, സംഭവ്യമാണോ? ഇതൊന്നും ആരും ആലോചിക്കുന്നേയില്ല. ദേവോപം ജാരനെന്ന പദവി നേടിയെടുത്തിരിക്കുന്നു, ലക്ഷ്മി മകനെ അടുത്തുപിടിച്ചിരുത്തി വിലപിച്ചു, 'അയ്യോ പാവം! എന്റെ മോനെ നിനക്കീ വിധി വന്നല്ലോ' എന്നാണു പറഞ്ഞത്. മറിച്ച്, 'അരുത്, അങ്ങനെയൊന്നും ചിന്തിക്കരുത്, അങ്ങനെയൊന്നും നടന്നിരിക്കാനിടയില്ല' എന്നു പറഞ്ഞതേയില്ല.

ജിനി അവൾ മൂകയാണ്. അവൾക്ക് പ്രേമമെന്താണെന്നറിയില്ല. എന്നിട്ടു വേണ്ടേ വിഹിതവും അവിഹിതവുമായ പ്രേമമെന്താണെന്നറിയാൻ. താനും ദേവോപമും തമ്മിൽ എന്തു ബന്ധമാണെന്നറിയില്ല. അന്ന് സമുദ്രത്തിൽ ഇറങ്ങിയത് ഓർമയുണ്ട്, ഛർദ്ദിലു വീണ സാരി മാറ്റുന്ന നിഷ്കളങ്കവും ശാന്തവുമായ ഒരു മുഖം ഓർമയുണ്ട്. തലയിൽ സ്നേഹപൂർവ്വം തടവിയതോർമയുണ്ട്. അന്ധകാരത്തിൽ നിന്നുകൊണ്ട് ഗംഭീര സ്വരത്തിൽ കവിത ചൊല്ലിയതോർമയുണ്ട്. അതിനുശേഷം ക്ഷണനേരത്തേക്ക് കണ്ണുകളിടഞ്ഞതോർമയുണ്ട്. പിന്നൊന്നും ഓർമയില്ല. ആ കണ്ണുകളിലെന്തായിരുന്നു? ഓർമയില്ല. ജിനി അതൊന്നും അന്വേഷിച്ചിട്ടില്ല. ഒട്ടും അന്വേഷിച്ചിട്ടില്ല. അവൾ കണ്ടിടത്തോളം കണ്ടതിലെവിടേയും മരണത്തിന്റെ നിഴലില്ലായിരുന്നു. അത്രത്തോളം വിശുദ്ധത, ആത്മാർത്ഥത അതിൽ മരണത്തിനു സ്ഥാനമെവിടെ? ആ ചാരുതയ്ക്ക് മരണത്തെ കൂടെക്കൊണ്ടു നടക്കാനാവില്ല. ജിനിക്ക് വിശ്വസിക്കാനാവുന്നില്ല, ദേവോപം ആത്മഹത്യ ചെയ്തെന്നോ. അയാളുടെ പോക്കറ്റിൽ ഒരു തുണ്ടു കടലാസുണ്ടായിരുന്നത്രെ.

ആരും ഉത്തരവാദിയല്ല. ഈ ഭൂമിയിൽ എല്ലാം മരണങ്ങൾക്കും കാരണം ജനനമാണ്. എന്റേയും അത്തരമൊരു മരണമാണ്.

ആരും ഉത്തരവാദിയല്ല? എന്നിട്ടും ജിനിക്ക് വിശ്വാസം വരുന്നില്ല. ആരും ഉത്തരവാദിയല്ലെന്നോ? മരണത്തിന് ആരെങ്കിലും ഉത്തരവാദിയാകേണ്ടതല്ലേ? മരിച്ചയാളും സ്വയം ഉത്തരവാദിയല്ല? അയാളുടെ കൈയിൽ പാൽപാത്രം ഉണ്ടായിരുന്നത്രെ.

അവൾക്കു ചുറ്റുമുള്ള പ്രപഞ്ചം മുഴുവനും നിശ്ചലവും നിസ്തബ്ധവുമാണ്. വാക്കുകളില്ലാത്ത പ്രപഞ്ചം. വികാസ്, ലക്ഷ്മി, ദേവാശിഷ് ആരും ജിനിയോടു സംസാരിക്കുന്നില്ല. വീടിനകത്തെ അന്തരീക്ഷത്തിൽ ശകാരവർഷങ്ങളും നിന്ദാസൂചകമായ ഛീ! ഛീകളും നിറഞ്ഞുനിൽക്കുന്നു. ജിനി ജനാലയിലൂടെ പുറത്തേക്കു നോക്കിയിരിക്കും.

അവിശ്വാസം എന്താണെന്ന് അവൾക്കറിയില്ലായിരുന്നു ഇപ്പോഴറിയാം. പ്രണയഹീനമായ ശരീരസമ്പർക്കം എന്താണെന്ന് അവൾക്കറിയില്ലായിരുന്നു. ഇപ്പോഴറിയാം. ഇത്തരം ദോഷാരോപണങ്ങൾ. ഛീ! ഛീകൾ ഇവ എത്രത്തോളം ദുസ്സഹമായേക്കാമെന്ന് അവൾക്കറിയില്ലായിരുന്നു, ഇപ്പോഴറിയാം. അവളുടെ മുന്നിൽ ഭാവി തരിശുഭൂമിയായിക്കിടക്കുന്നു. മൃതസമാനമായ ജീവിതം. ദിവസങ്ങൾ ജീവിച്ചു തീർക്കയല്ല, മരിച്ചു തീർക്കുകയാണവൾ. പലപ്പോഴും മനസ്സ് അമ്മയുടെ അരികിലേക്ക് പറന്നു ചെല്ലും. മുടി രണ്ടായി പകുത്ത് പിന്നിയിട്ട് ഫ്രോക്കിട്ട ഒരു പെൺകുട്ടി അഗർത്തലയിലെ ഇടവഴികളിലൂടെ ഓടി നടക്കും. സ്കൂളിൽ ഇംഗ്ലീഷു പഠിപ്പിച്ചിരുന്ന ടീച്ചറുടെ ശബ്ദം ഓർമയിലെത്തും.

Fair is foul, and foul is fair,

Hover through the fog and filthy air

യൂണിവേഴ്സിറ്റിയിലെ കാര്യങ്ങൾ ഓർത്തെടുക്കും. എസ്.പി.ജി. സാറിന്റെ ഘനഗംഭീരമായ ശബ്ദം കാതിൽ മുഴങ്ങും.

അവൾ മറക്കുകയാണ്, എല്ലാമെല്ലാം ക്രമേണ മറന്നുപോകുന്നു. കവിതയും സംഗീതവുമെല്ലാം. മരണത്തേക്കാളും കറുത്ത അന്ധകാരവുമായി മനുഷ്യരെത്തുന്നു, കീഴ്പെടുത്താൻ, അധികാരം സ്ഥാപിച്ചെടുക്കാൻ. ആരും അവളെ ഉണ്ണാൻ വിളിച്ചില്ല, ആരുമന്വേഷിച്ചില്ല. വിശപ്പില്ലേ, ജിനി?, ഒന്നും കഴിക്കണ്ടേ? പട്ടിണിക്കോലമായ ആ പെൺകുട്ടിയെ ഒരു പുരുഷൻ കിടക്കയിലേക്ക് തള്ളിയിട്ടു. അയാൾക്കതിനധികാരമുണ്ട്, നഗ്നനായ പുരുഷൻ. ഒരു വലിക്ക് ജിനിയുടെ സാരി വലിച്ചൂരി. അവളുടെ അനിഷ്ടം മൂർച്ചിച്ചു. ഭീതിയായി പരിണമിച്ചിരിക്കുന്നു, അവിടന്ന് ഓടി രക്ഷപ്പെടാനായെങ്കിൽ. അസീമമായ മാനസിക പ്രതിരോധം ഇപ്പോൾ ശാരീരിക പ്രതിരോധമായി മാറിയിരിക്കുന്നു. അവൾ കടിക്കുകയും മാന്തുകയും ചെയ്യുന്നു. ദിഗ്ഭ്രാന്തയായി, വിവേകം നഷ്ടപ്പെട്ട് വാതിൽ തുറന്ന് പുറത്തേക്കോടിയിരിക്കുന്നു. പാവാടയും ബ്ലൗസും മാത്രം ധരിച്ച് പെരുവഴിയിലേക്ക്! അഴിഞ്ഞുകിടക്കുന്ന തലമുടി, തുറിച്ച നോട്ടം. അവൾ സംഗീതജ്ഞൻ മിഥിലേശ് ബന്ദോപാധ്യയുടെ വീട്ടിലേക്ക് കയറിയിരിക്കുന്നു. വാതിലിൽ മുട്ടിവിളിക്കയാണ്, കാക്കിമാ, വാതിലു തുറക്കൂ, കാക്കിമാ വാതിലു തുറക്കൂ.

സംഗീതജ്ഞന്റെ ഭാര്യ വാതിലു തുറന്നു അയ്യയ്യോ! ഇതെന്താ കഥ?.... വാ വാ. അകത്തേക്കു വാ ജിനി.

അവർ ജിനിയെ ചേർത്തുപിടിച്ചു. ജിനി ആലിലപോലെ വിറക്കയാണ്. അവരെന്നെ കൊല്ലും, കാക്കിമാ. ഞാൻ പോവില്ല. ഞാനാ വീട്ടിലേക്ക് പോവില്ല.

സംഗീതജ്ഞൻ ഭാര്യയുടെ കൈയിലേക്ക് സാരിയെറിഞ്ഞുകൊടുത്തു. ഉടുപ്പിക്ക്, വേഗം ഉടുപ്പിക്ക്. ഈശ്വരാ ഇതെന്തൊക്കെയാണീ നടക്കുന്നത്.

സ്വന്തം നഗ്നത മറച്ച് ദേവാശിഷ് എത്തിയിരിക്കുന്നു. വീട്ടു വാതിൽക്കൽ ലക്ഷ്മിയും വികാസും നില്പുണ്ട്. അവരുടെ മുഖത്ത് വേവലാതി. ഈ പെണ്ണ് കാരണം. നാണവും മാനവും എല്ലാം കളഞ്ഞു കുളിച്ചു. ഇനിയൊന്നും ബാക്കിയില്ല. ഇനിയൊന്നും ബാക്കിയില്ല.

ദേവാശിഷ് മൃദുസ്വരത്തിൽ പറഞ്ഞു നടക്ക്.

ഭീതി നിറഞ്ഞ കണ്ണുകളോടെ ജിനി മിഥിലേഷിന്റെ ഭാര്യയെ നോക്കി കാക്കിമാ ഞാൻ പോവില്ല.

സംഗീതജ്ഞന്റെ പത്നി ജിനിയുടെ കൈ പിടിച്ച് ദേവാശിഷിനെ ഏല്പിച്ചു. അവരുടെ നെഞ്ചുപൊട്ടുന്നുണ്ട്. എന്നിട്ടും എന്തധികാരത്തിന്റെ പേരിലാണ്, അവളെ ഇവിടെ പിടിച്ചുനിറുത്തുക? എന്തു ധൈര്യത്തിൽ? അവർക്കു മനസ്സിലായി പെൺകുട്ടിക്ക് തലയ്ക്കു നല്ല സുഖമില്ല. ശരിക്കും ഭ്രാന്തു തന്നെ. വികാസും ലക്ഷ്മിയും എത്രയോ കാലമായി തങ്ങളുടെ അയൽവാസികളാണ്. അവരെ എങ്ങനെ അവിശ്വസിക്കും?

ജിനി തിരിച്ചുപോവുകയാണ്. ദേവാശിഷിന്റെ കനത്ത പിടിയിലൊതുങ്ങി തിരിച്ചുപോവുകയാണ്. എന്നത്തേയുംപോലെ ആ രാത്രിയിലും വികാസിന്റെ വീട്ടിലെ വിളക്കുകളെല്ലാം അണഞ്ഞു. പക്ഷേ നേരം പുലർന്നു. തടുക്കാനാവാത്ത ശിക്ഷ നടപ്പാക്കേണ്ട പ്രഭാതം. ദേവാശിഷ് റെക്കോർഡ് പ്ലെയറിൽ രബീന്ദ്ര സംഗീതത്തിന്റെ റെക്കോർഡിട്ടു. ഉച്ചത്തിൽ സംഗീതം മുഴങ്ങി.

കോലാഹൽ തോ ബാരൺ ഹൊലോ

ഏ ബാർ കോഥാ കാനേ കാനേ.

കോലാഹലങ്ങളൊന്നും പാടില്ല, ഇനി കാതിൽ കാതിൽ മൊഴിയാം ആനന്ദതുന്ദിലമായ പുരുഷ സ്വരം പാടുന്നു. ദേവാശിഷ് ഗർജ്ജിക്കയാണ്. എന്തിനവിടേക്കു പോയി? ഇന്നലെ എന്തിനാണ് അവിടേക്കോടിയത്?

ലക്ഷ്മി ജിനിയുടെ കരണത്തടിച്ചു. ഞങ്ങടെ മാനം മര്യാദയൊക്കെ തൊലച്ചില്ലേ?

കാറ്റ് മുറിക്കകത്തേക്ക് അടിച്ചുകയറി, ദേവാർച്ചൻ എഴുതി നിറച്ച നോട്ടു പുസ്തകത്തിലെ താളുകൾ, അസ്പൃശ്യമായ താളുകൾ മർമരധ്വനിയോടെ പറന്നുയർന്നു. ചേരിയിൽ കുഴൽക്കിണർ സ്ഥാപിക്കണോ എന്ന ചർച്ചയിൽ പങ്കെടുക്കാനോ അഥവാ നട്ടുപിടിപ്പിച്ച ചെടികളെ ശുശ്രൂഷിക്കാനോ എന്തോ വികാസ് വീട്ടുവിട്ടിറങ്ങി. കരണത്തടിച്ച ശബ്ദവും ശകാരവർഷങ്ങളും ഗർജ്ജനവും ഒന്നും താൻ കേട്ടിട്ടേയില്ല എന്ന നാട്യത്തിൽ അയാൾ ചാമ്പമരത്തിന്റെ ചില്ലയിൽ കൈവെച്ചു. അതിൽനിന്ന് ഉണങ്ങിയ ഇലകൾ പൊഴിഞ്ഞുവീണു. വീട്ടിനകത്ത് അതേ വിധം കൊഴിഞ്ഞുവീണ ഇലപോലെ ജിനി. അവൾ പൊട്ടിക്കരഞ്ഞു. ശബ്ദമില്ലാത്ത കരച്ചിലല്ല. ഉച്ചസ്വരത്തിൽ, സ്വയം മറന്ന് ഈ പ്രപഞ്ചത്തെയാകമാനം മറന്ന് ആർത്തലച്ചുള്ള കരച്ചിൽ. കുരുടന്റമ്മ ആ

വിലാപം കേട്ടു. കാണുകയും ചെയ്തു. അയൽക്കാരും ചുറ്റുവട്ടത്തുള്ള വരും ആർത്തനാദം കേട്ടു, പക്ഷേ കണ്ടില്ല. ലക്ഷ്മി കയർത്തു. വായ ടയ്ക്ക്. വായടയ്ക്ക്. മോനെ കണ്ടില്ലേ, കരയണ കണ്ടോ. ഒക്കെ തൊല ച്ചിട്ടേ അടങ്ങൂ.

ദേവാശിഷ് ചാടിയെണീറ്റു. റെക്കോർഡ് പ്ലെയറിന്റെ ശബ്ദം കൂട്ടി. ഗാനം ഒഴുകുകയാണ്.

അമാർ ചോഖെ ഘുമം ഛരിലോ നാ ഗഭീർ രാതേ

ചേയേഛരിലാം ചേയേ ഥാകാ താരാർ സാഥേ

ഉറക്കമില്ലാത്ത കണ്ണുകൾ, രാത്രിയേറെ വൈകി, നക്ഷത്രങ്ങൾക്കു കൂട്ടിരിക്കാനായെങ്കിൽ. കരച്ചിൽ സംഗീതത്തിലലിഞ്ഞു ചേരുകയാണ്. രാഗം രാഗത്തോട്. ദേവാശിഷ് തോർത്തുമുണ്ടുകൊണ്ട് ജിനിയുടെ വായ ടയ്ക്കാൻ ശ്രമിക്കയാണ്, ലക്ഷ്മി ദേഹോപദ്രവം തുടരുന്നു വായടയ്ക്ക്, വായടയ്ക്ക്.

ഉച്ചനേരം. വീട്ടിലാരുമില്ല. ജിനിയുടെ തലയിൽ തടവിക്കൊണ്ട് കുരുടന്റമ്മ അടുത്തിരുന്നു. അവരുടെ കണ്ണിൽ നിന്ന് കണ്ണീർ ധാരധാരയായൊഴു കുന്നു. എല്ലു മുറിയെ കഷ്ടപ്പെട്ടു കുടുംബം പോറ്റുന്ന സ്ത്രീ. ശകാ രവും ഉച്ഛിഷ്ടവും ആട്ടും തുപ്പും എല്ലാം അവർക്കു പറഞ്ഞിട്ടുള്ളതാണ്. അവരുടേയും പെൺമക്കൾ കുടുംബം നടത്തുന്നുണ്ട്. ദാരിദ്ര്യത്തോടു പൊരുതി ജീവിക്കുന്നുണ്ട്. അടിയും തൊഴിയും ഏറ്റുവാങ്ങാറുണ്ട്, സഹി ക്കാറുണ്ട്, ഇടയ്ക്കൊക്കെ തിരിച്ചുകൊടുക്കാറുമുണ്ട്. മമതാമയിയായ കുരുടന്റമ്മ പണിയെടുത്തുഴച്ച് സുഖമില്ലാത്ത ഭർത്താവിനേയും വൃദ്ധ യായ ഭർത്തൃമാതാവിനേയും കാഴ്ചയില്ലാത്ത മകനേയും പോറ്റുന്നു. സന്ധ്യക്ക് പണികഴിഞ്ഞ് വീട്ടിലെത്തുമ്പോൾ ഭർത്താവിന്റെയമ്മ വിറ യ്ക്കുന്ന ബലഹീനമായ കൈകൾകൊണ്ട് ചോറും വാഴക്കാത്തൊലിയ രച്ചുണ്ടാക്കിയ ചമ്മന്തിയും മരുമകളുടെ മുന്നിലേക്കു നീട്ടിവെക്കും. പറയും കഴിക്ക്, വയറു നിറച്ചു കഴിക്ക്. ഇല്ലെങ്കിൽ ഉയിരുണ്ടാവില്ല. ഇത്രേം നേരം അധ്വാനിച്ചതല്ലേ. കഴിക്ക്, സമാധാനമായിരുന്ന് കഴിക്ക്. കുരുടന്റമ്മ ആഹാരം കഴിക്കും. ഭർത്താവിനിനി അധികകാലമില്ലെന്ന റിയാം, എന്നാലും ശരി, മകൻ കുരുടനാണെന്നറിയാം, എന്നാലും ശരി. സമാധാനത്തോടെ ശാന്തിയോടെ അവർ ആഹാരം കഴിക്കും. കാരണം കഴിക്ക് എന്നു സ്നേഹപൂർവ്വം പറയാനൊരാളുണ്ട്. കുരുടന്റമ്മ വാത്സല്യ ത്തോടെ ജിനിയുടെ തലയിൽ തടവി പറഞ്ഞു മോളെ, ഇനിയിവിടെ നിക്കണ്ട. അമ്മേടെ വീട്ടിലേക്ക് പോ. അമ്മേടെ അടുത്തേക്ക് പോ.

ഇല്ലില്ല. എനിക്കു പോവാനാവില്ല. ഇവരു വിചാരിക്കും ഞാനോടി പ്പോയെന്ന്. ഇവര് അമ്മയോടെല്ലാം പറയും. അതെനിക്കു സഹിക്കാനാ വില്ല. എന്നെയെന്താ ഇവർക്ക് വിശ്വാസമില്ലാത്തത്? ഞാനെന്തു തെറ്റാ ചെയ്തത്? അമ്മയെങ്കിലും വിശ്വസിക്കുമോ ഞാനൊരു തെറ്റും ചെയ്തി ട്ടില്ലെന്ന്?

മോളേ, ഇക്കണക്കിനു പോയാൽ നിങ്ങളു മരിച്ചുപോകും, നിങ്ങളെ ഇവരൊക്കെക്കൂടി കൊല്ലും.

ഇല്ലില്ല. കുരുടന്റമ്മേ. എന്തൊക്കെയായാലും ഇവരെന്നെ കൊല്ലില്ല, തീർച്ചയായും ഇവരെന്നെ കൊല്ലില്ല.

അവൾ പ്രേതബാധിതയെപ്പോലെ എഴുന്നേറ്റിരുന്നു. അടിയേറ്റ് ചുവന്നു തിണർത്ത കവിൾത്തടങ്ങൾ. പൊന്തിനില്ക്കുന്ന എല്ലുകൾ. കൺതടങ്ങളിൽ കെട്ടിക്കിടക്കുന്ന കറുപ്പ്. അവളങ്ങനെ ചൊല്ലുകയാണ്...

Go to, go to; you have known what you should not.

She has spoke what she should not, I am sure of that. Heaven knows what she has known.

Here is the smell of blood still; all the perfumes of Arabia will not sweeten this little hand O,O,O.

കുരുടന്റമ്മയ്ക്ക് ഒന്നും മനസ്സിലായില്ല. പക്ഷേ ചേരിയിലെത്തി അവർ എല്ലാവരോടും പറഞ്ഞു. ആ വീട്ടുകാർ മരുമകളെ തല്ലിക്കൊല്ലും. മറ്റു വീടുകളിൽ പണിക്കു പോയിരുന്ന ചേരിവാസിനികൾ അവരുടെ കൊച്ചമ്മമാരോടു പറഞ്ഞു. കൊച്ചമ്മമാരും സാറന്മാരും കേട്ടു. നെടുനിശ്വാസമുതിർത്തു. പറഞ്ഞു ഹോ! എന്തൊരു കഷ്ടമാണെന്നു നോക്കണം. ഒരുത്തൻ മരിച്ചു; എന്തിനു മരിച്ചുവോ ആവോ? അതിന് മരുമകളെ ശിക്ഷിക്കണോ? പക്ഷേ ആരും അന്വേഷിക്കാൻ ചെന്നില്ല. അയ്യോ! അതെങ്ങനെ ശരിയാകും? പരിഷ്കാരികളല്ലേ, പഠിച്ചവരല്ലേ. ഇതല്ലെ നഗരത്തിലെ സംസ്കാരം? നഗരവാസികൾ ഉറച്ചു വിശ്വസിക്കുന്നു അയൽപക്കത്തേക്കു നോക്കരുത്. അവിടെ തീ പിടിച്ചാലും ശരി. അയൽക്കാരുടെ വ്യക്തിപരമായ കാര്യങ്ങളിൽ കൈ കടത്തരുത്. ആർത്തനാദം നാലുചുമരുകൾക്കകത്ത് ഒതുങ്ങി നില്ക്കാനാകാതെ വെളിയിലേക്കു പ്രവഹിച്ചെന്നു വരികിലോ? അപ്പോഴത് വ്യക്തിപരമല്ലല്ലോ, കുടുംബകാര്യമല്ലല്ലോ, സമൂഹത്തിന്റെ പ്രശ്നമായിത്തീരില്ലേ? പക്ഷേ സമൂഹം, ഊമയാണ്, അന്ധവും ബധിരവുമാണ്. അതിന്റെ മരവിച്ച ചേതന ഉണരുന്നതേയില്ല. കൊടിയ ആക്രമങ്ങളുടേയും അനീതികളുടേയും ശബ്ദം ചെവിയിൽ ഏറ്റുവാങ്ങിക്കൊണ്ട് നിർവികാരരായ മനുഷ്യരുടെ കൈകൾ ഉരുളയുരുട്ടുന്നു, ചോറ്റുരുളകൾ വായിലേക്കു നീങ്ങുന്നു. അയൽവീട്ടിലെ പയ്യനെ പൊലീസ് വെടിവെച്ചു കൊന്നെന്നോ? ആഹാ! കഷ്ടംതന്നെ! അവന്റെ അമ്മ ഇനിയെങ്ങനെ ജീവനോടിരിക്കും? മറ്റൊരുരുള കൂടി വായിലേക്ക്. അങ്ങനെ പറഞ്ഞുകൊണ്ടുതന്നെ സ്വന്തം മകന്റെ പിറന്നാളാഘോഷിക്കും. അടുത്ത വീട്ടിലെ നവവധുവിന്റെ കരച്ചിൽ കേൾക്കാനുണ്ട്. എന്നിട്ടും സംഗീതജ്ഞൻ മിഴികൾ പൂട്ടി സിതാറിൽ മാർവാ രാഗം മെനഞ്ഞെടുക്കുന്നു. കലാഹൃദയമുള്ളവൻ, സഹൃദയൻ.

ലക്ഷ്മി ജിനിയെ കമർഹാട്ടിയിലെ പീർബാബയുടെ അടുത്തേക്ക് വലിച്ചിഴച്ചു കൊണ്ടുപോയി. കുടുംബത്തിന്റെ നന്മയ്ക്കായി, മകന്റെ നന്മയ്ക്കായി സന്ന്യാസിയുടെ അടുത്തേക്ക്. രക്തച്ചുവപ്പാർന്ന കണ്ണുകൾ,

ഗാംഭീര്യം നിറഞ്ഞ മുഖം. സന്ന്യാസി പറഞ്ഞു. ഇത്തരം എത്രയെത്ര കേസുകൾ ഞാൻ കണ്ടിരിക്കുന്നു. വശീകരണമന്ത്രം ഉപദേശിച്ചു കൊടുക്കാം. അതിശക്തിയുള്ള മന്ത്രമാണ്, മരുമകൾ മകന്റെ കാലിൽ വീഴും. അയാൾ ചതുരക്കള്ളികൾ വരച്ചു. കണക്കുകൾ കൂട്ടി, ജിനിയുടെ കണ്ണും മുടിയും പരിശോധിച്ചു. ജിനിക്ക് പേടിയായി, സംഭ്രാന്തയായി വിറച്ചുപോയി, കാതരയായ അവൾക്ക് അമ്മായിയമ്മ പോലും അന്നേരം സ്വജനമായിത്തോന്നി.

സന്ന്യാസി മന്ത്രം ചൊല്ലി. ഹേ നാരീ, രാത്രി വാഴക്കൂമ്പു പിഴിഞ്ഞെടുത്ത ചാറിൽ ജാതിക്കയും വെറ്റിലയും തിന്ന് നീ ഭർത്താവിന്റെ അടുത്തേക്കു ചെല്ലണം.

സന്ന്യാസി വിളക്കിന്റെ തിരി നീട്ടി ജിനിയുടെ കണ്ണുകൾക്കു മുന്നിൽ വട്ടം കറക്കി. ഉച്ചാരണത്തെറ്റു നിറഞ്ഞ ശ്ലോകങ്ങൾ, മന്ത്രങ്ങൾ. ഉച്ചാരണത്തിലെ അശുദ്ധി ജിനിക്ക് മനസ്സിലാവുന്നുണ്ട്. എന്നാലും പ്രതികരിക്കാതെ കേട്ടിരുന്നു.

തത്ക്ഷണാത് ദീയതേ ചന്ദ്രോ മോഹമായാതി കാമിനി

ശയനേ വാ പ്രസംഗേ വാ പിബാ

ജിനിയുടെ കൺമുന്നിൽ നിന്ന് പൃഥ്വി വഴുതി മാറി. സന്ന്യാസി അവളെ ഒരു ചെറിയ പലകയിൽ ഇരുത്തി, പലക വട്ടംകറക്കി. ചുറ്റിലും കറങ്ങുന്ന അഗ്നിവലയങ്ങൾ അവളുടെ സകല ചേതനകളേയും കീഴടക്കി. മന്ത്രോച്ചാരണം മാത്രം കേൾക്കാനാകുന്നുണ്ട്.

യഃ സുര്യേണപിവേച്ചന്ദ്രഃ സ ഭവേന്മകരധ്വജഃ

ശിവമാലിംഗതേ ശക്ത്യാ പ്രസംഗേ ദക്ഷിണേപി വാ

തത്ണാദ്ദാപയേദ് യസ്ത മോഹയേത് കാമിനീശതം

അവളുടെ ബോധം നഷ്ടപ്പെട്ടു... അവളെല്ലാം മറന്നുപോയി. ഉണർവിലും ഉറക്കത്തിലും ഭീതിദമായ അഗ്നിവലയങ്ങൾ അവളെ വേട്ടയാടുന്നു. സരളയും സഹൃദയുമായിരുന്ന, കവിതയോടു കമ്പമുണ്ടായിരുന്ന ശിഞ്ജിനി എന്നു പേരുള്ള പെൺകുട്ടി ക്രമേണ ഉന്മാദത്തിലേക്ക് വഴുതി വീഴുകയാണ്.

വികാസ് അസ്വസ്ഥനാണ്. വല്ലാത്തൊരു ജാള്യത.

ജിനിയുടെ അമ്മയുടെ ഫോൺ.

ജിനി?

ജിനിക്ക് സുഖമില്ല, കിടക്കുന്നു ലക്ഷ്മിയാണു പറഞ്ഞത്.

എന്താ, എന്തുപറ്റി ജിനിക്ക്?

വിശേഷിച്ചൊന്നുമില്ല, ഉറക്കമാണ്.

ഫോണെടുക്കാനും പറ്റില്ലേ?

ലക്ഷ്മി റിസീവർ താഴെ വെച്ചു.

ജിനിയുടെ വല്യേട്ടൻ ചെറിയേട്ടന്മാർ എല്ലാവരും മാറി മാറി വിളിച്ചു.

ജിനിയെവിടെ, ജിനി?

ജിനിയുടെ വിവരമില്ല. ദേവാശിഷ് ഫോണെടുക്കാതായി. വികാസും, ലക്ഷ്മിയും തഥൈവ. ജിനിയുടെ വീട്ടുകാർ കൊൽക്കത്തയിലെ അമ്മായിയെ വിളിച്ചുപറഞ്ഞു. പാവം അവിവാഹിതയായ മധ്യവയസ്ക കോളേജ് ലക്ചറർ. ഇത്രയും കാലം ഈ വീട്ടിലേക്കു വന്നിട്ടില്ല, എന്തോ ഒരു സങ്കോചം. ഫോണിലൂടെ ഇടയ്ക്കൊക്കെ ജിനിയുമായി വർത്തമാനം പറയുമായിരുന്നു. അവരോടിപ്പാഞ്ഞെത്തി. അവർക്ക് വരേണ്ടിവന്നു. വീട്ടുകാരുടെ തണുത്ത പെരുമാറ്റം. ജിനി കിടപ്പാണ്. വെറും അസ്ഥിപഞ്ജരം. അമ്മായി ചോദിച്ചു.

എന്തായിത് ജിനി?

ജിനിയുടെ കൺമുന്നിലെ അഗ്നി വളയങ്ങൾ ക്ഷണനേരത്തേക്ക് വഴി മാറിക്കൊടുക്കുന്നു.

ഇവർക്കെന്നെ വലിയ ഇഷ്ടമാണ്, അമ്മായി. നിങ്ങളു പേടിക്കണ്ട.

പിന്നെ അവൾ പിറുപിറുത്തു.

Here is the smell of blood still all the perfumes of Arabia will not sweeten this little hand OOOOO

എന്താ, എന്താ മോളെ പറഞ്ഞത്?

ഇഷ്ടമാണ്, ഒരുപാടൊരുപാട്.

ആർക്ക്?

അവർക്ക്, എന്നെ വേറെ വീട്ടിലേക്ക് കൊണ്ടുപോകും.

ആര്, എവിടേക്കു കൊണ്ടുപോകും?

ജിനിയിൽനിന്ന് ഉത്തരമില്ല. അവളുടെ മനസ്സു ശൂന്യം. അവൾ ഊമയായിരിക്കുന്നു. ലക്ഷ്മി ജിനിയുടെ അമ്മായിയെ സ്വന്തം മുറിയിലേക്കു കൂട്ടിക്കൊണ്ടുപോയി. വലിയ ചായ സത്കാരം, മേശ നിറച്ചു വിഭവങ്ങൾ അതോടൊപ്പം ജിനിയുടെ സ്വഭാവദൂഷ്യത്തെപ്പറ്റിയുള്ള പരുഷവാക്കുകളും വിളമ്പിക്കൊടുത്തു. അമ്മായിയുടെ തൊണ്ട വരണ്ടു, കണ്ണുകൾ നിറഞ്ഞു. ആ വീട്ടിൽനിന്ന് എങ്ങനെയോ ഇറങ്ങിയോടി അഗർത്തലയിലേക്ക് ഫോൺ ചെയ്തു.

നിങ്ങളു വേഗം വാ. എനിക്കെന്തോ പന്തികേടു തോന്നുന്നു.

ആയിടക്കാണ് ദേവാശിഷ് ശിവതോഷ് ഡോക്ടറുടെ മുന്നിൽ ചെന്നു കരഞ്ഞത്. മൃദുവായ കോൺഡം നൽകിയ ഡോക്ടർ ശിവതോഷ്. ഇനിയിപ്പോൾ ഭാര്യയെ ചികിത്സിച്ചു ഭേദമാക്കാനുള്ള മരുന്നു വേണം. ഡോക്ടർ അതും നല്കി. വെറും സാധാരണ എം.ബി.ബി.എസ്. വലിയ തിരക്കുള്ള ഡോക്ടറാണ്. കാരണം ആ ചുറ്റുവട്ടത്ത് അയാളൊരു ഡോക്ടറേയുള്ളൂ. രോഗിയെ ഒരു നോക്കു കാണുകപോലും ചെയ്യാതെ ശിവതോഷ് ഡോക്ടർ മരുന്നിനെഴുതിക്കൊടുത്തു, ഓർമയിൽ

നിന്നെടുത്ത് എഴുതിയതാണ്. ശരിയായ പ്രിസ്ക്രിപ്ഷൻ താളിലല്ല, ഒരു തുണ്ടു കടലാസിൽ. എന്നിട്ടു താക്കീതു നല്കി ഓവർഡോസാവാതെ നോക്കണം. സൂക്ഷിക്കണം.

ബ്രജഗോപാൽ മരുന്നിന്റെ പേരു വായിച്ചു. ആർക്കാ?

ഭാര്യക്ക്.

ഭാര്യക്കോ?

ബ്രജഗോപാലിന്റെ പുരികം ചുളിഞ്ഞു. പരേശ് ബാബുവിന്റെ മകനേയും ദേവാശിഷിന്റെ ഭാര്യയേയും പറ്റി പലതും കേട്ടതാണ്. പക്ഷേ വികാസിനോട് ഒരിക്കലും അതേപ്പറ്റി ചോദിച്ചിട്ടില്ല. ഈയിടെയായി വികാസ് ഇങ്ങോട്ടു വരാറുമില്ല. പെൺകുട്ടിക്ക് ഭ്രാന്താണെന്നു കേട്ടിട്ടുണ്ട്. പക്ഷേ കണ്ടിട്ട് ബ്രജഗോപാലിന് അങ്ങനെ തോന്നിയിട്ടില്ല. എന്നാലും ആർക്കറിയാം. പുറമെ നിന്നു കണ്ടാൽ ഒന്നും മനസ്സിലാവില്ലല്ലോ. അയാൾ മരുന്നെടുത്തു. ഈ മരുന്നു വിൽക്കാൻ പ്രത്യേകം പെർമിറ്റു വേണ്ടതാണ്. ബ്രജഗോപാലിന് ആ പെർമിറ്റില്ല. എന്നാലും ദേവാശിഷ് പഴയ ചങ്ങാതിയുടെ മകനാണ്. പേടിക്കാനൊന്നുമില്ല. എന്നിട്ടും ചോദിച്ചു.

ആരാ ഡോക്ടർ? പ്രിസ്ക്രിപ്ഷനെവിടെ?

ശിവതോഷ് ആണ് തന്നത്.

ഓ!

ശിവതോഷ്! നമ്മുടെ ശിവതോഷ്. ഈ ചുറ്റുവട്ടത്തു കളിച്ചു വളർന്നവൻ, ഇവിടത്തെ ഡോക്ടർ. ഒട്ടും ഭയപ്പെടാനില്ല. മരുന്നുമായി ദേവാശിഷ് ഇറങ്ങുകയാണ്. ബ്രജഗോപാൽ പറഞ്ഞു ഓവർഡോസ് ആവാതിരിക്കാൻ പ്രത്യേകം ശ്രദ്ധിക്കണം.

വീട്ടിൽ തിരിച്ചെത്തി ദേവാശിഷ് മരുന്ന് അമ്മയെ ഏല്പിച്ചുകൊണ്ട് പറഞ്ഞു ഭേദമാകും. ശിബുദാ പറഞ്ഞു. പക്ഷേ മരുന്നിന് വീര്യം കൂടും. ഓവർഡോസാകാതെ ശ്രദ്ധിക്കണം.

അമ്മ മകനെ നോക്കി ഒരു കാര്യം ചെയ്യ്. കുറച്ചു ദിവസത്തേക്ക് ലീവെടുത്ത് വീട്ടിലിരിക്ക്. നീ തന്നെ മരുന്നു കൊടുത്തോ. ഓവർഡോസാകാതെ ശ്രദ്ധിച്ചോ.

പക്ഷേ, പറ്റിപ്പോയി, ഓവർഡോസ് ആയിപ്പോയി. ദേവാശിഷ് ലീവെടുത്ത് സശ്രദ്ധം മരുന്നു കഴിപ്പിച്ചിട്ടും ഓവർഡോസ് ആയിപ്പോയി. കുരുടന്റമ്മ വ്യക്തമായി കണ്ടു. കുറച്ചു ദിവസമായി ജിനി ജീവനില്ലാതെ തളർന്നു കിടപ്പാണ്. ഇളക്കമോ അനക്കമോ ഇല്ല. ഒറ്റയക്ഷരം മിണ്ടില്ല. കണ്ണു തുറന്നിട്ടുണ്ട് അത്രതന്നെ. ഇമ പൂട്ടുന്നുപോലുമില്ല. ജിനിയെ വിളിച്ചുണർത്തി രണ്ടു വാക്കു പറയാമെന്നു വെച്ചാൽ അതിനും വഴിയില്ല. ജാഗരൂകനായ കാവൽക്കാരനായി സദാസമയവും ദേവാശിഷ് ആ മുറിയിൽത്തന്നെയുണ്ട്. ഒരു സായാഹ്നത്തിൽ കുരുടന്റമ്മ കണ്ടു, ജിനിയുടെ ഏട്ടന്മാരും അമ്മായിയും എത്തിയിരിക്കുന്നു. വാത്സല്യഭാജനമായ അനിയത്തിയെ കണ്ട് വല്യേട്ടന്റെ നെഞ്ചു പിളർന്നു, അയാൾ ബോധംകെട്ടു

വീണുപോയി. ചെറിയേട്ടൻ കണ്ടു ജീവച്ഛവമായ ജിനി. ദേവാശിഷും ലക്ഷ്മിയും ഭവ്യതയോടെ പറഞ്ഞു ജിനിക്ക് സ്വഭാവദൂഷ്യങ്ങൾ ഉണ്ടായിരുന്നു. ചിത്തഭ്രമത്തിന്റേയും ഹിംസയുടേയും ലക്ഷണങ്ങളും. അവളെ ശാന്തയാക്കാനായി ഡോക്ടർ കൊടുത്ത മരുന്നാണ്. ചെറിയേട്ടൻ ടാക്സി വിളിപ്പിച്ചു. രണ്ടു ഏട്ടന്മാരും അമ്മായിയും ചേർന്ന് തിടുക്കത്തിൽ ജിനിയെ നഴ്സിംഗ് ഹോമിലെത്തിച്ചു. ലക്ഷ്മിയോ വികാസോ ദേവാശിഷോ കൂടെ പോയില്ല. നഴ്സിംഗ്ഹോമിലെ ഡോക്ടറുടെ മുഖത്ത് ഗൗരവം. അയാൾ കഴിവതും ശ്രമിച്ചു. അവസാനം കൈയൊഴിഞ്ഞു. ഇല്ല. ഇനിയൊന്നും ചെയ്യാനാവില്ല. ആധുനിക ചികിത്സാവിധികളേയും എല്ലാവരുടെ പ്രാർത്ഥനകളേയും തട്ടിമാറ്റി ജിനി ജീവൻ വെടിഞ്ഞു.

വല്യേട്ടൻ ഓടി, പൊലീസ് സ്റ്റേഷനിലേക്ക്. സഹോദരിയെ കൊന്ന കുറ്റത്തിന് കേസ് ഫയൽ ചെയ്തു. ചെറിയേട്ടൻ പാർട്ടി ഓഫീസിലേക്കോടി. അമ്മായിയുടെ സ്ഥിതി ദയനീയം. നീലിമയുടെ വീട്ടിനു താഴെയുള്ള പാർട്ടി ഓഫീസിൽ ആകെ ബഹളം. അനിസുജ്ജമാൻ, നീലിമ, നീലോഫാ, തൃണാങ്കുർ എല്ലാവരും ബഹളം കേട്ട് ഇറങ്ങിവന്നു. അമ്മായി തൃണാങ്കുരനെക്കണ്ട് പൊട്ടിക്കരഞ്ഞു, അവർ തമ്മിൽ പരിചയമുണ്ട്, ഒരേ കോളേജിലെ അധ്യാപകർ. തൃണാങ്കുർ ഇവിടെയാണ് താമസമെന്ന് അറിയില്ലായിരുന്നു. സി.പി.എം. നേതാവ് ശ്യാമാകാന്ത് ആകെ പ്രക്ഷുബ്ധനായിരിക്കുന്നു. അയാളുടെ സഹപ്രവർത്തകർ ഗർജിക്കാൻ തുടങ്ങി. ക്ഷുഭിതരായ സ്ത്രീകളും പുരുഷന്മാരും കക്ഷിഭേദം നോക്കാതെ മുദ്രാവാക്യമുയർത്തിക്കൊണ്ട് വികാസിന്റെ വീട്ടുപടിക്കലെത്തി. അവർ വികാസിന്റെ വീടിനെ ഘെരാവോ ചെയ്തിരിക്കുന്നു. ബ്രജഗോപാൽ സ്വന്തം തടിതപ്പാനുള്ള ശ്രമത്തിൽ ശിവതോഷ് ഡോക്ടറെ കുറ്റപ്പെടുത്തുകയാണ് - ശിവതോഷ് ഡോക്ടറാണ് ജിനിയെ കൊല്ലാനുള്ള മരുന്നെഴുതിക്കൊടുത്തത്. പിന്നെ ഇതും കൂട്ടിച്ചേർത്തു തന്നോടു മരുന്നു ചോദിച്ചതാണ്, പക്ഷേ, താൻ കൊടുക്കില്ലെന്ന് കട്ടായം പറഞ്ഞു. ആളുകൾ ശിവതോഷ് ഡോക്ടറുടെ വീടും ഘെരാവോ ചെയ്തു. മല്ലീനാഥ് ഡോക്ടറെപ്പോലെ ഉദാരമനസ്കനല്ലാത്തതുകൊണ്ട് ശിവതോഷ് ജനപ്രിയനല്ല. പൊതുജനം അയാളുടെ വീടു കൈയേറി പലതും തല്ലിപ്പൊളിച്ചു, തകർത്തു തരിപ്പണമാക്കി. അയാളേയും ദേഹോപദ്രവം ചെയ്തു, അയാളുടെ മൂക്കു പൊട്ടി ചോരയൊഴുകി. മാഥുരേർഗഢ് ഒന്നടങ്കം, ഫടിക്ക്കുളത്തിലെ ചേരിവാസികളെല്ലാം, അഭയാർത്ഥി കോളനിയിലെ വാസികൾ എല്ലാവരും വികാസിന്റെ വീട്ടിനു ചുറ്റും കൂടിയിരിക്കയാണ്. തറവാടികളായ, മാന്യന്മാരായ കൊലയാളികളെ കാണാനായി. ജിനിയുടെ മരണശേഷം ദയയുടെ പാരാവാരം ഇളകിമറിയുകയാണ്. മനുഷ്യൻ മനുഷ്യനിൽ കുറ്റാരോപണം നടത്തുന്നു.

കുറ്റാരോപണം നടത്തിയവർ പൊലീസിൽ ഹർജി നല്കി. വധൂഹത്യ നടത്തിയവരെ അറസ്റ്റു ചെയ്യണം. ഉമ്മറ വാതിൽ കൊട്ടിയടച്ച് ലക്ഷ്മി വികാസിനെ നിർബന്ധിക്കയാണ്. ഫോൺ ചെയ്യ്, മിനിസ്റ്റർക്ക് ഫോൺ ചെയ്യൂ.

വികാസ് നിശ്ശബ്ദനായി ഇളയ മകന്റെ മുറിയിലേക്കു നടന്നു. ചില്ലു പൊട്ടിയ ഫോട്ടോ കൈയിലെടുത്തു അന്യായമാണ് ചെയ്തത്, അല്ലേ മോനെ. പാപമാണ് ചെയ്തത്. പാപത്തിനുള്ള ശിക്ഷ ഏറ്റുവാങ്ങിയാൽ നീയെനിക്ക് മാപ്പു തരില്ലേ, മോനെ?

മകന്റെ ഫോട്ടോയിൽ ചുംബിച്ച് വികാസ് പുറത്തേക്കു വന്നു. ഓടാമ്പലെടുത്തു മാറ്റി, വാതിലു തുറന്നു. നേരെ മുന്നിൽ പൊലീസ്. ഇവരാണ് ദേവാർച്ചനെ വെടിവെച്ചു കൊന്നത്. ഇവരുടെ അടുത്തേക്കു പോകാനുള്ള ഭയംകൊണ്ടാണ് അന്നൊരിക്കൽ പ്രണവേശും വികാസും പൊലീസ് സ്റ്റേഷനിൽ കയറാതെ തിരിച്ചുപോന്നത്. ഇവരെ നേരിടാനുള്ള കരുത്തില്ലാതിരുന്നതുകൊണ്ടാണ് ക്ലബ്ബിലിരുന്ന് ലഹരി സേവിക്കുന്ന ചെറുപ്പക്കാരെ പിടിപ്പിക്കാൻ രഹസ്യമായി ഫോൺ ചെയ്തത്. ആ ചെറുപ്പക്കാരൊക്കെ ഇന്നിതാ ജാമ്യത്തിലിറങ്ങി, മരുന്നുപേക്ഷിച്ച് മദ്യസേവ നടത്തുന്നു. അവസാനം വികാസിന് പൊലീസിനെ അഭിമുഖീകരിക്കേണ്ടിവന്നിരിക്കുന്നു.

നടക്കൂ.

ഓരോരുത്തരായി വെളിയിലിറങ്ങി വന്നു. വികാസ്, ലക്ഷ്മി, ദേവാശിഷ്, തോർത്തുമുണ്ടുകൊണ്ട് അമർത്തിവെക്കപ്പെട്ട ജിനിയുടെ ആർത്തനാദം, ആർത്തനാദത്തിലുപരി ഉറക്കെയുറക്കെ ആലപിക്കപ്പെട്ട രബീന്ദ്ര സംഗീതം. അതിനേക്കാളൊക്കെ ഉച്ചത്തിൽ കർണപുടങ്ങൾ തകരും വണ്ണം ജനസമുദ്രം ആർത്തട്ടഹസിച്ചു. അയൽപക്കത്തും ചുറ്റുവട്ടത്തുമുള്ളവർ സ്തബ്ധരായി, അസ്വസ്ഥരായി, വെറുപ്പുകൊണ്ട് ചുളിഞ്ഞ മുഖവുമായി നോക്കിനില്ക്കേ, വികാസും കുടുംബവും ഓരോരുത്തരായി പൊലീസ് ജീപ്പിൽ കയറി. മരിച്ചുപോയ നക്സലൈറ്റിന്റെ അമ്മയും അച്ഛനും ഏട്ടനും പൊലീസിന്റെ പിടിയിൽ! അപരാധം? വധൂഹത്യ!

പതിനാറ്

അനിയന്റെ മരണശേഷം അവന്റെ ഡയറി വായിക്കണമെന്ന് ഇത്രയും അനുപമിന് തോന്നിയതേയില്ല. പക്ഷേ ഇന്നെന്തോ സന്ധ്യ മുതൽ അതിൽ നിമഗ്നനായിരിക്കയാണ്. ശിഞ്ജിനിയുടെ മരണശേഷം എന്തോ നിഗൂഢമായ ഒരു ശക്തി അയാളെ ദേവോപമിന്റെ ഡയറിയിലേക്കു വലിച്ചു കൊണ്ടുപോയി. ഉച്ച മുതൽ വൈദ്യുതിയില്ല. മെഴുകുതിരി കത്തിച്ചു വെച്ചിട്ടുണ്ട്.

ഭാഗ്യം! അതെ, പുരിയിലേക്കു പോയത് എന്റെ ഭാഗ്യം! ഉള്ളിൽ നിറഞ്ഞുനിന്ന അവജ്ഞ പരിപൂർണതയിലെത്തിയല്ലോ. മരിക്കുന്നതുകൊണ്ടുള്ള പ്രയോജനം പൂർണമായി ബോധ്യമായി. ഇന്നേവരെ എനിക്കെന്തു ഗുണമാണുണ്ടായിട്ടുള്ളത്? എത്ര കണ്ട് ഗുണം? ഹും! എല്ലാം നല്ലതുതന്നെ, സകലതും. ഈ നടന്നതൊക്കെ. ഒരുവേള ഇതിനായിരിക്കും

അന്നു രാത്രി തളർന്നിട്ടും എനിക്ക് ഉറക്കം വരാഞ്ഞത്. ഏട്ടൻ പറഞ്ഞിരുന്നേനെ ഈശ്വരേച്ഛകൊണ്ടാണ് നീ ഉണർന്നിരുന്നത്. ഈശ്വരൻ! പക്ഷേ എനിക്ക് ഈശ്വരന്മാരില്ല. എന്നെ സംബന്ധിച്ചതെല്ലാം ഈശ്വര ശൂന്യമാണ്. ജനനം മുതൽ ഇന്നു വരെ നടന്ന ചില സംഭവങ്ങൾ പരമ്പരയായി എന്നെ കടന്നു പോവുന്നു, അവയൊക്കെ എന്നെ സ്പർശിക്കുന്നുണ്ട്. അവയുടെ വിഷം എനിക്കു വിഴുങ്ങേണ്ടി വരുന്നു. ഈ ഭൂമിയിൽ വിഷം കുടിക്കാനായി മാത്രം ജനിക്കുന്ന ചിലരുണ്ട്. അത്തരക്കാർക്ക് ജീവിച്ചിരിക്കാനുള്ള അവകാശമില്ല. എനിക്കുമില്ല. ജീവിച്ചിരിക്കുന്നതിൽ ഒരർഥവുമില്ല. ഞാൻ വിസ്മയഭരിതനായി സംഭവപരമ്പരകളെക്കുറിച്ച് പുനരവലോകനം നടത്തുന്നു. ഇതിലെ അവസാനത്തെ രംഗം കണ്ട ശേഷമാണ് ജിനിയുടെ അപൂർവ്വ നയനങ്ങൾ അമൃതധാരയുമായി എത്തിയിരുന്നതെങ്കിൽ ഒരുവേള ഞാൻ മരണത്തെ തള്ളിപ്പറയുമായിരുന്നു, അത് മരണത്തോടുള്ള പരമമായ വഞ്ചനയായിത്തീരുകയും ചെയ്യുമായിരുന്നു. ഇന്നു വരെ സകല മാനസിക പീഢകളിൽനിന്നും മുക്തി നേടാനായി ഞാൻ മരണത്തേയാണ് കാംക്ഷിച്ചുപോന്നത്, ഏട്ടൻ പറഞ്ഞപോലെ സത്യത്തിൽ ഈശ്വരൻ എവിടെയെങ്കിലും ഉണ്ടെന്നു വരികിൽ ആ ഈശ്വരന്റെ പേരിൽ ആണയിട്ടു പറയട്ടെ, ആ രണ്ടു കണ്ണുകൾ എനിക്കു ലഭിച്ചിരുന്നെങ്കിൽ എന്റെ സമസ്ത മാനസികയാതനകൾക്കും പകരമായുള്ള മരണത്തെ, എന്റെ ആരാധനാപാത്രമായ മൃത്യുവിനെ ഞാൻ തള്ളിപ്പറഞ്ഞിരുന്നേനെ. എനിക്ക് ജീവിക്കാൻ കഴിയുമായിരുന്നു. ഒരു കണക്കിന് അതു നന്നായി, മരിക്കാനുള്ള എന്റെ തീരുമാനം എനിക്ക് തിരുത്തിയെഴുതേണ്ടി വന്നില്ല. കാരണം അവൾ എന്റേതായിരുന്നെങ്കിൽ, എന്റെ ജീവിതത്തിൽ നിറഞ്ഞുനിന്ന വിഷം അവളേയും മരണത്തിലേക്കു കൊണ്ടുചെന്നെത്തിക്കുമായിരുന്നു..

അനുപം രണ്ടു കൈകളുംകൊണ്ട് മുഖംപൊത്തി. മനസ്സിനകത്തെ ചിന്തകൾ. ഈശ്വരസമക്ഷം തലയിട്ടടിക്കയാണ്. ഈശ്വരാ ഇതെന്താണ്? ഇവർക്കിടയിൽ തുള്ളിപോലും വിഷമില്ലായിരുന്നല്ലോ, എന്നിട്ടും അവരുടെ മരണത്തിൽ അനിവാര്യവും അപ്രതിരോധ്യവുമായ വിഷം കടന്നുകൂടിയതെങ്ങനെ? അയാൾക്ക് ചെവികൾ ചുട്ടുപഴുക്കുന്നതായിത്തോന്നി. ശ്വാസം നെഞ്ചിൽ കുടുങ്ങിപ്പോയിരിക്കുന്നു.

ഇനി ശബരി ബോസ്, അരുൺസെന്നിനെ സമീപിക്കാൻ നിർബന്ധിതയായെന്നു വെക്കട്ടെ, എന്റെ ജനനം കുറിച്ച മുഹൂർത്തത്തിൽ ഇച്ഛയോ അനിച്ഛയോ പ്രകടിപ്പിക്കാനുള്ള അവസരം ശബരി ബോസിന് ഉണ്ടായില്ലെന്നു വെക്കട്ടെ. എങ്കിൽ അവരുടെ മാതൃരൂപത്തിലെ കളങ്കം കുറച്ചൊന്നു മാഞ്ഞെന്നിരിക്കും. എന്റെ മാനസികപീഢയ്ക്കും കുറച്ചൊരു ആശ്വാസം കിട്ടിയിരുന്നേനെ. കാരണം നിസ്സഹായരാവുമ്പോൾ ആത്മസമർപ്പണം ചെയ്തല്ലേ പറ്റൂ. പക്ഷേ ഏതെങ്കിലും പുലർകാല വേളയിൽ എന്റെ ചിരയൗവനയായ മാതാവ് എന്റെ ചങ്ങാതിയായ അരൂപിനോടൊപ്പം ശയിക്കുന്നതു കാണാനിടയായാൽ, ആലിംഗനബദ്ധരായ നഗ്നദേഹങ്ങൾ, ചുംബനത്തിലമർന്ന ചുണ്ടുകൾ ഇതൊക്കെ

കാണാനിടയായാൽ വൃദ്ധാവസ്ഥയിലേക്കു നീങ്ങുന്ന എന്റെ അമ്മ നീചവും മലിനവുമായ ശരീരാസക്തി ഒന്നുകൊണ്ടു മാത്രം പുത്രതുല്യ നായ പുരുഷനോടൊപ്പം ശയിക്കുന്നതു കാണാനിടയായാൽ വികൃതവും അവിഹിതവും അശ്ലീലവും അപ്രാകൃതികവുമായ ഇത്തരമൊരു ദൃശ്യം കാണാനിടവന്നാൽ, എന്റെ വെറുപ്പ് അതിന്റെ പരമസീമയിലെത്തില്ലേ? ഇല്ലെന്ന് ഈ ഭൂമിയിൽ ഒരുത്തനെങ്കിലും പറയാനാവുമോ? അതെ, എന്റെ വെറുപ്പ് പൂർണാവസ്ഥയിലെത്തിയിരിക്കുന്നു. എന്റെ കാഴ്ചകൾ പൂർണമായിരിക്കുന്നു. ഇത്രയും കാലം ജീവിച്ചിരുന്നതു മതി. എല്ലാം മതിയായി. എല്ലാം സഫലമായിരിക്കുന്നു. ഈ സാഫല്യം നേടാൻ വേണ്ടി യാണോ ഞാനിത്രയും കാലം മരിക്കാതിരുന്നത്? പക്ഷേ ഞാനെന്തു ചെയ്യും? എന്താണ് ചെയ്യേണ്ടത്? ഇത്രയും വിശ്വാസവഞ്ചനകൾ, ഇത്രയും വൃത്തികേടുകളും അഴുക്കും നിറഞ്ഞ ജീവിതമെന്ന വൈചിത്ര്യം. എന്നിട്ടും ഇന്ന് മരണത്തെക്കുറിച്ചാലോചിക്കുമ്പോൾ ഒരിക്കൽകൂടി ജീവി ക്കാനായെങ്കിൽ എന്നു തോന്നിപ്പോകുന്നു. ഇതാദ്യമായി ആരോടെങ്കിലും പറയണമെന്നു തോന്നിപ്പോകുന്നു എന്നെ രക്ഷിക്കൂ, രക്ഷപ്പെടാൻ അനു വദിക്കൂ. ഈ പ്രപഞ്ചത്തിന്റെ ഏതെങ്കിലും കോണിലേക്ക്, യാതനകളും പീഡനങ്ങളും ഇല്ലാത്ത കോണിലേക്ക്, എന്നെ കൂട്ടിക്കൊണ്ടു പോകൂ, എന്നെ സ്വീകരിക്കില്ലേ? ക്ഷണനേരത്തേക്കെങ്കിലും, നെഞ്ചോടമർത്തി എനിക്കു സ്നേഹം തരില്ലേ?

അന്ന് മരണപ്പാലം നന്നായൊന്ന് നോക്കിയിട്ടു വന്നു. മരിക്കാൻ ഇതി നേക്കാളും പറ്റിയ ഇടമില്ല. ആരുടേയും ശല്യമില്ലാത്ത വിജനമായ സ്ഥലം. സൂത്രശാലികളായ കൊലയാളികൾ ഇരകളുടെ ജഡം അവിടേക്കാണ് വലിച്ചെറിയുക. മരണപ്പാലത്തിനു മുകളിൽ വെച്ച് സ്വേച്ഛയാലോ യാദൃ ച്ഛികമായോ മൃത്യുവിനെ മുഖാമുഖം കാണുന്നവരുടെ നെഞ്ച് ചതച്ചരച്ച് ട്രെയിനിന്റെ കനത്ത ലോഹചക്രങ്ങൾ ഹർഷധ്വനിയോടെ, ചൂളം വിളി യോടെ മുന്നോട്ടുരുളും. എനിക്കറിയാം, ഞാൻ പാലു വാങ്ങിക്കൊണ്ടു വരാൻ പോകും, പശുക്കൾ ശാന്തഭാവത്തോടെ എന്റെ പാത്രത്തിലേക്ക് ചുരത്തിത്തരുന്ന പാല്. ആ പാലു കുടിച്ച്, എന്റെ അമ്മ ചിരയൗവനം നിലനിർത്തും. ഒന്നിനു പിറകെ ഒന്നായി പരപുരുഷ സംഗമം നടത്തും. പ്രായവ്യത്യാസം ഒരു പ്രശ്നമാവില്ല. പല്ലുകൊഴിഞ്ഞ്, മുടി നരച്ച്, തൊലി ചുളുങ്ങിപ്പോയാലും അവരുടെ കാമാസക്തി അടങ്ങില്ല, ചിതയിലെടുത്തു വെക്കുന്നതിനു തൊട്ടുമുമ്പുപോലും അവർക്ക് കരുത്തുള്ള ഒരു പുരു ഷനെ ആവശ്യമായി വന്നേക്കും. അതൊന്നും കാണാൻ എനിക്കാവില്ല, ജീവിച്ചിരിക്കാനാവില്ല. ആഗ്രയിൽ വെച്ചു കണ്ടതാണ് അമ്മയും അരുൺ സെന്നും. പരേശ് ബോസ് മദ്യപിച്ചു വന്ന് ഒരായിരം തവണ വേശ്യയെന്നു വിളിച്ചാലും അർധരാത്രിയിൽ പരേശ്ബോസിന്റെ കിടക്കയിൽ അവർ രചിക്കുന്ന ലീലകൾ. അവസാനം പുരിയിലെ ദൃശ്യവും കാണേണ്ടിവന്നു. അരൂപിനോടൊപ്പം ഇനി വയ്യ. ഇനിയൊന്നും കാണാനാവില്ല.

വെട്ടിത്തിളങ്ങുന്ന സ്റ്റീൽ പാത്രത്തിൽ പാലുമായി ഞാൻ മരണപ്പാല ത്തിലേക്കു കയറും. നേരം വെളുത്തു വരുന്നതേയുണ്ടാവൂ. സ്നിഗ്ധമായ

പ്രഭാതം. പാളത്തിലൂടെ ട്രെയിൻ വരുന്നുണ്ടാവും. എന്നെക്കണ്ട് ഡ്രൈവർ വിസിലടിക്കും. പക്ഷേ അയാൾക്കു വണ്ടി നിറുത്താനുള്ള അവസരം കിട്ടില്ല. ഞാൻ പാളത്തിൽ കിടക്കും. എന്റെ വയറ്റിനു മുകളിലൂടെ മുഴു നീളം ട്രെയിൻ ശാന്തിയോടെ കടന്നുപോകും. ഞാൻ പാൽപാത്രം മുറുകെ പിടിച്ചിരിക്കും. പാത്രത്തിന്റെ അടപ്പ് ഒരുപക്ഷേ തുറന്നുപോയെന്നു വരും. എന്റെ യാതനകളോടൊപ്പം, പാലിനോടൊപ്പം എന്റെ രക്തവും ഇടകലർന്നൊഴുകും എന്റെ ശരീരത്തിന്റെ കീഴ്ഭാഗം പാലത്തിൽ തൂങ്ങി ശൂന്യതയിൽ കിടന്ന് ആടുന്നുണ്ടാവും. ഞാൻ മരിച്ചുപോയിരിക്കും. പാലു കണ്ടാൽ പാലാണെന്നു തോന്നുകയേയില്ല.

ജിനിക്ക് എന്നെങ്കിലും മനസ്സിലായെന്നുവരുമോ ഞാനെന്തിനാണ് മരിച്ചതെന്ന്? എന്തുകൊണ്ട് ജീവിച്ചിരുന്നില്ലെന്ന്? ഇല്ല അവളറിയാനിടയില്ല. അവളതൊന്നും അറിഞ്ഞെന്നു വരില്ല. അവളുടെ കണ്ണുകൾ ഈയെന്നെപ്പോലും ജീവിക്കാൻ എന്തുമാത്രം പ്രേരിപ്പിച്ചെന്ന് അവളറിയാനിടയില്ല.

പക്ഷേ ഒരു കാര്യം പറയട്ടെ. ജിനിക്കുവേണ്ടി. ജിനിക്കു വേണ്ടി മാത്രം. എനിക്ക് സ്വന്തമായി ഒന്നുമില്ല. ഇഷ്ടമാണ് എന്നു പറയാൻപോലും ഞാൻ ശീലിച്ചിട്ടില്ല. ആ കവിത, പിന്നെ ക്ഷണനേരത്തേക്കെങ്കിലും അവളുടെ കണ്ണുകൾ എന്റെ കണ്ണുകളുമായി കൂട്ടിമുട്ടിയത്. കവിതയാവട്ടെ എന്റെ അവസാനത്തെ വാക്കുകൾ.

അനുപമിന്റെ ഹൃദയം പിളരുന്നു. മസ്തിഷ്കം വെട്ടിപ്പിളരുന്നു. എന്നിട്ടും കഷ്ടപ്പെട്ടു നിയന്ത്രിക്കയാണ്. മാനസികസംഘർഷം തന്നിൽത്തന്നെ അടക്കിവെക്കാനാവണം ഇരുകൈകളാൽ കവിളമർത്തിപ്പിടിക്കുന്നു. തലമുടിയിൽ പിടിച്ചുവലിക്കുന്നു. വല്ലാത്ത അസ്വസ്ഥത, ഭ്രാന്തുപിടിക്കുംപോലെ. തുണ്ടം തുണ്ടമായിക്കിടക്കുന്ന ദേവോപമിനെ അയാളാണ് ആദ്യം കണ്ടത്. ഡയറിയിൽ എഴുതിയതുപോലെത്തന്നെ എല്ലാം സംഭവിച്ചിരിക്കുന്നു. ഒരല്പം വ്യതിക്രമം എന്നമട്ടിൽ കുറച്ചുദൂരെയായി തല പിളർന്ന ഫുൽരേണുവും കിടന്നിരുന്നു. അവൾക്കറിയാമായിരുന്നോ ദേവോപം, അന്നു രാവിലെ ആത്മഹത്യ ചെയ്യുമെന്ന്? ദേവോപം എഴുതിക്കൂട്ടിയതിൽ നിന്നു വെളിവാകുന്നുണ്ട് ആത്മഹത്യയുടെ കാര്യം ഫൂൽരേണുവിനെ സംബന്ധിച്ചേടത്തോളം രഹസ്യമായിരുന്നില്ലെന്ന്. ദേവോപമിനെ രക്ഷിക്കാനായിട്ടാണോ പുലർച്ചയ്ക്കും സന്ധ്യനേരത്തും മരണപ്പാലത്തിൽ കാവലു നിന്നത്? ചാണകം പെറുക്കാനെന്ന ഭാവത്തിൽ ദേവോപമിനെ നിരീക്ഷിച്ചുപോന്നത്? അവനെ രക്ഷപ്പെടുത്താനായി ഓടിയെത്തിയതാവും കൂനി ഫൂൽരേണു. ദുർബലമായ ശരീരത്തിന് സമനില തെറ്റിയതാവുമോ? വണ്ടിയിടിച്ചു ഛിന്നഭിന്നമായിപ്പോയി. ഇതൊക്കെ പറയാനായി. വ്യാഖ്യാനം നല്കാനായി ഇനിയാരുമില്ല. അനുപം കണ്ണുകൾ പൊത്തി. വിരലുകൾ നനയുന്നു. കണ്ണുകൾ തുടച്ച് കുറച്ചുനേരം കൂടി ഡയറിയിലേക്കു നോക്കിയിരുന്നുപോയി. ഒരു കവിതാ ശകലം.

നിനക്കറിയില്ല. നിനക്കൊന്നുമറിയില്ല. എങ്കിലും എന്റെ കവിതക ളെല്ലാം നിനക്കുവേണ്ടി എന്നെന്നും, നിന്നെച്ചൊല്ലി... കാറ്റത്തെ കരിയി ലപോലെ ഞാൻ പൊഴിഞ്ഞു വീഴും. ഉറക്കത്തിന്റെ അഗാധതയിൽ നീയെ ന്നെങ്കിലും ഓർക്കുമോ....

അനുപം പതുക്കെ എഴുന്നേറ്റു നിന്നു. ജീവിതത്തോടുള്ള ആകർഷണം കുറഞ്ഞുവരുന്നതുപോലെ. എല്ലാം തകർത്തെറിഞ്ഞു കൊണ്ട് ഉള്ളിൽ വെറുപ്പു നിറഞ്ഞു പൊന്തുകയാണ്. ദേവോപമിന്റെ ഡയറി തനിക്കവകാശപ്പെട്ടതാണ്. അയാൾക്കതറിയാം. ശ്വാസംമുട്ടുക യാണ്. അല്പം കാറ്റു കിട്ടാനായി അയാൾ ബാൽക്കണിയിലേക്കു ചെന്നു. പിന്നെ പതുക്കെപ്പതുക്കെ താഴേക്കിറങ്ങി വന്നു. ഇരുട്ടിൽ ജനാലയ്ക്ക രികിൽ ശബരിയുടെ നിഴൽ. അവർക്കിനി ഉറക്കമില്ല. അനുപമിന് അനു കമ്പ തോന്നി, പതുക്കെ വിളിച്ചു. അമ്മേ! ശബരി തിരിഞ്ഞു നോക്കി. യൗവനം വിടാത്ത മാംസളമായ മുഖം, ശോകത്തിന്റെ നിഴൽ വീണി ട്ടില്ല. ഇതും ഒരു ശാപമല്ലേ, അനുപമിനു തോന്നിപ്പോയി. അതേ ശാപം തന്നെ. ഇത്രയ്ക്കൊക്കെ ദുഃഖം സഹിക്കേണ്ടി വന്നിട്ടും ഇങ്ങനെയൊരു മുഖവുമായി ജീവിക്കേണ്ടി വരുക! അയാൾ വാതിലു തുറന്ന് പുറത്തേ ക്കിറങ്ങി. ശബരി നിശ്ചലയായി നിശ്ശബ്ദയായി നില്ക്കയാണ്. അവർ വാതിലടച്ചുവോ? തിരിഞ്ഞുനോക്കാൻ തോന്നുന്നില്ല. വിജനമായ, ഇരുട്ടു നിറഞ്ഞ പാതയിലേക്ക് അനുപം കാലെടുത്തു വെച്ചു. പൊടുന്നനെ ഈ ഭൂമിയിൽ താൻ ഒറ്റപ്പെട്ട അനുഭൂതി. ദേവോപമിന്റെ അഭാവം അനുഭവ പ്പെടുന്നു. താനറിയാതെ മുൻകൂട്ടി ആലോചിച്ചുറപ്പിക്കാതെതന്നെ അയാൾ ദേവാശിഷിന്റെ വീടിനു മുന്നിലെത്തിയിരിക്കുന്നു. ജിനിയില്ല. ഉറക്കമില്ല. ജീവനില്ല. അവളുടെ ആത്മാവ് ഇപ്പോൾ ഈ വീട്ടിനകത്ത് ചുറ്റിക്കറങ്ങുന്നുണ്ടാവുമോ? പൊലീസ് വാതിലു പൂട്ടി സീൽ വെച്ചിരി ക്കുന്നു. അനുപം വാതില്ക്കലിരുന്നു. ദേവോപമിനേയും ശിഞ്ജിനി യേയും ചൊല്ലി ഹൃദയം പൊട്ടി അവിടെയിരുന്ന് കരഞ്ഞു, പുലരുംവരെ.

ഇരുട്ടിന് കനം കുറഞ്ഞുവന്നു. ആകാശം തുടുത്തു. ഹരിചരൺ പരി സരം വൃത്തിയാക്കാനുള്ള സാമഗ്രികളുമായി എത്തിയിരിക്കുന്നു. അയാ ളുടെ മുഖത്ത് പ്രസന്നത ഉണ്ടാവേണ്ടതാണ്. സന്തോഷീമായുടെ കനി വുകൊണ്ട് ഒരു മോളെ കിട്ടിയല്ലോ. ശ്രീരാമചന്ദ്രന്റെ അനുഗ്രഹംകൊണ്ട് അയാളുടെ കുടുംബത്തിൽ അല്ലലോ അലട്ടോ ഇല്ല. ഹനുമാൻജിയുടെ ആശീർവാദം കൊണ്ട് മക്കളൊക്കെ ആയുരാരോഗ്യത്തോടെ ഇരിക്കുന്നു. എന്നിട്ടും ഹരിചരണിന്റെ മുഖത്ത് പ്രസാദമില്ല. ശരിയാണ് അയാൾക്ക് സുഖമാണ്. പക്ഷേ അയാൾക്കു ചുറ്റുമുള്ളവർക്ക് സുഖവും സന്തോഷ വുമില്ലല്ലോ. ഇവിടെ, താൻ നിത്യേന വൃത്തിയാക്കി വെക്കുന്ന ഈ മാഥു രേർഗഢിന് ആപാദമസ്തകം ദുഃഖം മാത്രമല്ലേയുള്ളൂ. ഹരിചരൺ അന്യ മനസ്കനായി ചുറ്റുമുള്ള വീടുകളിലേക്കു നോക്കി. ഒരിടത്തും ശാന്തി യോടെയല്ല പ്രഭാതം വന്നെത്തുന്നത്. അയാൾക്ക് ദുഃഖം തോന്നുന്നുണ്ട്. പക്ഷേ അയാൾക്ക് ദുഃഖം തോന്നിയതുകൊണ്ട് ആർക്കെന്ത് പ്രയോജനം? ഈശ്വരൻ കല്പിച്ചുതന്ന ഈ തൂപ്പുജോലി നേരാംവണ്ണം ചെയ്തു

തീർക്കേ നാലു ഭാഗത്തേക്കും കണ്ണോടിക്കാമെന്നു മാത്രം. അങ്ങനെ പല തരത്തിലുള്ള വിചിത്രമനുഷ്യജീവികളെ കാണാനാകുമെന്നു മാത്രം. എന്തൊക്കെയാണ് നടക്കുന്നത്. വിചിത്രസംഭവങ്ങൾ നോക്കിക്കാണുക യല്ലാതെ മറ്റൊന്നും ചെയ്യാൻ അയാൾക്ക് കഴിയില്ല. പാവം കൂനി ഫൂൽരേണു. എത്രയെത്ര ദിവസങ്ങളിൽ ക്ലബ്ബിനു സമീപം, റെയിൽലൈനിന്റെ ചരിവിലിരുന്ന് ഇരുവരും വിശ്രമിച്ചിട്ടുണ്ട്, വർത്തമാനം പറഞ്ഞിട്ടുണ്ട്. വേണ്ടതും വേണ്ടാത്തതുമായി എന്തൊക്കെ കാഴ്ചകൾ കണ്ടിട്ടുണ്ട്. ജീവിതങ്ങൾ ക്ഷയിക്കുന്നതും വഴിതെറ്റിപ്പോകുന്നതും കണ്ടി ട്ടുണ്ട്. ഫൂൽരേണു ജീവിച്ചത് റെയിൽ ലൈനിലാണ്, മരണവും അവിടെ ത്തന്നെ.

പിന്നെ കുരുടന്റമ്മ. പാവം അവരുടെ കാര്യം വിചാരിക്കുമ്പോൾ ഹരി ചരണിന്റെ നെഞ്ചു വിങ്ങും. ഇത്രയും നല്ലൊരു സ്ത്രീ. ഭർത്താവിന് പണിക്കുപോകാൻ വയ്യാതായി. ദേ കുറച്ചുകാലം മുമ്പുവരെ റിക്ഷ വലി ക്കുമായിരുന്നു. നല്ല വരവുമുണ്ടായിരുന്നു. ഇപ്പോഴിതാ പാവം വയ്യാതെ കിടപ്പിലായി. ദിവസങ്ങളെണ്ണി കഴിയുന്നു. എന്നിട്ടും കുരുടന്റമ്മ നിയമം തെറ്റാതെ സന്തോഷീമായുടെ പൂജ ചെയ്യുന്നുണ്ട്. കുരുടന് കാഴ്ച കിട്ടണ മെന്ന് പ്രാർത്ഥിക്കുന്നുണ്ടോ എന്തോ. താനാണെങ്കിൽ നിശ്ചയമായും അങ്ങനെ പ്രാർത്ഥിക്കുമായിരുന്നു.

പരേശ്ബാബുവും ഭാര്യയും. അവരെയോർക്കുമ്പോഴും ഹരിചരണിന് ദുഃഖം തോന്നുന്നുണ്ട്. ശരിയാണ്, അവരുടെ വീടിനു മുന്നിൽ മാലിന്യം കൂമ്പാരം കൂടി കിടക്കാറുണ്ട്. ചുറ്റുവട്ടത്തുള്ളവർ അവരെപ്പറ്റി പലതും പറയാറുണ്ട്. എന്നാലും അവർക്കീ പുത്രശോകം വരുത്തിവെച്ചത് ശരി യായില്ല. ദേവോപമിന്റെ മരണദിവസം അതിരാവിലെ ഹരിചരൺ അരുൺ സെന്നിന്റെ മുറ്റം വൃത്തിയാക്കുകയായിരുന്നു. ആ വീട്ടിൽ ഒരുപാടു ആശാ രിപ്പണി നടക്കുന്നുണ്ടായിരുന്നു. അതുകാരണം മരച്ചീളുകളും ഈർച്ച പ്പൊടിയും കുന്നുകൂടി കിടന്നിരുന്നു. അടുപ്പു കത്തിക്കാൻ പറ്റിയ വസ്തു ക്കൾ. അതൊക്കെ എടുത്തുകൊണ്ടു പോകാനായി ഒരു വലിയ കടലാസു പെട്ടിയുമായാണ് ഹരിചരൺ അന്നു വന്നത്. എല്ലാം അടിച്ചു വാരിക്കൂട്ടി പെട്ടിയിൽ നിറയ്ക്കുമ്പോഴാണ് ഞെട്ടിപ്പിക്കുന്ന വാർത്ത പരന്നത്. അതെ ങ്ങനെയോ അരുൺസെന്നിന്റെ കാതിലെത്തി. പരേശ് ബോസിന്റെ കാതിലും. വിവരമറിഞ്ഞതും അരുൺസെൻ കോണിപ്പടിയിലൂടെ ദ്രുത ഗതിയിൽ ചാടിയിറങ്ങി. മുറ്റത്തിന്റെ അറ്റത്തുള്ള ഗേറ്റിൽ ഒരു കൊടു ങ്കാറ്റുപോലെ പരേശ് ബോസും വന്നെത്തി. ദേവോപം കളിച്ചു നടന്ന മുറ്റമാണത്. അതിനിരുവശത്തുമായി രണ്ട് വ്യക്തികൾ പരസ്പരം നോക്കി നിന്നു. പരസ്പരം മുന്നോട്ടുവന്ന് ആര് ആരെയാണ് വലിച്ചടുപ്പിച്ചതെന്ന് പറയാനാവില്ല. വൃദ്ധനെങ്കിലും ദീർഘകായനായ അരുൺസെന്നിന്റെ വിരിഞ്ഞ നെഞ്ചിൽ തല ചായ്ച്ചു നിന്നു മന്നാദേയോട് രൂപസാദൃശ്യ മുള്ള പരേശ് ബോസ്! ഒരുപാടുനേരം അവരങ്ങനെ സ്തംഭിച്ചു നിന്നു. അനക്കമില്ലാതെ. ഹരിചരൺ മരച്ചീളുകൾ കൂമ്പാരം കൂട്ടിയതിനടുത്ത്

ദുഃഖത്തോടെ നോക്കി നിന്നു. സൂര്യനപ്പോൾ അരുൺസെന്നിന്റെ ടെറസ്സിൽ നിന്ന് ഒരുപാടു താഴേക്കിറങ്ങി വന്നുകഴിഞ്ഞിരുന്നു.

വികാസിന്റെ വീട്ടിനടുത്തെത്തി. ഇനിയൊരിക്കലും ഹരിചരണിന് ഈ വീടിനകത്തേക്കു കടക്കേണ്ടിവരില്ല. ലക്ഷ്മിക്കൊച്ചമ്മയുടെ ഛീ! ഛീ! തൊടല്ലേ തൊടല്ലേ കേൾക്കേണ്ടി വരില്ല. പലരും പറയുന്നു അവരെ വെറുതെ വിട്ടേക്കുമെന്ന്. അഗർത്തലയിൽ നിന്ന് ശിഞ്ജിനിയുടെ ഏട്ടന്മാരെത്തിയിരിക്കുന്നു. അതിലൊരാൾക്ക് ഹൃദ്രോഗമാണത്രെ. അനിയത്തി മരിച്ചതിലുള്ള വ്യസനം കാരണം അയാളും ഇനി അധികകാലം ജീവിക്കില്ലത്രെ. അപ്പോൾപിന്നെ അവരുടെ ഭാഗത്തുനിന്നുള്ള കേസ് ദുർബലമായെന്നു വരും. എല്ലാം കഴിഞ്ഞ് വികാസും കൂട്ടരും ഇവിടേക്കുതന്നെ തിരിച്ചു വരുമോ? ഒരു വേള വരില്ലായിരിക്കാം. മാഥുരേർഗഢിലെ ആൺപിള്ളേരൊക്കെ ഒറ്റക്കെട്ടായി നിൽക്കയാണ്. വധൂഹത്യ നടത്തിയ നേരും നെറിയുമില്ലാത്ത വൃത്തികെട്ട കുടുംബത്തെ ഇങ്ങോട്ടു കടക്കാനനുവദിക്കില്ലത്രെ. അതുമിതും ആലോചിച്ചുകൊണ്ട് ഹരിചരൺ വികാസിന്റെ വീടിനു മുന്നിൽ ഉന്തുവണ്ടി നിർത്തി. വീടിനുമുന്നിൽ അനുപം ഇരിക്കുന്നു. അയാളൊന്നും പറഞ്ഞില്ല. ഹരിചരണിനെ കണ്ട് ക്ഷീണിച്ച ശരീരവുമായി അനുപം എഴുന്നേറ്റുനിന്നു. പൊടി പുരണ്ട വസ്ത്രങ്ങൾ. അഴുക്കുപിടിച്ച തലമുടി. ഉറക്കമില്ലാതെ രാത്രി മുഴുവനും കരഞ്ഞതു കാരണം ചുമന്നു വീർത്ത കണ്ണുകൾ. തിരിച്ചുപോകണം. പക്ഷേ എങ്ങോട്ട്? എങ്ങോട്ടു തിരിച്ചുപോകണം? ദേവോപമിന്റെ ഡയറി അയാളെ എന്നെന്നേക്കുമായി നിസ്സംഗനാക്കിയിരിക്കുന്നു. പരാജിതനായെന്ന ബോധം. അതോടൊപ്പം നിരാലംബനാണെന്ന തോന്നൽ. ഇനിയൊരിക്കലും തനിക്കു സന്തോഷിക്കാനാവില്ലെന്ന് അയാൾക്ക് ബോധ്യമായിരിക്കുന്നു.

പതിനേഴ്

മൂന്നു ദിവസത്തേക്ക് കുരുടന്റമ്മയ്ക്ക് ഉണ്ണാനായില്ല, ഉറങ്ങാനായില്ല. ചേരിയിൽ അവർ വഴക്കും വക്കാണവും കണ്ടിട്ടുണ്ട്. അടിയും തൊഴിയും കണ്ടിട്ടുണ്ട്. പക്ഷേ കൊല്ലുന്നത് ഇല്ല, അതൊരിക്കലും കണ്ടിട്ടില്ല. അവരുടെ നെഞ്ചിനകത്ത് കരച്ചിൽ അണ പൊട്ടി പുറത്തേക്കൊഴുകുകയാണ്. അവരു കണ്ടതാണ് പാവം കുട്ടി! എത്ര നിർദ്ദയമായിട്ടാണ് ആ പെൺകുട്ടിയെ ദേഹോപദ്രവം ചെയ്തിരുന്നത്. എന്നിട്ടും അവൾക്കെന്തു വിശ്വാസമായിരുന്നു പറയുമായിരുന്നു, ഇല്ല എന്നെ കൊല്ലില്ല, എന്തൊക്കെയായാലും കൊല്ലില്ല. എന്നിട്ടോ കൊന്നില്ലേ? കുരുടന്റമ്മ ചോദ്യം ചെയ്യപ്പെട്ടു. നിങ്ങളെന്താണ് കണ്ടത്? കുരുടന്റമ്മ പതുക്കെപ്പതുക്കെ എല്ലാമങ്ങു പറഞ്ഞു. പലതവണ പറഞ്ഞു. ചേരിക്കാരോട് പറഞ്ഞപോലെത്തന്നെ, അതേ ഭാഷയിൽ അതേ ശൈലിയിൽ. എല്ലാ കഥകളും

പറഞ്ഞു. കോർട്ടിൽ പോകേണ്ടി വരുമത്രെ ജഡ്ജിയുടെ മുന്നിൽ എല്ലാം പറയേണ്ടി വരുമത്രെ. ആയ്ക്കോട്ടെ, അവരതിനും തയ്യാറാണ്. അതെല്ലാം വീണ്ടും പറയും. പലരും പറയുന്നു, വികാസും കൂട്ടരും ശിക്ഷിക്കപ്പെടി ല്ലെന്ന്. കുരുടന്റമ്മയ്ക്ക് അറിയാം. അതങ്ങനെയേ വരൂ. ഇവിടെ കള്ള ന്മാർക്ക് ശിക്ഷയില്ല. കൊലപാതകികൾ സ്വതന്ത്രമായി ചുറ്റിനടക്കുന്നു. ആർക്കെങ്കിലും എന്തെങ്കിലും നല്ലതു ചെയ്യാൻ ശ്രമിക്കുന്നവരാണ് പിടി ക്കപ്പെടുന്നതും ശിക്ഷിക്കപ്പെടുന്നതും. പാവങ്ങൾക്കുവേണ്ടി രണ്ടു വാക്കു സംസാരിക്കാൻ തയ്യാറുള്ളവരെ കൂട്ടംകൂട്ടമായി പിടിച്ച് ജയിലിലടയ്ക്കും, റോഡിലോ ഇടവഴിയിലോ, കണ്ടിടത്തുവെച്ച് വെടിവെച്ചു കൊല്ലും. മാസ്റ്റർ മുമ്പൊക്കെ പറയാറുള്ള കഥകളാണിതൊക്കെ. കുരുടന്റമ്മയ്ക്കറിയാം മാസ്റ്റർക്ക് ഒരിക്കലും തെറ്റുപറ്റാറില്ല. ഒരൊറ്റക്കാര്യത്തിലൊഴിച്ച്. മാസ്റ്ററു പറയുന്നു ഈശ്വരനില്ലെന്ന്. ഈശ്വരനെന്ന ഒരാൾ എവിടേയുമില്ലെന്ന്. എല്ലാം മനുഷ്യരു മാത്രമാണത്രെ. അവരാണെല്ലാം. കുരുടന്റമ്മയ്ക്ക റിയാം ഈശ്വരനെന്ന ഒരാളുണ്ട്. ഭഗവാനെങ്ങനെ ഇല്ലാതാവും? ഭഗവാ നില്ലെങ്കിൽ ഈ ഭൂമിയെങ്ങനെ ഉണ്ടായി? എല്ലാത്തിനും മുകളിൽ ആശ്രയത്തിനായി ഈശ്വരനുണ്ട്. ഈശ്വരന്റെ കോടതിയിൽ എല്ലാവരു ടേയും അന്തിമ വിചാരണ നടക്കും. കുരുടന്റമ്മയ്ക്ക് വിശ്വാസമുണ്ട്. ആ വിശ്വാസവുമായി പുതിയൊരു പണിയന്വേഷിച്ചു പോവുകയാണവർ. അഞ്ചു വീടുകളിലെ പണിയുണ്ടായാലേ കുടുംബ പോറ്റാനാവൂ. ലക്ഷ്മി ക്കൊച്ചമ്മയ്ക്ക് ശിക്ഷ കിട്ടണേ എന്ന് ഈശ്വരനോട് അവർ പ്രാർത്ഥിച്ച പ്പോൾ കുരുടൻ പറഞ്ഞു. ലക്ഷ്മിക്കിനി രാത്രി ഉറക്കമുണ്ടാവില്ലെന്ന്. അവരുടെ കൈകൾ സദാസമയവും ചോരമയമായിരിക്കുമെന്ന്. കണ്ണട ച്ചാലുടൻ ദുസ്വപ്നങ്ങൾ കാണുമെന്ന്. സർവത്ര രക്തം രക്തം മാത്രം. ഫടിക്ക്കുളത്തോളം പോന്ന ജലാശയത്തിൽ പലതവണ കൈ കഴുകി യാലും കറ പോകില്ലത്രെ. അത്തരം ജലാശയങ്ങളിലെ സ്വച്ഛനീലിമ യാർന്ന വെള്ളം ചുവപ്പുനിറമാവും... എന്നാലും കൈകളിലെ മണം മാറില്ല. കറ പോകില്ല. കുരുടന്റമ്മയും അങ്ങനെത്തന്നെ വിശ്വസിക്കുന്നു. ഇല്ല. പോകില്ല. അവരുടെയൊക്കെ കൈകളിലെ ചോരക്കറ പോകില്ല.

കാളിതാര മറ്റൊരു വീട്ടിൽ പണിക്കുചെല്ലുന്ന കാര്യം പറഞ്ഞിരുന്നു. കുരുടന്റമ്മ അങ്ങോട്ടു പോകുകയാണ്. രാധികയുടെ കുടിലിനു മുന്നിൽ ബീഡി വലിച്ചുകൊണ്ട് കാർത്തിക് നിൽക്കുന്നു... കുരുടന്റമ്മ അന്തിച്ചു പോയി. ആശ്ചര്യം തന്നെ. എഴുന്നള്ളിയിരിക്കുന്നു. ഇത്രേം കാലം, വിവര മില്ല, അന്വേഷണമില്ല. ചെലവിനു പൈസ കൊടുക്കലില്ല. പാവം ആ പെൺകുട്ടി രണ്ടു കൊച്ചു കുഞ്ഞുങ്ങളേയും കൊണ്ട് എങ്ങനെ കഴിച്ചു കൂട്ടുമെന്ന ചിന്തയില്ല. ഇപ്പോഴിതാ നാണമില്ലാതെ വന്നിരിക്കുന്നു. കഷ്ടം. ഒരു വേള കാർത്തികിനറിയുമായിരിക്കും ഈ ചേരിയിലെത്തിപ്പെട്ടാൽ പെൺകുട്ടികൾ പിന്നെ നിസ്സഹായരല്ലെന്ന്. എന്തെങ്കിലുമൊക്കെ പണി ഒപ്പിച്ചെടുക്കാനാവുമെന്ന്. പകരം നല്കേണ്ടിവരുന്നത്, ആരോഗ്യമോ, സൗന്ദര്യമോ മാനാഭിമാനമോ ആയിരിക്കാം.

കുരുടന്റമ്മയെക്കണ്ട് ഓടിയെത്തി പലാശ്

മാഷീ ഇപ്പെങ്ങനെയുണ്ട്?

ഭേദമുണ്ട് മോനെ.

എപ്പോ മുതൽ പണിക്കു പോവും?

നാളെ മുതൽ

കുരുടനെവിടെ?

മാസ്റ്റർകാക്കുവിന്റെ വീട്ടിലുണ്ട്. അങ്ങേർക്ക് നല്ല സുഖമില്ല. കുറച്ചു ദിവസമായി.

എന്റച്ഛൻ വന്നിട്ടുണ്ട്.

കണ്ടു. നിന്റമ്മ തിരിച്ചെത്തിയിട്ടില്ലേ?

ഇല്ല. അച്ഛൻ അമ്മയെ അന്വേഷിക്കുന്നുണ്ട്.

നീയെന്താ പറഞ്ഞത്?

അമ്മ പണിക്കുപോയെന്ന്. അച്ഛൻ പറയാണ് അമ്മയ്ക്ക് നല്ല വരവുണ്ടാവും അല്ലേന്ന്. ഞാനൊന്നും പറഞ്ഞില്ല.

നീ ചോദിച്ചോ ഇത്രേം ദിവസം എന്തേ വരാഞ്ഞതെന്ന്?

ഉവ്വ്. പണിത്തിരക്കായിരുന്നത്രെ തണുപ്പുകാലത്ത് മരഡിപ്പോയിൽ ഒരുപാടു പണിയുണ്ടാകുമത്രെ. ഒഴിവു കിട്ടില്ലത്രെ.

കുരുടന്റമ്മ മുന്നോട്ടു നീങ്ങി. പലാശ് മാസ്റ്ററുടെ വീട്ടിലേക്കും. മാസ്റ്ററുടെ വീട്ടിനകത്തേക്കു കടക്കുന്നതിനു മുമ്പ് ഒരു തവണ ബേലീദിയുടെ വീട്ടിൽ ചെന്ന് അനിയൻകുട്ടനെ നോക്കി. അവൻ ചിരിച്ചു കളിച്ചിരിക്കുന്നു. കുഞ്ഞിനെ നോക്കുന്നതിനു പ്രതിഫലമെന്നോണം രാധിക അഞ്ജലിക്ക് മാസം പത്തുറുപ്പിക കൊടുക്കും. അഞ്ജലി നിരസിച്ചതാണ്. രാധിക പറഞ്ഞു നിങ്ങളിത്രയും ചെയ്തില്ലായിരുന്നെങ്കിൽ എനിക്കു പണി കിട്ടില്ലായിരുന്നു. പട്ടിണി കിടന്നു മരിച്ചിരുന്നേനെ.

പൈസ കൊടുക്കണമെന്ന പരാമർശം നല്കിയത് തൃണാങ്കുരനാണ്. ഒരു വിധത്തിൽ അതു നന്നായി.

പലാശ് മാസ്റ്ററുടെ വീട്ടിലെത്തി. മാസ്റ്ററും കുരുടനും അടുത്തടുത്ത് കിടന്ന് വർത്തമാനം പറയുകയാണ്. അവനും അവരോടൊപ്പം കിടന്നു. കുരുടൻ ചോദിച്ചു.

നിന്റെ അച്ഛൻ വന്നിട്ടുണ്ടല്ലേ?

ഉവ്വ്. നീയെങ്ങനെ അറിഞ്ഞു?

മണം കിട്ടി.

മാസ്റ്റർ മോഹൻജൊദാരോയെക്കുറിച്ച് പറയുകയാണ്. പണ്ട് പണ്ട് മൊഹഞ്ജദാരോയിൽ വലിയൊരു സംസ്കാരം നിലനിന്നിരുന്നു.

പലാശിന് ഈ വർഷം ചരിത്രം പഠിക്കാനുണ്ട്, അതിൽ മോഹൻജൊദാരോയെപ്പറ്റിയും ഉണ്ട്. അവൻ ശ്രദ്ധിച്ചുകേൾക്കയാണ്. മാസ്റ്റർ പറഞ്ഞു അത്രേം വലിയ സംസ്കാരം അതും ക്ഷയിച്ചുപോയി, നശിച്ചുപോയി.

എല്ലാം അങ്ങനെയാണ് ഒന്നും നിലനിൽക്കില്ല. അവസാനം എല്ലാം തകർന്നുപോകും.

കുരുടൻ പറഞ്ഞു നമ്മളും? എല്ലാം നശിച്ചുപോകും അല്ലേ മാസ്റ്റർ കാക്കു?

ഉവ്വ്.

നിങ്ങളുടെ ഈ ഡയറി, ഇത്രേം കടലാസുകെട്ടുകൾ, പുസ്തകങ്ങൾ എല്ലാം വെള്ളത്തിൽ മുങ്ങിപ്പോകും. മാസ്റ്റർ മൗനം പാലിച്ചു. കുരുടൻ വീണ്ടും ഭവിഷ്യവാണി നടത്തുന്നു. സത്യത്തിൽ അവനിതു കഴിയുമോ? പക്ഷിമൃഗാദികളെപ്പോലെ അവനെന്തെങ്കിലും സൂചനകൾ കിട്ടുന്നു ണ്ടെന്നു വരുമോ?

രാധിക വീട്ടിലേക്കു മടങ്ങുകയാണ്. മാസ്റ്ററുടെ വാതിൽ തുറന്നു കിടക്കുന്നതുകണ്ട് അവളവിടെ നിന്നു. പലാശുണ്ടെങ്കിൽ അനിയനേയും എടുത്തുകൊണ്ട് വരാൻ പറയാം. വെളിയിൽ നിന്നുകൊണ്ട് അവൾ വിളിച്ചു.

പലാശ്, പലാശ് ഉണ്ടോ അകത്ത്?

ഉവ്വമ്മേ.

അനിയനേം എടുത്തോണ്ട് വാ.

ഇതാ വന്നു.

അവൻ വെളിയിലേക്കിറങ്ങി വന്നു. രഹസ്യമായി അമ്മയോടു കുശു കുശുത്തു. അച്ഛൻ വന്നിട്ടുണ്ട്.

രാധികയ്ക്ക് ആദ്യം മനസ്സിലായില്ല.

ആര് ആര് വന്നിട്ടുണ്ടെന്നാ പറഞ്ഞത്?

അച്ഛൻ!

രാധികയുടെ നെഞ്ചുറഞ്ഞ് മഞ്ഞുകട്ടിയായി. അല്ലെങ്കിലും ഈയി ടെയായി അവളുടെ മനസ്സിന് നല്ല സുഖമില്ല. നീലിമ അവളോട് തീരെ സംസാരിക്കാതായിരിക്കുന്നു. അതു സാരമില്ലെന്നു വെക്കാം. താൻ വെറും പണിക്കാരി. പക്ഷേ അവർ മകനോടും സംസാരിക്കാതായിരിക്കുന്നു. തൃണാങ്കുർ ഇടയ്ക്കിടെ വേദനയോടെ പറയും. അമ്മേ ഇത്രയായിട്ടും നിങ്ങൾക്കെന്നെ മനസ്സിലാക്കാനായില്ലല്ലോ.

രാധികയ്ക്ക് തോന്നും താനാണ് കുറ്റക്കാരിയെന്ന്. താനല്ലേ ഇതി നൊക്കെ കാരണക്കാരി? ഒരു ദിവസം അവൾ തൃണാങ്കുരനോട് അക്കാര്യം പറഞ്ഞു അയാൾ പറഞ്ഞു. അല്ല. നീയെങ്ങനെ കാരണക്കാരി യാവും? നമ്മളൊരു അന്യായവും ചെയ്തിട്ടില്ലല്ലോ. സ്നേഹിക്കുന്നത് പാപമാണോ, നീ തന്നെ പറയൂ.

ഇത്രയും വലിയൊരു പ്രസ്താവന രാധികയ്ക്കെങ്ങനെ നടത്താ നാകും. ഈയൊരേയൊരു കാരണംകൊണ്ടാണ് അവളും ജീവിച്ചുപോരു ന്നത്, എന്നാലും.

തൃണാങ്കുർ പറഞ്ഞു നിന്റെ ഭർത്താവ് നിന്നെ ഉപേക്ഷിച്ചുപോയി. എന്റെ ഭാര്യ എന്നെ വെളിയിലിറക്കി. നിനക്കറിയാമോ എന്റെ മകളുടെ മുന്നിൽവെച്ച് അവൾ വേറൊരുത്തനെ ഉമ്മ വെക്കുമായിരുന്നു.

രാധിക മൗനം പാലിക്കും. തൃണാങ്കുർ തുടരും. നമ്മളിരുവരും തുല്യ ദുഃഖിതരാണ്, ഹൃദയം പൊള്ളിപ്പോയവരാണ്. പരസ്പരം നെഞ്ചിൽ തല ചായ്ച്ച് നമുക്ക് തൃപ്തി പകരാനായെങ്കിൽ, ശാന്തിയും സമാധാനവും കിട്ടുന്നുണ്ടെങ്കിൽ മറ്റുള്ളവർക്ക് അത് അനുവദിച്ചു തന്നാലെന്താ? നമുക്ക് വേണ്ടപ്പെട്ടവർ, നമ്മോട് അടുപ്പമുള്ളവർ എന്തിന് തടസ്സം നില്ക്കണം?

എന്നിട്ടും രാധികയ്ക്ക് സമാധാനമായില്ല. അവൾ വേറെയിടത്ത് ജോലിയന്വേഷിച്ചാലോ എന്നാലോചിച്ചു. അവൾക്കിവിടെ കടപ്പാടുകളൊന്നുമില്ല, പ്രതിബദ്ധതകളൊന്നുമില്ല. ബന്ധനങ്ങളില്ല, സ്വപ്നങ്ങളില്ല. ഈയിടെയായി സ്വപ്നവും കാണാറില്ല. സ്വപ്നം കാണാനുള്ള സമയമെവിടെ? പക്ഷേ തൃണാങ്കുർ കരുണസ്വരത്തിൽ കുട്ടികളെപ്പോലെ യാചിച്ചു പോകരുത്. എന്നെ വിട്ടു പോകരുത്. പോകില്ലെന്നു പറയൂ...

ബന്ധനങ്ങളില്ല, എന്നാലോ ഉണ്ടുതാനും. പാവം ശരിക്കു നടക്കാനാവില്ല. ദിവസവും കോളേജിൽ പോയി വരാനാവില്ല. സ്വന്തം കാര്യങ്ങൾ സ്വയം ചെയ്യാനുള്ള ശരീരശേഷിയില്ല. സങ്കോചമനസ്കൻ, പുസ്തകപ്പുഴു, അന്തർമുഖൻ, പരാശ്രയം വേണ്ടുന്നവൻ. ഇടയ്ക്കൊക്കെ തൃണാങ്കുരനും തന്റെ അച്ഛനും തമ്മിൽ സാദൃശ്യമുണ്ടെന്നു തോന്നും രാധികയ്ക്ക്. ഇരുവർക്കും ഭാര്യാസുഖം കിട്ടിയിട്ടില്ല. അച്ഛനെപ്പോലെ തൃണാങ്കുരനും ഉറക്കെയുറക്കെ പദ്യങ്ങളും കവിതകളും ചൊല്ലും. പുസ്തകം വായിക്കും. അതെന്തോ പോട്ടെ. കെട്ടുപാടുകളൊന്നുമില്ലാത്ത ഈ ബന്ധത്തെ രാധിക അംഗീകരിച്ചിരിക്കുന്നു. നീലിമയില്ലെങ്കിൽ തൃണാങ്കുരനെ ആരു നോക്കും? ഒരു ദിവസം രാധിക പറഞ്ഞു, ഇനിയുമൊരു കല്യാണം കഴിച്ചൂടെ? തൃണാങ്കുർ നിഷേധാർത്ഥത്തിൽ തലയാട്ടി. ഇല്ല, ഇനിയില്ല. ഒരു സ്ത്രീയെ സന്തോഷിപ്പിക്കാനോ സുഖിപ്പിക്കാനോ വേണ്ട ഗുണങ്ങളൊന്നും എനിക്കില്ല. വരുന്നവൾ അസന്തുഷ്ടയായി തിരിച്ചുപോകും. നീയാണെന്റെ പ്രണയിനി, എന്റെ സ്നേഹിത, എന്റെ ഭാര്യ, എനിക്ക് വേറൊന്നും വേണ്ട.

തൃണാങ്കുരനിലെവിടേയും ഷംഷേറിനെ കണ്ടെത്താനായില്ല, രാധികയ്ക്ക്. തൃണാങ്കുർ സ്വന്തം നിലയ്ക്കാണ് രാധികയുടെ മനസ്സിൽ പ്രവേശിച്ചത്. അങ്ങനെ രാധിക അനേകദിവസത്തെ കടുത്ത പ്രയത്നംകൊണ്ട് കാർത്തിക് എന്നു പേരുള്ള മനുഷ്യനെ തന്നിൽനിന്ന് പരിപൂർണമായും പറിച്ചെറിഞ്ഞു. ഇന്ന് കാർത്തികിന്റെ വരവറിഞ്ഞ് അവൾ തനിക്കുചുറ്റും കന്മതിലുകൾ കെട്ടിപ്പടുക്കുകയാണ്. കാർത്തികിന്റെ ചോദ്യങ്ങൾക്ക് അവൾ ഉത്തരം പറഞ്ഞില്ല. പക്ഷേ കാർത്തിക് അങ്ങനെ വിട്ടുകൊടുക്കുന്നവനല്ല. അയാളാദ്യം തന്നെ രാധികയുടെ ശരീരത്തിലാണ് കൈവെച്ചത്. വിടലച്ചിരിയുമായി പറഞ്ഞു എനിക്ക് അവകാശപ്പെട്ടതാണ്, ഞാനല്ലാതെ വേറാരാണ് കൈവെക്കുക?

രാധിക പല്ലു കടിച്ചുകൊണ്ട് പറഞ്ഞു, വിട്, വിടാനാണ് പറഞ്ഞത്. പലാശ് വരുന്നുണ്ടാവും.

ഇല്ല, വിടില്ല.

കാർത്തിക് മുന്നോട്ടാഞ്ഞു. അയാളുടെ മുഖത്തുനിന്ന് ദുർഗന്ധം വമിക്കുന്നു, ബീഡിയുടേയും പുകയിലയുടേയും പുളിച്ച നാറ്റം. രാധികയുടെ ശരീരം തരിക്കുന്ന.ു അവൾ അയാളെ തള്ളിമാറ്റി. വീട്ടിനകത്ത് വിളക്ക് കത്തിച്ചിട്ടില്ല. ഇരുട്ടിൽ തട്ടിമുട്ടി രാധിക കട്ടിലിലേക്കു വീണു, കാർത്തിക് ആക്രോശിച്ചുകൊണ്ട് അവളുടെ ദേഹത്തേക്കും. രോഷവും ആർത്തിയും കൊണ്ട് അവളെ പിച്ചിച്ചീന്താനുള്ള ശ്രമമാണ്. എത്രയോ ദിവസമായി അടക്കിവെച്ച വാശിയും ക്രോധവും പുറത്തേക്കൊഴുകുകയാണ്. ഇവ ളങ്ങു സമ്പാദിച്ചുകൂട്ടിയിരിക്കുന്നു. അതൊക്കെ തനിക്കവകാശപ്പെട്ടതാണ്. നല്ല വരവുണ്ട്, അല്ലെടീ, ദേഹത്തുനിന്ന് എണ്ണ പിഴിഞ്ഞെടുക്കാം.

അനിയനേയും എടുത്ത് പലാശ് കുരുടനോടൊപ്പം വീട്ടിലേക്കു നടക്കുകയാണ്. രാധികയുടെ പ്രാണഭീതിയോടെയുള്ള നിലവിളി അവൻ കേട്ടു.

പലാശ്! ഓടിവാ, വേഗം ഓടിവാ!

പലാശിന്റെ തലയ്ക്കു ചൂടുപിടിച്ചു ഒരുപാടു നാൾ മുമ്പ് ഒരർധരാത്രിയിലെ സംഭവം അവനോർമ വന്നു. കുഞ്ഞിനെ കുരുടന്റെ കൈയിലേല്പിച്ച് അവനോടി. ഒരു വലിയ ഇഷ്ടിക കൈയിലെടുത്ത് കാർത്തികിനെ ലക്ഷ്യമാക്കി എറിഞ്ഞു. വേദനകൊണ്ടു പുളഞ്ഞ് കാർത്തിക് നിലത്തു വീണു. മുതുകെല്ല് നുറുങ്ങിപ്പോയിരിക്കണം. ഉറപ്പില്ലാത്ത നട്ടെല്ലല്ലേ തവിടുപൊടിയായിക്കാണും. രാധിക സാരി നേരേയിട്ടു. തീ പറക്കുന്ന കണ്ണുകളുമായി പലാശ് കാർത്തികിനെ നോക്കി കൊന്നു കളയും, അമ്മയെ തൊട്ടുപോയാൽ.

കുരുടൻ ഉറങ്ങിക്കിടക്കുന്ന കുഞ്ഞിനെ നെഞ്ചോടു ചേർത്തു പിടിച്ച് ഇരുട്ടത്തു നില്ക്കുകയാണ്. പലാശ് കിതച്ചുകൊണ്ട് ഓടി വന്നു. തരൂ. അവൻ കുഞ്ഞിനെ വാങ്ങി. എന്നിട്ടു പറഞ്ഞു. ഞാൻ ഇന്നിനി മാസ്റ്ററുടെ വീട്ടിലേക്കില്ല. നീ പൊയ്ക്കോ.

കുരുടനറിയാം പലാശ് എന്തേ വരാഞ്ഞതെന്ന്. അവൻ അമ്മയ്ക്കു കാവലിരിക്കും. പൊടുന്നനെ കുരുടന്റെ മനസ്സിൽ പലാശ് വളർന്നു വലുതായി. ഈ ദുനിയാവിൽ പലാശ് എന്ന ബാലനെക്കൊണ്ട് ഉപയോഗമുണ്ട്. എന്നാൽ താൻ? താൻ ഉപയോഗശൂന്യനാണെന്ന്, നിസ്സാരനാണെന്ന് അവനു തോന്നിപ്പോകുന്നു. അർഥഹീനമായ ജന്മമാണ് തന്റേത്. അവന് തന്നോടുതന്നെ ദേഷ്യം തോന്നി. ഇരുട്ടിൽ ഒരു തവണപോലും ഇടറാതെ അവൻ മാസ്റ്ററുടെ വീട്ടിൽ തിരിച്ചെത്തി. അവന് ആലോചിക്കാതിരിക്കാനായില്ല. പലാശുണ്ട്, ഈ ഭൂമിയിൽ പലാശുണ്ട്, അമ്മയ്ക്കു വേണ്ടി പ്രതിരോധിക്കാനായി പലാശുണ്ട്. അവനറിയാതെ അവന്റെ മനസ്സു മന്ത്രിച്ചു. പലാശിനെപ്പോലുള്ളവർ ഉണ്ടാകട്ടെ, നിലനിൽക്കട്ടെ, എന്നെന്നും.

പതിനെട്ട്

ഏപ്രിലിന്റെ തുടക്കത്തിൽ പ്രണവേശ് കൊൽക്കത്തയിലെ ഓഫീസിൽ ജോയിൻ ചെയ്തു. ഇപ്പോൾ തോന്നുന്നു ഫറാക്കയായിരുന്നു നല്ലതെന്ന്. നദീജലം പോലെത്തന്നെ പ്രശാന്തമായിരുന്നു അവിടത്തെ ജീവിതം. യാതൊരുവിധ കോളിളക്കങ്ങളുമില്ല. ജോലിയിൽ ശ്രദ്ധിച്ചാൽ മാത്രം മതി. മകനെയോർത്താണ് കൊൽക്കത്തയിലേക്ക് സ്ഥലംമാറ്റം വാങ്ങിയത്. പക്ഷേ, ഇവിടെയിപ്പോൾ ഒട്ടും സന്തോഷം തോന്നുന്നില്ല. മാഥുരേർഗഢ് ശപിക്കപ്പെട്ട സ്ഥലമാണെന്ന പ്രതീതി. എല്ലാവരും പരസ്പരം സംശയ ദൃഷ്ടിയോടെയാണ് നോക്കുന്നത്. വളരെക്കാലമായി തമ്മിൽ പരിചയ മുള്ളവരാണ്, എന്നാലും ഒന്നും സുനിശ്ചിതമായി പറയാനാവില്ലെന്ന മട്ട്. ഒരു നാസ്തികൻ പൊടുന്നനെ പൂജാപാഠങ്ങളും മന്ത്രതന്ത്രങ്ങളും ആരം ഭിച്ചെന്നു വരും, ആര് എപ്പോൾ നിഷ്ഠുരനായ കൊലപാതകിയായി മാറും എന്നു പറയാനാവില്ല. ആര്, എപ്പോൾ നവജാത ശിശുവിനെ തെരുവി ലേക്കു വലിച്ചെറിയുമെന്നു പറയാനാവില്ല. രഹസ്യദുഃഖങ്ങൾ കാരണം ആര് എപ്പോൾ റെയിലിൽ തലവെക്കുമെന്ന് പറയാനാവില്ല. ആരുടെ ഭാര്യ യാണ് അർധരാത്രിയിൽ അല്പവസ്ത്രയായി അയൽവാസിയുടെ വീട്ടി ലേക്കോടിക്കയറുക എന്നും പറയാനാവില്ല. ഇതൊന്നും ആർക്കും മുൻകൂട്ടി പറയാനാവില്ല. സസുഖം പാർക്കാനായി കുടുംബത്തിന്റെ നാലു ചുമരുകളെ എത്രതന്നെ മോടി പിടിപ്പിച്ചാലും അസ്വസ്ഥതയുടെ കാറ്റ് അകത്തേക്കു കടക്കുക തന്നെ ചെയ്യും, അസ്തിവാരമിളക്കും. പക്ഷേ സസുഖം ജീവിക്കാനായി മനുഷ്യർ വീടിനകത്ത് അടച്ചിരിക്കാതെ വാതിലു തുറന്ന് വെളിയിലേക്കു വന്ന് കാറ്റിന്റെ തലോടലേറ്റു വാങ്ങു മ്പോൾ ആരോഗ്യപൂർണമായ മനുഷ്യസമ്പർക്കങ്ങളുണ്ടാക്കുന്നു, സംശയങ്ങൾ മാഞ്ഞുപോകുന്നു. ഇതിനിടയ്ക്ക് മാഥുരേർഗഢിലെ പൗര സമിതി യോഗം കൂടി. വധൂഹത്യയെന്ന കുറ്റം ചുമത്തപ്പെട്ട വികാസി നേയും കുടുംബത്തേയും യോഗം അപലപിച്ചു. ഈ കമ്മിറ്റിയിലെ ഒരംഗ മായിരുന്നു വികാസ്. എന്നെങ്കിലും ഒരുനാൾ സ്വന്തം ദുഷ്കർമ്മത്തിന്റെ പേരിൽ ഈ കമ്മിറ്റിയിൽനിന്ന് വികാസ് പുറത്താക്കപ്പെടുമെന്നത് സങ്ക ല്പിക്കാൻ പോലും പറ്റാത്ത കാര്യമായിരുന്നു. ആ യോഗത്തിൽ വികാസ് പങ്കെടുത്തില്ലെന്നതു ശരി, പക്ഷേ, മാഥുരേർഗഢിലാകമാനം അയാളുടെ സാന്നിധ്യം സുസ്പഷ്ടമാണ്. അയാൾ നട്ടുപിടിപ്പിച്ച ചെടികളിലൂടെ.

വികാസിനെ അപലപിക്കുന്നതിൽ പ്രണവേശിന് എതിർപ്പുണ്ടായി രുന്നു. കാരണം വികാസ് യഥാർത്ഥത്തിൽ കുറ്റക്കാരനാണോ അല്ലയോ എന്ന കാര്യത്തിൽ കോടതി ഇതുവരെയായിട്ടും അഭിപ്രായം പറഞ്ഞി ട്ടില്ല. പക്ഷേ പൊതുജനത്തിന്റെ സഹജമായ പ്രതിഷേധം കോടതിയുടെ അഭിപ്രായത്തെ കണക്കിലെടുക്കുകയില്ല. പൊതുവിചാരണയിൽ ആവേശത്തിന് അതിപ്രധാനമായ സ്ഥാനമുണ്ട്. അതോടൊപ്പം പക്ഷ പാതത്തിനും. കോടതി വ്യവസ്ഥയെപ്പോലെ അവിതർക്കിതമായ യുക്തി യുടേയും ആവേശരഹിതമായ നിഷ്പക്ഷതയുടേയും അവലംബം ഇവിടെ

ആവശ്യമില്ല. ജനകീയകോടതിയുടെ വീക്ഷണം അതിസരളം, യുക്തി അതിലളിതം, ആവേശം മൂർധന്യത്തിൽ, വിചാരണ ക്ഷണനേരം കൊണ്ട് അവസാനിക്കുന്നു, അതിനാൽ ന്യായയുക്തമായ വിചാരണ നടക്കില്ലെന്ന ആശങ്കയ്ക്ക് സ്ഥാനമുണ്ട്. പക്ഷേ, സരളമായ സമൂഹമനസ്സിന്റെ ദൃഷ്ടികൾക്ക് അന്തരാളത്തിലേക്ക് തുളച്ചുകയറി നേരിട്ട് സത്യാവസ്ഥയിലെത്താനാവും. സത്യവും സാരള്യവും ഇരട്ടപ്പഴങ്ങളെപ്പോലെയാണ്, ഒട്ടിനില്ക്കുന്ന ചാരുതയുണ്ടതിന്. അതുകൊണ്ട് സംശയത്തിനു വകയില്ല. എന്നിരുന്നാലും വികാസിനെക്കുറിച്ചുള്ള പ്രണവേശിന്റെ സംശയങ്ങളെല്ലാം ബാക്കി നിൽക്കുന്നു.

പ്രണവേശിന് ഇപ്പോഴും വിശ്വസിക്കാനാകുന്നില്ല. ഈ കടുംകൈയിൽ, ഈ നിഷ്ഠുരതയിൽ വികാസിന് പങ്കുണ്ടെന്ന്. പല സന്ദർഭങ്ങളിലും പ്രണവേശ് സഹായം തേടി ആദ്യം ഓടിച്ചെന്നിട്ടുള്ളത് വികാസിന്റെ സമീപത്തേക്കാണ്. അനിയനെകുറിച്ചുള്ള വേവലാതി മൂലം ഉറക്കം വരാതിരുന്നപ്പോൾ, പൊലീസുകാരുടെ ഭേദ്യത്തിൽ നിന്ന് മുക്തി കിട്ടിയപ്പോൾ, നീലാദ്രിയും ദേവാർച്ചനും മരിച്ചതറിഞ്ഞപ്പോൾ. പ്രണവേശും വികാസും സമവയസ്കരല്ലെങ്കിലും തുല്യദുഃഖിതരായ രണ്ടു വ്യക്തികളായിരുന്നു, അവർ പലതവണ പരസ്പരം അള്ളിപ്പിടിച്ചു നിന്നു. പ്രണവേശിന്റെ മകനെ കാണാതായപ്പോൾ, വികാസ് ഒറ്റയൊരാളാണ് സ്വയം സന്നദ്ധനായി സദാസമയവും കൂട്ടുനിന്നത്, കഴിയുന്നത്ര സഹായിച്ചത്. ഈ പരിസരം മുഴുവനും മരങ്ങളും ചെടികളും നട്ടു പച്ച പിടിപ്പിച്ചത് വികാസാണ്. ഈ ചുറ്റുവട്ടത്തെ താമസക്കാരുടെ സൗകര്യങ്ങളേയും അസൗകര്യങ്ങളേയുംപറ്റി അതീവ ശ്രദ്ധാലുവായിരുന്നു വികാസ്. ഫടിക്ക്കുളത്തിലെ ചേരിയിൽ കുഴൽക്കിണറു സ്ഥാപിക്കാനായി എന്തു മാത്രം ഓടി നടന്നു. സർക്കാരിന്റെ ജോലി എത്ര നിഷ്ഠയോടെയാണ് ചെയ്തുപോന്നത്. എവിടെയോ എന്തോ പിശകുണ്ട്, പ്രണവേശിനുറപ്പാണ്.

അവർക്ക് പുതിയ വേലക്കാരിയെ കിട്ടിയിരിക്കുന്നു. കുരുടന്റമ്മ. മുമ്പ് വികാസിന്റെ വീട്ടിലായിരുന്നത്രെ ജോലി. ജൂഹി അവരോട് കുത്തിക്കുത്തി ചോദിക്കുന്നുണ്ടായിരുന്നു. പ്രണവേശും കേട്ടുനിന്നു. ആദ്യം തൊട്ടുള്ള വിവരങ്ങൾ അവർ വിസ്തരിച്ചു പറഞ്ഞു. മരുമകളെ ദ്രോഹിക്കാറുണ്ടായിരുന്നു. അവൾ വളരെ നല്ല കുട്ടിയായിരുന്നു. നല്ല മുഖശ്രീയുള്ള അടക്കമുള്ള കുട്ടി. വീടു വിട്ട് എവിടേക്കും പോയിട്ടില്ല. ആരുമായും കൂട്ടില്ലായിരുന്നു. ആരും വരാറില്ലായിരുന്നു. വേണ്ടാത്ത കൂട്ടുകെട്ടുകളൊന്നും ഇല്ലായിരുന്നു. അതിനുള്ള സാധ്യതയേയില്ലായിരുന്നു. പക്ഷേ അവളെ ദേഹോപദ്രവം ചെയ്യുമായിരുന്നു. തീരെ ദയയില്ലാതെ. അവളുടെ കരച്ചിൽ പുറത്തു കേൾക്കാതിരിക്കാനായി വളരെ ഉച്ചത്തിൽ പാട്ടു വെക്കുമായിരുന്നു. വികാസും ഇതിലൊക്കെ ഇടപെട്ടോ? പ്രണവേശ് ചോദിച്ചുപോയി. കുരുടന്റമ്മ മുഖം താഴ്ത്തി പറഞ്ഞു. ഇല്ല, അങ്ങേര് ദേഹോപദ്രവമൊന്നും ചെയ്തില്ല. പക്ഷേ ഭാര്യയും മകനും ചെയ്യുന്നതു നോക്കി നില്ക്കും, എന്നിട്ട് വെളിയിലേക്കിറങ്ങിപ്പോകും. ഒരിക്കൽപോലും

കാമാ എന്നൊരക്ഷരം പറഞ്ഞില്ല, അരുതെന്നോ നിർത്തെന്നോ പറഞ്ഞതേയില്ല.

പ്രണവേശ് ആശ്ചര്യപ്പെട്ടുപോയി. ഭാര്യയും മകനും കൂടി മരുമകളെ ദേഹോപദ്രവം ചെയ്യുന്നത് കണ്ടിട്ടും ഒന്നും മിണ്ടാതെ വികാസ് വീട്ടിനു വെളിയിലേക്കു പോകുന്നു? ഇത്തരമൊരു ദൃശ്യം സങ്കല്പിച്ചെടുക്കാൻ തന്നെ വിഷമമാണ്. ശരിയാണ്, വികാസ് ഒന്നിനേയും എതിർത്തു നില്ക്കുന്ന പ്രകൃതക്കാരനായിരുന്നില്ല. എന്നുവെച്ച് നട്ടെല്ലില്ലാത്തവനായിരുന്നോ? പ്രണവേശിന് ഒന്നുമൊന്നും മനസ്സിലാവുന്നില്ല. വികാസിന്റെ കാര്യമോർത്തോർത്ത് സ്വന്തം ജോലിയിൽ മനസ്സുറയ്ക്കുന്നില്ല. ആലോചിച്ചാലോചിച്ച് അയാളുടെ ചിന്തകൾ കാടുകയറുകയാണ്.

സിന്ധി കവലയിൽ വല്ലാത്ത ട്രാഫിക് ജാം. ജീപ്പ് ഒരുപാടു നേരമായി നില്ക്കുന്നു. ആഫീസിൽ പോയിവരാനായി ഇപ്പോൾ പ്രണവേശിന് ജീപ്പ് കിട്ടിയിട്ടുണ്ട്. ഈ ജീപ്പുകൾക്ക് ഇടതുവശത്താണ് സ്റ്റിയറിംഗ് വീൽ. അതുകൊണ്ട് അയാൾ വലതുവശത്താണിരിക്കുന്നത്. ആരോ ഉച്ചത്തിൽ അലറിവിളിക്കുന്നു. അയാളുടെ ചിന്തകൾ ചിന്നിച്ചിതറി. ഇരുവശത്തേക്കും നോക്കി. ശബ്ദം ഇടതുവശത്തുനിന്നാണ്. ഡ്രൈവറുടെ ഭാഗത്തേക്കു നോക്കി. ശബ്ദത്തിന്റെ ഉറവിടം ആരാഞ്ഞു. പാതവക്കിൽ ഒരു ഭ്രാന്തൻ നിൽക്കുന്നു. കൈയും കലാശവും കാട്ടി എന്തൊക്കെയോ വിളിച്ചുകൂവുന്നു. പക്ഷേ എന്തൊക്കെപ്പറഞ്ഞാലും ആ കൂവി വിളിക്കുന്നതിൽ ഒരീണമുണ്ട്, ഛന്ദസ്സുണ്ട്. ദീർഘകായൻ. മെലിഞ്ഞു ക്ഷീണിച്ച ശരീരം മുന്നോട്ടു വളഞ്ഞുപോയിരിക്കുന്നു. മുഖം നിറച്ചു താടിരോമങ്ങൾ, ജട പിടിച്ച നീണ്ട മുടി. മുഷിഞ്ഞ ജുബ്ബയും വേണ്ടത്ര നീളമില്ലാത്ത മുഷിഞ്ഞ പാന്റും. കാലിൽ ഹവായി ചപ്പൽ. ഭ്രാന്തൻ പറയുന്നത് പ്രണവേശ് ശ്രദ്ധിച്ചു കേട്ടു.

യാതൊരുവിധ ഒത്തുതീർപ്പിനും തങ്ങൾ തയ്യാറല്ലെന്ന് അവർ പറയുമായിരുന്നു. സമ്പദ് വ്യവസ്ഥയെ വികസിപ്പിക്കാനായി എത്രത്തോളം പുരോഗതി വേണമായിരുന്നോ അതിനൊക്കെ തടസ്സം സൃഷ്ടിച്ചത് വലിയ വലിയ മുതലാളിമാരും ജമീന്ദാർമാരും ആണെന്ന് ഈ ഇടതുമുന്നണി ഉദ്ഘോഷിക്കുമായിരുന്നു. അവർ പറഞ്ഞതെന്താണെന്നോ? ഞങ്ങൾക്ക് കാത്തിരിക്കാനാവില്ല, ഞങ്ങൾക്ക് ക്ഷമയില്ല എന്ന്. വിപ്ലവത്തിന്റെ പാതയിലൂടെ മുന്നേറുകയാണ് ഞങ്ങളുടെ ലക്ഷ്യമെന്ന്, എന്നിട്ട് ഒടുവിൽ അവരെന്താണ് ചെയ്തത്? വിപ്ലവത്തിൽ നിന്ന് ഒത്തുതീർപ്പിലേക്ക് ഇറങ്ങിച്ചെന്നു. മുതലാളിമാരും ജമീന്ദാർമാരുമായി ഒത്തുതീർപ്പിനു തയ്യാറായി. ഓർത്തു നോക്കൂ, അറുപത്തിയേഴിൽ, വെറും പത്തു കൊല്ലം മുമ്പ് അറുപത്തിയേഴിൽ ഈ ഇടതുമുന്നണി ഒരു പ്രമാണപത്രം അച്ചടിച്ചു പുറത്തിറക്കി അതിൽ ചൈനയെ അവർ പിന്താങ്ങിയില്ല. അല്പം ആഴത്തിൽ ചിന്തിച്ചുനോക്കിയാൽ മനസ്സിലാവും ആരെയാണ് പിന്താങ്ങിയതെന്ന്. എന്തിനീ പരസ്പര വൈരുധ്യം? കാരണം അവരൊക്കെ കമ്യൂണിസത്തിന്റെ മുഖംമൂടിയണിഞ്ഞ സാമ്രാജ്യവാദികളുടെ ദല്ലാളുകളായിരുന്നു. ആ പ്രമാണത്തിൽ സാമ്രാജ്യവാദത്തെ സമർഥിച്ച്, അവർ

അതികമനീയമായ ഒരു മറയുണ്ടാക്കി സാമ്രാജ്യവാദത്തിന്റെ അനുഗമനമായി കാണപ്പെടുന്നുണ്ടെങ്കിലും അത് സത്യത്തിൽ സുദീർഘമായ വർഗ്ഗസമരത്തിന്റെ....

ട്രാഫിക് ജാം ഒഴിഞ്ഞു. പ്രണവേശിന്റെ ജീപ്പ് ഭ്രാന്തനെ കടന്നു മുന്നോട്ടു പോയി. പക്ഷേ പ്രണവേശിന്റെ മനസ്സിൽ ആ മുഖം കിടന്നു കളിക്കയാണ്. മറക്കാനാകുന്നില്ല. കണ്ടു പരിചയമുള്ള മുഖം, നല്ല പരിചയം. എവിടെ വെച്ചാവും കണ്ടത്? ഈ റോഡിലെവിടെയെങ്കിലും വെച്ച്? എപ്പോഴാണ് കണ്ടത്? തലയ്ക്കകത്ത് പയ്യന്റെ മുഖം കൊടുങ്കാറ്റുയർത്തുന്നു. അശ്രദ്ധയുടേയും ദാരിദ്ര്യത്തിന്റേയും മറവിൽ ചരിത്രമായിത്തീർന്ന മുഖശ്രീ, തിളങ്ങുന്ന രണ്ടു കണ്ണുകൾ... ഈ പയ്യൻ... ഈ പയ്യൻ.... അയ്യോ ഇവൻ കൗശികല്ലേ? ജമാൽ കൗശിക്? പ്രണവേശ് ഒന്നിളകിയിരുന്നു. അയാളുടെ ഹൃദയമിടിപ്പിന് ഭാരവും വേഗതയും കൂടി, നെഞ്ചിൻകൂട് ഭേദിച്ച് ഹൃദയം പുറത്തു ചാടിയേക്കും. കൗശിക്! എത്ര കാലം കഴിഞ്ഞ്! പണ്ട് നീലാദ്രിയെ കാണാനെത്തുമായിരുന്നു. നീലാദ്രി, ദേവാർച്ചൻ, പിന്നെ ഈ കൗശിക് ഇവരൊക്കെ കൂടി നീലാദ്രിയുടെ മുറിയിലിരുന്ന് ചർച്ച നടത്തുമായിരുന്നു. എല്ലാവരും ഒളിവിൽ കഴിഞ്ഞിരുന്ന അവസരത്തിൽ എത്ര തവണ ഈ കൗശിക് പ്രണവേശിന്റെ വീട്ടുവാതിൽക്കൽ വന്നിട്ടുണ്ട്. അല്പം ചില വിവരങ്ങൾ തന്ന് മറഞ്ഞുപോകും. ഓ! ദൈവമേ! പ്രണവേശിന്റെ മസ്തിഷ്കം വിങ്ങിപ്പൊട്ടുന്നു. രക്തസമ്മർദ്ദം അത്യന്തം വർധിച്ചിരിക്കുന്നു. ഇതികർത്തവ്യതാമൂഢനായിരിപ്പാണ്. കഷ്ടം! കൗശികിനെ കണ്ടിട്ട് തിരിച്ചറിയാനായില്ലല്ലോ? കൗശികിനെ? നീലാദ്രിയെയോർത്ത് അയാളുടെ ഹൃദയം ഇളകി മറിയുന്നു. നീലാദ്രിയെക്കുറിച്ചുള്ള ഓർമകൾ, അവനോടുള്ള വാത്സല്യം, അവനെക്കുറിച്ചുള്ള ഉദ്വേഗം, അവനെക്കുറിച്ചുള്ള വ്യാകുലതകൾ എല്ലാമെല്ലാം അയാളെ മഥിക്കയാണ്. ഈ നിമിഷം ജീപ്പു തിരിച്ച് കൗശികിന്റെ അടുത്തേക്കു ചെല്ലാനായെങ്കിൽ! തരുണായുസ്സിന്റെ പകുതിയും നഷ്ടപ്പെട്ട ആ യുവാവിനെ മാറോടണച്ച് അനിയാ എന്നു വിളിക്കാനായെങ്കിൽ. പക്ഷേ, അവൻ ഭ്രാന്തനല്ലേ? ആയ്ക്കോട്ടെ, ഭ്രാന്തനായ്ക്കോട്ടെ. അനിയാ എന്നു വിളിച്ചടുപ്പിച്ചാൽ ഏതു ഭ്രാന്തനും സ്വബോധമുണ്ടാകും. തീർച്ചയായും ഉണ്ടാകും. പ്രണവേശിന് ഉറച്ച വിശ്വാസമുണ്ട്. എല്ലാവിധ ഭ്രാന്തിനും മാനസികരോഗങ്ങൾക്കും കാരണം സ്നേഹശൂന്യതയാണ്. സകലവിധത്തിലുള്ള മാനസികാസ്വസ്ഥതകളേയും കഴുകി വെടുപ്പാക്കാൻ സ്നേഹത്തിനാകും. പ്രണവേശിന് എത്രയും വേഗം കൗശികിന്റെ സമീപത്ത് എത്തണമെന്നുണ്ട്. ഒരു വിധത്തിൽ നീലാദ്രിയുടെ സമീപത്തണയാനുള്ള ആകർഷണം. അനിയനോടുള്ള വികാരമെല്ലാം കൗശികിലേക്കു പകരാനുള്ള ആവേശം. പക്ഷേ ഈ ട്രാഫിക്കിൽ ജീപ്പ് തിരിക്കാനാവില്ല. മാത്രമല്ല, അതു മാത്രമല്ല,,,, കൗശിക് ഭ്രാന്തനാണ്, അവൻ നക്സലൈറ്റ് ആയിരുന്നു. താനൊറ്റയ്ക്ക് അവനെ സമീപിച്ചാൽ താനും കുരുക്കിൽ പെട്ടുപോയാലോ? എന്തു കുരുക്ക്? എന്തു കുരുക്കെന്ന് പ്രണവേശിനറിയില്ല. ആദ്യത്തെ ആവേശം തണുത്തിരിക്കുന്നു, ഇപ്പോൾ ഭയമാണ് ഉള്ളിൽ

കടന്നുകൂടിയിരിക്കുന്നത്. സ്വച്ഛസുന്ദരമായ ജലാശയത്തിൽ സൂക്ഷ്മ രേണുക്കളായി അടിഞ്ഞുകൂടുന്ന വിഷലിപ്തമായ രാസമാലിന്യങ്ങൾ പോലെ. ഇനി കൗശികിന്റെ അടുത്തു ചെല്ലാനായെന്നു വെക്കൂ. അവനെ അവന്റെ വീട്ടിലെത്തിക്കാനായെന്നു വെക്കൂ. പക്ഷേ അവനു വീടില്ലെങ്കിലോ? അവനവിടേക്കു പോകാൻ ഇഷ്ടമില്ലെങ്കിലോ? പ്രണവേശിന് കൗശികിന്റെ വീടറിയില്ല. പരിഹാരം കാണാനാവുന്നില്ല. വല്ലാത്ത അസ്വസ്ഥത, എന്തൊരു ധർമ്മസങ്കടമാണ്. ആരോടെങ്കിലും ഒന്നു പറയാനായെങ്കിൽ ബനഹുഗ്ലി കടന്നതും അനിസുജ്ജമാനെ സന്ദർശിക്കാൻ അയാൾ തീരുമാനിച്ചു.

അനിസുജ്ജമാന്റെ ഫ്ളാറ്റിന്റെ താഴെ ജീപ്പു നിറുത്തി അതിവേഗം അയാൾ മുകളിലേക്കു കയറി. ശരിക്കും കൗശിക്കിന് ഭ്രാന്തു പിടിച്ചോ? നടുറോഡിൽ നിന്നുകൊണ്ടുള്ള ജല്പനങ്ങളുടെ നിഷ്പ്രയോജനത അവനു മനസ്സിലാവുന്നില്ലെന്നു വരുമോ? അനിസുജ്ജമാന് കൗശികിനെ അറിയാം. വികാസിനും കൗശികിനെ പരിചയമുണ്ട്. വികാസ്! പ്രണവേശിന് ആലോചിക്കാൻ തന്നെ വിഷമം തോന്നുന്നു. കൗശികിനെപ്പറ്റിയുള്ള സങ്കടം വികാസിനെച്ചൊല്ലിയുള്ള വേദനയോടൊപ്പം അലിഞ്ഞുചേർന്നു. ഇന്ന് വികാസുണ്ടായിരുന്നെങ്കിൽ പ്രണവേശ് ഉപദേശം തേടി അങ്ങോട്ടാവും ആദ്യം ഓടിയിരിക്കുക.

അനിസുജ്ജമാന്റെ വാതിലിൽ പ്രണവേശ് ബെല്ലടിച്ചു. വാതിലു തുറന്നു, കൈയിൽ പേനയുമായി ബുർഖയിട്ട നീലോഫ മുന്നിൽ. പ്രണവേശിനെ കണ്ട് അകത്തേക്കു കടക്കാൻ വഴി മാറിക്കൊടുത്തു. വീട്ടിനകത്ത് സോഫയിൽ അട്ടിയട്ടിയായി ഒരുപാടു പുസ്തകങ്ങൾ. എല്ലാം ഒരേ പുസ്തകങ്ങളാണ്. വാതിലിനു പുറംതിരിഞ്ഞ് കസേരയിലിരിക്കയാണ് അനിസുജ്ജമാൻ. എന്തോ അതിഗൗരവത്തോടെ നോക്കുകയാണ്. ആരു വന്നു, പോയി, എന്തു പറഞ്ഞു എന്നൊന്നും നോട്ടമില്ല. പ്രണവേശ് വായിച്ചു ദുർഗാ: ബംഗാളി സംസ്കാരത്തിന്റെ ദേവി. എഴുതിയത് അനിസുജ്ജമാൻ. പുസ്തകത്തിന്റെ പുറംചട്ടയിൽ ചുവന്ന സാരിയണിഞ്ഞ മാ ദുർഗായുടെ പടം. പ്രണവേശ് കേട്ടിട്ടുണ്ട് അനിസുജ്ജമാൻ ഇത്തരമൊരു പുസ്തകം എഴുതുന്നുണ്ടെന്ന വിവരം. ഓ! അപ്പോൾ ഇത് ആ പുസ്തകമാണ്. നീലോഫ വിളിച്ചു ഭായീജാൻ.

അനിസുജ്ജമാൻ തിരിഞ്ഞുനോക്കി. പ്രണവേശിനെ കണ്ടതും കസേരയിൽ നിന്ന് എഴുന്നേറ്റു നിന്ന് ഇരിക്കാൻ പറഞ്ഞു. അനിസുജ്ജമാന് മനസ്സിലായി, എന്തോ സംഭവിച്ചിട്ടുണ്ട്. പ്രണവേശിന് വല്ലാത്ത പരിഭ്രാന്തി. മുഖത്ത് ചാഞ്ചല്യവും ഉദ്വേഗവും പ്രകടമാണ്. മാത്രമല്ല, സാധാരണഗതിയിൽ ഒരു കാര്യവുമില്ലാതെ പ്രണവേശ് തന്നെത്തേടി വരാറില്ല. എന്നിട്ടും അനിസുജ്ജമാൻ ഒന്നും ചോദിച്ചില്ല. പ്രണവേശ് സ്വയം പറയുമെന്ന പ്രതീക്ഷയിൽ ഒരു പുസ്തകമെടുത്ത് അയാളുടെ കൈയിൽ കൊടുത്തു. നീലോഫാ ചായയുണ്ടാക്കാൻ പോയിരിക്കുന്നു. ആർക്കൊക്കെ പുസ്തകം അയച്ചു കൊടുക്കണമെന്ന ലിസ്റ്റ് തയ്യാറാക്കുകയായിരുന്നു അനിസുജ്ജമാൻ. അയാൾ പേരു പറയും, നീലോഫ എഴുതും.

നീലോഫയുടെ കൈയക്ഷരം അതിമനോഹരമാണ്. ഇടയ്ക്കൊക്കെ അല്പം അക്ഷരത്തെറ്റു വന്നെന്നിരിക്കും, അതു സാരമില്ല. അവളുടെ കൈപ്പടയിൽ ഒരു കലാബോധമുണ്ട്, സ്കൂളിൽ പോകാനായിട്ടില്ലെങ്കിലും അതു മുരടിച്ചു പോയിട്ടില്ല. എംബ്രോയ്ഡറിയിൽ, നട്ടു വളർത്തുന്ന ചെടികളുടെ പരിചര്യയിൽ, വീടലങ്കരിക്കുന്നതിൽ, സിതാറിന്റെ കമ്പികളിൽ അവളുടെ കലാബോധം പ്രകടമായിക്കാണാം. സ്വന്തം മുഖം പുറംലോകത്തെ കാണിക്കാനാവില്ല. എന്നാലെന്താ? ഈ പ്രപഞ്ചത്തിന്റെ വിവിധ മുഖങ്ങൾ സ്വകർമ്മങ്ങളിലൂടെ അവൾ കണ്ടെത്താൻ ശ്രമിക്കുന്നു, ഈ പ്രപഞ്ചത്തെ മനസ്സിലാക്കാൻ, അതിന്റെ സത്ത് കണ്ടെത്താൻ, പ്രാണനിൽ സ്പർശിക്കാൻ അവൾക്ക് കൊതിയുണ്ട്, ശ്രമിക്കുന്നുമുണ്ട്. എല്ലാമൊന്നും നേടാനാകുന്നില്ല, എല്ലാം മനസ്സിലാകുന്നുമില്ല. എന്നുവെച്ച് അവളൊന്നും വേണ്ടെന്നു വെക്കുന്നില്ല, ഇത്തിരിപോലും. ശ്രമിച്ചുകൊണ്ടേയിരിക്കുന്നു. എത്രയെത്ര പേർ, പൂർണാരോഗ്യമുള്ളവർ, മുഖം മറയ്ക്കേണ്ട ആവശ്യമില്ലാത്തവർ, അസ്തിത്വം അവഹേളിക്കപ്പെടാത്തവർ ഈ ഭൂമിയിലുണ്ട്? അവരിലെത്ര പേർ ഈ ഭൂമിയുടെ സത്തു കണ്ടെത്താൻ ശ്രമിക്കുന്നുണ്ട്? അവർക്കറിയില്ല പൂന്തൊട്ടിയിലെ മണ്ണിൽ വേരുകൾ പടർത്താൻ ചെടിക്ക് ബുദ്ധിമുട്ടുണ്ടെന്ന്, വേരുകൾക്കിടയിൽ എണ്ണമറ്റ അണുകീടങ്ങൾ പെരുകി നിറയുന്ന ജീവപ്രപഞ്ചമുണ്ടെന്ന്, അവയ്ക്കൊക്കെ തനതായ ജീവിതചക്രങ്ങളുണ്ടെന്ന്. ഇതൊന്നും ആലോചിക്കണമെന്ന് അവർക്കു തോന്നാറില്ല. ഈ പ്രപഞ്ചത്തിന് സീമകളില്ല. അവർക്കാർക്കും ഇതറിയില്ല. അവർക്കറിയുന്നത്, അവരാലോചിക്കുന്നത്, അവർ കാണുന്നത് ഇത്രമാത്രം. ജനനം, മരണം, ഭോഗം, യുദ്ധം. അവസാനം അവരെല്ലാം മരിച്ചുപോകുന്നു. സാഫല്യമില്ലാത്ത ജീവിതചക്രത്തിൽ കുടുങ്ങി പഞ്ചഭൂതങ്ങൾ നൃത്തം ചെയ്യും. കുറച്ചുപേർ, വളരെ കുറച്ചു പേർ മാത്രം ഈ മഹാപ്രപഞ്ചത്തിന്റെ രൂപരസങ്ങളെ ആസ്വദിച്ചറിഞ്ഞ് വിസ്മയിക്കും. ഹാ! ഈ സൃഷ്ടി! ഇതെത്ര ബൃഹത്ത്, എത്ര വിചിത്രം. ജീവിതാന്ത്യത്തിൽ അവർക്ക് അനുഭവപ്പെടും ഒന്നും നേടാനായില്ലെങ്കിലെന്താ, ക്ഷണനേരത്തേക്ക് കിട്ടിയതു തന്നെ അതിമനോഹരമായിരുന്നില്ലേ?

പ്രണവേശ് പുസ്തകം നോക്കി, താളുകൾ മറിച്ചു. മനസ്സ് മറ്റെവിടെയോ ആണ്. അയാളുടെ നെറ്റിയിൽ ചുളിവുകൾ.

ഓഫീസിൽ നിന്നു വരുന്ന വഴിയാണോ? അനിസുജ്ജമാൻ ചോദിച്ചു.

അതെ വീട്ടിലേക്ക് മടങ്ങുകയായിരുന്നു. അപ്പോഴാണ്....

എന്താ, വല്ല അപകടവും?

അപകടമാണോ എന്നറിയില്ല. നിങ്ങളോടു വന്നു പറയണമെന്നു തോന്നി. അതാണ് ശരിയെന്നു തോന്നി. വികാസ്ദാ ഉണ്ടായിരുന്നെങ്കിൽ ഓടിച്ചെന്ന് അങ്ങേരോട് പറയുമായിരുന്നു.

വികാസിന്റെ കാര്യം പറഞ്ഞതും രണ്ടുപേരും നിശ്ശബ്ദരായി. പല കാര്യങ്ങൾക്കും അനിസുജ്ജമാനും ഓടിച്ചെന്ന് വികാസിന്റെ

പരാമർശങ്ങൾ തേടുമായിരുന്നു. പ്രണവേശിനെപ്പോലെ അയാൾക്കും വിശ്വസിക്കാൻ പ്രയാസമുണ്ട്. വധൂഹത്യയിലും ദേഹോപദ്രവത്തിലും വികാസിനു പങ്കുണ്ടെന്ന്. പക്ഷേ വിശ്വസിക്കാതിരിക്കാനും വയ്യ. ജിനിയുടെ മുഖം അയാളുടെ സംശയം സത്യമാണെന്നു സ്ഥിരീകരിക്കുന്നു. അനിസുജ്ജമാൻ കണ്ടതാണ് ആ മുഖം. ദയനീയവും ക്ലിഷ്ടവുമായ മുഖം. തുള്ളിച്ചാടി നടന്ന പ്രസരിപ്പുള്ള പെൺകുട്ടി ഏതാനും മാസങ്ങൾക്കകം ചരൽകാറ്റേറ്റ പൂ പോലെ ആയിത്തീർന്നെന്നോ. അനിസുജ്ജമാന് വികാസിനോട് വല്ലാത്ത ദേഷ്യം തോന്നും. തലയ്ക്ക് ചൂടുപിടിക്കും. ആ ഗൂഢാലോചനയിൽ, കടുംകൈയിൽ വികാസിനു പങ്കില്ലായിരിക്കാം. എന്നാലും പെൺകുട്ടിയെ ദേഹോപദ്രവം ചെയ്തതും കുറ്റം ചാർത്തിയതുമൊന്നും വികാസ് അറിഞ്ഞിട്ടേയില്ല? കണ്ടിട്ടേയില്ല? അതു വിശ്വസിക്കുക അസാധ്യം.

അനിസുജ്ജമാന്റെ ചിന്തകൾക്കു വിരാമമിട്ടുകൊണ്ട് പ്രണവേശ് പറഞ്ഞു.

എന്റെ അനിയന്റെ ചങ്ങാതി? വികാസ്ദായുടെ ഇളയ മോൻ ദേവാർച്ചന്റേയും ചങ്ങാതിയായിരുന്ന ജമാൽ കൗശിക്? ഓർമയുണ്ടോ എന്തോ? നിങ്ങളുടെ അടുത്തും കൂടെക്കൂടെ വരുമായിരുന്നു.

ഉവ്വുവ്വ്. കൗശിക് ഉണ്ടോ? എവിടുണ്ട്? ജയിലിലാണോ?

അനിസുജ്ജമാന്റെ കണ്ണുകൾ വികസിച്ചു. ഹൃദയമിടിപ്പ് വർധിച്ചു. കൗശിക്! എന്തു മിടുക്കൻ കുട്ടിയായിരുന്നു. എന്തൊരു തേജസ്സുള്ള മുഖം സദാ ചിരിയും കളിയും. എന്തൊക്കെ സ്വപ്നങ്ങളായിരുന്നു അവന്. പ്രണവേശ് പറഞ്ഞു. കൗശിക് ജീവനോടെയുണ്ട്. പക്ഷേ അവസ്ഥ മഹാ മോശം, മാഷേ.

എന്താ, എന്താ പറ്റിയത് അവന്? രോഗം വല്ലതും?

അല്ല, അതിനേക്കാളും കഷ്ടമാണ്.

എന്നുവെച്ചാൽ? അംഗവൈകല്യം? സജലിനെപ്പോലെ, കൃഷ്ണേന്ദുവിനെപ്പോലെ?

അല്ല, ഭ്രാന്ത്!

അയ്യോ ഭ്രാന്തോ?

അതെ. ദേ ഇപ്പോൾ അവനെ കണ്ടു സിന്ധികവലയിൽ നിന്നുകൊണ്ട് സി.പി.എമ്മിനെ തെറി വിളിക്കുന്നു. ആകെ മുഷിഞ്ഞുനാറിയ വേഷം. ചപ്രത്തലമുടി. മെലിഞ്ഞു ശോഷിച്ച ദേഹം കുറെക്കാലമായി കുളിയും ഊണുമൊന്നും ഇല്ലെന്നു തോന്നുന്നു. കോലം കെട്ടിരിക്കുന്നു.

എന്തായിപ്പറയുന്നത്?

നീലോഫാ ചായയുമായി വന്നു. ചായ കുടിച്ചുകൊണ്ടു രണ്ടുപേരും തീരുമാനമെടുത്തു. ഇപ്പോത്തന്നെ പോണം, സിന്ധി കവലയിലേക്കു പോയി തെരക്കണം. അവനെ കണ്ടെത്തിയേ തീരൂ, അവനോട് സംസാരിച്ചേ തീരൂ.

രണ്ടുപേരും വെളിയിലേക്കിറങ്ങി. ലിസ്റ്റ് മുഴുവനായിട്ടില്ല. നീലോഫ കടലാസും പുസ്തകങ്ങളുമൊക്കെ അടുക്കിവെച്ചു. ഇനി രാത്രിക്കുള്ളതു നോക്കിയിട്ടാവാം.

എല്ലാ ദിവസവും ഈ സമയത്ത് നീലോഫാ നീലിമയുടെ വീട്ടിലേക്കു പോകാറുള്ളതാണ്. ഈയിടെയായി താത്പര്യം തോന്നാറില്ല. നീലിമ ആകെ മാറിപ്പോയിരിക്കുന്നു. മുമ്പത്തെപ്പോലെ ടാഗോറിന്റെ ഗീതവിതാൻ ചൊല്ലാറില്ല. സാഹിത്യകൃതികൾ വായിക്കാറില്ല. പണ്ടത്തെപ്പോലെ പാട്ടും കേൾക്കാറില്ല. സംസാരിച്ചു തുടങ്ങിയാലുടൻ വീട്ടുവേലക്കാരിയുടെ, അതായത് രാധികയുടെ കാര്യമെടുത്തിടും. ഇതുകണ്ടോ ഇന്നത്തെ കഥ കേക്കണോ ഞാൻ പറഞ്ഞു രാധികേ വാഴക്കൂമ്പിന്റെ കോഫ്തക്കറിയുണ്ടാക്കെന്ന്. അവളുടൻ പറഞ്ഞു, പക്ഷേ അങ്ങേർക്ക് തോരനല്ലേ കൂടുതൽ ഇഷ്ടം? പെണ്ണിന്റെ ധൈര്യം നോക്ക്. ഈ വീടും കുടുംബവും എന്റേതോ അവളുടേതോ? എന്റെ മോൻ എന്ത് കഴിക്കും, കഴിക്കില്ല എന്ന് എനിക്കറിയില്ല, അവൾക്കറിയും പോലും!

നീലോഫയ്ക്ക് പലേ സൂചനകളും കിട്ടുന്നുണ്ട്. അഹംഭാവവും അഭിമാനവും വെടിഞ്ഞ് നീലിമ ഈയിടെയായി കൂടെക്കൂടെ സഹോദരിമാരെ സന്ദർശിക്കാൻ തുടങ്ങിയിരിക്കുന്നു. ഈ ചുറ്റുവട്ടത്തെ മറ്റു ചില സ്ത്രീകളോടൊപ്പം ചേർന്ന് പീഡിതവനിതകൾക്കായി ഒരു ക്ഷേമസമിതിയുണ്ടാക്കാൻ ശ്രമിക്കുന്നു. ആ സമിതിക്കുവേണ്ടി നീലിമ ഒരുപാടു സമയം ചെലവഴിക്കുന്നുണ്ട്. വാസ്തവത്തിൽ അവർക്ക് വീട്ടിലിരിക്കാൻ മനസ്സു വരുന്നില്ല. സഹോദരിമാരുടെ വീടു സന്ദർശിച്ചിട്ടും സമിതിയുടെ കാര്യങ്ങൾ ചെയ്തിട്ടും അവർക്ക് ഒരു സന്തോഷവും ലഭിക്കുന്നുമില്ല. തിരിച്ചെത്തുമ്പോൾ മുഖത്ത് പ്രസാദമുണ്ടാവില്ല. വളരെ അസന്തുഷ്ടയായിരിക്കും. എന്നാലും അവർ പോവും. നീലിമയുടെ ഒരുപാടു നാളത്തെ കൂട്ടുകാരിയാണ് നീലോഫ. അവൾക്ക് നീലിമയെ മനസ്സിലാക്കാനാവും. നീലിമയുടെ ഉള്ളിന്റെയുള്ളിൽ വല്ലാത്ത അസ്വസ്ഥതയാണെന്ന് അവൾക്കറിയാം. നിരന്തരം സമൂഹത്തോടു പൊരുതി ജീവിച്ചവളാണ്, നീലിമ. ഇപ്പഴിതാ ജീവിതത്തിൽ പുതിയൊരു യുദ്ധംകൂടി. സ്വന്തം വിശ്വാസങ്ങളും നീതിബോധവും സംസ്കാരവും സംസ്കാരമൂല്യങ്ങളെ തകർത്തെറിയാനുള്ള പ്രവണതകളും എല്ലാം കൂടിക്കുഴഞ്ഞുള്ള ബഹുമുഖ പോരാട്ടം. നീലോഫയ്ക്ക് ഇതൊന്നും യുക്തിയുക്തം വ്യാഖ്യാനിക്കാനറിയില്ല. പക്ഷേ ഹൃദയംകൊണ്ട് നീലിമയുടെ ഹൃദയത്തെ അറിയാനാവും. നീലിമ ഇല്ലാത്ത അവസരങ്ങളിൽ ആ വീട്ടിൽ എന്തു നടക്കുന്നുവെന്നും നീലോഫയ്ക്കറിയാം. അതാണ് വാസ്തവം. ഈ വാസ്തവത്തെ അഭിമുഖീകരിക്കാനുള്ള ആത്മധൈര്യം സാധാരണക്കാർക്കില്ല. തൃണാങ്കുരന്റേയും അനിസുജ്ജമാന്റേയും ബാത്റൂമുകൾ ഒരേ ചുമരിന് ഇരുവശവുമായാണ്. പല കാര്യങ്ങൾക്കുമായി അനിസുജ്ജമാന്റെ ബാത്റൂമിലേക്കു പോകേണ്ടി വരുമ്പോഴൊക്കെ നീലോഫയ്ക്ക് കേൾക്കാം, അതല്ലെങ്കിൽ കേൾക്കാനുള്ള ഇച്ഛ അവളെ അങ്ങോട്ട് ആകർഷിക്കുന്നെന്നും പറയാം. രാധികയാണ് തൃണാങ്കുരനെ കുളിപ്പിക്കാറ്.

രാധികയുടെ ശബ്ദം ഓ ഒന്നു വിടൂ വിടൂന്ന്. മാഷിമ ഇപ്പഴെത്തും. ഞാനിങ്ങനെ നനഞ്ഞതു കണ്ടാലെന്തു പറയും?

ഓ, പിന്നെ അമ്മയ്ക്കറിയാത്തതാണോ? അമ്മയ്ക്ക് ഒന്നും അറിയില്ലെന്നാണോ നിന്റെ വിചാരം?

ദേ എനിക്കൊരു നൂറുകൂട്ടം പണിയുണ്ട്. വേഗമാവട്ടെ, പുറം തേച്ചു തരാം.

നീലിമയ്ക്ക് എല്ലാം അറിയാം. മനസ്സിലാക്കാനുള്ള കഴിവുമുണ്ട്. എന്നാലും വീടു വിട്ട് വെളിയിലേക്കിറങ്ങുന്നു. വിരക്തി കൊണ്ടാണോ? വെറുപ്പുകൊണ്ടാണോ? അതോ മകന് സ്വതന്ത്രമായി ആനന്ദിക്കാനുള്ള അവസരം ഉണ്ടാക്കിക്കൊടുക്കുകയാണോ? എന്താണെന്ന് വ്യക്തമായി നീലോഫയ്ക്കറിയില്ല. എന്നാലും അവളുടെ ഹൃദയത്തിലും കോളിളക്കങ്ങളുണ്ടാകും. നീലിമയുടെ പീഡ കണ്ട് ക്ലേശം തോന്നുമെങ്കിലും രാധികയേയും തൃണാങ്കുരനേയും അഭിനന്ദിക്കാനുള്ള ആവേശവും തോന്നും. രണ്ടു കുട്ടികളുടെ അമ്മയാണെങ്കിലെന്താ രാധിക കാണാൻ നല്ല ചന്തമുള്ള പെണ്ണാണ്. തൃണാങ്കുരന് രാധികയെ ഇഷ്ടമായി. രാധിക ചേരി നിവാസിനിയാണ്. വീട്ടുവേലക്കാരിയാണ്, ഭൃത്യവർഗം. എന്നിട്ടും അവളുടെ ശരീരഭംഗിയിൽ തൃണാങ്കുർ മോഹിച്ചുപോയി. രാധികയ്ക്ക് ഒന്നുമില്ലെങ്കിലും എല്ലാമുണ്ടെന്ന അവസ്ഥയാണ്. മറിച്ച് നീലോഫയ്ക്കോ? എല്ലാമുണ്ടായിട്ടും ഒന്നുമില്ല. അവൾക്ക് രാധികയോട് അസൂയയുണ്ട്. ഒരുവേള അത് അസൂയയല്ല, ആത്മാനുകമ്പയാവും. അത് അവളെ നിരന്തരം പൊള്ളിച്ചുകൊണ്ടേയിരിക്കുന്നു. ജഡശരീരത്തിൽ എന്തോ കിടന്ന് വിളയാടുമ്പോലെ. അനിസുജ്ജമാനോടൊപ്പം റിപ്പൺ സ്ട്രീറ്റിലെ വീടു വിട്ടിറങ്ങാൻ തീരുമാനിച്ച അന്ന് അനിസുജ്ജമാനും മനിറൂൾചാച്ചയും ആമിനാച്ചാച്ചിയും ഇതേപറ്റി ചർച്ച നടത്തി. ആ വീട്ടിൽ അന്നാദ്യമായി മനിറൂൾ ചാച്ചയുടെ അഭിപ്രായത്തിനെതിരായി സ്ത്രീകളുടെ അഭിപ്രായം ഉയർന്നു. അന്നുരാത്രി വളരെ വൈകി സഞ്ജിദാ ഭീതിയോടെ മനിറൂളുമായി സംസാരിച്ചു.

മോഠയെ വിശ്വസിക്കാം, അല്ലേ?

മനിറൂൾ പറഞ്ഞു. ഉവ്വ്, വിശ്വസിക്കാം.

എന്നാലും നിങ്ങളെ വിരോധിച്ചു. ഇന്നാദ്യമായിട്ടാ. ഇതിനു മുമ്പൊരിക്കലും ഞാനിങ്ങനെ ചെയ്തിട്ടില്ല. പേടി തോന്നുന്നു. വല്ല അന്യായമോ അധർമ്മമോ ചെയ്യുകയാണോ എന്ന്.

ഇതിലെന്താ അന്യായം? അവനൊറ്റയ്ക്കാവില്ലല്ലോ. ഒരു കണക്കിന് നല്ലതു തന്നെ.

എന്നാലും പെണ്ണല്ലേ? പ്രായമായി. വല്യച്ഛന്റെ മകനാണ്. എന്നാലും ഒന്നിച്ചു താമസിക്കുക?

ഈ കുടുംബത്തിൽ ഏട്ടാനിയന്മാരുടെ മക്കൾ ആങ്ങള പെങ്ങന്മാരാണ്. നിനക്കതറിയില്ലേ?

അറിയാം എന്നാലും. ഹിന്ദുക്കളുടെ ഇടയിലും ഇടയ്ക്കൊക്കെ ഇത്തരം വിവാഹങ്ങൾ ഉണ്ടാകാറുണ്ടത്രെ. എനിക്ക് മേഠയെ വിശ്വാസമാണ്. ഒരുപാടു വിശ്വാസമാണ്. അവനെപ്പോലൊരുത്തൻ ലക്ഷത്തിലൊന്നേ ഉണ്ടാവൂ. എന്നാലും പേടി തോന്നുന്നു. നീലോഫ എന്തായാലും ഒരു പെണ്ണല്ലേ?

ഉഫ്! ഒന്നു നിറുത്തുന്നുണ്ടോ? പെണ്ണാണെങ്കി പിന്നെ എന്തിനാ അയയ്ക്കുന്നത്? നിനക്കും എനിക്കും നന്നായിട്ടറിയാം അവൾ പെണ്ണും പിടയുമൊന്നുമല്ല. കേട്ടല്ലോ. ജീവിതം മുഴുവനും നീ, നീലോഫയുടെ അമ്മ, നീ ചെയ്ത പാപത്തിന്റെ ഫലം മകളനുഭവിക്കുന്നു എന്നു കൂട്ടിക്കോ. ഹോ! എന്തൊരു കുരൂപമാണ്. അള്ളോ എന്റെ മോളാണെന്നു പറഞ്ഞിട്ടെന്താ? എനിക്കാലോചിക്കുമ്പോഴേ അറപ്പു തോന്നുന്നു. ബുർഖ മുഖത്തു നിന്നു മാറ്റിയാൽ തലയ്ക്കു വെളിവില്ലാത്തവൻപോലും അവളുടെ നേരെ നോക്കില്ല.

അതെ. നിങ്ങളു പറഞ്ഞതാണ് ശരി. ഞാൻ ചെയ്ത പാപമാണ്. അല്ലെങ്കിപ്പിന്നെ അള്ളാഹു എന്തിനിവളെ ജീവനോടെ വെച്ചു? കൊല്ലാമായിരുന്നില്ലേ? ഒരു പ്രയോജനവുമില്ലാത്ത ജീവിതം.

നോക്ക് നീയവളെപ്പറ്റി വിചാരപ്പെടേണ്ട. അവളെക്കൊണ്ടുള്ള പ്രയോജനം നിങ്ങളെല്ലാംകൂടി കണ്ടെത്തിയല്ലോ. മേഠാ പാവമാണ്. ഒറ്റയ്ക്കു കഴിയേണ്ടല്ലോ. കൈയും കാലും പൊള്ളിച്ച് ചോറും കറിയും വെക്കേണ്ടിവരില്ലല്ലോ. അവൾ മേഠയെ പരിചരിക്കും. പക്ഷേ ഒന്നുണ്ട്. അവളുടെ ചെലവിനുള്ളത് ഞാൻ ഏർപ്പാടാക്കിവെക്കും. മേഠാ ഇപ്പോ പറയുന്നു കല്യാണം വേണ്ടെന്ന്. ഇനിയെന്നെങ്കിലും മനസ്സു മാറിയാലോ? അപ്പോ നീലുവിന്റെ ഭാവി? അവൾ ജീവിച്ചിരിക്കുന്നേടത്തോളം കാലം ആ ഉത്തരവാദിത്വം എനിക്കുണ്ട്. അതു ഞാൻ ചെയ്യും. പക്ഷേ അവൾക്കു പോണമെങ്കിൽ പോട്ടെ. കണ്ണിനുമുന്നിൽ കത്തിക്കരിഞ്ഞ രൂപം സദാ കണ്ടുകൊണ്ടിരിക്കാൻ എനിക്കാവില്ല. സഹിക്കില്ല. അവളെ കാണുമ്പോ എനിക്കങ്ങനെ തരിച്ചു പോകും. ബുർഖയിട്ടിട്ടുണ്ടെങ്കിലും.

അന്ന് നീലോഫ അതൊക്കെ കേട്ടു. അതെല്ലാം ഒന്നും മറക്കാതെ ഓർത്തുവെച്ചിട്ടുമുണ്ട്. ഈ കത്തിക്കരിഞ്ഞ ശരീരത്തെച്ചൊല്ലി അള്ളാഹുവിന്റെ മുന്നിൽ വെച്ച ആരോപണങ്ങളൊക്കെ ഏതോ നിഗൂഢമായ തമോസമുദ്രത്തിൽ അന്നവൾ മുക്കിത്താഴ്ത്തി. വികൃതമായ മുഖം മറച്ചു ജീവിക്കുകയാണ് സ്വധർമമെന്ന് അന്നവൾക്കു ബോധ്യമായി. അതാണ് അവളുടെ സ്വാഭാവിക രൂപം. പക്ഷേ പിന്നീടെപ്പോഴോ ഈ വീട്ടിൽവെച്ച്, തന്റെ മുറിയിൽ നിന്ന് ഓടിപ്പോയ അനിസുജ്ജമാൻ ബേസിനിലേക്ക് ഛർദ്ദിച്ച ദിവസം ആ സ്വാഭാവികതയും ചുറ്റുമുള്ള അന്ധകാരവും അവൾക്ക് നഷ്ടമായി. ഉണങ്ങിപ്പോയെന്നു കരുതിയ വ്രണങ്ങൾ വീണ്ടും പുതുതായി പഴുത്തു പൊട്ടിയൊലിച്ചു. അവൾക്കു ബോധ്യമായി. ഈ യാതനയെ യാതൊരുവിധത്തിലും അടക്കിനിർത്താനാവില്ല. ഈ ദുഃഖത്തിന് ശമനമില്ല. നീലോഫയുടെ മനസ്സിൽ ആരോപണങ്ങളില്ല,

അഭിശാപങ്ങളില്ല. അഭിമാനരഹിതമായ പ്രാർത്ഥന മാത്രം. അവൾക്കറിയാം അനിസുജ്ജമാന്റെ മുഖത്തും ശരീരത്തിലും ഇരുളും നിഴലും പോലെ വെള്ളപ്പാണ്ട് പടർന്നു പിടിച്ചിട്ടുണ്ടെന്ന്... അയാളുടെ വസ്ത്രങ്ങളിൽ കടുത്ത ദുർഗന്ധമുണ്ട്. പക്ഷേ ആ മുഖം, ആ ദുർഗന്ധം അതൊന്നും നീലോഫയെ ഛർദ്ദിക്കാൻ പ്രേരിപ്പിക്കുന്നില്ല.

ടോബിൻ റോഡു വഴി ജീപ്പ് പതുക്കെപ്പതുക്കെ നീങ്ങുകയാണ്. മാഥുരേർഗഡിലേക്കു പോകുമ്പോൾ ഇരുന്നതിന്റെ നേരെ മറുവശത്തായിട്ടാണ് പ്രണവേശ് ഇരിക്കുന്നത്. കൗശിക് ഈ ഭാഗത്താണ് നിന്നിരുന്നത്. അനിസുജ്ജമാനും പ്രണവേശും ഇരുവശത്തേക്കും കണ്ണും നട്ടിരിക്കാണ്. രണ്ടുപേർക്കും വല്ലാത്ത ഉത്കണ്ഠയുണ്ട്. ഇതിനകം അവനെവിടേക്കെങ്കിലും പൊയ്ക്കളഞ്ഞിരിക്കുമോ? ഏതെങ്കിലും ബസ്സിൽ പൊത്തിപ്പിടിച്ചു കയറിക്കാണുമോ? അഥവാ പൊലീസ് പിടിച്ചുകൊണ്ടു പോയെന്നിരിക്കുമോ?

ഇപ്പോഴും ട്രാഫിക് ജാം മാറിയിട്ടില്ല. കൂടിയിട്ടേയുള്ളൂ. ടോബിൻ റോഡിനും സിന്ധികവലയ്ക്കുമിടയ്ക്ക് ജീപ്പിന് വീണ്ടും നിൽക്കേണ്ടി വന്നു. ഇനി മുന്നോട്ടു പോവാനാവില്ല. ഡ്രൈവറോട് സിന്ധികവലയിലെ ഓട്ടോസ്റ്റാന്റിൽ ജീപ്പ് നിർത്താൻ പറഞ്ഞ് പ്രണവേശും അനിസുജ്ജമാനും ഇറങ്ങി നടന്നു. രണ്ടുപേരും ചേർന്ന് ഒരു ഭ്രാന്തനെ അന്വേഷിക്കയാണ്. അഥവാ രണ്ടുപേരും ചേർന്ന് ഒരു നക്സലൈറ്റിനെ അന്വേഷിക്കയാണെന്നും പറയാം. അതുമല്ലെങ്കിൽ ഒരാൾ തന്റെ മരിച്ചുപോയ അനിയന്റെ ചങ്ങാതിയെ അന്വേഷിക്കയാണ്, മറ്റേയാൾ തന്റെ ശിഷ്യസമനായ വാത്സല്യഭാജനത്തെ അന്വേഷിക്കയാണ്. ഒടുവിൽ കണ്ടു. അതേയിടത്തു നിന്നുകൊണ്ട് അതേ ശൈലിയിൽ പ്രഭാഷണം തുടരുകയാണവൻ.

നിങ്ങൾ വിയറ്റ്നാമിന്റെ കഥ ഒരിക്കലും മറക്കരുത്. അവർ തങ്ങൾക്കാവശ്യമുള്ള ആയുധങ്ങൾ സ്വയം നിർമിച്ചു. ഇന്ന് കോൺഗ്രസ്സിനെ തട്ടിമാറ്റി സി.പി.എം. കസേര പിടിച്ചെടുത്തതു മൂലം, ഈ കമ്യൂണിസ്റ്റ് സർക്കാരിന്റെ വരവു മൂലം സമരംകൊണ്ടുള്ള പ്രയോജനം അവസാനിച്ചുവെന്നാണോ നിങ്ങൾ കരുതുന്നത്? എങ്കിൽ കേട്ടോളൂ, ഓർത്തു വെച്ചോളൂ. എന്നെങ്കിലും ഒരിക്കൽ നിങ്ങളുടെ മുന്നിൽ വന്നു വീഴും ചാട്ടവാറടിയേറ്റ മറ്റുചിലർ. കാരണം ഇവരൊക്കെ ദല്ലാളികളാണ്. കമ്യൂണിസ്റ്റുകാരുടെ മുഖംമൂടിയണിഞ്ഞ സാമ്രാജ്യവാദികളുടെ ദല്ലാളികൾ. വരൂ നമുക്ക് അവരുടെ ആയുധങ്ങൾ പിടിച്ചുവാങ്ങാം. അവരുടെ മുഖംമൂടികൾ വലിച്ചുകീറാം. നമ്മുടെ വർഗശത്രുക്കൾ നശിക്കട്ടെ. ഇത് ജീവന്മരണ സമരമാണ്....

അനിസുജ്ജമാന് വിശ്വാസം വരുന്നില്ല. കൗശികിനെത്തന്നെ ഉറ്റുനോക്കിക്കൊണ്ടു നില്ക്കയാണ്. അയാളുടെ കണ്ണുകൾ നിറയുന്നുണ്ട്. നൂറ്റാണ്ട് അസാനിക്കാറായി. വിപ്ലവത്തിന്റെ പരിണാമം നോക്കണം! അയാൾ കൗശികിന്റെ കൈയിൽ പിടിച്ചു. കൗശിക്!

കൗശിക് കൈ വലിച്ചെടുത്തു. ആരെന്നു നോക്കിയതേയില്ല. പ്രഭാഷണം തുടർന്നു.

നിങ്ങളാരും ഒരിക്കലും മറക്കരുത്. പുതിയ ഇടതുമുന്നണിയുടെ സോഷ്യലിസ്റ്റ് സാമൂഹിക വ്യവസ്ഥ വെറും തട്ടിപ്പാണ്. അതെ, വെറും തട്ടിപ്പ്. നാലഞ്ചു വർഷം മുമ്പ് ഇവരുടെ റോളെന്തായിരുന്നെന്ന് നിങ്ങളൊന്ന് ആലോചിച്ചു നോക്കൂ.

അനിസുജ്ജമാൻ വീണ്ടും കൗശികിന്റെ കൈയിൽ പിടിച്ചു. കൗശിക് ഇങ്ങോട്ടു നോക്ക്. എന്നെ നോക്ക്. നീയെവിടെയായിരുന്നു. ഇത്രയും കാലം? എവിടെയായിരുന്നു?

എവിടെയായിരുന്നു ഈ മാർക്സ് അനുയായികൾ? ഇടവഴികൾ തോറും ശവങ്ങൾ കുന്നുകൂടിയപ്പോൾ?...

കൗശിക്!

കൗശിക് ഒന്നു നിർത്തി. നോക്കി. ഏതോ ദൂരദേശത്തു നിന്നുവന്ന ഒരുത്തന്റെ അപരിചിതമായ രണ്ടു കണ്ണുകൾ അനിസുജ്ജമാനേയും പ്രണവേശിനേയും നോക്കി. പരിചയത്തിന്റെ തെളിച്ചം ഒരു തരിപോലുമില്ല. തിരിച്ചറിവിന്റെ ആനന്ദമില്ല. അവൻ കൈ തട്ടിമാറ്റി.

ഇത്തവണ തല കീഴായി തൂക്കിയിടാനാണോ ഭാവം? ശരി എങ്കിൽ അങ്ങനെയാവട്ടെ. താഴെ ചീനച്ചട്ടിയിൽ എണ്ണ തിളപ്പിക്കൂ. അതിൽ കിടന്നു ദഹിക്കട്ടെ ഞങ്ങളുടെ മസ്തിഷ്കം.

പ്രണവേശ് മുന്നോട്ടു വന്ന് കൗശികിന്റെ കൈയിൽ പിടിച്ചു.

കൗശിക് ഇതു ഞാനാണ്, പ്രണവ്ദാ. നീലാദ്രിയുടെ ഏട്ടൻ, എന്നെ മനസ്സിലായോ?

കൗശികിന്റെ കണ്ണുകളിൽ പരിഭ്രാന്തി. സംശയത്തോടെ നാലു ചുറ്റും നോക്കി അല്പം കുനിഞ്ഞ് പ്രണവേശിന്റെ കാതിൽ കുശുകുശുത്തു. പ്രണവ്ദാ സൂക്ഷിക്കണം. നീലാദ്രിയോട് വീട്ടിലിരിക്കരുതെന്നു പറയണം.

അനേകമനേകം ദിവസങ്ങൾക്കുശേഷം അനിയന്റെ പേരുകേട്ട് അവനെയോർത്ത് പ്രണവേശിന്റെ കണ്ണുകളിൽ ജലം പൊടിഞ്ഞു. റുമാലുകൊണ്ട് കണ്ണു തുടച്ചു. ജിജ്ഞാസുക്കളായ കാണികൾ ചുറ്റും കൂടി. ആൾക്കൂട്ടം, വിവരങ്ങൾ, ചോദ്യങ്ങൾ.

ഈ ഭ്രാന്തൻ ഉച്ച മുതൽ തുടങ്ങിയതാണ് ഈ പ്രസംഗം. പാന്റ് അഴിച്ച് ഇവിടെ മൂത്രമൊഴിക്കുകയും ചെയ്തു. നല്ല കുടുംബത്തിലേയാണെന്നു തോന്നുന്നു. ഇടയ്ക്കിടെ ഇംഗ്ലീഷും പറയുന്നുണ്ട്. അടിക്കാനും വയ്യ. പോകാൻ പറഞ്ഞാൽ പോകുന്നുമില്ല.

നിങ്ങളുടെ ആരെങ്കിലുമാണോ?

എങ്ങനെയാ ഭ്രാന്തു പിടിച്ചത്?

പ്രണവേശ് പറഞ്ഞു എന്റെ അനിയനാണ്. എപ്പഴോ കാണാതായി, കൗശിക് നടക്ക്, ഞങ്ങളുടെ കൂടെ വാ, വരില്ലേ?

അനിസുജ്ജമാനും പറഞ്ഞു വാ കൗശിക് നടക്ക്.

ജമാൽ കൗശിക് ചിരിക്കയാണ്. കടുംമഞ്ഞക്കറ പൂണ്ട പല്ലുകൾ. വായിൽ നിന്ന് വന്യമായ ഒരു നാറ്റം ചുറ്റും പരന്നു. ധ്യാനത്തിൽ നിന്നുണർന്ന കൃശഗാത്രനായ ബുദ്ധനെപ്പോലുണ്ട്. പൊടുന്നനെ വിസ്മൃതിയുടെ ഏതോ തീരത്തുനിന്ന് തിരിച്ചെത്തിയ മനുഷ്യനെപ്പോലെ വളരെ സ്വാഭാവികമായി സാധാരണ സ്വരത്തിൽ അനിസുജ്ജമാനോടു ചോദിച്ചു സാർ, സുഖം തന്നെയല്ലേ?

പ്രണവേശ് വലതു കൈ പിടിച്ചു, അനിസുജ്ജമാൻ ഇടതുകൈയും. റോഡു മുറിച്ചു കടക്കേണ്ടി വന്നില്ല. ട്രാഫിക് ജാം ഒഴിഞ്ഞുപോയതു കാരണം ജീപ്പ് കവലയിലെത്തിയിരിക്കുന്നു. അവർ ജീപ്പിൽ കയറി. ജീപ്പ് തിരിച്ചു പോകുന്നതു വരെ ജനക്കൂട്ടം നോക്കി നിന്നു. മുന്നിലിരിക്കാതെ അവരിരുവരും കൗശികിനോടൊപ്പം പിന്നിലിരുന്നു. രണ്ടുപേരും ചിന്താധീനരാണ്. എന്താവുമെന്നറിയില്ല. എന്തു ചെയ്യണമെന്നറിയില്ല. പ്രണവേശ് ചോദിച്ചു. ഇവനെ നമ്മുടെ വീട്ടിലേക്കു കൊണ്ടുപോയാലോ?

അനിസുജ്ജമാന് എന്തെങ്കിലും പറയാനാവുന്നതിനു മുമ്പ് കൗശിക് ചോദിച്ചു. സാർ അവരൊക്കെ വരാറുണ്ടോ? ഇന്നാരൊക്കെ വരും?

അവരൊക്കെ എന്നുവെച്ചാൽ?

മനോജ്, സൗമിത്ര്....

അനിസുജ്ജമാൻ കൗശികിന്റെ കണ്ണിലേക്കു നോക്കി. അയാളുടെ കണ്ണുകൾ ചുട്ടുനീറുന്നു. എന്നിട്ടു പറഞ്ഞു. ഇല്ല. അവരൊന്നും ഇനി വരില്ല. കൗശിക്. നീലാദ്രി, ദേവാർച്ചൻ, സത്യജിത് ഇവരെയൊക്കെപ്പോലെ. ആരും ഇനി വരില്ല.

കൗശിക് നെടുവീർപ്പിട്ടു.

അപ്പോപ്പിന്നെ വന്നിട്ടെന്തു കാര്യം? അവരോടൊക്കെ ഒരുപാടു കാര്യങ്ങൾ പറയാനുണ്ടായിരുന്നു. ജയിലിൽ വെച്ച് അതനു സാമന്തിനെ കണ്ടു. ഞങ്ങളൊരുപാടു കാര്യങ്ങൾ ആലോചിച്ചു തീരുമാനിച്ചിട്ടുണ്ട്. അതനുദാ പറഞ്ഞു ഞങ്ങളുടെ പ്രവർത്തനരീതികൾ പാടേ മാറ്റേണ്ടിവരുമെന്ന്. സംഘടന കെട്ടിപ്പടുക്കാനുള്ള പണി എല്ലാം ആദ്യം തൊട്ടു തുടങ്ങണം. ഇല്ല സാർ എനിക്കു നിങ്ങളോടൊപ്പം വരാനാവില്ല... എനിക്ക്...

ഓടിക്കൊണ്ടിരിക്കുന്ന ജീപ്പിൽനിന്ന് ചാടിയിറങ്ങാനുള്ള ശ്രമം. പ്രണവേശ് കൗശികിന്റെ കൈകളിൽ അമർത്തിപ്പിടിച്ചു. പറഞ്ഞു ധരിപ്പിക്കാൻ ശ്രമിക്കയാണ് കൗശിക് നിനക്ക് എല്ലാവരേയും കാണാം. കുറച്ചു ദിവസം നീ വിശ്രമിക്ക്.

കൗശിക് ഒന്നടങ്ങി. കാലുകൾ രണ്ടും നീട്ടി നേരെ വെച്ചു പാദങ്ങളിൽ പിടിച്ചമർത്തി. രാവിലെ മുതൽ നിന്നുകൊണ്ട് പ്രസംഗിക്കുകയായിരുന്നല്ലോ. കാലിന് നല്ല വേദന കാണും.

ഓ! വിശ്രമിക്കണോ ശരി. അങ്ങനെയാവട്ടെ...

അവൻ കണ്ണുകളടച്ചു. വിശ്രമം ഇപ്പോത്തന്നെ തുടങ്ങിയേക്കാം എന്ന മട്ടിൽ.

അനിസുജ്ജമാൻ പ്രണവേശിനോടു ചോദിച്ചു. നിങ്ങളുടെ മകൻ വളരെ ചെറുതല്ലേ? നിങ്ങളാണെങ്കിൽ പകലു മുഴുവനും വീട്ടിൽ കാണുകയുമില്ല, ഓഫീസിൽ പോകണം. ഇവനെ കൂടെ കൊണ്ടുപോയാൽ ബൗദിക്ക് ഇഷ്ടപ്പെടുമോ?

പ്രണവേശ് അസഹായഭാവത്തിൽ തലയാട്ടി, അയാളും അതുതന്നെയാണ് ആലോചിച്ചുകൊണ്ടിരുന്നത്. ശരിയാണ് ജൂഹിക്ക് അതൊട്ടും പിടിക്കില്ല.. അനിസുജ്ജമാൻ കൗശികിന്റെ ചുമതല ഏറ്റെടുക്കാൻ തയ്യാറല്ലെന്നു വരികിൽ തന്റെ വീട്ടിലേക്ക് അവനെ കൂട്ടിക്കൊണ്ടു പോകേണ്ടിവരും. പക്ഷേ ജൂഹി കടുകിട സമ്മതിക്കില്ല.

പ്രണവേശിന്റെ അവസ്ഥ അനിസുജ്ജമാന് മനസ്സിലാവുന്നുണ്ട്. പൊടുന്നനെ അയാൾക്കു തോന്നി. താൻ സ്വതന്ത്രനാണല്ലോ, അയാൾ പറഞ്ഞു, എന്റെ വീട്ടിൽ നില്ക്കട്ടെ. മറ്റന്നാൾ മുതൽ കോളേജിന് അവധിയാണ്. അപ്പോ ഒരുപാടു സമയവും കിട്ടും, നിങ്ങളും വരൂ. നമുക്ക് ഒന്നിച്ചിരുന്ന് ആലോചിച്ച് എന്തെങ്കിലുമൊക്കെ തീരുമാനിക്കാം.

പ്രണവേശ് പറഞ്ഞു എങ്ങനെ, എന്തു ചെയ്യാനാവും നമുക്ക്?

അനിസുജ്ജമാൻ ചിന്താധീനനായി പറഞ്ഞുനോക്കാം. അവന്റെ വീട്ടുകാരെ ആരെയെങ്കിലും കണ്ടുപിടിക്കാം.

കൗശിക് ഇപ്പോഴും കണ്ണടച്ചിരിപ്പാണ്. ഒന്നും മിണ്ടുന്നില്ല. എന്തെങ്കിലും ആലോചിക്കയാവും അല്ലെങ്കിൽ ഉറക്കമാവും.

പ്രണവേശിന്റെ ജീപ്പ് അനിസുജ്ജമാന്റെ ഫ്ളാറ്റിനു താഴെ വന്നു നിന്നു. കൗശിക് ഇറങ്ങി, സി.പി.എം. ഓഫീസിന്റെ ബോർഡു കണ്ട് കാർക്കിച്ചു തുപ്പി. പാർട്ടി ഓഫീസിൽ ചെറുപ്പക്കാരായ പ്രവർത്തകരുണ്ട്. പ്രണവേശും അനിസുജ്ജമാനും അവരോടു സംസാരിക്കാൻ നിൽക്കാതെ മുകളിലേക്കു കയറിപ്പോയി.

പാർട്ടി പ്രവർത്തകൻ തപൻ പറഞ്ഞു, ആഹാ! ഈ ഭ്രാന്തനെ ഇന്ന് സിന്ധികവലയിൽ കണ്ടതാണല്ലോ. ഉഗ്രൻ പ്രസംഗമായിരുന്നില്ലേ? അപ്പോ പ്രണവ്ദാക്ക് ഇവനെ അറിയും, കൊള്ളാമല്ലോ.

എന്തായിരുന്നു പ്രസംഗം?

നിനക്കു പരിചയമുണ്ടോ?

ഭ്രാന്തൻ എന്താ പുലമ്പിയിരുന്നത്?

അതു കേൾക്കാൻ ഞാൻ നിന്നാലല്ലേ?

പിന്നെങ്ങനെ മനസ്സിലായി പ്രസംഗിക്കുകയായിരുന്നെന്ന്?

ഒരിത്തിരി കേട്ടു. അത്രതന്നെ. ട്രാഫിക് ജാം ആയിരുന്നല്ലോ ബസ് അതിൽ കുടുങ്ങിപ്പോയി. കുറെയൊക്കെ കേട്ടു.

നിങ്ങൾ ഒരിക്കലും മാവോസെതുങ്ങിനെ മറക്കരുത്. യുവശക്തിയെ ദുർവ്യയം ചെയ്യരുത്. ഓർമയിരിക്കട്ടെ.

The world is yours, as well as ours, but in the last analysis, it is yours. You young people, full of vigor and vitality are in the bloom of life, like the Sun at eight or nine on the morning.

ഓഹോ പഠിപ്പുള്ള ഭ്രാന്തനാണല്ലോ. മാവോയെപ്പറ്റി തുരുതുരാന്നല്ലേ പ്രസംഗം. പക്ഷേ തപൻ നിനക്ക് അവൻ പറഞ്ഞതൊക്കെ എങ്ങനെ ഓർമയിൽ തങ്ങിനിന്നു?

തപൻ ചിരിച്ചു നേരു പറയാമല്ലോ. ആ ഭ്രാന്തനെ എനിക്കറിയാം. ഞങ്ങള് ഒന്നിച്ചു പഠിച്ചവരാണ്. അവനിതൊക്കെ പണ്ടും പറഞ്ഞുനടക്കുമായിരുന്നു. നക്സലൈറ്റ് ആയിരുന്നു. മാവോ സാഹിത്യം അരച്ചു കലക്കി കുടിച്ചവനാണ്. അവനെപ്പോഴും പറയും ഗവേഷണം നടത്തണം. ശരിയായ ഗവേഷണം. ഇക്കാര്യത്തിൽ മാവോയുടെ അഭിപ്രായം എന്താണെന്നറിയാമോ? അടിസ്ഥാനപരമായി സമൂഹത്തിലെ വിഭിന്ന വർഗങ്ങളെക്കുറിച്ച് വേർതിരിച്ച് അറിയുക, അപഗ്രഥിക്കുക അവരുടെ പാരസ്പരിക ബന്ധങ്ങളെപ്പറ്റി മനസ്സിലാക്കുക. എന്നാലേ വർഗശക്തിയുടെ ശരിയായ മൂല്യം നിർണയിക്കാനാകൂ, എന്നാലേ വിപ്ലവത്തിൽ ഏതേതു ശ്രേണികൾ മൂലശക്തികളാകും, ഏതേതു ശ്രേണികളുമായി ചങ്ങാത്തം കൂടി, നമ്മിലേക്ക് വലിച്ചടുപ്പിക്കാം, ഏതു ശ്രേണികളെ ഉന്മൂലനം ചെയ്യണം എന്നൊക്കെ നിശ്ചയിച്ചുറപ്പിക്കാനാകൂ, ജനകീയ സമരത്തിന് സമർഥമായ സൂത്രവാക്യം രചിക്കാനാവൂ. ഇതാണ് ഞങ്ങളുടെ ഉദ്ദേശ്യം. ഏതേതു വർഗങ്ങളുടെ വിവരങ്ങളാണ് കണ്ടെത്തേണ്ടതെന്നല്ലേ? കേട്ടോളൂ. കീഴാളന്മാർ, വ്യവസായതൊഴിലാളികൾ, കർഷകത്തൊഴിലാളികൾ, പാവപ്പെട്ട കർഷകർ, നിർധനരായ നഗരവാസികൾ, തെരുവുതെണ്ടികൾ, കുടിൽ വ്യവസായികൾ, ചെറുകിട വ്യവസായികൾ മധ്യവർഗകർഷകർ, ധനികരായ കർഷകർ, ഭൂവുടമകൾ ബിസിനസ് ബൂർഷ്വാ മുതലാളി ബൂർഷ്വാ.

സുമൻ ആകെ അമ്പരന്നു പോയി ഗുരുജി, പാദധൂളി തരൂ, എടാ നിന്നെ എനിക്കു സംശയമുണ്ട്. നീയും മാവോയും കീവോയുമൊക്കെ വായിച്ചു പഠിച്ചിട്ടുണ്ടെന്നു തോന്നുന്നു?

തപൻ പറഞ്ഞു ഹേയ് ഇല്ലില്ല, വായിച്ചിട്ടില്ല. എല്ലാം കേട്ടു പഠിച്ചതാണ്. പക്ഷേ ഉള്ള കാര്യം പറയട്ടെ, യഥാർത്ഥ കമ്യൂണിസ്റ്റ് ആവണമെങ്കിൽ കുറച്ചൊക്കെ വായിച്ചിരിക്കണം.

വിടടോ. ഹും! പഠിക്കലും വായിക്കലും! അതൊന്നുമല്ല കാര്യം. യഥാർഥത്തിൽ വേണ്ടത് പ്രവൃത്തിയാണ്. പഠിക്കലും വായിക്കലുമൊക്കെ ബുദ്ധിജീവികൾ നടത്തട്ടെ. നമ്മളൊക്കെ ലെനിനും മാർക്സും മാവോയും വായിച്ചോണ്ടിരുന്നാ പോളിറ്റ് ബ്യൂറോ എന്തുചെയ്യും? ഹ!ഹ!ഹ!ഹ!ഹ! പക്ഷേ നീ പറഞ്ഞല്ലോ നിനക്കാ ഭ്രാന്തനെ അറിയാമെന്ന്. പിന്നെന്തേ ചെന്നു രണ്ടു വാക്കു പറയാഞ്ഞത്? ഭ്രാന്താണെന്നു കണ്ടപ്പോ നീ വാലു ചുരുട്ടിയോ?

തപൻ നെടുവീർപ്പിട്ടു. ഏതാണ്ടങ്ങനെത്തന്നെ. ഭ്രാന്തനോട് സംസാരിച്ചിട്ടെന്തു കാര്യം? എന്നെ തിരിച്ചറിഞ്ഞെന്നും വരില്ല. നിനക്ക് പറഞ്ഞാ

വിശ്വാസമാവില്ല, സുമൻ. എന്റെ ആറു നക്സലൈറ്റു ചങ്ങാതിമാർക്ക് ഭ്രാന്തു പിടിച്ചെന്നു കേട്ടു.

സുമൻ പുച്ഛത്തോടെ ചിരിച്ചുകൊണ്ട് സിഗരറ്റിനു തീ കൊളുത്തി വിടെടോ അളിയച്ചാരെ. നക്സലൈറ്റ് എന്നു പറഞ്ഞാൽത്തന്നെ ഭ്രാന്തൻ എന്നല്ലേ അർഥം. ഭ്രാന്തന്മാർക്കല്ലേ രക്തസാക്ഷികളാവാൻ കഴിയൂ?

തപൻ അതിൽ പിടിച്ചു അതെ നക്സലൈറ്റുകൾ ഭ്രാന്തന്മാരായിരിക്കാം, പക്ഷേ ഭ്രാന്തന്മാരൊക്കെ നക്സലുകളാവണമെന്നില്ല.

പാർട്ടി ഓഫീസിൽ കൂട്ടച്ചിരിയുയർന്നു. അവിടെയാർക്കും ഒന്നും അറിയാൻ കൗതുകമില്ല, കൗശികിനെ എന്തിനാണ് കൂട്ടിക്കൊണ്ടു വന്നതെന്ന്, അവനുവേണ്ടി എന്തെങ്കിലും സഹായം വേണോ എന്ന്, വഴിവക്കിൽ നിന്നു പിടിച്ചു വലിച്ച് എന്തിന് അനിസുജ്ജമാന്റെ വീട്ടിലേക്കു കൊണ്ടുവന്നുവെന്ന് – അതൊന്നും അന്വേഷിക്കാൻ അവർക്കു സമയമില്ല, എല്ലാവരും പാർട്ടിയുടെ പ്രവർത്തനങ്ങളിൽ വ്യാപൃതരാണ്. പാർട്ടിയുടെ നിർദ്ദേശമില്ലാതെ ഒരു മുൻ നക്സലൈറ്റിന്റെ കാര്യത്തിൽ പാർട്ടി പ്രവർത്തകർക്ക് എങ്ങനെ താത്പര്യം പ്രകടിപ്പിക്കാനാകും?

അനിസുജ്ജമാനാണ് ബെല്ലടിച്ചത്. നീലോഫാ വാതിലു തുറന്നു. ഇത്തിരി മുമ്പ് പ്രണവേശ് വന്നപ്പോൾ പറഞ്ഞതൊന്നും അവൾ കേട്ടിരുന്നില്ല. എന്നിട്ടും വാതിലു തുറന്നതും അവളൊന്നു നടുങ്ങി. ബൂർഖ മറച്ച മുഖത്തു നിന്ന് ഏതാനും വാക്കുകൾ തെറിച്ചു വീണു.

അയ്യോ! ഇതു നമ്മുടെ കൗശികല്ലേ?

പത്തൊമ്പത്

രാത്രി കൗശിക് ഒന്നുംതന്നെ സംസാരിച്ചില്ല. യാതൊരുവിധ ഗുലുമാലുകളും ഉണ്ടാക്കിയില്ല. നല്ല കുട്ടിയെപ്പോലെ പറഞ്ഞതൊക്കെ അനുസരിച്ചു. ഇരിപ്പുമുറിയിലെ സോഫയിൽ അവനു കിടക്കാനുള്ള സൗകര്യം ചെയ്തുകൊടുത്തിരിക്കുന്നു. അനിസുജ്ജമാനേക്കാളും പൊക്കമുണ്ട്. അതിനാൽ അയാളുടെ വസ്ത്രങ്ങൾ കൗശികിന് പാകമാവില്ല. പ്രണവേശ് സൂപ്പർമാർക്കറ്റിൽ നിന്ന് ഓരോ ജോഡി റെഡിമെയ്ഡ് പൈജാമയും ജുബ്ബയും വാങ്ങിക്കൊണ്ടുവന്നു. അതോടൊപ്പം സോപ്പ്, ചീപ്പ്, തോർത്തുമുണ്ട്, ബനിയൻ, അണ്ടർവെയർ, ഷേവിംഗ് സെറ്റ് അടക്കം എല്ലാം. അനിസുജ്ജമാൻ ക്ഷൗരം ചെയ്യാറില്ല. അതുകൊണ്ട് അതിനുള്ള സാമഗ്രികൾ ഈ വീട്ടിൽ ലഭ്യമല്ല. സാധാരണ മനുഷ്യന് മാനം മര്യാദയോടെ അന്യവീട്ടിൽ താമസിക്കേണ്ടി വന്നാൽ അത്യാവശ്യം വേണ്ട സാധനങ്ങളൊക്കെ പ്രണവേശ് എത്തിച്ചു. അയാളാലോചിക്കയാണ് നീലാദ്രി മരിച്ചിട്ടില്ലെന്നുവരികിൽ, ജയിലിൽ നിന്ന് മുക്തനായി സ്വബോധം നശിച്ച് എവിടെയെങ്കിലും പരിചയക്കാരാരുമില്ലാത്ത സ്ഥലത്ത് ഉദാഹരണത്തിന് ബഹരാംപൂരിലോ മറ്റോ അലഞ്ഞുതിരിഞ്ഞു

നടക്കുകയാണെന്നു വരികിൽ, പല്ലു തേക്കാതെ, കുളിക്കാതെ, തലമുടിയൊക്കെ ജടപിടിച്ച്, അഴുക്കും ചെളിയും പുരണ്ട കീറിപ്പറിഞ്ഞ വസ്ത്രങ്ങളുമായി കവലയിൽ നിന്ന് പ്രസംഗിക്കുകയാണെന്നു വരികിൽ, ആൾക്കൂട്ടം അവന്റെ നേരെ കല്ലേറിഞ്ഞെന്നു വരും. അവൻ എവിടേക്കെങ്കിലുമൊക്കെ ഓടിപ്പോകും. അന്യമനസ്കനായി നടക്കെ അവന് ദേഹമാസകലം ചൊറിയും, ജടപിടിച്ച മുടിയിൽ പേനരിക്കും. ദാഹിച്ചാൽ വഴിവക്കിലെ പൈപ്പിൽനിന്ന് വെള്ളം കുടിക്കും. വിശപ്പും തോന്നും. ആരെങ്കിലുമൊക്കെ വലിച്ചെറിഞ്ഞ എച്ചിലു വാരിത്തിന്നെന്നു വരും. വയറു നിറഞ്ഞാൽ മാലിന്യക്കൂമ്പാരത്തിനടുത്തുതന്നെ കിടന്നുറങ്ങിയെന്നു വരും. ഉണർന്നെണീറ്റാൽ ആ ചിത്തഭ്രമക്കാരൻ വീണ്ടും പ്രഭാഷണം തുടങ്ങിയെന്നു വരും. അങ്ങനെയായിരുന്നെങ്കിൽ? കൗശിക്, നീലാദ്രി, ദേവാർച്ചൻ, സത്യജിത് അങ്ങനെയെത്രയെത്ര പേർ! അവരുടെ അച്ഛനമ്മമാർ, അവർ പഠിച്ചിരുന്ന കോളേജുകൾ, അവരുടെ പാർട്ടിപ്രവർത്തനങ്ങൾ, അവർക്ക് സഹിക്കേണ്ടിവന്ന അന്യായങ്ങൾ, മർദ്ദനങ്ങൾ അവരെ മർദ്ദനങ്ങളേല്പിച്ചവർ എല്ലാമെല്ലാം ആ മാലിന്യക്കൂമ്പാരത്തിനു കീഴെ അടിഞ്ഞമരും. പൊടുന്നനെ അയാൾക്ക് വല്ലാത്തൊരു വൈക്ലബ്യം - ഏതാണ് തമ്മിൽ ഭേദം, ചിത്തഭ്രമമോ, അതോ മരണമോ?

വീട്ടിലേക്കു പോകുന്നതിനു മുമ്പ് പ്രണവേശ് കൗശികിന്റെ ശിരസ്സിൽ സ്നേഹപൂർവം തലോടി. കൗശിക് നിർവികാരനാണ്. പക്ഷേ പ്രണവേശിന്റെ കണ്ണുകൾ നനഞ്ഞു. കൗശികിന്റെ മുതുകിൽ വാത്സല്യത്തോടെ തലോടിയശേഷം അനിസുജ്ജമാന്റെ രണ്ടു കൈകളും മുറുകെ പിടിച്ച് പ്രണവേശ് യാത്ര പറഞ്ഞിറങ്ങി. അയാളുടെ കണ്ണുകളിൽ അനിസുജ്ജമാനോട് അപാരമായ കൃതജ്ഞത, ഗാഢമായ ആദരവ്, അനിസുജ്ജമാൻ എത്ര സ്വാഭാവികമായി സഹജമായി പ്രണവേശിന്റെ ധർമസങ്കടം മനസ്സിലാക്കി. കൈനീട്ടി, സ്വമേധയാ കൗശികിന്റെ ചുമതല ഏറ്റെടുത്തു, അങ്ങനെ ചെയ്യേണ്ട യാതൊരു ബാധ്യതയും ഇല്ലായിരുന്നെങ്കിലും. പ്രണവേശിന്റെ വായിൽ നിന്ന് വാക്കുകൾ പുറത്തേക്കു വന്നില്ല.

വീട്ടിൽ തിരിച്ചെത്തി, ജൂഹിയോട് അയാളൊന്നും പറഞ്ഞില്ല. പറയാൻ തോന്നിയില്ല. നീലാദ്രിയോട് ഒരു കാലത്തും ജൂഹിക്ക് സ്നേഹമുണ്ടായിരുന്നില്ല. കൗശികിനെ കണ്ടുകിട്ടിയതിൽ പ്രണവേശിനും പങ്കുണ്ടെന്നു കേട്ടാൽ മതി, ജൂഹിക്ക് പിന്നെ മനസ്സമാധാനമുണ്ടാവില്ല, വല്ലാത്ത നീരസം തോന്നിയെന്നും വരും. അതുകൊണ്ട്, പ്രണവേശ് മറ്റു ദിവസങ്ങളിലെന്ന പോലെ മൗനം പാലിച്ചു. പുസ്തകത്തിൽ മുഴുകിയിരുന്നു. ബപ്പയെ പഠിപ്പിക്കുന്നതിലായിരുന്നു ജൂഹിയുടെ മുഴുവൻ ശ്രദ്ധയും. പ്രണവേശിനെ ഒന്നു നോക്കുന്നുപോലുമില്ല. ബപ്പയേയല്ലാതെ വേറൊന്നിനേയും നോക്കിക്കാണുന്നതിൽ എന്തെങ്കിലും പ്രയോജനമുള്ളതായി ജൂഹിക്കു തോന്നുന്നില്ല. പ്രണവേശ് കുറച്ചുനേരം നീലാദ്രിയുടെ ഫോട്ടോക്കു മുന്നിൽ ചെന്നുനിന്നു. അയാൾക്കോർമയുണ്ട് നീലാദ്രി

ഏണിപ്പടികളിലൂടെ തുരുതുരാ കയറിയിറങ്ങിയിരുന്നത്. ഒപ്പം എണ്ണുന്നുമുണ്ട് ഒന്ന്, രണ്ട്, മൂന്ന്.....

നീയെന്താ ചെയ്യുന്നത് നീലൂ?

പടികൾ ഇല്ലാതാക്കാനുള്ള കണക്കാണേട്ടാ.

ഏതു പടികളാണ് നീലാദ്രി ഇല്ലാതാക്കിയത്? ആ ശ്രമത്തിൽ അവൻ സ്വയം എവിടേക്കാണ് ചിതറിത്തെറിച്ചു വീണത്? ജൂഹി അടുത്തു വന്നു നില്ക്കുന്നു.

നിങ്ങൾക്കിന്നെന്തു പറ്റീ?

ഒന്നുമില്ല.

എന്താ, ഒന്നും മിണ്ടാതെ ഇവിടെ വന്നുനില്ക്കുന്നത്?

വെറുതെ.

എന്താ എന്തെങ്കിലും കുഴപ്പമുണ്ടോ? ഓഫീസിലെന്തെങ്കിലും ഒപ്പിച്ചുവെച്ചോ?

ഇല്ല.

പ്രണവേശ് വീണ്ടും പുസ്തകം കൈയിലെടുത്തു. ജൂഹിയുടെ ചോദ്യങ്ങളെ അവഗണിക്കാനുള്ള ശ്രമം. ബപ്പയല്ലാതെ, ബപ്പയുടെ സ്കൂൾ, അവന്റെ സ്വിമ്മിംഗ് ക്ലാസ്, ഡ്രോയിംഗ് ക്ലാസ്, പഠിത്തം, ബപ്പയുടെ ഭാവി ഇതല്ലാതെ മറ്റുള്ളതൊക്കെ, ജൂഹിയെ സംബന്ധിച്ചേടത്തോളം അനാവശ്യമാണ്. വിലയില്ലാത്തതാണ്. മറ്റൊന്നിനെപ്പറ്റിയും ആലോചിക്കാൻപോലും ജൂഹി തയ്യാറല്ല. ബപ്പ കുറച്ചധികം നേരം ബാത്റൂമിൽ അടച്ചിരുന്നാൽ മതി വിളി തുടങ്ങും ബപ്പാ എന്താ ചെയ്യുണത്? എന്താ ഒച്ചയും ശബ്ദവുമില്ലാത്തത്? എന്താ വാതിലു തുറക്കാത്തത്?

ബപ്പ നീരസത്തോടെ വാതിലു തുറക്കും. കുളി കഴിഞ്ഞിരിക്കില്ല. ജൂഹിക്കും നീരസം. പ്രണവേശ് ഒരു ദിവസം മകനോടു ചോദിച്ചു എന്താ കുളിക്കാനിത്ര നേരം?

ഞാൻ കളിക്കും.

എന്തു കളി?

എനിക്ക് വെള്ളത്തിൽക്കളിക്കാൻ വല്യ ഇഷ്ടമാ.

വാതിലു തുറന്നിട്ടിട്ട് കളിച്ചൂടെ?

ഊഹും! അമ്മ സമ്മതിക്കില്ല.

അതെന്താ സമ്മതിക്കാതെ?

സമ്മതിക്കില്ല. അച്ഛനതൊന്നും അറിയില്ല. തണുപ്പടിക്കുമത്രെ. അല്ലാ നീന്താൻ പോയാൽ തണുപ്പടിക്കില്ല, ബാത്റൂമിലെ വെള്ളത്തിൽ കളിച്ചാൽ തണുപ്പടിക്കും പോലും!

ഇടയ്ക്കൊക്കെ പക്വത വന്നവരെപ്പോലെ സംസാരിക്കും ബപ്പ. പ്രണവേശിന്റെ നെഞ്ചു വിങ്ങും. നീലാദ്രിയും ഇങ്ങനെയായിരുന്നു. ശരിക്കും ഇതേപോലെ.

പുസ്തകത്തിൽ മനസ്സുറയ്ക്കുന്നില്ല. വായിക്കുന്നു എന്ന നാട്യം മാത്രം. രാത്രി അത്താഴത്തിനിരുന്നപ്പോൾ ഭക്ഷണം തൊണ്ടയിൽ നിന്നിറങ്ങുന്നില്ല. ജൂഹിയുടെ വക വിസ്താരം നടന്നാൽ പിടിക്കപ്പെട്ടു പോയാലോ എന്ന ഭയം കാരണം എങ്ങനെയൊക്കെയോ വാരി വിഴുങ്ങി. വിളക്കണച്ച് വേഗം ഉറങ്ങാൻ കിടന്നു. ഒരുപാടു കാലത്തിനുശേഷം അച്ഛനമ്മമാരെ ഓർമ്മ വന്നു, സന്ധ്യാമാഷിയെ ഓർമവന്നു. ബാല്യ കാലം ഓർമ വന്നു. കൺകോണുകളിലൂടെ അശ്രുവൊഴുകി തലയിണ യിൽ വീണു. അപ്പോഴാണ് ജൂഹി കടന്നുവന്നത്. അടുത്തുകിടന്നു കൊണ്ടു ചോദിച്ചു. എന്തുപറ്റി നിങ്ങൾക്ക്? എന്താ ഒരു മാതിരി?

പ്രണവേശ് കള്ളം പറഞ്ഞു, തല വേദനിക്കുന്നു. വേറൊന്നുമില്ല.

നീലോഫ അടുക്കളയിൽ പണിത്തിരക്കിലാണ്. അനിസുജ്ജമാൻ ലിസ്റ്റ് തയ്യാറാക്കുകയാണ്. പ്രസാധകർ അയാൾക്ക് ഇരുപതു പുസ്തകങ്ങളെ സൗജന്യമായി കൊടുത്തിട്ടുള്ളൂ. പക്ഷേ കൊടുക്കാനുള്ളവരുടെ സംഖ്യയോ മുപ്പതിലധികം. പ്രണവേശിനു കൊടുത്ത പുസ്തകം അയാൾ കൂടെ കൊണ്ടുപോയില്ല. അനിസുജ്ജമാൻ അതെടുത്ത് മാറ്റിവെച്ചു. കൗശിക് ചോദിച്ചു. ഗാന്ധിജിയെ രാഷ്ട്രപിതാവ് എന്നു വിളിക്കുന്നത് എന്തുകൊണ്ടാണെന്നറിയാമോ സാർ?

അനിസുജ്ജമാൻ കൗശികിന്റെ നേരെ നോക്കി പറഞ്ഞു. അദ്ദേഹം രാഷ്ട്രത്തിന്റെ ചേതനയെ ഉണർത്തിയതുകൊണ്ട്, ഉത്തേജിപ്പിച്ചതു കൊണ്ട്.

ഉണർത്തിയതുകൊണ്ടോ ഉറക്കിയതുകൊണ്ടോ സാർ? ഗാന്ധിജി ഈ ദേശത്തെ ഏറ്റവും വലിയ ബൂർഷ്വായാണ്. നാഥുറാം അദ്ദേഹത്തെ കൊന്നില്ലായിരുന്നെങ്കിൽ ഞാൻ കൊന്നിരുന്നേനെ.

ദേ നോക്ക് കൗശിക്. നിനക്ക് നിന്റേതായ അഭിപ്രായങ്ങളുണ്ടാകാം, ഇഷ്ടാനിഷ്ടങ്ങളുണ്ടാകാം. എന്നുവെച്ച് മറ്റുള്ളവരുടെ വീക്ഷണങ്ങ ളേയും വിശ്വാസങ്ങളേയും അപലപിക്കുന്നത് ശരിയല്ല.

ഉള്ളത് ഉള്ളപടി പറയുന്നതിൽ നിങ്ങൾക്കെന്തിനാ സാർ ഇത്ര വിഷമം തോന്നുന്നത്?

അനിസുജ്ജമാൻ വിഷയം മാറ്റാൻ ശ്രമിച്ചു. തന്റെ പുസ്തകത്തിന്റെ ഒരു കോപ്പി കൗശികിന്റെ കൈയിൽ വെച്ചു കൊടുത്തു. കൗശികിന്റെ മനോനില ശരിയല്ലെന്ന കാര്യം മറക്കാൻ ശ്രമിക്കയാണ്, അയാൾ. ഇപ്പോൾ അവനെ കണ്ടാൽ അസ്വാഭാവികതയൊന്നുമില്ല. ഷേവു ചെയ്തിട്ടുണ്ട്, പല്ലു തേച്ചിട്ടുണ്ട്, കുളിച്ച് പുതിയ പൈജാമയും ജുബ്ബയും

ധരിച്ചിട്ടുണ്ട്. മുഖത്തിന് പണ്ടത്തേപ്പോലെ നല്ല തെളിച്ചമുണ്ട്. മിണ്ടാതിരിക്കുമ്പോൾ ബുദ്ധിക്കു സ്ഥിരതയില്ലെന്നു തോന്നുകയേയില്ല.

അനിസുജ്ജമാന് അറിയാം. ശ്യാം ബസാറു ഭാഗത്തെവിടെയോ ആയിരുന്നു കൗശികിന്റെ വീടെന്ന്, എവിടെയാണെന്ന് ശരിക്കറിയില്ല. പല തവണ വീടിന്റേയും വീട്ടുകാരുടേയും കാര്യമെടുത്തിടാൻ ശ്രമിച്ചു, പക്ഷേ, കൗശിക് മൗനം പാലിച്ചു. അനിസുജ്ജമാൻ നിരന്തരം തല പുകഞ്ഞാലോചിക്കയാണ്, ഇവന്റെ വീട്ടുവിലാസം എങ്ങനെ സംഘടിപ്പിക്കാനാവും?

കൗശിക് പറഞ്ഞു സാർ! പുസ്തകം അവിടെ വെച്ചോളൂ, എനിക്കു വേണ്ട.

അതെന്താ കൗശിക്? ഈ പുസ്തകം ഞാനെഴുതിയതാണ്.

ഇതൊക്കെ വായിച്ചിട്ടെന്താ, സാർ. ദുർഗയുടെ കളിമൺ പ്രതിമ, ദുർഗയുടെ വർണചിത്രങ്ങൾ, രാമന്റെ ദുർഗ, രാവണന്റെ ദുർഗ ഇതൊക്കെ വായിച്ചിട്ട് എന്തു കിട്ടാനാണ്? ഇപ്പോ ഓരോ ഭാരതീയന്റേയും പെർകാപിറ്റ ഋണബാധ്യത എത്രയാണെന്നതിനെപ്പറ്റി ഒരു പുസ്തകമെഴുതാമായിരുന്നില്ലേ സർ?

നിനക്കറിയാമല്ലോ, ഇക്കണോമിക്സ് എന്റെ വിഷയമല്ല.

അതുകൊണ്ടെന്താ സർ? പുരാണേതിഹാസങ്ങളും നിങ്ങളുടെ വിഷയമല്ല. എന്നിട്ടും നിങ്ങൾ ദുർഗയെപ്പറ്റി എഴുതിയില്ലേ? സർ, നിങ്ങൾ മാർക്കറ്റിൽ പോകാറുണ്ടോ?

ഉവ്വ്.

അവശ്യസാധനങ്ങളുടെ വില എന്തുമാത്രം കുതിച്ചു കയറിയിട്ടുണ്ടെന്ന് നിങ്ങൾക്കറിയാമല്ലോ. എല്ലാവരും നിങ്ങളെപ്പോലെയാണ്, സാർ. മാർക്കറ്റിൽ പോകും, സാധനങ്ങളുടെ വില വർധിച്ചതു കണ്ടറിയും. അത്യാവശ്യം സാധനങ്ങൾ വാങ്ങി വീട്ടിൽ തിരിച്ചെത്തി തലമുടി പിടിച്ചു വലിക്കും. അയ്യോ എങ്ങനെ വീടും കുടുംബവും നടത്തിക്കൊണ്ടു പോകും? എന്നു വിലപിക്കും. ഇപ്പഴത്തെ കാര്യം എനിക്കറിയില്ല. പക്ഷേ 1970-ൽ വാഞ്ചൂ കമ്മിറ്റി റിപ്പോർട്ട് 7000 കോടി കള്ളപ്പണം പിടിച്ചെടുക്കേണ്ടത് അടിയന്തരാവശ്യമാണെന്ന് പ്രഖ്യാപിച്ചു. മാർക്കറ്റിൽ അവശ്യവസ്തുക്കളുടെ കൃത്രിമമായ അഭാവവും വിലക്കയറ്റവും ഉണ്ടാവാനും കാരണം ഇതാണെന്നു പറഞ്ഞു. 1973-74ൽ മൊത്തവ്യാപാരസാധനങ്ങളുടെ വില 22.1 ശതമാനം വർധിച്ചു. ചില്ലറ വില്പന 52 ശതമാനം. 1971 മുതൽ 74 വരെ ചില സാധനങ്ങളുടെ വില 300 ശതമാനം വരെ വർധിച്ചു. ഒരൊറ്റ കാര്യം പറയട്ടെ 1976-77 കാലത്ത് കേന്ദ്ര റിസർവ് പൊലീസിന്റെ ചെലവ് 169 കോടി രൂപ. 1950-ൽ ഈ ചെലവ് വെറും 3 കോടി രൂപയായിരുന്നു. സാർ, ഇതൊക്കെ അറിയാനായി, ഇക്കണോമിക്സ് പഠിക്കണമെന്നില്ല.

അനിസുജ്ജമാൻ പറഞ്ഞു നീ പറഞ്ഞതൊക്കെ ശരി തന്നെ കൗശിക്. പക്ഷേ സമൂഹജീവിതത്തിൽ ഇക്കണോമിക്സിനുള്ളിടത്തോളം പ്രാധാന്യം സംസ്കാരം, സാഹിത്യം, ചരിത്രം ഇതിനൊക്കെയുണ്ട്.

കൗശിക് സോഫയിൽ നീണ്ടു നിവർന്നുകിടന്നു. സാർ വിശക്കുന്നു.

നീലോഫ മേശയൊരുക്കി, മൂന്നുപേർക്ക് കഴിക്കാനുള്ള പ്ലേറ്റുകൾ നിരത്തി. ഒരുപാടു കാലത്തിനുശേഷമാണ് അനിസുജ്ജമാന്റെ വീട്ടിൽ അതിഥികളെത്തുന്നത്. നീലോഫയ്ക്ക് സന്തോഷമായിരിക്കുന്നു. മൂന്നാലു വർഷം മുമ്പുവരെ എത്രയോ ശിഷ്യന്മാർ ഒന്നോ രണ്ടോ രാത്രികൾ ഇവിടെ വന്നു തങ്ങുമായിരുന്നു. അവരോരോരുത്തരുടേയും സുഖദുഃഖങ്ങളറിഞ്ഞ് അനിസുജ്ജമാനെപ്പോലെ നീലോഫയും സന്തോഷിക്കുമായിരുന്നു, ദുഃഖിക്കുമായിരുന്നു. ഇപ്പോൾ ശിഷ്യന്മാരാരും രാത്രി കഴിച്ചുകൂട്ടാനായി വരാറില്ല. കൗശിക് കുളിക്കാൻ പോയപ്പോൾ അനിസുജ്ജമാൻ നീലിമയേയും തൃണാങ്കുരനേയും ചെന്നുകണ്ട് കൗശികിന്റെ വൃത്താന്തം പറഞ്ഞുകേൾപ്പിച്ചു. നീലിമ കേട്ടതും പറഞ്ഞു ഇപ്പറഞ്ഞ വിധമാണെങ്കിൽ ആദ്യം അവനേയുംകൊണ്ട് ഡോക്ടറുടെ അടുത്തു പോകൂ. പൊലീസിന്റെ സഹായം കൂടാതെ അവന്റെ വീട്ടുകാരെ കണ്ടുപിടിക്കാനാകില്ലെന്നാണ് എനിക്കു തോന്നുന്നത്.

തൃണാങ്കുർ ചോദിച്ചു പേപ്പറിൽ പരസ്യം കൊടുത്താലോ?

അനിസുജ്ജമാൻ ഇതൊക്കെ ആലോചിക്കുന്നുണ്ട്. കൗശികിന്റെ ബുദ്ധിക്ക് ഗുരുതരമായ കുഴപ്പങ്ങളൊന്നുമില്ലെന്നാണ് അയാൾക്ക് തോന്നുന്നത്. ചികിത്സിച്ചാൽ സുഖപ്പെടുത്താവുന്നതേയുള്ളൂ. മനശ്ശാസ്ത്ര വിദഗ്ധന്മാരെ ആരെയെങ്കിലും കാണിക്കുന്നത് നല്ലതാണ്. പക്ഷേ പൊതുവേ അതത്ര നല്ല രീതിയിലല്ല സമൂഹം വീക്ഷിക്കുന്നത്. കൗശികിന്റെ വീട്ടുകാരുടെ സമ്മതമില്ലാതെ ഇക്കാര്യത്തിൽ മുൻകൈ എടുക്കുന്നതും ശരിയല്ല. പൊലീസിന്റെ സഹായം തേടുന്നത് എത്രത്തോളം യുക്തിയുക്തമാവുമെന്ന് ആർക്കറിയാം. കാരണം കൗശിക് ഇത്രയുംകാലം എവിടെയായിരുന്നെന്ന് ശരിക്കങ്ങ് പറഞ്ഞിട്ടില്ല. കുറെയൊക്കെ അനുമാനിക്കാമെന്നു മാത്രം. സി.പി.എം. അധികാരത്തിൽ വന്നപ്പോൾ ഒരു സംഘം നക്സലൈറ്റുകളെ മോചിപ്പിക്കുകയുണ്ടായി. അക്കൂട്ടത്തിൽ ഒരുവനാവാം കൗശിക്. അതല്ലെങ്കിൽ ഇത്രയുംകാലം ഒളിവിൽ കഴിയുകയായിരുന്നെന്നു വരാം, ഒരിക്കലും പിടിക്കപ്പെട്ടിരുന്നില്ലെന്നും വരാം. ഇപ്പോൾ കാലാവസ്ഥ അനുകൂലമാണെന്നു കണ്ടപ്പോൾ വെളിയിലേക്കിറങ്ങി വന്നതാവാനും മതി. ഒളിമറവായി അലഞ്ഞുതിരിഞ്ഞു നടന്ന സമയത്ത് മനസ്സിന്റെ സമനില തെറ്റിയതാവാനും മതി.

അതെ. പത്രത്തിൽ പരസ്യം കൊടുക്കുന്നതാണ് ഉചിതം. കാരണം എല്ലാ ഭാഗത്തുനിന്നും ആലോചിക്കുമ്പോൾ കൗശികിന്റെ അച്ഛനമ്മമാരെ കണ്ടുപിടിക്കുകയാണ് ആദ്യം വേണ്ടത് എന്നാണ് തോന്നുന്നത്. എന്നാലും മനസ്സിലിത്തിരി ആശങ്കയുണ്ട്. പിറ്റേന്ന് ഉറങ്ങിയെണീറ്റ്

കൗശികിനെ കാണാതായാലോ? അവൻ പെട്ടെന്നൊരു ദിവസം തന്റെ വീട്ടിൽ നിന്നിറങ്ങിപ്പോയാലോ? വിവരം കിട്ടി സ്വജനങ്ങൾ എത്തിച്ചേരുമ്പോൾ അവൻ തന്റെ വീട്ടിൽ ഇല്ലാതെ വന്നാലോ? ഇതൊക്കെ ആലോചിച്ച് അനിസുജ്ജമാന്റെ നെഞ്ച് പടപടാന്നടിക്കും. എന്തായാലും ഓടിപ്പോകാനോ എല്ലാം വിട്ടെറിഞ്ഞ് പോകാനോ ഉള്ള പ്രവണതകളൊന്നും തത്കാലം കൗശിക് കാണിക്കുന്നില്ല. അവൻ സോഫയിലങ്ങനെ കിടക്കും. നിസ്സഹായനായ ശിശുവിനെപ്പോലെ. ഉറങ്ങിക്കിടക്കുന്ന അവനെ കണ്ടാൽ തോന്നുകയേയില്ല ബുദ്ധിക്ക് സ്ഥിരതയില്ലെന്ന്. വൃത്തിയായി ഷേവു ചെയ്ത മുഖം, നനുത്ത മീശ യുവവിദ്യാർത്ഥിയാണെന്നേ തോന്നൂ. ആകസ്മികമായി വന്നെത്തിയ ശാന്തനും മര്യാദക്കാരനുമായ ഒരതിഥിയെപ്പോലെയാണ് അവന്റെ ഉറക്കം. രാവിലെയെഴുന്നേറ്റ് അനിസുജ്ജമാനോട് കുറെ വെള്ളക്കടലാസ് ചോദിച്ചു വാങ്ങും. മഷിയില്ല, പേനയില്ല, ബ്രഷില്ല വെള്ളക്കടലാസിൽ, വിരലുകൊണ്ടെഴുതും പോസ്റ്ററുകളാണത്രെ. ഇടയ്ക്കിടെ അതൊക്കെ കണ്ണിനു നേരെ ഉയർത്തിപ്പിടിക്കും, എന്നിട്ട് ഘനഗംഭീര സ്വരത്തിൽ വായിക്കും.

പറയൂ സൂര്യവെളിച്ചത്തെ
ആർക്കെങ്കിലും കൈപ്പത്തികൊണ്ട് മറയ്ക്കാനാകുമോ?
ഞങ്ങളെ കൊന്നു കുഴിച്ചുമൂടിയാൽ
തടയാനാവുമോ, ജനപ്രക്ഷോഭത്തിന്റെ വേലിയേറ്റം?
ഞങ്ങൾ കമ്യൂണിസ്റ്റുകൾ, കമ്യൂണിസ്റ്റുകളാണ് ഞങ്ങൾ
അധ്വാനിച്ചു ജീവിക്കുന്നവരോടൊപ്പം നില്ക്കുന്നവർ
ഞങ്ങൾ കമ്യൂണിസ്റ്റുകാർ.

വെപ്പുപണിയിൽ വ്യാപൃതയായ നീലോഫ കേട്ടുകൊണ്ടേയിരിക്കും. കേട്ടുകേട്ട് ആ വാക്കുകളൊക്കെ അവളുടെ മസ്തിഷ്കത്തിൽ മാറ്റൊലി കൊള്ളും, എന്നിട്ട് പതുക്കെ പതുക്കെ തൊണ്ടയിലേക്കിറങ്ങി വരും, അവളും മൂളും. ഞങ്ങൾ കമ്യൂണിസ്റ്റുകൾ കമ്യൂണിസ്റ്റുകളാണ് ഞങ്ങൾ.

അനിസുജ്ജമാനും പ്രണവേശും ചർച്ചയിലാണ്. പ്രണവേശ് കുറച്ചു ദിവസത്തേക്ക് ലീവെടുത്താലോ എന്നാലോചിക്കയാണ്. അനിസുജ്ജമാൻ കോളേജിലേക്കു പോകാൻ തയ്യാറെടുക്കുകയാണ്. അവധി തുടങ്ങുന്നതിനുമുമ്പുള്ള അവസാനത്തെ ക്ലാസാണിന്ന്. പുറത്തേക്കിറങ്ങുന്നതിനു മുമ്പ് നീലോഫയെ വിളിച്ചു പറഞ്ഞു. ദേ നോക്ക് അവന് നല്ല സുഖമില്ലാത്തതാണ്. നിനക്കിവിടെ അവനോടൊപ്പം തനിച്ചിരിക്കാൻ പേടിയുണ്ടെങ്കിൽ മാഷിമയുടെ വീട്ടിൽ പോയിരുന്നോ.

നീലോഫ തലയാട്ടി. തൃണാങ്കുരനും പ്രണവേശും പുറത്തേക്കു പോയിരിക്കുന്നു. നീലോഫ തന്റെ ജോലികളോരോന്നായി സാവകാശം ചെയ്തുതീർക്കുകയാണ്. നേരം പോകുന്നു. അവൾ കൗശികിനോടു പറഞ്ഞു. പോകൂ, പോയി കുളിക്കൂ. ഇന്നെന്താ കുളിയില്ലേ?

നീലോഫയ്ക്ക് പേടിയൊന്നും തോന്നുന്നില്ല. മറിച്ച് ഒരുതരം ഉത്സുകതയാണ്. അവൾക്ക് അതിഗംഭീരമായ സംശയമുണ്ട്. ഇയാൾക്ക് ശരിക്കും ചിത്തഭ്രമമാണോ? ഭ്രാന്തന്മാരുടെ കണ്ണുകളിൽ ഇത്രയും പ്രശാന്തഭാവമുണ്ടാകുമോ? അവൾ കൗശികിന്റെ നേരെ മുന്നിൽ ചെന്നിരുന്നു. കളിക്കാനൊരു കൂട്ടു കിട്ടിയപോലെ. തറയിൽ ചിതറിക്കിടക്കുന്ന ശൂന്യമായ ലഘുലേഖകൾക്ക് ഇരുപുറവുമായി ഇരിക്കയാണവർ.

മുമ്പ് വരാറുണ്ടായിരുന്നല്ലോ അപ്പഴൊന്നും ഇങ്ങനെ പാടിക്കേട്ടിട്ടില്ലല്ലോ? ആട്ടെ, ഇനിയും പാടൂ.

കൗശിക് അവളെ നോക്കി രണ്ടു കൈകളും വിടർത്തി പാടാൻ തുടങ്ങി.

ആയിരമായിരം തടസ്സങ്ങളുണ്ടായ്ക്കോട്ടെ

യാത്ര വിദൂരവും

സുദീർഘവുമായ്ക്കോട്ടെ

ഭയമില്ല, ഭീതിയില്ല

ഞങ്ങൾ ധൈര്യശാലികൾ

ഞങ്ങളുടെ ചുവപ്പുസേന

എല്ലാം മറികടക്കും.

നീലോഫ കേട്ടു. താളവും പിടിച്ചു. എന്നിട്ടു പറഞ്ഞു കൊള്ളാമല്ലോ നിങ്ങളുടെ സ്വരം അതിഗംഭീരം. മതി, ഇനി കുളിക്കാൻ പോകൂ.

കൗശികിന്റെ കണ്ണുകളിൽ കൊച്ചുബാലന്റെ കുസൃതി.

പോകാം. പക്ഷേ ഒരുത്തരം കിട്ടണം.

എന്തുത്തരം?

നിന്റെ പേരെന്താ?

നീലൂ, നീലോഫാ.

അല്ല.

പിന്നല്ലാതെ? ഇതു നല്ല കഥ!

നീലോഫ ബുർഖയുടെ മറവിൽ കിലു കിലെ ചിരിച്ചു.

ശരി, എന്നാപ്പിന്നെ എന്താ എന്റെ പേര്?

നീ നീലുഫറാണ് അഥവാ നീലോഫർ എന്നു വെച്ചാൽ താമര. നീലോഫാ എന്ന വാക്കിന് പൂർണതയില്ല.

ആഹാ. അങ്ങനെയാണോ?

അതെ. അത് അശുദ്ധമാണ്, അശുദ്ധ പദം.

കൗശിക് കുളിക്കാനായി ബാത്റൂമിലേക്കു പോയി. നീലോഫ സ്തബ്ധയായി ഇരുന്നുപോയി. അശുദ്ധ പദം? ശരിയല്ലേ? തന്റെ

അസ്തിത്വം തന്നെ അശുദ്ധമാണ്, പേരിലും അശുദ്ധി നുഴഞ്ഞുകയറിയിരിക്കുന്നു. അതെ. അങ്ങനെത്തന്നെയല്ലേ വരൂ? അതല്ലേ അതിന്റെ ശരി? ഒരുതരത്തിൽ നോക്കിയാൽ താനും അശുദ്ധയല്ലേ.

പക്ഷേ അവൾക്ക് മറ്റൊരു വസ്തുത ആലോചിക്കാതിരിക്കാനാവുന്നില്ല. ഇന്നുവരെ ഇതിനു മുമ്പ് അവളുടെ പേരിനെക്കുറിച്ച് ആരും ഇത്തരത്തിൽ ചിന്തിച്ചിട്ടേയില്ല, വ്യാഖ്യാനിച്ചിട്ടില്ല...

ഒന്നിനു പിറകെ ഒന്നായി അത്തരം മൂന്നു മധ്യാഹ്നങ്ങൾ കടന്നുപോയി. ഇന്ന് നാലാമത്തെ ദിവസമാണ്. അനിസുജ്ജമാനും പ്രണവേശിനും ഒന്നും സാധിച്ചെടുക്കാനായിട്ടില്ല. പൊലീസിന്റെ സഹായം തേടാൻ പ്രണവേശ് ഒരുക്കമല്ല. പൊലീസിന്റെ കാര്യമെടുത്തിട്ടതും പ്രണവേശ് അനിസുജ്ജമാന്റെ കൈയിൽ മുറുകെ പിടിച്ചു വേണ്ട, പൊലീസിനെ സമീപിക്കേണ്ട. പ്ലീസ്.

അനിസുജ്ജമാന്, ഈ മാഥുരേർഗഢിൽ വന്നതു തൊട്ട് എല്ലാ പരിചയക്കാരുടേയും ദൗർബല്യങ്ങളെക്കുറിച്ച് ഒരു ഏകദേശ ധാരണയുണ്ട്. അയാൾക്കറിയാം പ്രണവേശിന്റെ ഹൃദയത്തിൽ പൊലീസ് എന്ന പദം വളരെ ആഴത്തിൽ മുറിവുണ്ടാക്കിയിട്ടുണ്ടെന്ന്. അവരിരുവരും ചേർന്ന് പലതും ആലോചിച്ചു, പല പദ്ധതികളുമിട്ടു. കൗശികിന്റെ മുന്നിൽ വെച്ച് ഇതൊന്നും സംസാരിക്കാനാവില്ല. അതുകൊണ്ട് തൃണാങ്കുരന്റെ വീട്ടിലിരുന്നാണ് ചർച്ചകളെല്ലാം. അവസാനം തീർച്ചയാക്കി. കുറച്ചു ദിവസം കൂടി കഴിയട്ടെ പത്രത്തിൽ പരസ്യം കൊടുക്കാം.

ഒരു ദിവസം വഴിയിൽ വെച്ച് തപൻ അനിസുജ്ജമാനുമായി സംസാരിച്ചു, കൗശികിനെപ്പറ്റി അന്വേഷിച്ചു. കൗശികിനെ തപന് അറിയാമെങ്കിലും വീടെവിടെയാണെന്നറിയില്ല. എന്നാലും ഒരു പരാമർശം നൽകാനായി കൗശികിന്റെ കോളേജിൽ പോയി അന്വേഷിച്ചാലോ? അവിടത്തെ രേഖകളിൽ അവന്റെ വീട്ടുവിലാസമുണ്ടാവില്ലേ? പക്ഷേ ഇതിത്തിരി മുമ്പ് തോന്നിയിരുന്നെങ്കിലെത്ര നന്നായിരുന്നു! കാരണം കോളേജുകൾക്ക് അവധിയായിക്കഴിഞ്ഞു. എന്നാലും ശരി അന്വേഷിക്കാമെന്നു വെച്ചു.

കൗശിക് സർവ്വവും മറന്നു പോയിരിക്കുന്നു എന്നു പറയാനാവില്ല. ഒരു വേള വീട്ടിലേക്ക്, കുടുംബത്തിലേക്ക് തിരിച്ചുപോകണമെന്നില്ലായിരിക്കാം. ഒരു വേള വിലാസം മറന്നുപോയ്ക്കാണും. വേനൽക്കാലത്തെ വിയർപ്പൊട്ടിപ്പിടിക്കുന്ന മധ്യാഹ്നവേളയിൽ അനിസുജ്ജമാൻ മേൽവിലാസവും തേടി അലഞ്ഞു തിരിയുകയാണ്. കൂടെ പ്രണവേശുമുണ്ട്. ഇന്നും അയാൾ ജൂഹിയോട് ഒന്നും പറഞ്ഞിട്ടില്ല. നിത്യേന ഓഫീസിലേക്കെന്നവണ്ണം കുളിയും ഭക്ഷണവും കഴിഞ്ഞ് ഇറങ്ങും, കുറച്ചു ദിവസത്തേക്ക് ജീപ്പു വരില്ലെന്നാണ് ജൂഹിയോടു പറഞ്ഞുവെച്ചിരിക്കുന്നത്. പൊടുന്നനെ ഒരു ദിവസം റോഡിൽ, അവളുടെ മുന്നിൽ ചെന്നുപെട്ടാൽ എന്തു പറയുമെന്ന് പ്രണവേശിന് ഒരു രൂപവുമില്ല.

അനിസുജ്ജമാൻ ചോദിച്ചു. അതെന്തേ ബൗദിയോടു പറയാഞ്ഞത്?

അവൾക്കു മനസ്സിലാവില്ല, വെറുതെ ബഹളമുണ്ടാക്കും.

ശരിയാണ്. ഭാര്യയും കുടുംബവും എന്താണെന്ന് അനിസുജ്ജമാന് അറിയില്ല. അറിയില്ലെന്നതുകൊണ്ട് ഒരു വിധത്തിൽ അകമേ തൃപ്തിയും തോന്നും. അയാൾക്ക് ഭാര്യയില്ല. ബന്ധനങ്ങളില്ല. ബഹളങ്ങളില്ല. ചോദ്യോത്തരങ്ങളില്ല. വികാസിന്റെ വീട്ടിൽ പോകാറുണ്ടായിരുന്നപ്പോൾ ഇടയ്ക്കിടെ ലക്ഷ്മിയുടെ ഭർത്സനവും ഒച്ചവെക്കലുമൊക്കെ കാതിൽ വീഴാറുണ്ടായിരുന്നു. തൃണാങ്കുരന്റെ ഭാര്യ ശർമി ഉണ്ടായിരുന്നപ്പോൾ ആ വീട്ടിൽ നിന്ന് ഉച്ചത്തിൽ വഴക്കും വക്കാണവും കേൾക്കുമായിരുന്നു. കുറ്റപ്പെടുത്തലുകളും സാധനങ്ങളെറിഞ്ഞുടയ്ക്കുന്ന ശബ്ദവും കേട്ടിട്ടുണ്ട്. മാത്രമല്ല, കോളേജിൽ സഹപ്രവർത്തകർ വീട്ടുകാരിയുടെ ക്രോധത്തേയും ശകാരത്തെപ്പറ്റിയുള്ള കഥകൾ ഇടയ്ക്കൊക്കെ വിളമ്പുമായിരുന്നു.

അനിസുജ്ജമാന്റെ ഇരിപ്പുമുറിയിലെ ചുമരാസകലം വെള്ളക്കടലാസുകഷണങ്ങൾ ഒട്ടിക്കുകയാണ് കൗശിക്. ഒരുപാട് പോസ്റ്ററുകൾ എഴുതിയെന്നു തോന്നുമ്പോൾ കൗശിക് ഓരോന്നായി ചുവരിലൊട്ടിക്കും. നീലോഫയ്ക്ക് സഹിക്കുന്നില്ല. കുറെയൊക്കെ എതിർത്തുനോക്കി. കാരണം ഈ ഫ്ളാറ്റിന്റെ ചുമരുകൾ, തറ, ഈ വീടിന്റെ മുക്കും മൂലയും തൊട്ട് ബേസിനടക്കം കഴുകി വെടുപ്പാക്കി വെട്ടിത്തിളങ്ങുന്ന പരുവത്തിലാക്കുന്നതും സൗന്ദര്യബോധത്തോടെ അലങ്കരിക്കുന്നതും നീലോഫയാണ്. അവൾ സ്വമേധയാ ഏറ്റെടുത്ത ഉത്തരവാദിത്വമാണ്. അവരുടെ റിപ്പൺ സ്ട്രീറ്റിലെ വീട്ടിൽ നിലത്ത് തടിച്ച കാർപെറ്റ് വിരിച്ചിരുന്നു. അതിന്റെ അടിയിൽ ആറുമാസത്തെ പൊടി അടിഞ്ഞുകൂടും. കാരണം കൊല്ലത്തിൽ രണ്ടു തവണയേ ആ കാർപെറ്റു മാറ്റി നിലം വൃത്തിയാക്കാറുണ്ടായിരുന്നുള്ളൂ. പൊടി നിറഞ്ഞ കാർപെറ്റ് അവൾക്കിഷ്ടമല്ല. ഇടയ്ക്കൊക്കെ ഒന്നു വിരിച്ചിടുന്നത് ശരി, വീടിന് ഒരു പ്രത്യേകത തോന്നിക്കും, പൊടിയും അടിഞ്ഞുകൂടില്ല. പക്ഷേ നിത്യോപയോഗത്തിന് പറ്റിയതല്ല. അങ്ങനെയൊക്കെയാണ് ഈ ദുനിയാവിനെ അവൾ നോക്കിക്കാണുന്നത്. അവളുടെ കൊച്ചു ദുനിയാവിൽ സൂപ്പർ മാർക്കറ്റ്, ബി.ടി. റോഡും, പി.ഡബ്ല്യൂ.ഡി. റോഡും കൂട്ടിമുട്ടുന്ന കവലയിലെ പെട്രോൾ പമ്പ്, അവൾ പൈസ എടുക്കാനും ഇടാനും പോകാറുള്ള പായലു പിടിച്ച ബാങ്കു കെട്ടിടം ഇത്രയൊക്കെയേയുള്ളൂ. ഈ ചുറ്റുവട്ടവും ഈ ഫ്ളാറ്റും അവളുടെ നിത്യജീവിതത്തിന്റെ ഭാഗമാണ്. എന്നാലോ അവയ്ക്കൊക്കെ നിത്യനൂതന സൗന്ദര്യവുമുണ്ട്. പകലന്തിയായി മാറുന്നതോടൊപ്പം, ഋതുക്കൾ മാറുന്നതോടൊപ്പം ഇവയ്ക്കൊക്കെ നിത്യേന പുതിയ ഭാവഹാവങ്ങൾ കൈവരും. തണുപ്പുകാലത്ത് മധ്യാഹ്നവേളയിൽ ഇളംവെയിലു വീഴുന്ന ഇടങ്ങൾക്ക് ഗ്രീഷ്മകാലത്ത് മറ്റൊരു രൂപമായിരിക്കും. ശരത്കാലത്ത് വീഴുന്ന വെയിൽ നാളങ്ങൾ തികച്ചും വിഭിന്നമായ പ്രകാശ

ചിത്രങ്ങൾ തീർക്കും. വീടിനു പിറകുവശത്ത് തല വിടർത്തിനില്ക്കുന്ന മാവ്. ബാൽക്കണിയിലെ തൊട്ടികളിൽ അവൾ നട്ടുപിടിപ്പിച്ചിരിക്കുന്ന ചെടികൾ. അവയൊക്കെ എത്ര ആഹ്ലാദത്തോടെയാണ് ഈ വിവിധ തരത്തിലുള്ള വെയിലും നിഴലും ഏറ്റുവാങ്ങാറ്. ഇതൊക്കെ ആസ്വദിച്ചനുഭവിക്കുക അവൾക്കും ഏറെ ഇഷ്ടമുള്ള പ്രവൃത്തിയാണ്.

റിപ്പൺ സ്ട്രീറ്റിലെ വീടു വിട്ട് ഇവിടെയെത്തിയ നീലോഫ മറ്റൊരു നീലോഫയാണ്. അവിടെ ചെടികളില്ല, വെയിലടിക്കാറില്ല, പുസ്തകങ്ങളില്ല, സംഗീതമില്ല. ഇച്ഛാനുസാരം മാർക്കറ്റിൽ പോകാനാവില്ല. ആ വീട്ടിൽ പെണ്ണുങ്ങൾക്കു നിയമങ്ങൾ മാത്രം, നിരോധനാജ്ഞകൾ മാത്രം, കുട്ടികളെ പെറ്റു വളർത്തുക മാത്രം. പാപവും പുണ്യവും മാത്രം. അനിസുജ്ജമാനോടൊപ്പം ഈ ഫ്ളാറ്റിൽ താമസിക്കാൻ തുടങ്ങിയതിൽപിന്നെ നീലോഫയുടെ മതാനുഷ്ഠാനങ്ങളിലും അയവു വന്നിരിക്കുന്നു. ദിവസവും അള്ളാഹുവിനോട് പ്രാർഥിക്കാറുണ്ട്. പക്ഷേ അതും സ്വന്തം ഇഷ്ടപ്രകാരം, സ്വന്തം രീതിയിൽ. ഈ രീതിയുമായി ചെറുപ്പം മുതൽ പഠിച്ചു ശീലിച്ചു പോന്ന സമ്പ്രദായങ്ങൾക്ക് യാതൊരു സാമ്യവുമില്ല. നീലോഫ കത്തിക്കരിഞ്ഞ കരിക്കട്ടയല്ലായിരുന്നെങ്കിൽ, വികൃതരൂപിണി അല്ലായിരുന്നെങ്കിൽ, അവൾക്ക് സ്ഥായിയായ ഒരു ദുഃഖവും ഇല്ലായിരുന്നെങ്കിൽ, അവളും പരിചയിച്ചും ശീലിച്ചും പോന്ന സമ്പ്രദായങ്ങളെയൊക്കെ മുറുകെ പിടിച്ചുകൊണ്ട് ജീവിച്ചുപോന്നിരുന്നേനെ. പക്ഷേ ദുഃഖം അവളെ നിർഭയയാക്കിയിരിക്കുന്നു. അവൾക്ക് ഇപ്പോൾ അശേഷം പാപഭയമില്ല.

ഇവിടെ വന്നശേഷം ആദ്യമൊക്കെ ആമിനാച്ചാച്ചി മുറതെറ്റാതെ കാറയയ്ക്കുമായിരുന്നു. വിശേഷദിവസങ്ങളിൽ അവൾ റിപ്പൺ സ്ട്രീറ്റിലെ വീട്ടിലേക്കു പോകും. അപ്പോഴും അവൾക്ക് അതൊക്കെ പഴയപോലായിരുന്നു. പക്ഷേ മനിറൂളിന്റെ മൂന്നാം വിവാഹവും ആമിനാച്ചാച്ചിയുടെ മരണവും റിപ്പൺ സ്ട്രീറ്റിലെ വീടിനെ ആകെ മാറ്റിമറിച്ചു. ഇപ്പോഴത് ആ പഴയ വീടല്ല. ആ വീട്ടിലുള്ളവരൊക്കെ വ്യത്യസ്തരാണെന്ന തോന്നൽ. മാഥുരേർഗഢിലെ ഈ ഫ്ളാറ്റിലെ ചുമരുകൾ ആദ്യദിവസം മുതൽ തന്നെ നീലോഫയ്ക്ക് ഇഷ്ടപ്പെട്ടുപോയിരുന്നു. ക്രമേണ കൂടുതൽ കൂടുതലിഷ്ടപ്പെട്ടു. ആ ചുമരിലാണ് കൗശിക് പോസ്റ്ററുകൾ ഒട്ടിച്ചു വൃത്തികേടാക്കുന്നത്. നീലോഫയ്ക്ക് വല്ലാത്ത ദേഷ്യം വന്നു. അനിസുജ്ജമാൻ പറഞ്ഞു സമാധാനിപ്പിച്ചു. പോട്ടെ. അവനെന്തോ ചെയ്യട്ടെ. നിന്റെ ചുമരുകളിൽ പിന്നീട് പുതുതായി പെയിന്റടിക്കാം. എന്താ പോരേ?

നീലോഫ കൗശികിനോടു ചോദിച്ചു. എന്താ പോസ്റ്ററുകളിൽ എഴുതിയിരിക്കുന്നത്?

കൗശിക് പറഞ്ഞു മാവോസെതുംഗ് പറഞ്ഞത്.

എന്തു പറഞ്ഞെന്നാ?

-If wet tried to go on the offensive when the masses are not yet awakened, that would be adventurism... If we did not advance when the masses demand advance, that would be Right opportunism.

-എന്താ പറഞ്ഞത്, ഒരക്ഷരം മനസ്സിലായെങ്കിലല്ലേ.

-മാവോസേതുംഗിന്റെ പേരു കേട്ടിട്ടുണ്ടോ?

-ഉവ്വ്.

-എന്തറിയാം?

-അതുതന്നെ ചൈനയുടെ ചെയർമാൻ നമ്മുടേയും ചെയർമാൻ. നിങ്ങളൊക്കെക്കൂടി എല്ലാ മതിലുകളിലും എഴുതിവെക്കാറില്ലായിരുന്നോ? ആൾക്കാര് അതേപറ്റി ചർച്ച ചെയ്യുമായിരുന്നു.

-എന്നുവെച്ചാൽ?

-എന്നുവെച്ചാൽ മാവോസേതുംഗ് ഒരു ചൈനക്കാരൻ, നിങ്ങളൊക്കെ അയാളെ പൂജിക്കുമായിരുന്നു.

കൗശിക് ചാടിയെഴുന്നേറ്റ് നീലോഫയുടെ ചുമലുകളിൽ മുറുകെ പിടിച്ചു. അയാളുടെ കണ്ണുകളിൽനിന്ന് അഗ്നിസ്ഫുലിംഗങ്ങൾ. നീലോഫയെ പിടിച്ചു ശക്തിയായി കുലുക്കിക്കൊണ്ട് ഗർജിച്ചു.

-ഇനിയൊരിക്കൽ കൂടി ആ ബൂർഷ്വാ പദമുപയോഗിച്ചാൽ നിന്റെ നാവു ഞാൻ പിഴുതെടുക്കും.

നീലോഫ ആകെ വിരണ്ടുപോയി. പിടുത്തം കാരണം ചുമലുകൾ നന്നേ വേദനിക്കുന്നുമുണ്ട്. കൗശികിന്റെ തീ പാറുന്ന കണ്ണുകളിലേക്കു നോക്കി അവൾ സ്തംഭിച്ചുപോയി. അയാളുടെ പിടിയിൽനിന്ന് തോളുകൾ വിടുവിക്കാൻ ശ്രമം നടത്തി. പക്ഷേ കൗശികിന് ഉന്മാദം പിടിപെട്ട പോലെ, ആകപ്പാടെ വല്ലാത്ത വെറിയിളകിയിരിക്കുന്നു.

-പൂജിച്ചുപോലും! പൂജാ!, പൂജാ! പ്രാർത്ഥന!, ആരാധന! പൂജയും പ്രാർത്ഥനയും കൊണ്ട് ഈ നാടിന്റെ ദേഹം മുഴുവനും പഴുത്തളിഞ്ഞു പോയിരിക്കുന്നു. മതം മതം മതം, പൂജാ പൂജാ ഗുരുവിധിമന്ത്രങ്ങൾ ഫക്കീർ സന്ന്യാസിമാർ എല്ലാംകൂടി ഈ നാടിനെയാകമാനം ഒന്നിനും കൊള്ളാത്തതാക്കി തീർത്തു. മനസ്സിലായോ? ഒന്നിനും കൊള്ളാത്തതാക്കി. പറ! നീയൊരിക്കൽ കൂടി ആ വാക്കു ഉച്ചരിക്കുമോ? പറ, പറ.

-വിടാൻ അയ്യോ! വിടാൻ എനിക്കു വേദനിക്കുന്നുണ്ട്.

നീലോഫ സർവ്വശക്തിയുമെടുത്തു അയാളുടെ കൈകളെ കുതറി വിടുവിക്കാൻ ശ്രമിക്കയാണ്. ആ പിടിയും വലിയും നടക്കുന്നതിനിടയിൽ അവളുടെ മുഖത്തു നിന്ന് ബുർഖ തെന്നിപ്പോയി, നിമിഷനേരത്തേക്കു മാത്രം. ഞൊടിയിടയിൽ നീലോഫ വീണ്ടും മുഖം മറച്ചിട്ടു. പക്ഷേ ആ ക്ഷണത്തിൽ, ആ ആഘാതത്തിൽ അവൾക്കു ചുറ്റും സമസ്തലോകവും സ്തംഭിച്ചുപോയി. കൗശിക് പോലും ചേതനയറ്റ പോലെ നീലോഫയെ

ത്തന്നെ ഇമകൾ പൂട്ടാതെ ഉറ്റുനോക്കുകയാണ്. നീലോഫയുടെ ചുമലുകളിൽ നിന്ന് അയാളുടെ ഇരുകൈകളും വഴുതിവീണു. നീലോഫ അസ്തപ്രജ്ഞയാണ്, എന്തു ചെയ്യണമെന്നറിയാതെ എന്താണ് ഉചിതമെന്നറിയാതെ എഴുന്നേൽക്കാനുള്ള ശ്രമം നടത്തുകയാണ്.

അനങ്ങരുത്.

കഴിഞ്ഞ ഏതാനും ദിവസങ്ങളായി കേട്ട സ്വരമല്ല ഇപ്പോൾ കൗശികിൽ നിന്നു പുറപ്പെടുന്നത്. അതിവിഭിന്നമായ സ്വരം, അതീവ ഗാംഭീര്യം നിറഞ്ഞ സ്വരം.

അനങ്ങരുത്.

തട്ടിമാറ്റാനാവാത്ത ഉത്തരവ്. പാലിച്ചേ പറ്റൂ. നീലോഫ തത്ക്ഷണം നിശ്ചലയായി. കൗശികിന്റെ തീവ്രനയനങ്ങൾ നീലോഫയെത്തന്നെ നോക്കുകയാണ്.

-ആഹാ! അപ്പോ അതാണു കാര്യം. ഇതുകൊണ്ടാണോ, ഇതുകൊണ്ടാണോ നീ ബുർഖയണിഞ്ഞു നടക്കുന്നത്? പറയൂ എന്താ മറുപടി പറയാത്തത്?

നീലോഫ തലയാട്ടി. അവളുടെ തൊണ്ട വരണ്ടിരിക്കുന്നു. കൗശിക് തീരെ അപരിചിതനാണെന്ന തോന്നൽ. മറ്റൊരു വിധത്തിൽ അപ്രതിരോധ്യമായ വിധത്തിൽ അല്പമൊരു സന്തോഷവും തോന്നുന്നുണ്ട്.

-എന്തിനാണ് മറച്ചുപിടിക്കുന്നത്? പറയൂ. ഞാനും എത്രയോ തവണ വിചാരിച്ചതാണ് അനിസുജ്ജമാൻ സാറിനെപ്പോലുള്ള ഒരു വ്യക്തിയുടെ വീട്ടിൽ ഈ പഴഞ്ചൻ ദുരാചാര സമ്പ്രദായം എന്തിനെന്ന്. ഇപ്പോൾ മനസ്സിലായി. നീയെന്തിനാണ് മുഖം മറയ്ക്കുന്നത്, പറയൂ?

നീലോഫയ്ക്ക് ഉത്തരം പറയാനാവുന്നില്ല. കൗശിക് തുടർന്നു നീയെന്താണോ, അതാണ് നീ. ഈ കാര്യം മനസ്സിലുറപ്പിക്കാൻ വയ്യെന്നുണ്ടോ?

നീലോഫ കരുണരസം തുളുമ്പുന്ന ശാന്തമായ സ്വരത്തിൽ പറഞ്ഞു. മറയ്ക്കാതെ പറ്റില്ല. ആർക്കും ഇത് കണ്ടുനിൽക്കാനാവില്ല, സഹിക്കാനാവില്ല.

കൗശിക് അവളുടെ മുന്നിൽ മുട്ടുകുത്തിയിരുന്നു. കൈക്കുമ്പിൾ അവളുടെ മുന്നിലേക്കു നീട്ടി അഞ്ജലിയർപ്പിക്കുമ്പോലെ, അയാളുടെ കണ്ണുകളിൽ ഇപ്പോൾ തീക്ഷ്ണതയില്ല. അയാളുടെ അസ്തിത്വത്തിൽ ആകമാനം മസൃണത നിറഞ്ഞു തുളുമ്പുന്നു.

-മാറ്റൂ, ബുർഖ മാറ്റൂ.

-ഇല്ല, എന്തു വന്നാലും ശരി, മാറ്റില്ല.

-എനിക്കിതു കണ്ടുനിൽക്കാനാകും, നീലോഫർ. എനിക്കു സഹിക്കാനാകും.

-എന്നാലും മാറ്റില്ല.

-എന്തിനാണ് സ്വയം ഒളിപ്പിച്ചുവെക്കുന്നത്? അരുത് നീലോഫർ. നീ കത്തിക്കരിഞ്ഞു പോയവളാണ്. ഇതിൽ നിനക്കെന്തിന് ലജ്ജ? നിന്റെ യാതന കണ്ട്, നിന്റെ ദുഃഖം കണ്ട് മുഖം തിരിക്കുന്നവരാണ് ലജ്ജി ക്കേണ്ടത്.

-ഇല്ല. എനിക്ക് മറ്റുള്ളവരുടെ അവജ്ഞയും അറപ്പും സഹിക്കാനാ വില്ല. നിങ്ങൾക്കറിയില്ല, കൗശിക് എനിക്ക് എന്തുമാത്രം അറപ്പും വെറുപ്പും സഹിക്കേണ്ടി വന്നിട്ടുണ്ടെന്ന്.

-എനിക്ക് വെറുപ്പില്ല, അറപ്പുമില്ല. സ്നേഹം മാത്രമേയുള്ളൂ. മാറ്റൂ, നീലോഫർ ബുർഖ മാറ്റൂ. സ്വയം ഇങ്ങനെ ഒളിപ്പിച്ചുവെക്കരുത്.

നീലോഫയ്ക്ക് അവിടന്നെഴുന്നേറ്റ് എങ്ങോട്ടെങ്കിലും ഓടിപ്പോയാൽ കൊള്ളാമെന്നുണ്ട്. കൗശിക് പറഞ്ഞു നോക്കൂ, നീലോഫർ, നിന്നെ എനിക്ക് ബലമായി ഇവിടെ പിടിച്ചുനിറുത്താം, ബലം പ്രയോഗിച്ച് നിന്റെ ബുർഖ മാറ്റാനും എനിക്കു കഴിയും. നിനക്ക് എന്നെ തടുക്കാനാവില്ല. പക്ഷേ ഞാനതു ചെയ്യില്ല. നീ പെൺകുട്ടിയാണ്. എന്നെ തെറ്റിദ്ധരിച്ചെന്നു വരും. നീ സ്വയം അതെടുത്തു മാറ്റൂ. ഞാനൊന്നു കാണട്ടെ.

നീലോഫ സ്വപ്നാടകയായി, അവളുടെ തൊണ്ടയിലെന്തോ ഉരുണ്ടു കൂടുന്നു. കൗശികിന്റെ വാക്കുകളിലെന്താണ്? ആദേശം?, യാചന? അഥവാ പ്രാർഥന? അവൾക്ക് വിശ്വസിക്കാനാവുന്നില്ല. ഈ തര ത്തിൽ ആരും ഇന്നേവരെ അവളോടു സംസാരിച്ചിട്ടില്ല. ആരും ചോദി ച്ചിട്ടില്ല എന്തിനാണ് മുഖം മറയ്ക്കുന്നതെന്ന്, ആവരണം മാറ്റൂ എന്ന്. എനിക്കു കാണണം, എനിക്കു നിന്നെ കാണണമെന്ന് ആരും പറഞ്ഞി ട്ടില്ല.

കൗശിക് ആവർത്തിക്കുകയാണ് മാറ്റൂ നീലോഫർ, നിന്റെ മുഖം എനിക്കു കാണണം. ഞാൻ നിന്നെ കാണട്ടെ.

നീലോഫയുടെ ആർത്തനാദം. അരുത്, വേണ്ട. വേണ്ട, നിങ്ങളതു കാണരുത്.

-എന്തേ കണ്ടാൽ?

നീലോഫ രണ്ടു കൈകളുംകൊണ്ട് മുഖം പൊത്തി. അവളുടെ ശരീരം ചുരുണ്ടുകൂടുകയാണ്. സ്വന്തം ഗർഭാശയത്തിലേക്ക് ഭ്രൂണാവസ്ഥ യിലേക്കു ചുരുങ്ങാനാഗ്രഹിക്കുകയാണ്. കൗശിക് വീണ്ടും പറഞ്ഞു, 'പറയൂ നീലോഫർ എന്തുകൊണ്ട് എനിക്കു നോക്കിക്കൂടാ?

-നിങ്ങൾക്കതു സഹിക്കാനാവില്ല.

-എന്തുകൊണ്ട്?

-അറപ്പു കാരണം നിങ്ങളുടെ ശരീരം തരിച്ചുപോകും, നിങ്ങൾക്ക് ഓക്കാനം വരും. നിങ്ങൾ ഓടിയകലും.

നീലോഫ കരയുകയാണ്. കരച്ചിൽ നില്ക്കുന്നില്ല. അസ്ഥിപഞ്ജരത്തെ തകർത്തെറിഞ്ഞ് പുറത്തേക്കു വരുന്ന കരച്ചിലിനെ അടക്കാൻ ശ്രമിക്കവേ അവളുടെ തൊണ്ടയിൽനിന്ന് മൃഗസദൃശമായ ശബ്ദങ്ങൾ ചിതറിത്തെറിച്ചു.

കൗശിക് ചഞ്ചലചിത്തനായി, വിചലിതനായി. ആവേശത്തോടെ പറഞ്ഞു, 'ദേ നോക്കൂ. ഇങ്ങോട്ടു നോക്കൂ. നിന്റെ മുഖം ക്ഷണനേരത്തേക്ക് ഞാൻ കണ്ടതാണല്ലോ. എന്നിട്ട് ഞാനോടിപ്പോയോ?

കരച്ചിലിന്റെ തള്ളിച്ചയിൽ നീലോഫയുടെ ശരീരമാസകലം വിറയ്ക്കുന്നു. ആഹാ! എന്തൊരു മാധുര്യമാണ് കൗശികിന്റെ സ്വരത്തിന്. എന്തൊരീണം. അവൾക്കിനി ഒന്നും പറയാനില്ല. എതിർവാദങ്ങളില്ല. ഓടേണ്ടതില്ല. അവളുടെ മിഴികൾ അടഞ്ഞിരിക്കയാണ്. കൗശികിന്റെ കൈകൾ തന്റെ ചുമലുകളെ സ്പർശിക്കുന്നത് അവളറിയുന്നുണ്ട്. അയാൾ ചോദിച്ചു. എന്നെ മുഖം കാണിക്കുന്നതിൽ നിനക്ക് മതപരമായ തടസ്സങ്ങളൊന്നും ഇല്ലല്ലോ? നിനക്ക് പാപബോധമില്ലല്ലോ? നോക്കൂ. എനിക്ക് ജാതിയും മതവുമൊന്നുമില്ല. ഞാനതിനെയൊന്നും മാനിക്കുന്നില്ല. ഞാൻ ഈ ജമാൽ കൗശിക്, വെറും ഒരു മനുഷ്യൻ എന്നതിൽ കവിഞ്ഞ് ഒന്നുമല്ല, നീലോഫർ.

നീലോഫാ തലയാട്ടി. കൗശിക് പറഞ്ഞു എങ്കിൽ ഞാനിതു മാറ്റട്ടെ? മാറ്റിത്തരട്ടെ? നിനക്കറിഞ്ഞുകൂടേ നീ നീലോഫറാണെന്ന്, സുന്ദരസുവർണ സുഗന്ധ പുഷ്പം! എന്തുകൊണ്ട് നിനക്കതു വിശ്വസിച്ചുകൂടാ? നീലൂ, നീലുഫർ, നീലോഫർ.

നീലോഫർ തകർന്നുപോവുകയാണ്. തകർന്നു തരിപ്പണമാവുകയാണ്. അവൾ പറഞ്ഞു. എനിക്കറിയില്ല, എനിക്കറിയില്ല.

കൗശിക് നീലോഫയുടെ മുഖത്തുനിന്ന് ബുർഖ മാറ്റി. ഒന്നൊന്നായി ബുർഖയുടെ കുടുക്കുകളഴിച്ചു. നീലോഫ ഇമകൾ മുറുകെ പൂട്ടിയിരിക്കയാണ്. വെന്തു വികൃതമായി പരുപരുത്ത് കുന്നും കുഴിയുമായിക്കിടക്കുന്ന നിരപ്പല്ലാത്ത സമതലം. വെളുപ്പും കറുപ്പും പാടുകൾ. ഗ്രീഷ്മകാലത്തെ വരണ്ടു കീറിയ ധരാതലംപോലുള്ള മുഖം ഇരുകൈകളിലുമേന്തി നിർന്നിമേഷം നോക്കിക്കാണുകയാണ് കൗശിക്.

ആദിമവനാന്തരങ്ങളിലെ ജന്തുവിനെപ്പോലെ തൊണ്ടക്കുഴിയിൽനിന്ന് താടിവരെ ചുളിഞ്ഞു പിരിഞ്ഞ തൊലി. രണ്ടു തോളുകളിൽ ചുരുണ്ടു കട്ടപിടിച്ച ചർമം. മിനുസമുള്ള നെറ്റിക്കും അതിനുമേലെ തലമുടിക്കും കേടൊന്നും സംഭവിച്ചിട്ടില്ല. കർണപുടങ്ങൾ വെന്തുരുകി ഉറച്ചു കട്ടിയായിരിക്കുന്നു. വെന്തു കരിഞ്ഞ തൊലി വലിഞ്ഞുമുറുകിയതു കാരണം നീണ്ടുപോയ കണ്ണുകളിൽനിന്ന് അശ്രുജലം നിരപ്പല്ലാത്ത കവിളിലൂടെ വളഞ്ഞും പിരിഞ്ഞും ഒഴുകിയിറങ്ങുന്നു. നീലോഫാ ആലിലപോലെ വിറയ്ക്കുകയാണ്. കൗശിക് അവളുടെ മുതുകിൽ കൈവെച്ച് അവളെ

തന്നോടടുപ്പിച്ചു. അവൾക്ക് അടക്കാനാവുന്നില്ല. നിയന്ത്രണം കൈവിട്ടിരിക്കുന്നു, പൊട്ടിക്കരഞ്ഞുകൊണ്ട് കൗശികിന്റെ മാറിലേക്ക് അവൾ വീണു. എത്രയോ വർഷങ്ങളായി അടിച്ചമർത്തിവെച്ചിരുന്ന ദുഃഖം, കുറ്റബോധം, അഭിമാനബോധം, സങ്കടം എല്ലാം അണപൊട്ടിയൊഴുകി. ഭ്രാന്തൻ കൗശികിന്റെ വസ്ത്രങ്ങൾ നനഞ്ഞു കുതിർന്നു. കൗശിക് അവളെ മുറുകെ അണച്ചുപിടിച്ചിരിക്കയാണ്. അവളുടെ മുതുകിൽ, ശിരസ്സിൽ കവിളിൽ തലോടി ആശ്വസിപ്പിക്കയാണ്. സമാധാനിപ്പിക്കയാണ് ഹോ! കഷ്ടം. വല്ലാത്ത ദുഃഖമുണ്ട്. അല്ലേ. വേണ്ട, ഇനി ദുഃഖിക്കണ്ട, ഇനിയൊരിക്കലും ദുഃഖിക്കരുത്.

കൗശിക് ചുണ്ടുകൾകൊണ്ട് നീലോഫയുടെ കണ്ണുകൾ ഒപ്പിയെടുത്തു. അശ്രു നനഞ്ഞ ചുണ്ടുകൾ അവളുടെ നെറ്റിയിലും കവിളുകളിലും ചെവികളിലും കഴുത്തിലും ചുംബിച്ചു. കൊടുംവേനലിനു ശേഷം ശാന്തിസന്ദേശവുമായെത്തുന്ന പുതുമഴയെന്നപോലെ അതൊക്കെ നുകരുകയാണ് നീലോഫാ. വടിവില്ലാത്ത, ലാവണ്യമില്ലാത്ത വികൃതമായ മാംസപിണ്ഡത്തെ ഉമ്മവെക്കുകയാണ് കൗശിക്. സാരിത്തലപ്പു മാറ്റി ബ്ലൗസിന്റെ ഹുക്കുകളഴിച്ചു. അഗ്നിക്കിരയായ മാറിടം. ശരിയായ ഘടനയോ വടിവോ ഇല്ലാത്തതുകാരണം നീലോഫയ്ക്ക് അടിവസ്ത്രങ്ങൾ ധരിക്കാനാവില്ലായിരുന്നു. വെന്തു വലിഞ്ഞുപോയ മാറിടം. ഡോക്ടറുടെ ഉപകരണങ്ങൾ എന്തൊക്കെയോ ചെയ്യാൻ ശ്രമിച്ചിട്ടുണ്ട്. മാംസളമായ ഒരിഞ്ചു സ്ഥലംപോലും ഇല്ല. അഗ്നിപർവ്വതത്തിൽനിന്ന് ഒഴുകിയിറങ്ങിയ ലാവ പരന്ന ഭൂതലം. ഇവിടെ വെച്ച് അത് കട്ടിയായി ഉറച്ചുപോയി. കൗശിക് ആ പരുപരുത്ത താഴ്വരയിൽ, വികൃതമായ സ്തനത്തിൽ മുഖമമർത്തി. വെന്തു കരിഞ്ഞ ചർമത്തിനു കീഴെ നീലോഫായിലെ സ്ത്രീ അനങ്ങി, അടഞ്ഞുകിടന്ന സകലമാന അനുഭൂതികളും ഉണരുകയായി, ഒരു പുഷ്പം അതിമൃദുവായി ഇതളുകൾ വിടർത്തുമ്പോലെ. പുഷ്പസദൃശമായ, വർണശബളമായ സ്വർഗീയാനുഭൂതി, അവളുടെ ചർമത്തിന് ഇതൊന്നും അനുഭവിക്കാനാകുന്നില്ലെങ്കിലും അനുഭൂതികളെ മസ്തിഷ്കത്തിലേക്കെത്തിക്കാൻ എങ്ങനെ കഴിയുന്നു എന്നവൾക്കറിയില്ല. എന്നാലും അവൾ ഉണരുകയാണ്. ഉണർന്നെണീക്കുകയാണ്. അവളുടെ മനസ്സിനകത്തെ സ്ത്രീ, കൗശിക് സ്വന്തം പുരുഷത്വം കൊണ്ട് ചൈതന്യവതിയാക്കിയ സ്ത്രീ. താനെഴുതിയൊട്ടിച്ച ലഘുലേഖകൾക്കു സമക്ഷം അയാൾ ഒരു സ്ത്രീയെ സ്വീകരിച്ചിരിക്കുന്നു. ലോകത്തിന് മുഖം കാണിക്കാൻ ഗതിയില്ലാതെ നിന്ന ഒരു സ്ത്രീയെ, കരിഞ്ഞുപോയ ശരീരം അവൾക്കു പാപമായി, ദുഃഖമായി ഭവിച്ചിരുന്നു. പക്ഷേ അവളുടെ പ്രാണൻ വെന്തുപോയിട്ടില്ലായിരുന്നു. അനുഭൂതികൾ വെന്തുപോയിട്ടില്ലായിരുന്നു.

കൗശിക് അവളുടെ ദഗ്ദ്ധശരീരത്തെ ഇരുകൈകളും കൊണ്ട് പുണരുകയാണ്. അവൾക്കു നോവുന്നുണ്ട്, പക്ഷേ അതൊരു മധുരനൊമ്പരമായിട്ടാണ് അവൾക്കനുഭവപ്പെടുന്നത്. അവൾ കണ്ണുകൾ തുറന്നു

ഒരുപാടു നേരത്തിനുശേഷം കണ്ണുകൾ തുറന്നു. വീട്ടിനകത്ത് വേനൽക്കാലത്തെ കണ്ണഞ്ചിക്കുന്ന ഉച്ചവെയിൽ നൃത്തം ചെയ്യുന്നു. നീലോഫ അനാവൃതയാണ്. ഇതാദ്യമായി സൂര്യകിരണങ്ങൾക്ക് അവളുടെ ശരീരം കാണാനുള്ള അനുവാദം ലഭിച്ചിരിക്കുന്നു. ഇതാദ്യമായി ഇളംകാറ്റ് അവളുടെ ശരീരത്തെ സ്പർശിക്കുന്നു. അവൾ നോക്കിക്കാണുകയാണ് ശരീരത്തിനുമേൽ മറ്റൊരു ശരീരം. സംതൃപ്തനായ പൗർണമിച്ചന്ദ്രൻ നിലാവിന് നേരിയ ഹരിതാഭ. ഒരു ദിവസത്തെ വളർച്ചയുള്ള കുരുന്നു താടിരോമങ്ങൾ. നെറ്റിയിൽ, നാസികാഗ്രത്തിൽ, നക്ഷത്രബിന്ദുക്കൾ പോലെ സ്വേദകണങ്ങൾ ആദിമ പുരുഷൻ നാരിയെ പുണർന്ന് ധ്യാനനിരതനായിരിക്കയാണ്. അയാൾ പറഞ്ഞു ഞാൻ നിന്നെ കണ്ടറിഞ്ഞു. ഇതാണ് എന്റെ ഭാരതം. എന്റെ ദേശം വെന്തു കരിഞ്ഞ, തരിശുഭൂമി. ഞാൻ നിന്നെ സ്വീകരിക്കുന്നു. ഇതാണെന്റെ ദേശം. നിന്റെ ഈ കരിഞ്ഞ പുറന്തൊലിക്കടിയിൽ എല്ലാമുണ്ട് പ്രാണൻ, പ്രേമം, അനുഭൂതികൾ, സർവസ്വവും. നിന്റെ വികൃതമായ ഓരോ മാംസപിണ്ഡവും ഞാൻ കണ്ടു, അഗ്നിയിലും പ്രളയത്തിലും അന്ധകാരത്തിലും തപിച്ച്, കഷ്ടമനുഭവിച്ച അസ്തിത്വം. പീഡിതവും ചൂഷിതവുമായ അസ്തിത്വം. വരൂ, നിന്നെ ഞാൻ സുഖപ്പെടുത്തട്ടെ. നീയെന്റെ ജന്മദേശമാണ്. എന്റെ മാതൃഭൂമി. ഞാൻ നിന്റേതാണ്. ഞാൻ വന്നിരിക്കുന്നു. ഞാനിതാ വരുന്നു.

നിറഞ്ഞ മനസ്സോടെ നീലോഫാ പീർബാബയ്ക്ക് കൃതജ്ഞതകളർപ്പിച്ചു. താനാഗ്രഹിച്ച വിധത്തിലുള്ള ഒരു വ്യക്തി തന്നിൽനിന്ന് മുഖം തിരിക്കാത്ത പുരുഷൻ അതായിരുന്നു വേണ്ടിയിരുന്നത്. പ്രാർഥന സഫലമായിരിക്കുന്നു.

ഇരുപത്

അയാളെ എങ്ങും കണ്ടെത്താനായില്ല. മാഥുരേർഗഢിൽ മാത്രമല്ല, ഈ ഭാഗത്ത് ദക്ഷിണേശ്വർ, കമർഹാട്ടി, സോദപൂർ, ബേൽഘരിയാ, മറ്റേത്തലയ്ക്കൽ ടൊബിൻ റോഡ്, സിന്ധികവല, ചിഡിയാ കവല, ശ്യാംബസാർ ഒരിടവും ബാക്കിവെച്ചില്ല, പ്രണവേശും അനിസുജ്ജമാനും എല്ലായിടത്തും അരിച്ചു പെറുക്കി. കൗശികിനെ ഏതാണ്ടൊക്കെ ഓർമയുണ്ടായിരുന്ന സത്യനും സ്വന്തം നിലയ്ക്ക് ബാരാനഗറിൽ പലയിടങ്ങൾ, കാശീപൂർ ദക്ഷിണ സിന്ധിയിലെ തെരുവുകൾ എന്നിവിടങ്ങളിലേക്കെല്ലാം ചിന്താധീനനായ അനിസുജ്ജമാനെ കൂട്ടിക്കൊണ്ടുപോയി. പക്ഷേ കണ്ടെത്താനായില്ല. തപൻ എങ്ങോട്ടെല്ലാമോ പോകാമെന്നു പറഞ്ഞതായിരുന്നു. അവർ കോളേജിൽ പഠിച്ചിരുന്ന സമയത്ത് ഒളിവു സങ്കേതങ്ങളായി പ്രയോജനപ്പെട്ട സ്ഥലങ്ങൾ, അവിടേയും കണ്ടെത്താനായില്ല.

പൊലീസിന്റെ സഹായം തേടുന്ന കാര്യം വീണ്ടും മനസ്സിലുദിച്ചതാണ്. പക്ഷേ വേണ്ടെന്നു വെച്ചു. കൗശിക് ഇത്രയുംകാലം എവിടെയായിരുന്നുവെന്ന് വ്യക്തമായി ധാരണ ഇല്ലാത്തതിനാൽ പൊലീസിന്റെ ഇടപെടൽ കൂടുതൽ കുഴപ്പങ്ങൾ ഉണ്ടാക്കിയേക്കാമെന്ന ആശങ്കതന്നെ കാരണം. പൊടുന്നനെ ഒരു ദിവസം വാതിലു തുറന്ന് അവനെങ്ങോട്ടെങ്കിലും പൊയ്ക്കളയുമെന്ന ദുശ്ചിന്ത അനിസുജ്ജമാന് സദാ ഉണ്ടായിരുന്നതാണ്. കാരണം കൗശികിന്റെ പെരുമാറ്റത്തിൽ പന്തികേടുണ്ടായിരുന്നു. എല്ലാം വിശദമായി ആലോചിച്ചപ്പോൾ തോന്നിയത് സ്ഥിതിഗതികളെ അവയുടെ വഴിക്കു വിടുന്നതാണ് നല്ലതെന്നാണ്. അതീവ ദുഃഖത്തോടെയാണെങ്കിലും പ്രണവേശും അനിസുജ്ജമാനും സ്വന്തം ജോലികളിലേക്ക് ശ്രദ്ധ തിരിച്ചു. താൻ മരിച്ചിട്ടില്ലെന്ന് അവരെയൊക്കെ ധരിപ്പിക്കാനാകും കൗശിക് തിരിച്ചുവന്നതെന്ന് അവർ സമാധാനിച്ചു. വന്നു, കണ്ടു, തിരിച്ചുപോകയും ചെയ്തു. മറഞ്ഞു നില്ക്കാൻ ഇഷ്ടപ്പെടുന്നവരെ കണ്ടെത്താൻ ശ്രമിക്കുന്നത് അർഥഹീനമാണ്. രക്ഷപ്പെടണമെന്ന് ആഗ്രഹിക്കുന്നവർ മാത്രമേ സുരക്ഷാ നടപടികൾ അംഗീകരിക്കൂ. അനുസരിക്കാൻ ശീലിക്കാത്തവനെ നിർബന്ധിക്കാനായെന്നു വരും. അനുസരണശീലം പഠിപ്പിക്കാനാവില്ല. വളരെയേറെ മനോവിഷമമുണ്ടായിരുന്നെങ്കിലും അതൊക്കെ ഉള്ളിൽ അടക്കി ഇരുവരും സ്വന്തം ദൈനംദിന ജോലികളിലും ഔദ്യോഗിക ചുമതലകളിലും വ്യാപൃതരായി. അങ്ങനെ ചെയ്യാൻ കഴിഞ്ഞു എന്നു പറയുന്നതാവും കൂടുതൽ ശരി. കാരണം പ്രിയജനവിയോഗം മൂലമുണ്ടാകുന്ന ദുഃഖം ഇരുവർക്കും അപരിചിതമല്ലായിരുന്നു. അത്തരം വിയോഗം മുക്കിത്താഴ്ത്തുന്ന, ശ്വാസം മുട്ടിക്കുന്ന ആഴങ്ങളിൽ നിന്ന് ഒരിത്തിരി പ്രാണവായു ലഭിക്കാനായി മുകൾപരപ്പിലേക്ക് പൊന്തിയെത്തേണ്ട പ്രക്രിയയെക്കുറിച്ചും അവർ ബോധവാന്മാരായിരുന്നു.

പക്ഷേ നീലോഫാ ക്രമേണ മുങ്ങിത്താഴുകയാണ്. മുങ്ങിത്താഴുകയല്ലാതെ വേറെന്തെങ്കിലും ചെയ്യാനാവുമോ എന്നു ചിന്തിക്കാൻപോലും അവൾ പഠിച്ചിട്ടില്ല. പീർബാബയുടെ ദാക്ഷിണ്യം നെഞ്ചോടു ചേർത്തു പിടിച്ച്, അവൾ നിശ്ചയിച്ചുറപ്പിച്ചിരിക്കുന്നു. ജീവൻ പോയാലും അതേപ്പറ്റി ആരോടും പറയില്ലെന്ന്. പരമാനന്ദാനുഭൂതിക്കുശേഷം ഇപ്പോൾ അവളനുഭവിക്കുന്നു പരമസങ്കടം. ബുർഖ മറച്ചുപിടിക്കുന്ന ആ പരമസങ്കടം കാണാൻ ഈ വീട്ടിൽ ആരുമില്ല. ഒന്നും പറയാതെയാണ് പോയത്, ഈശ്വരതുല്യമായ ദൃഷ്ടികളുമായി എങ്ങോട്ടാണാവോ പോയത്? എന്തിനാണാവോ പോയത്? ഇനിയും തിരിച്ചുവരുമോ എന്തോ? ഈ ദുഃഖം, അതിദയനീയമായ ഈ ഏകാന്തത അവളൊറ്റയ്ക്ക് സഹിക്കുകയാണ്. പൊതുവേ മിതഭാഷിണിയായതിനാൽ അവളധികമൊന്നും സംസാരിക്കുന്നില്ലെന്നത് അസ്വാഭാവികമായി ആർക്കും അനുഭവപ്പെടുന്നുമില്ല.

ഗൗതമ ബുദ്ധന്റെ പരിത്യാഗംപോലെ. നിഷ്ഠുരവും അനിവാര്യവും അതേസമയം പ്രശംസനീയവുമായ നിശ്ശബ്ദ പരിത്യാഗം പോലെയാവാം ഇതും. എന്നാലും കൗശികിന്റെ ഈ പ്രവൃത്തി ആദ്യം നീലോഫയ്ക്ക് വിശ്വസിക്കാനേ ആയില്ല. അയാൾ പോയന്നു മുതൽ എട്ടുപത്തു ദിവസങ്ങളോളം അവൾ പ്രതീക്ഷയോടെ കാത്തിരുന്നു. തീവ്രമായ പ്രതീക്ഷയിൽ, സദാസമയവും അവളുടെ ഹൃദയം ദ്രുതഗതിയിൽ മിടിക്കുകയും ചെയ്തു. കോളിംഗ്ബെൽ അടിച്ചാലുടൻ കൗശികാണെങ്കിലോ എന്നോർത്ത് അവളോടിപ്പാഞ്ഞെത്തും, നിരാശപ്പെടും. എന്നിട്ടും അവൾ ആത്മാർത്ഥമായി വിശ്വസിച്ചു. കൗശിക് തിരിച്ചുവരും, എന്തായാലും വരും, വരാതിരിക്കില്ല. കാരണം അയാളൊറ്റയൊരുത്തനു മാത്രമേ നീലോഫയുടെ ദുഃഖം അനുഭവിച്ചറിയാനായിട്ടുള്ളൂ. അയാൾക്കു മാത്രമേ അവളുടെ യാതനകൾക്കും പീഡകൾക്കുമൊപ്പം അവളുടെ കണ്ണീർത്തുള്ളികളും ഒപ്പിയെടുക്കാനായിട്ടുള്ളൂ. അവളുടെ മനസ്സ് സംഭ്രാന്തമാണ്. അന്തരാളത്തിൽ കോളിളക്കങ്ങൾ, വിവരിക്കാനാവാത്ത കരച്ചിൽ പൊങ്ങിപ്പൊങ്ങി വരുന്നു. ഇതാണോ പ്രേമം? ഈ ചിന്തകളുണർത്തുന്ന താപം പ്രേമമല്ല, ആത്മാനുകമ്പയല്ലാതെ മറ്റൊന്നുമല്ല. കാരണം അന്ന് സംയോഗവും വിരഹവും (ഒരു വേള വിച്ഛേദനവും) രചിക്കപ്പെട്ട ആ ദിവസം, അനിസുജ്ജമാനെ കണ്ട മാത്രയിൽ അവളുടെ നാഭിയിൽ നിന്ന് ആത്മനിന്ദ ഒരു തീനാളമുയർന്ന് ഹൃദയത്തെ നീറ്റി. ഹായ് ഖുദാ! ഞാനിതെന്താണ് ചെയ്തത്? ഇതെന്താണ് ചെയ്തുകൂട്ടിയത്?

അവൾ ജമാൽ കൗശികിന്റെ വസ്ത്രങ്ങൾ വീണ്ടും വീണ്ടും നിവർത്തി മടക്കിവെക്കുകയാണ്. ഷേവിംഗ് സെറ്റ്, തൊട്ടു നോക്കുകയാണ്, ടൂത് ബ്രഷിൽ വിരലോടിക്കുന്നു. ഏതെങ്കിലുമൊരു പ്രഭാതത്തിന്റെ മണം പിടിച്ചെടുക്കാനാകുന്നുണ്ടോ? ഇത്തരം ഓരോ പ്രവൃത്തികളും തന്നെ അനിസുജ്ജമാനിൽനിന്ന് അകറ്റുന്നതായി അവൾക്ക് അനുഭവപ്പെടുന്നു, സങ്കടം കുമിഞ്ഞുപൊന്തുന്നു. അതുകൊണ്ടൊക്കെയാവാം, അനേകദിവസങ്ങളായി അവൾ സിതാറിൽ വിരലോടിക്കാറില്ല. അനിസുജ്ജമാൻ അതു ശ്രദ്ധിച്ചിരിക്കുന്നു. ഒരു ദിവസം സന്ധ്യക്ക് അയാൾ വ്യസനത്തോടെ പറഞ്ഞു നീലു, സിതാറു വായിക്ക്. നിന്റെ സംഗീതം കേട്ടാൽ ഉള്ളൊന്നു തണുക്കും.

അവൾ വലിയ സംഗീതജ്ഞയൊന്നുമല്ല. മികച്ച കലാകാരിയുമല്ല, എന്നാലും കലാകാരന്മാർക്ക് എപ്പോഴുമുള്ള പ്രതീക്ഷയാണ് മറ്റൊരു മനസ്സിന് ഉണർവ് പകരാനായെങ്കിൽ, ശാന്തി പകരാനായെങ്കിൽ, പ്രദീപ്തമാക്കാനായെങ്കിലെന്ന്. അവൾ സിതാറെടുത്തുകൊണ്ടുവന്നു. ഒരു വേള സ്വയം തനിക്കു തന്നെ കുളിർമയേകാനായിട്ടാവാം, കമ്പികളിൽ വിരലുകളോടിച്ചു. പക്ഷേ കണ്ണുകൾ നിറയുകയാണ്. ഒരുനാൾ ഇതേ രീതിയിൽ ഒരാൾ തന്റെ ശരീരം തൊട്ടുണർത്തുകയുണ്ടായി. താൻ സ്വയം

ഒരു സംഗീതോപകരണമാണെന്നപോലെ. വാദ്യവും വാദകനും സ്വർഗീയാനന്ദം അഥവാ അതിനേക്കാളേറെ പരമാനന്ദം അനുഭവിച്ചറിഞ്ഞു. ആനന്ദനിർവൃതി സംഗീതതരംഗങ്ങൾ പോലെ ഇടകലർന്ന് ചുരുൾ ചുരുളായി അന്തരീക്ഷത്തിൽ ലയിച്ചു. ആ അനുഭൂതി അതിനി ഒരിക്കലും ഉണ്ടാകാനിടയില്ല.

താൻ ആർക്കുവേണ്ടി, എന്തിനുവേണ്ടി എപ്പോൾ ദുഃഖിതയാകുന്നു, വ്യഥിതഹൃദയയാകുന്നു എന്ന വസ്തുത നീലോഫയ്ക്കുതന്നെ സ്പഷ്ടമായി മനസ്സിലായില്ല. പക്ഷേ പുറമെ നിന്നു നോക്കിയവർക്ക് ബുർഖാധാരിണിയായ നീലിമ അതേപടി തന്നെ തോന്നിച്ചു. എന്നത്തേയും പോലെ. യാതൊരു മാറ്റവുമില്ല. അനിസുജ്ജമാൻ അയാളുടെ അടുത്ത പ്രബന്ധം എഴുതാനുള്ള തയ്യാറെടുപ്പിൽ സെൻട്രൽ ലൈബ്രറിയിൽ പോയിവരാൻ തുടങ്ങി, കോളേജിലെ അവധിയും അവസാനിക്കാറായി.

കോളേജ് തുറന്ന ആദ്യദിവസം പ്രൊഫസർ അജിത് ഭൂഷൺ പറഞ്ഞു, അതേയ് പുസ്തകം വായിച്ചു. കേട്ടോ. ഒരുപാട് പ്രയത്നിച്ചിട്ടുണ്ട്. പക്ഷേ ദുർഗയെപ്പറ്റി ഗാഢമായ അനുഭൂതിയോ ബഹുമാനമോ നിങ്ങളുടെ എഴുത്തിൽ കണ്ടില്ല. അല്ല. അതു സ്വാഭാവികം തന്നെ.

അനിസുജ്ജമാൻ ഒന്നു ഞെട്ടി. അല്പം ലജ്ജയും തോന്നി. ഹിന്ദുക്കൾക്ക് പ്രത്യേകിച്ച് ബംഗാളികൾക്ക് മാദുർഗയുടെ മാഹാത്മ്യം എന്താണ്, എത്രയാണ് എന്ന കാര്യം അയാൾക്ക് ഒട്ടും അജ്ഞാതമല്ല. ഈ പുസ്തകം തയ്യാറാക്കുമ്പോൾ ഗവേഷകന്റെ ദൃഷ്ടിയിലൂടെയാണ് അനിസുജ്ജമാൻ വസ്തുതകൾ നോക്കിക്കണ്ടത്, പക്ഷേ ഒരിടത്തും അശ്രദ്ധ പറ്റാതിരിക്കാൻ പ്രത്യേകം മനസ്സു വെച്ചിരുന്നു. അയാൾ വളരെ വിനീതനായി പറഞ്ഞു - എവിടേയാണ് അശ്രദ്ധ പറ്റിയതെന്ന് ചൂണ്ടിക്കാട്ടിയാൽ നന്നായിരുന്നു, അടുത്ത പതിപ്പിൽ ഞാനത് നിശ്ചയമായും തിരുത്തിയേക്കാം.

അജിത് ഭൂഷൺ കൂടുതലൊന്നും പറഞ്ഞില്ല. പക്ഷേ സുവോളജി പ്രൊഫസർ മൃഗേൻ സെൻ പറഞ്ഞു - നിങ്ങൾ രണ്ടു കൈയുള്ള ദുർഗയുടെ കാര്യവും എഴുതിയിട്ടുണ്ടല്ലോ. അതെവിടന്നു കിട്ടി, ഒന്നു കേക്കട്ടെ? ദുർഗയുടെ പൗരാണിക വർണനകളിലൊക്കെ പത്തു കൈകളുടെ കാര്യമാണല്ലോ പറയുന്നത്. മഹാളയയിൽ പറയുന്നില്ലേ പത്തു കൈകളിലുമേന്തിയ അസ്ത്രങ്ങളുടെ കാര്യം?

പുരാണേതിഹാസങ്ങളിൽ ഗാഢമായ പാണ്ഡിത്യമുള്ള അജിത് ഭൂഷണ് പറയാതിരിക്കാനായില്ല.

അല്ലല്ല, മൃഗേൻ. ദ്വിഭുജാ ദുർഗയുടെ പൂജയും ഒരുകാലത്ത് നടന്നിരുന്നു. ഇപ്പോഴും ചില തറവാട്ടു പൂജകളിൽ ദുർഗ ദ്വിഭുജയാണ്.

ബംഗാളി പ്രൊഫസർ ശക്തി ആചാര്യ ഗൗരവത്തോടെ പറഞ്ഞു ദുർഗയ്ക്ക് രണ്ടോ പത്തോ കൈകളായ്ക്കോട്ടെ. ഹിന്ദു ദേവിയോട് ഒരു

ഹിന്ദുവിന് തോന്നുന്നത്ര ഭക്തി മുസ്ലീമിന് എങ്ങനെയുണ്ടാവും? മുസൽമാന്മാർക്ക് മൂർത്തി പൂജ നിഷിദ്ധമല്ലേ?

കൂട്ടത്തിൽ ചെറുപ്പമാണ് ഫിസിക്സ് പ്രൊഫസർ സഞ്ജയ് ബസു. ഒരു വർഷമായിട്ടേയുള്ളൂ ജോലിയിൽ പ്രവേശിച്ചിട്ട്. അധികദിവസം ഇവിടെ തുടരാനിടയില്ല. അമേരിക്കയ്ക്ക് പോവുകയാണത്രെ. അയാൾ ചോദിച്ചു ശക്തിദാ നിങ്ങളാ പുസ്തകം വായിച്ചോ?

ശക്തി ആചാര്യ തലയാട്ടി ഇല്ല, വായിച്ചിട്ടില്ല. പക്ഷേ അജിത് ബാബു വായിച്ചല്ലോ. അതാ പറഞ്ഞത്.

അയാളെ തുടർന്നു പറയാനനുവദിക്കാതെ സഞ്ജയ് പ്രസ്താവിച്ചു. നിങ്ങൾ വായിച്ചിട്ടില്ല, അല്ലേ? പക്ഷേ ഞാൻ വായിച്ചു. വളരെ നിഷ്പക്ഷവും വിശകലനപരവുമായ അപഗ്രഥനമാണ്. പ്രബന്ധം വായിച്ചാൽ എവിടേയും ശ്രദ്ധക്കുറവോ ഭക്തിക്കുറവോ കാണാനാവില്ലെന്നു മാത്രമല്ല. മുസൽമാൻ എഴുതിയതാണെന്നേ തോന്നുകയില്ല. ഇനി ഇങ്ങേര് ഹിന്ദുവിന്റെ തൂലികാനാമത്തിലാണ് എഴുതിയിരുന്നെങ്കിലോ? സാർ നിങ്ങൾക്കത് കണ്ടുപിടിക്കാനാകുമായിരുന്നോ? അതുമല്ല, എനിക്കറിയാം, അനിസുജ്ജമാൻ സാർ മതങ്ങളെപ്പറ്റി ദുർവ്യാഖ്യാനങ്ങൾ നൽകുന്നവനല്ല.

ശക്തി ആചാര്യയുടെ ശബ്ദമുയർന്നു - ദേ ഇവിടെ. ഇവിടെ നോക്ക്. മതവിശ്വാസം ഉണ്ടെങ്കിലും ഇല്ലെങ്കിലും ഒന്നും വരാൻ പോകുന്നില്ല. മതബോധം ഒരു പ്രത്യേക അനുഭൂതിയാണ്, മരണം വരെ ഒപ്പം കൊണ്ടു നടക്കും. മതത്തിന്റെ പേരിൽ ഇതുവരേക്കും കുറച്ചൊന്നുമല്ലല്ലോ കണ്ടത്. എത്ര തവണ ഹിന്ദു മുസ്ലീം കലാപങ്ങളുണ്ടായി. വെറിപിടിച്ച് ഉന്മത്തരായ എത്രയോ മനുഷ്യർ പരസ്പരം വെട്ടിവീഴ്ത്തി. ദേ ഹിന്ദു, വെട്ട്, അതാ പോണു മുസ്ലീം, വെട്ട്. നിങ്ങൾക്കു പറയാനാവുമോ ഇവരൊക്കെ അത്യന്തം ശ്രദ്ധയോടെ മതം ആചരിക്കുന്നവരായിരുന്നെന്ന്? അല്ലേയല്ല. വെട്ടിവീഴ്ത്തുന്നതിനു മുമ്പ് സ്വയം ഹിന്ദുവാണോ മുസ്ലീമാണോ എന്ന ബോധംപോലും ഉണ്ടായിരുന്നിരിക്കില്ല.

സഞ്ജയ് സ്വാഭാവിക സ്വരത്തിൽ പക്ഷേ ദൃഢസ്വരത്തിൽ പറഞ്ഞു: ദേ കണ്ടോ നിങ്ങളിപ്പോ പറയുന്നത് പരസ്പരവിരോധമാണ്. ലഹളയിലും കലാപത്തിലും പങ്കെടുക്കുന്നവർ സാധാരണഗതിയിൽ തങ്ങൾ മുസ്ലീമാണോ ഹിന്ദുവാണോ എന്ന് ഓർത്തുകൊണ്ടു നടക്കാറില്ല. ലഹള പൊട്ടിപ്പുറപ്പെട്ടാൽ ഈ ബോധം തലയ്ക്കു പിടിച്ചെന്നു വരും. ഇത് മതത്തിനോടുള്ള അനുസരണംകൊണ്ടല്ല, മറിച്ച് മാസ് ഹിസ്റ്റീരിയയാണ്. ഒരു വിധത്തിൽ പറഞ്ഞാൽ സാർവജനിക ഭ്രാന്ത്. അഥവാ മാനസിക പ്ലേഗ്. അതുമായി ഗവേഷണമൂല്യമുള്ള പ്രബന്ധത്തെ തുലനം ചെയ്യുന്നത് അന്യായമാണ്. നീചബുദ്ധിയാണ്. ഞാനുറപ്പിച്ചു പറയുന്നു ഇത്തരം ഗവേഷണാത്മകമായ പഠനം സമഗ്രമായ സാമൂഹിക ഉണർവില്ലാതെ സംഭവ്യമല്ല.

ശക്തി ആചാര്യ മേശപ്പുറത്ത് മുഷ്ടി ചുരുട്ടിയിടിച്ചു. രോഷം കൊണ്ടാവാം, അഥവാ യുവ പ്രൊഫസർക്കെതിരായി വാക്കുകൾ മാത്രം പോരെന്ന് തോന്നിയിട്ടാവാം.

നീ... നിങ്ങൾക്ക്... നിങ്ങൾക്ക് ഇത്ര ധൈര്യമോ? നീ... നിങ്ങ... ളെന്നെ അപമാനിക്കയാണോ?

അജിത് ഭൂഷൺ ഉത്തേജിതരെ ശാന്തരാക്കാൻ പ്രയത്നിച്ചു. അനിസുജ്ജമാന്റെ ശിരസ്സ് മേശയിലേക്ക് കുനിഞ്ഞുപോയിരിക്കുന്നു. അയാൾ ഒരു പുസ്തകമെഴുതി. ഒരു പ്രധാന കർമം ചെയ്യുന്ന നിഷ്കർഷയോടെ തന്നെയാണ് ചെയ്തത്. ജീവിതത്തിൽ ചെയ്തുതീർക്കണമെന്നു കരുതിയ വലിയൊരു കർമത്തിന്റെ ചെറിയൊരു അംശം. അതിന് ഇത്തരം രൂക്ഷമായ പ്രതികരണമോ? അയാളുടെ ജുബ്ബ വിയർപ്പിൽ മുങ്ങി, ശരീരത്തോടൊട്ടിപ്പിടിച്ചു. തലയ്ക്ക് വിറളി പിടിക്കുന്നു. ഇവർക്കാർക്കും ബോധമില്ലേ, അവർ വിമർശനങ്ങൾക്കു വിധേയനാക്കുന്ന വ്യക്തി ഇവിടെത്തന്നെ ഇരിപ്പുണ്ടെന്ന്? അകമേ തന്നെത്തന്നെ ചിക്കിനോക്കുകയാണ്, അനിസുജ്ജമാൻ. മനസ്സിന്റെ മുക്കിലും മൂലയിലും തിരഞ്ഞുനോക്കുകയാണ്. ഈ പ്രവൃത്തി ചെയ്യുന്ന സമയത്ത് തന്റെ മനസ്സിലെവിടെയെങ്കിലും മതബോധം ഉണ്ടായിരുന്നോ എന്ന് ചുഴിഞ്ഞുനോക്കുകയാണ്. ഇല്ല, ഇല്ല, ഇല്ല. ഈ ഉത്തരമാണ് അന്തരാളത്തിൽ രൂപംകൊള്ളുന്നത്. ദേവീദേവന്മാരുടെ ഇതിഹാസം അഥവാ പ്രാചീന മതങ്ങളെ സംബന്ധിച്ചുള്ള ഗവേഷണപരമായ പ്രബന്ധങ്ങൾ മാനവവംശത്തിന്റെ ചരിത്രത്തേയാണ് വെളിപ്പെടുത്തുന്നത്. ഇതാണ് അയാളുടെ വിശ്വാസം. ഒരു മനുഷ്യൻ എന്ന നിലയ്ക്കാണ് അയാൾ ഈ പുസ്തകമെഴുതിയത്. പക്ഷേ അത്രയൊക്കെ ആത്മവിശ്വാസവും ഉണർവും ഉണ്ടായിട്ടും സഹപ്രവർത്തകരുടെ ഇത്തരത്തിലുള്ള പെരുമാറ്റം അയാളെ വല്ലാതെ വിഷമിപ്പിച്ചു. അതോടൊപ്പം അപമാനബോധവും. ആ സമയത്താണ് ഇംഗ്ലീഷ് പ്രൊഫസർ ദീപാങ്കർ മുഖോപാധ്യായ സ്റ്റാഫ് റൂമിലേക്കു കടന്നുവന്നത്. കോലാഹലം ഒന്നടങ്ങി. ദീപാങ്കർ ഉറക്കെ വിളിച്ചു അനിസുജ്ജമാൻ, അനിയാ.

അനിസുജ്ജമാൻ എഴുന്നേറ്റു നിന്നു. പാണ്ഡിത്യമുള്ള പ്രൊഫസർ സ്നേഹപൂർവ്വം അയാളെ നോക്കി രണ്ടു കൈകളും നീട്ടിക്കൊണ്ട് പറയുകയാണ്. വരൂ എഴുന്നേറ്റു വരൂ. അടുത്തേക്കു വരൂ. ഹോ! എന്തൊരു ഉഗ്രൻ പുസ്തകം. എല്ലാവിധത്തിലും സമ്പൂർണം. സമഗ്രമായ പഠനം.

അനിസുജ്ജമാൻ മുന്നോട്ടു വന്നു. ദീപാങ്കർ മുഖോപാധ്യായ് അയാളെ ഹാർദ്ദമായി ആലിംഗനം ചെയ്തു. ഷർട്ടും ധോത്തിയുമണിഞ്ഞ ദീർഘകായനും പ്രൗഢനുമായ പ്രൊഫസറുടെ മേദസ്സു നിറഞ്ഞ ശരീരത്തിന്റെ ഊഷ്മളതയിൽ അനിസുജ്ജമാന്റെ മനോവിഷമങ്ങളെല്ലാം നീങ്ങി. അനിസുജ്ജമാൻ അദ്ദേഹത്തിന്റെ കാലിൽ തൊട്ടു വന്ദിച്ചു. ദീപാങ്കർ പറഞ്ഞു, നിങ്ങൾ എന്റെ ശിഷ്യനായിരുന്നെങ്കിൽ എനിക്കെന്തു

മാത്രം ഗർവു തോന്നുമായിരുന്നെന്നോ. ഈയിടെയായി ആർത്രൈറ്റിസിന്റെ ശല്യം കാരണം ഇടയ്ക്കൊന്നും കാലു നിലത്തുവെക്കാനാവുന്നില്ലെന്നതു ശരി. പക്ഷേ, നിങ്ങളെന്റെ ശിഷ്യനായിരുന്നെങ്കിൽ ഗർവു കാരണം കാലു നിലത്തുവെക്കുകയേ ഇല്ലായിരുന്നു. നിങ്ങൾ നിങ്ങളുടെ പ്രവൃത്തി ചെയ്യൂ. ചെയ്തുകൊണ്ടേയിരിക്കൂ. എന്റെ ശുഭാശംസകൾ. പലരും പലതും പറയും, ഒന്നും ചെവിക്കൊള്ളരുത്. എന്തൊക്കെ ചെയ്യണമെന്ന് മനസ്സിൽ കുറിച്ചിട്ടുണ്ടോ അതൊക്കെ ചെയ്തുതീർക്കൂ.

അനിസുജ്ജമാന്റെ കണ്ണിൽ വെള്ളം പൊടിഞ്ഞു.

വീട്ടിലേക്കു മടങ്ങുമ്പോൾ വീണ്ടും മനസ്സിന് വിഷമം തോന്നി. എന്നാലും ഉണർവും തോന്നുന്നുണ്ട്. അയാൾക്ക് അദ്ഭുതം തോന്നി. ക്ഷണനേരംകൊണ്ട് പരിചിതർ അപരിചിതരാകുന്നതെങ്ങനെ? ശക്തി ആചാര്യ, മൃഗേൻ സെൻ, അജിത് ഭൂഷൺ ഇവരാരും ഇതിനു മുമ്പ് ഈ വിധത്തിൽ തന്നോട് സംസാരിച്ചിട്ടില്ല. അവരോരോരുത്തരും മതേതരത്വം പാലിക്കുന്നവരാണ്. അഥവാ മതത്തിന്റെ കാര്യത്തിൽ ഉദാസീനരാണ് എന്നായിരുന്നു അനിസുജ്ജമാന്റെ വിചാരം. പിന്നെ സഞ്ജയന്റെ കാര്യമോ? പുതിയൊരു രൂപത്തിൽ, അളവിൽ സ്വന്തം വ്യക്തിത്വം പ്രകടമാക്കിയിരിക്കുന്നു.. സഞ്ജയ് ഒരിക്കലും അനിസുജ്ജമാനോട് അടുപ്പം ഭാവിച്ചിട്ടില്ല. പുസ്തകം ചോദിച്ചു വാങ്ങിയതാണ്. ഇന്ന് സഞ്ജയ് ആയിരുന്നു ഏറ്റവും അടുത്ത സുഹൃത്തിന്റെ റോളിൽ തന്നെ പിന്താങ്ങിയത്. ജീവിതം ഇങ്ങനെയൊക്കെയാണെന്ന് അനിസുജ്ജമാനറിയാം, അനുഭവിച്ചറിഞ്ഞിട്ടുമുണ്ട്. നല്ലതും ചീത്തയും. ഔദാര്യവും പിശുക്കും ഒക്കെ ഇടകലർന്നിരിക്കും. എന്നാലും വിഷമം മനസ്സിൽ നിന്നു മുഴുവനായിട്ടങ്ങു മാറിക്കിട്ടുന്നില്ല. കൗശികിനെ കണ്ടുകിട്ടിയിട്ടും, കൈവിട്ടുപോയി, അവനു വേണ്ടി ഒന്നും ചെയ്യാൻ കഴിഞ്ഞതുമില്ല, ആ വേദന ഇന്നത്തെ മനോവിഷമത്തോടു കൂടിച്ചേർന്ന് ഹതാശയ്ക്ക് രൂപം കൊടുത്തിരിക്കുന്നു. ഈ ഭാരം അനിസുജ്ജമാന് സഹിക്കാനാവുന്നില്ല. വീട്ടിലെത്തി എല്ലാം നീലോഫയോടു പറഞ്ഞു. മനസ്സിന്റെ ഭാരമൊഴിയുമല്ലോ.

എല്ലാം കേട്ടുകഴിഞ്ഞ ശേഷം നീലോഫ പറഞ്ഞു, ഭായീജാൻ നിങ്ങളൊരു കാര്യം മറക്കുന്നു, നിങ്ങളെപ്പോലുള്ള മനുഷ്യരോടൊപ്പം തന്നെ, എന്റെ അബ്ബാജാനെപ്പോലുള്ളവരും ഉണ്ട്. പറഞ്ഞുവന്നാൽ അബ്ബാജാനെപ്പോലുള്ളവരുടെ സംഖ്യയാണ് കൂടുതൽ.

അനിസുജ്ജമാനൊന്നു നടുങ്ങിയോ? അയാൾ കൃതജ്ഞതയോടെ നീലോഫയുടെ നേരെ നോക്കി. അയാളുടെ നെഞ്ചു വിങ്ങുന്നുണ്ട്. ഈ വാക്കുകൾ, ഈ മുഖത്തുനിന്ന്. മാതൃത്വത്തിന്റെ മമത. അവളുടെ മുഖത്തേക്കു നോക്കാൻ ആഗ്രഹം തോന്നുന്നു. പക്ഷേ വഴിയില്ല. നീലോഫ പറഞ്ഞ കാര്യം അനിസുജ്ജമാന് അറിയാത്തതല്ല എത്രയോ കാലമായി അയാൾ സ്വയം ചിന്തിച്ചിട്ടുള്ളതാണ്. പക്ഷേ ഇന്നെന്തോ ഓർമ വന്നില്ല. നീലോഫ എത്ര അനായാസമാണ് അക്കാര്യം പറഞ്ഞു

തന്നത്. ചങ്ങാതി ചങ്ങാതിയോടെന്ന പോലെ. അമ്മ മകനോടെന്ന പോലെ. ഭാര്യ ഭർത്താവിനോടോ മറിച്ചോ പറയുമ്പോലെ. പരസ്പര ബന്ധം എന്തുതന്നെയാവട്ടെ, മനുഷ്യനാണ് എന്നെന്നും മനുഷ്യന് ആശ്രയവും ആശ്വാസവും നല്കുക. വിഷണ്ണരായ മനുഷ്യർ ബസ്സിൽ, ട്രാമിൽ, ട്രെയിനിൽ പൊത്തിപ്പിടിച്ചു കയറി വീട്ടിലെത്തുന്നത്, സമാശ്വാസം ലഭിക്കുമെന്ന പ്രതീക്ഷയിലാണ്. ദിവസം മുഴുവനും നേരിടേണ്ടിവന്ന സമസ്ത അപമാനങ്ങൾക്കും ദാഹതാപങ്ങൾക്കും, യാതനകൾക്കും ആരെങ്കിലും ശമനം നല്കും. അനിസുജ്ജമാന് നീലോഫയെന്നപ്പോലെ. വേദനിക്കുന്ന അനിസുജ്ജമാന് ആശ്രയമേകുന്നത് നീലോഫയാണ്. പക്ഷേ അവളുടെ സ്വകാര്യ ദുഃഖങ്ങളോ? അവളുടെ യാതനകളോ? അതെല്ലാം മറച്ചുവെച്ച് അനിസുജ്ജമാന് ശാന്തി പകരാൻ അവൾ ശ്രമിക്കുന്നു.

അനിസുജ്ജമാൻ എല്ലാ ഭാരങ്ങളും ഇറക്കിവെക്കുകയാണ്. അയാൾ ശിശുവിന്റെ സരളതയോടെ ചിരിച്ചു. നീലോഫയ്ക്ക് നെഞ്ചിലെവിടെയോ കൊളുത്തി വലിക്കുന്ന വേദന. വെള്ളപ്പാണ്ടു പടർന്ന സൗന്ദര്യം അശേഷമില്ലാത്ത മുഖത്തെ ചിരി. അമാനുഷികമായി തോന്നുന്നു. അവൾ ചോദിച്ചു വിശക്കുന്നില്ലേ ഭായീജാൻ? ഒന്നും വേണ്ടേ?

നീലോഫയിൽ സർവ്വഭാരവും അർപ്പിച്ച മട്ടിൽ അനിസുജ്ജമാൻ പറഞ്ഞു - വേണം. കഴിക്കണം. ഇന്നെന്താ പാചകം നീലോഫാ?

മൈദ കുഴച്ചുവെച്ചിട്ടുണ്ട്, പൊറോട്ടയും ഭാജിയും ഉണ്ടാക്കിത്തരട്ടെ?

ശരി. കുറച്ച് അധികം ഉണ്ടാക്കാമോ നീലു? തൃണാങ്കുരനെക്കൂടി വിളിക്കട്ടെ?

നീലോഫ തലയാട്ടി. അടുക്കളയിലേക്കു നടന്നു. അനിസുജ്ജമാൻ തൃണാങ്കുരനെ വിളിക്കാൻ പോയി.

തൃണാങ്കുർ ഇന്ന് കോളേജിൽ പോയിട്ടില്ല. ഈയിടെയായി അയാൾക്ക് നല്ല ദേഹസുഖമുണ്ട്. എന്നാലും കോളേജിൽ പോകുന്ന ദിവസങ്ങളുടെ എണ്ണം കൂട്ടിയിട്ടില്ല, തനിയെ നടക്കാനുള്ള ശേഷി വർധിച്ചിരിക്കുന്നു. ഇടയ്ക്കൊക്കെ തനിയെ മാർക്കറ്റിൽ പോകാനും തുടങ്ങിയിട്ടുണ്ട്. സംസാരത്തിൽ ഔത്സുക്യവും പൊട്ടിച്ചിരിയും പ്രകടമാണ്. അനിസുജ്ജമാന് മനസ്സിലാകുന്നുണ്ട് വിഷണ്ണത മാറ്റിയെടുത്ത കാറ്റിന്റെ പേര് രാധിക എന്നായിരിക്കണം. രാധികയെച്ചൊല്ലി നീലിമയ്ക്കും തൃണാങ്കുരനുമിടയിലുള്ള സ്പർധയും അനിസുജ്ജമാന് അഗോചരമല്ല. അനിസുജ്ജമാന് നീലിമയെ മനസ്സിലാക്കാനാവും. എത്രതന്നെ ഉദാരവതിയായ്ക്കൊള്ളട്ടെ, വേലക്കാരിയെ വേലക്കാരിയായല്ലാതെ വെറും മനുഷ്യസ്ത്രീ എന്ന നിലയ്ക്ക് കാണാനുള്ള ഉദാരമനസ്കതയിലേക്ക് അവർക്ക് ചെന്നെത്താനായിട്ടില്ല. അതിന് അവരെ കുറ്റം പറഞ്ഞിട്ടു കാര്യമില്ല. തന്റെ ഇത്രയും കാലത്തെ ജീവിതത്തിൽ ആചാരസംസ്കാരങ്ങളുടെ എത്രയോ കടമ്പകൾ ചാടിക്കടന്ന് മുന്നോട്ടുവന്നവളാണ് നീലിമ.

എല്ലാവർക്കും ഉണ്ടാവും അവരവരുടേതായ ചില വിശ്വാസങ്ങൾ, അതിർത്തികൾ. തൃണാങ്കുരനും രാധികയും തമ്മിലുള്ള ബന്ധത്തെ അനിസുജ്ജമാൻ വിരോധിക്കുന്നില്ല, കുറ്റപ്പെടുത്താനും തോന്നുന്നില്ല. ഭൃത്യവർഗ്ഗത്തിൽപെട്ടവളാണെങ്കിലും ചേരിനിവാസിനിയാണെങ്കിലും രാധിക നല്ലവളും മര്യാദക്കാരിയുമാണ്. അതിനേക്കാളും വലിയൊരു വസ്തുതയുണ്ട്. ഒരു വ്യക്തിക്ക് മറ്റൊരു വ്യക്തിയുടെ മാനസിക ശൂന്യതയിലേക്ക് അതിക്രമിച്ച് കടക്കാനായെന്നു വരട്ടെ. ചുറ്റുമുള്ളവർക്ക് അതിൽ എതിർപ്പു പ്രകടിപ്പിക്കാനുള്ള അധികാരമില്ല. അതുകൊണ്ട് ഇക്കാര്യത്തിൽ അനിസുജ്ജമാൻ നിഷ്പക്ഷത പാലിക്കുന്നു.

അനിസുജ്ജമാൻ കടന്നുവന്നതും തൃണാങ്കുർ കൈയിലിരുന്ന തടിച്ച പുസ്തകം മാറ്റിവെച്ചു. എന്നിട്ടു ചോദിച്ചു. ഉം എന്തായി? പുസ്തകത്തിനോടുള്ള പ്രതികരണം എങ്ങനെയിരുന്നു?

അനിസുജ്ജമാന് ആശ്ചര്യം തോന്നി - പ്രതികരണമോ? നിങ്ങളെങ്ങനെ അറിഞ്ഞു?

അവർക്കിടയിൽ ഈ പുസ്തകത്തെപ്പറ്റിയുള്ള സംവാദം നിരന്തരം നടന്നുപോന്നു. കുറച്ചുനേരത്തേക്ക് തൃണാങ്കുർ ഒന്നും മിണ്ടിയില്ല. ഇങ്ങനെയൊക്കെ ഉണ്ടാവുമെന്ന് അയാൾ അനുമാനിച്ചതാണ്. കാരണം മതനിരപേക്ഷതയുടെ നനുത്ത മുഖംമൂടി മാറ്റിക്കഴിഞ്ഞാൽ വെളിപ്പെടുന്ന സ്വാഭാവികമായ മുഖങ്ങൾ അയാളിതിനു മുമ്പും കണ്ടിട്ടുള്ളതാണ്. അയാളുടെ കോളേജിലെ ഒരു സഹപ്രവർത്തകൻ രജത്കാന്തി ഒരു മുസ്ലീം വിദ്യാർത്ഥിനിയെ വിവാഹം ചെയ്തപ്പോൾ അക്രമികൾ കോളേജ് കൈയേറി മരസ്സാമാനങ്ങളടക്കം തല്ലിപ്പൊളിക്കുകയുണ്ടായി. പെൺകുട്ടിയുടെ സഹോദരന്മാർ അയാളെ കൊല്ലാൻ പ്ലാനിട്ടിരുന്നു. മറ്റുള്ള അധ്യാപകരും കുറെക്കാലത്തേക്ക് രജത്കാന്തിയുടെ കൂട്ടുകെട്ട് വേണ്ടെന്നു വെച്ചു. വളരെ പതുക്കെയാണ് സ്ഥിതിഗതികൾ ശാന്തമായത്. പക്ഷേ ഇന്നും രജത്കാന്തിയെ സംബന്ധിച്ച് എന്തെങ്കിലും സംസാരമുയർന്നാൽ മുസ്ലീംഭാര്യയുടെ കാര്യം തീർച്ചയായും നുഴഞ്ഞുകയറും.

തൃണാങ്കുരനുമായി സംസാരിക്കുന്നതിനിടയിൽ പൊറോട്ട പ്രസ്താവം എടുത്തിട്ടു അനിസുജ്ജമാൻ. വീട്ടിലെ ഓരോ പണികൾ ചെയ്തുകൊണ്ട് രാധികയുമുണ്ടവിടെ. അവൾക്ക് സ്വന്തം വീട്ടിലേക്കു പോകേണ്ട സമയം അതിക്രമിച്ചിരിക്കുന്നു, എന്നാലും ഈയിടെയായി അവളതത്ര കാര്യമാക്കാറില്ല. ചുറ്റിപ്പറ്റി നില്ക്കും. നീലിമ അക്ഷമയോടെ പിറുപിറുക്കും - കുട്ടികളെക്കുറിച്ചു വല്ല വിചാരവുമുണ്ടോ? മറ്റുള്ളവരെ നോക്ക്. പണി കഴിഞ്ഞ് വീട്ടിലേക്കു തിരിച്ചുപോകാനെന്തു ധൃതിയാണ്, ഇവളോ? മുലകുടി മാറാത്ത കുട്ടിയെ വീട്ടിലിട്ടിട്ട് വന്നവളാണെന്ന് കണ്ടാലാരെങ്കിലും പറയുമോ?

അനിസുജ്ജമാന് മറുപടിയായി രാധിക പറഞ്ഞു - ഞാൻ മുട്ടയും ബ്രഡും ഉണ്ടാക്കാമെന്നു വിചാരിക്കയായിരുന്നു.

കൈയിലിരുന്ന രാമകൃഷ്ണകഥാമൃതത്തിൽ നിന്ന് മുഖമുയർത്താതെ നീലിമ പറഞ്ഞു - നീയതൊന്നും വിചാരിച്ചു ബുദ്ധിമുട്ടണ്ട. വീട്ടിലേക്കു പോകാൻ ധൃതിയില്ലല്ലോ. പോ, പോയി നീലോഫയെ സഹായിക്ക്.

രാധിക തലകുനിച്ച് അവിടന്നു പോയി. അനിസുജ്ജമാനും തൃണാങ്കുരനും എഴുന്നേറ്റു. നീലിമ പറഞ്ഞു ദേ, എന്നെ നിർബന്ധിക്കണ്ട.

അനിസുജ്ജമാൻ ചിരിച്ചു. ഒരിക്കലുമില്ല, മാഷിമ.

അനിസുജ്ജമാന്റെ വീട്ടിലെ സോഫയിൽ തൃണാങ്കുർ കാലു വിരിച്ച് സൗകര്യമായി ഇരിപ്പുറപ്പിച്ചു. നീലോഫയെ വിളിച്ചു - നീലൂ, ഇങ്ങു വരൂ. പൊറോട്ട അവിടെ നില്ക്കട്ടെ. ഇതു കേട്ടിട്ടു പോകൂ. ഈ ലോകത്തിലെ ഏറ്റവും കുഞ്ഞു കഥ ഏതെന്നറിയാമോ?

അറിയില്ല, മാൻതൂദാ. നിങ്ങളുതന്നെ പറയൂ.

തൃണാങ്കുർ പറഞ്ഞു - ശ്രദ്ധിച്ചു കേൾക്കണം. പറയുന്നതിനു മുമ്പ് തീർന്നുപോകും. പിന്നെ ചോദിച്ചിട്ടു കാര്യമില്ല.

ദേ തുടങ്ങുന്നു.

രണ്ട് വേട്ടക്കാർ, ഒരു പുലി.

ഒരു വേട്ടക്കാരൻ ഒരു പുലി

ഒരു പുലി

അനിസുജ്ജമാൻ ഉറക്കെയുറക്കെ പൊട്ടിച്ചിരിച്ചു. നീലോഫയ്ക്ക് പിടികിട്ടാൻ അല്പം സമയമെടുത്തു. പിന്നെ അവളും ചിരിയോടു ചിരി. ചിരിക്കിടയിൽ അവൾ അനിസുജ്ജമാനെ നോക്കി. ഇതാദ്യമായാണ് ഭായീജാൻ ഇങ്ങനെ പൊട്ടിപ്പൊട്ടിച്ചിരിക്കുന്നത് അവൾ കാണുന്നത്.

രാധിക പൊറോട്ട പരത്തുകയാണ്. നീലോഫ അതു പൊരിച്ചെടുക്കുന്നു. അടുക്കളയിൽ വേണ്ടത്ര സ്ഥലമില്ല. രാധിക മൈദയും ചപ്പാത്തിപ്പലകയും കോലും പ്ലേറ്റുമായി ഇരിപ്പുമുറിയുടെ ഒരൊറ്റത്തായി നിലത്തിരുന്നു. ഇടയ്ക്കിടെ മൈദ ഒന്നുകൂടി കുഴയ്ക്കുന്നുണ്ട്. പണിയെടുത്തുകൊണ്ടിരിക്കെ തൃണാങ്കുരനും അനിസുജ്ജമാനും തമ്മിലുള്ള സംഭാഷണശകലങ്ങൾ അവളുടെ കാതിൽ വീഴുന്നുണ്ട്. തൃണാങ്കുർ പറഞ്ഞു, നിങ്ങളോട് ഒരു വിവരം പറയാനുണ്ട്.

എന്തു വിവരം?

നിങ്ങളുടെ ഗവേഷണത്തിലും പഠനത്തിലും അത്യന്തം ആകൃഷ്ടനായ ഒരാൾ അടുത്തുതന്നെ ഢാക്കയിൽ നിന്ന് ഇവിടെയെത്തും. എനിക്ക് അദ്ദേഹത്തെ നേരിട്ടു പരിചയമില്ല. വലിയ പണ്ഡിതനാണെന്നും, പ്രതിഭാശാലിയാണെന്നും കേട്ടിട്ടുണ്ട്. കൊൽക്കത്ത കാണുകയും നിങ്ങളെ പരിചയപ്പെടുകയുമാണ് പ്രധാന ഉദ്ദേശ്യം. നിങ്ങളുമായി സംസാരിച്ചശേഷം അയാൾ സ്വന്തം പദ്ധതികൾക്ക് രൂപം കൊടുക്കുമത്രെ.

അനിസുജ്ജമാൻ സോത്സാഹം ആരാഞ്ഞു - ആരാ, എപ്പഴാ വരുന്നത്? എന്താ പേര്?

ഇരുപത്തിയേഴാം തിയതി വരുമെന്നാണ് പറഞ്ഞത്. ആദ്യം കുറച്ചു ദിവസം നിങ്ങളുടെ കൂടെ താമസിക്കും. പിന്നെ ശാന്തിനികേതനിലേക്കു പോകും. അയാളുടെ കാര്യം ശരിക്കും വിചിത്രമാണു കേട്ടോ.

എന്നുവെച്ചാൽ?

അയാളുടെ അച്ഛന് അക്ഷരജ്ഞാനമില്ല. പക്ഷേ വലിയ പണക്കാരനാണ് ഒരുപാട് പറമ്പും കൃഷിയുമൊക്കെയുണ്ട്. കുടുംബത്തിൽ ഇയാളാണത്രെ ആദ്യമായി രണ്ടക്ഷരം പഠിച്ചത്.

കൊള്ളാമല്ലോ. ആട്ടെ, എന്താ പുള്ളിക്കാരന്റെ പേര്?

ഷംഷേർ. ഷംഷേർ ചൗധരി. മുഴുവൻ പേര് ഷംഷേർ റഹ്മാൻ ചൗധരി.

രാധികയുടെ ശ്വാസം നിലച്ചു. ചപ്പാത്തിക്കോൽ പൊറോട്ടയിൽ അമർന്നുപോയി, കുഴഞ്ഞ മാവ് ചപ്പാത്തിപ്പലകയിൽ ഒട്ടിപ്പിടിച്ചു. ഢാക്കയിൽ നിന്നോ? ഷംഷേർ? ഷംഷേർ ചൗധുരി? ഷംഷേർ റഹ്മാൻ ചൗധുരി? നിരക്ഷരനായ സമ്പന്ന കൃഷിക്കാരന്റെ മകൻ? ഇതേതു ഷംഷേറാണ്? ആ ഷംഷേറല്ലേ? എന്റീശ്വരാ! ഈ പ്രപഞ്ചത്തിൽ എത്ര ഷംഷേറുമാരുണ്ടാകാം? എത്രയെത്ര? രാധികയുടെ തലയ്ക്കകത്ത് കോളിളക്കം. ശരീരം മുഴുവനും വിയർപ്പിൽ കുളിക്കുന്നു. ചുണ്ടുകളിൽ പല്ലമർത്തിക്കടിച്ച് അവൾ തന്റേടം കൈവിടാതിരിക്കാൻ ശ്രമിച്ചു.

ഇരുപത്തിയൊന്ന്

ഇതാണ് മാഥുരേർഗഢ്. ഈ സ്ഥലത്തിന്റെ വടക്കുഭാഗത്ത് റെയിൽ ലൈനും അതിനോടു ചേർന്ന് ഫടിക്ക്കുളവും. കുളത്തോടു തൊട്ടടുത്തു താമസിക്കുന്നത് ദരിദ്രവർഗ്ഗക്കാരായതിനാൽ അതിന് ചേരി എന്നു പേരു കിട്ടി. ഫടിക്ക്കുളം ചേരി എന്നാണ് എല്ലാവരും പറയുക. മാഥുരേർഗഢിന്റെ പടിഞ്ഞാറുഭാഗത്ത് ഗംഗാനദിയും ദക്ഷിണേശ്വറും. തെക്കുവടക്കായി കിടക്കുന്ന തിരക്കുപിടിച്ച ബി.ടി.റോഡിൽ നിന്ന് ഒരു ഉപശാഖയായി പിരിഞ്ഞു പോന്ന പി.ഡബ്ല്യൂ. റോഡ് ദക്ഷിണേശ്വറിന് അഭിമുഖമായി പോകുന്നു. അതായത് ഫടിക്ക്കുളംചേരിയുടെ കിടപ്പ് വടക്കുകിഴക്കെ കോണിലാണ്. മാഥുരേർഗഢിലെത്തുന്ന പ്രഭാതസൂര്യൻ ആ കോണിലേക്ക് ആദ്യരശ്മികൾ വീഴ്ത്തുകയേയില്ല. സൂര്യദേവൻ ആദ്യം അരുൺസെന്നിന്റെ ടെറസ്സിലേക്കു കുതിച്ചുചാടും. എന്നിട്ട് ആലസ്യത്തോടെ കുറച്ചുനേരം അവിടിരിക്കും. എന്നിട്ടേ ദരിദ്രചേരിവാസികൾക്ക് പ്രകാശം വിതരണം ചെയ്യൂ. ഇതിനെക്കുറിച്ച് ആരും ഇന്നേവരെ

പരാതിപ്പെട്ടിട്ടില്ല. കാരണം ഇത് കാലാകാലമായുള്ള പതിവാണ്. കാലാകാലമായി നടന്നുവരുന്നതിനെച്ചൊല്ലി പ്രശ്നങ്ങളുന്നയിക്കുന്നത് അസ്വാഭാവികമാണ്. പക്ഷേ ഇത്രതന്നെ അസ്വാഭാവികമായ മറ്റൊന്നുണ്ട്; ചരിത്രത്തിലൂടെ കണ്ണോടിച്ചു നോക്കിയാൽ കാണാം. ഈ മഹാപ്രപഞ്ചത്തിൽ കാലാകാലമായി ഉന്നയിക്കപ്പെട്ടിട്ടുള്ള ഓരോ മൗലികചോദ്യവും അതിന്റേതായ ഉത്തരവും ഹിംസയുടേയും രക്തച്ചൊരിച്ചിലിന്റേയും കഥകളുമായി കെട്ടുപിണഞ്ഞു കിടക്കുന്നുവെന്ന്. ഒരുകാലത്തും ഇതിനു വ്യതിക്രമമുണ്ടായിട്ടില്ല. ഈയടുത്തകാലത്തും മനുഷ്യന്റെ അധികാരാവകാശങ്ങളെച്ചൊല്ലി പലരും ചോദ്യങ്ങളുയർത്തി, അത് തടുക്കാനാവാത്ത കുരുതിക്കളിയിൽ എത്തിച്ചേരുകയും ചെയ്തു. ഇപ്പോൾ, അതിനെപ്പറ്റിയൊന്നും ആരും സംസാരിക്കാറില്ല. ആ വിവരങ്ങളൊക്കെ അടിച്ചമർത്തി വെച്ചിരിക്കയാണ്. പക്ഷേ എപ്പോൾ ആരുടെ വായിൽ നിന്നാണ് അത്തരം ചോദ്യങ്ങൾ വീണ്ടും വീഴുകയെന്നോ, പുതിയ പുതിയ ആയുധങ്ങളുടെ ആഘാതത്തിൽ നെഞ്ചിലും വയറിലും തുളകൾ വീണ മനുഷ്യരുടെ ചുടുനിണം എപ്പോഴാണ് അണപൊട്ടി ഒഴുകിയൊലിക്കുകയെന്നോ ആർക്കും പറയാനാവില്ല.

ദേ ഈ മാഥുരേർഗഢിനെപ്പോലെ. അതെ, ഈ മാഥുരേർഗഢിലെ സ്ഥിതിയും ഇതാണ്. ഇന്നേവരെ ഒരു മഴക്കാലത്തും ഇവിടെ വെള്ളം കെട്ടിക്കിടന്നിട്ടില്ല എന്നത് ശരിതന്നെ; പക്ഷേ, അങ്ങനെ ഒരിക്കലും സംഭവിക്കില്ലെന്ന് ആർക്കെങ്കിലും ഉറപ്പിച്ചു പറയാനാകുമോ? എന്നെങ്കിലും ഒരു ദിവസം തികച്ചും ആകസ്മികമായി കനത്ത മഴയത്ത് ഇതങ്ങ് മുങ്ങിപ്പോയേക്കും. പക്ഷേ ആ ദിവസം എന്നാണെന്ന് ആർക്കാണ് പറയാനാവുക? ഗംഗാനദിയിൽ വെള്ളപ്പൊക്കം വന്നാൽ വെള്ളം കവിഞ്ഞൊഴുകി പി.ഡബ്ല്യൂ. റോഡ് വഴി തേതുൽതല വരെ എത്തി, ഫടിക്ക് കുളത്തിലേക്കൊഴുകി വീഴും; കുണ്ടിൽ നിറയെ മലിനജലം; പക്ഷേ ഫടിക്ക്കുളം വരെയേ എത്തൂ. ഇന്നുവരെ മാഥുരേർഗഢിൽ അഭിജാത കുടുംബങ്ങൾ താമസിക്കുന്ന സ്ഥലത്തിന്റെ കുടുമ തൊടാനായിട്ടില്ല, ഗംഗാജലത്തിന്.

മറ്റൊരു വിധത്തിൽ നോക്കിയാൽ കൊൽക്കത്താ മഹാനഗരിയുടേയും പ്രാന്തപ്രദേശങ്ങളുടേയും കിടപ്പും നിരീക്ഷിക്കേണ്ടതുണ്ട്. നോയായി, വിദ്യാധരി, ബാഗ്ജോലാ കനാലുകളും കുൽടി നദിയും പരസ്പരം ഇണക്കപ്പെട്ടവയാണ്. നോയായി കനാൽ ഈ ഭാഗത്തുനിന്ന് അധികം ദൂരെയായിട്ടല്ല ഒഴുകുന്നത്. ബാഗ്ജോല കവിഞ്ഞൊഴുകിയാൽ ഈ ചുറ്റുവട്ടത്തിനു രക്ഷയില്ല. വിദ്യാധരി ഒരുകാലത്ത് നദിയായിരുന്നു. ഇന്ന് അക്കാര്യം സ്കൂളിലെ പാഠപുസ്തകങ്ങളിൽ മാത്രം ഒതുങ്ങിനില്ക്കുന്നു. ഇപ്പോഴത് മാലിന്യം അടിഞ്ഞുകൂടി, കുളവാഴ നിറഞ്ഞ കൈത്തോടു മാത്രമാണ്. ജലധാരണ ശേഷി തീരെയില്ലെന്ന സ്ഥിതിയാണ്. നോയായി കനാലിന്റെ അവസ്ഥയും ഇതുതന്നെ. ഏതാണ്ട് പന്ത്രണ്ട് വർഷങ്ങൾക്കു

മുമ്പ് നോയായി കനാൽ വൃത്തിയാക്കുന്നതിനെപ്പറ്റി പ്രസ്താവനകളുയർന്നു. പക്ഷേ അതുകൊണ്ടൊന്നും കനാലിന്റെ ദുരവസ്ഥ തടുക്കാനായില്ല. ഫലം? ഓരോ മഴക്കാലത്തും സംഭവിക്കുന്നത് പത്രങ്ങൾ റിപ്പോർട്ടു ചെയ്യും. അത്രതന്നെ.

ടാല തൊട്ട് ബിരാടി വരെ ഉത്തര കൊൽക്കത്തയിലും ചുറ്റുവട്ടങ്ങളിലും മഴവെള്ളം വാർന്നുപോകാനുള്ള വ്യവസ്ഥകൾ പ്രതിസന്ധിയിൽ. ആഷാഢപ്പേമാരിയിലെന്നല്ല, അതിനുമുമ്പേ തന്നെ അല്പസ്വല്പം മഴപെയ്താലും സിന്ധികാശിപൂർ ബാരാനഗർ നിംതാകാമാർ ഹാടി ബിരാടി പ്രദേശങ്ങൾ വെള്ളത്തിനടിയിൽ.

ഇങ്ങനെത്തന്നെയാണ് എല്ലായ്പോഴും. എല്ലാ കൊല്ലവും. എല്ലാ വർഷകാലത്തും വെള്ളം കെട്ടിക്കിടക്കും. നദിയിലെ വെള്ളം കര കവിഞ്ഞൊഴുകി കുണ്ടു നിറയും. കുണ്ടിലെ വെള്ളം നിറഞ്ഞൊഴുകി ചേരിയിലെ കുടിലുകളുടെ മുറ്റങ്ങളിലേക്കെത്തും. ആദ്യം ചേരിനിവാസികളുടെ പാദങ്ങൾ നനയ്ക്കും. പിന്നെപ്പിന്നെ കണങ്കാലുവരെയെത്തും. ഉമ്മറപ്പടികൾ കുതിർത്തി വീട്ടിനകത്തേക്കു കടക്കും. മണ്ണുകൊണ്ടുള്ള തറ ചെളിമയമാകും. കുറച്ചു ദിവസത്തേക്ക് ഭയങ്കര ബുദ്ധിമുട്ടാണ്. എന്നുവെച്ച് ചേരിയിലെ ഒരു പണിയും നിന്നുപോകാറില്ല. പ്രസവമടക്കം എല്ലാം നടക്കും. പണിക്കു പോകുന്നവർ ഉടുതുണി മുട്ടുവരെ ഉയർത്തിപ്പിടിച്ച് ചളിവെള്ളം ചവിട്ടിത്തെറിപ്പിച്ച് നടന്നുപോകും. കുറച്ചു ദിവസത്തേക്ക് കാലിൽ ചൊറിയും ചിരങ്ങുമായിരിക്കും. അതിനെന്താ? പണിക്കു പോകുന്ന വീട്ടിലെ കൊച്ചമ്മമാരുടെ കൈയിൽനിന്ന് ക്രീമോ ഓയിന്റ്മെന്റോ ചോദിച്ചു വാങ്ങും. കുറച്ചെടുത്തു പുരട്ടും. ബാക്കിയുള്ളത് കടലാസു തുണ്ടിൽ പൊതിഞ്ഞോ, ചുണ്ണാമ്പു ഡപ്പിയിലാക്കിയോ വീട്ടിലേക്കു കൊണ്ടുവരും, ഭർത്താവിന്റെ കാലിൽ തേച്ചുകൊടുക്കാൻ. വളരെക്കാലമായി നടന്നുപോരുന്ന സമ്പ്രദായം. അങ്ങനെത്തന്നെ വളരെക്കാലമായി ഏതു കൊടിയ മഴയിലും ഉണങ്ങിയ പീഠഭൂമിപോലെ ഉണർന്നു കിടപ്പാണ് മാഥുരേർഗഡ്. ഒരുകാലത്തും വെള്ളം കേറാത്ത സ്ഥലം. ആർക്കറിയാം യഥാർത്ഥത്തിൽ ഇത് റാണി രാസ്മണിയുടെ മരുമകന്റെ സ്ഥലമാണോ എന്ന്? അതുകൊണ്ടാണോ വെള്ളം കയറാത്തതെന്ന്? വീട് വിട്ടുപോയ പുത്രനെ കാത്തിരിക്കുന്ന അമ്മയെപ്പോലെ കനത്ത മഴയിലും തലയുയർത്തി നോക്കിനില്ക്കും മാഥുരേർഗഡ്. ആ ചരിത്രമൊന്നും എവിടേയും രേഖപ്പെടുത്തിയിട്ടില്ല. പേരുമാത്രം ഉണ്ട്.

വസന്തം കഴിഞ്ഞു. ഗ്രീഷ്മം വന്നു. ഇപ്പഴിതാ മഴക്കാലം പകുതിയായി. ഈ കനത്ത മഴയിൽ കൊൽക്കത്താ മഹാനഗരവും പ്രാന്തപ്രദേശങ്ങളും എല്ലാ ജോലികളും മുറപോലെ നടത്തിക്കൊണ്ടുപോകാൻ കൊണ്ടുപിടിച്ചു ശ്രമിക്കുകയാണ്. മഴക്കുഴികളും ചെളിക്കുഴികളും ചവിട്ടിക്കടന്നും ചാടിക്കടന്നും പോകുക അസാധ്യമാണെന്ന നില. വസന്തത്തിന്റെ അവസാനം മുതൽ വർഷകാലത്തിന്റെ പകുതി വരേയുള്ള മൂന്നു

മാസങ്ങൾ. ഈ മൂന്നു മാസങ്ങളായി നീലോഫയുടെ മാസമുറ നിന്നു പോയിരിക്കുന്നു. ആദ്യത്തെ മാസം അവളത്ര കാര്യമാക്കിയില്ല. ഇങ്ങനെ ഇടയ്ക്കൊക്കെ പതിവുള്ളതാണ്. പക്ഷേ രണ്ടാമത്തെ മാസവും തിയ്യതി അതിക്രമിച്ചപ്പോൾ അവൾക്ക് ശങ്ക തോന്നി. റിപ്പൺ സ്ട്രീറ്റിലെ വീട്ടിൽ ഏട്ടത്തിയമ്മമാരിൽ ആർക്കെങ്കിലും രണ്ടാമത്തെ മാസവും മുറ തെറ്റിയാൽ വലിയ അമ്മീജാൻ അള്ളാഹുവിനോട് പ്രാർത്ഥിക്കും. അവരുടെ പ്രതീക്ഷാനിർഭരമായ മുഖം പ്രദീപ്തമാകും. പക്ഷേ നീലോഫയ്ക്ക് ആനന്ദം തോന്നുന്നില്ല. അവളുടെ മുഖത്ത് പ്രസാദവുമില്ല. കണ്ണുകൾക്കു കീഴെ കറുപ്പു പടരാൻ വഴിയില്ല, കാരണം അതിന് മുഖത്ത് അല്പമെങ്കിലും മാംസളത വേണം. മസൃണമായ ചർമ്മം വേണം. നീലോഫയ്ക്ക് അതില്ല. അവളുടെ കണ്ണുകളിൽ ഭീതി കലർന്ന മ്ലാനതയാണ്. അതും ബുർഖയിൽ മറഞ്ഞിരിക്കുന്നു. എന്തൊരു നിസ്സഹായത! സദാസമയവും നീലോഫ നിശ്ശബ്ദത പാലിക്കുന്നു. തലചുറ്റലോ ഓക്കാനമോ ഉണ്ടെങ്കിലും പുറത്തു കാണിക്കുന്നില്ല. പറയുന്നില്ല. ആരോടു പറയാനാണ്? എങ്ങനെ പറയാനാണ്? നീലിമയോടു പറഞ്ഞാലോ എന്ന് ഒരു തവണ ആലോചിച്ചതാണ്. പക്ഷേ ഉടനെത്തന്നെ വേണ്ടെന്നും വെച്ചു. നീലിമയോട് ഇക്കാര്യം പറയാൻ സാധ്യമല്ല. അമ്മയുണ്ടായിരുന്നെങ്കിൽ! ആമിനാച്ചാച്ചിയുടെ പിറകെ അധികം താമസിയാതെ അമ്മീജാനും പോയി. നീലോഫയുടെ കണ്ണുകൾ നിറഞ്ഞു. ഹോ! ഇതെന്തൊരവസ്ഥ. പറയാനും കേൾപ്പിക്കാനുമായി ഈ ഭൂലോകത്തിൽ തനിക്കു ആരുമില്ലെന്നോ? ഒറ്റയൊരാൾ പോലും? ആരോടു പറയും? ആരെ അറിയിക്കും? സങ്കടങ്ങളും മനോവേദനകളുമൊക്കെ അടക്കിവെക്കാം. മൂടിവെക്കാം. പക്ഷേ, മാതൃത്വം? ഈ പ്രപഞ്ചത്തെയാകെ അറിയിച്ചുകൊണ്ടല്ലേ മാതൃത്വത്തിന്റെ വരവ്?

അബ്ബാജാൻ ഒരുകാലത്ത് പറഞ്ഞു തന്ന പാഠങ്ങൾ ഒരുപാടു കേട്ടതാണ്, കേട്ടുകേട്ട് ഹൃദിസ്ഥമായതാണ്. മനസ്സിലെവിടേയോ ഉണ്ടെന്നേയുള്ളൂ. അതൊക്കെ എന്നേ മറന്നുപോയിരിക്കുന്നു. അബ്ബാജാൻ പറയുമായിരുന്നു. നീചമായ പ്രവൃത്തികളിൽ നിന്ന് അകന്നു നിൽക്കണം. ന്യായമായ വഴിയിലൂടെ മാത്രമേ മനുഷ്യന് നന്മയുണ്ടാകൂ. നിങ്ങളുടെയൊക്കെ കൈകൾ, നാവ്, കണ്ണുകൾ ഇവ മാത്രമല്ല ഓരോ അവയവവും അന്യരുടെ സ്വത്തിനോ സ്വാഭിമാനത്തിനോ പ്രാണനോ പരിക്കേല്പിക്കരുത്. അനിച്ഛാകരമായതോ മാനഹാനിയോ വരുത്തിവെക്കരുത്. വിശുദ്ധിയോടെ ജീവിക്കാനായില്ലെങ്കിൽ ദുരാചാരങ്ങളുടേയും ദുഷ്കർമ്മങ്ങളുടേയും ഫലമായി ഈ ഭൂമിയിൽ ശിക്ഷയും ശാപവും അനുഭവിക്കേണ്ടി വരും. പരലോകത്തിൽ ശാന്തി ലഭിക്കില്ല. സ്വജനങ്ങൾക്ക് അവമാനവും അധോഗതിയും വന്നുചേരും.

നീലോഫയുടെ ഹൃദയത്തിൽ ആർത്തവിലാപം. താൻ സ്വഭാവദൂഷ്യമുള്ളവളാണോ? സ്വൈരിണിയാണോ? ദൈവനിന്ദ കാട്ടിയോ? ദുഷ്കർമം

ചെയ്തുവോ? താൻ ചീത്തയാണെന്ന് ഒരുതരത്തിലും അവൾക്കു ചിന്തിക്കാനാവുന്നില്ല. ഒരു തത്ത്വചിന്തയും അതിനു കൂട്ടുനില്ക്കുന്നില്ല. ജമാൽ കൗശിക് എടുത്തു പെരുമാറിയ വസ്തുക്കൾ ഓരോന്നായി അവൾ നോക്കുന്നു, സ്പർശിക്കുന്നു. തലോടുന്നു. സ്മരണകളെ ഉണർത്താനായി, മുറുകെ പിടിക്കാനായി. ഇടയ്ക്കിടെ അവൾ ജനാലയിലൂടെ പുറത്തേക്കു നോക്കിനോക്കിയിരിക്കും, പ്രതീക്ഷയോടെ. കൗശിക് വരും. ഈ പ്രപഞ്ചത്തിലെ ലാവണ്യമാസകലം ആവാഹിച്ചുകൊണ്ട് കൗശിക് വരും. തീർച്ചയായും വരും. പക്ഷേ വന്നില്ല. ഇനിയും എത്തിയിട്ടില്ല. അയാൾ വരില്ലെന്നുണ്ടോ? കാണാമറയത്തേക്ക് പൊയ്ക്കളഞ്ഞോ? അയാൾക്ക് പോയേ തീരുവെന്നാണോ? ദഗ്ധമായ സ്വദേശത്തോടുള്ള ആകർഷണം അയാളെ അങ്ങ് ദൂരേക്ക് വലിച്ചുകൊണ്ടു പോയതാണെന്നു വരുമോ? സ്വദേശത്തെ വിമോചിതയാക്കാനായി പോയതാണോ? പക്ഷേ ഭാവനകളൊക്കെ പതുക്കെപ്പതുക്കെ നിസ്തേജമാവും. അവൾക്ക് നിസ്സഹായത അനുഭവപ്പെടും, ഭയം തോന്നും. പക്ഷേ പാപബോധം? അത് അവളുടെ മനസ്സിനെ പീഡിപ്പിക്കുന്നേയില്ല. അവൾക്ക് ഉറച്ച വിശ്വാസമുണ്ട്. പീർബാബയുടെ അനുഗ്രഹമാണ് തനിക്കു ലഭിച്ചിരിക്കുന്നത്. പാവം കുന്തിയുടെ അവസ്ഥ. ഭവിഷ്യത്തറിയാതെ വരപ്രാർഥന നടത്തി. കർണനെ പുഴയിലൊഴുക്കുന്നതിനു മുമ്പുള്ള പത്തുമാസം കുന്തി തന്റെ ഗർഭാവസ്ഥ എങ്ങനെ മറച്ചുവെച്ചു? നീലോഫയ്ക്ക് അതൊന്നും അറിയില്ല. ഭയം കാരണം അവൾക്ക് ഉറക്കം വരുന്നില്ല. നിസ്സഹായയായി രാത്രി മുഴുവനും ഉറക്കമിളച്ചിരിക്കും. നിദ്രാവിഹീനമായ രാത്രികളിൽ നിയമോപദേശങ്ങളും കുടുംബത്തെക്കുറിച്ചുള്ള അശുഭചിന്തകളും അബ്ബാജാന്റെ പരന്ന മുഖവും അവളെ വിഴുങ്ങാനെത്തും. അവളാരോടു പറയും? ഇതൊക്കെ ആരോടാണ് ഉള്ളു തുറന്നൊന്നു പറയാനാവുക? ഇങ്ങനെ പിച്ചിച്ചീന്തപ്പെടുന്നതിനിടയിലും, തവിടു പൊടിയായി നുറുങ്ങിപ്പോകുന്നതിനിടയിലും അവൾക്ക് തോന്നിപ്പോകും പീർബാബ സ്വന്തം വരദാനത്തിന്റെ മഹിമ സംരക്ഷിക്കും. പരമാനന്ദം വരദാനമായി തനിക്ക് നല്കിയെങ്കിൽ ദാദാവ് തന്നെ ആ വരദാനത്തിന്റെ മഹിമയെ കാത്തുരക്ഷിക്കില്ലേ? അവൾ തന്റേടവും വിശ്വാസവും മുറുകെപ്പിടിക്കാൻ നോക്കും. പക്ഷേ ഈ കഠോരമായ ലോകത്തിൽ ഇവ രണ്ടും ക്ഷണഭംഗുരമാണ്. ഏതു നിമിഷവും തകർന്നുപോയെന്നു വരാം. നീലോഫ ദിഗ്ഭ്രാന്തയാണ്. പരലോകത്തിലെ ശിക്ഷയേക്കാളും പാപബോധത്തേക്കാളും ഭയങ്കരമാണ് ഇഹലോകത്തിലെ സാമൂഹികപ്രശ്നം. അന്ധകാരത്തിന്റെ ഏകാന്തതയിൽ അവൾ കൗശികിനെ വിളിക്കും.

–കൗശിക്! നിങ്ങളെവിടേക്കു പോയി?

–പോയെന്നോ? ഇല്ലല്ലോ പോയിട്ടില്ല.

–നോക്കൂ. തീയിൽ വെന്തെരിഞ്ഞിട്ടും ഞാൻ ഇത്രയുംകാലം ജീവിച്ചു പോന്നു. ഇപ്പോൾ ഞാൻ വഴിമുട്ടി നിൽക്കുന്നു.

-ഞാനുണ്ടല്ലോ. ദേ നോക്കൂ. ഇവിടെ. നിന്റെയുള്ളിൽ ഞാനുണ്ട്. നിന്നെവിട്ട് എങ്ങോട്ടു പോകാനാണ്?

-എന്നെ വിട്ടെറിഞ്ഞു പോകരുത്, കൗശിക് പോകരുത്.

-നീലോഫർ, നീ ആഗ്രഹിച്ചത് നിനക്കു കിട്ടിയില്ലേ?

-ഉവ്വ്. കിട്ടി.

-വേറെന്തു വേണം?

-ഇത്ര? ഇത്രമാത്രം?

-നിനക്ക് എന്തിനേയാണ് ഭയം?

-സമൂഹത്തെ. കുടുംബത്തെ. പിന്നെ... പിന്നെ.

-പിന്നെ? അനിസുജ്ജമാനെ?

-അതെ... അല്ല... അതായത് നിങ്ങൾക്കെങ്ങനെ മനസ്സിലായി?

-നിന്റെയുള്ളിന്റെയുള്ളിൽ ഞാനുണ്ട്. നിന്റെ അന്തരാളത്തിലെ സകല ഇരുണ്ട വഴികളിലും ഞാൻ അലഞ്ഞുതിരിഞ്ഞിട്ടുണ്ട്. എനിക്ക് എല്ലാമറിയാം.

-എന്തറിഞ്ഞെന്നാണ്?

-നിനക്ക് എന്നെക്കുറിച്ച് എന്തറിയാം നീലോഫർ?

-അറിയാം. നിങ്ങൾ ഭായീജാന്റെ ശിഷ്യനാണെന്ന്.

-ശിഷ്യനല്ല.

-ചങ്ങാതിയായിരുന്നെന്ന്.

-പണ്ട് എന്റെ വരവ് നിന്നപ്പോൾ നിനക്ക് ദുഃഖം തോന്നിയോ?

-ഉവ്വ്.

-എന്തുകൊണ്ട്?

-ഭായീജാന് വിഷമം തോന്നിയതുകൊണ്ട്.

-ഞാൻ തിരിച്ചു വന്നപ്പോൾ നിനക്ക് സന്തോഷം തോന്നിയോ?

-ഉവ്വ്, ഞാൻ സന്തോഷിച്ചു.

-എന്തുകൊണ്ട്? എന്തുകൊണ്ടാണ് സന്തോഷം തോന്നിയത്?

-കാരണം... കാരണം... നിങ്ങളെ തിരിച്ചു കിട്ടിയതിൽ ഭായീജാന് ഏറെ സന്തോഷം തോന്നിയതുകൊണ്ട്.

-ഞാൻ നിന്റെ മുഖത്തേക്കു നോക്കിയപ്പോൾ നീ പൊട്ടിക്കരഞ്ഞത് ആരെ ഓർത്താണ്? ആര് നിന്റെ മുഖത്ത് നോക്കാതിരുന്ന ദുഃഖമായിരുന്നു നിന്റെയുള്ളിൽ? ആരുടെ ഓക്കാനത്തിന്റെ ഓർമയാണ് നിന്നെ പീർബാബയുടെ സന്നിധാനത്തിലേക്കു നയിച്ചത്.

-ഭായീജാന്റെ.... ഭായീജാന്റെ.

-ഞാൻ നിന്നെ സ്വീകരിച്ചപ്പോൾ, നിന്നിൽ ഭാരതദേശത്തെ കണ്ടെത്തിയപ്പോൾ നിനക്ക് സന്തോഷമായില്ലേ? പറയൂ സന്തോഷമായില്ലേ?

-ഉവ്വ്, സന്തോഷമായി.

-താൻ സ്വീകാര്യയോഗ്യയാണെന്ന് തെളിഞ്ഞതുകൊണ്ടുള്ള സന്തോഷമായിരുന്നില്ലേ അത്?

-അതെ, എന്നുവെച്ചാൽ അല്ല, അതെ.. അതെ.

-പിന്നെന്തിനാണീ വ്യഥാ? പറയൂ. അയാളോടുതന്നെ പറയൂ. അയാൾ അതു കേൾക്കും. നിനക്ക് ആരുമില്ലെന്നു വിചാരിക്കുകയേ അരുത്. അയാളുണ്ട്. അനിസുജ്ജമാൻ.

-പക്ഷേ... പക്ഷേ അന്നു ഞാൻ നിങ്ങളേയാണ് സ്നേഹിച്ചുപോയത്.

-അത് ക്ഷണനേരത്തേക്കായിരുന്നു, നീലോഫർ. ആലോചിച്ചു നോക്ക്. നിന്റെ പ്രാർത്ഥന സഫലമായെന്നു വിശ്വസിച്ച് നീ സ്നേഹിച്ചു. ഞാനല്ലാതെ മറ്റാരെങ്കിലും ദാനവനോ ദേവനോ ആരായിരുന്നോട്ടെ. ഇഷ്ടസിദ്ധി നല്കിയ വ്യക്തിയോട് നിനക്ക് സ്നേഹം തോന്നും. ഹൃദയമെന്നും പറഞ്ഞ് ഹൃദയമെന്ന അവയവത്തെ സ്നേഹിക്കുന്ന മനുഷ്യരെപ്പോലെ.

നീലോഫയുടെ കൈയും കാലും വിറയ്ക്കുകയാണ്. പക്ഷേ അവൾ തീരുമാനമെടുത്തു. പറയും. അനിസുജ്ജമാനോടു പറയും. പറയാനുള്ളത് മനസ്സിനകത്ത് ഒരുക്കൂട്ടി വെക്കുകയാണവൾ. പറഞ്ഞശേഷം? വെറുപ്പായിരിക്കുമോ പകരം കിട്ടുക? വീണ്ടും വെറുപ്പ്? അങ്ങനെയാണെങ്കിൽ. ഹോ! അവൾ മരിച്ചുപോകും. പക്ഷേ, നീലോഫ മരിക്കാൻ ഇച്ഛിക്കുന്നില്ല... ഇനിയും ഒരുപാടു കാലത്തേക്ക് ജീവിച്ചിരിക്കണമെന്നുണ്ട്. ജീവിക്കണം. പക്ഷേ വെറുക്കപ്പെടുകയാണെങ്കിൽ മരിക്കാതെ തരമില്ല. സഹിക്കേണ്ടി വന്ന വെറുപ്പും അവഹേളനയും ഇത്രയുംകാലം യാതൊരുവിധ വിദ്വേഷവുമില്ലാതെ അവളേറ്റുവാങ്ങി. തന്റെ നെടുവീർപ്പുകളെല്ലാം നട്ടുവളർത്തിയ ചെടികളുടെ കടയ്ക്കലും എംബ്രോയ്ഡറികളിലും നിക്ഷേപിച്ചു. ഇത്തവണയോ? അവൾക്കറിയില്ല. തന്റെ അസ്തിത്വത്തെ വിലയിരുത്തുമ്പോൾ ജീവിതത്തിനും മരണത്തിനും തുല്യസ്ഥാനമാണ്.

അതികഠിനമായ മഴ. ആകാശത്ത് മഴക്കാറിന് കട്ടികൂടുന്നു, സൂര്യനെ മറയ്ക്കാനുള്ള ഉദ്യമമാണ്.

ഹിന്ദുത്വവാദത്തേയും മറ്റു മതങ്ങളേയും പറ്റിയുള്ള സംവാദങ്ങൾ നടക്കാറുള്ള ഹിന്ദുധർമ ജാഗരണി സഭ അനിസുജ്ജമാനെ ക്ഷണിച്ചിരിക്കുന്നു. അയാൾ സമീപകാലത്ത് എഴുതി പ്രസിദ്ധീകരിച്ച പുസ്തകത്തെപ്പറ്റിയും അതിന്റെ മുഖവുരയിൽ ഇന്നോളം നടത്തിയതും നടത്താനിരിക്കുന്നതുമായ ഗവേഷണങ്ങളെപ്പറ്റിയുള്ള പ്രസ്താവങ്ങളെപ്പറ്റിയും

സദസ്യരോട് ഏതാനും വാക്കുകൾ പറയുകയാണെങ്കിൽ അവർ അനിസുജ്ജമാനോട് കൃതജ്ഞരായിരിക്കും.

അനിസുജ്ജമാൻ സഭയിൽ പങ്കെടുത്തു. ഹിന്ദുധർമ ജാഗരണി സഭയുടെ അധ്യക്ഷൻ ഒരു രാഷ്ട്രീയ സംഘാടകനാണ്. പശ്ചിമബംഗാളിൽ ആ സംഘടന വളരെ ചെറുതാണ്, എന്നുവെച്ച് തീർത്തും നിഷ്ക്രിയമല്ല. അവരുടെ വിഖ്യാതമായ ഹാളിൽ ചുമരോടു ചുമർ കാർപെറ്റു വിരിച്ചിരിക്കുന്നു. പണ്ഡിതരും വിശാരദരുമെന്നു തോന്നിക്കുന്ന മുപ്പത് മുപ്പത്തഞ്ചു പേരുണ്ട്. അവരുടെ സാന്നിധ്യം സഭയ്ക്ക് പത്തൊമ്പതാം നൂറ്റാണ്ടിന്റെ ഛായ പകർന്നു. സഭ തുടങ്ങി അല്പം കഴിയുന്നതിനു മുമ്പു തന്നെ അനിസുജ്ജമാന് ഒരു വസ്തുത ബോധ്യമായി. മതസമന്വയമല്ല, മതാദർശങ്ങളെ സംബന്ധിച്ചുള്ള ചർച്ചയുമല്ല, സഭയുടെ ലക്ഷ്യം. മറിച്ച് പ്രത്യക്ഷമായ രീതിയിൽ ആക്രമണം. ദുർഗയെപ്പറ്റി പുസ്തകമെഴുതിയതിന് തനിക്കു നേരിടേണ്ടി വരുന്ന ആക്രമണം. നെറ്റിയിൽ സിന്ദൂരപ്പൊട്ടു ചാർത്തിയ ഒരു വ്യക്തി. അയാളുടെ നനുത്ത ഷർട്ടിനു താഴെ പൂണൂലും സ്വർണചെയിനും തെളിഞ്ഞു കാണാം. അനിസുജ്ജമാന്റെ പുസ്തകം കൈയിലെടുത്ത് നേരത്തെ പഠിച്ചു പരിശീലിച്ച ഭാഷയിൽ, ശൈലിയിൽ പുസ്തകത്തെ സദസ്യർക്ക് പരിചയപ്പെടുത്തിക്കൊടുത്തു. അനിസുജ്ജമാനൊഴിച്ച് ഈ സദസ്സിലെ മറ്റെല്ലാവരും പരസ്പരം പരിചിതരാണ്, ഹിന്ദുത്വവാദത്തിന് പുത്തനുണർവ് നല്കുന്ന കാര്യത്തിൽ അവർക്കാർക്കും അഭിപ്രായഭേദവുമില്ല. നിമ്നവർഗക്കാരോട്, പട്ടികജാതി പട്ടിക വർഗക്കാരോട് മറ്റു മതാനുയായികളോട് അവർക്കൊക്കെ പരമപുച്ഛമാണ്. അനിസുജ്ജമാൻ അസ്വസ്ഥനായി. ആരും അയാളോട് അപമര്യാദയായി പെരുമാറിയില്ല. എന്നിട്ടും, ഇവരുടെ ക്ഷണം സ്വീകരിച്ചത് വിഡ്ഢിത്തമായിപ്പോയെന്ന്, ഇത് കാലേക്കൂട്ടി മനസ്സിലാക്കേണ്ടതായിരുന്നെന്ന് അയാൾക്കു തോന്നി.

പൂണൂലും സ്വർണച്ചെയിനും ധരിച്ച വ്യക്തി അനിസുജ്ജമാനെ സഭയിലെ ഏതാനും വിശിഷ്ടവ്യക്തികളുമായി പരിചയപ്പെടുത്തി. ദുർഗയെപ്പറ്റിയുള്ള പുസ്തകം വളരെ പ്രയോജനകരമാണെന്നും അനേകം തത്ത്വങ്ങൾ അതിലുണ്ടെന്നും പ്രഖ്യാപിച്ചു. അതിൽനിന്നു ചില ഭാഗങ്ങൾ വായിക്കാൻ അധ്യക്ഷന്റെ അനുമതി തേടി. അനുവാദം കിട്ടിയതും വായന തുടങ്ങി.

*ദുർഗാപൂജയിൽ ആചരിക്കപ്പെടുന്ന നവപത്രിക, ഒമ്പതു തരം ചെടികൾ ദുർഗയുടെ തന്നെ പ്രതീകമാണ്. നവപത്രിക*യിൽ സ്ത്രൈണമായ ഒന്നുംതന്നെയില്ല. പക്ഷേ ദുർഗയുടെ പ്രതിഭ നാരീദ്യോതകമാണ്. ദുർഗയുടെ നാരീദേഹം മാതൃദേഹമാണ്. കളിമണ്ണിൽനിന്ന് ശില്പികൾ ശ്രദ്ധാപൂർവം പത്തുകൈയുള്ള ദുർഗാമൂർത്തി മെനഞ്ഞെടുക്കുന്നു. ഈ*

**ദുർഗാമണ്ഡപത്തിൽ വെക്കുന്ന ഒമ്പതുതരം ഇലകൾ/സസ്യങ്ങൾ- വാഴ, മഞ്ഞൾ, അഗത്തി, വിൽവം, അശോകം, മാതളം, നെല്ല്, ചേന, ചേമ്പ്.*

നാരി മൂർത്തിയിൽ ശക്തിരൂപിണിയായ മാതൃരൂപമാണുള്ളത്. വിരിച്ചിട്ട മുടി. പത്തു കൈകളിൽ പലതരം ആയുധങ്ങൾ ഈ രൂപത്തിൽ അമ്മയ്ക്ക് അടുക്കും ചിട്ടയുമില്ലെന്നു തോന്നിയേക്കാം. മധ്യാഹനസമയത്ത് പത്തു കൈകൾകൊണ്ട് പത്തു മക്കളെ ഊട്ടി, അമ്മ നടു നിവർന്ന പോലെ. ഒരു കുഞ്ഞിന് ചോറു കുഴച്ചുകൊടുക്കെ മറ്റൊരാൾക്ക് ഉരുള യൂട്ടുന്നു. ഒരു ശിശുവിനെ ഉടുപ്പിടുവിക്കുന്നു, ഇനിയൊരാൾക്ക് മുലപ്പാൽ നല്കുന്നു. അതുകൊണ്ടാണ് ദുർഗ ദഷഭുജ, പത്തു കൈകളുള്ളവൾ. ദുർഗാപ്രതിമയെ ശരിക്കു നോക്കിയാലറിയാം നമ്മുടെ ഗാർഹിക ജീവിതത്തിന്റെ അധീശയാണ് അമ്മയെന്ന്. നമ്മുടെ സ്വന്തം അമ്മയുടെ രൂപകം. ഈ രൂപകത്തിൽ ഭാവങ്ങളും നവരസങ്ങളും സമ്മേളിച്ചിരിക്കുന്നു. പഴ മ്പാട്ടുകൾ മറിച്ചു നോക്കിയാൽ കാണാം, നമ്മുടെയൊക്കെ വീടുകളിലെ പെൺകുട്ടികൾ ഓരോരുത്തരും അവരുടെ പിതാക്കന്മാർക്ക് മാദുർഗ യാണ്. ശ്വശ്രുഗൃഹത്തിൽ നിന്ന് സ്വഗൃഹത്തിലേക്ക് വിരുന്നുവരുന്ന ദുർഗാദേവി. മറ്റൊരു കോണിൽ നിന്നു നോക്കിയാൽ ദുർഗാ മൂർത്തി യിൽ അത്യന്തം മാനവീയമായ ശക്തിയും കണ്ടെത്താനാകും....

ഒരു മൂളക്കം. അതിന്റെ ശബ്ദം കൂടുകയാണ്. അത് ഇരമ്പലായി, ഉന്മാദത്തിലേക്ക് കയറുകയാണ്. അനിസുജ്ജമാന്റെ കൈകാലുകൾ വിറച്ചുതുടങ്ങി. ഇനി തന്നോടുള്ള ചോദ്യങ്ങളായിരിക്കുമോ? അയാൾ നിവർന്നിരിക്കാൻ ശ്രമിച്ചു. ദുർബലനാവാതിരിക്കാൻ ശ്രമിച്ചു. ഒരാൾ പറഞ്ഞു ദുർഗ മുലയൂട്ടുന്ന കാര്യമെഴുതാൻ നിങ്ങൾക്ക് ആരാണ് അധികാരം തന്നത്? വേറൊരാൾ ചോദിച്ചു, നിങ്ങൾ ഒരു മുസ്ലീമാണ്. ഹിന്ദുക്കളുടെ ദേവീദേവന്മാരെപ്പറ്റി ഇങ്ങനെ താരതമ്യം നടത്താനെന്ത വകാശമാണ് നിങ്ങൾക്കുള്ളത്?

അനിസുജ്ജമാൻ ശാന്തസ്വരത്തിൽ പറഞ്ഞു ദുർഗയെ ഞാൻ ഒര മ്മയോടാണ് ഉപമിച്ചത്. അതാണ് ഞാൻ കണ്ടെത്തിയത്.

–എന്നുവെച്ചാൽ? നിങ്ങളുടെ അമ്മയാണോ?

–അതെ നിശ്ചയമായും. എന്റേയും അമ്മയാണ്. ഏതൊരു ബംഗാളി യുടേയും അമ്മ!

–പക്ഷേ നിങ്ങൾക്ക് മൂർത്തീപൂജ പറഞ്ഞിട്ടില്ലല്ലോ.

–ഞാൻ പറഞ്ഞത് ദുർഗാ മൂർത്തി അമ്മയുടെ പ്രതീകമാണെന്നാണ്.

–വീട്ടിലിരിക്കുന്ന അമ്മയെ പിടിച്ചുവലിച്ച് വെളിയിലേക്ക് കൊണ്ടു വരുന്നു, എന്നിട്ട് കുത്സിതമായ ഉപമകൾ നല്കുന്നു, ഇത് ഹിന്ദുത്വത്തെ അപമാനിക്കാനുള്ള നിങ്ങളുടെ പരിപാടിയാണെന്ന് ഞാൻ പറഞ്ഞാലോ?

–എന്നാൽ ഞാൻ പറയും നിങ്ങളുടെ വിചാരം അപ്പാടെ തെറ്റാ ണെന്ന്. അമ്മയും കുഞ്ഞും ഈ ലോകത്തിലെ ഏറ്റവും വിശുദ്ധവും സുന്ദരവുമായ ചിത്രമാണ്. ഏതു മതത്തിലായാലും അതു സത്യമാണ്. കാരണം മാതൃത്വം സൃഷ്ടിയുടെ ചുമതല വഹിക്കുന്നു. മാതൃത്വം മാനു ഷികമാണ്.

-എഴുതാൻ വേറെ എന്തൊക്കെ വിഷയങ്ങൾ കിടക്കുന്നു, ഹിന്ദു ധർമ ത്തെപ്പറ്റി തല പുകച്ചതെന്തിന്? വേറെ വിഷയമൊന്നും കിട്ടിയില്ലേ? നിങ്ങ ളുടെ ചർച്ചകൾ അനധികൃതമാണ്.

അനിസുജ്ജമാൻ തളർന്നുപോയി. താൻ പരാജിതനായിരിക്കുന്നു, എല്ലാ തരത്തിലും പരാജിതനായി. ഇവരെ പറഞ്ഞു ബോധ്യപ്പെടുത്താൻ ശ്രമിക്കുന്നത് വ്യഥാവിലാണ്. ഇപ്പോൾ വായിച്ച ഭാഗം സാംസ്കാരിക അപഗ്രഥനമായിരുന്നു. മുസൽമാൻ എന്ന നിലയ്ക്കല്ല, നിഷ്പക്ഷനായ ഗവേഷകൻ എന്ന നിലയ്ക്കാണ് അയാൾ ദുർഗാ പ്രതിമയെ നിരീക്ഷി ച്ചത്. പക്ഷേ അയാളുടെ അനുമാനങ്ങളെല്ലാം സദസ്യരുടെ നൂലാമാല കൾക്കും അവരുയർത്തിയ പൊടിപടലങ്ങൾക്കുമിടയിൽ അടിഞ്ഞു പോയി. ഗ്രന്ഥകർത്താവിനും പ്രകാശകർക്കും എതിരായി നടപടികളെ ടുക്കണമെന്ന് സദസ്സിൽ പ്രസ്താവമുയർന്നു.

അനിസുജ്ജമാന്റെയുള്ളിൽ എതിർപ്പ് കോളിളക്കമുണ്ടാക്കുന്നു. പക്ഷേ അയാൾ ധർമനിരപേക്ഷതയുടെ പ്രതിജ്ഞയെടുത്തവനാണ്. പണ്ഡിതരും ജ്ഞാനികളും വിദ്വാന്മാരുമായ ഇവരുടെ പെരുമാറ്റത്തി നെതിരായി രോഷം കൊള്ളുകയോ? ആ സങ്കല്പംപോലും ഹീന മാണെന്ന് അയാൾക്കു തോന്നി. അയാൾ രണ്ടു കൈകളും കൂപ്പി എഴു ന്നേറ്റു നിന്നു.

-ഈ പുസ്തകമെഴുതിയത് ന്യായമാണോ അന്യായമാണോ എന്നെ നിക്ക് അറിയില്ല. എനിക്കെതിരായി നിങ്ങൾ എന്തെങ്കിലും ചെയ്യാൻ ആലോചിക്കുന്നുവെങ്കിൽ അത് നിങ്ങളുടെ തീരുമാനമാണ്. അതൊക്കെ കേട്ടു ഞാനിവിടെ നില്ക്കുന്നത് നിരർഥകമാണ്. നിങ്ങളുടെയെല്ലാം അനു മതിയോടെ ഞാൻ വിട പറയുന്നു.

-ആഹാ! ഓടാനാണോ ഭാവം? പുസ്തകമെഴുതിയില്ലേ, ഇനി മറു പടി തന്നിട്ടു പോകൂ.

-എനിക്കു പറയാനുള്ളതൊക്കെ ഞാൻ പറഞ്ഞു. ശരിയാണ്, ഞാനോടി രക്ഷപ്പെടുകയാവാം. കാരണം ഞാൻ അതിസാധാരണക്കാ രനായ ദുർബല മനുഷ്യനാണ്. നിങ്ങളോടൊപ്പം സംവദിക്കാനുള്ള യോഗ്യത തന്നെ എനിക്കില്ല. എനിക്ക് ശരിയെന്നു തോന്നിയത് ഞാൻ ചെയ്തു. എനിക്ക് ഇനിയൊന്നും പറയാനില്ല.

അനിസുജ്ജമാൻ ഇറങ്ങി നടന്നു. കടുവചനങ്ങൾ അയാളെ പിന്തുട രുന്നുണ്ട്. കുനിഞ്ഞ ശിരസ്സുമായി അയാൾ ബസ്സിൽ കയറി. ഭയവും അനാസ്ഥയും തുല്യതീവ്രതയിൽ അയാളുടെ അന്തരാളത്തെ മഥിക്കുന്നു. ആ സഭയിലേക്കു ചെന്നതിന് അയാൾ സ്വയം പഴിക്കുകയാണ്. തന്നോടു തന്നെ അവജ്ഞ തോന്നുകയാണ്. ബസ്സിന്റെ ജാലകത്തിലൂടെ അയാൾ പുറംകാഴ്ചകൾ കണ്ടുകൊണ്ടിരുന്നു. പക്ഷേ ഒന്നും മനസ്സിൽ തങ്ങി നിന്നില്ല. മനസ്സിനകത്ത് വിവിധ തലങ്ങളെ ഭേദിച്ചുകൊണ്ട് സങ്കീർണ മായ പ്രശ്നങ്ങൾ ഉയർന്നുവരുന്നു. മൗലിക പ്രശ്നങ്ങളാണ്. മതത്തെ

ആശ്രയിക്കുക, സങ്കുചിത മനസ്കരാകുക. ഇതാണോ ജീവിതത്തിന്റെ മൂലതന്ത്രം? അന്യമതവിദ്വേഷത്തിനു മാത്രമേ മനുഷ്യനെ സകല ആഘാതങ്ങളിൽ നിന്നും അപമാനങ്ങളിൽ നിന്നും രക്ഷിക്കാനാകൂ? ജന്മനാ ലഭിച്ച മതത്തിനെക്കുറിച്ചു മാത്രം അഭിപ്രായം പ്രകടിപ്പിച്ച് അന്യമതങ്ങളെ പുച്ഛിച്ചുതള്ളുകയായിരുന്നോ വേണ്ടിയിരുന്നത്? അയാൾക്ക് മനിറൂൾ ചാച്ചയുടെ വാക്കുകൾ ഓർമ വന്നു. *നീ ക്രമേണ ഹിന്ദുവാകാൻ ശ്രമിക്കയാണ്.*

അനിസുജ്ജമാൻ മനസാ പറഞ്ഞു. ഞാൻ മനുഷ്യനാണ്. അതാണ് എന്റെ മതം, അതാണ് എന്റെ ധർമം. അതാണ് എന്റെ പരിചയം. ഇത്രയും കാലം ഇങ്ങനെ വിശ്വസിച്ചത് തെറ്റാണോ? ഇതനുസരിച്ച് പ്രവർത്തിച്ചത് തെറ്റായിപ്പോയോ? അന്യമതവിദ്വേഷം! പറയാനെളുപ്പമാണ്, പക്ഷേ അത് അതിനീചവുമാണ്. സ്വന്തം അറിവിന്റേയും അനുഭവസമ്പത്തിന്റേയും അടിസ്ഥാനത്തിൽ അയാൾ ഉത്തരം കണ്ടെത്തി. ഇല്ല, അന്യമത വിദ്വേഷമല്ല വേണ്ടത്. സഹിഷ്ണുതയാണ്. സഹിഷ്ണുത. സഹിഷ്ണുതാപഥം ദുർഗമമായിരിക്കാം. പക്ഷേ ഇതാണ് മനുഷ്യന്റെ യഥാർഥ ലക്ഷ്യപഥം. അയാൾ നിശ്ചയിച്ചുറപ്പിച്ചു. താനെങ്ങനെ ആയിരുന്നോ അങ്ങനെത്തന്നെ മനുഷ്യനായി ഇനിയുള്ള കാലവും ജീവിക്കും. ഇതിന് കയ്പുണ്ട്, നിർമമാണ്. പക്ഷേ ഇതാണ് ജീവിതത്തിന്റെ സത്യസന്ധമായ മുഖം. മനുഷ്യരുടെ ഔദ്ധത്യവും ഔദാര്യവും രണ്ടും ഒരേസമയം നിശ്ശബ്ദമായി നോക്കിക്കാണാനാകില്ലെന്നു വന്നാൽ തന്റെ പ്രവൃത്തി പൂർണമാകില്ല.

ഈ തീരുമാനത്തിൽ എത്തിച്ചേർന്നതോടെ അയാൾക്ക് അല്പം സ്വസ്ഥത തോന്നി. എന്നാലും തളർച്ച വിട്ടിട്ടില്ല. തളർച്ചയെ തടുക്കാനാവില്ലല്ലോ. തളർന്ന ശരീരത്തെ ക്ഷീണിച്ച കാലുകൾ കോണിപ്പടിയിലൂടെ വലിച്ചുകയറ്റി. അകത്തു കടന്നതും കണ്ടു മനിറൂൾ ചാച്ച എത്തിയിരിക്കുന്നു. ഓ! ശരിയാണല്ലോ. താഴെ ചാച്ചാജാന്റെ കാറു കിടക്കുന്നത് കണ്ടതാണ്. മനസ്സിൽ പതിഞ്ഞില്ല. എല്ലാ തളർച്ചയും മാറുന്നതിനു പകരം ഞരമ്പുകൾക്ക് പെട്ടെന്ന് പിരിമുറുക്കം കൂടുകയാണുണ്ടായത്. കാരണം മനിറൂൾ ചാച്ചയുടെ മുഖം വരാനിരിക്കുന്ന കൊടുങ്കാറ്റിനെ ഉദ്ഘോഷിക്കുന്നു, അനിസുജ്ജമാൻ അതൊട്ടും പ്രതീക്ഷിച്ചതല്ല.

മനിറൂൾ ചാച്ച കസേരയിലിരിക്കുകയാണ്. നീലോഫ മുഖം കുനിച്ച് സോഫയിലും. ഇത്രയും കാലത്തിനിടയ്ക്ക് ഇതാദ്യമായാണ് ചാച്ചാജാൻ ഈ ഫ്ളാറ്റിലേക്കു കാലെടുത്തു കുത്തുന്നത്. ചാച്ചയുടെ മുഖത്ത് ഗൗരവം. ഈയിടെയായി സ്വന്തം കാര്യങ്ങളിൽ കുറേക്കൂടി ശ്രദ്ധയുണ്ട്. വേഷഭൂഷകളിൽ കുറെക്കൂടി മോടി. ഇത്തിരി തടിച്ചിട്ടുണ്ട്. കുറച്ചു നേരം അതുമിതും സംസാരിച്ചശേഷം ഈ കനത്ത മഴയിൽ ഇത്രയും ദൂരം വന്നതിനുള്ള കാരണം വ്യക്തമാക്കി.

–നീ മതം മാറുകയാണെന്നു കേട്ടു.

-മതം മാറുകയോ? നിങ്ങളെന്തായീ പറയുന്നത് ചാച്ചാജാൻ? മനസ്സിലായില്ല.

-മാറില്ലെന്നാണോ പറയുന്നത്?

-ഇല്ല. മതം മാറുന്നില്ല. അങ്ങനെ തോന്നിയിട്ടു പോലുമില്ല.

മനിറൂളിന്റെ മുഖത്ത് വക്രിച്ച ചിരി. മീശയില്ലാത്ത ചുണ്ടുകളും കവിളുകളിൽ നിറഞ്ഞുനിന്ന ചുവന്ന താടിരോമങ്ങളും ആ ചിരിയെ കുടിലവും കയ്പുറ്റതുമാക്കി. അയാൾ ചോദിച്ചു.

-എന്തുകൊണ്ട് മതം മാറില്ല?

-മാറില്ല. കാരണം ഏതെങ്കിലും മതത്തിൽ ചേരേണ്ടത് അത്യാവശ്യമാണെന്ന് എനിക്കു തോന്നിയിട്ടില്ല. ഞാനൊരിക്കലും സ്വീകരിക്കാത്തതിനെ ത്യജിക്കുന്നതെങ്ങനെ?

-നീയിന്ന് എവിടേക്കാ പോയത്?

-ഒരു സംവാദ സഭയിലേക്ക്.

-കേട്ടു. ഹിന്ദു ധർമ ജാഗരണി സഭയിൽ നീ പങ്കെടുത്തു. അവിടെ പതിവായി പോകാറുണ്ടോ?

അനിസുജ്ജമാൻ നീലോഫയെ നോക്കി. ഈ കഥകളൊക്കെ ആരാണ് ചാച്ചാജാന്റെ കാതിലെത്തിച്ചത്? നിശ്ചയമായും നീലോഫയല്ല.

-അതെ. കേട്ടതു ശരിയാണ്. പക്ഷേ പകുതി മാത്രം. ഹിന്ദു ധർമ ജാഗരണി സഭ ഇന്ന് എന്നെ ക്ഷണിച്ചു. എന്റെ പുസ്തകത്തെപ്പറ്റി ചർച്ച ചെയ്യാൻ....

മനിറൂൾ അനിസുജ്ജമാനെ തുടരാനനുവദിച്ചില്ല. അയാൾക്ക് വല്ലാത്ത ആവേശം.

-പുസ്തകം, അല്ലേ? പുസ്തകം! നീയെഴുതിയ പുസ്തകം മോഹാ, ഈ ദുനിയാവിൽ നിനക്ക് വേറൊരു വിഷയവും കിട്ടിയില്ലേ പുസ്തകമെഴുതാൻ? നീ ഒരുകാലത്തും മതാനുഷ്ഠാനങ്ങൾ നടത്തിയില്ല. നിസ്കാരം ചെയ്തില്ല. പല തവണ പറഞ്ഞിട്ടും കല്യാണം കഴിച്ചില്ല. നോമ്പ് എന്താണെന്ന് നിനക്കറിയുകയേയില്ല. നിനക്ക് പറയാനാകുമോ നമ്മുടെ കലണ്ടറിൽ ഇതേതു മാസമാണെന്ന്? ഇവളെക്കൂടി നീ വഷളാക്കിയില്ലേ?

അനിസുജ്ജമാൻ ചകിതനായി. അന്നേ ദിവസം മുഴുവനും ഏല്ക്കേണ്ടി വന്ന തിക്താനുഭവം. അതിനുപരിയായി ഉയരുന്ന അസഹിഷ്ണുത എല്ലാം അമർത്തിപ്പിടിച്ച് പറഞ്ഞു.

-നീലോഫാ? നീലോഫയോട് ഞാനൊരിക്കലും ഒന്നും പറഞ്ഞിട്ടില്ല. വേണ്ടെന്നു വിലക്കിയിട്ടുമില്ല. അവൾക്കിഷ്ടമുള്ളത് അവൾക്കു ചെയ്യാം, ചെയ്യുന്നു...

-അവൾക്കിഷ്ടമുള്ളത്? നിനക്കറിയില്ല വീട്ടിൽ സ്ത്രീകൾ ഉണ്ടെങ്കിൽ അവരെ പഠിപ്പിക്കണം. അത് പുരുഷന്റെ കടമയാണ്. പഠിപ്പിച്ചില്ലെങ്കിൽ സ്ത്രീകൾ ചീത്തയായിപ്പോകും. നിന്നോടു പറഞ്ഞിട്ടെന്തു കാര്യം? നിനക്ക് മതവും കിതവും ഒന്നും ഇല്ലല്ലോ. നീലുവിനും ഇല്ല. നിനക്ക് ഹിന്ദുക്കളുമായാണ് ചങ്ങാത്തം. അവൾക്കും അങ്ങനെത്തന്നെ. ഇനി യെന്തുണ്ട് പറയാൻ. നീലുവിന്റെ കാര്യം പോട്ടെ. ജീവനുള്ള കരിക്കട്ട. അവളെന്തു ചെയ്താലെന്താ, ചെയ്തില്ലെങ്കിലെന്താ. അതുകൊണ്ടൊന്നും ഒരു ചുക്കും വരാനില്ല. പക്ഷേ നിന്നെക്കുറിച്ച് സമൂഹത്തിനോട് ഞാൻ മറുപടി പറയണമല്ലോ.

നീലോഫ മന്ദംമന്ദം അടുക്കളയിലേക്കു നീങ്ങി. അനിസുജ്ജമാന് മനസ്സിലായി മനിറുൾ ചാച്ചയുടെ വാക്കുകൾ അവളെ വല്ലാതെ മുറിവേ ല്പിച്ചിരിക്കുന്നു. മനിറുൾ ചാച്ച നിർത്തുന്നില്ല - നിനക്കെപ്പോഴും കൂട്ട് ഹിന്ദുക്കളാണ്. ദാ കണ്ടില്ലേ താമസിക്കാൻ തെരഞ്ഞെടുത്തതും ഹിന്ദു ചുറ്റുവട്ടം.

അനിസുജ്ജമാൻ ചിരിച്ചു - ചാച്ചാജാൻ നിങ്ങൾക്ക് അറിയാഞ്ഞി ട്ടാണ്. ഈ ചുറ്റുവട്ടത്ത് ഒരുപാട് സിഖ് മതക്കാരുണ്ട്, ഒരു ബൗദ്ധകുടും ബവും മൂന്നു ജൈനകുടുംബങ്ങളുമുണ്ട്.

-പക്ഷേ, മുസ്ലീം നീയല്ലാതെ മറ്റാരുമില്ലല്ലോ. നീയെന്തൊക്കെ പറ ഞ്ഞാലും, എത്ര തർക്കിച്ചാലും എനിക്ക് വ്യക്തമായിട്ട് മനസ്സിലാവുന്നുണ്ട് നീ വിഗ്രഹാരാധനയ്ക്കു നേരെ നീങ്ങുകയാണെന്ന്. നീയെഴുതിയ പുസ്തകത്തിലെ ഓരോ താളിലും വിഗ്രഹാരാധനയെ പ്രശംസിച്ചും ആദ രിച്ചുമല്ലേ എഴുതിയിരിക്കുന്നത്?

അനിസുജ്ജമാന് സഹിക്കുന്നില്ല. തല പറിയുകയാണ്. ഇതെന്താ ശ്ചര്യമാണെന്നു നോക്കണം. ഹിന്ദുക്കൾ പറയുന്നു പുസ്തകത്തിന്റെ ഓരോ താളിലും അശ്രദ്ധയും അനാദരവുമാണെന്ന്. മനിറുൾ ചാച്ച കണ്ടെത്തിയതോ ശ്രദ്ധയും ആദരവും. രണ്ടുംകൂടെ കൂട്ടിയാൽ ഗണിത ശാസ്ത്ര പ്രക്രിയയനുസരിച്ച് ഫലം പൂജ്യം. അതായത് മതപരമായ നിഷ്പക്ഷത.

-ഞാൻ നിന്നെ അറിയിക്കാൻ വന്നതാണ്. യാസിന്റെ കല്യാണം ഉറ പ്പിച്ചു. ചടങ്ങിന് നിന്നെ വിളിക്കാനാവില്ല. കാരണം നീ വന്നാൽ നമ്മുടെ ബന്ധുബാന്ധവരിൽ പലരും വരില്ലെന്നു പറഞ്ഞയച്ചു.

അനിസുജ്ജമാൻ നീലോഫയോട് ഒരു ഗ്ലാസ് വെള്ളം ചോദിച്ചു വാങ്ങി. അതു മുഴുവനും കുടിച്ചു. ചാച്ചാജാനെ നോക്കി.

-കൊള്ളാം, നല്ലതുതന്നെ.

-നീ വരില്ലെന്നതുകൊണ്ട് നീലോഫയും വരില്ലെന്നു പറഞ്ഞിരി ക്കുന്നു.

നീലോഫ ചായയും ബിസ്കറ്റുമായി വന്നു. അനിസുജ്ജമാൻ മറുപടി നല്കി.

-നീലുവിന് ശരിയെന്നു തോന്നുന്നത് അവൾ ചെയ്യും.

മനിറൂൾ ചാച്ച എഴുന്നേറ്റു. ചായ കുടിക്കാൻ വിസമ്മതിച്ചു. അനിഷ്ടം പ്രകടിപ്പിക്കുകയാണ്. അനിസുജ്ജമാനും നീലോഫയ്ക്കും നന്നായിട്ടറിയാം. മനിറൂൾ ചാച്ച ഈ വീട്ടിൽ നിന്ന് ജലപാനം കഴിക്കില്ല. അവരും നിർബന്ധിച്ചില്ല. അനിസുജ്ജമാൻ ചാച്ചാജാനോടൊപ്പം താഴേക്കിറങ്ങി. കാറു പോകുന്നതു വരെ കാത്തുനിന്ന ശേഷം മുകളിലേക്കു തിരിച്ചെത്തി. ചായക്കപ്പു കൈയിലെടുത്തു. ബിസ്കറ്റെടുത്തു കടിച്ചു. മനസ്സ് വേറെങ്ങോ ആണ്. നീലോഫയും ചായയുമായി അടുത്തിരുന്നു. നിശ്ശബ്ദയായി. ബിസ്കറ്റ് ചായയിൽ മുക്കി അനിസുജ്ജമാൻ ചോദിച്ചു. സിതാറു വായിക്കാമോ നീലൂ?

നീലോഫാ ഇരിപ്പുമുറിയിലെ മങ്ങിയ ലൈറ്റിട്ടു. സിതാറുമായി നിലത്തിരുന്നു. ഇന്നെന്തോ വിരലുകളിൽ സ്വരമുണരുന്നില്ല. അനിസുജ്ജമാൻ ആരാഞ്ഞു എന്തേ മനസ്സു വരുന്നില്ലേ?

നീലോഫ അലസമായി സിതാറിന്റെ കമ്പികളിൽ വിരലോടിച്ചു.

-ഭായീജാൻ...

-എന്തേ, നീലൂ?

-എനിക്കു ചിലതു പറയാനുണ്ട്.

അനിസുജ്ജമാന് നീലോഫയുടെ സ്വരത്തിലെ വിഷണ്ണത മനസ്സിലാക്കാനായില്ല. ഇന്നത്തെ ദിവസം മുഴുവനും തനിക്കു നേരിടേണ്ടിവന്ന കൊടുങ്കാറ്റും അതിന്റെ പ്രത്യാഘാതങ്ങളും ശിരസ്സിലും മസ്തിഷ്കത്തിലും ബാക്കിനില്ക്കുന്നുണ്ട്. അയാൾ പറഞ്ഞു.

-എനിക്കും പറയാനുണ്ട് നീലൂ. ഒരുപാടു കാര്യങ്ങൾ. ഇന്ന് സഭയിലെന്താ നടന്നതെന്നറിയാമോ?

ഇന്ന്, ഇതാദ്യമായി നീലോഫ അനിസുജ്ജമാനെ തട്ടിമാറ്റി, സ്വയം പ്രഖ്യാപിച്ചു.

-ഭായീജാൻ ഇന്ന് എനിക്കു പറയാനുള്ളതു പറയട്ടെ.

എന്തൊരു ദയനീയവും വ്യാകുലവുമായ സ്വരം. അനിസുജ്ജമാൻ കിടക്കയിൽ എഴുന്നേറ്റിരുന്നു. എന്തുപറ്റി നീലുവിന്? എന്താണ് പറയാനുള്ളത്? മനിറൂൾ ചാച്ച എന്തെങ്കിലും പറഞ്ഞുകാണും. നീലോഫയെ തിരികെ വിളിച്ചുകൊണ്ടുപോകാൻ ആഗ്രഹിക്കുന്നുണ്ടോ?

നീലോഫാ സിതാറിൽ വിരലോടിച്ചു. ഭാഷയും സംയമനവും നഷ്ടപ്പെടുകയാണോ....

-കൗശിക്, ഭായീജാൻ... കൗശിക്...

അനിസുജ്ജമാന് പെട്ടെന്ന് ആശ്വാസം തോന്നി. ഹോ സമാധാനം. മനിറൂൾ ചാച്ചയുടെ കാര്യമല്ല.

-ആട്ടെ പറയൂ. എന്തുപറ്റി? കൗശിക് വന്നിരുന്നോ? നീയെവിടെയെങ്കിലും അയാളെ കണ്ടോ?

-ഇല്ല.

-പിന്നെ?

-ഞാനും കൗശികും ഉച്ചനേരങ്ങളിൽ മുഴുവനും ഇവിടെ ഒറ്റയ്ക്ക്....

-അതെ, നീലൂ അതുകൊണ്ടെന്താ?

-ഭായീജാൻ കൗശിക് എന്നെ.... എന്നെ....

പറയാൻപോലും വിമ്മിട്ടമനുഭവപ്പെടുന്ന അക്കാര്യം കേൾക്കാൻ തയ്യാറായി ഇരിക്കയാണ് അനിസുജ്ജമാൻ. അയാൾക്ക് ഏതാണ്ടൊക്കെ അനുമാനിക്കാനാകും. പക്ഷേ അത്... അത് സ്വയം അംഗീകരിക്കാനാവുന്നില്ല.

നീലോഫ പറഞ്ഞു.

-ഭായീജാൻ ഞാൻ അമ്മയാകാൻ പോകുന്നു.

-ഹായ് അള്ളാ!

രണ്ടേ രണ്ടു വാക്കുകൾ അനിസുജ്ജമാന്റെ ചുണ്ടുകളിൽ നിന്ന് തെറിച്ചുവീണു. സ്വബോധം, വിശ്വാസം, സ്ഥലകാലബോധം എല്ലാം കുഴഞ്ഞു മറിഞ്ഞുപോയി. അതിഭയങ്കരമായ ഭവിഷ്യത്ത് പൈശാചിക മുഖവുമായി തന്നെ വിഴുങ്ങാനെത്തിയിരിക്കുന്നു. അയാൾ കൈകൾ കൊണ്ട് മുഖം പൊത്തി. പക്ഷേ അയാൾ രോഷാകുലനല്ല. ക്രോധം തോന്നാനോ പ്രകടിപ്പിക്കാനോ, ഉള്ള ശക്തിപോലും അയാൾക്കു നഷ്ടപ്പെട്ടിരിക്കുന്നു. കുറ്റം തന്റേതാണ്. അയാൾ സ്വയം ദോഷാരോപണം നടത്തുകയാണ്. ഇത്തരമൊരു സാധ്യത എന്തുകൊണ്ട് തന്റെ മനസ്സിലുദിച്ചില്ല? നീലോഫയുടെ സുരക്ഷയെപ്പറ്റി ഒട്ടും ചിന്തിക്കാതെ ഒരു ഭ്രാന്തനെ പിടിച്ച് വീട്ടിൽ കയറ്റി താമസിപ്പിച്ചത് തെറ്റായിപ്പോയി. അയാളുടെ ഭാരം അവളെ ഏല്പിച്ചത് ഒട്ടും ശരിയായില്ല. കൗശിക് ഇങ്ങനെ ചെയ്തെന്നോ? അങ്ങനെ വരാൻ വഴിയില്ല. പക്ഷേ കൗശികിന് തലയ്ക്ക് സ്ഥിരതയില്ലായിരുന്നല്ലോ. ഭയം അരിച്ചു കയറുകയാണ്. ഒപ്പം ആശങ്കയും. നീലോഫ ബലാത്കാരത്തിന് വിധേയയാക്കപ്പെട്ടെന്നോ? മനസ്സിൽ ദുസ്സഹമായ സങ്കടം. അയാൾ വിങ്ങിപ്പൊട്ടി എങ്ങനെയൊക്കെയോ പറഞ്ഞൊപ്പിച്ചു.

-നീലു അയാൾ ബലം പ്രയോഗിച്ച്... ബലം പ്രയോഗിച്ച് നിന്നെ... അനിസുജ്ജമാൻ പറഞ്ഞുതീരുന്നതിനു മുമ്പ് നീലോഫ ചാടിവീണു.

-അല്ല ഭായീജാൻ അല്ല. അങ്ങനെ പറയരുത്, ഭായീജാൻ. അയാൾ അത്തരക്കാരനല്ല.

അനിസുജ്ജമാന് കൂടുതൽ വിസ്മയം. അതേസമയം കൗതൂഹലവും നിസ്സഹായതയും, അവാച്യമായ കയ്പും മനസ്സിൽ നിറയുന്നു. തൊണ്ട വരണ്ടുപോയി.

-എങ്കിൽപ്പിന്നെ നീയെന്തിനു അതിനനുവദിച്ചു?

നീലോഫ മറുപടി പറഞ്ഞില്ല. അനിസുജ്ജമാൻ വീണ്ടും വിഭ്രാന്തനായി. കൗശികിന് ചെയ്യാനായി? എങ്ങനെ അതു ചെയ്യാനായി? ഭ്രാന്തനായതുകൊണ്ടോ? ഭ്രാന്തൻ! എന്നാലും അയാൾക്കു വല്ലാത്ത കഷ്ടം അനുഭവപ്പെടുന്നു. എന്തിനീ കഷ്ടം? ആർക്കുവേണ്ടി? അയാൾക്കു മനസ്സിലാവുന്നില്ല. അതിഭയങ്കരമായ ഭവിഷ്യത്തിനെച്ചൊല്ലിയാണോ? അതിന്റെ പരിണാമം എന്തായിരിക്കുമെന്ന് അയാൾക്കറിയില്ല. അതേ കൗശികും നീലോഫയും സ്വേച്ഛാനുസാരം ചെയ്ത പ്രവൃത്തി! അതിൽ ഇടപെടേണ്ടി വന്നതിലോ? അയാൾ നിസ്സഹായനായി ചോദിച്ചു.

-എന്തേ നീലൂ, എന്തിനിത് അനുവദിച്ചുകൊടുത്തു?

ഇപ്പോൾ നീലോഫയുടെ കണ്ഠത്തിൽ തേങ്ങലില്ല, ഭയമില്ല, ഉദ്വേഗമില്ല. സ്വപ്നാടകയെപ്പോലെ അവൾ പറഞ്ഞു - ഭായീജാൻ നിങ്ങൾക്കോർമയുണ്ടോ പീർബാബയുടെ ആസ്ഥാനത്തു പോയി ഞാൻ ദുവാ വേണ്ടിക്കൊണ്ടത്? ആകസ്മികമായി കൗശിക് എന്റെ മുഖം കണ്ടുപോയി, ഭായീജാൻ. എന്റെ വെന്തു ബീഭത്സമായ മുഖം.. പക്ഷേ അയാൾ മുഖം തിരിച്ചില്ല. എന്റെ മുഖത്തേക്കു നോക്കി ഇരുന്നു. ഞാൻ പെട്ടെന്നു തന്നെ മുഖം മറച്ചു. എന്നിട്ടും അയാളെന്നെ നിർബന്ധിച്ചു. വീണ്ടും കാണണമെന്ന്. എനിക്ക് ബുർഖ മാറ്റണമെന്നേ ഉണ്ടായിരുന്നില്ല. അയാൾ സ്വയം അതു മാറ്റി. ഞാനൊരു സുന്ദരിയാണെന്ന മട്ടിൽ എന്റെ നേരെ നോക്കി. ഞാനെല്ലാം മറന്നുപോയി. ഞാനാരാണ്, എന്താണെന്നൊക്കെ. അയാളെന്നെ സ്പർശിച്ചപ്പോൾ ഭായീജാൻ ഞാൻ അതിസുന്ദരിയായതായി എനിക്കു തോന്നി. എന്റെ മുഖം കണ്ടാൽ ആളുകൾ അറപ്പുകൊണ്ട് വിറയ്ക്കുമെന്ന കാര്യം ഞാൻ മറന്നു, അബ്ബാജാന് എന്നെക്കാണുന്നതുതന്നെ വെറുപ്പാണെന്നത്, അമ്മീജാൻ ഞാൻ മരിച്ചുപോയിരുന്നെങ്കിൽ എന്നു പ്രാർഥിക്കുമായിരുന്നത്, എന്റെ മുഖം കണ്ട് നിങ്ങൾ ഛർദ്ദിച്ചുപോയത്. എല്ലാമെല്ലാം മറന്ന് സർവ്വാംഗസുന്ദരിയായി ഒരു മാലാഖയായി ഞാൻ പാറി നടന്നു. അയാൾ എന്നോടു പറഞ്ഞതിതാണ് -

ഞാൻ നിന്നെ കണ്ടു. ഇതാണ് എന്റെ ഭാരതദേശം. ദഗ്ധ, തരിശുഭൂമി. ഞാൻ നിന്നെ സ്വീകരിച്ചിരിക്കുന്നു. ഇതെന്റെ ദേശമാണ്. നിന്റെ കരിഞ്ഞുപോയ ശരീരത്തിനടിയിൽ എല്ലാമുണ്ട്. പ്രാണൻ പ്രണയം, അനുഭൂതി. എന്റെ പ്രിയനാടേ, ഞാൻ നിന്റേതാണ്. ഞാൻ വന്നു, ഇതാ എത്തിപ്പോയി...

നീലോഫ നിറുത്തി. അവളുടെ ഇരുമിഴികളിലൂടെയും അശ്രുവൊഴുകുന്നു. അതു തുടച്ചെടുക്കാനായി കൗശികില്ല. അതുകൊണ്ട് അതു ധാര

ധാരയായി ഒഴുകുന്നു. അനിസുജ്ജമാന് ചോദിക്കണമെന്നുണ്ടായിരുന്നു നീയെന്തിന് അയാളെ വിശ്വസിച്ചു? അയാൾക്ക് തലയ്ക്ക് സുഖമില്ലായിരുന്നല്ലോ. അയാൾ ഭ്രാന്തനായിരുന്നില്ലേ? പക്ഷേ ഒന്നും ചോദിക്കാനായില്ല. അയാളുടെ ആത്മാവ് ചുട്ടുനീറുകയാണ്. ഏതു മാനസികപീഡയാണ് നീലോഫയെ ആ ഭ്രാന്തനിൽ വിശ്വാസമർപ്പിക്കാൻ പ്രേരിപ്പിച്ചത്? ആ ഭ്രാന്തനാണെങ്കിൽ അവളെ വിട്ടെറിഞ്ഞു പോയിരിക്കുന്നു. എന്നിട്ടും അവൾ മനസ്സിൽ കിനാവു കാണുകയാണ് അയാൾ തന്നെ സൗന്ദര്യവതിയാക്കിയെന്ന്. അനിസുജ്ജമാൻ ദിഗ്ഭ്രാന്തനായി. ഈ പെൺകുട്ടിയേയുംകൊണ്ട് താനിനി എന്തു ചെയ്യും? ആ നിമിഷം നീലോഫ വീണ്ടും സംസാരിച്ചുതുടങ്ങി. കരച്ചിലടങ്ങിയ തന്റേടമുള്ള സ്വരം.

-ഭായീജാൻ നിങ്ങളെന്താണ് ആലോചിച്ചുകൂട്ടുന്നതെന്ന് എനിക്കറിയാം. കൗശിക് ഭ്രാന്തനാണ്. അതുകൊണ്ടാണ് ഇങ്ങനെ ചെയ്തതെന്നല്ലേ? അതു ശരിയല്ല. ആ നേരത്ത് ആ കണ്ണുകളിൽ പരിപൂർണമായി സ്വബോധമുണ്ടായിരുന്നു.

അനിസുജ്ജമാൻ പകച്ചുപോയി. നീലോഫയ്ക്ക് തന്റെ ചിന്തകൾ വായിച്ചെടുക്കാനായിരിക്കുന്നു. പൊടുന്നനെ, താൻ തികച്ചും നിസഹായനും അശക്തനുമാണെന്ന പ്രതീതി. അകതാരിൽ ഭയം. വല്ലാത്ത ഭയം. ആതങ്കം. അയാളുടെ ദേഹമാകെ വിറച്ചു. ദുസ്സഹമായ മനോപീഡയും നിസ്സഹായതയും ഒരു രോദനമായി തൊണ്ടയിൽ നിറഞ്ഞു. അതടക്കിവെക്കാനുള്ള ശ്രമം പോലും അയാൾ നടത്തിയില്ല. നീലോഫ വളരെ സ്പഷ്ടമായി അതു കേൾക്കുകയും ചെയ്തു. കണ്ണീരൊഴുക്കി അയാൾ വിലപിച്ചു.

-നീലൂ ഞാനെന്തു ചെയ്യും? എന്നെ ആരും മനസ്സിലാക്കില്ല. ചാച്ചാജാനും ചാച്ചിയും എത്ര വിശ്വാസത്തോടെയാണ് നിന്നെ എന്റെ കൂടെ പോരാൻ അനുവദിച്ചത്. അവരുടെ വിശ്വാസത്തിന് സ്ഥാനമില്ലാതായല്ലോ. ഈ ലോകമാസകലം കരുതും ഞാൻ അവസരം മുതലെടുത്തെന്ന്. ഞാൻ നിന്റെ അവസ്ഥയെ മുതലെടുത്തെന്ന്.

ബുർഖക്കടിയിൽ നീലോഫ സ്വന്തം കണ്ണുകൾ തുടച്ചു. അവൾക്കും വല്ലാത്ത നിസ്സഹായത തോന്നുന്നുണ്ട്. യാതന അനുഭവപ്പെടുന്നുണ്ട്. പക്ഷേ കുറ്റബോധമില്ല. അബ്ബാജാനും അമ്മിയും തമ്മിലുള്ള സംഭാഷണം അവളുടെ മനസ്സിലേക്കോടിയെത്തി. അബ്ബാജാൻ പറഞ്ഞത് ഹോ! എന്തൊരു കൂരൂപം! അള്ളാ എന്റെ മോളുതന്നെ. പക്ഷേ നോക്കാൻ പോലും അറപ്പു തോന്നുന്നു. അമ്മി പറഞ്ഞത് ഹായ് അള്ളാ ഇവളെ ഇങ്ങനെ ജീവനോടെ ഇരുത്തിവെച്ചതെന്തിന്?..

ഇത്രയുംകാലത്തെ ജീവിതത്തിൽ ഒരിക്കലെങ്കിലും ജീവിതത്തെ അടിച്ചമർത്തുന്ന മരണത്തെക്കുറിച്ച് നീലോഫ ആലോചിച്ചിട്ടില്ല. മൃത്യു അവളെ സംബന്ധിച്ചേടത്തോളം അപ്രിയവും അനാകാംക്ഷിതവുമാണ്. പക്ഷേ ഇന്ന്, ഇപ്പോൾ ആദ്യമായി അവൾക്ക് മരിച്ചാൽ കൊള്ളാമെന്നു

തോന്നിപ്പോയി. താൻ മരിച്ചാൽ ആർക്കും ഒരു കോട്ടവും വരാനില്ല. അവളുടെ വിരലുകൾ മുന്നിലിരുന്ന സിതാറിന്റെ കമ്പികളിൽ തലോടി. മറുക്ഷണം അവൾക്കു ബോധ്യമായി. മരണം അതികഠിനമാണ്. അരോചകമാണ്. ഈ വീടു വിട്ട്, ഈ സിതാർ, ഈ ഉദ്യാനം, വീടിന്റെ പിറകിൽ തല വിരിച്ചുനില്ക്കുന്ന മാവ്, സൂപ്പർമാർക്കറ്റ്, ഈ അടുക്കള ഇതൊക്കെ വിട്ടെറിഞ്ഞ്, എല്ലാവരാലും പരിത്യജിക്കപ്പെട്ട് തന്നെ മാത്രം ആശ്രയിച്ചിരിക്കുന്ന ഈ മനുഷ്യനെ വിട്ട് തനിക്കെങ്ങനെ പോകാനാകും? ഇല്ല, താനൊരിക്കലും മരണോന്മുഖിയാവില്ല. ജീവിതത്തോടുള്ള അടക്കാനാവാത്ത ആകർഷണം കാരണം അവൾ വീണ്ടും പീർബാബയോട് കേണപേക്ഷിച്ചു, ഇതിനൊരു നിവൃത്തിയുണ്ടാക്കാൻ. പക്ഷേ സംഭ്രാന്തമായ മാനസികാവസ്ഥയെ ശാന്തമാക്കാൻ അതു പോരല്ലോ. അവൾ തന്റെ മുറിയിലേക്കു പോയി ശ്രദ്ധയോടെ സിതാർ എടുത്തുവെച്ചു. അടുത്തടുത്തുള്ള രണ്ടു മുറികളിൽ സ്തബ്ധരായ രണ്ടു മനുഷ്യജീവികൾ. നിദ്രാവിഹീനരായി രാത്രി തള്ളിനീക്കുകയാണ്. മേഘപാളികളെ വലിച്ചുകീറി മഴ താഴേക്കിറങ്ങി വന്നു. കണ്ണു മഞ്ഞളിക്കുന്ന മിന്നൽപ്പിണരുകൾ ഭൂമിയെ സ്പർശിക്കുന്നു. ഇടിമുഴക്കം, അതിന്റെ കമ്പനത്തിൽ അനിസുജ്ജമാന്റേയും നീലോഫയുടേയും വസ്ത്രാഭൂഷിതമായ അസ്ഥിപഞ്ജരങ്ങൾ വിറകൊണ്ടു.

താൻ ഒരു പുരുഷനാണ്. തന്നെപ്പറ്റി ആൾക്കാരെന്തു പറയും എന്നതിനെക്കുറിച്ചാണ് തനിക്ക് വേവലാതി. ഹോ! താനെത്ര വലിയ സ്വാർഥിയാണ്. നീലോഫയുടെ അവസ്ഥ താൻ ഒരിക്കൽപോലും ആലോചിച്ചു നോക്കിയില്ലല്ലോ. അവളെത്ര നിസഹായയാണ്. ആരോടും പറയാനാവില്ല. എങ്ങോട്ടും പോകാനാവില്ല. അവളെ സ്വപ്നത്തിലേക്ക് തള്ളിയിട്ടയാൾ തിരിച്ചുവരുമെന്ന ഒരുറപ്പുമില്ല. ആർക്കും വേണ്ടാത്ത വികൃതരൂപിണിയാണവൾ. മാതൃത്വം നിസ്സഹായയാക്കിയ അവിവാഹിത. ഭയത്തിന്റെ ഹിമക്കട്ടകൾ അനിസുജ്ജമാന്റെ നട്ടെല്ലിലൂടെ ഉരുകിയൊഴുകിത്തുടങ്ങി. നീലോഫ മരിക്കാൻ തീരുമാനിച്ചാൽ? നിസ്സഹായതയും ലജ്ജയും മൂലം അവൾ ആത്മഹത്യ ചെയ്താൽ? ഈയടുത്തകാലത്തു നടന്ന മരണങ്ങളുടെ പട്ടിക അയാൾ സ്മരിച്ചു. നീലോഫയ്ക്ക് ധൈര്യം പകർന്നുകൊടുക്കണം. അതാവശ്യമാണ്. അവളെ ബോധ്യപ്പെടുത്തണം, താനുണ്ട്. നീലോഫയ്ക്കരികിൽ താനുണ്ടെന്ന്. എന്തുവന്നാലും വരട്ടെ. നീലോഫയെ മരണത്തിൽനിന്ന് ജീവനൊടുക്കുന്നതിൽ നിന്ന് പിന്തിരിപ്പിച്ചേ തീരു. അയാളെഴുന്നേറ്റു പാഞ്ഞുചെന്ന് അവളുടെ വാതിലിൽ മുട്ടി. നീലോഫാ, നീലൂ, നീലൂ.

നീലോഫ എഴുന്നേറ്റു വന്നു. പതിവുപോലെ മുഖത്ത് ബുർഖ, എന്താ ഭായീജാൻ എന്തുപറ്റി?

അനിസുജ്ജമാൻ ഒരു കൊച്ചു കുഞ്ഞിനോടെന്നവണ്ണം അവളെ സമാധാനിപ്പിച്ചു.

-നീലൂ നീ പരിഭ്രമിക്കേണ്ട. മനസ്സിടിഞ്ഞു പോവരുത്. ഈ നടന്നതൊക്കെ തെറ്റോ ശരിയോ, പാപമോ പുണ്യമോ എന്നൊന്നും എനിക്കറിയില്ല. പക്ഷേ മനുഷ്യൻ എപ്പോഴും ജീവിതത്തെക്കുറിച്ചു വേണം ചിന്തിക്കാൻ. അക്കാര്യം മറക്കരുത് നീലൂ.

നീലോഫ തലയാട്ടി. അവളുടെ കണ്ണുകൾ നിറഞ്ഞു. ഇതാദ്യമായി ഭായീജാൻ തന്റെ ചിന്തകൾ വായിച്ചെടുത്തിരിക്കുന്നു. അവൾ മൃദുവായി പറഞ്ഞു.

പോയി കിടക്കൂ, ഭായീജാൻ അല്ലെങ്കിൽ നാളെ ശരീരത്തിന് സുഖം തോന്നില്ല.

പുറത്ത് ആകാശത്ത് കണ്ണഞ്ചിക്കുന്ന മിന്നൽപ്പിണരുകൾ പുളച്ചു നടക്കുന്നു. തുമുലപൂർണമായ വജ്രപാതത്തെപ്പോലെ കനത്ത മഴയും വീണു വരണ്ട ഭൂമിയിൽ.

ഇരുപത്തിരണ്ട്

പുലരി. സൂര്യനുദിച്ചില്ല. പ്രഭാതമായി. എന്നിട്ടും അന്ധകാരത്തിനു കട്ടി കൂടുകയാണുണ്ടായത്, സൂര്യൻ അകാലത്ത് അസ്തമിച്ചുപോയതു പോലെ. കറുത്ത മേഘപാളികളിലേക്ക് കണ്ണുപായിച്ച് ബാൽക്കണിയിൽ നില്ക്കുകയാണ് അനിസുജ്ജമാൻ. നീലോഫ അടുക്കളയിൽ ചായയുണ്ടാക്കുന്നു. കോളിംഗ്ബെല്ലടിച്ചു. നീലോഫ വിളിച്ചു പറഞ്ഞു.

ഭായിജാൻ! ഒന്നു ചെന്നു നോക്കൂ. എന്റെ കൈക്ക് ഒഴിവില്ല.

അനിസുജ്ജമാൻ ചെന്നു വാതിലു തുറന്നു. മുന്നിൽ അപരിചിതനായ ഒരു ചെറുപ്പക്കാരൻ. ശരാശരി പൊക്കം. നല്ല ആരോഗ്യം. ഇരുണ്ട നിറം. ഷർട്ടും പാന്റുമൊക്കെ നനഞ്ഞു കുതിർന്നിരിക്കുന്നു. അടുത്ത് സൂട്ട്കേസ്. ചിരിച്ച മുഖത്തോടെ പറഞ്ഞു - ഞാൻ ഷംഷേർ റഹ്മാൻ ചൗധുരി. ഞാൻ വന്നത്...

അനിസുജ്ജമാൻ അയാളെ മുഴുമിക്കാനനുവദിച്ചില്ല. വരൂ വരൂ വരൂ. ഞാൻ അനിസുജ്ജമാൻ.

അവർ പരസ്പരം കുശലപ്രശ്നം നടത്തി. അനിസുജ്ജമാൻ ആഹ്ലാദത്തോടെ അതിഥിയെ സത്കരിക്കുന്നതിൽ മുഴുകി. ഇത്രയും രാവിലെ ഈ കനത്ത മഴയിൽ എങ്ങനെ ശരിയായ വിലാസത്തിലേക്ക് എത്തിച്ചേരാനായി എന്നന്വേഷിച്ചു. അനിസുജ്ജമാനും ഷംഷേറിനുമിടയ്ക്ക് ഇടനിലക്കാരായി നിന്നത് ഈ ഭാഗത്ത് തൃണാങ്കുരനും മറുഭാഗത്ത് പ്രൊഫസർ സമീറുദ്ദീൻ ചൗധുരിയുമായിരുന്നു. അതുകാരണം ഷംഷേറിന് തൃണാങ്കുരനെക്കുറിച്ചറിയാം. അയാൾ അയൽവാസിയാണെന്നറിഞ്ഞപ്പോൾ ഷംഷേറിന് ഉത്സാഹം വർധിച്ചു. അനിസുജ്ജമാന്റെ

ഗവേഷണത്തിൽ തനിക്ക് ഏറെ ജിജ്ഞാസയുണ്ടെന്നും എന്തു സഹായം വേണമെങ്കിലും നല്കാൻ തയ്യാറാണെന്നും അറിയിച്ചു. പക്ഷേ ഇത്തവണ കൊൽക്കത്തയിലേക്കു വന്നതിന്റെ മുഖ്യഉദ്ദേശ്യം നഗരം ചുറ്റിക്കാണുകയാണ്. അതും ഈ കനത്ത മഴയിൽത്തന്നെ.

അനിസുജ്ജമാന് കണ്ടമാത്രയിൽത്തന്നെ ഷംഷേറിനെ പിടിച്ചുപോയി. ആരോഗ്യം, സരളത സ്ഫുരിക്കുന്ന കണ്ണുകൾ, കവിളു നിറച്ചു താടി കറുത്ത ശരീരം. ഇതോടൊപ്പം തന്നെ ചുറുചുറുക്കുള്ളവനും തമാശക്കാരനുമാണ്. ഷംഷേർ സംസാരപ്രിയനാണെന്നത് വ്യക്തം. കാരണം ഇവിടെ എത്തിയതിൽപിന്നെ സംസാരം നിലച്ചിട്ടില്ല. നവാഗതനാണെന്നുള്ള വസ്തുത കാറ്റിൽ പറത്തി സംസാരം തുടരുകയാണ്. അനിസുജ്ജമാന്റെ ചാഞ്ചല്യവും ഈ നാലു ചുമരുകൾക്കുള്ളിൽ നിറഞ്ഞുനിന്ന മൗഢ്യവും ഷംഷേർ ഞൊടിയിടയിൽ മാറ്റിയെടുത്തു. നനഞ്ഞ വസ്ത്രങ്ങൾ മാറ്റാനുള്ള സൗകര്യത്തിനായി അനിസുജ്ജമാൻ ഷംഷേറിനെ തന്റെ മുറിയിലേക്ക് ആനയിച്ചു. അവിടെനിന്നുകൊണ്ടു തന്നെ ബാങ്ങാൾ ചുവയിൽ ഷംഷേർ വിളിച്ചു പറഞ്ഞു. ഹോ! ഞാൻ എന്റെ നാട്ടിനെ ഇങ്ങോട്ടു പിഴുതെടുത്തെന്നു തോന്നുന്നു.

അനിസുജ്ജമാൻ ചോദിച്ചു. എന്തേ അങ്ങനെ പറഞ്ഞത്?

എന്താ വെള്ളം! എന്താ മഴ! ഇവിടേയും സാൽതിയുടെ ആവശ്യം വരുമോ എന്നാർക്കറിയാം.

അനിസുജ്ജമാൻ ചിരിച്ചു. ബുർഖയ്ക്കുള്ളിൽ നീലോഫയും ചിരിച്ചു. ലുങ്കിയും ജുബ്ബയും ധരിച്ച് ഷംഷേർ വന്നു. കൈയിലെ നനഞ്ഞ വസ്ത്രങ്ങൾ എന്തു ചെയ്യണമെന്നു ചോദിച്ചു. നീലോഫ കൈനീട്ടി. പക്ഷേ ഷംഷേറിന് വല്ലാത്തൊരസ്വാസ്ഥ്യം. അനിസുജ്ജമാൻ നീലോഫയെ പരിചയപ്പെടുത്തി. അങ്ങു കൊടുത്തേക്കൂ. ഈ വീട്ടിൽ നീലു പറയുന്നതേ നടക്കൂ. അല്ലെങ്കിൽ പുലിവാലാകും.

അനിസുജ്ജമാന്റെ ഫലിതത്തിൽ ഷംഷേറിന് ചിരിക്കാനാകുന്നില്ല. അയാൾ നീലോഫയെ സലാം ചെയ്തു. പക്ഷേ ഒന്നും മിണ്ടിയില്ല. അനിസുജ്ജമാന്റെ വീട്ടിൽ ബുർഖസമ്പ്രദായം? അതയാളെ ആഘാതമേല്പിച്ചിരിക്കുന്നു. അനിസുജ്ജമാനെപ്പറ്റി, അയാളുടെ ഗവേഷണങ്ങളെപ്പറ്റി കേട്ടിടത്തോളം ആധുനിക മനസ്കനാണ്, സംസ്കാരസമ്പന്നനാണ് എന്നൊക്കെയായിരുന്നു ഷംഷേറിന്റെ സങ്കല്പം. ഇതിപ്പോൾ.... നീലോഫയുടെ ബുർഖ അയാളുടെ ഉത്സാഹത്തെ തമസ്കരിച്ചിരിക്കുന്നു. അയാൾ മനസ്സിലുറപ്പിച്ചു. ചോദിക്കണം, ഇതേപ്പറ്റി അനിസുജ്ജമാനോട് ചോദിച്ചേ തീരൂ.

ചായ കുടിച്ചശേഷം ഷംഷേറിനേയും കൂട്ടി അനിസുജ്ജമാൻ തൃണാങ്കുരനെ കാണാൻ ചെന്നു. ചില ദിവസങ്ങളിൽ തൃണാങ്കുർ വൈകിയേ എണീക്കൂ. വിശേഷിച്ച് കാറുമൂടിയ മഴദിവസങ്ങളിൽ കുളിരു മാറാത്ത

തണുപ്പുകാലങ്ങളിൽ തൃണാങ്കുരന് കിടക്ക വിട്ടെണീക്കാനേ തോന്നില്ല. പക്ഷേ ഇന്നതു പറ്റില്ല, നേരത്തെ എഴുന്നേൽക്കേണ്ടി വന്നു. കാരണം ഇന്ന് ഗൃഹഭരണം നീലിമയാണ്. പെരുമഴ തുടങ്ങിയതിൽപ്പിന്നെ രാധിക പണിക്കു വരാറില്ല. അവളുടെ കുടിലിൽ വെള്ളം കയറിയത്രെ. നീലിമയ്ക്ക് വീണ്ടും വീട്ടുഭരണം സ്വയം ഏറ്റെടുത്ത് നടത്തേണ്ടി വന്നിരിക്കുന്നു. അവർക്ക് അതൊട്ടും പിടിക്കുന്നില്ല. അടുക്കള, പാചകം, വീട്ടുജോലി ഒന്നും ചെയ്യാൻ തോന്നുന്നില്ല. രാധികയുടെ സങ്കടാവസ്ഥ അറിയാഞ്ഞിട്ടല്ല. എന്നാലും ഇനിയിതൊക്കെ ചെയ്യാൻ അവരെക്കൊണ്ടാവില്ല.

തൃണാങ്കുർ ഷംഷേറുമായി സംസാരിക്കയാണ്. പ്രൊഫസർ സമീറുദ്ദീൻ ചൗധുരിയെപ്പറ്റി, മറ്റും പലതും. അനിസുജ്ജമാൻ എല്ലാം കേട്ടുകൊണ്ടിരിക്കയാണ്. നീലോഫ കടന്നുവന്നു.

-ഭായിജാൻ, ഒരാളു വന്നിട്ടുണ്ട്, കാണാൻ.

-ആരാ?

-നമ്മുടെ ഡോക്ടർ ജ്യേഠുവിന്റെ മകൻ

-കമലേന്ദു?

അനിസുജ്ജമാൻ ചെന്നു നോക്കി. അതെ, കമലേന്ദു തന്നെ. അകത്തേക്കു കടന്നിട്ടില്ല. വാതിൽക്കൽത്തന്നെ നില്പാണ്. അനിസുജ്ജമാൻ ആരാഞ്ഞു.

-എപ്പോഴെത്തീ, കമലേന്ദു?

-ഇന്നലെ. അമരേശ് കാകു ടെലിഗ്രാം അയച്ചിരുന്നു. അച്ഛന്റെ സ്ഥിതി നന്നേ മോശം.

-അയ്യോ! അങ്ങനെയാണോ? കുറെ ദിവസങ്ങളായി ഡോക്റ്റർദായുടെ വിവരങ്ങളന്വേഷിച്ചിട്ട്. എന്താ, എന്താ പറ്റിയത്?

-അഞ്ചാറു ദിവസം മുമ്പ് ഉച്ചപ്പൂജ ചെയ്തുകൊണ്ടിരിക്കേ ബോധം കെട്ടു വീണു. കാളിതാരാ മാഷി കണ്ടു, മുഖത്ത് വെള്ളം തെളിച്ചു, കുറച്ചു കഴിഞ്ഞപ്പോൾ ബോധം വന്നത്രെ. പൂജ മുഴുമിക്കയും ചെയ്തു. കാളീതാരാ മാഷി അച്ഛനോട് കുറെ പറഞ്ഞു നോക്കിയത്രെ, എന്തെങ്കിലും ഡോക്ടറെ കാണാൻ അല്ലെങ്കിൽ വീട്ടിലേക്ക് വരുത്തിക്കാൻ. കേട്ടില്ല. ഒടുവിൽ മാഷി ചെന്ന് അമരേശ് കാക്കുവിനെ വിവരമറിയിച്ചു. രാത്രി കാക്കു വന്നപ്പോ അച്ഛന് കിടക്കയിൽ നിന്നെണീക്കാൻ വയ്യ.

-ആശുപത്രിയിലേക്കോ, നഴ്സിംഗ്ഹോമിലേക്കോ മാറ്റാമായിരുന്നില്ലേ?

-അച്ഛൻ അങ്ങോട്ടൊന്നും പോകാൻ തയ്യാറല്ല. സംസാരിക്കാൻ വയ്യ, നാവു കുഴഞ്ഞു പോകുന്നു. എന്നിട്ടും പറഞ്ഞൊപ്പിച്ചു. ഇവിടെ കിടന്നു മരിക്കണം. ഈ വീട്ടിൽ കിടന്നു മരിക്കണം എന്ന്. ഇന്നലെ രാത്രി മുതൽ

സംസാരിക്കാനും വയ്യ. അതിനുമുമ്പ് ഒരുപാടു തവണ നിങ്ങളുടെ പേരു ഉരുവിട്ടു. സുബീർദാ പറഞ്ഞു - ഇപ്പവേണ്ട. പിന്നെ വിളിപ്പിച്ചാൽ മതി. നാളെ രാവിലെ വരെ സമയമുണ്ടെന്നു പറഞ്ഞു.

-സുബീർദാ എന്നുവെച്ചാ ഡോക്ടർ സുബീർവ്രത്?

-അതെ. നിങ്ങളൊന്നു വന്നിട്ടു പോകുമോ?

-തീർച്ചയായും. ദാ വന്നു.

കമലേന്ദുവിന്റെ മുഖം നിർവികാരം. അയാൾ കാത്തുനിന്നു. അനിസുജ്ജമാൻ അകത്തുപോയി നീലിമയോടും തൃണാങ്കുരനോടും മല്ലീനാഥിന്റെ വിവരം പറഞ്ഞിട്ടു വന്നു. വേഷം മാറ്റണമെന്ന കാര്യം ഓർത്തതേയില്ല. നീലോഫ കുട നീട്ടിക്കൊടുത്തു.

അനിസുജ്ജമാൻ മല്ലീനാഥിന്റെ വീട്ടിലെത്തി. അമലേന്ദുവിന്റെ മരണദിവസം വീട്ടിനകത്ത് വിങ്ങിപ്പൊട്ടിനിന്ന സ്തബ്ധത അയാളോർത്തുപോയി. മല്ലീനാഥിന്റെ തലയ്ക്കൽ കസേരയിൽ മാധവി ഇരിപ്പുണ്ട്. അവരുടെ മുഖവും കമലേന്ദുവിന്റേതുപോലെത്തന്നെ. യാതൊരു ഭാവമാറ്റവുമില്ല. കാൽക്കൽ ലിലി. ലിലിയുടെ മക്കളെ കാണാനില്ല. സത്യേൻ ജനാലയ്ക്കൽ നില്പുണ്ട്. കാളിതാര നിലത്തിരിക്കുന്നു. ശയ്യാവലംബിയായ മല്ലീനാഥ്. കുഴിഞ്ഞുപോയ കണ്ണുകൾ. നരച്ച താടിരോമങ്ങൾ. നെഞ്ചിൻകൂട് വലിയ ശബ്ദത്തോടെ, വിറയലോടെ ഉയരുകയും താഴുകയും ചെയ്യുന്നു. ദൂരെയെവിടേക്കോ ഉറപ്പിച്ചു നിർത്തിയ നിസ്പൃഹമായ കണ്ണുകൾ, പെട്ടെന്നു കണ്ടാൽ തോന്നും പിടിവിട്ടുപോയിരിക്കുന്നെന്ന്. അനിസുജ്ജമാന് മനസ്സിലായി സമയം അടുത്തിരിക്കുന്നു.

The years to come seemed waste of breath,

A waste of breath the years behind

In balance with this life, this death

കമലേന്ദു മല്ലീനാഥിന്റെ അടുത്തു ചെന്നു വിളിച്ചു, അച്ഛാ അങ്ങേരെത്തി.

മല്ലീനാഥിന്റെ കൺമണികൾ ഇളകി. അനിസുജ്ജമാൻ കിടക്ക തൊടാതിരിക്കാനായി പ്രത്യേകം ശ്രദ്ധിച്ചുകൊണ്ട് കുനിഞ്ഞു പറഞ്ഞു, ഡോക്ടർദാ ഇതാ ഞാൻ വന്നു. ഞാൻ അനിസുജ്ജമാൻ.

മല്ലീനാഥിന്റെ കണ്ണുകളിൽ ജലം പൊടിഞ്ഞു. അന്തിമ യാത്ര. ഈ മഹാപൃഥ്വി പിൻവിളി വിളിക്കും അരുത്. പോകരുത്. ഇതാ ഞങ്ങളൊക്കെയുണ്ട്, നീ ഞങ്ങൾക്കു പ്രിയപ്പെട്ടവനാണ്. നിൽക്കൂ, ഇവിടെത്തന്നെ നില്ക്കൂ. അപ്പോൾ ഒരിത്തിരി ആശ, മോഹം, ബലഹീനത അശ്രുവായി കണ്ണുകളിൽ പൊടിയും. ഒഴുകും. മല്ലീനാഥ് കിളിക്കുഞ്ഞിനെപ്പോലെ ചുണ്ടു പിളർത്തി. ഉണങ്ങി വരണ്ട വിളറി വെളുത്ത നാവ് കുഴയുന്നുണ്ട്.

അനിസുജ്ജമാന് എന്തു ചെയ്യണമെന്നറിയുന്നില്ല. ഇരുവശത്തേക്കും നോക്കി. മാധവിയുടെ കൈയിൽ ഒരു കൊച്ചുപാത്രത്തിൽ വെള്ളം, നിശ്ചയമായും ഗംഗാജലമായിരിക്കണം. അവരതു നീട്ടി വളരെ സ്വാഭാവികമായി പറഞ്ഞു. അദ്ദേഹം വെള്ളം ചോദിക്കുകയാണ്, കൊടുക്കൂ.

അനിസുജ്ജമാൻ ഞെട്ടിത്തരിച്ചുപോയി. ഞാനോ? ഞാൻ കൊടുക്കണമെന്നോ? അയ്യോ! ഡോക്ടർദാക്ക് എന്റെ കൈകൊണ്ട്.... അതായത്...

അനിസുജ്ജമാന് സംസാരം പൂർത്തിയാക്കാനായില്ല. മല്ലീനാഥ് താൻ കൊടുത്ത വെള്ളം നിഷേധിച്ച കാര്യം ഇന്നേവരെ അനിസുജ്ജമാൻ ആരോടും പറഞ്ഞിട്ടില്ല. മാധവി പറഞ്ഞു – ഞങ്ങൾ കൊടുക്കാൻ ശ്രമിച്ചതാണ്. പക്ഷേ മുഖം തിരിച്ചുകളഞ്ഞു. ഇപ്പോഴിതാ വാ തുറന്നിരിക്കുന്നു. നിങ്ങളു കൊടുക്കൂ. നിങ്ങളെ കാത്തിരിക്കുകയായിരുന്നു.

അനിസുജ്ജമാന്റെ ഉള്ളിന്റെയുള്ളിൽ വിറയലനുഭവപ്പെട്ടു. അമലേന്ദു മരിച്ച ദിവസം ഈ സ്ത്രീ എത്ര അസ്വാഭാവികമായാണ് പെരുമാറിയത്. അന്ന് അവർക്ക് അത് അനുഗ്രഹമായി ഭവിച്ചിരിക്കാം. പക്ഷേ ഇന്ന് മാധവി പരിപൂർണമായും ബോധവതിയാണ്. തികച്ചും സ്വാഭാവികമായ പെരുമാറ്റം. പക്ഷേ ഈ സ്വാഭാവികത തികച്ചും അസാധാരണമായി തോന്നുന്നതെന്തേ? മനുഷ്യമനസ്സിന്റെ സ്വബോധം അസഹ്യമായേക്കാമെന്ന ഒരു ചെറുസൂചനപോലും അനിസുജ്ജമാന് ഇതിനുമുമ്പ് കിട്ടിയിട്ടില്ല. അയാൾ പാത്രം വാങ്ങി. ലിലി ഒരു ചെറിയ സ്പൂൺ കൊടുത്തു. സ്പൂണിൽ വെള്ളമെടുത്ത് മല്ലീനാഥിന്റെ മുഖത്തിനു സമീപം കുനിഞ്ഞ് അയാൾ ചോദിച്ചു, ഡോക്ടർദാ വെള്ളം കുടിക്കണോ?

മല്ലീനാഥ് വാ പൊളിച്ചു. ലിലി പറഞ്ഞു. മൂന്നു തവണ കൊടുക്കൂ. കുറച്ചു കുറച്ചായി മൂന്നു തവണ അനിസുജ്ജമാൻ വെള്ളം കൊടുത്തു. മല്ലീനാഥ് വായടച്ചു. ഇമകൾ പൂട്ടി. തല ഒരു വശത്തേക്കു ചെരിഞ്ഞു. മല്ലീനാഥ് വിട പറഞ്ഞിരിക്കുന്നു.

വിലാപസ്വരങ്ങളിൽ നിന്നു രക്ഷപ്പെടാനായി അനിസുജ്ജമാൻ മുറിവിട്ടിറങ്ങി. അയാളുടെ മനസ്സിനെന്തു ഭാരം. ദുസ്സ്വപ്നം വേട്ടയാടി ദഹിപ്പിച്ച ഒരു മനുഷ്യൻ. സ്വന്തം ഇച്ഛയ്ക്കു വിരുദ്ധമായി പരമ്പരാചാരങ്ങളെ മുറുകെ പിടിക്കേണ്ടിവന്നു. അങ്ങനെ ചെയ്തില്ലെങ്കിൽ അനർത്ഥങ്ങൾ തന്നെയും കുടുംബത്തേയും നശിപ്പിക്കുമെന്നെ ഭയാശങ്കകൾ അയാളെ വേട്ടയാടി. അതു തെറ്റായിരുന്നുവെന്ന് ആ വ്യക്തിക്ക് ബോധ്യമായി. അതുകൊണ്ടാണ് മരിക്കുന്നതിനു മുമ്പ് ക്ഷമ യാചിച്ചത്. എന്തൊരതിശയകരമായ ക്ഷമായാചനം! എന്തൊരു വിസ്മയകരമായ പാപപ്രക്ഷാളനം. വെറും മൂന്നു സ്പൂൺ വെള്ളംകൊണ്ട് അത് സഫലമായി. അനിസുജ്ജമാന് അനുഭവിക്കേണ്ടിവന്ന അപമാനബോധം പാടെ കഴുകിക്കളയാൻ വെറും മൂന്ന് സ്പൂൺ വെള്ളം മതിയായി.

താഴെ കോണിത്തലയ്ക്കൽ കമലേന്ദു, തനിച്ചാണ്. അയാളുടെ മുഖം ഇപ്പോഴും നിസ്പൃഹം, ദയനീയം. അനിസുജ്ജമാൻ കുട തുറന്നു. പുറത്തേക്ക് പോകണം. കമലേന്ദു നിസ്സഹായ സ്വരത്തിൽ ചോദിച്ചു.

ആരെയൊക്കെ വിവരമറിയിക്കണം? ഒന്നു പറയൂ. അമരേശ് കാക്കു അങ്ങോട്ടെങ്ങോ പോയി.

–ഞാൻ ലൈബ്രറിയിലേക്കു ചെന്ന് അവിടെയുള്ളവരോടൊക്കെ പറയാം. എല്ലാവർക്കും വിവരം കിട്ടും. നീയിനി ഇതിനായി പുറത്തേക്കിറങ്ങേണ്ട.

കമലേന്ദു ഒന്നും പറഞ്ഞില്ല. തലയാട്ടി. അനിസുജ്ജമാന് ഒരു കാര്യം അറിയണമെന്നുണ്ട്. ചോദിക്കുന്നത് ഉചിതമാണോ എന്നൊരു ശങ്ക. അവസാനം ചോദിച്ചു. നിങ്ങളുടെ പൂജയുടെ കാര്യമോ? അതെങ്ങനെ നടത്തും, കമലേന്ദു?

കമലേന്ദുവിന്റെ മുഖത്ത് മ്ലാനമായ ചിരി. അമ്മയ്ക്ക് പൂജ നടക്കട്ടെ എന്നാണ്. മുറപ്രകാരം എല്ലാ അമാവാസിക്കും നടത്താനാവില്ല. പിന്നെ പാരമ്പര്യമനുസരിച്ച് മൂത്തമകനല്ലാതെ മറ്റാർക്കും ഇതു ചെയ്യാനുള്ള അധികാരവുമില്ല. കൊല്ലത്തിലൊരിക്കൽ വന്ന് പൂജ നടത്തിക്കണം. അത്ര തന്നെ.

അനിസുജ്ജമാന്റെ മനസ്സു പറഞ്ഞു പാരമ്പര്യത്തിന്, സംസ്കാരത്തിന് മരണമില്ല, അത് ശാശ്വതമാണ്.

ഇരുപത്തിമൂന്ന്

നിർത്താതെ ഒരേയടിക്ക് നാലു ദിവസമായി മഴ പെയ്യുന്നു. എല്ലാ കുണ്ടുകുളങ്ങളും തോടുകളും ചാലുകളും നിറഞ്ഞു കവിഞ്ഞിരിക്കുന്നു. ഫടിക്ക്കുളത്തിലെ വെള്ളം റോഡിന്റെ മറുഭാഗത്തേക്കൊഴുകി പരന്നു. സ്ഥലപരിചയമില്ലാത്തവർക്ക് അവിടെ ഒരു കുണ്ടുണ്ടെന്ന കാര്യം തന്നെ അറിയാനാവില്ല. ആ ചുറ്റുവട്ടം മുഴുവനും വെള്ളത്തിനടിയിലാണ്. ആകാശത്തിലെ മേഘങ്ങൾ അരുൺസെന്നിന്റെ ടെറസ്സിലേക്കെന്ന പോലെ ക്രമേണ താഴേക്കിറങ്ങി വരികയാണ്. എന്റമ്മോ! എത്ര കൊല്ലങ്ങളിലെ കുടിശ്ശികയാണ് ഈ പെയ്തുതീർക്കുന്നത്. എത്ര ദിവസത്തെ വെള്ളം!

പി.ഡബ്ല്യൂ.ഡി. റോഡ് അടച്ചിട്ടിരിക്കുന്നു. ട്രക്കും ബസ്സുമൊക്കെ നിർത്തലാക്കി. ട്രെയിനും ഓട്ടം നിർത്തിയിരിക്കുന്നു. എവിടെയൊക്കെയോ ജലനിരപ്പ് റെയിൽ ലൈനിനു മുകളിലേക്ക് ഉയർന്നിരിക്കുന്നത്രെ. ഫടിക്ക്കുളം ചേരിയിലെ ചില വീടുകളുടെ ചുമരുകൾ വെള്ളത്തിൽ കുതിർന്ന് ഇടിഞ്ഞുപോയി. ആ വീടുകളിലെ നിവാസികളൊക്കെ റെയിൽ ലൈനിലേക്ക് പൊത്തിപ്പിടിച്ചു കയറി. പ്ലാസ്റ്റിക് ഷീറ്റ് വലിച്ചുകെട്ടി അതിനു താഴെ അഭയം പ്രാപിച്ചിരിക്കുന്നു. എല്ലാവർക്കും അവരവരുടെ കാര്യം. അന്യരെ നോക്കാനുള്ള സമയമില്ല. അതിസാധാരണമായ വീട്ടുസാമാനങ്ങൾ സ്വരൂപിച്ചുവെക്കാൻ ജീവന്മരണ സമരം നടത്തണം, ആ ജീവനു

സുരക്ഷ നല്കാനായി തലയ്ക്കു മുകളിൽ ഒരു പ്ലാസ്റ്റിക് ഷീറ്റു മാത്രം. മാഥുരേർഗഡിലെ കൊച്ചമ്മമാർക്കും കഷ്ടകാലമാണ്. കാരണം വേലക്കാരികളാരും പണിക്കു വരുന്നില്ല. സ്വന്തം വീടും കുടിയും മുങ്ങിപ്പോവാനോ ഒഴുകിപ്പോകാനോ സാധ്യതയുള്ളതുകൊണ്ട് ഫടിക്ക്കുളത്തിലെ സ്ത്രീകളാരും പണിക്കു പോകുന്നില്ല.

ആദ്യത്തെ രണ്ടു ദിവസം മുട്ടുവരെയേ വെള്ളമുണ്ടായിരുന്നുള്ളൂ. ആർക്കും ഭയം തോന്നിയില്ല. എല്ലാ തവണത്തേയും പോലെ ഇത്തവണയും മഴ നിന്നാൽ വെള്ളം ഇറങ്ങിപ്പോകും, പിന്നെ സാധാരണ പോലെ ജനജീവിതം തുടങ്ങും. പക്ഷേ മൂന്നാംദിവസമായിട്ടും മഴ നിലച്ചില്ലെന്നു മാത്രമല്ല, കനാലും കുണ്ടുകുളങ്ങളും വെള്ളം നിറഞ്ഞ് ഒന്നാവുകയും ചെയ്തു. മൺതറ ചെളിക്കുണ്ടായി. മേല്പുരകളിൽ ഓട്ട വീണു, ചോർച്ച തുടങ്ങി. മൺചുമരുകൾ കുതിർന്നു വീണു.

കൊൽക്കത്തയിലെ പല പ്രാന്തങ്ങളും വെള്ളപ്പൊക്കബാധിത പ്രദേശങ്ങളായി. പക്ഷേ, ആര് രക്ഷിക്കും, ആര് കരകയറ്റും? അതൊക്കെ പിന്നീട്. ആദ്യം വെള്ളപ്പൊക്കമാണെന്ന സർക്കാരിന്റെ വിജ്ഞാപനം വരട്ടെ. എന്നിട്ടല്ലേ രക്ഷാനടപടികൾ. മാഥുരേർഗഢിന്റെ ഒരു ചെറിയ ഭാഗമാണ് ഫടിക്ക്കുളം ചേരി. എത്ര വെള്ളം നിറഞ്ഞാലാണ്, എത്ര കെടുതികളുണ്ടായാലാണ് ആ പ്രദേശത്തെ വെള്ളപ്പൊക്കബാധിത പ്രദേശങ്ങളുടെ പട്ടികയിൽ ഉൾപ്പെടുത്തുക എന്ന് ആർക്കും അറിയില്ല. പക്ഷേ പ്രാകൃത മനുഷ്യരെപ്പോലെത്തന്നെ അകൃത്രിമമായ ഭയവും ജീവൻ രക്ഷിക്കണമെന്ന മായം ചേർക്കാത്ത നിർബന്ധബുദ്ധിയുമായി വീടും കുടിയും നഷ്ടപ്പെട്ട പാവപ്പെട്ട മനുഷ്യർ മക്കളെ ഒക്കത്തുവെച്ച് കൈയിൽ കിട്ടിയതു ഭാണ്ഡം കെട്ടി ഉയരമുള്ള സ്ഥലങ്ങളന്വേഷിച്ച് ഓടുകയാണ്. തത്കാലം അടുത്തുള്ള റെയിൽ ലൈൻ തന്നെ ശരണം. മാഥുരേർഗഢിൽ മുട്ടു നനയാനുള്ള വെള്ളമേയുള്ളൂ. പക്ഷേ അവിടെ സാറന്മാരുടെ വീടുകളല്ലേ? പാവപ്പെട്ടവർക്ക് ആശ്രയം നല്കുന്ന സാറന്മാരല്ല അവർ. മാത്രമല്ല, മാഥുരേർഗഢും ദുരവസ്ഥയിലാണ്. കാരണം മാഥുരേർഗഢിൽ മുട്ടുവരെ വെള്ളം ഇതുവരേക്കും ആരും കേട്ടിട്ടു പോലുമില്ലാത്ത അവസ്ഥയാണത്.

രാധിക പണിക്കു പോകുന്നില്ല. എന്തുമാത്രം വെള്ളം, എന്തൊരു മഴ. ആകാശത്തിന്റെ ഒരറ്റം മുതൽ മറ്റേയറ്റം വരെ പരക്കുന്ന മിന്നൽപിണരുകൾ. വീട്ടിലാണെങ്കിൽ ഒരു മണി അരിയില്ല. ഉണ്ടായിരുന്നത് നനഞ്ഞു ചീഞ്ഞു നാറുന്നു. പാലുകുടി മാറാത്ത മോനെ ആരെ ഏല്പിച്ചാണ് അവൾ പണിക്കു പോവുക? ബാലനായ പലാശിനെ എവിടെയാക്കിയിട്ടാണ് പോവുക? ഫടിക്ക്കുളത്തിന്റെ അതിരു വേർതിരിച്ചു കാണാനാവുന്നില്ല. വർഷകാലത്ത് അവളുടെ രൂപസിനദിയും ഇങ്ങനെത്തന്നെ ആയിരുന്നു. അതിവിശാലം, അതിഭയങ്കരി, ചരാചരഗ്രാസി ഫടിക്ക്കുളവും അങ്ങനെത്തന്നെ. പലാശെങ്ങാനും കൗതുകം തോന്നി അങ്ങോട്ടു

പോയാൽ! കാലു തെറ്റി നിലയില്ലാ വെള്ളത്തിൽ വീണുപോയാൽ! ഭയം കൊണ്ട് അവളുടെ നെഞ്ചു പടപടാന്നടിക്കും.

ഖിൽപാട്ണിയിൽ മഴക്കാലമെത്തിയാൽ വീടും കുടിയും പോകുമെന്നോ നിരാശ്രയരാകുമെന്നോ ഉള്ള ഭയമേ ഉണ്ടാകാറില്ലായിരുന്നു. ഇവിടെ ആ ഭയം മനസ്സിനകത്ത് ഉരുണ്ടുകൂടിയിരിക്കയാണ്. വീടുപോയാൽ രണ്ടു കുട്ടികളേയും കൊണ്ട് താനെന്തു ചെയ്യും? ഇത്തവണ ശരിക്കും നിരാധാരയായതു തന്നെ. മേൽക്കൂരയിൽ ചോർച്ച. കുടിലിനകത്തേക്കു വെള്ളം വീണുകൊണ്ടേയിരിക്കുന്നു. പേടിച്ചരണ്ട പലാശ് അമ്മയുടെ അടുത്ത് ചുരുണ്ടുകൂടിയിരിക്കുന്നു. അവരുടെ കട്ടിലുവരെ വെള്ളം പൊന്തിയിരിക്കുന്നു. കിടക്ക നനഞ്ഞു പതുപതുത്തുപോയി. അർധപ്രാണയായ ബെഹൂള*യാണ് രാധിക. ഇത്തവണ ഭർത്താവിന്റെ ജഡത്തിനു പകരം ജീവനുള്ള രണ്ടു പിഞ്ചുകുഞ്ഞുങ്ങളുമായി അവൾ മുങ്ങിപ്പോകും.

വെള്ളത്തിൽ നിന്ന് പലതരം കീടങ്ങൾ, തേരട്ട, ഞാഞ്ഞൂൾ, തേള് എല്ലാം കിടക്കയിലേക്ക് ചാടുന്നു. പലാശ് നീണ്ടൊരു കമ്പുമായി എല്ലാത്തിനേയും തിരിച്ച് വെള്ളത്തിലേക്കു തോണ്ടിയിടുകയാണ്. അവനു പേടി പാമ്പിനെയാണ്. ഇടയ്ക്കിടെ മത്സ്യങ്ങളുമുണ്ട്. പക്ഷേ അതിലേക്കൊന്നും അവന്റെ കണ്ണു പോകുന്നില്ല. നനഞ്ഞ കിടക്കയിൽ കുത്തിയിരുന്നിരുന്ന്, ചന്തിയിലെ തോലുരിയുന്നു. ഉറക്കമില്ല. വിശപ്പു മാറിയിട്ടില്ല. വല്ലാത്തൊരു ഭയം, അജ്ഞാതമായ ഭയം. ഒപ്പം അറപ്പും, അസ്വസ്ഥതയും. ഇതെന്തൊരു കഷ്ടമാണ്. അതിരു കടന്ന യാതന. കണ്ണും മുഖവും കരുവാളിച്ചു പോയിരിക്കുന്നു. ജോച്ഛൻ സദാസമയവും കരച്ചിലുതന്നെ. കരഞ്ഞു കരഞ്ഞ് ഉറങ്ങിപ്പോയി. പലാശ് അമ്മയോട് ഒട്ടിയിരിപ്പാണ്. അവൻ വീണ്ടും വീണ്ടും ചോദിക്കും. അമ്മേ മഴയെപ്പഴാ തോരുക? വെള്ളം എപ്പഴാ ഇറങ്ങുക?

അവനറിയാം അവന്റെ അമ്മ മഴനാട്ടിൽ പിറന്നവളാണെന്ന്. അമ്മയ്ക്ക് മേഘങ്ങളെ തിരിച്ചറിയാനാവും. മഴയുടേയും മഴക്കാറിന്റേയും ഭാഷ, അറിയാം. അമ്മയുടെ ദേശത്ത് മഴക്കാലത്ത് സാൽതിയിലാണ് വരവും പോക്കും. അവിടെ വെള്ളം എല്ലാ വീടുകളിലേക്കും ഒഴുകിയെത്തും. ഈ മുറ്റത്തുനിന്ന് ആ മുറ്റം വരെ വെള്ളം പരന്നുകിടക്കും. പക്ഷേ ഇവിടെ വെള്ളം കെട്ടിക്കിടക്കുന്നതുപോലല്ല അവിടെ. അതു നദിയായിരുന്നു. നദി ചൊരിമണലു കൊണ്ടുവരും. മൺതിട്ടകൾ ഭേദിക്കും. ചെളിവെള്ളമുണ്ടായാലും അത് നല്ല, വൃത്തിയുള്ള മണ്ണിൽ നിന്നായിരുന്നു. ഇവിടെ എല്ലാം വൃത്തികേടും മാലിന്യവും. മലം, മൂത്രം, രക്തം, കഫം. അഴുക്കുവെള്ളം. പലാശിന്റെ ശരീരം അറപ്പുകൊണ്ട് തരിക്കും. രാധികയുടേയും. ശരീരത്തിൽ ഭയം, അറപ്പ്, വിശപ്പ് എല്ലാം കെട്ടുപിണഞ്ഞു കിടക്കുന്നു.

---

* ബെഹൂള: ബംഗാളി നാടോടിക്കഥയിലെ നിരാലംബയായ നായി

ചേരിയിൽ രാധികയുടെ ആദ്യത്തെ മഴക്കാലമാണിത്. മറ്റുള്ളവരിൽ നിന്ന് കേട്ടതുപോലെ അവളും കരുതി, വെള്ളം വേഗം ഇറങ്ങുമെന്ന്. പക്ഷേ എല്ലാ വീടുകളിലേയും മേൽക്കൂരകളിൽ ചോർച്ച തുടങ്ങിയപ്പോൾ, പല വീടുകളുടേയും ചുമരും മേൽക്കൂരയും കുതിർന്നു വീഴാൻ തുടങ്ങിയപ്പോൾ, പൊങ്ങി വരുന്ന വെള്ളം എല്ലാം വിഴുങ്ങാൻ തുടങ്ങിയപ്പോൾ അവൾക്ക് ആധിയായി. ആരുടെ വീട്ടിലേക്കു പോകാം? എവിടേക്കു പോകാനാകും? ജോച്ചന് തീർച്ചയായും പനി പിടിക്കുന്ന ലക്ഷണമുണ്ട്. അവന്റെ മൂക്കൊലിക്കുന്നു. പലാശിന് വയറിന് അസുഖം വരും. കാരണം അവന് എല്ലാത്തിനോടും അറപ്പാണ്. രാധിക എന്തു ചെയ്യും? കാർത്തിക് രക്ഷകനായി എത്തുമെന്ന് അവൾ സ്വപ്നേപി വിചാരിക്കുന്നില്ല. ശേഫാലീടമ്മ ആശ്രയം തരുമോ? പക്ഷേ അവിടേയും വെള്ളം നിറഞ്ഞെന്നു കേട്ടു. അപ്പോൾ പിന്നെ? തൃണാങ്കുർ? തൃണാങ്കുരന്റെ വീട്ടിലേക്കു പോയാലോ? നീലിമ അടിച്ചോടിക്കുമോ? ഈ പൊല്ലാപ്പ് എന്തിനു തലയിലേറ്റണം എന്നു മകനോടു പറയുമോ? ഇല്ല, പറയില്ല. കാരണം അവർ ദുഷ്ടസ്ത്രീയല്ല. അതു മാത്രമല്ല, എന്താപത്തു വന്നാലും വിളിക്കാതെ ഒരിടത്തു കയറിച്ചെന്ന് ആശ്രയം ചോദിച്ചു വാങ്ങാൻ രാധികയുടെ ഉള്ളു സമ്മതിക്കുന്നുമില്ല. എത്ര കണ്ട് ദുരവസ്ഥയും ഗതികേടും വന്നാലാണ് ആശ്രയയാചന, ആത്മാഭിമാനത്തേക്കാൾ വലുതാവുക? തന്റെ ജീവിതം ആ ദശാസന്ധിയിലെത്തിച്ചേർന്നോ എന്ന് അവൾക്കറിയില്ല. എന്നാലും കുഞ്ഞുജോച്ചനെ, കൊച്ചുപലാശിനെ നോക്കിയിരിക്കെ, അവൾ വികാരാധീനയാകുന്നു. ഒരിക്കൽ ഒരേയൊരിക്കൽ പുറത്തേക്കു പോകാനായെങ്കിൽ! കുട്ടികളെ ആരെയെങ്കിലും ഏല്പിച്ച്, ഏകയായി അവിടെച്ചെന്ന് തന്റെ ദുരവസ്ഥ ബോധിപ്പിക്കാനായെങ്കിൽ, നീലിമ തന്നോടു പറഞ്ഞെങ്കിൽ കുട്ടികളേയും കൂട്ടി ഇങ്ങോട്ടു വാ. ഹോ! അങ്ങനെയാണെങ്കിൽ! ഇനി അങ്ങനെ പറഞ്ഞില്ലെങ്കിലും - നിശ്ചയമായും നീലിമ തന്നെ ഈ ദുർദ്ദശയിലേക്ക് മടക്കി അയക്കില്ല. എന്തെങ്കിലും ഉപായമുണ്ടാക്കും. പക്ഷേ പോകാനെന്തു വഴി? പലയിടത്തും നെഞ്ചോളം വെള്ളം. ചിലയിടത്ത് അരക്കെട്ടു വെള്ളം. ജോച്ചനേയും പലാശിനേയും കൊണ്ട് എങ്ങനെ ഇത്രേം വെള്ളത്തിലൂടെ പോകാനാകും? വെള്ളം ഇറങ്ങട്ടെ, എന്നിട്ടു പോകാം. പാവം നീലിമയും തൃണാങ്കുരനും. അവരുടെ കാര്യമോർത്തും അവൾക്കു ദുഃഖം തോന്നും. ഒരു വൃദ്ധയും ഒരു വികലാംഗനും. പാവം! അവരും കഷ്ടപ്പെടുന്നുണ്ടാവും. ഓ! ഢാക്കയിൽനിന്ന് ഷംഷേർ ചൗധുരി വരുന്നെന്നു കേട്ടല്ലോ. അവളുടെ സ്വപ്നമണ്ഡലത്തിലേക്ക് ഷംഷേറിനോടൊപ്പം തൃണാങ്കുർ ഒഴുകിയെത്തുന്നു. അവരുടെ സംഭാഷണങ്ങൾ, ആകാംക്ഷകൾ, കരുണമായ പ്രാർഥനകൾ, അയാളുടെ സന്തോഷങ്ങൾ, നിസ്സഹായത. രാധിക ആകുലചിത്തയാവുന്നു. പലാശിനെച്ചൊല്ലി, ജോച്ചനെച്ചൊല്ലി അതേവിധം തൃണാങ്കുരനെച്ചൊല്ലിയും അവളുടെ മനസ്സ് വ്യാകുലമാവുന്നു. മനസ്സിലേക്ക് ഷംഷേറു വരും, പോകും. പിന്നെ തൃണാങ്കുർ വരും, ഒരുപാടു

നേരം ഇരിക്കും. എന്നിട്ടു പോകും. വീണ്ടും ഷംഷേർ വരും. ഢാക്കയിൽ നിന്നാണോ വരിക? അതോ ഖിൽപാട്ണി ഗ്രാമത്തിൽ നിന്നോ, ഗ്രാമത്തിന്റെ മണവുമായിട്ടാവുമോ വരിക? ഈ കനത്ത മഴയത്ത് എങ്ങനെ വരാനാകും? ഗ്രാമം ജലമഗ്നയായ ഇതേപോലൊരു മഴക്കാലത്ത് അവൾ ചിന്തിച്ചതാണ് ഷംഷേറിന് വരാനാകുമോ ഈ മഴയത്തെന്ന്. അന്നയാൾ വന്നു. അയാളെ ആർക്കും ഒന്നിനും തടുക്കാനാവില്ലെന്നുണ്ടോ? അടിച്ചമർത്താനാവില്ലെന്നുണ്ടോ? എല്ലായ്പോഴും മഴക്കാലത്താണ് വരവ്. എത്രയോ കാലം കടന്നുപോയാലും എത്രയോ യുഗങ്ങൾ താണ്ടേണ്ടി വന്നാലും അയാൾ വന്നെത്തും. മഴയെ നെഞ്ചിലേറ്റു വാങ്ങി സാൽതിയിൽ ഒഴുകിയൊഴുകിയെത്തും. ഗ്രാമത്തിലേക്ക്, പൊട്ടിപ്പൊളിഞ്ഞ ശിവൻ കോവിലിലേക്ക്. മിന്നലിനെ സാക്ഷി നിറുത്തി ജലധാരയെന്നപോലെ അവളെ ആലിംഗനം ചെയ്യും. സ്നേഹപൂർവ്വം തന്നിലേക്കടുപ്പിക്കും. മൊഴിയും എനിക്കു നിന്നെ ഇഷ്ടമാണ്... ഇഷ്ടമാണ്... ഇഷ്ടമാണ്... അവളുടെ പിൻകഴുത്തിലെ കുനുകുനുത്ത ചുരുൾമുടിയിൽ, നെറ്റിയിൽ, കവിളിൽ ചുണ്ടുകൾ ചേർക്കും. ആ സ്പർശം അവളുടെ ചർമത്തെ ഭേദിച്ച് ധമനികളിലും സിരകളിലും ഞരമ്പുകളിലും കൂടി ഒഴുകിയൊഴുകി ഏതോ നിഗൂഢമായ അന്തരാളത്തിലെത്തും. രാധികയുടെ സങ്കല്പങ്ങൾ! സങ്കല്പിച്ചു സങ്കല്പിച്ച് നനഞ്ഞു കുതിർന്ന കിടക്കയിൽ നിന്ന്, നനഞ്ഞ വസ്ത്രങ്ങളിൽനിന്ന്, ചീഞ്ഞ അരിയിൽനിന്ന്, അരിയുടെ ദുർഗന്ധത്തിൽ നിന്ന്, രണ്ടു പിഞ്ചുകുഞ്ഞുങ്ങളിൽനിന്ന് അകന്നകന്ന്, വേർപെട്ട്, ജലമഗ്നയായ ഖിൽപാട്ണി ഗ്രാമത്തിലെ രൂപസിനദിക്കരയിലെ ആൽവൃക്ഷത്തിന്റെ ചോട്ടിലുള്ള പൊട്ടിപ്പൊളിഞ്ഞ ശിവൻ കോവിലിൽ എത്തിയിരിക്കുന്നു രാധിക. ജലമഗ്നയായ ചേരിയിൽ അവൾ സ്വന്തം ഗ്രാമം കണ്ടെത്തിയിരിക്കുന്നു. അരക്ഷിതാവസ്ഥയ്ക്കു നടുവിലും പദാവലി ഓർത്തെടുക്കുന്നു.

സഖീ എന്റെ മനസ്സിൽ രാവും പകലും ശ്യാമവർണ്ണൻ, ഞാനെന്തു ചെയ്യട്ടെ.

പുറത്ത് വലിയ ബഹളം, ആരൊക്കെയോ അലറി വിളിക്കുന്നു. വെള്ളം കൂടുന്നു, വെള്ളം കൂടുന്നു. വീട്ടിനകത്ത് ആരുണ്ട്? വേഗം പുറത്തുവരണം. വേഗം വാ.

പലാശ് രാധികയെ കുലുക്കി വിളിച്ചു അമ്മേ.... അം....മ്മേ... പുറത്തേക്കു ചെല്ലാൻ പറയുന്നു.

രാധിക ഞെട്ടിപ്പിടഞ്ഞെണീറ്റ്. ഏങ്... ഏങ്... എന്താ എന്താ...?

നെഞ്ചോളം വെള്ളം. അതു വകഞ്ഞു മാറ്റി മാസ്റ്റർ അകത്തേക്കു വന്നിരിക്കുന്നു. ഉറക്കെ വിളിച്ചു പറഞ്ഞു. വേഗം വരൂ. പുറത്തേക്കിറങ്ങണം. വരൂ, വെള്ളം കൂടുകയാണ്. ഈ ചേരി മുഴുവനും ദാ ഇപ്പോ മുങ്ങിപ്പോകും. പലാശിനെ ഹരൻ ചുമലിലേന്തി. ജോച്ചനെ മാസ്റ്റർ കൈകളിൽ ഉയർത്തിപ്പിടിച്ചു. അവൻ ഉണർന്ന് കരയാൻ തുടങ്ങി.

വേറെയും എത്രയെത്രയോ രോദനങ്ങളോടൊപ്പം അവന്റെ കരച്ചിലും കലർന്നു. ഒന്നും കണ്ടും കേട്ടും നിൽക്കാനുള്ള സമയമില്ല. ഓരോ നിമിഷവും വെള്ളം കൂടിക്കൂടി വരികയാണ്. ആളുകൾ കൂട്ടംകൂട്ടമായി വെള്ളത്തിലൂടെ നടന്നുപോകുന്നു, ഒരിത്തിരി ഉയർന്ന സ്ഥലം കണ്ടെത്താനായെങ്കിൽ! റെയിൽ ലൈനിലേക്കാണ് എല്ലാവരുടേയും ഓട്ടം, പ്ലാസ്റ്റിക് ഷീറ്റിനു കീഴെ കൂട്ടംകൂട്ടമായി തണുപ്പുകൊണ്ട് വിറയ്ക്കുന്ന ആൾക്കൂട്ടം. ബഹളം വെക്കുന്നു, കരയുന്നു. ഭയംകൊണ്ടുള്ള കരച്ചിലാണ്. എല്ലാം നഷ്ടമായതുകൊണ്ടുള്ള കരച്ചിൽ. എല്ലാം പോയി. ഹോ! അത് അവരുടെ ചേരിയായിരുന്നോ? അത് അവരുടെ കുടിലായിരുന്നോ? പൊട്ടിപ്പൊളിഞ്ഞതാണെങ്കിലും, ശൂന്യമായിരുന്നെങ്കിലും അതവരുടേതായിരുന്നു, അവരുടെ വീടായിരുന്നു.

കുരുടൻ അച്ഛന്റെ ശിരസ്സ് മടിയിൽ വെച്ചിരിക്കയാണ്. നെഞ്ചോടമർത്തിപ്പിടിച്ച് ഒരു ഡയറി. മാസ്റ്ററുടെ ചരിത്രശേഖരത്തിന്റെ ബാക്കിയുള്ള ഒരേയൊരു കണ്ണി. മറ്റെല്ലാം വെള്ളത്തിൽ മുങ്ങിപ്പോയി. എന്നും നടന്നുവന്നിട്ടുള്ളപോലെ. എല്ലാം മുങ്ങിയും ഒഴുകിയും പോയശേഷം അവശേഷിക്കുന്നത് അല്പം സ്മരണകൾ മാത്രം. അതിന് ചരിത്രം എന്നു പേർ. കളിയില്ല, ചിരിയില്ല, ഏതാനും വിവരണങ്ങൾ, ഏതാനും വീരകഥകൾ.

ചേരിയില്ല. ഫടിക്ക്കുളമില്ല. സർവത്ര വെള്ളം വെള്ളം വെള്ളം. അന്ധകാരത്തിൽ ഒന്നു ചേർന്ന സ്ത്രീപുരുഷന്മാരെപ്പോലെ വെള്ളവും കരയും ലയിച്ചുചേർന്നിരിക്കുന്നു.

എത്രയെത്ര മനുഷ്യർ. ഇവരൊക്കെ എവിടെപ്പോകും? മാസ്റ്ററും മറ്റു പുരുഷന്മാരും ചേർന്ന് കൂടിയാലോചന നടത്തുകയാണ്. ഒരിക്കലും വെള്ളം കയറാത്ത മാഥുരേർഗഢിൽ മുട്ടറ്റം വെള്ളം. അവിടെ ചെല്ലാമെന്നു വെച്ചാൽ നെഞ്ചോളമുള്ള വെള്ളത്തിലൂടെ വേണ്ടേ പോകാൻ? അതെങ്ങനെ സാധ്യമാകും? ചുമതലാബോധത്തോടെ ശ്യാമാകാന്ത് വന്നെത്തിയിരിക്കുന്നു. മുങ്ങിപ്പോയ ഫടിക്ക്കുളം ചേരിയിലെ നിവാസികളെ അന്വേഷിച്ചിറങ്ങിയതാണ്. നെഞ്ചോളം വെള്ളത്തിലൂടെയാണ് വരവ്. ഇടയ്ക്കുവെച്ച് മറ്റു രണ്ട് സംഘങ്ങളെ കണ്ടെത്തി. മഴയ്ക്ക് കനം കൂടിക്കൂടി വരികയാണ്. ആ ഇരമ്പത്തിൽ പരസ്പരം പറയുന്നതൊന്നും കേൾക്കാനാകുന്നില്ല. രണ്ടു സംഘങ്ങളും ഉച്ചത്തിൽ സംസാരിക്കാൻ ശ്രമിക്കയാണ്. ശ്യാമാകാന്ത് നേതൃത്വം ഏറ്റെടുത്തിരിക്കുന്നു. ദേ, നോക്കൂ സുഹൃത്തുക്കളേ ഇനിയിപ്പോൾ പാർട്ടി ഭേദമില്ല, പരസ്പരവിരോധമില്ല. ഈ ആപൽഘട്ടത്തിൽ വരൂ നമുക്ക് എല്ലാ ഭേദഭാവങ്ങളും മറന്ന് ചേരിയിലെ നിവാസികൾക്കൊപ്പം നില്ക്കാം.

മനുഷ്യരോടൊപ്പം തോളോട് തോൾ ചേർന്നു മനുഷ്യർ. സ്വാഭാവികമായ അവസ്ഥയിൽ സാധാരണ ഗതിയിൽ ഇതിനു സാധ്യതയില്ല. മനുഷ്യത്വം തെളിയിക്കണമെങ്കിൽ മനുഷ്യർക്ക് കൂട്ടത്തോടെ എന്തെങ്കിലും ആപത്തു സംഭവിക്കണം.

കുടയെടുത്തതുകൊണ്ട് ഒരു ലാഭവുമില്ല. എന്നാലും കുട ചൂടി യുവ സംഘം പണിയെടുക്കാനിറങ്ങി. കഠിനമായ അധ്വാനമാണ്. മുദ്രാവാക്യം മുഴക്കി ജാഥയിൽ നടക്കുന്ന പോലല്ല. എഴുതിത്തയ്യാറാക്കിയ പ്രസംഗം പറഞ്ഞൊപ്പിച്ച് വീട്ടിൽ വന്ന് സൗകര്യമായി ചോറും ഉരുളക്കിഴങ്ങു കറിയും മീൻകറിയും അകത്താക്കുന്നപോലല്ല. ഇത് അക്ഷരാർത്ഥത്തിൽ ആപത്തിനെ നേരിടുകയാണ്. ദേഹംകൊണ്ട് അധ്വാനിക്കണം. പ്രളയമോ? ഇത് പ്രളയമാണോ? ആർക്കറിയാം? പ്രളയമാണെന്ന് സർക്കാർ വിജ്ഞാപനം പുറപ്പെടുവിച്ചോ ഇല്ലയോ? വെള്ളപ്പൊക്കബാധിതരായ സാധാരണക്കാർ ദുർദ്ദശയിൽ പെട്ടാലും നിരാശ്രയരും ആഹാരത്തിനു വഴിയില്ലാത്തവരും ആയിത്തീർന്നാലും സർക്കാർ വിളംബരം പുറപ്പെടുവിക്കാത്തിടത്തോളം കാലം സുഹൃത്തേ ഇതു വെള്ളപ്പൊക്കമല്ല, അത്യാപത്തല്ല. അതെ, ഈ വേലിയേറ്റം, ഈ മിന്നൽ പിണരുവീഴുന്ന ആകാശം, വിശ്വാസഘാതകനായ മഴ ഇവയുടെയെല്ലാം കൂട്ടുചേർന്നുള്ള ഗൂഢാലോചനയ്ക്കു പേര് വെള്ളപ്പൊക്കമെന്നു തന്നെയാണ്, എങ്കിലും...

വെള്ളപ്പൊക്കമെന്നു ഘോഷിച്ചാലും ഇല്ലെങ്കിലും പണിയെടുക്കാതെ പറ്റില്ലല്ലോ. പക്ഷേ അതുകാരണം സർക്കാരിന്റെ വിരോധം സമ്പാദിക്കരുത്, അതു ശ്രദ്ധിക്കണം. വെള്ളപ്പൊക്കം എന്ന് സർക്കാർ ഘോഷിച്ചില്ലെന്നു വരികിൽ ചുമ്മാ വെള്ളം കയറിയെന്നു പറയണം. സതീൻസേനിൽ വെള്ളം കയറി, നിയോഗിപാഡയിൽ വെള്ളം കയറി. ഫടിക് കുണ്ട് ചേരി വെള്ളത്തിനടിയിൽ... അത്രയും മതി. വെള്ളപ്പൊക്കം എന്നു മാത്രം പറയരുത്.

ശ്യാമാകാന്ത് മാഥുരേർഗഢിലെ ആദർശ് വിദ്യാലയത്തിൽ ദുരിതാശ്വാസകേന്ദ്രത്തിനുള്ള ഏർപ്പാടുകൾ ചെയ്യുകയാണ് സ്കൂളിലെ താഴത്തെ നിലയിൽ വെള്ളം കേറീട്ടുണ്ട്. അതുകൊണ്ട് മുകളിലത്തെ നിലയിലാണ് താമസിക്കാനുള്ള വ്യവസ്ഥ. അനിസുജ്ജമാൻ ഷംഷേറിനേയും കൂട്ടി ഇറങ്ങിത്തിരിച്ചു. ചെറുപ്പക്കാരോടു ചേർന്ന് ശ്രമദാനം. ശ്യാമാകാന്ത് ചെറുപ്പക്കാരെ ചെറിയ സംഘങ്ങളായി തിരിക്കയാണ്. കുട ചൂടി ഒട്ടും ചൂടാകാതെ നിർദ്ദേശങ്ങൾ നല്കുന്നു. എല്ലാവരും അയാളുടെ നേതൃത്വം അംഗീകരിച്ചിരിക്കുന്നു. അയാൾ തീരുമാനമെടുത്തു. റെയിൽലൈനിൽ നിന്ന് ജനങ്ങളെയൊക്കെ സ്കൂളിലേക്കു കൊണ്ടുവരണം. ജലനിമഗ്നമായ റോഡ്. ദൂരവുമുണ്ട്. അതിന്റെ ചുമതല ആർക്കൊക്കെ? ഇനി കലവറ തയ്യാറാക്കണം. കാരണം ഭക്ഷണസാധനങ്ങളൊന്നുമില്ല. വീടുവീടാന്തരം നടന്ന് അരിയും പരിപ്പും ശേഖരിക്കാൻ മറ്റൊരു സംഘം. ആരൊക്കെ വെച്ചുണ്ടാക്കാൻ? ആരൊക്കെ വിളമ്പാൻ? ശ്യാമാകാന്ത് അനിസുജ്ജമാനോടു പറഞ്ഞു ഭക്ഷണം വിതരണം ചെയ്യുന്നിടത്ത് നിങ്ങളുണ്ടാകണം, മാഷേ.

വെള്ളം കയറുകയാണ്. എല്ലാവരുടേയും നോട്ടം ആകാശത്തേക്കാണ്. മേഘപാളികൾ നീങ്ങുന്ന ലക്ഷണമേയില്ല. ഷംഷേറും അനിസുജ്ജമാനും നോക്കിക്കണ്ടു. ഓരോ ഗ്രൂപ്പും അത്ര ശുഷ്കാന്തിയോടെയാണ് പണിയെടുക്കുന്നത്. ഈ ആപത്തുകാലത്ത് കർത്തവ്യപാലനവും മനുഷ്യത്വം കാണിക്കാനുള്ള അവസരമാണ്. അനിസുജ്ജമാൻ ഷംഷേറിനോടൊപ്പം സ്വന്തം ഉത്തരവാദിത്വം പാലിക്കാനുള്ള ഊഴവും കാത്തുനില്ക്കയാണ്. ഷംഷേർ. ഒരു മഴദേശത്തു നിന്നു വന്ന വിരുന്നുകാരൻ. ഈ നാട്ടിലെ വെള്ളപ്പൊക്കവും വിപത്തും നോക്കിക്കാണുകയാണ്. വെറും മുപ്പതു കൊല്ലം മുമ്പ് രണ്ടു ദേശങ്ങളിലും ഒരേ മഴയാണ് വീണിരുന്നത്. ഇപ്പോൾ മഴയും പങ്കുവെക്കപ്പെട്ടിരിക്കുന്നു.

നനഞ്ഞ വസ്ത്രങ്ങൾ, ക്ഷീണിച്ചു മെലിഞ്ഞ നനഞ്ഞ ശരീരങ്ങൾ. എല്ലാം നഷ്ടപ്പെട്ട ജനസമൂഹം നിരനിരയായി വരുന്നു. ചിലരുടെ തോളിൽ, ഒക്കത്ത് കുഞ്ഞുങ്ങൾ, ചിലർ വൃദ്ധനായ പിതാവിനു താങ്ങായി, ചിലർ തലയിൽ ഭാണ്ഡങ്ങളോടെ. മാസ്റ്റർ കുരുടനെ മുതുകത്തേറ്റി. കുരുടൻ സമ്മതിച്ചില്ല.

-എന്നെ താഴെയിറക്കൂ.

-ഇല്ല.

-എനിക്കു നടക്കാനാവും.

-വേണ്ട. നീ വീണുപോകും. വെള്ളത്തിൽ മുങ്ങിപ്പോകും, മോനെ.

-മുങ്ങിപ്പോയാലെന്താ? എന്നെക്കൊണ്ട് ആർക്കെന്തു പ്രയോജനം?

-പ്രയോജനമുണ്ടല്ലോ. നമുക്ക് ചരിത്രം വായിക്കണ്ടേ?

-ഒരൊറ്റ ഡയറിയല്ലേ രക്ഷപ്പെടുത്താനായുള്ളൂ. ബാക്കിയൊക്കെ ഒഴുകിപ്പോയില്ലേ?

-പോട്ടെന്നേ.

-നിങ്ങളുടെ ചരിത്രം, പുസ്തകങ്ങൾ, നിങ്ങൾ എഴുതി വെച്ചത് എല്ലാം പോയില്ലേ?

-പോട്ടെന്നേ. നമ്മളുണ്ടല്ലോ. മനുഷ്യരുണ്ടെങ്കിൽ ചരിത്രവുമുണ്ടാവും.

-മാസ്റ്റർ കാക്കു, വെള്ളത്തിന്റെ മണം എനിക്കു കിട്ടിയിരുന്നു.

-ശ് മിണ്ടാതിരിക്ക് ഈ കാര്യം ആരോടും പറയരുത്.

കുരുടന് കരച്ചിലു വരുന്നുണ്ട്. അവന് വെള്ളത്തിന്റെ മണം കിട്ടിയിരുന്നു. പക്ഷേ ഇത്രയ്ക്കു പ്രതീക്ഷിച്ചില്ല. ഈ ഒഴുക്ക് ഇതെത്ര ഭയങ്കരമാണ്. മാസ്റ്റർക്ക് നല്ല സുഖമില്ല. എന്നിട്ടും തന്നെ ഏറ്റിക്കൊണ്ടു നടക്കുന്നു. അവന് വല്ലാത്ത നിസ്സഹായത തോന്നുന്നുണ്ട്. വല്ലാത്ത വിഷമമുണ്ട്. കഷ്ടം. അർഥഹീനമായ ജീവിതം ആദ്യാവസാനം ഉപയോഗശൂന്യം. മാസ്റ്റർ ചരിത്രം വായിക്കുന്ന കാര്യം പറഞ്ഞ് എത്രതന്നെ

പ്രലോഭിപ്പിച്ചാലും താനൊരു ഭാരമാണെന്ന കാര്യം കുരുടന് വിസ്മരിക്കാനാവുന്നേയില്ല. അവൻ വീണ്ടും പറഞ്ഞു.

-ഞാൻ ജീവിച്ചിരുന്നിട്ട് എന്തു നേടാനാണ് മാസ്റ്റർ കാക്കു?

-എന്നുവെച്ചാൽ?

-ദേ നോക്കൂ. നിങ്ങൾക്ക് ശരീരത്തിനു സുഖമില്ല. എന്നിട്ടും എന്നേയും ഏറ്റി നടക്കേണ്ടി വരുന്നു.

-അതിനെന്താ?

-നിങ്ങളല്ലേ പറയാറ് മനുഷ്യൻ സ്വന്തം ഭാരം സ്വയം ചുമക്കണമെന്ന് അല്ലെങ്കിപ്പിന്നെ മനുഷ്യനെന്നു പറഞ്ഞിട്ടു കാര്യമില്ലെന്ന്. എനിക്ക് എന്നെ ചുമക്കാനുള്ള ത്രാണിയില്ലല്ലോ.

-വെറുതെ സ്വന്തം ശരീരം ചുമക്കുന്ന കാര്യമാണോ മോനേ ഞാൻ പറഞ്ഞത്? അല്ല. മനുഷ്യനു വേണ്ടത് അവബോധം, അറിവ്, അനുഭൂതി ഇതൊക്കെയാണ്. ശരീരത്തോടുള്ളതിനേക്കാളും പ്രതിബദ്ധത വിവേചന ശക്തിയോടാവണം.

-വിവേചനശക്തി? അതെന്താണ് മാസ്റ്റർ കാക്കൂ.

-അതും ഒരു തരം ശക്തി തന്നെ?

-നിങ്ങളു പറയുമ്പോലെ മനുഷ്യരുടെ ശക്തി തന്നെയാണ് അവരുടെ സാർഥകത എങ്കിൽപ്പിന്നെ എന്റെ സാർഥകതയോ?

-ദേ നോക്ക്, ഈ ഭൂമിയിൽ എല്ലാവർക്കും എല്ലായ്പോഴും ഒരേ റോളല്ല. ഇപ്പോ ദാ ഞാൻ നിന്നെ ചുമന്നുകൊണ്ടു പോകുന്നു. അതിലൂടെ എന്റെ സ്വന്തം ജീവിതത്തിനും ഒരർഥം ലഭിക്കുന്നു. എന്റെ ജന്മം, എന്റെ ജീവിതം ഇതൊക്കെ എനിക്കുവേണ്ടി മാത്രമുള്ളതല്ല. നിനക്കു വേണ്ടിയുംകൂടിയാണ്. മനുഷ്യനെന്ന നിലയ്ക്ക് ഈ ഭൂമിയിൽ എനിക്ക് എന്നെക്കൊണ്ടുള്ള പ്രയോജനം ഇല്ലാതായിരിക്കുന്നു. പക്ഷേ നിന്നെ ചുമലിലേറ്റിയപ്പോൾ തോന്നി, ഇല്ല. എന്നെക്കൊണ്ട് ഇന്നും ഇനിയും പ്രയോജനമുണ്ടെന്ന്. നോക്ക്, നമ്മുടെ ചേരി, കിടപ്പാടം എല്ലാം വെള്ളത്തിനടിയിലായി. നമ്മൾ കാത്തുസൂക്ഷിച്ച ചരിത്രവും ഒഴുകിപ്പോയി. ഇതാ ഇപ്പോ റിലീഫ് കാമ്പിൽ പോയി ആഹാരം കഴിക്കും, കുറെ ദിവസത്തേക്ക്, എത്ര ദിവസത്തേക്കെന്നറിയില്ല. സ്കൂളിൽ താമസിക്കും. എന്നിട്ടും നമുക്കൊക്കെ ജീവിച്ചിരിക്കാനുള്ള മോഹം തീരില്ല. വെള്ളം ഇറങ്ങിക്കഴിഞ്ഞാൽ വീണ്ടും പുതുതായി വീടു വെക്കാനിറങ്ങും, വെക്കുകയും ചെയ്യും.

-അതെങ്ങനത്തെ വീടായിരിക്കും, മാസ്റ്റർ കാക്കൂ? വെള്ളത്തിൽ കുതിർന്നു വീഴാത്തവ?

-അറിയില്ല, മോനേ, വീഴുമായിരിക്കും. ഒരുവേള അടുത്ത വർഷകാലത്ത് വീണ്ടും ഇതുപോലെ വെള്ളം കയറി എല്ലാം മുങ്ങിപ്പോയെന്നു

വരും, നമ്മളൊക്കെ നെഞ്ചോളം വെള്ളത്തിലൂടെ ദുരിതാശ്വാസക്യാമ്പി ലേക്ക് നടന്നെന്നും വരും. പക്ഷേ നമുക്ക് ഉന്മൂലനാശം സംഭവിക്കില്ല.

-ഞാനപ്പോഴും ഒരു പണിക്കും ഉതകില്ല, അല്ലേ? അന്നും ഞാൻ നിങ്ങളുടെ മുതുകത്തു കയറി സവാരി ചെയ്ത് അക്കരയ്ക്കെത്തും.

-മനുഷ്യൻ സ്വന്തം ശക്തിയെപ്പറ്റി ബോധവാനാകുന്നതുപോലെത്തന്നെ മറ്റുള്ളവരുടെ ജീവിതത്തെ സാർഥകമാക്കുന്നതും അവന്റെ കടമയാണ്. അന്യരുടെ സാഫല്യത്തിലൂടെ പലപ്പോഴും സ്വന്തം ജീവിതത്തിന്റെ അർഥം കണ്ടെത്താനാകും.

-എന്നാലും ആരുടെയെങ്കിലും മുതുകത്തു കയറി കരകയറുക! അത് എന്തായാലും മോശമാണ്, അല്ലേ മാസ്റ്റർ കാക്കൂ? താനൊരു ഭാരമാണെന്ന തോന്നലുണ്ടാവും.

-ആവശ്യം വന്നാൽ നമ്മൾ മറ്റുള്ളവരുടെ ഭാരം പങ്കിട്ടെടുക്കാറില്ലേ? മനുഷ്യജീവിതത്തിന്റെ സാർഥകത ഒരുവന്റേതു മാത്രമല്ല, ഒരുവനു വേണ്ടി മാത്രം ഉള്ളതല്ല. മനുഷ്യശരീരവുമായി മനുഷ്യൻ ജനിക്കുന്നു. അവനിൽ ചില കഴിവുകൾ അറിവുകൾ, ആചരണങ്ങൾ എല്ലാം ഉണ്ടാവും. ഓരോ നിമിഷവും അവൻ ബോധവാനായിരിക്കണം. തന്റെ കഴിവുകൾ എങ്ങനെ ഉപയോഗിക്കും, തന്റെ അറിവ് എങ്ങനെ പ്രകടിപ്പിക്കും? ആചരണങ്ങളെ എങ്ങനെ നിയന്ത്രിക്കും എന്നൊക്കെ. കാരണം ഇവയിലൂടെയാണ് അവന്റെ മനുഷ്യലക്ഷണങ്ങൾ പ്രകടമാവുന്നത്.

മാസ്റ്റർ ആകാശത്തേക്കു നോക്കി. മേഘങ്ങളുടെ പുരികം ചുളിഞ്ഞിരിക്കുന്നു. ക്രോധാവിഷ്ടരായ കറുത്ത മേഘങ്ങൾ. മങ്ങിയ വെളിച്ചം. സൂര്യനെ കാണാനില്ല. നിലയ്ക്കാതെ പെയ്യുന്ന മഴ. ഇടയ്ക്ക് ശക്തി കൂടും. ഇടയ്ക്കൊന്നു കുറയും. അനാദികാലം മുതൽ നനയുകയാണെന്ന തോന്നൽ, അനാദികാലം മുതൽ വെള്ളത്തിലൂടെ ചവിട്ടി നടക്കുകയാണെന്ന അനുഭൂതി. പൊടുന്നനെ ഒരു കുഴി, അയാളുടെ കാലിടറി. കുരുടൻ മാസ്റ്റർ കാക്കുവിനെ മുറുക്കിപ്പിടിച്ചു. മാസ്റ്റർ ശരീരം ചെറുതായൊന്നു കുലുക്കി, കുരുടനെ യഥാസ്ഥാനത്തിരുത്തി. ദേ കഴുത്തിൽ മുറുക്കി പിടിച്ചോളണം. പിടിവിടരുത്.

കുരുടൻ അപ്പോഴും ചിന്തയിലാണ്. നിരന്തരമായ ചിന്ത. അവന്റെ സംശയങ്ങൾ തീരുന്നില്ല. അന്ധത പിച്ചിച്ചീന്തി വെളിയിലേക്കു നോക്കാൻ കഴിയാത്തതുപോലെത്തന്നെ സംശയനിവാരണവും അസംഭവ്യമാണ്. അവന് മോഹിക്കാനേ കഴിയൂ. മോഹിക്കാനാകുമെങ്കിലും താൻ ഏകനാണെന്ന തോന്നൽ വിട്ടുമാറുന്നില്ല. നിസ്സംഗത. മാസ്റ്ററോ? ചരിത്രമാകാൻ ഇറങ്ങിത്തിരിച്ച മനുഷ്യൻ. അയാളും നിസ്സംഗനല്ലേ? നിസ്സംഗനായ ഒരാൾ അസഹായനായ മറ്റൊരു ജീവിയെ ചുമലിലേറ്റി വെള്ളത്തിലൂടെ നടന്നുപോകുന്നു. പരസ്പരസൗഹൃദത്തിന്റെ കൂട്ടായ്മ.

ആര് ആരുടെ ചങ്ങാതിയാവും, ആര് ആരുടെ ചങ്ങാത്തം കാംക്ഷിക്കും? ഇതൊക്കെ മുൻകൂട്ടി പറയാനാവുമോ? ദാ ഇപ്പോൾ അനിസുജ്ജമാനേയും ഷംഷേറിനേയുംപോലെ. രണ്ടു ചെറുപ്പക്കാർ രണ്ടു ദേശക്കാർ, പ്രായവ്യത്യാസമുള്ളവർ. ആദ്യദിവസം തന്നെ പരസ്പരം ചങ്ങാത്തം അനുഭവപ്പെട്ടിരിക്കുന്നു. കാറുകെട്ടിയ ആകാശം, തോരാത്ത മഴ. ആപത്ക്കാലത്ത് ചുമതലാ നിർവഹണത്തിനായി ഊഴവും കാത്തിരിക്കയാണ്. അതിനിടയിൽ അവർ പരസ്പരം വീക്ഷണങ്ങൾ കൈമാറുന്നു. ഷംഷേർ ചോദിച്ചു.

-ഒരു കാര്യം ചോദിക്കട്ടെ?

-പിന്നല്ലാതെ, ചോദിക്കൂ.

ഷംഷേറിന്റെ സ്വരം ശാന്തവും ദൃഢവും. ബാങ്ങാൾ ഭാഷയുടെ മാധുര്യം.

-നിങ്ങളെ കണ്ടിട്ട് ആശ്ചര്യം തോന്നുന്നു... അതെ. സത്യമായിട്ടും... ആശ്ചര്യം തോന്നുന്നു. കാരണം നിങ്ങൾക്ക് മതത്തോടും മതനിയമങ്ങളോടും താത്പര്യമില്ല, അനുസരിക്കുന്നുമില്ല. പിന്നെ വീട്ടിലെ സ്ത്രീകൾക്ക് മാത്രം ഇപ്പോഴും എന്തിനീ പർദ്ദാ സമ്പ്രദായം?

-ഓ!

അനിസുജ്ജമാൻ ചിരിച്ചു. ദയനീയമായ ചിരി. ശരിയായ ചോദ്യം. പ്രസക്തമായ ചോദ്യം.

-സ്ത്രീകൾ എന്നു പറയാൻ നീലോഫ മാത്രമല്ലേയുള്ളൂ.

-അതെ.

അനിസുജ്ജമാൻ കുറച്ചുനേരത്തേക്ക് മൗനം പാലിച്ചു. അയാളുടെ മനസ്സിനകത്ത് വീണ്ടും ഭയം ചുളുചുളാ കുത്തുന്നു. കാരണം നീലോഫയുടെ വിഷയം വന്നപ്പോൾ താൻ വലിയ ഏതോ മഹാവിപത്തിനു മുഖാമുഖമായി നിൽക്കുന്നുവെന്ന ബോധം വീണ്ടും ഉണർന്നിരിക്കുന്നു. അനവരതം പെയ്യുന്ന ഈ മഴ നിലയ്ക്കും, ജലനിരപ്പ് താഴും, പക്ഷേ അനിസുജ്ജമാന്റെ മുന്നിലുള്ള വിപത്ത് ക്രമേണ വലുതായി വലുതായി വരികയേയുള്ളൂ. എന്തെങ്കിലും ഉപായം കണ്ടുപിടിച്ചേ തീരൂ. എന്തുപായം എന്നയാൾക്ക് അറിയില്ല. പ്രളയബാധിതരായ ഈ മനുഷ്യരേക്കാൾ അപായഗ്രസ്തനും നിസ്സഹായനുമാണ് താനെന്ന തോന്നൽ. ഷംഷേർ അനിസുജ്ജമാന്റെ മൗനം ശ്രദ്ധിച്ചു.

-ചോദിച്ചത് തെറ്റായോ അനിസുജ്ജദാ?

അനിസുജ്ജമാൻ ഷംഷേറിന്റെ മുതുകത്തു തട്ടി. മന്ദസ്വരത്തിൽ പതുക്കെ നീലോഫ വെന്തുപോയ വൃത്താന്തം പറഞ്ഞു കേൾപ്പിച്ചു. ഷംഷേർ സ്തബ്ധനായി കേട്ടു നിന്നു. അനിസുജ്ജമാന്റെ മുഖത്ത് വിഷണ്ണതയും ഗൗരവവും പ്രകടമായി. അതു മാറ്റാനായിട്ടെന്നോണം ഷംഷേർ വേറൊരു വിഷയമെടുത്തിട്ടു. പുസ്തകത്തിന്റെ കാര്യം.

-വളരെ പ്രശംസനീയമായ ഉദ്യമം.

-ഓ! ഇതു കാരണം ഒരുപാടു പ്രശ്നങ്ങളുണ്ടായി.

-എന്തു പ്രശ്നം?

-മുസൽമാനായ ഞാൻ വിഗ്രഹാരാധനയെക്കുറിച്ചെഴുതിയതു തന്നെ പ്രശ്നം. മുസ്ലീങ്ങൾ പറഞ്ഞു ഇത് ഇസ്ലാമിനു വിരുദ്ധമായ പ്രവൃത്തിയാണെന്ന്. ചില ഹിന്ദുക്കളുടെ അഭിപ്രായമോ ദുർഗയെക്കുറിച്ചെഴുതാൻ എനിക്ക് അധികാരമില്ലെന്ന്. ഹിന്ദുമതത്തിനെ കല്പിച്ചുകൂട്ടി അപമാനിക്കാനാണ് ഞാനീ പുസ്തകമെഴുതിയതെന്ന്.

അനിസുജ്ജമാന്റെ വിഷണ്ണത ഷംഷേറിനേയും സ്പർശിച്ചിരിക്കുന്നു. അയാൾ പറഞ്ഞു.

-വിരോധം, വിരോധം മാത്രം. സംഹാരം മാത്രം. ഹിന്ദുവും മുസൽമാനും മുസൽമാനും ഹിന്ദുവും. ഇതെന്നെങ്കിലും അവസാനിക്കുമോ എന്തോ! അവസാനിപ്പിക്കാനാവില്ലേ? ഒരേ ശരീരം, ഒരേ രക്തം, ഒരേ പ്രാണൻ എല്ലാം ഒരേ വിധത്തിലുള്ളത്. അനിസുജ്ജാദാ ഞാൻ ഞങ്ങളുടേതായ എല്ലാ നിയമങ്ങളും പാലിക്കുന്നു. വീട്ടിൽ അബ്ബാജാനുള്ളപ്പോൾ എനിക്ക് നിയമങ്ങൾ പാലിക്കാതിരിക്കാൻ വയ്യ. അതൊക്കെ പാലിക്കുന്നതിൽ, അനുസരിക്കുന്നതിൽ എനിക്ക് വിഷമവും തോന്നാറില്ല. പക്ഷേ എന്നുവെച്ച്, എന്റെ സ്വധർമബോധം എന്നെ ഹിന്ദുവിരോധിയാക്കി മാറ്റിയിട്ടില്ല. എന്തുകൊണ്ട് മാറ്റിയില്ല എന്നെനിക്കറിയില്ല. പണ്ട്, ഒരുപാടു കാലം മുമ്പ് എനിക്ക് ഒരു ഹിന്ദു പെൺകുട്ടിയോട് ഇഷ്ടം തോന്നി. എന്റെ ആദ്യത്തേയും അവസാനത്തേയും പ്രണയം.

ആത്മഗതമെന്നപോലെ ഷംഷേർ പലതും പറഞ്ഞു. ആ പെൺകുട്ടി! അവളെന്തുമാത്രം ദുഃഖിതയായിരുന്നെന്നോ. അവളെ കണ്ടിട്ടാണ് എന്റെ മനസ്സിൽ പ്രണയം അങ്കുരിച്ചത്. ഒരു ദിവസം ഇതുപോലത്തെ ഒരു മഴ ദിവസം ഞാനവളെ മാറോടു ചേർത്തു. ഇടിഞ്ഞു പൊളിഞ്ഞ ഒരു കോവിലിന്റെ ഇരുളടഞ്ഞ വരാന്തയിൽ വെച്ച്. എന്തൊരു ശാന്തിയാണ് ഞാനപ്പോൾ അനുഭവിച്ചതെന്നോ. ശാന്തി, സുഖം, സ്വപ്നം പിന്നെ വിഷാദഭരിതമായ പ്രണയം. അത്രമാത്രം ഹിന്ദു മുസ്ലീം എന്ന ബോധമേ ഇല്ലായിരുന്നു. മനുഷ്യരോട് മനുഷ്യർ ഇങ്ങനെയല്ലേ ഇടപഴകേണ്ടത്? പിന്നെന്താ ഇങ്ങനെ?

അനിസുജ്ജമാൻ ഷംഷേറിന്റെ കൈക്കു പിടിച്ചു.

-സത്യത്തിൽ മനുഷ്യനും മനുഷ്യനും തമ്മിലുള്ള സമ്പർക്കം ഇങ്ങനെയൊക്കെത്തന്നെയാണ്. നമ്മളതൊക്കെ മറക്കുന്നുവെന്നു മാത്രം. ആട്ടെ ആ പെൺകുട്ടിക്കെന്തു പറ്റി? അവളിപ്പോ എവിടെയുണ്ട്?

-നഷ്ടപ്പെട്ടു. ഞാൻ ഢാക്കയിലേക്കു പഠിക്കാൻ പോയി. രാഷ്ട്രീയത്തിലിറങ്ങി. അതോടെ ഗ്രാമത്തിലേക്ക് നേരാംവണ്ണം പോക്കും വരവും

ഇല്ലാതായി. അവളെ കല്യാണം കഴിച്ചയച്ചത് ഏതോ ഒരു കിഴവന്. കൊൽക്കത്തയിലേക്ക്.

-ഓ!

-അതിനാണ് ഞാൻ കൊൽക്കത്തയിലേക്കു വന്നത്. അവളെ കാണണം, ഒരു തവണയെങ്കിലും കാണണം. സുഖമാണോ എന്നറിയണം അവൾക്ക് കഷ്ടപ്പാടാണെങ്കിൽ എന്തവസ്ഥയിലും ശരി. പഴുത്തളിഞ്ഞിട്ടുണ്ടെങ്കിലും, കുഷ്ഠരോഗിണിയാണെങ്കിലും, കരിഞ്ഞു കരിക്കട്ടയായിട്ടുണ്ടെങ്കിലും ഞാനവളെ ഏറ്റെടുക്കും. അവളെന്റേതാണ്.

അനിസുജ്ജമാൻ ആപാദമസ്തകം വിറച്ചുപോയി. അയാളുടെ തൊണ്ടയിൽ നിന്ന് വികൃതസ്വരങ്ങൾ പുറത്തുവന്നു. എക്കിട്ടംപോലെ. ശ്വാസം മുട്ടുമ്പോലെ. കണ്ണിലെ വെള്ളം വറ്റി, തൊണ്ട വരണ്ടുപോയവന്റെ വിലാപം. ഈ മഴയത്ത്, ഈ പ്രളയകാലത്ത്, ഈ ആപത്തുകാലത്ത് കിച്ചടി വിളമ്പാൻ കാത്തിരിക്കെ ഷംഷേറിന്റെ വാക്കുകൾ ഒരു വസ്തുത വളരെ സ്പഷ്ടമായി അയാൾക്കു കാട്ടിക്കൊടുത്തു. താൻ അന്ധനാണ്. തന്റെ അന്ധതയ്ക്ക് സീമയില്ല. കൗമാരപ്രണയത്തിന്റെ സ്മൃതി മനസ്സിൽ സൂക്ഷിച്ചുവെച്ച് ഷംഷേറിന് എന്തു നേടിയെടുക്കാനായോ ആ തിരിച്ചറിവ് ആ യാഥാർത്ഥ്യം അഹോരാത്രം തന്നോടൊപ്പമുണ്ടായിട്ടും തനിക്കു മനസ്സിലാക്കാനായില്ല. അയാളുടെ ബോധം ഉണരുകയാണ്. ഏതിൽനിന്ന് താൻ ഓടി രക്ഷപ്പെടാനാഗ്രഹിക്കുന്നുവോ സത്യത്തിൽ അതാണ് തനിക്ക് ഏറ്റവുമധികം കാമ്യം. അത്തരമൊരു പ്രണയമല്ലേ താനും കാംക്ഷിച്ചത്? അത്തരമൊരു ദാമ്പത്യം? ആത്മവിശകലനം നടത്തുകയാണയാൾ അതിലൂടെ ആത്മദർശനം.

ആരേയാണ് നീ ഏറ്റവുമധികം ആശ്രയിക്കുന്നത്?

നീലോഫയെ.

എല്ലാ ക്ലാന്തിയും ആരുടെ മുന്നിലാണ് ഇറക്കിവെക്കാറ്?

അവളുടെ മുന്നിൽ.

ആരുടെ അഭാവത്തിലാണ് നീ നിസ്സഹായനാവുന്നത്?

നീലോഫയുടെ

ദുഃഖവും കഷ്ടവും സഹിക്കേണ്ടി വരുമ്പോൾ, വിശപ്പും ദാഹവും കൊണ്ടു വലയുമ്പോൾ ആരേയാണ് സമീപിക്കാറ്?

അവളെ.

നിന്റെ തപ്തഹൃദയത്തെ സംഗീതംകൊണ്ട് ശാന്തയാക്കുന്നതാരാണ്?

അവൾ അവൾ തന്നെ.

ആരുടെ വെറുപ്പും അറപ്പും സഹിക്കാനാവാതെയാണ് അവൾ പീർബാബയുടെ ദർഗയിൽ ചെന്ന് ദുവാ വേണ്ടിക്കൊണ്ടത്?

എന്നെച്ചൊല്ലി, ഞാനാണവളെ അങ്ങേയറ്റം അപമാനിച്ചത്. അവൾ എന്നെ വിശ്വസിച്ചു, എന്നിൽ ആശ്രയം തേടി, പകരം ഞാനവൾക്ക് ദുഃഖമേ കൊടുത്തുള്ളൂ.

ഇന്ന് അവൾക്കു നേരിടേണ്ടി വന്നിരിക്കുന്ന ഈ ഭയങ്കര വിപത്തിന് ശരിയായ കാരണക്കാരനാര്?

ഞാൻ ഞാൻ കാരണം.

ആലോചിച്ചുനോക്ക് ആരെച്ചൊല്ലിയാണ് നിന്റെ മനസ്സിൽ ഇത്രയും കോളിളക്കം? ഭയവും ലജ്ജയും കാരണം ആര് ആത്മഹത്യ ചെയ്തേക്കുമെന്നു ഭയന്നാണ് നിനക്ക് ഉറക്കം നഷ്ടമാവുന്നത്.

അവൾക്കുവേണ്ടി

ഈ ഭൂമിയിൽ ആരെക്കൂടാതെ നിനക്കു ജീവിക്കാനാവില്ല?

അവളില്ലെങ്കിൽ, ആ പെൺകുട്ടി. വിരൂപയായ പെൺകുട്ടി വിരൂപയാണെങ്കിലും എല്ലാവരേക്കാളും സുന്ദരിയാണവൾ – അവളാണ് എനിക്ക് ഏറ്റവും പ്രിയപ്പെട്ടവൾ അവൾ എന്നെ... എന്നെ...

എന്താ എന്താ പറഞ്ഞത്?

അനിസുജ്ജമാൻ ഷംഷേറിനോട് പറഞ്ഞു. നിങ്ങൾ സ്കൂളിലേക്കു ചെന്ന് പണി തുടങ്ങൂ.

നിങ്ങളോ?

ഒരു അടിയന്തരകാര്യം ഓർമ വന്നു ഒരു തവണ തിരിച്ചുപോണം.

എവിടേക്ക്?

വീട്ടിലേക്ക്.

അനുപം എതിരെ വരുന്നുണ്ടായിരുന്നു, അനിസുജ്ജമാൻ അനുപമിനോടൊപ്പം ഷംഷേറിനെ സ്കൂളിലേക്കയച്ചു. മുട്ടു വരെയുള്ള വെള്ളത്തിൽ വീട്ടിലേക്കു നടന്നു.

നീലോഫയോടു പറയണം. എന്താണ് പറയുക? എങ്ങനെയാണ് പറയുക? ഇഷ്ടമാണെന്നോ? ഇഷ്ടമായിരുന്നെന്നോ? ഇതുവരെ അതു മനസ്സിലാക്കിയില്ലെന്നോ? പക്ഷേ എന്നെന്നും മനസ്സിനകത്ത് നീ വിലമതിക്കപ്പെട്ടവളായിരുന്നെന്നോ? നീലോഫ എന്താവും മറുപടി പറയുക? ഇങ്ങനെ പറയുമോ ഭായീജാൻ നിങ്ങൾ എങ്ങനെയാണ് എനിക്കു വിലയിട്ടത്? എങ്ങനെ മനസ്സിലായി ഞാൻ നിങ്ങൾക്ക് ലഭ്യയാണെന്ന്, അതോ ഇതു കരുണയാണോ? നിങ്ങൾക്ക് എന്നെ എങ്ങനെ ചെറുത്തുനിൽക്കാനായി? എന്നു മുതൽ എത്ര നാളായി ഇതൊക്കെ ഉള്ളിലൊതുക്കിവെച്ചിട്ട്? ഞാൻ എന്നെന്നേക്കും സന്തതസഹചാരിണിയായിരിക്കുമോ? അതോ ഏതാനും ദിവസത്തേക്കു മാത്രം? ഏതാനും ദിവസംകൊണ്ട് എല്ലാം തീർന്നുപോകുമോ? നിങ്ങൾക്ക് എപ്പോൾ മനസ്സിലാവും എന്നെക്കൊണ്ട് പ്രയോജനമില്ലെന്ന്? മറ്റനേകം മഹത്തായ ഉദ്ദേശ്യങ്ങൾ കൂട്ടി

ക്കുഴച്ച് ഇതിനേക്കാളും വലിയൊരു പുരസ്കാരം നിങ്ങൾക്കു നേടിയെടുക്കാനാകും. വികൃതമല്ലാത്ത പുരസ്കാരം... ഞാൻ വികൃതരൂപിണിയാണ്. അതു മറന്നിട്ടില്ലല്ലോ.

അവളിങ്ങനെയൊക്കെ പറയുമോ? ഇത്ര കഠോരമായ വാക്കുകൾ? ഇത്ര സ്പഷ്ടമായി? അയാൾക്കറിയില്ല. പക്ഷേ താൻ പറയും തീർച്ചയായും പറയും. പറഞ്ഞേതീരൂ. അയാളുടെ ഉള്ളിൽ സംശയമില്ല, ഉദ്വേഗമില്ല. കോണിപ്പടികളിൽ നനഞ്ഞ അടയാളം രചിച്ചുകൊണ്ട് അയാൾ മുകളിലേക്കു കയറി. സന്ധ്യയായിരിക്കുന്നു. വെളിച്ചമില്ല. എല്ലാം അന്ധകാരത്തിൽ മുങ്ങുകയാണ്. അനിസുജ്ജമാൻ വാതിലിൽ തട്ടി. നീലോഫ വാതിലു തുറന്നു. അവളിനിയും വിളക്കു കത്തിച്ചിട്ടില്ല. വിളക്കിന്റെ കുപ്പി തുടയ്ക്കുന്നതേയുള്ളൂ. അതിനുള്ള സാമാനങ്ങളൊക്കെ മേശപ്പുറത്തു നിരത്തിവെച്ചിട്ടുണ്ട്. അനിസുജ്ജമാൻ വാതിലടച്ചു. അയാളുടെ ശരീരം വിറയ്ക്കുന്നുണ്ട്. കണ്ണുകൾ തുടുത്തിരിക്കുന്നു. മുങ്ങിപ്പോകുന്ന ഏകാകിയായ മനുഷ്യന്റെ സ്വരം. സർവ്വവും അടിയറ വെക്കുകയാണ്. നീലോഫാ. നീലു ദേ, നോക്ക്.

സ്വരം കേട്ട് നീലോഫയ്ക്ക് വല്ലാത്ത ആശങ്ക തോന്നി. എന്തെങ്കിലും സംഭവിച്ചോ? അല്ലെങ്കിലേ ദുസ്സമയമാണ്.

-എന്തേ, എന്തു പറ്റീ ഭായീജാൻ? സ്കൂളിലേക്കു പോയില്ലേ?

-പോയി. ഇനിയും പോണം.

നീലോഫ ഉറ്റുനോക്കുകയാണ്. ഭായീജാന് എന്തോ ഒരു ഭാവപ്പകർച്ച. അസാധാരണത്വം. അനിസുജ്ജമാൻ ചോദിച്ചു.

-നീലോഫാ നിനക്ക് വിഷമമൊന്നും തോന്നുന്നില്ലല്ലോ.

-ഇല്ല, ഭായീജാൻ.

ഭാഷ അനിസുജ്ജമാനെ കൈവിട്ടു. വിറയ്ക്കുന്ന രണ്ടു കൈകൾ നീലോഫയുടെ മുഖാവരണം എടുത്തുമാറ്റി. ഊഷരമായ മുഖം. ഇതാദ്യമായി അയാൾ സ്പർശിച്ചു.

-പേടിക്കേണ്ട, നീലോഫാ നിനക്ക് ഞാനുണ്ട്. എനിക്ക് നീയല്ലാതെ വേറെയാരുമില്ല. എനിക്ക് നിന്നെ... എനിക്ക് നിന്നെ... നീലു നീ എന്നെ വിട്ടുപോകില്ലല്ലോ?

-എവിടേക്കു പോകാൻ ഭായീജാൻ? നീലോഫ തേങ്ങി.

-ആരെങ്കിലും വിളിക്കാൻ വന്നാൽ, ആരെങ്കിലും തിരിച്ചുവന്ന് വരൂ എന്നു വിളിച്ചാൽ നീ പോകുമോ നീലൂ?

-ഇന്ന് നിങ്ങൾക്കെന്തു പറ്റീ ഭായീജാൻ?

-നീലു പറയൂ നീ പോകില്ലല്ലോ?

-ഇല്ല. ഭായീജാൻ പോകില്ല.

-ആരു വിളിച്ചാലും?

-ഇല്ല.

-നേര്? നേരാണോ നീലോഫാ? നീയില്ലാതെ എനിക്കു വയ്യ, നീലു. നിന്റെയുള്ളിൽ വളരുന്നവൻ എന്റേതാണ്. പോരെ നീലോഫ? ഞാൻ നിന്നെ നിന്നെ...

വാതിലിൽ ആരോ മുട്ടി. അനിസുജ്ജമാന് പറഞ്ഞു മുഴുവനാക്കാനായില്ല. നീലോഫ സ്തംഭിച്ചു നില്ക്കുകയാണ്. കൊടുങ്കാറ്റിനു തൊട്ടു മുമ്പുള്ള സ്തബ്ധത.

അനിസുജ്ജമാൻ വാതിലു തുറന്നു. തൃണാങ്കുർ

-ഹോ നല്ല കാലം! നിങ്ങളിനിയും പോയിട്ടില്ലല്ലോ.

-എന്തേ മാൻതൂദാ?

-എന്നെ സ്കൂൾ വരെ കൊണ്ടുപോകാമോ? ഫടിക്ക്കുളം ചേരിയിലെ ആളുകളൊക്കെ സ്കൂളിലാണെന്നു കേട്ടു.

നീലോഫ തൃണാങ്കുരനെ നോക്കി. എന്താണ് സംഭവിക്കാൻ പോകുന്നതെന്ന് അവൾക്ക് അനുമാനിക്കാനാകുന്നുണ്ട്. തൃണാങ്കുർ പറഞ്ഞു.

ചെന്ന് രാധികയെ കൂട്ടിക്കൊണ്ടു വരണം. അവളെ നോക്കാൻ ആരുമില്ല. വേലക്കാരിയാണെങ്കിലെന്താ എനിക്കുമില്ലേ ചുമതല? രണ്ടു പിഞ്ചു കുഞ്ഞുങ്ങളേയും കൊണ്ട്... പാവം.

ഉവ്വല്ലോ ചുമതലയുണ്ടല്ലോ. ഭായീജാൻ നിങ്ങൾ മാൻതൂദായോടൊപ്പം പോകൂ.

നീലോഫ ഉറച്ച ശബ്ദത്തിൽ പറഞ്ഞു.

തൃണാങ്കുരനേയും പിടിച്ച് ഇരുട്ടിൽ അനിസുജ്ജമാൻ കോണിപ്പടികളിറങ്ങാൻ തയ്യാറായി. പക്ഷേ ചോദിച്ചു.

നിങ്ങളെന്തിനാ ബുദ്ധിമുട്ടുന്നത്? ഞാൻ പോയി കൂട്ടിക്കൊണ്ടു വരാം.

വേണ്ട. ഞാൻ വരാം. ഞാനില്ലെങ്കിൽ അവൾ ഒരു വേള വരാൻ കൂട്ടാക്കിയില്ലെങ്കിലോ?

രണ്ടുപേരും പതുക്കെപ്പതുക്കെ താഴേക്കിറങ്ങി. മുട്ടുവരെയുള്ള വെള്ളത്തിൽ തൃണാങ്കുരന് നടക്കാൻ നല്ല വിഷമമുണ്ട്. എന്നിട്ടും അനിസുജ്ജമാന്റെ കൈകളിൽ മുറുകെ പിടിച്ച് മുന്നോട്ടു നീങ്ങി.

അനിസുജ്ജമാൻ നിർദ്ദിഷ്ടലക്ഷ്യത്തിനുനേരെ ഉറച്ച കാൽവെയ്പുകളുമായി നടന്നു. അയാളുടെ മനസ്സിൽ ഒരു ചൊട്ടുപോലും അസ്വസ്ഥതയോ അശാന്തിയോ ഇല്ല. നീലോഫയോട് എല്ലാം പറയാനായില്ല. അതുകൊണ്ടെന്താ? പറയും. ധൃതിയില്ല. അയാൾ തന്നെത്തന്നെ പുതിയൊരു വെളിച്ചത്തിൽ കാണുകയാണ് ഇതാദ്യമായി മതം അയാളുടെ തീരുമാനത്തിന് സഹായകമായി നിൽക്കുന്നു. ഇതാദ്യമായി അവരുടെ കുടുംബത്തിൽ പരമ്പരാഗതമായി നടന്നു വരുന്ന സമ്പ്രദായത്തെ അയാൾ ലംഘിക്കുന്നു. ജീവിതം അയാളെക്കൊണ്ട് പലതും ചെയ്യിച്ചു, പലതും

പൊളിച്ചുമാറ്റി, വേറെ ചിലതു കെട്ടിപ്പടുത്തു, തന്റെ തീരുമാനം മറ്റുള്ളവർ എങ്ങനെ സ്വീകരിക്കും? അവരുടെ പ്രതികരണം എങ്ങനെയിരിക്കും? മനിറുൾ ചാച്ച, സഹോദരന്മാർ. തൃണാങ്കൂർ, നീലിമ? ആരെന്തു കരുതിയാലും ശരി അത്യന്തം ശാന്ത മനസ്കനായി അനിസുജ്ജമാൻ നടന്നു നീങ്ങുകയാണ്, മന്ദംമന്ദം. തൃണാങ്കുരനെ പിടിച്ചുകൊണ്ട്. ധൃതിയില്ല. ഒരു ധൃതിയുമില്ല.

ഇരുപത്തിനാല്

ഷംഷേർ കിച്ചടി വിതരണം ചെയ്യുകയാണ്. അയാളും അനുപമും തോളോടു തോൾ ചേർന്ന് ജോലിയെടുക്കുന്നു. രണ്ടു റാന്തലുകൾ കൊളുത്തി വെച്ചിട്ടുണ്ട്. പക്ഷേ വെളിച്ചം പോര. ഇരുളും വെളിച്ചവും മാറി മാറി നിഴലിക്കുന്നു. ഓരോരുത്തരായി വരിവരിയായി വരുന്നു, പിഞ്ഞാണമെടുത്ത് അതിലേക്ക് കിച്ചടി കോരിയിട്ടു കൊടുക്കണം. അതാണ് പണി. മുഖത്തേക്ക് സാരി വലിച്ചിട്ട ഒരു സ്ത്രീയുടെ കൈയിൽനിന്ന് കിച്ചടി സമേതം പിഞ്ഞാണം താഴെ വീണു. പിന്നിൽ നിന്നിരുന്നവർ അവളെ ശകാരിക്കാൻ തുടങ്ങി. ആഹാരത്തിന് വിലയില്ലെന്നോ? സൂക്ഷിക്കണ്ടേ? ഷംഷേർ ബഹളം കൂട്ടുന്നവരെ സമാധാനിപ്പിച്ചു. വീണ്ടുമൊരു തവണ പിഞ്ഞാണത്തിൽ കിച്ചടി കോരിയിട്ടു കൊടുത്തു. പിഞ്ഞാണം നിറയെ കിച്ചടിയുമായി രാധിക ഇരുളിലേക്കു മാറിനിന്നു. രണ്ടാം നിലയിലാണവരൊക്കെ. താഴേക്കു നോക്കിയാൽ സർവത്ര വെള്ളം. ഒരു നുറുങ്ങു വെളിച്ചം എങ്ങുമില്ല. പിഞ്ഞാണത്തിലെ കിച്ചടി അപ്പാടെ അവൾ വെള്ളത്തിലേക്കു കൊട്ടിക്കളഞ്ഞു. പ്ലും. അതു വീഴുന്ന ശബ്ദം. അന്നെന്നോ അമ്മ ഒഴുകിപ്പോയി, സാൽതി ഒഴുകിപ്പോയി. അന്ന് കാർമേഘം ചക്രവാളത്തിൽ സാരിത്തലപ്പുപോലെ പറന്നു കളിച്ചു. അവളുടെ കണ്ണുകളിൽ വെള്ളം നിറഞ്ഞു. ഈ മഴയിൽ, ഈ വെള്ളത്തിൽ എല്ലാം ഒഴുകിപ്പോയി. എന്താണ്, എന്തൊക്കെയാണ് ഒഴുകിയത്? ജോച്ഛനെ ഒക്കത്തേറ്റി പലാശെത്തി.

അമ്മേ അങ്ങേരു വന്നിട്ടുണ്ട്.

ആര്?

നമ്മളെ കൊണ്ടുപോകാൻ വന്നതാ, പോണ്ടേ?

ആരെന്നു പറ?

അമ്മ പണിക്കു പോണ വീട്ടിലെയാൾ.

രാധിക ഒഴിഞ്ഞ പിഞ്ഞാണം പതുക്കെപ്പതുക്കെ താഴെ വെച്ചു. തൃണാങ്കുർ വന്നിരിക്കുന്നു. പാവം! കാലിനു വയ്യാത്ത മനുഷ്യൻ ഇത്ര ദൂരം നടന്നു വന്നിരിക്കുന്നു. ഈ മഴയത്ത്, ഇത്രയും വെള്ളത്തിൽ.

ജോച്ഛനെ സ്വയം ഏറ്റെടുത്ത് പലാശിന്റെ കൈപിടിച്ച് അവൾ പറഞ്ഞു നടക്ക്.

കോണിയിറങ്ങുന്നതിനു മുമ്പ് ഒരു തവണ അവൾ ആഹാരം വിതരണം ചെയ്യുന്ന മുറിയിലേക്ക് എത്തിനോക്കി. ഷംഷേറിന് ജോലിയിലാണ് ശ്രദ്ധ മുഴുവനും. റാന്തലിന്റെ വെളിച്ചത്തിൽ വിയർപ്പൊലിക്കുന്ന ശരീരം തിളങ്ങുന്നു. എന്തൊരഴകാണ്. *സുധാ ഛാനിയാ കേബാ സുധാ ഢേലേച്ഛേ ഗോ ജേമതി ശ്യാമേർ ചികൻ ദേഹാ...* ആഹാ കാർവർണന്റെ ദേഹകാന്തി.

ഷംഷേർ! എന്തൊരഴകാണ്. ഈ ചുറ്റുവട്ടത്തേക്ക് അതിഥിയായി എത്തിച്ചേർന്നവൻ, എന്നിട്ടും എല്ലാവരോടുമൊപ്പം പണിയെടുക്കുന്നു. നോക്കൂ, ആ ചുമലുകൾക്കെന്തു ശക്തി! അവയെത്ര മാർദ്ദവം! ആ പഴയ കൗമാരപ്രായക്കാരിയെപ്പോലെ വിളിക്കാൻ തോന്നി ഷംഷേർദാ... പക്ഷേ കഴിഞ്ഞില്ല. ഒക്കത്തിരിക്കുന്ന ജോച്ഛൻ ഞെളിപിരികൊള്ളുന്നു, കരയുന്നു. അവന്റെ ദേഹത്തിനു നല്ല ചൂടുണ്ട്. രാധിക കുഞ്ഞിനെ സമാധാനിപ്പിക്കാൻ ശ്രമിച്ചു. താനാരേയാണ് വിളിക്കാൻ ശ്രമിച്ചത്? എന്തിനു വിളിക്കണം? ഇത്രയും വർഷങ്ങൾക്കുശേഷം അതൊക്കെ ഷംഷേറിന്റെ മനസ്സിൽ തങ്ങി നില്ക്കുന്നുണ്ടാവുമോ? ഉണ്ടായിരുന്നെങ്കിൽ തന്നെ തിരിച്ചറിയുമായിരുന്നില്ലേ? മനസ്സിലാവുമായിരുന്നില്ലേ? പറയാറുണ്ടായിരുന്നല്ലോ രാധൂ എനിക്ക് നിന്നെ മണത്തെടുക്കാം. എവിടെപ്പോയാലും നിന്നെ മണത്തെടുക്കാനാകും. എന്ന്...

ഇന്ന് രാധിക ഇത്രയടുത്ത് നിന്നിട്ടും ഷംഷേറിന് മണം കിട്ടിയില്ല? കണ്ടിട്ട് തിരിച്ചറിയാൻ പോലും കഴിഞ്ഞില്ലല്ലോ. ഉവ്വ്, സാരി മുഖത്തേക്കു വലിച്ചിട്ടിരുന്നു. എന്നാലും... എന്നാലും... രാധികയ്ക്ക് സംശയം തോന്നുന്നുണ്ട്. ഇത്ര വർഷങ്ങൾക്കിടയിൽ ഷംഷേർ ആകെ മാറിപ്പോയെന്നു വരുമോ? അഥവാ ആർക്കറിയാം ഷംഷേർ അങ്ങനെത്തന്നെയുണ്ട്, രാധികയാണ്, രാധികയുടെ ഗന്ധമാണ് മാറിപ്പോയതെന്നു വന്നാലോ? ഒഴുകിയൊഴുകി, ക്ഷയിച്ചു ക്ഷയിച്ച് ഇപ്പോഴവൾ പണ്ടത്തെ രാധികയല്ലായിരിക്കാം.

പലാശ് ധൃതി കൂട്ടുന്നു. ഈ ഇരുട്ടു നിറഞ്ഞ സ്കൂൾ കെട്ടിടം, ആൾക്കാരുടെ തിക്കും തിരക്കും. ബഹളം, മുറവിളി, വിലാപം. അവന് ആകെ പൊറുതിമുട്ടുന്നു. ചങ്ങാതി കുരുടനാണെങ്കിൽ മൂകനായി അച്ഛന്റെ തലയും മടിയിൽ വെച്ചിരിക്കയാണ്. അച്ഛന്റെ ശരീരത്തിൽ നിന്ന് കുരുടന് മരണത്തിന്റെ മണം കിട്ടുന്നുണ്ടത്രെ. പലാശ് ആകെ വിരണ്ടു പോയിരിക്കുന്നു. അതുകൊണ്ടാണ് ധൃതിവെക്കുന്നത്. അമ്മയുടെ മുഷിഞ്ഞ സാരിത്തലപ്പിൽ പിടിച്ചുവലിച്ച് അവൻ ചോദിച്ചു.

അമ്മേ, പോണ്ടേ? വരൂ, വരൂ.

അവർ കോണിപ്പടികളിലൂടെ താഴേക്കിറങ്ങി വന്നു. തൃണാങ്കുരനുണ്ട് കോണിച്ചുവട്ടിൽ, കൈയിൽ കുടയുമായി നിൽക്കുന്നു. രാധികയോട്

പറഞ്ഞു - വരൂ. എന്തെങ്കിലും എടുക്കാനുണ്ടോ? ഉണ്ടെങ്കിൽ വേഗം എടുത്തുകൊണ്ടുവരൂ.

എന്താണെടുക്കാനുള്ളത്? ഒന്നുമില്ല. ഒന്നുമേയില്ല. ഇന്ന് രാധിക സർവ്വസ്വവും ഒഴുക്കിക്കളഞ്ഞ നിസ്വയാണ്. പരിപൂർണമായ വിധത്തിൽ രിക്ത, മുക്ത. ഷംഷേർ നല്കിയ അന്നത്തോടൊപ്പം സകല സ്വപ്നങ്ങളും സ്മരണകളും രാധിക ഒഴുക്കിക്കളഞ്ഞിരിക്കുന്നു. സർവ്വതിൽനിന്നും മുക്തയായി സന്താനങ്ങളോടൊപ്പം അവൾ കോണിയിറങ്ങി വന്നു. പോകുകയാണ് തൃണാങ്കുർ വിളിക്കുന്നേടത്തേക്ക്.

അനിസുജ്ജമാൻ പറഞ്ഞു ഞാനും കൂടെ വരാം.

വേണ്ട. നിങ്ങളെയിനി ബുദ്ധിമുട്ടിക്കുന്നില്ല. രാധികയുണ്ടല്ലോ. ഇനി എനിക്ക് വിഷമമില്ല.

രാധികയുടെ ഹൃദയം പിടഞ്ഞു. തൃണാങ്കുരന് എന്തൊരു വിശ്വാസം! രാധിക കൂടെയുണ്ടെന്ന വിശ്വാസം. ഇത്രയും വെള്ളത്തിലൂടെ അവശ ശരീരവുമായി ഏതു മമതയുടെ പേരിലാണ് അയാളിവിടേക്കു വന്നത്? ഷംഷേർ അയലത്തുതന്നെയുണ്ടാവും. അയാളെന്തു പറയും രാധൂ! നിന്നെ കല്യാണം കഴിക്കട്ടെയെന്നു പറയുമോ? ഇല്ല. ഇനിയങ്ങനെ പറയില്ല. അവർ പണ്ടേ പിരിഞ്ഞവരാണ്. അതല്ലേ സത്യം? ഇനിയഥവാ പറഞ്ഞാൽത്തന്നെയെന്താ? അതൊന്നും സംഭവ്യമല്ല. എന്തുകൊണ്ടു സംഭവ്യമല്ല? കാർത്തികിനെ വിട്ടെറിഞ്ഞ് പോയാലോ? കാർത്തികിനെ വിട്ടെറിഞ്ഞു പോകാം. പക്ഷേ പലാശ്? ജോച്ചൻ? ഷംഷേർ ആകാശത്തോളം വളർന്നാൽ? എന്തും വരട്ടെ, എന്റെ കൂടെ വരൂ എന്നു പറഞ്ഞാൽ?

ഇല്ല. ഇനിയിപ്പോൾ അതൊന്നും സാധ്യമല്ല. അതൊന്നും നടക്കില്ല. അവൾ എന്നെന്നും ധ്യാനിച്ചു മോഹിച്ച ഷംഷേർ, നിനവിലും കനവിലും മോഹിച്ച ഷംഷേർ. ആ മോഹം തന്നെ പോരെ? മോഹിക്കലും ഒരു വിധത്തിൽ ജീവിക്കലല്ലേ? സ്വർഗലോകത്തിന്റെ സങ്കല്പത്തിൽ ഈ ഭൂതലത്തിലെ സകല ദുരിതങ്ങളും മറികടക്കാനാകുന്നില്ലേ? ആ പഴയ ആകർഷണം ഇപ്പോൾ രാധികയ്ക്ക് അനുഭവപ്പെടുന്നില്ല. ആ ആകർഷണത്തിന്റെ പ്രലോഭനത്തിനു വഴങ്ങിയാണ് പരമേശിൽ ഷംഷേറിനെ കണ്ടെത്തിയത്. അതൊക്കെ എവിടെപ്പോയി? കനവിലും നിനവിലും സദാനേരവും ജാഗരമായിരുന്നതൊക്കെ സത്യമായും ആ വെള്ളത്തിലൊഴുകിപ്പോയോ? അതോ മറ്റേതോ വ്യക്തിയിൽ അലിഞ്ഞു ചേർന്നോ?

അഥവാ ഇത് വ്യക്തിനിഷ്ഠമേ അല്ലെന്നു വരാം. ദേഹവും മനസ്സും തമ്മിലുള്ള വിച്ഛേദനമാണ് രാധികയിൽ നടക്കുന്നത്. ചിരവിച്ഛേദനം. ഒരു വ്യക്തിയിലും പൂർണത സംഭവ്യമല്ല. ബഹുവ്യക്തികളുടെ വ്യത്യസ്ത അംശങ്ങൾ ഒരു ഏകവ്യക്തിയിൽ സമന്വയിക്കാനാവുകയുമില്ല. അതു സാധ്യമല്ല. ഒരു പുരുഷനിൽ ദേഹം, മറ്റൊരു

പുരുഷനിൽ മനസ്സ്. വൃന്ദാവനത്തിലെ ഗോപികമാർക്ക് സംഭവിച്ചതു പോലെ.

ഷൂനോ ഗോ മരമ സഖീ
എയി ഷുനോ ഷുനോ മധുർ മുരളി
ഡാകയേ കമൽആംഖീ
ധൈരയ് നാ ധരേ പ്രാണ് കേമൻ കൊരെ
ഇഹാർ ഉപായ് ബോലോ
ആർ കീയേ ജീബൊ ഗോപേർ രമണീ
വൃന്ദാവനേ ജാബോ ചൊൽ
എയീ അനുമോന് കൊരേ ഗോപീഗൺ
ഷുനീ ജേ ബാംശീർ ഗീത്
ശൂധു തനു ദേഖോ എയി തനു മോർ
തഥായ് ആഛരയേ ചിത്

ജോച്ഛനെ ഒക്കത്തു വെച്ചു, രാധിക. മറ്റേക്കൈയിൽ തൂങ്ങി പലാശ്. തൃണാങ്കുർ രാധികയുടെ ചുമലിൽ കൈ വെച്ച്, കുട നിവർത്തി. രാധിക പറഞ്ഞു.

വിടൂ, ആളുകളെന്തു പറയും?

ആളുകൾ? ഏതാളുകൾ? അവരെന്തു പറഞ്ഞാലെന്താ? നിനക്ക് എന്റെ കൂടെ കഴിയാനിഷ്ടമല്ലേ? ഇഷ്ടമല്ലേ?

രാധികയ്ക്ക് ക്ഷീണം തോന്നുന്നുണ്ട്. അവൾ മൃദുവായി ചിരിച്ചു. അന്ധകാരത്തിൽ കണ്ണുകളിടഞ്ഞു. പതുക്കെ മുഖം തിരിച്ച് തോളിൽ പിടിച്ചിരുന്ന തൃണാങ്കുരന്റെ കൈകളിൽ കവിളമർത്തി. ഇഷ്ടമാണ്, ഇഷ്ടമാണ്.

അന്ധകാരത്തിൽ വെള്ളം തട്ടി നീക്കി നടക്കുന്ന ശബ്ദം. ആ ശബ്ദം മഴയുടെ ഇരമ്പലിൽ കൂടിക്കലർന്നു.

■

"പടിയോളം വന്നെത്തി, തൊടിയിലും വന്നെത്തി
ഞൊടിയിലീമുറ്റത്തുമൊടിയെത്തും വെള്ള-
മൊടുവിലീ ഇറയത്തുമേറിയെത്തും
വയലും പുഴയും കടന്നു പോകാം
കടലിൽക്കടലിൽ പകർന്നു പോകാം
പഴയ കാലത്ത് കൊളംബസ് പോയപ്പോൾ
പുതിയ ലോകങ്ങൾ തിരഞ്ഞു പോകാം,
പുതുവാനമട്ടങ്ങൾ തേടിപ്പോകാം."

വെള്ളപ്പൊക്കം : എൻ.വി.കൃഷ്ണവാരിയർ

www.ingramcontent.com/pod-product-compliance
Lightning Source LLC
LaVergne TN
LVHW060601051026
849519LV00002B/437

* 9 7 8 9 3 8 6 4 4 0 0 4 4 *